വെളുത്ത രാത്രികൾ

Nadakkavu, Kozhikode, Kerala, 673011
www.insightpublica.com
e-mail: insightpublica@gmail.com
Title: **Velutha Rathrikal**
(Malayalam)
Author: **F. M. Dostoevsky**
Translation: Gopalakrishnan
First Insight Edition: January 2024
Printed and Published by
InsightinPublica Printers & Publishers Pvt. Ltd.
ISBN 978-93-5517-919-7
₹490

വെളുത്ത രാത്രികൾ

ദസ്തയേവ്സ്കി
വിവർത്തനം: ഗോപാലകൃഷ്ണൻ

INSIGHT PUBLICA®

ഉള്ളടക്കം

വെളുത്ത രാത്രികൾ

ഒരു വികാരപ്രധാനമായ പ്രേമകഥ
ഒരു സ്വപ്നജീവിയുടെ അനുസ്മരണങ്ങൾ

......പറന്നുപോകുന്ന ഒരു നാഴികനേരത്തേക്ക്
നിന്റെ പ്രേമത്തിന്റെ പ്രതിബിംബത്തിൽ
കുടികൊള്ളാനാണോ അയാൾ പിറന്നത്?

ഐ. തുർഗേനെവ്

ഒന്നാമത്തെ രാത്രി

ഒരു സുന്ദരമായ രാത്രിയായിരുന്നു അത്- പ്രിയ വായനക്കാരെ, വളരെ ചെറുപ്പമായിരിക്കുമ്പോൾ മാത്രം നമുക്കനുഭവപ്പെടുന്ന ഒരു രാത്രി. ആകാശം നക്ഷത്രനിബിഡമായിരുന്നു. അച്ഛസ്ഫടികമായിരുന്നു. അതിലേക്കു നോക്കുമ്പോൾ നാം ചോദിച്ചുപോകും, വികടസ്വഭാവികളും താന്തോന്നികളുമായ പലതരക്കാർ ഇതുപോലൊരു ആകാശത്തിൻ കീഴിൽ എങ്ങിനെ ജീവിക്കുന്നുവെന്ന്. കനിവുള്ള വായനക്കാരേ, ഇതും യുവസഹജമായ ഒരു ചോദ്യമാണ്. വളരെയേറെ യുവസഹജമായ ഒരു ചോദ്യം. എങ്കിലും ഇത്തരം ചോദ്യങ്ങൾ നിങ്ങളുടെ ഹൃദയത്തെ കൂടെക്കൂടെ അലട്ടാൻ ദൈവം ഇടവരുത്തട്ടെ. വികടസ്വഭാവികളേയും താന്തോന്നികളേയും പറ്റി പറയുമ്പോൾ, ആ ദിവസം മുഴുവനും എന്റെ പെരുമാറ്റം മാതൃകാപരമായിരുന്നുവെന്ന കാര്യം അനുസ്മരിക്കാതെ തരമില്ല. രാവിലെതൊട്ട് ഞാൻ ഒരു പ്രത്യേകതരം വിഷാദഭാവത്തിന്

ഇരയായിരുന്നു. എല്ലാവരും എന്നെ തനിച്ചാക്കി പോവുകയാണെന്നും എന്നെ കൈവെടിയുകയാണെന്നും എനിക്കു തോന്നി. ആരാണീ എല്ലാവരും എന്ന് ന്യായമായും ചോദിച്ചേക്കാം. കാരണം, ഞാൻ സെന്റ് പീറ്റേഴ്സ്ബർഗിൽ താമസം തുടങ്ങിയിട്ട് എട്ടു വർഷമായി. പറയത്തക്ക പരിചയക്കാരാരേയും സമ്പാദിക്കാൻ എനിക്ക് കഴിഞ്ഞിട്ടില്ല. പക്ഷേ ഞാൻ എന്തിന് പരിചയക്കാരെ സമ്പാദിക്കണം? അവരില്ലാതെതന്നെ സെന്റ് പീറ്റേഴ്സ്ബർഗ് മുഴുവനും എനിക്കു പരിചയമാണ്. അതുകൊണ്ടാണ് പട്ടണമാകെ പെട്ടെന്ന് കെട്ടിയൊരുങ്ങി നാട്ടിൻ പുറത്തേക്കു പുറപ്പെട്ടപ്പോൾ എല്ലാവരും എന്നെ കൈവെടിയുകയാണെന്ന് എനിക്കു തോന്നിയത്. ഈ ഏകാന്തത എന്നെ ഭയപ്പെടുത്തി. അങ്ങേയറ്റം നിരാശപൂണ്ട്, എനിക്കെന്തു പറ്റിയെന്നു മനസ്സിലാക്കാൻ തീരെ അശക്തനായി, ഞാൻ മൂന്നു ദിവസം മുഴുവനും തെരുവുകളിൽ അലഞ്ഞുനടന്നു. ഞാൻ നേവ്സ്കി പ്രോസ്പെക്റ്റിൽ പോയി, പാർക്കിൽ പോയി. നദീതീരത്തെ നിരത്തിലൂടെ ലക്ഷ്യമില്ലാതെ നടന്നു. കഴിഞ്ഞ ഒരു വർഷമായി അതേ സ്ഥലത്ത് അതേ സമയത്തു ഞാൻ കണ്ടു പരിചയിച്ച ആളുകളെ പോയിടത്തൊന്നും കണ്ടില്ല. തീർച്ചയായും അവർക്ക് എന്നെ അറിഞ്ഞുകൂടാ. പക്ഷേ എനിക്ക് അവരെ അറിയാം. ഭംഗിയായി അറിയാം. ഞാനവരുടെ മുഖഭാവം ശ്രദ്ധിച്ചിട്ടുണ്ട്. അവരുടെ മുഖം ഉന്മേഷഭരിതമാകുമ്പോൾ ഞാൻ ആഹ്ലാദിക്കുന്നു, വാടുമ്പോൾ ഞാൻ വിഷാദിക്കുന്നു. ഫൊൻതാൻകയുടെ തീരത്തുവച്ച് ഒന്നൊഴിയാതെ എല്ലാ ദിവസവും ഒരേ സമയത്ത് കണ്ടുമുട്ടിക്കൊണ്ടിരുന്ന ഒരു വൃദ്ധനുമായി ഞാൻ സൗഹൃദത്തിലായിരുന്നുവെന്നുതന്നെ പറയാം. ഗൗരവപൂർണ്ണവും ചിന്താകുലവുമായ ഒരു മുഖമായിരുന്നു അയാളുടേത്. അയാൾ എപ്പോഴും പിറുപിറുത്തുകൊണ്ടിരിക്കും. ഇടതു കൈകൊണ്ട് ആംഗ്യങ്ങൾ കാട്ടും. സ്വർണ്ണംകെട്ടിയ മുഴയും മുട്ടുകളുമുള്ള ഒരു വടി വലതുകയ്യിൽ പിടിച്ചിരിക്കും. അയാൾ എന്നേയും ശ്രദ്ധിച്ചിരുന്നു. എന്നിൽ നിർവ്യാജമായ താല്പര്യം എടുത്തിരുന്നു. ഫൊൻതാൻകയിൽ അതേ സ്ഥലത്ത് അതേ സമയത്ത് എന്നെ കണ്ടില്ലെങ്കിൽ അയാൾ നിരാശപ്പെട്ടുമായിരുന്നുവെന്ന് എനിക്ക് തീർച്ചയുണ്ട്. ഇതുകൊണ്ടാണ് ചിലപ്പോൾ പ്രത്യേകിച്ച് രണ്ടുപേരും സന്തുഷ്ടരായിരിക്കുമ്പോൾ ഞങ്ങൾ അഭിവാദ്യങ്ങൾ കൈമാറുന്നതിന്റെ അടുത്തെത്തിയത്. ഇന്നാളൊരിക്കൽ രണ്ടു മുഴുവൻ ദിവസത്തിനുശേഷം തമ്മിൽ കണ്ടപ്പോൾ ഞങ്ങൾ സത്യത്തിൽ തൊപ്പി ഉയർത്താൻ തുടങ്ങിയതാണ്. ഭാഗ്യവശാൽ ഞങ്ങൾ തക്കസമയത്ത് സ്വയം നിയന്ത്രിച്ചു. കൈ താഴോട്ടിട്ടുകൊണ്ട്, ഹൃദയത്തിൽ തോന്നിയ സഹാനുഭൂതി പുറത്തു പ്രകാശിപ്പിക്കാതെ, ഞങ്ങൾ പരസ്പരം കടന്നുപോയി.

കെട്ടിടങ്ങളും എന്റെ സ്നേഹിതരാണ്. ഞാൻ തെരുവിലൂടെ നടന്നു പോകുമ്പോൾ അവയെല്ലാംതന്നെ മുന്നോട്ടുവന്ന് ജനാലകളാൽ തുറിച്ചു നോക്കിക്കൊണ്ട് എന്നോട് കുശലപ്രശ്നം ചെയ്യുന്നതുപോലെ തോന്നാറുണ്ട്: "എന്തുണ്ട് വിശേഷം? എനിക്കും സുഖംതന്നെ. മേയിൽ എനിക്ക് ഒരു നിലകൂടി വരും!" എന്നോ "സൗഖ്യമാണോ? നാളെ മുതൽ എന്റെ കേടുപാടുകൾ തീർക്കാൻ പോവുകയാണ്" എന്നോ "എനിക്ക് തീപിടിക്കാൻ തുടങ്ങിയതാണ്. ഞാൻ വല്ലാതെ പേടിച്ചുപോയി" എന്നോ മറ്റോ ആയിരിക്കും പറയുന്നത്. അവയുടെ കൂട്ടത്തിൽത്തന്നെ എന്റെ ഇഷ്ടസ്നേഹിതരും ഉറ്റ സ്നേഹിതരുമുണ്ട്. ഒന്ന് ഈ വേനലിൽ ശില്പികളുടെ ചികിത്സയിലായിരിക്കും. അപകടമൊന്നും ഉണ്ടാവുകയില്ലെന്ന് ഉറപ്പു വരുത്താൻ ഞാൻ എന്നും വന്നുനോക്കാൻ പോവുകയാണ്. പക്ഷേ ഇളം ചുവപ്പു നിറത്തിലുള്ള സുന്ദരമായ ഒരു കൊച്ചു വീടിന് സംഭവിച്ചതെന്താണെന്ന് ഞാൻ ഒരിക്കലും മറക്കില്ല. ആ ഓമനത്തമുള്ള കൊച്ചു വീട് എത്ര സ്നേഹത്തോടെയാണ് എന്റെനേരെ പുഞ്ചിരിതൂകിയത്! എത്ര ഔദ്ധത്യത്തോടെയാണ് കോലംകെട്ട അയൽപക്കക്കാരെ നോക്കിയത്! അതിനടുത്തുകൂടി പോകുമ്പോഴെല്ലാം എന്റെ ഹൃദയത്തിൽ ആഹ്ലാദം അലതല്ലി. കഴിഞ്ഞ ആഴ്ച ആ തെരുവിലൂടെ നടന്നുപോകുമ്പോൾ ഞാൻ ദയനീയമായ ഒരു നിലവിളി കേട്ടു: "അവർ എന്നെ മഞ്ഞയടിക്കുകയാണ്!" ഞാൻ എന്റെ സ്നേഹിതനെ നോക്കി. മൃഗങ്ങൾ! കാടന്മാർ! അവർ യാതൊന്നും വെറുതെ വിട്ടില്ല- തൂണുകളോ കൽപ്പണികളോ ഒന്നും. എന്റെ ചങ്ങാതി ഒരു കാനറിപ്പക്ഷിയെപ്പോലെ മഞ്ഞച്ചിരുന്നു. അതു കണ്ടിട്ട് എനിക്ക് മഞ്ഞപ്പിത്തം പിടിക്കാൻ പോയതാണ്. ചീനക്കാരന്റെ നിറം ചാർത്തി വിരൂപപ്പെടുത്തിയ ആ സാധുസ്നേഹിതനെ പോയി കാണാൻ ഇന്നുവരെ എനിക്ക് മനസ് വന്നിട്ടില്ല.

പ്രിയവായനക്കാരേ, സെന്റ് പീറ്റേഴ്സ്ബർഗ് ആകെത്തന്നെ എന്റെ മിത്രമാണെന്ന് ഇപ്പോൾ മനസ്സിലായല്ലോ.

ഞാൻ നിരുന്മേഷനായിരിക്കുകയായിരുന്നുവെന്നു നേരത്തേ പറഞ്ഞല്ലോ. മൂന്നു ദിവസം മുഴുവൻ ഈ സ്ഥിതി തുടർന്നു. എന്നിട്ടേ അതിന്റെ കാരണം മനസ്സിലായുള്ളൂ. വീടിനു പുറത്ത് എനിക്ക് ഒരു പന്തികേട് അനുഭവപ്പെട്ടു (അയാളവിടെ ഇല്ല, ഇയാളെ ഇവിടെ കാണുന്നില്ല, ഇന്നയാൾക്ക് എന്തുപറ്റി? വീടിനകത്തും അസ്വസ്ഥത തോന്നി. രണ്ടു രാത്രികൾ തുടർച്ചയായി ഞാൻ തല പുകഞ്ഞാലോചിച്ചു: വീട്ടിലെന്താണ് കുഴപ്പം? എന്തുകൊണ്ടാണ് എനിക്ക് അത് ഇത്രയേറെ അനാകർഷകമായി തോന്നുന്നത്? ഉത്തരം കണ്ടെത്താൻ ഞാൻ ചുറ്റും

കണ്ണോടിച്ചു. ചെളി പിടിച്ച പച്ച ചുവരുകളിലേക്കും മത്യോന പ്രസാദിച്ച് മാറാമ്പില നിർലോഭം തൂങ്ങിക്കിടക്കുന്ന മച്ചിലേക്കും നോക്കി. എല്ലാ സാമാനങ്ങളും പരിശോധിച്ചു. ഒരുപക്ഷേ കുഴപ്പത്തിന്റെ വേര് കിടക്കുന്നത് അവിടെയാണെന്നു കരുതി ഓരോ കസേരയിലും തറച്ചുനോക്കി. കാരണം, ഒരൊറ്റ കസേരപോലും തലേദിവസത്തേതിൽനിന്നു സ്ഥാനം മാറിക്കിടന്നാൽ ഞാൻ അസ്വസ്ഥനാകും. ഞാൻ ജനാലയിൽ നോക്കി. എന്നിട്ടും മനസ്സിനു സമാധാനമായില്ല. മത്യോനയെ വിളിച്ച് മാറാമ്പില കളയാത്തതിനും പൊതുവിൽ വീട് വൃത്തിയാക്കിവയ്ക്കാത്തതിനും ഒരച്ഛനെപ്പോലെ ശാസിക്കാൻപോലും ഞാൻ മുതിർന്നു. പക്ഷേ അവർ എന്നെ അമ്പരന്നു നോക്കിയതേയുള്ളൂ. ഒരക്ഷരം മിണ്ടാതെ മുറിയിൽ നിന്ന് ഇറങ്ങിപ്പോയി. മാറാമ്പില പഴയപടി ഇന്നുമുണ്ട്. അവസാനം ഇന്നു രാത്രിയിൽ മാത്രമാണ് എനിക്ക് കാര്യം മനസ്സിലായത്. ആളുകൾ എന്റെ അടുത്തുനിന്ന് നാട്ടിൻപുറത്തേക്ക് കടന്നുകളയുകയാണ്. ഈ ശാലീനമല്ലാത്ത പ്രയോഗത്തിനു മാപ്പ്. പക്ഷേ ഉൽകൃഷ്ടമായ വാക്കുകൾ പ്രയോഗിക്കാൻ ഞാൻ അശക്തനായിരുന്നു... എന്തുകൊണ്ടെന്നാൽ, സെന്റ് പീറ്റേഴ്സ്ബർഗിലുള്ള സകലരും നാട്ടിൻപുറത്തേക്ക് ഒന്നുകിൽ പൊയ്ക്കൊണ്ടിരുന്നു, അല്ലെങ്കിൽ പൊയ്ക്കഴിഞ്ഞിരുന്നു; എന്തുകൊണ്ടെന്നാൽ വണ്ടി വാടകയ്ക്കെടുക്കുന്ന, അഭിജാതനെന്നു തോന്നുന്ന ഓരോ മാന്യനിലും ഞാൻ കണ്ടത് അന്നത്തെ പണി തീർത്ത് തന്റെ വീട്ടുകാരുടെ അരികിലെത്താൻ തിടുക്കം കൂട്ടുന്ന ഗൗരവമുള്ള ഒരു കുടുംബനാഥനെയാണ്; എന്തുകൊണ്ടെന്നാൽ, തെരുവിൽ കണ്ട ഓരോരുത്തരുടേയും മുഖത്ത് ഒരു പ്രത്യേക നോട്ടമുണ്ടായിരുന്നു- "മാന്യരേ, ഞങ്ങൾ ഈ വഴി വന്നെന്നേയുള്ളൂ. രണ്ടു മണിക്കൂറിനകം പട്ടണം വിടും" എന്ന് ഓരോ വഴിപോക്കനോടും പറയുന്നതരത്തിലുള്ള ഒരു നോട്ടം. ഒരു ജനാല തള്ളിത്തുറക്കുന്നതു കണ്ടാൽ -പഞ്ചസാരപോലെ വെളുത്ത നേർത്ത വിരലുകൾ ചില്ലിൽ താളം പിടിക്കുകയും പിന്നീട് ഒരു സുന്ദരിയായ യുവതി തല നീട്ടി പൂച്ചട്ടിക്കാരനെ വിളിക്കുകയും ചെയ്താൽ- ആ പൂക്കൾ വാങ്ങുന്നത് പട്ടണത്തിലെ കാറ്റോട്ടമില്ലാത്ത ഒരു വീട്ടിൽ വസന്തവും പൂക്കളും ആസ്വദിക്കാനല്ല, അടുത്തുതന്നെ ആ പൂക്കളുമായി അവരെല്ലാവരും നാട്ടിൻപുറത്തേക്കു പോകുമെന്നതുകൊണ്ടാണ്, എന്ന് തൽക്ഷണം തന്നെ ഞാൻ അനുമാനിക്കും. അനുമാനത്തിൽ ഞാൻ വേണ്ടത്ര പുരോഗതി നേടിക്കഴിഞ്ഞിരുന്നു. ഓരോരുത്തരുടേയും ബാഹ്യഭാവത്തിൽനിന്നു മാത്രം അവരുടെ ഗ്രീഷ്മകാലവസതി എവിടെയാണെന്ന് തെറ്റുകൂടാതെ പറയാൻ ഞാൻ പഠിച്ചു.

കാമെന്നി ദ്വീപിൽനിന്നും അപ്തേക്കർസ്കി ദ്വീപിൽനിന്നും അല്ലെങ്കിൽ പീറ്റർഹോഫിന്റെ ദിക്കിൽനിന്നും വരുന്നവരെ അവരുടെ

പെരുമാറ്റത്തിലുള്ള പഠിച്ച സുഭഗതയും മോടിയുള്ള ഗ്രീഷ്മവസ്ത്രങ്ങളും അവരെ പട്ടണത്തിലേക്ക് വഹിച്ചുകൊണ്ടുവന്ന മികച്ച വണ്ടികളും കൊണ്ടു തിരിച്ചറിയാം. പർഗോലൊവൊയിൽ നിന്നും അതിനപ്പുറത്തു നിന്നും വരുന്നവരുടെ വിവേകവും അന്തസ്സുമാണ് പെട്ടെന്ന് മനസ്സിൽ പതിയുക. അതേസമയം, ക്രേസ്തോവ്സ്കി ദ്വീപിൽ വേനൽക്കാലം ചെലവഴിക്കുന്നവരുടെ സവിശേഷതകളാകട്ടെ, പ്രസരിപ്പും പ്രസന്നതയുമാണ്.

സാമാനവണ്ടികൾക്കു സമീപം കയ്യിൽ കടിഞ്ഞാൺ പിടിച്ച് അലസമായി നടന്നുപോകുന്ന വണ്ടിക്കാരുടെ നീണ്ടൊരു വരിയായിരിക്കും ചിലപ്പോൾ എന്റെ കണ്ണിൽ പെടുക. കസേരകൾ, മേശകൾ, സോഫകൾ തുടങ്ങി എല്ലാത്തരം വീട്ടുസാമാനങ്ങളും വണ്ടികളിൽ കുമിച്ചു കൂട്ടിയിട്ടുണ്ടാവും. എല്ലാറ്റിന്റേയും തലപ്പത്ത്, തന്റെ യജമാനന്റെ സാമാനങ്ങളെ ശുഷ്കാന്തിയോടെ കാത്തുസൂക്ഷിച്ചുകൊണ്ട് അസ്ഥിമാത്രയായ ഒരു പാചകക്കാരി ഇരിപ്പുണ്ടാവും. ചിലപ്പോൾ വീട്ടുസാമാനങ്ങളും പാത്രങ്ങളും കയറ്റിയ തോണികൾ നേവയിലൂടെയോ ഫൊൻതാൻകയിലൂടെയോ ച്യോർനയ നദിയിലേക്കോ ദ്വീപുകളിലേക്കോ പോകുന്നത് ഞാൻ നോക്കി നിൽക്കാറുണ്ട്. രണ്ടായാലും ഈ വണ്ടികളും തോണികളും എന്റെ കണ്ണിൽ പതിന്മടങ്ങ്, നൂറു മടങ്ങ്, പെരുകും. സർവ്വതും പുറപ്പെട്ടുകഴിഞ്ഞെന്നും വഴിയിലിറങ്ങിക്കഴിഞ്ഞെന്നും സംഘംസംഘമായി നാട്ടിൻപുറത്തേക്കു തിരിച്ചിരിക്കുന്നുവെന്നും എനിക്കു തോന്നി. സെന്റ് പീറ്റേഴ്സ്ബർഗ് തന്നെ ഒരു മരുഭൂമിയാകുമോ എന്നു തോന്നിപ്പോയി. അപ്പോഴാണ് എനിക്ക് ലജ്ജയും വേദനയും വ്യസനവും തോന്നിയത്. നാട്ടിൻപുറത്ത് പോകാൻ എനിക്ക് കാരണമൊന്നുംതന്നെയില്ല. ഇടവുമില്ല. ഓരോ സാമാനവണ്ടിയുടേയും കൂടെ, സവാരിവണ്ടി വാടകയ്ക്കെടുക്കുന്ന, അഭിജാതനെന്നു തോന്നുന്ന ഓരോ മാന്യന്റേയും കൂടെ, പോകാൻ ഞാൻ ഒരുക്കമായിരുന്നു. പക്ഷേ ആരും- ഒരൊറ്റയാൾപോലും- എന്നെ ക്ഷണിച്ചില്ല. എന്നെ മറന്നതുപോലെ, ഞാൻ അവർക്ക് ഒരു അന്യനാണെന്നതുപോലെ, തോന്നി.

ഞാൻ വളരെ നേരം, വളരെ ദൂരം, നടന്നു. അവസാനം എവിടെ എത്തിച്ചേർന്നുവെന്ന് യാതൊരു രൂപവും കിട്ടിയില്ല. എനിക്കു പലപ്പോഴും സംഭവിക്കുന്നതാണത്. പെട്ടെന്നു ഞാൻ പട്ടണാതിർത്തിയിൽ എത്തിയതായി മനസ്സിലായി. എനിക്ക് അപ്പോൾത്തന്നെ ആഹ്ലാദം തോന്നി. ഞാൻ പുറത്തു കടന്ന് പച്ചപ്പാടങ്ങളിലൂടെയും പുൽപ്പരപ്പുകളിലൂടെയും നടന്നു. ഒട്ടും ക്ഷീണം തോന്നിയില്ല. എന്റെ ഹൃദയഭാരം നീങ്ങുകയാണെന്ന് എന്നിലുള്ള ഓരോ തന്തുവിനും

അനുഭവപ്പെട്ടു. വണ്ടിയിൽ എന്നെ കടന്നുപോയവർ എന്റെ നേരെ സൗഹൃദം നിറഞ്ഞ നോട്ടങ്ങൾ എറിഞ്ഞു. അഭിവാദ്യം ചെയ്തില്ലെന്നേയുള്ളൂ. അവരെല്ലാവരുംതന്നെ എന്തുകൊണ്ടോ വളരെ സന്തുഷ്ടരായി കാണപ്പെട്ടു. എല്ലാവരുടെ വായിലും ഓരോ ചുരുട്ടുമുണ്ടായിരുന്നു. എനിക്കും മുമ്പൊരിക്കലും ഉണ്ടാകാത്ത ഒരു സന്തോഷം അനുഭവപ്പെട്ടു. പെട്ടെന്ന് ഇറ്റലിയിൽ വന്നിറങ്ങിയ ഒരു പ്രതീതി. അടച്ചുകെട്ടിയ തെരുവുകളിൽ ശ്വാസംമുട്ടി പകുതി രോഗിയായിക്കഴിഞ്ഞിരുന്ന ഒരു പട്ടണവാസിയായ എന്നിൽ പ്രകൃതിയുമായുള്ള സമ്പർക്കം ഉളവാക്കിയ പ്രതികരണം അത്ര ഉൽക്കടമായിരുന്നു.

സെന്റ് പീറ്റേഴ്സ്ബർഗിനു ചുറ്റുമുള്ള നാട്ടിൻപുറത്തിന് ഹൃദയത്തെ സ്പർശിക്കുന്നതും മാഞ്ഞുപോകാത്തതുമായ എന്തോ ഒന്നുണ്ട്. വസന്താഗമനത്തോടെ പ്രകൃതി പൊടുന്നനെ അതിന്റെ എല്ലാ പ്രതാപവും ദൈവദത്തമായ മുഴുവൻ കരുത്തും പുറത്തുകാട്ടുന്നു. പകിട്ടേറിയ പൂക്കളണിഞ്ഞുകൊണ്ട് അത് ആഡംബരപൂർവ്വം ചമഞ്ഞൊരുങ്ങുന്നു... ക്ഷയരോഗം പിടിച്ച് വിളറിയിരിക്കുന്ന ഒരു യുവതിയിലുണ്ടാകുന്ന പരിവർത്തനം എന്തുകൊണ്ടോ ഞാൻ ഓർത്തുപോകുന്നു. ചിലപ്പോൾ നമുക്ക് അവളോട് അനുകമ്പ തോന്നും, ചിലപ്പോൾ സഹതാപപൂർണ്ണമായ വാത്സല്യമായിരിക്കും. ചിലപ്പോൾ നാം അവളെ പാടെ അവഗണിക്കുന്നു. അങ്ങിനെയിരിക്കെ പെട്ടെന്ന്, ഒരു നിമിഷത്തേക്ക്, അവൾ വിചിത്രമായി, അത്ഭുതാവഹമായി, സുന്ദരിയായി മാറുന്നു. നാം സ്തംഭിച്ച്, പകച്ച് സ്വയം ചോദിച്ചുപോകുന്നു: വിഷാദനിർഭരവും ചിന്താകുലവുമായ ആ കണ്ണുകളിൽ തീ പറത്തുന്നത് ഏതു ശക്തിയാണ്? വിളറി ശോഷിച്ച കവിളുകൾക്ക് ഈ അരുണിമ എങ്ങിനെ വന്നു? ആലോലമായ മുഖരൂപം ഇത്രയേറെ വികാരസാന്ദ്രമായതെങ്ങിനെ? ആ മാറിടം ഇങ്ങനെ ഉയർന്നുതാഴുന്നത് എന്തുകൊണ്ട്? ഈ സാധുയുവതിയുടെ മുഖത്ത് ഇത്രയേറെ ശോഭനമായ പുഞ്ചിരി വരുത്താനും ഇത്രയേറെ ഉജ്ജ്വലമായ പൊട്ടിച്ചിരിയുളവാക്കാനും മാത്രമുള്ള കരുത്തും ചൈതന്യവും സൗന്ദര്യവും ഇത്ര പെട്ടെന്ന് എവിടന്നുവന്നു? നാം അത്ഭുതത്തോടെ ചുറ്റും നോക്കുന്നു. അപ്പോഴാണ് മനസ്സിലായിത്തുടങ്ങുന്നത്... പക്ഷേ ആ നിമിഷം പൊയ്പോകുന്നു. നാളെ ഒരുപക്ഷേ നാം വീണ്ടും കാണുന്നത് ചിന്താകുലവും നിസ്സംഗവുമായ അതേ നോട്ടമായിരിക്കും, വിളറി ശോഷിച്ച അതേ മുഖമായിരിക്കും, സങ്കോചവും അധീരതയും നിറഞ്ഞ അതേ മനോഭാവമായിരിക്കും. ആ നൈമിഷികപ്രചോദനം മൂലം ഒരുപക്ഷേ പശ്ചാത്താപം പോലും- അനാരോഗ്യകരമായ ഖേദത്തിന്റേയും അമർഷത്തിന്റേയും ലാഞ്ഛനകൾ

പോലും- കണ്ടെത്തിയെന്നുവരും... ക്ഷണഭംഗുരമായ ആ സൗന്ദര്യപുഷ്പം ഇത്ര വേഗം, എന്നെന്നേക്കുമായി, വാടിക്കരിഞ്ഞുപോയല്ലോ എന്നോർത്ത് നാം വ്യസനിക്കുന്നു. അതിനെ സ്നേഹിക്കാൻ ഒരവസരംപോലും കിട്ടിയില്ലല്ലോ എന്നോർത്ത് നാം ഖേദിക്കുന്നു...

എന്നിരുന്നാലും എന്റെ രാത്രി പകലിനേക്കാൾ ഭേദമായിരുന്നു! സംഭവിച്ചതിതാണ്.

ഞാൻ വളരെ വൈകിയാണ് പട്ടണത്തിൽ മടങ്ങിയെത്തിയത്. വീടടുത്തപ്പോഴേക്ക് ക്ലോക്കിൽ പത്തു മണിയടിച്ചിരുന്നു. തോടിന്റെ കരയിലൂടെയാണ് എനിക്ക് വീട്ടിലേക്കു പോകേണ്ടിയിരുന്നത്. രാത്രി ആ സമയത്ത് ഒരു ജീവിയെപ്പോലും അവിടെങ്ങും കാണില്ല. നഗരത്തിന്റെ ഒരു വിദൂരകോണിലായിരുന്നു എന്റെ താമസസ്ഥലമെന്നതു നേരുതന്നെ. ഞാൻ പാടിക്കൊണ്ടു നടന്നു. സന്തോഷം തോന്നുമ്പോഴൊക്കെ ഞാൻ എന്തെങ്കിലും രാഗം മൂളാറുണ്ട്. തന്റെ സന്തോഷം പങ്കിടാൻ സ്നേഹിതരോ പരിചയക്കാരോ ഇല്ലാത്ത ഏതൊരാളും ചെയ്യുന്നതാണിത്. പെട്ടെന്ന് തീരെ പ്രതീക്ഷിക്കാത്ത ഒരു സാഹസത്തിൽ ഞാൻ ചെന്നു ചാടി.

എന്നിൽനിന്നു കുറച്ചു മാറി അഴിയോടു ചേർന്ന് ഒരു സ്ത്രീ നില്പുണ്ടായിരുന്നു. അവർ അഴിച്ചുമരിൽ ചാരിക്കൊണ്ട് കലങ്ങിമറിഞ്ഞ തോട്ടുവെള്ളത്തിൽ ഏകാഗ്രതയോടെ നോക്കുകയാണെന്നു തോന്നി. ഭംഗിയുള്ള ഒരു മഞ്ഞത്തൊപ്പിയും നേർത്ത ഒരു കൊച്ചു കറുത്ത പുതപ്പും ധരിച്ചിട്ടുണ്ട്. "യുവതിയാണ്, മുടി കറുത്തിരിക്കും," ഞാൻ തീർച്ചപ്പെടുത്തി. അവൾ എന്റെ കാലടിശബ്ദം കേട്ടില്ലെന്നു തോന്നി. അടക്കിപ്പിടിച്ച ശ്വാസത്തോടും ഉറക്കെ മിടിക്കുന്ന ഹൃദയത്തോടും കൂടി ഞാൻ കടന്നുപോയപ്പോൾ അവൾ അനങ്ങിയില്ല. "വിചിത്രം തന്നെ", ഞാൻ വിചാരിച്ചു. "അവൾ ഗഹനമായ എന്തോ ചിന്തയിൽ ആണ്ടിരിക്കുകയായിരിക്കും." പെട്ടെന്നു ഞാൻ തരിച്ചുനിന്നുപോയി. അടക്കിപ്പിടിച്ച ഗദ്ഗദം കേട്ടതുപോലെ തോന്നി. അതെ, എന്റെ തോന്നൽ ശരിയായിരുന്നു. ആ യുവതി കരയുകയായിരുന്നു, തേങ്ങിത്തേങ്ങി കരയുകയായിരുന്നു. ദൈവമേ! എന്റെ ഹൃദയം വലിഞ്ഞുചുരുങ്ങി. എനിക്ക് സ്ത്രീകളോടടുക്കാൻ ലജ്ജയാണെങ്കിലും അതൊരു അസാധാരണ നിമിഷമായിരുന്നു.... ഞാൻ തിരിച്ചുനടന്ന് അവരുടെ നേരെ ചുവടുവച്ചു. "ഭവതി", എന്നു വിളിക്കാൻ പോയതാണ്. ഉന്നതസമുദായത്തിൽ പ്രചാരമുള്ള എല്ലാ റഷ്യൻ നോവലുകളിലും പരസഹസ്രം തവണ ആവർത്തിച്ചിട്ടുള്ളതാണല്ലോ ആ സംബോധന എന്നറിയാമായിരുന്നതുകൊണ്ട് ഞാനതു പറഞ്ഞില്ല. ഉചിതമായി എങ്ങിനെ തുടങ്ങണമെന്നു ഞാൻ തല

പുകഞ്ഞാലോചിക്കുന്നതിനിടയിൽ യുവതി സമചിത്തത വീണ്ടെടുത്തു. ചുറ്റും കണ്ണോടിച്ചശേഷം തലതാഴ്ത്തിയിട്ട് എന്നെ കടന്ന് തോട്ടുവക്കിലൂടെ നടന്നുപോയി. ഞാൻ ഉടൻ അനുഗമിച്ചു. പക്ഷേ എന്റെ കാലൊച്ച കേട്ട് അവൾ തെരുവു മുറിച്ച് മറുവശത്തുകൂടി നടപ്പു തുടർന്നു. ഞാൻ തെരുവു മുറിച്ചുകടക്കാൻ മുതിർന്നില്ല. പിടികൂടിയ കിളിയുടേതുപോലെ എന്റെ ഹൃദയം ത്രസിച്ചു. അപ്പോഴാണ് വെറുമൊരു യാദൃച്ഛികസംഭവം എന്റെ തുണയ്ക്കെത്തിയത്.

സായാഹ്നവസ്ത്രങ്ങളണിഞ്ഞിരുന്ന ഒരു മാന്യൻ പെട്ടെന്ന് യുവതിയുടെ അടുത്തെത്തി. പ്രായംകൊണ്ട് യോഗ്യനായിരുന്നെങ്കിലും പെരുമാറ്റം അത്തരത്തിലായിരുന്നില്ല. വീഴാതിരിക്കാൻ ഭിത്തിയിൽ പിടിച്ചുകൊണ്ട് ആടിയാടിയാണ് അയാൾ നടന്നത്. ഒരു അമ്പിന്റെ വേഗതയോടും ലാഘവത്തോടുംകൂടി യുവതി നടന്നു. രാത്രി വീടെത്തിക്കാൻ അനുഗാമികളെ ആഗ്രഹിക്കാത്ത എല്ലാ യുവതികളും ചെയ്യുന്നതാണിത്. എന്റെ ഭാഗധേയത്തെ നിർണ്ണയിച്ച വിധി ആ ആടിനടന്ന മനുഷ്യനെ അതിരുകടന്ന നടപടികളെടുക്കാൻ പ്രേരിപ്പിച്ചില്ലായിരുന്നെങ്കിൽ അയാൾക്കൊരിക്കലും അവളുടെ ഒപ്പമെത്താൻ സാധിക്കുകയില്ലായിരുന്നു. പെട്ടെന്ന്, ഒരക്ഷരം മിണ്ടാതെ, ആ മാന്യൻ മുമ്പോട്ടു കുതിച്ച് അവളുടെ പിന്നാലെ ഓടി. അവൾ വായുവേഗത്തിൽ പാഞ്ഞെങ്കിലും അവർ തമ്മിലുള്ള ദൂരം കുറഞ്ഞുകുറഞ്ഞു വന്നു. അവസാനം അയാൾ ഒപ്പമെത്തി. യുവതി നിലവിളിച്ചു... എന്റെ വലതുകൈയിൽ ആ സമയത്ത് മുഴകളുള്ള ഒന്നാന്തരമൊരു വടിയുണ്ടായിരുന്നത് എന്റെ ഭാഗ്യം. ഞൊടിയിടയിൽ ഞാൻ തെരുവിന്റെ മറുവശത്തെത്തി. ഞൊടിയിടയിൽ ആ ഉപദ്രവകാരിയായ മാന്യനു കാര്യം മനസ്സിലായി. വടിയുടെ എതിർക്കാനാവാത്ത വാദമുഖത്തിനു വഴങ്ങിക്കൊണ്ട് അയാൾ ഒരക്ഷരം മിണ്ടാതെ പിന്തിരിഞ്ഞു. ഞങ്ങൾ ദൂരെ എത്തിയപ്പോൾ മാത്രമാണ് അയാൾ തന്റെ പ്രതിഷേധം ഏറെക്കുറെ ശക്തിയായ ഭാഷയിൽ പ്രകാശിപ്പിച്ചത്. പക്ഷേ അയാളുടെ വാക്കുകൾ ആരും ഗൗനിച്ചില്ല.

“എനിക്കു കൈ തരൂ,” ഞാൻ യുവതിയോടു പറഞ്ഞു. “അയാൾ പിറകെ വരാൻ ഇനി ധൈര്യപ്പെടുകയില്ല.”

അവൾ നിശ്ശബ്ദം കൈ തന്നു. ഭയംകൊണ്ടും ക്ഷോഭംകൊണ്ടും അത് അപ്പോഴും വിറയ്ക്കുന്നുണ്ടായിരുന്നു. ഹേ അജ്ഞാതമനുഷ്യാ! ആ നിമിഷം ഞാൻ നിങ്ങളെ എത്രമാത്രം ആശീർവദിച്ചു! ഞാൻ അവളെ ഓടിച്ചൊന്നു നോക്കി. ഓമനത്തമുള്ള ഒരു കറുത്തമുടിക്കാരി. എന്റെ ഊഹം ശരിയായിരുന്നു! തൊട്ടുമുമ്പനുഭവപ്പെട്ട ഭയത്തിന്റെ-അതോ

ദുഃഖത്തിന്റേയോ-കണ്ണുനീർ അവളുടെ കറുത്ത ഇമകളിൽ അപ്പോഴും തിളങ്ങുന്നുണ്ടായിരുന്നു. എങ്കിലും ശോഭനമായൊരു പുഞ്ചിരി അവളുടെ ചുണ്ടുകളിൽ കളിയാടുന്നുണ്ടായിരുന്നു. അവൾ എന്റെ നേരെയും ഒന്നു കണ്ണെറിഞ്ഞു. മുഖം സ്വല്പം തുടുത്തു. അവൾ നമ്രമുഖിയായി.

"എന്നെ നേരത്തെ തഴഞ്ഞുകളയരുതായിരുന്നുവെന്ന് ഇപ്പോൾ മനസ്സിലായോ? ഞാൻ കൂടെയുണ്ടായിരുന്നെങ്കിൽ ഒന്നും സംഭവിക്കു കയില്ലായിരുന്നു."

"പക്ഷേ എനിക്കു നിങ്ങളെ അറിഞ്ഞുകൂടായിരുന്നല്ലോ. ഞാൻ കരുതി നിങ്ങളും..."

"ഇപ്പോൾ ഭവതിക്കെന്നെ അറിയാമോ?"

"കുറച്ച്. ആദ്യംതന്നെ ചോദിക്കട്ടെ, നിങ്ങൾ എന്താണ് ഇങ്ങനെ വിറയ്ക്കുന്നത്?"

"ഭവതി ശരിയായിത്തന്നെ ഊഹിച്ചു. ആരോടാണ് ഇടപെടുന്ന തെന്നു തൽക്ഷണം ഊഹിച്ചു!" എന്റെ സ്നേഹിത മിടുക്കിയാണെന്നു കണ്ടു സന്തോഷിച്ചുകൊണ്ട് ഞാൻ പറഞ്ഞു. വെറും സൗന്ദര്യം മാത്രമല്ല. "പെണ്ണുങ്ങളെ കാണുമ്പോൾ എനിക്ക് നാണമാണെന്നതു ശരിയാണ്. അല്പം മുമ്പ് ആ മനുഷ്യൻ ഭയപ്പെടുത്തിയപ്പോൾ ഭവതിക്കുണ്ടായത്രത ന്നെ സംഭ്രമം എനിക്കുമുണ്ടെന്നു ഞാൻ സമ്മതിക്കുന്നു... എനിക്കിപ്പോൾ കുറച്ചു പേടിയും തോന്നുന്നു. ഒരു സ്വപ്നംപോലെയാണിത്. ഒരു സ്ത്രീയോടു സംസാരിക്കുമെന്നു സ്വപ്നത്തിൽപോലും ഞാൻ സങ്കല്പിച്ചിട്ടില്ല"

"ഇല്ലേ? സത്യത്തിൽ?"

"അതെ. എന്റെ കൈ ഇപ്പോൾ വിറയ്ക്കുന്നുണ്ടെങ്കിൽ ഭവതിയുടേതു പോലെ സുന്ദരമായ ഒരു കൊച്ചു കൈ അതിനെ ഒരിക്കലും ഗ്രഹിച്ചിട്ടി ല്ലെന്നതാണ് കാരണം. ഞാൻ സ്ത്രീകളോട് തീർത്തും ഇടപെടാതായി രിക്കുന്നു. അഥവാ ഇടപെട്ടിട്ടേയില്ലെന്നു പറയുന്നതായിരിക്കും കൂടുതൽ ശരി. ഞാനിപ്പോൾ ഏകനാണ്. അവരോട് സംസാരിക്കേണ്ടതെങ്ങി നെയെന്നുപോലും എനിക്ക് അറിഞ്ഞുകൂടാ. ഇപ്പോൾത്തന്നെ ഞാൻ ഭവതിയുടെ മുമ്പിൽ വല്ല വിഡ്ഢിത്തവും വിളമ്പിക്കാണും. ഉവ്വോ? നേരു പറയണം. ഞാൻ പരിഭവിക്കുകയില്ല, തീർച്ച..."

"ഇല്ലില്ല. മറിച്ചാണ് വാസ്തവം. നേരു പറയണമെന്നു നിർബന്ധമാ ണെങ്കിൽ പറയാം- സ്ത്രീകളെ ആകർഷിക്കുന്ന ഒരു ഗുണമാണ് ലജ്ജ. കുറച്ചുകൂടി അറിയണമെങ്കിൽ ഇതുംകൂടി പറയാം-അത് എന്നെയും ആകർഷിക്കുന്നു. ഞാൻ വീടെത്തുന്നതുവരെ നിങ്ങളെ പറഞ്ഞയയ്ക്കു കയില്ല."

"ഭവതി എന്റെ ലജ്ജ മുഴുവനും ഒരു നിമിഷം കൊണ്ട് കളയുമല്ലോ, സന്തോഷ്യാധിക്യത്താൽ വീർപ്പുമുട്ടിക്കൊണ്ടു ഞാൻ പറഞ്ഞു. അപ്പോൾ എന്റെ പക്കലുള്ള ഒരേയൊരു ആയുധത്തോട് വിടവാങ്ങേണ്ടിവരും!"

"ആയുധമോ? എന്ത് ആയുധം? അപ്പറഞ്ഞതു ഭംഗിയായില്ല."

"ക്ഷമിക്കു. മേലിൽ പറയില്ല. നാവിൽനിന്ന് ഓർക്കാതെ വീണു പോയതാണ്. പക്ഷേ ഇതുപോലൊരു നിമിഷത്തിൽ എനിക്കൊരു ആഗ്രഹമുണ്ടാകാതിരിക്കാൻ സാദ്ധ്യമാണെന്നു കരുതുന്നുണ്ടോ?...."

"എന്താഗ്രഹം?" ഇഷ്ടപ്പെടാനോ?"

അതെ, അതുതന്നെ. എന്നോട് കനിവുകാട്ടൂ. ദൈവത്തെ ഓർത്ത് കനിവു കാട്ടൂ. ഞാനാരാണെന്ന് ഒന്നാലോചിച്ചുനോക്കു. വയസ്സ് ഇരുപ ത്താറായി. എന്നിട്ടും ഇതേവരെ ആരേയും അറിഞ്ഞുകൂടാ! പിന്നെങ്ങിനെ ഞാൻ ഭംഗിയായും ബുദ്ധിപൂർവ്വമായും അനായാസമായും സംസാരിക്കും? എല്ലാ കാര്യങ്ങളും തുറന്ന്, മറച്ചുവയ്ക്കാതെ, പറയുന്നതായിരിക്കുമല്ലോ ഭവതിക്കും ഇഷ്ടം.... എന്റെ ഹൃദയം എന്റെ ഉള്ളിൽ കിടന്ന് ആർത്തു വിളിക്കുമ്പോൾ എനിക്ക് മൂകനാകാൻ സാദ്ധ്യമല്ല. അതു പോകട്ടെ. ഭവതി വിശ്വസിക്കുമോ-ഒരൊറ്റ സ്ത്രീപോലുമില്ല. ഒരിക്കലുമുണ്ടായിട്ടില്ല! ഒരൊറ്റ സ്നേഹിതനില്ല! എന്നെങ്കിലുമൊരു ദിവസം എവിടെങ്കിലും വച്ച് ആരെയെങ്കിലും കണ്ടുമുട്ടുമെന്നു സ്വപ്നം കണ്ടുകൊണ്ടു കഴിയുകയാണ് ഞാൻ. അങ്ങിനെ ഞാൻ എത്രയോ തവണ പ്രേമബദ്ധനായിരിക്കുന്നു!

"എങ്ങിനെ? ആരുമായി?"

"ആരുമായിട്ടുമല്ല. ആദർശവുമായി. എന്റെ സ്വപ്നത്തിൽ കാണുന്ന ആരുമായും. സ്വപ്നത്തിൽ ഞാനൊരു സങ്കല്പകഥയാകെത്തന്നെ കെട്ടിച്ചമയ്ക്കും. ഹാ! ഭവതിക്കെന്നെ അറിഞ്ഞുകൂടാ! തീർച്ചയായും ഞാൻ രണ്ടു മൂന്നു സ്ത്രീകളെ കണ്ടുമുട്ടിയിട്ടുണ്ട്. പക്ഷേ എത്തരം സ്ത്രീകളായിരുന്നു അവർ! വീട്ടമ്മമാർ..... പക്ഷേ കേട്ടാൽ ചിരിവരുന്ന ഒരു കാര്യം ഞാൻ പറയാം. കുലീനകുടുംബത്തിൽപ്പെട്ട വല്ല മഹിളയേയും തെരുവിൽ വച്ച് ഒറ്റയ്ക്കു കണ്ടുമുട്ടിയാൽ അവരോടു പ്രത്യേകിച്ച് ഉദ്ദേശമൊന്നുമില്ലാതെ എങ്ങിനെ സംഭാഷണം തുടങ്ങുമെന്നതിനെപ്പറ്റി ഞാൻ പലപ്പോഴും ആലോചിച്ചിട്ടുണ്ട്. തീർച്ചയായും ഞാൻ അവരോട് സംസാരിക്കുന്നത് വിനയാദരപുരസ്സരമായിരിക്കും, വികാരപൂർവ്വമായിട്ടായിരിക്കും. എനിക്ക് ഏകാന്തത മടുത്തുവെന്നും എന്നെ ആട്ടിയോടിക്കരുതെന്നും ഞാനവരോടു പറയും. ഒരു സ്ത്രീയുമായും പരിചയപ്പെടാൻ എനിക്ക് അവസരമില്ലെന്നു പറയും. എന്നെപ്പോലുള്ള ഒരു ഹതഭാഗ്യന്റെ എളിയ അർത്ഥന ചെവിക്കൊള്ളുകയെന്നത് അവരുടെ സ്ത്രീധർമ്മത്തിന്റെ ഭാഗ മാണെന്ന് അവരോടു ചൂണ്ടിക്കാണിക്കും. സഹോദരനിർവിശേഷമായ

സഹാനുഭൂതിയോടെ എന്നോട് രണ്ടുവാക്ക് പറയണം, എന്നെ അപ്പോൾത്തന്നെ ആട്ടിയോടിക്കരുത്, എന്നെ വിശ്വസിക്കണം; എനിക്കു പറയാനുള്ളതു കേൾക്കണം, ചിരിക്കണമെങ്കിൽ ചിരിച്ചോളൂ, പക്ഷേ എനിക്ക് കുറച്ചെങ്കിലും ആശ തരണം, ഇനിയൊരിക്കലും തമ്മിൽ കണ്ടുമുട്ടുകയില്ലെങ്കിൽക്കൂടി എന്നോട് ഏതാനും വാക്കുകൾ പറയണം, കുറച്ച് വാക്കുകൾ മതി- ഇത്ര മാത്രമേ വേണ്ടൂ എന്നു ഞാൻ പറയും. പക്ഷേ ഭവതി ചിരിക്കുകയാണല്ലോ... അതിനെന്താ, അതിനു വേണ്ടിയാണല്ലോ ഞാൻ ഇത്രയൊക്കെ പറഞ്ഞത്..."

"വിഷമം തോന്നരുത്. ഞാൻ ചിരിച്ചത് മറ്റൊന്നുംകൊണ്ടല്ല. നിങ്ങൾക്ക് ഏകാന്തത തോന്നുന്നുണ്ടെങ്കിൽ കുറ്റം നിങ്ങളുടേതുതന്നെയാണ്. മാത്രമല്ല, ശ്രമിച്ചുനോക്കിയാൽ ഒരുപക്ഷേ നിങ്ങൾ വിജയിച്ചെന്നും വരും- തെരുവിൽവച്ചാണ് അതു സംഭവിക്കുന്നതെങ്കിൽപോലും. കാര്യം എളുപ്പത്തിൽ നടന്നാൽ അത്രയും നന്ന്..... വിവരംകെട്ടവളോ ആ നിമിഷത്തിൽ എന്തെങ്കിലും കാരണവശാൽ കോപിച്ചിരിക്കുന്നവളോ അല്ലെങ്കിൽ സന്മനസ്സുള്ള ഒരൊറ്റ സ്ത്രീപോലും ഏതാനും വാക്കുകൾ സംസാരിക്കണമെന്ന നിങ്ങളുടെ വിനീതമായ അഭ്യർത്ഥന നിറവേറ്റാതെ നിങ്ങളെ ആട്ടിയോടിക്കാൻ മുതിരുകയില്ല... അയ്യോ, ഞാൻ എന്താണീ പറയുന്നത്! നിങ്ങൾക്കു ഭ്രാന്താണെന്ന് അവർ തീർച്ചപ്പെടുത്തും, സംശയമില്ല! ഞാൻ എന്റെ കാര്യം പറഞ്ഞെന്നേയുള്ളൂ. മാലോകർ എന്ത് ചെയ്യുമെന്നതിനെപ്പറ്റി എനിക്കു വലിയ പിടിയില്ല."

"ഭവതിക്കു നന്ദി!" ഞാൻ ആവേശപൂർവ്വം പറഞ്ഞു. "ഭവതി എനിക്ക് എത്ര വലിയ ഒരു ഉപകാരമാണ് ചെയ്തിട്ടുള്ളതെന്ന് ഭവതിക്ക് അറിഞ്ഞുകൂടാ!"

"നിർത്തൂ! പക്ഷേ ഞാൻ ഒന്നു ചോദിക്കട്ടെ. നിങ്ങളുടെ ശ്രദ്ധയും സ്നേഹവും അർഹിക്കുന്ന.. നിങ്ങൾ മുമ്പ് പറഞ്ഞതുപോലെ ഒരു വീട്ടമ്മയല്ലാത്ത ഒരുവളാണ് ഞാനെന്ന് നിങ്ങൾ എങ്ങിനെ തീരുമാനിച്ചു?"

"എന്താ അങ്ങിനെ ചോദിച്ചത്? ഭവതി തനിച്ചായിരുന്നു. ആ മനുഷ്യൻ ധിക്കാരം കാട്ടി. പോരെങ്കിൽ രാത്രിസമയവും. ഭവതിതന്നെ സമ്മതിക്കുമല്ലോ ഒരാളുടെ ചുമതല..."

"അല്ലല്ല. അതിനുമുമ്പ് തെരുവിന്റെ മറുവശത്തുവച്ച്. നിങ്ങൾ അപ്പോൾ എന്റെ അടുത്തു വരാൻ ആഗ്രഹിച്ചു, ഇല്ലേ?"

"ഓ, മറുവശത്തോ? അതെങ്ങിനെ പറഞ്ഞുമനസ്സിലാക്കണമെന്ന് സത്യത്തിൽ എനിക്ക് രൂപമില്ല... ഇന്ന് എനിക്ക് വലിയ സന്തോഷം തോന്നിയ ഒരു ദിവസമാണ്. ഞാൻ പാടിക്കൊണ്ടു നടന്നു. പട്ടണത്തിനു പുറത്തുപോയിരിക്കുകയായിരുന്നു. ഇത്രയേറെ സന്തോഷം

മുമ്പൊരിക്കലും തോന്നിയിട്ടില്ല. ഭവതി... പക്ഷേ എനിക്കു വെറുതെ തോന്നിയതാവാം... ഞാനത് ഓർമ്മിപ്പിക്കുന്നതിൽ ക്ഷമിക്കണം... എനിക്ക് തോന്നി, ഭവതി കരയുകയാണെന്ന്, എനിക്ക്... എനിക്ക് അതു സഹിച്ചില്ല... അത് എന്റെ ഹൃദയത്തെ വല്ലാതെ ഉലച്ചു... ദൈവമേ! എനിക്ക് ഭവതിയെച്ചൊല്ലി ദുഃഖിക്കാൻ അവകാശമില്ലേ? ഭവതിയോട് സഹോദരനിർവിശേഷമായ സഹതാപം തോന്നിയതു പാപമാണെന്നോ? ഞാൻ സഹതാപമെന്നു പറഞ്ഞതു ക്ഷമിക്കണം... ചുരുക്കത്തിൽ, ഭവതിയുടെ അടുത്തുവരാൻ എനിക്ക് പെട്ടെന്നു തോന്നിയ മോഹം ഒരു ധിക്കാരമായി തോന്നുന്നുണ്ടോ?" "നിർത്തു. കൂടുതൽ പറയേണ്ട," എന്റെ കൈ അമർത്തിക്കൊണ്ട് അവൾ പറഞ്ഞു. കുറ്റം എന്റേതുതന്നെയാണ്. ഞാനാണല്ലോ അതെടുത്തിട്ടത്. എങ്കിലും നിങ്ങളെപ്പറ്റി തോന്നിയ അഭിപ്രായം തെറ്റല്ലെന്നു കണ്ടതിൽ ഞാൻ സന്തോഷിക്കുന്നു.... ഇതാ നമ്മൾ എത്തിക്കഴിഞ്ഞു. ഇതാ നമ്മൾ എത്തിക്കഴിഞ്ഞു. എനിക്ക് ഈ ഇടവഴി തിരിയണം. അവിടുന്ന് ഒന്നുരണ്ടു ചുവടേയുള്ളൂ. ഞാൻ പോകട്ടെ. നന്ദി."

"നമ്മൾ-നമ്മൾ ഇനി ഒരിക്കലും തമ്മിൽ കാണുകയില്ലെന്നോ? ഇവിടംകൊണ്ടു സർവ്വതും തീരുകയാണെന്നോ?"

"ഇതു കണ്ടില്ലേ," യുവതി ചിരിച്ചുകൊണ്ടു പറഞ്ഞു. "ആദ്യം നിങ്ങൾക്ക് വേണ്ടത് ഏതാനും വാക്കുകളായിരുന്നു. എന്നിട്ടിപ്പോൾ... പക്ഷേ ഞാൻ കൂടുതലൊന്നും പറയുന്നില്ല. ഒരുപക്ഷേ നമ്മൾ നാളെ വീണ്ടും തമ്മിൽ കാണുമായിരിക്കും.

"ഞാനിവിടെ നാളെ വരും," ഞാൻ പറഞ്ഞു. "ക്ഷമിക്കണം. ഞാൻ ഇതിനകംതന്നെ വാശിപിടിച്ചുതുടങ്ങി."

"അതെ. നിങ്ങൾക്കു ക്ഷമയില്ല. വാശി കുറച്ചു കൂടുതലുമുണ്ട്."

"ദയവുചെയ്ത് ഇതൊന്നു കേൾക്കൂ", ഞാൻ ഇടയ്ക്കുകയറി പറഞ്ഞു. "ഞാൻ പറയരുതാത്തത് എന്തെങ്കിലും പറഞ്ഞുപോയാൽ ക്ഷമിക്കണം... പക്ഷേ എന്റെ കാര്യം അങ്ങിനെയാണ്. എനിക്ക് നാളെ ഇവിടെ വന്നേ പറ്റൂ. ഞാനൊരു സ്വപ്നജീവിയാണ്. യഥാർത്ഥജീവിതം എനിക്കു വളരെക്കുറച്ചേയുള്ളൂ. ഇതുപോലുള്ള നിമിഷങ്ങൾ എനിക്ക് ലഭിക്കുന്നതു വളരെ വിരളമായിട്ടാണ്. അതുകൊണ്ട് എന്റെ സ്വപ്നങ്ങളിൽ അവയെ വീണ്ടും വീണ്ടും അയവിറക്കാതിരിക്കാൻ നിവൃത്തിയില്ല. രാത്രി മുഴുവനും, ഒരാഴ്ച മുഴുവനും, ഒരു വർഷം മുഴുവനും, ഞാൻ ഭവതിയെപ്പറ്റി സ്വപ്നം കാണും. തീർച്ചയായും ഞാൻ നാളെ ഇതേ സ്ഥലത്ത് ഇതേ സമയത്തു വരും. തലേദിവസത്തെപ്പറ്റി അനുസ്മരിച്ച് ആനന്ദിക്കും. ഈ സ്ഥലം എനിക്ക് ഇപ്പോൾത്തന്നെ പ്രിയംകരമായിക്കഴിഞ്ഞു.

പീറ്റേഴ്സ്ബർഗിൽ എനിക്ക് ഇതുപോലെ രണ്ടു മൂന്ന് ഇടങ്ങളുണ്ട്. ഒരിക്കൽ എന്റെ ഓർമ്മകൾ എന്നെ കരയിക്കുകപോലും ചെയ്തിട്ടുണ്ട്- ഭവതി കരഞ്ഞതുപോലെ... ആർക്കറിയാം, ഒരുപക്ഷേ ഭവതിയും കുറച്ചുമുമ്പ് കരഞ്ഞത് ഓർമ്മകളെച്ചൊല്ലിയായിരിക്കും. ദയവുചെയ്ത് ക്ഷമിക്കു. ഞാൻ വീണ്ടും ഓർക്കാതെ പറഞ്ഞുപോയതാണ്. ഒരുപക്ഷേ ഒരു കാലത്ത് ഈ സ്ഥലം ഭവതിക്ക് സന്തോഷമരുളിക്കാണും.

"ശരി," യുവതി പറഞ്ഞു. "ഞാൻ നാളെ പത്തു മണിക്ക് ഇവിടെ വരാമെന്നു വിചാരിക്കുന്നു. നിങ്ങൾ വരുന്നതു വിലക്കാൻ സാദ്ധ്യമല്ലെന്നും ഞാൻ കാണുന്നു. എനിക്കിവിടെ വന്നേ തീരു എന്നതാണ് കാര്യം. ഞാൻ നിങ്ങളുമായി ഒരു സമാഗമത്തിനു സമ്മതിച്ചിരിക്കുകയാണെന്നു ധരിക്കരുത്. സ്വന്തം കാരണങ്ങളാലാണ് എനിക്കിവിടെ വരേണ്ടിയിരിക്കുന്നതെന്ന് മുന്നറിയിപ്പു തരുന്നു. ഒരു കാര്യം മാത്രം.... അല്ലെങ്കിൽ തുറന്നുപറഞ്ഞേക്കാം. നിങ്ങളുംകൂടി വരുന്നതിൽ എനിക്ക് യാതൊരു എതിർപ്പുമില്ല. ഒന്നാമത്, ഇന്നത്തെപ്പോലെ വല്ല ശല്യവും ഉണ്ടായെന്നിരിക്കും. പക്ഷേ അതല്ല സംഗതി. ചുരുക്കത്തിൽ, നിങ്ങളെ കാണാൻ, നിങ്ങളോട് കുറച്ചു സംസാരിക്കാൻ, ഞാൻ ആഗ്രഹിക്കുന്നു. നിങ്ങൾക്ക് എന്നെപ്പറ്റി ദുരഭിപ്രായമൊന്നും തോന്നുകയില്ലല്ലൊ, ഉവ്വോ? യഥേഷ്ടം സമാഗമങ്ങൾ നടത്തുന്ന ഒരുവളാണ് ഞാനെന്നു വിചാരിക്കരുത്. ഇതിനുപോലും ഞാൻ സമ്മതിക്കുകയില്ലായിരുന്നു. പക്ഷേ... അത് എന്റെ രഹസ്യമായിരിക്കട്ടെ. പക്ഷേ ഒരു വ്യവസ്ഥ മാത്രം."

"ഒരു വ്യവസ്ഥയോ? പറയൂ. ഇപ്പോൾത്തന്നെ പറയൂ. ഞാൻ ഏതു വ്യവസ്ഥയും സമ്മതിക്കാം. ഞാൻ എന്തിനും തയ്യാറാണ്," ആനന്ദനിർവൃതിയിലാണ്ട ഞാൻ ആവേശത്തോടെ പറഞ്ഞു. "ഞാൻ ഉത്തരവാദിത്വത്തോടും അനുസരണയോടും ആദരവോടും കൂടി പെരുമാറിക്കോളാം... ഭവതിക്കെന്നെ അറിയാമല്ലൊ."

"അറിയാവുന്നതുകൊണ്ടാണല്ലൊ ഞാൻ നിങ്ങളെ നാളെ വരാൻ ക്ഷണിച്ചത്," യുവതി പൊട്ടിച്ചിരിച്ചുകൊണ്ടു പറഞ്ഞു. "എനിക്ക് നിങ്ങളെ ഭംഗിയായി അറിയാം. പക്ഷേ ഒരു വ്യവസ്ഥയിൽ മാത്രം വന്നാൽ മതി എന്നോർക്കണം (ദയവുചെയ്ത് ഞാൻ പറയുന്നത് അനുസരിക്കണമെന്നപേക്ഷ. കണ്ടില്ലേ, ഞാൻ എത്ര വെട്ടിത്തുറന്നാണ് നിങ്ങളോടു സംസാരിക്കുന്നതെന്ന്?) എന്നെ പ്രേമിക്കരുത്... തീർച്ചയായും ആരുത്. ഞാൻ നിങ്ങളുടെ സ്നേഹിതയാവാൻ തയ്യാറാണ്. ഇതാ എന്റെ കൈ... പക്ഷേ എന്നിൽ അനുരക്തനാകരുതെന്നു ഞാൻ യാചിക്കുന്നു."

"ഞാൻ ആണയിടുന്നു!" അവളുടെ കൈ പിടിച്ചമർത്തിക്കൊണ്ടു ഞാൻ പറഞ്ഞു.

“ആണയിടേണ്ട കാര്യമില്ല. നിങ്ങൾ വെടിമരുന്നുപോലെ പൊട്ടിത്തെറിക്കാനിടയുണ്ടെന്ന് എനിക്കറിയാം. ഞാനിങ്ങനെ പറയുന്നതിൽ പരിഭവിക്കരുത്. എന്റെ സ്ഥിതി നിങ്ങൾ അറിഞ്ഞിരുന്നെങ്കിൽ... എനിക്കും സംസാരിക്കാനാരുമില്ല. ഉപദേശം തരാൻ ആരുമില്ല. തീർച്ചയായും ഉപദേഷ്ടാക്കളെ തേടേണ്ടതു തെരുവിലല്ലെന്ന് എനിക്കറിയാം. പക്ഷേ നിങ്ങൾ ഇതിനൊരപവാദമാണ്. നിങ്ങളെ അടുത്തറിയാമെന്ന് എനിക്ക് തോന്നുന്നു- ഇരുപതു വർഷമായി നമ്മൾ സ്നേഹിതരാണെന്ന മട്ടിൽ. നിങ്ങൾ വാക്കു തെറ്റിക്കുകയില്ലല്ലൊ, ഉവ്വോ?”

“കണ്ടോളൂ... പക്ഷേ ഇടയ്ക്കുള്ള മണിക്കൂറുകൾ ഞാൻ എങ്ങിനെ അതിജീവിക്കുമെന്ന് എനിക്ക് നിശ്ചയമില്ല.”

“സുഖമായി ഉറങ്ങുകയാണ് മാർഗ്ഗം. ഞാൻ പോകുന്നു. ഞാൻ നിങ്ങളിൽ വിശ്വാസം അർപ്പിച്ചുകഴിഞ്ഞുവെന്ന കാര്യം ഓർക്കണം. വികാരങ്ങൾക്കൊന്നിനും-സഹോദരനിർവിശേഷമായ സഹാനുഭൂതിക്കുപോലും-കാരണം കാണിക്കേണ്ടതില്ലെന്നു നിങ്ങൾ പറഞ്ഞതു വളരെ ഭംഗിയായി. അത് അത്ര ഭംഗിയായി പറഞ്ഞതുകൊണ്ടാണ് നിങ്ങളോട് എന്റെ ഉള്ളിലുള്ളത് പറയാമെന്നു ഞാൻ തൽക്ഷണംതന്നെ തീരുമാനിച്ചത്.”

“ദൈവത്തെ ഓർത്ത് പറയൂ. പക്ഷേ എന്താണ് പറയാൻ പോകുന്നത്?”

“നാളെ പറയാം. അതുവരെ അതൊരു രഹസ്യമായിരിക്കട്ടെ. നിങ്ങൾക്കും അതാണു നല്ലത്. ഭാവനയില്ലെങ്കിലും അതൊരു പ്രേമകഥപോലിരിക്കുമല്ലോ. ഒരുപക്ഷേ നാളെ ഞാൻ നിങ്ങളോടു സർവ്വതും പറഞ്ഞെന്നു വരും, ചിലപ്പോൾ പറഞ്ഞില്ലെന്നും വരും. ആദ്യം തന്നെ നിങ്ങളോടു സംസാരിക്കട്ടെ, അപ്പോൾ പരസ്പരം കൂടുതൽ നന്നായിട്ടറിയാനൊക്കും.

ശരിയാണ്! ഞാൻ നാളെ ഭവതിയോട് എന്നെപ്പറ്റി സർവ്വതും പറയാം! പക്ഷേ എന്താണിത്! എനിക്കെന്തോ അത്ഭുതം സംഭവിക്കുന്നതുപോലെ തോന്നുന്നു... ദൈവമേ, എവിടെയാണ് ഞാൻ! ഒന്നു ചോദിക്കട്ടെ. മറ്റാരും ചെയ്യുമായിരുന്നതുപോലെ ദേഷ്യപ്പെട്ട്, തുടക്കത്തിൽത്തന്നെ എന്നെ ആട്ടിയോടിക്കാത്തതുകൊണ്ട് ഭവതിക്ക് കുണ്ഠിതം തോന്നുന്നുണ്ടോ? രണ്ടേ രണ്ടു മിനിട്ടുകൊണ്ട് ഭവതി എനിക്ക് എന്നെന്നേക്കുമായി സന്തോഷം പകർന്നു. അതെ, സന്തോഷം! ആർക്കറിയാം, ഒരുപക്ഷേ ഭവതി എന്റെ സംശയങ്ങൾ നീക്കിക്കൊണ്ട് എനിക്കെന്നോടുതന്നെ ഇണങ്ങിപ്പോകാൻ ഇടയാക്കിക്കാണും. ഒരുപക്ഷേ ഞാൻ ഇടയ്ക്കിടെ അത്തരം വിഭ്രമങ്ങൾക്ക് അടിപെടുന്നതാകാനും മതി.

എന്തുമാകട്ടെ. നാളെ ഞാൻ എല്ലാം പറയാം. ഭവതി സർവ്വതും അറിയും. സർവ്വതും."

"എന്നാലങ്ങിനെയാവട്ടെ. നിങ്ങൾതന്നെ തുടങ്ങണം."

"അതാണിഷ്ടമെങ്കിൽ അങ്ങിനെ."

ഞങ്ങൾ യാത്ര പറഞ്ഞ് പിരിഞ്ഞു. രാത്രി മുഴുവൻ ഞാൻ നടന്നു. വീട്ടിൽ പോകാൻ തോന്നിയില്ല. അത്രയേറെ സന്തുഷ്ടനായിരുന്നു ഞാൻ.. നാളെ വരെ!

രണ്ടാമത്തെ രാത്രി

"കണ്ടില്ലെ, നിങ്ങൾ അതിജീവിച്ചല്ലോ!" എന്റെ കൈ രണ്ടും പിടിച്ചു കുലുക്കിക്കൊണ്ട് അവൾ ഒരു പൊട്ടിച്ചിരിയോടെ പറഞ്ഞു.

"ഞാൻ ഇവിടെ വന്നിട്ട് രണ്ടു മണിക്കൂറായി. ഈ ദിവസം ഞാനെങ്ങിനെ കഴിച്ചുകൂട്ടിയെന്ന് ഭവതിക്ക് ഊഹിക്കാൻ സാധിക്കുകയില്ല!"

"സാധിക്കും, സാധിക്കും... പക്ഷേ നമുക്കു കാര്യത്തിലേക്കു കടക്കാം. ഞാനിവിടെ വന്നത് എന്തിനാണെന്ന് അറിയാമോ? ഇന്നലെ രാത്രിയിലെപ്പോലെ വെടിപറയാൻ വന്നതല്ല ഞാൻ. മേലിൽ കുറേക്കൂടി വിവേകത്തോടെ നമുക്ക് പെരുമാറണം. ഇന്നലെ രാത്രി ഇതേപ്പറ്റിയെല്ലാം ഞാൻ വളരെ നേരം ആലോചിച്ചു."

"പക്ഷേ നാം എങ്ങിനെയാണ് കുറേക്കൂടി വിവേകത്തോടെ പെരുമാറേണ്ടത്? ഞാൻ തയ്യാറാണ്. പക്ഷേ സത്യത്തിൽ എന്റെ ജീവിതത്തിൽ സംഭവിച്ചിട്ടുള്ള ഏറ്റവും വിവേകപൂർവ്വമായ കാര്യമാണിത്!"

"വാസ്തവം? ഒന്നാമത്, എന്റെ കൈ ഇങ്ങനെ ഞെരിക്കരുതെന്നപേക്ഷ. രണ്ടാമത്, ഞാൻ ഇന്ന് വളരെ സമയം നിങ്ങളെപ്പറ്റി ആലോചിച്ചുവെന്ന കാര്യം നിങ്ങളറിയണമെന്നു താല്പര്യപ്പെടുന്നു."

"എന്നിട്ടെന്ത് അനുമാനിച്ചു?"

"അനുമാനിച്ചതോ? നാം ആദ്യംതൊട്ടേ തുടങ്ങണമെന്നു ഞാൻ അനുമാനിച്ചു. കാരണം, എനിക്ക് നിങ്ങളെപ്പറ്റി ഏതാണ്ടൊന്നും തന്നെ അറിഞ്ഞുകൂടെന്നും ഒരു കുഞ്ഞിനെപ്പോലെയും വിഡ്ഢിപ്പെണ്ണിനെപ്പോലെയുമാണ് ഇന്നലെ ഞാൻ പെരുമാറിയതെന്നും ഇന്നു രാവിലെ എനിക്കു മനസ്സിലായി. കുറ്റം എന്റെ സന്മനസ്സിന്റേതാണെന്ന് അങ്ങിനെ തെളിഞ്ഞു. എന്നുവച്ചാൽ, സ്വന്തം നടപടികളെ അപഗ്രഥിക്കുമ്പോൾ നാം എപ്പോഴും ചെയ്യാറുള്ളതുപോലെ ഞാൻ ആത്മപ്രശംസയിൽ ചെന്നെത്തി. എന്റെ തെറ്റു തിരുത്തണമെന്നും

നിങ്ങളെപ്പറ്റി സർവ്വതും ഏറ്റവും വിശദമായി മനസ്സിലാക്കണമെന്നും ഞാനുറച്ചു. പക്ഷേ മറ്റാരോടും ചോദിക്കാൻ നിവൃത്തിയില്ലാത്തതുകൊണ്ട് നിങ്ങൾതന്നെ എന്നോട് എല്ലാം പറയണം- എല്ലാ രഹസ്യങ്ങളും. പറയൂ, നിങ്ങൾ എത്തരക്കാരനാണ്? വേഗം മറുപടി പറയൂ. നിങ്ങളുടെ ജീവിതകഥ കേൾക്കട്ടെ.

“എന്റെ കഥയോ?” ഞാൻ അമ്പരന്ന് ചോദിച്ചു. “എന്റെ കഥയത്രെ! എനിക്കൊരു കഥയുണ്ടെന്ന് ഭവതിയോട് ആരു പറഞ്ഞു? എനിക്ക് കഥയില്ല.”

“കഥയില്ലെങ്കിൽ പിന്നെങ്ങിനെ ജീവിച്ചു?” ഒരു പൊട്ടിച്ചിരിയോടെ അവൾ ഇടയ്ക്കു കയറി ചോദിച്ചു.

“എന്റെ ജീവിതത്തിന് യാതൊരു കഥയുമില്ല! ഞാൻ തനിച്ചങ്ങിനെ കഴിഞ്ഞെന്നേയുള്ളൂ- ഒറ്റയ്ക്ക്. നിശ്ശേഷം ഒറ്റയ്ക്ക്. ഒറ്റയ്ക്കെന്നുവച്ചാൽ എന്താണെന്നറിയാമോ?”

“ഒറ്റയ്ക്കോ? അതെങ്ങിനെ? നിങ്ങൾ ആരേയും കണ്ടിട്ടുപോലുമില്ലെന്നോ?”

“അല്ലല്ല. തീർച്ചയായും ഞാൻ ആളുകളെ കാണാറുണ്ട്. എങ്കിൽപോലും ഞാൻ ഒറ്റയ്ക്കാണ്.”

“നിങ്ങൾ ആരോടും മിണ്ടാറില്ലേ!”

“ശരിക്കു പറഞ്ഞാൽ-ഇല്ല.”

“നിങ്ങൾ എത്തരക്കാരനാണ്? ദയവുചെയ്ത് പറയൂ. ഒരു നിമിഷം. എനിക്ക് മനസ്സിലായെന്നു തോന്നുന്നു. ഒരുപക്ഷേ നിങ്ങൾക്ക് ഒരമ്മൂമ്മ കാണും. എനിക്കുള്ളതുപോലെ. അവരുടെ കണ്ണിനു കാഴ്ചയില്ല എന്നെ പുറത്തെവിടെയെങ്കിലും പോകാൻ അനുവദിച്ചിട്ട് യുഗങ്ങൾ കഴിഞ്ഞിരിക്കുന്നു. അതുകൊണ്ട് സംഭാഷണശീലംതന്നെ ഞാൻ മറന്നുപോയിരിക്കുന്നുവെന്നു പറയാം. രണ്ടു വർഷം മുമ്പ് ഒരിക്കൽ ഞാനെന്തോ കുസൃതി കാട്ടി. എന്നെ അടക്കിനിർത്താൻ കഴിയുകയില്ലെന്ന് അമ്മൂമ്മയ്ക്കു മനസ്സിലായി. അവർ എന്നെ അടുത്തു വിളിച്ച് ഞങ്ങളുടെ വസ്ത്രങ്ങൾ കൂട്ടിപ്പിടിച്ച് ഒരു പിന്ന് കുത്തിവച്ചു. അന്നുതൊട്ട് എന്നും ഞങ്ങൾ ആ പിന്നുകൊണ്ട് പരസ്പരം ബന്ധിക്കപ്പെട്ട് അതേ ഇരുപ്പാണ്. അന്ധയാണെങ്കിലും അവർ ഒരു കാലുറ തുന്നിക്കൊണ്ടിരിക്കും. തുന്നിക്കൊണ്ടോ വല്ലതും വായിച്ചു കേൾപ്പിച്ചുകൊണ്ടോ ഞാനും അടുത്തിരുന്നേ പറ്റൂ. ഒരാളെ രണ്ടു വർഷം മുഴുവനും പിന്നു കുത്തി ഇരുത്തുക! എത്ര വിചിത്രമായ ഒരു സമ്പ്രദായമാണത്!”

“ദൈവമേ! എന്തൊരു കഷ്ടം! പക്ഷേ, ഇല്ല എനിക്ക് അങ്ങനെയൊരു അമ്മൂമ്മയില്ല.”

“ഇല്ലെങ്കിൽ പിന്നെന്തിന് വീട്ടിൽത്തന്നെ ഇരിക്കുന്നു?”

“ഞാൻ ചോദിക്കട്ടെ. ഞാൻ ആരാണെന്ന് അറിയാൻ ആഗ്രഹമുണ്ടോ?”

“തീർച്ചയായും.”

“കണിശമായ അർത്ഥത്തിൽ?”

“ഏറ്റവും കണിശമായ അർത്ഥത്തിൽ.”

“ശരി, പറയാം . ഞാനൊരു ടൈപ്പാണ്.”

“ടൈപ്പോ? എന്തു ടൈപ്പ്?” എന്ന് ഉൽഘോഷിച്ചുകൊണ്ട് യുവതി ആഹ്ലാദത്തോടെ പൊട്ടിച്ചിരിച്ചു. ഒരു വർഷമായി അവൾക്ക് ചിരിക്കാൻ ഒരവസരം കിട്ടിയിട്ടില്ലെന്നു തോന്നിപ്പോയി. “നിങ്ങൾ ആളൊരു രസികനാണല്ലോ! നോക്കൂ, അതാ ഒരു ബഞ്ച് കിടക്കുന്നു. നമുക്ക് അവിടെപ്പോയി ഇരിക്കാം. ഇവിടെ ആരും വരാറില്ല. നമ്മുടെ സംസാരം ആരും കേൾക്കുകയില്ല. നിങ്ങളുടെ കഥ ഇപ്പോൾത്തന്നെ പറഞ്ഞു തുടങ്ങൂ. നിങ്ങളെന്തൊക്കെപ്പറഞ്ഞാലും നിങ്ങൾക്കൊരു കഥയുണ്ടെന്നു തീർച്ചയാണ്. നിങ്ങളത് രഹസ്യമായി വച്ചിരിക്കുകയാണെന്നു മാത്രം. ആദ്യംതന്നെ ചോദിക്കട്ടെ, ടൈപ്പ് എന്നുവച്ചാലെന്താണ്?”

“ടൈപ്പോ? ചിരിക്കാൻ വേണ്ടുവോളം വകനൽകുന്ന ഒരു അരക്കിറുക്കനെയാണ് ടൈപ്പെന്നു പറയുന്നത്,” അവളുടെ ശിശുസഹജമായ ചിരിയിൽ പങ്കുചേർന്നുകൊണ്ട് ഞാൻ പറഞ്ഞു. “അത്തരമൊരു സ്വഭാവക്കാരൻ. അതിരിക്കട്ടെ, ഒരു സ്വപ്നജീവിയെന്നു വച്ചാൽ ആരാണെന്നറിയാമോ?”

“സ്വപ്നജീവിയെന്നുവച്ചാലോ? കൊള്ളാം, ആർക്കാണറിഞ്ഞുകൂടാത്തത്? ഞാൻ തന്നെ ഒരു സ്വപ്നജീവിയാണ്. അമ്മൂമ്മയുടെ അടുത്ത് ഇരിക്കുമ്പോൾ ചില സമയത്ത് എന്തെല്ലാമാണ് തന്റെ തലയിൽ വരുന്നത്! ഞാൻ സ്വപ്നങ്ങൾ നെയ്യാൻ തുടങ്ങും. അവ എന്നെ അതിദൂരം എത്തിക്കുന്നു- ഞാനൊരു ചീനാരാജകുമാരനെ വിവാഹം ചെയ്യുന്നതായിപ്പോലും സ്വപ്നം കണ്ടെന്നുവരും! ചിലപ്പോഴൊക്കെ സ്വപ്നജീവിയാകുന്നത് നല്ലതാണ്. അല്ല, അല്ലെന്നാണ് തോന്നുന്നത്- പ്രത്യേകിച്ച്, ആലോചിക്കാൻ മറ്റെന്തെങ്കിലുമുള്ളപ്പോൾ,” കുറേക്കൂടി ഗൗരവസ്വരത്തിൽ യുവതി പറഞ്ഞു.

“വളരെ നല്ലത്! ഒരു ചീനാരാജകുമാരനെ വിവാഹം ചെയ്യുന്നത് ഭാവനയിൽ കണ്ടിട്ടുള്ള ഭവതിക്ക് ഞാൻ പറയുന്നത് ഭംഗിയായി

മനസ്സിലാകും. ഇതാ കേട്ടോളൂ. പക്ഷേ, വരട്ടെ- എനിക്കിതേവരെ ഭവതിയുടെ പേരുപോലും അറിഞ്ഞുകൂടല്ലൊ!"

"ഇപ്പോഴെങ്കിലും ചോദിച്ചല്ലൊ! ഇത്ര നേരത്തെ ചോദിക്കേണ്ടിയിരുന്നില്ലായിരുന്നുവെന്നു തോന്നുന്നുണ്ടോ?"

"നല്ല കാര്യം! ഞാൻ അങ്ങിനെയൊരു കാര്യമേ മറന്നു. അതില്ലാതെതന്നെ ഞാൻ വേണ്ടത്ര സന്തുഷ്ടനായിരുന്നു."

"നാസ്റ്റെൻകയെന്നാണ് എന്റെ പേര്"

"നാസ്റ്റെൻക-അത്രമാത്രം?"

"അത്രമാത്രം. എന്താ, പോരെ, അത്യാർത്തിക്കാരാ?"

"പോരെ എന്നോ? മതിയേ മതി. ധാരാളം. നാസ്റ്റെൻക. ഭവതിയൊരു ദയാശാലിയാണെന്നു തോന്നുന്നു. കാരണം, തുടക്കത്തിൽത്തന്നെ നാസ്റ്റെൻകയെന്നു വിളിക്കാൻ എന്നെ സമ്മതിച്ചല്ലൊ."

"ആയിരിക്കും. ശരി, പറഞ്ഞുതുടങ്ങൂ."

"നാസ്റ്റെൻക, ഈ രസകരമായ കഥ കേട്ടോളൂ."

ഞാൻ അവളുടെ സമീപം ഇരുന്നു. ഘനഗംഭീരമായ ഒരു ഭാവം മുഖത്തു വരുത്തിക്കൊണ്ട്, ഉരുവിട്ടു പഠിച്ച ഒരു ഭാഗം ചൊല്ലുന്നതുപോലെ, ഞാൻ പറഞ്ഞുതുടങ്ങി:

"പീറ്റേഴ്സ്ബർഗിൽ വിചിത്രമായ ചില കോണുകളുള്ള കാര്യം, നാസ്റ്റെൻക, ഭവതിക്കറിഞ്ഞുകൂടായിരിക്കും. നഗരത്തിന്റെ ശേഷം ഭാഗങ്ങളിൽ മുഴുവനും പ്രകാശിക്കുന്ന സൂര്യൻ ഇവിടങ്ങളിലേക്ക് ഒരിക്കലും എത്തിനോക്കുന്നില്ലെന്നു തോന്നും. ഇവിടെ പ്രകാശിക്കുന്നത് മറ്റൊരു സൂര്യനാണ്. പുതിയൊരു സൂര്യൻ. ഈ വിദൂരകോണുകളിലേക്കായി പ്രത്യേകം ഏർപ്പെടുത്തിയ ഒരു സൂര്യൻ. അത് എല്ലാറ്റിന്മേലും വ്യത്യസ്തമായ, വിശേഷപ്പെട്ട, ഒരു പ്രകാശം പരത്തുന്നു. നമ്മുടെ ചുറ്റും ഇളകിമറിയുന്ന ജീവിതവുമായി യാതൊരു സാദൃശ്യവുമില്ലാത്ത ഒന്നാണ് ഈ വിദൂരകോണുകളിൽ നടമാടുന്നത്. വിഷമകരമായ ഇക്കാലത്ത് നമ്മുടെ ഈ ഗ്രഹത്തിലല്ല, വിചിത്രമായ വല്ല സങ്കല്പസാമ്രാജ്യത്തിലും സാദ്ധ്യമായ ഒരു ജീവിതം. ഈ ജീവിതമാകട്ടെ, തികച്ചും കാല്പനികവും തീവ്രമാംവണ്ണം ആദർശപരവും അതേസമയം (കഷ്ടമെന്നു പറയട്ടെ, നാസ്റ്റെൻക) വിരസമാംവണ്ണം സർവ്വസാധാരണവും അവിശ്വസനീയമാംവണ്ണം അന്തസ്സാരവിഹീനവുമായ ഒരു സമ്മിശ്രമാണ്.

"ദൈവമേ, എന്തൊരു തുടക്കം! ഞാൻ കേൾക്കാൻ പോകുന്നത് എന്താണാവോ!"

“നാസ്ത്യേൻക (ആ പേര് എത്ര വിളിച്ചാലും എനിക്ക് മതിവരില്ലെന്നു തോന്നുന്നു), നാസ്ത്യേൻക, ഈ വിദൂരകോണുകളിൽ ചില വിചിത്രമനുഷ്യർ അധിവസിക്കുന്നുണ്ട്- സ്വപ്നജീവികൾ, ഒരു സ്വപ്നജീവി- ആ വാക്കിന്റെ സൂക്ഷ്മനിർവ്വചനം അറിയണമെന്നുണ്ടെങ്കിൽ പറയാം- യഥാർത്ഥത്തിൽ ഒരു മനുഷ്യനല്ല, ഒരുതരം നപുംസകസൃഷ്ടിയാണ്. പകൽവെളിച്ചത്തിൽ നിന്ന് ഒളിച്ചിരിക്കുകയാണെന്ന മട്ടിൽ ഈ ജീവി സാധാരണ വല്ല അഗമ്യമായ കോണിലും പാർപ്പുറപ്പിക്കും. തന്റെ പുറംതോട്ടിനുള്ളിൽ ഇഴഞ്ഞുകയറിയാൽപ്പിന്നെ അയാൾ ഒരു ഒച്ചിനെപ്പോലെ അതുമായി ഇഴുകിച്ചേരുന്നു. അഥവാ ഇക്കാര്യത്തിൽ അയാൾക്ക് വളരെയേറെ കൗതുകകരമായ മറ്റൊരു ജന്തുവിനോടാണ് കൂടുതൽ സാമ്യം- വീടും ജന്തുവും എല്ലാംകൂടി ഒന്നായിട്ടുള്ള ആമയോട്. പച്ചച്ചായം അടിച്ചിട്ടുള്ളതും അഴുക്കു പുരണ്ടതും പുകപിടിച്ച് ദുസ്സഹമാംവണ്ണം കറുത്തതുമായ തന്റെ നാലു ചുമരുകളോട് അയാൾക്ക് ഇത്രയേറെ ഇഷ്ടം വരാൻ കാരണമെന്തെന്നു തോന്നുന്നു? അയാളുടെ ചുരുക്കം സ്നേഹിതരിലൊരാൾ (അവസാനം അയാൾക്ക് സ്നേഹിതരായിട്ടാരുംതന്നെ ഇല്ലാതാവുന്നു) അയാളെ സന്ദർശിക്കുമ്പോൾ നമ്മുടെ വിചിത്രമനുഷ്യൻ തന്റെ അതിഥിയെ ഇത്രയേറെ സംഭ്രമത്തോടെ സ്വീകരിക്കുന്നതെന്തിനാണ്? അയാൾക്ക് എന്തിനീ വെപ്രാളം? അയാളുടെ മുഖത്ത് എന്തിനീ ഗോഷ്ടികൾ? അത് കണ്ടാൽത്തോന്നും തന്റെ നാലു ചുമരുകൾക്കുള്ളിൽ അയാൾ എന്തോ പാതകം പ്രവർത്തിച്ചെന്ന്, അഥവാ കള്ളനോട്ടടിക്കുകയായിരുന്നുവെന്ന്; അതുമല്ലെങ്കിൽ, തന്റെ പരേതസുഹൃത്തായ കവിയുടെ രചന പ്രസിദ്ധപ്പെടുത്തുന്നത് തന്റെ പാവനകർത്തവ്യമായി കരുതുന്നുവെന്നു പറഞ്ഞുകൊണ്ട് പേരുവയ്ക്കാത്ത ഒരു കത്തൊന്നിച്ചയയ്ക്കാനായി കുറെ പദ്യങ്ങൾ എഴുതിക്കൊണ്ടിരിക്കുകയായിരുന്നുവെന്ന്; പറയൂ, നാസ്ത്യേൻക, എന്തുകൊണ്ടാണ് അവരുടെ സംഭാഷണം ഇത്രയേറെ കൃത്രിമത്വം പൂണ്ടിരിക്കുന്നത്? മറ്റു ചുറ്റുപാടുകളിൽ ഒരു സരികനും നർമ്മഭാഷിയും നാരിമാരെക്കുറിച്ചും ഉല്ലാസകരമായ അത്തരം മറ്റു വിഷയങ്ങളെക്കുറിച്ചും സംസാരിക്കാനിഷ്ടപ്പെടുന്നവനുമായ അതിഥി അമ്പരന്ന് ഒന്നു ചിരിക്കുകയോ ഒരു തമാശ പറയുകയോ ചെയ്യാത്തതെന്തുകൊണ്ടാണ്? തന്റെ ആദ്യ സന്ദർശനം നടത്തുന്ന (ഇത് അവസാനത്തേതുമായിരിക്കും; കാരണം, അയാൾ മേലിൽ വരികയില്ലെന്നു തീർച്ച) ഈ സമീപകാലസുഹൃത്ത് എത്രയേറെ കൂർമ്മബുദ്ധിയാണെങ്കിലും (ആണെങ്കിലെന്നർത്ഥം) തന്റെ ആതിഥേയന്റെ സംഭ്രാന്തി പൂണ്ട മുഖഭാവം കാണുമ്പോൾ വല്ലാതായി മൂകനാകുന്നതും, അതേസമയം ആതിഥേയൻ സംഭാഷണത്തെ വിടവുനികത്തി സജീവമാക്കാനും സാമൂഹ്യാചാരമര്യാദകൾ

തനിക്കുമറിയാമെന്നു കാണിക്കാനും നാരിമാരെപ്പറ്റി എന്തെങ്കിലുമൊരഭിപ്രായം തട്ടിമൂളിക്കാനും അങ്ങിനെയെങ്കിലും തന്നെ സന്ദർശിക്കാൻ അബദ്ധത്തിൽ വന്ന സാധുവിന്റെ പ്രീതി നേടാനുമുള്ള സാഹസശ്രമങ്ങളെല്ലാം വ്യർത്ഥമായെന്നു കണ്ട് ഇതികർത്തവ്യതാമൂഢനായി, സമനില തെറ്റി, പകച്ചുനിൽക്കുന്നതും എന്തുകൊണ്ടാണ്? അതിപ്രധാനമായ ഒരു ഇല്ലാത്ത കാര്യത്തിനു പോകേണ്ടതുണ്ടെന്ന് പെട്ടെന്നോർത്തുകൊണ്ട് സന്ദർശകൻ തന്റെ സ്നേഹിതന്റെ ജ്വരം പൂണ്ട പിടിയിൽനിന്നു കൈ വലിച്ചെടുത്ത് തൊപ്പിവച്ച് ധൃതിയിൽ ഇറങ്ങിപ്പോകുന്നതും അപരൻ അകമഴിഞ്ഞ് ഖേദം പ്രകടിപ്പിക്കുന്നതും ഈ ദുരവസ്ഥയൊന്നു മാറ്റിക്കിട്ടാൻ പരമാവധി ശ്രമിക്കുന്നതും എന്തുകൊണ്ടാണ്? മുറിക്ക് പുറത്തു കടന്നയുടൻ സന്ദർശകൻ പൊട്ടിച്ചിരിക്കുന്നത് മേലിലൊരിക്കലും ആ വിചിത്രജീവിയെ വന്നുകാണുകയില്ലെന്ന് അന്നേരം അവിടെവച്ചുതന്നെ ശപഥം ചെയ്യുന്നതും എന്തുകൊണ്ടാണ്? ആ വിചിത്ര ജീവി വാസ്തവത്തിൽ നല്ലൊരുത്തനാണെന്ന് അയാൾക്കറിയാം. എങ്കിലും തന്റെ ഭാവനയെ കുറച്ചൊന്ന് കെട്ടഴിച്ചു വിടാതിരിക്കാൻ അയാൾക്ക് കഴിയുന്നില്ല. അതായത്, കുറെ കടന്ന ഒരു താരതമ്യത്തിന് അയാൾ മുതിരുന്നു. സംഭാഷണസമയത്തെ തന്റെ ആതിഥേയന്റെ മുഖഭാവവും ഒരു ഭയന്നുവിരണ്ട പൂച്ചക്കുഞ്ഞിന്റെ മുഖഭാവവും തമ്മിൽ അയാൾ തട്ടിച്ചുനോക്കുന്നു. കുറെ കുട്ടികൾ നീചമായ മാർഗ്ഗത്തിലൂടെ പിടിച്ച് സർവ്വവിധേനയും ഭയപ്പെടുത്തുകയും ഉപദ്രവിക്കുകയും ദണ്ഡിപ്പിക്കുകയും ചെയ്തശേഷം ഓടിപ്പോയി ഒരു കസേരക്കീഴിൽ ഒളിച്ചിരിക്കുന്ന ഒരു പൂച്ചക്കുഞ്ഞാണത്. രോമം തെറുത്തു പിടിക്കുകയും ചീറുകയും രണ്ടു കൈപ്പത്തികളുംകൊണ്ട് ദയനീയമായ പിഞ്ചുമുഖം നക്കിത്തുടയ്ക്കുകയും ചെയ്തുകൊണ്ട് ഒരു മണിക്കൂർ മുഴുവനും അതിന് അവിടെ ഇരിക്കേണ്ടിവരുന്നു. അതിനുശേഷം വളരെ സമയത്തേക്ക് ലോകത്തെയാകെത്തന്നെ ശത്രുതയോടെയാണ് അത് വീക്ഷിക്കുന്നത്. ദയാലുവായ പരിചാരിക ഗൃഹനാഥന്റെ തീന്മേശയിൽനിന്ന് അതിനുവേണ്ടി എടുത്തുവച്ച എച്ചിൽ ക്കഷണങ്ങളോടു പോലും അതിനു ശത്രുതയാണ്."

"ഞാനൊന്നു പറഞ്ഞോട്ടെ," ഈ സമയമത്രയും ഞാൻ പറയുന്നത് കണ്ണുമിഴിച്ച്, ചുണ്ടു വിടർത്തി, അത്ഭുതത്തോടെ കേട്ടുകൊണ്ടിരുന്ന നാസ്റ്റെൻക ഇടയ്ക്കു കയറിപ്പറഞ്ഞു. "ഇതെല്ലാം എന്തിനു സംഭവിച്ചെന്നോ നിങ്ങൾ എന്നോട് ഈ വിചിത്രമായ ചോദ്യങ്ങൾ എന്തിന് ചോദിക്കുന്നുവെന്നോ എനിക്ക് യാതൊരു രൂപവുമില്ല. പക്ഷേ ഒന്നെനിക്കു തീർച്ചയാണ്- ഈ അനുഭവങ്ങളെല്ലാംതന്നെ ആദ്യന്തം നിങ്ങൾക്കുണ്ടായിട്ടുള്ളതാണ്."

"സംശയമില്ല," തികഞ്ഞ ഗൗരവത്തോടെ ഞാൻ പറഞ്ഞു.

"അങ്ങിനെയാണെങ്കിൽ ബാക്കികൂടി പറയൂ," അവൾ പറഞ്ഞു. "കാരണം ഇതൊക്കെ എവിടെച്ചെന്നവസാനിക്കുമെന്നറിയാൻ എനിക്ക് കലശലായ ആഗ്രഹമുണ്ട്."

"കഥാനായകൻ, അഥവാ ഞാൻ-കാരണം ഈ കഥയുടെ നായകൻ ഞാൻതന്നെയാണ്, വിനീതനായ ഞാൻതന്നെ- ആ വിദൂര കോണിൽ എന്തു ചെയ്യുകയായിരുന്നുവെന്നു ഭവതിക്കറിയണം, അല്ലേ, നാസ്റ്റെൻക? എന്റെ സ്നേഹിതന്റെ അപ്രതീക്ഷിതസന്ദർശനം എന്റെ സമനില തെറ്റിച്ചതും ഒരു ദിവസം മുഴുവനും എന്നെ വ്യാകുലപ്പെടുത്തിയതും എന്തുകൊണ്ടാണെന്ന് അറിയണം, അല്ലേ? കതക് പെട്ടെന്നു തുറന്നപ്പോൾ ഞാൻ ഞെട്ടി പരിഭ്രമിച്ചതും എന്റെ സന്ദർശകന് സമുചിതമായ സ്വീകരണം നൽകാൻ അശക്തനായതും എന്റെ ആതിഥ്യമര്യാദയുടെ ഭാരത്തിനടിപ്പെട്ട് അപമാനകരമായി നിലംപതിച്ചതും എന്തുകൊണ്ടാണെന്ന് അറിയണം, അല്ലേ?"

"അതെ, അതുതന്നെ," നാസ്റ്റെൻക പറഞ്ഞു. "അതാണ് എനിക്ക് അറിയേണ്ടത്. നിങ്ങളത് ഭംഗിയായി പറയുന്നുണ്ട്. എങ്കിലും സ്വല്പം ഭംഗികുറച്ച് പറഞ്ഞുകൂടേ? കാരണം, വല്ല പുസ്തകവും വായിച്ചുകേൾക്കുന്നതുപോലെ തോന്നുന്നു."

"നാസ്റ്റെൻക," ചിരിവന്നത് അടക്കിക്കൊണ്ട് ഞാൻ ഗൗരവവും കാർക്കശ്യവും നിറഞ്ഞ സ്വരത്തിൽ പറഞ്ഞു, "പ്രിയപ്പെട്ട നാസ്റ്റെൻക, എന്റെ സംസാരം ഭംഗിയായിട്ടുണ്ടെന്ന് എനിക്കുതന്നെ അറിയാം. പക്ഷേ എനിക്ക് മറ്റൊരു വിധത്തിൽ സംസാരിക്കാൻ സാദ്ധ്യമല്ലെന്നു പറയേണ്ടിവന്നതിൽ ഖേദിക്കുന്നു. ഈ നിമിഷത്തിൽ, നാസ്റ്റെൻക, ഞാൻ സോളമൻ രാജാവിന്റെ പ്രേതത്തെപ്പോലാണ്. ഏഴു മുദ്രകൾ വച്ച് അടച്ച ഒരു കുടത്തിലാണ് അതിനെ സൂക്ഷിച്ചിരുന്നത്. അവസാനം അത് ഏഴു മുദ്രകളും പൊട്ടിച്ചു. പ്രിയപ്പെട്ട നാസ്റ്റെൻക, ദീർഘമായൊരു വേർപാടിനുശേഷം നാമിപ്പോൾ വീണ്ടും കണ്ടുമുട്ടിയിരിക്കുകയാണല്ലോ. (എനിക്ക് ഭവതിയെ എത്രയോ കാലമായിട്ടറിയാം, നാസ്റ്റെൻക. വളരെ നാളുകളായി ഞാൻ ഒരാൾക്കുവേണ്ടി തിരയുകയായിരുന്നു. ഞാൻ തിരഞ്ഞത് ഭവതിയെയാണെന്നും നമ്മുടെ ഈ സമാഗമം വിധിവിഹിതമാണെന്നുമുള്ളതിന്റെ ലക്ഷണമാണ് അത്.) എന്റെ തലയ്ക്കകത്ത് ഒരായിരം അടപ്പുകൾ പൊട്ടിത്തുറന്നിരിക്കുന്ന ഈ അവസരത്തിൽ വാക്കുകൾ കുതിച്ചുചാടാൻ അനുവദിച്ചില്ലെങ്കിൽ എനിക്ക് ശ്വാസം മുട്ടും. അതുകൊണ്ട്, നാസ്റ്റെൻക, ഞാൻ യാചിക്കുന്നു- ദയവായി എന്റെ സംസാരത്തെ വിഘ്നപ്പെടുത്തരുത്. എനിക്ക് പറയാനുള്ളത്

അടക്കത്തോടും ശ്രദ്ധയോടുംകൂടി കേൾക്കുക. ഇല്ലെങ്കിൽ ഞാൻ സംസാരിക്കുകയില്ല.”

“അയ്യോ അരുത്! ദയവുചെയ്ത് സംസാരം തുടരൂ! ഞാൻ ഒരക്ഷരം മിണ്ടില്ല.”

“ശരി, തുടരാം. എന്റെ പ്രിയസുഹൃത്തായ നാസ്ത്തെൻക എനിക്ക് എന്റെ ഒരു ദിവസത്തിൽ വിശേഷിച്ചും പ്രിയപ്പെട്ട ഒരു മണിക്കൂറുണ്ട്. അന്നത്തെ ജോലിയും ചുമതലകളുമെല്ലാം ഒട്ടുമുക്കാലും ചെയ്തു തീർത്ത് ഭക്ഷണം കഴിക്കാനോ ചെറുതായൊന്നുമയങ്ങാനോ ഓരോരുത്തരം സ്വവസതികളിലേക്ക് തിരക്കിട്ടു നടക്കുന്ന സമയമാണത്. അല്ലെങ്കിൽ, ആ സായാഹ്നവും രാത്രിയും ശേഷമുള്ള ഒഴിവുസമയമാകെത്തന്നെയും ഏതെല്ലാം വിനോദങ്ങളിൽ വ്യാപരിപ്പിക്കണമെന്ന് ആലോചിച്ചുറച്ചു കൊണ്ടായിരിക്കും അവരുടെ നടപ്പ്. നമ്മുടെ കഥാനായകനും-നാസ്ത്തെൻക, തൃതീയപുരുഷനാമം ഉപയോഗിച്ച് ഈ വിവരണം തുടരാൻ എന്നെ അനുവദിക്കണം; കാരണം ഇതെല്ലാം ഉത്തമപുരുഷനാമത്തിൽ പറയാൻ എനിക്ക് ലജ്ജയുണ്ട്- അങ്ങിനെ നമ്മുടെ കഥാനായകനും അലസമായിട്ടല്ലാതെ ചെലവഴിച്ച ഒരു പകലിനുശേഷം മറ്റുള്ളവരോടൊപ്പം ധൃതിയിൽ നടന്നുപോകുന്നു. പക്ഷേ ആനന്ദത്തിന്റെ ഒരു പ്രത്യേകതിളക്കം അയാളുടെ വിളറിയതും ഏറെക്കുറെ ശോഷിച്ചതുമായ മുഖത്തു കാണാം. സെന്റ് പീറ്റേഴ്സ് ബർഗിന്റെ തണുത്ത ആകാശത്തിൽ അസ്തമനസൂര്യൻ മന്ദംമന്ദം താഴുന്നത് അയാൾ ഉദാസീനമായിട്ടല്ലാതെ ശ്രദ്ധിക്കുന്നുണ്ട്. പക്ഷേ അയാൾ ശ്രദ്ധിക്കുന്നുണ്ടെന്നു ഞാൻ പറഞ്ഞത് കളവാണ്. അയാളതു ശ്രദ്ധിക്കുകയല്ല ചെയ്യുന്നത്; അലക്ഷ്യമായിട്ടെന്നവണ്ണം, ക്ഷീണിതനോ കൂടുതൽ താല്പര്യകരമായ മറ്റെന്തോ കാര്യത്തിൽ ആമഗ്നനോ ആയിട്ടെന്നവണ്ണം, ചുറ്റുപാടുമുള്ള ലോകത്തിന് തനിക്കു നൽകാനുള്ളത് കേവലം ക്ഷണഭംഗുരമായ ഒരു ആകസ്മികനിമിഷം മാത്രമാണെന്ന മട്ടിൽ, അയാൾ അതിനെ ധ്യാനിക്കുന്നു. പിറ്റേന്നുവരെ യാതൊരു കാര്യവും ശല്യപ്പെടുത്തുകയില്ലെന്നതുകൊണ്ട് അയാൾ സന്തുഷ്ടനാണ്, ക്ലാസ് മുറി വിട്ടിറങ്ങാൻ അനുവാദം കിട്ടിയ, ഇഷ്ടപ്പെട്ട കളികളിലും കുസൃതികളിലുമേർപ്പെടാൻ തുറന്നുവിട്ട, ഒരു സ്കൂൾബാലനെപ്പോലെ ആഹ്ലാദചിത്തനാണയാൾ. അയാളെ ഒന്നു നോക്കൂ, നാസ്ത്തെൻക. അയാൾക്ക് അനുഭവപ്പെടുന്ന ആനന്ദം അയാളുടെ ദുർബ്ബലസിരകൾക്കും അനാരോഗ്യകരമായ ഭാവനയ്ക്കും ഗുണം ചെയ്യുന്നുണ്ടെന്ന് തൽക്ഷണം കാണാൻ കഴിയും. ഇപ്പോൾ അയാൾ ധ്യാനനിരതനാണ്. അയാൾ ചിന്തിക്കുന്നത് ഭക്ഷണത്തെപ്പറ്റിയാണെന്നു തോന്നുന്നുണ്ടോ? അല്ലെങ്കിൽ സായാഹ്നവിനോദങ്ങളെപ്പറ്റി? അയാൾ ആരെയാണ് ഇങ്ങനെ തുറിച്ചുനോക്കുന്നത്? ചുറുചുറുക്കുള്ള കുതിരകൾ

വലിച്ചുകൊണ്ട് മിന്നിമറിയുന്ന വണ്ടിയിൽ ആസനസ്ഥയായ ഒരു മഹിളാമണിയെ വളരെ വിസ്തരിച്ച് വന്ദിക്കുന്ന, ഗാംഭീര്യഭാവത്തോടുകൂടിയ മാന്യശ്രേഷ്ഠനെയാണോ? അല്ല, നാസ്തെൻക. ഈവക നിസ്സാരകാര്യങ്ങളിൽ ഇപ്പോൾ അയാൾക്കെന്തു താല്പര്യം? തന്റേതായ പ്രത്യേക ലോകത്തിന്റെ സമ്പത്തുകൊണ്ട് ധനികനാണ് അയാൾ. പൊടുന്നനെയാണ് അയാൾക്കീ സമ്പത്ത് കൈവന്നത്. വെറുതെയല്ല അസ്തമന സൂര്യന്റെ അന്ത്യകിരണം അയാളുടെ ഹൃദയത്തെ ഊഷ്മളമാക്കിക്കൊണ്ടും അതിൽ അനേകമനേകം ഭാവനകൾ ഇളക്കിവിട്ടുകൊണ്ടും അയാളുടെ കൺമുമ്പിൽ ഉല്ലാസമായി വെട്ടിത്തിളങ്ങിയത്. താൻ നടന്നുപോകുന്ന റോഡുതന്നെ അയാൾ ശ്രദ്ധിക്കുന്നില്ല. ഒരു നിമിഷം മുമ്പാകട്ടെ, അതിലെ ഏറ്റവും തുച്ഛമായ കാര്യങ്ങൾപോലും അയാളുടെ കണ്ണിൽ പെടുമായിരുന്നു. പ്രിയ നാസ്തെൻക, ഷുക്കോവ്സ്കി[1]യുടെ ഭാഷയിൽ പറഞ്ഞാൽ, കല്പനാദേവത തന്റെ കൈത്തറിയിൽ സ്വർണ്ണനൂൽ തന്നിഷ്ടംപോലെ ചുറ്റിക്കൊണ്ട് അയാൾക്കുവേണ്ടി സ്വപ്നങ്ങൾ നെയ്യാൻ തുടങ്ങിയിരിക്കുന്നു- മിഥ്യയായ, മായികമായ, ഒരു ജീവിതത്തെക്കുറിച്ചുള്ള സ്വപ്നങ്ങൾ. ആർക്കറിയാം, ഒരുപക്ഷേ അയാൾ വീട്ടിലേക്കു നടന്നുപോകുന്ന കരിങ്കല്ലുപാകിയ ഒന്നാന്തരം നടപ്പാതയിൽനിന്നും മന്ത്രശക്തിയുള്ള തന്റെ കൈകൊണ്ട് അവൾ അയാളെ പളുങ്കുകൊണ്ടുള്ള ഏഴാം സ്വർഗ്ഗത്തിലെത്തിച്ചുകാണും. നിങ്ങൾ അയാളെ പിടിച്ചുനിർത്തി അയാൾ നിൽക്കുന്നത് എവിടെയാണെന്നോ നടന്നുവന്നത് ഏതെല്ലാം തെരുവുകളിലൂടെയാണെന്നോ പൊടുന്നനെ ചോദിക്കുകയാണെങ്കിൽ അയാൾ ഒരുപക്ഷേ യാതൊന്നുംതന്നെ ഓർത്തില്ലെന്നു വരും- എവിടെയായിരുന്നുവെന്നോ എവിടെയാണെന്നോ ഒന്നും തന്നെ. സംഭ്രമിച്ച്, മുഖം ചുവന്ന്, അയാൾ തന്റെ അന്തസ്സ് പാലിക്കാൻ വേണ്ടി എന്തെങ്കിലുമൊന്നു കെട്ടിച്ചമയ്ക്കുമെന്നു തീർച്ചയാണ്. അതുകൊണ്ടാണ് വളരെയേറെ ബഹുമാന്യയായ ഒരു വൃദ്ധ നടപ്പാതയുടെ നടുവിൽവച്ച് അയാളെ മര്യാദപൂർവ്വം തടഞ്ഞുനിർത്തി വഴി ചോദിക്കുമ്പോൾ അയാൾ ഞെട്ടിപ്പോകുന്നത്, സംഭ്രമത്തോടെ നാലുപാടും കണ്ണോടിച്ചുകൊണ്ട് നിലവിളിക്കാൻ ഭാവിക്കുന്നത്. അമർഷം പൂണ്ട് മുഖം കറുത്ത്, അയാൾ കാൽവലിച്ചുനീട്ടി നടക്കുന്നു. അയാളുടെ നേരെ പുഞ്ചിരിക്കുകയും കടന്നുപോകുമ്പോൾ തിരിഞ്ഞുനോക്കുകയും ചെയ്യുന്ന വഴിപോക്കരെക്കുറിച്ചോ പേടിച്ച് അയാൾക്ക് വഴി മാറിക്കൊടുക്കുകയും പക്ഷേ അതുകഴിഞ്ഞ് അയാളുടെ ചിന്താനിരതമായ പുഞ്ചിരിയും കൈകൊണ്ടു കാട്ടുന്ന ആംഗ്യങ്ങളും കണ്ട് കുടുകുടെ ചിരിക്കുകയും ചെയ്യുന്ന കൊച്ചുബാലികയെക്കുറിച്ചോ അയാൾ ബോധവാനല്ലെന്നുതന്നെ പറയാം. പക്ഷേ അതേ കല്പനാദേവത ആ

വൃദ്ധയേയും ജിജ്ഞാസുക്കളായ വഴിപോക്കരേയും കൂട്ടുകൂടെ ചിരിക്കുന്ന കൊച്ചു ബാലികയേയും ഫൊൻതാൻകയിൽ (അതായത്, നമ്മുടെ കഥാനായകൻ ആ സമയത്ത് അവിടം കടന്നുപോവുകയാണെങ്കിൽ എന്നർത്ഥം) തിങ്ങിക്കൂടിയിട്ടുള്ള കെട്ടുവള്ളങ്ങളിൽ അത്താഴം കഴിക്കുന്ന തോണിക്കാരേയുമെല്ലാം തന്റെ വിനോദയാത്രയിൽ ചേർക്കുന്നു. എല്ലാവരേയും എല്ലാറ്റിനേയും അവൾ തന്റെ സുവർണ്ണ യവനികയിൽ നെയ്തു ചേർക്കുന്നു- ചിലന്തിവലയിൽ ഈച്ചകളെ നെയ്തുചേർക്കുന്നതുപോലെ. ഈ പുതിയ സമ്പത്തിനാൽ അനുഗൃഹീതമായ തന്റെ സുഖകരമായ കൊച്ചുമാളത്തിൽ നമ്മുടെ വിചിത്ര മനുഷ്യൻ പ്രവേശിക്കുന്നു, ഇരുന്ന് ഭക്ഷണം കഴിക്കുന്നു. ചിന്താകുലയും സദാ ദുഃഖിതയുമായ ഭൃത്യ മത്ര്യോന മേശപ്പുറത്തുനിന്ന് പാത്രങ്ങളെടുത്തുമാറ്റി പൈപ്പ് കൊണ്ടുക്കൊടുക്കുമ്പോൾ മാത്രമാണ് അയാൾ സ്വപ്നങ്ങളിൽനിന്ന് ഉണരുന്നത്. അയാൾ അനങ്ങുന്നു. ഭക്ഷണം കഴിച്ച കാര്യം അത്ഭുതത്തോടെ ഓർക്കുന്നു. കാരണം, അങ്ങിനെയൊരു കൃത്യം നടന്നതായി അയാൾ അറിഞ്ഞിട്ടേയില്ല. മുറിയിൽ ഇരുട്ടു വ്യാപിക്കുന്നു. ശൂന്യതയും വിഷാദവും അയാളുടെ ഹൃദയത്തിൽ നിറയുന്നു. ഭാവനയുടെ ഒരു സാമ്രാജ്യമാകെ അയാൾക്ക് ചുറ്റും തകർന്നുവീഴുന്നു, ഒച്ചയോ മുഴക്കമോ ഇല്ലാതെ തകർന്നു ഭസ്മമാകുന്നു. ഒരു സ്വപ്നംപോലെ അത് ഒഴുകിപ്പോകുന്നു. താൻ എന്താണ് സ്വപ്നം കണ്ടുകൊണ്ടിരുന്നതെന്ന് അയാൾ ഓർക്കുന്നുപോലുമില്ല. പക്ഷേ ഇപ്പോൾ ഏതോ ഒരു അവ്യക്തവികാരം, പുതിയൊരു അഭിലാഷം, അയാളുടെ ഹൃദയത്തെ ത്രസിപ്പിക്കുകയും കുറേശ്ശെ വേദനിപ്പിക്കുകയും ചെയ്യുന്നു. അയാളുടെ ഭാവനയെ വശ്യമായും അദൃശ്യമായും തട്ടിയുണർത്തുന്നു, ഉത്തേജിപ്പിക്കുന്നു. പുതിയ സങ്കല്പദൃശ്യങ്ങളുടെ ഒരു സമൂഹമാകെ മുന്നിൽ അണിനിരക്കുന്നു. ആ കൊച്ചുമുറി നിശ്ശബ്ദമാണ്. ഏകാന്തതയിലും ആലസ്യത്തിലും നീരാടുകയാണ് അയാളുടെ ഭാവന. അത് കുറച്ചൊന്ന് ആളിക്കത്തുന്നു. തൊട്ടടുത്ത അടുക്കളയിൽ ഒന്നിനെക്കുറിച്ചും അല്ലലില്ലാതെ കാപ്പി കൂട്ടുന്ന പണിയിൽ വ്യാപൃതയായിരിക്കുന്ന വൃദ്ധയായ മത്ര്യോനയുടെ കാപ്പിപ്പാത്രത്തിലെ വെള്ളത്തിലെന്നപോലെ അതിൽ കുമിളകൾ പൊട്ടാൻ തുടങ്ങുന്നു. പിന്നീട് അയാളുടെ ഭാവന കൊച്ചുകൊച്ചു തീജ്വാലകളായി പൊട്ടിപ്പുറത്തുവരുന്നു. അലക്ഷ്യമായിട്ടെടുത്ത പുസ്തകം, ഒന്നോ രണ്ടോ പുറം വായിച്ചുതീരുന്നതിനുമുമ്പുതന്നെ, നമ്മുടെ സ്വപ്നജീവിയുടെ കയ്യിൽ നിന്നു വീണുപോകുന്നു. അയാളുടെ ഭാവന വീണ്ടും സടകുടഞ്ഞെഴുന്നേറ്റിരിക്കുകയാണ്. പെട്ടെന്ന് പുതിയൊരു ലോകം, പുതിയൊരു മായാലോകം, അതിന്റേതായ എല്ലാ സമുജ്ജ്വലസാദ്ധ്യതകളോടുംകൂടി അയാളുടെ മനോമുകുരത്തിൽ ശോഭിക്കുന്നു. പുതിയൊരു സ്വപ്നം- പുതിയ നിർവൃതി!

ലോലവും വികാരോദ്ദീപകവുമായ വിഷത്തിന്റെ പൃതിയൊരു മാത്ര. നമ്മുടെ യഥാർത്ഥജീവിതം അയാൾക്കൊരു ചുക്കുമല്ല! അയാളുടെ ഉന്മത്തമായ വീക്ഷണം വച്ചുനോക്കുമ്പോൾ, നാസ്റ്റെൻക, മന്ദവും അലസവും നിഷ്ക്രിയവുമായ ഒരു ജീവിതമാണ് നിങ്ങളും ഞാനും നയിക്കുന്നത്. നാമെല്ലാവരും നമ്മുടെ വിധിയിൽ അങ്ങേയറ്റം അസംതൃപ്തരും നമ്മുടെ ജീവിതം അങ്ങേയറ്റം മടുത്തവരുമായിട്ടാണ് അയാൾ കാണുന്നത്. സത്യത്തിൽ എത്ര അലക്ഷ്യമായും നിർവികാരമായും രോഷാകുലമായുമാണ് നാം പ്രത്യക്ഷത്തിൽ പരസ്പരം പെരുമാറുന്നതെന്നു നോക്കൂ. പാവങ്ങൾ! നമ്മുടെ സ്വപ്നജീവി വിചാരിക്കുന്നു. അയാൾ അങ്ങിനെ വിചാരിക്കുന്നതിൽ അത്ഭുതപ്പെടേണ്ടതില്ല. ആ സങ്കല്പദൃശ്യങ്ങൾ അയാൾക്കുവേണ്ടി ഇത്രയേറെ ഹൃദയാവർജ്ജകമായും സങ്കീർണ്ണമായും നിർലോഭമായും നെയ്തൊരുക്കുന്ന ഓജസ്സുറ്റ മാന്ത്രികചിത്രമൊന്നു നോക്കൂ. നമ്മുടെ സ്വപ്നജീവിതന്നെയാണ് സദാ മുൻപന്തിയിൽ കാണപ്പെടുന്ന അതിലെ സർവ്വപ്രധാനിയായ കഥാപുരുഷനെന്നു പറയേണ്ടതില്ലല്ലൊ. ആ വീരപരാക്രമങ്ങളുടെ വൈവിധ്യമൊന്നു നോക്കൂ! അയാളെ ആനന്ദനിർവൃതിയിലാഴ്ത്തുന്ന ആ സ്വപ്നങ്ങളുടെ അവിരാമപ്രവാഹമൊന്നു നോക്കൂ! അയാൾ എന്താണ് സ്വപ്നം കാണുന്നതെന്നു ചോദിക്കുമായിരിക്കും. എന്തിന് ചോദിക്കുന്നു? സർവ്വതിനെക്കുറിച്ചും. താൻ ആദ്യം അഗണ്യനും പിന്നീട് കീർത്തിയുടെ കൊടുമുടിയിലേറിയവനുമായ ഒരു കവിയാകുന്നതിനെപ്പറ്റി, ഹോഫ്മന്റെ സൗഹൃദത്തേയും[2] സെന്റ് ബർത്തൊലോമിയോയുടെ രാത്രിയേയും[3] ഡയാനാ വെർനോനേ[4]യും പറ്റി; കസാന്റെ നേർക്കുള്ള[5] ഇവാൻ ചക്രവർത്തിയുടെ ആക്രമണത്തിൽ വീരോചിതമായ ഒരു പങ്കു വഹിക്കുന്നതിനെപ്പറ്റി, ക്ലാര മൊവ്ബ്രായേ[6]യും ഏവ്ഫിയ ഡെൻസി[7]നേയും ഹസ്സിനെ വിസ്തരിക്കുന്ന പുരോഹിതസഭ[8]യേയും പറ്റി; "പിശാചായ റോബർട്ട്"[9] എന്ന ഓപ്പറയിലെ (ശ്മശാനത്തിന്റെ ഗന്ധമുള്ള അതിലെ സംഗീതം ഓർക്കുന്നില്ലേ?) മരിച്ചവരുടെ ഉയിർത്തെഴുന്നേല്പിനെപ്പറ്റി; മിന്ന[10]യേയും ബ്രെൻഡ[11]യേയും പറ്റി; ബെരെസിനയിൽ നടന്ന പോരാട്ട[12]ത്തെപ്പറ്റി, വി.ഡി. പ്രഭ്വി[13]യുടെ സൽക്കാരമുറിയിൽ കവിതകൾ വായിക്കുന്നതിനെപ്പറ്റി; ഡാന്റേ[14]യും ക്ലിയോപാട്ര[15]യേയും പറ്റി; കൊളോംനയിലെ തന്റെ കൊച്ചുഭവനത്തെപ്പറ്റി[16]; തന്റേതു മാത്രമായ ആ കോണിൽ ഒരു ഹേമന്തരാത്രിയിൽ താൻ പറയുന്നത്, എന്റെ കൊച്ചുദേവതേ, ഭവതി ഇപ്പോൾ ചെയ്യുന്നതുപോലെ, വികസിച്ച കണ്ണുകളോടും വിടർന്ന ചുണ്ടുകളോടുംകൂടി കേട്ടുകൊണ്ട് സമീപത്തിരിക്കുന്ന കോമളാംഗിയെപ്പറ്റി. ഇല്ല, നാസ്റ്റെൻക, നിങ്ങളും ഞാനും രുചിച്ചുനോക്കാൻ കൊതിക്കുന്ന ജീവിതത്തെപ്പറ്റി ആ നിസ്സംഗനായ വികാരജീവിക്ക് പുച്ഛമാണ്.

മോശപ്പെട്ടതും നിന്ദ്യവുമായ ഒരു ജീവിതമാണതെന്ന് അയാൾ കരുതുന്നു. ഒരു ദിവസം തന്റേയും മരണമണി മുഴങ്ങുമെന്നും ആ സമയത്ത് ഈ നിന്ദ്യമായ ജീവിതത്തിന്റെ ഒരു നാഴികയ്ക്കുവേണ്ടി സങ്കല്പലോകത്തിൽ വിഹരിച്ചനടന്ന വർഷങ്ങളാകെത്തന്നെ വച്ചുമാറാൻ താൻ തയ്യാറാവുമെന്നും അയാൾക്കറിഞ്ഞുകൂടാ. അതുതന്നെ കൈമാറ്റുന്നത് സന്തോഷത്തിനോ സുഖത്തിനോ വേണ്ടിയല്ല. വിഷാദത്തിന്റേയും പശ്ചാത്താപത്തിന്റേയും അടങ്ങാത്ത ദുഃഖത്തിന്റേയും ആ വേളയിൽ എന്തു കിട്ടിയാലും അയാൾ എടുക്കും. പക്ഷേ ആ ഭയങ്കരമുഹൂർത്തം വരുന്നതുവരെ അയാൾ ഒന്നും ആശിക്കുന്നില്ല. അയാൾ ആശയ്ക്കതീതനാണ്. കാരണം, അയാൾക്കെപാമുണ്ട്, (not clear) മതിയാവോളമുണ്ട്. എന്തുകൊണ്ടെന്നാൽ, പുതിയൊരു മോഹത്തിന്റെ പ്രേരണയുണ്ടാവുമ്പോഴെല്ലാം പുതിയപുതിയ സാമ്രാജ്യങ്ങൾ തനിക്കുവേണ്ടി സൃഷ്ടിക്കുന്ന കലാകാരനാണയാൾ. മാത്രവുമല്ല, ഈ മായോലോകം, ഈ സങ്കല്പസാമ്രാജ്യം, അതൊരു ഭാവനാസൃഷ്ടിയേയല്ലെന്ന മട്ടിൽ വളരെ അനായാസമായും സ്വാഭാവികമായും നിർമ്മിക്കാവുന്നതേയുള്ളൂ! ഈ ലോകം ഒരു മിഥ്യയല്ലെന്ന്, എന്റെ വിജൃംഭിതവികാരങ്ങളുടെ സൃഷ്ടിയല്ലെന്ന്, എന്റെ ഭാവനാവിലാസമല്ലെന്ന്, നേരേമറിച്ച് മൂർത്തമായ, യഥാർത്ഥമായ, നിലവിലുള്ള, ഒരു ലോകമാണതെന്ന്, ഞാൻ ചിലപ്പോൾ സത്യത്തിൽ വിശ്വസിച്ചുപോകാറുണ്ട്. പിന്നെന്തുകൊണ്ടാണ്, നാസ്ത്തെൻക, ഇതുപോലുള്ള നിമിഷങ്ങളിൽ എന്റെ ആത്മാവ് നോവുന്നത്? എന്തുകൊണ്ടാണ്, പറയൂ? സ്വപ്നജീവിയുടെ നാഡിമിടിപ്പിന്റെ വേഗത കൂടുന്നതും കണ്ണു നിറയുന്നതും അയാളുടെ അശ്രുപങ്കിലമായ വിവർണ്ണകപോലങ്ങളിൽ അരുണിമ പരക്കുന്നതും അയാളുടെ ഉടലാകെ സ്വർഗ്ഗീയാനന്ദംകൊണ്ടു നിറയുന്നതും എന്തുകൊണ്ടാണ്, ഏതു മാസ്മരശക്തിയാലാണ്? അയാളുടെ നിദ്രാവിഹീനങ്ങളായ രാത്രികൾ നിസ്സീമമായ ആനന്ദത്തിലും ആഹ്ലാദത്തിലും ദ്രുതഗതിയിൽ നീങ്ങുന്നതുപോലെ തോന്നുന്നത് എന്തുകൊണ്ടാണ്? സൂര്യന്റെ ആദ്യത്തെ ചെങ്കതിർ ജനാലയിലൂടെ മിന്നുകയും ഇവിടെ, സെന്റ് പീറ്റേഴ്സ് ബർഗിൽ, സംഭവിക്കാറുള്ളതുപോലെ പുലരി അതിന്റെ അഭൗമമായ ചഞ്ചലപ്രകാശം മുറിയിൽ പരത്തുകയും ചെയ്യുമ്പോൾ എന്തുകൊണ്ടാണ് നമ്മുടെ സ്വപ്നജീവി തളർന്ന്, പരവശനായി, മെത്തയിലേക്കു വീണ് നിദ്രാധീനനാകുന്നത്? എന്തുകൊണ്ടാണ് അയാളുടെ ആതുരവും കമ്പിതവുമായ ആത്മാവിനെ ഗ്രസിച്ചിരിക്കുന്ന ആനന്ദനിർവൃതിയും അയാളുടെ ഹൃദയത്തിൽ തുളുമ്പിനിൽക്കുന്ന ദുസ്സഹമാംവണ്ണം മാധുര്യമേറിയ വേദനയും അയാളെ സുഷുപ്തിയിൽ ലയിപ്പിച്ചിരിക്കുന്നത്? അതെ, നാസ്ത്തെൻക, അതു നമ്മെ വഞ്ചിക്കുന്നു. അയാളുടെ ആത്മാവിൽ

ത്രസിക്കുന്ന വികാരം യഥാർഥവും വാസ്തവവുമാണെന്നു നാം ഓർക്കാതെ വിശ്വസിച്ചു പോകുന്നു. ഗോചരവും സചേതനവുമായ എന്തോ ഒന്ന് അയാളുടെ അമൂർത്തസ്വപ്നങ്ങളിലുണ്ടെന്നു നാം വിശ്വസിച്ചുപോകുന്നു. എന്തൊരു വഞ്ചനയാണത്! ഉദാഹരണത്തിന് പ്രേമം അതിന്റെ എല്ലാ ആനന്ദാതിരേകത്തോടും തീവ്രമായ ദണ്ഡനയോടും കൂടി അയാളുടെ ഹൃദയത്തിൽ പ്രവേശിക്കുന്നു. അയാളുടെ നേരെ വെറുതെയൊന്നു കണ്ണയച്ചാൽത്തന്നെ ബോദ്ധ്യമാവുന്നതാണത്. തന്റെ ആഹ്ലാദോന്മത്തമായ സ്വപ്നങ്ങളിലെ പ്രേമറാണിയെ അയാൾ വാസ്തവത്തിൽ ഒരിക്കലും കണ്ടിട്ടില്ലെന്ന്, പ്രിയപ്പെട്ട നാസ്റ്റെൻക, അയാളെ കണ്ടാൽ വിശ്വസിക്കുമോ? അയാൾ അവളെ തന്റെ വഞ്ചനാകരമായ മനോരാജ്യങ്ങളിൽ മാത്രമേ കണ്ടിട്ടുള്ളുവെന്നും ഈ വികാരത്തെപ്പറ്റി സ്വപ്നം കാണുകമാത്രമേ ചെയ്തിട്ടുള്ളുവെന്നും വരുമോ? ലോകത്തെ മുഴുവനും ത്യജിച്ച്, തങ്ങളുടെ ഭാഗധേയങ്ങളെ- തങ്ങളുടെ രണ്ടു സ്വകീയലോകങ്ങളെ- കൂട്ടിയിണക്കിക്കൊണ്ട് അവർ രണ്ടുപേരും മാത്രം കൈകോർത്തുപിടിച്ച് ഈ വർഷങ്ങളത്രയും യഥാർത്ഥത്തിൽ പിന്നിട്ടിട്ടില്ലെന്നു വരുമോ? ആ വേർപാടിന്റെ രാത്രിയിൽ, മൂടിക്കെട്ടിയ ആകാശത്തിൻകീഴിൽ ആഞ്ഞടിച്ചുകൊണ്ടിരുന്ന കൊടുങ്കാറ്റിനെ വകവയ്ക്കാതെ, തന്റെ കറുത്ത ഇമകളിൽ നിന്നും കണ്ണുനീർത്തുള്ളികളെ പറപ്പിച്ചുകൊണ്ടുപോയ കാറ്റിനെ കൂസാതെ, അയാളുടെ മാറിൽ തല ചായ്ച്ച് ദുഃഖാർത്തയായി തേങ്ങിക്കരഞ്ഞത് അവളല്ലെന്നോ? ഇതെല്ലാം വെറുമൊരു സ്വപ്നമായിരുന്നുവെന്നോ? പായൽപിടിച്ച നടപ്പാതകളോടുകൂടി ആരുമാരും തിരിഞ്ഞുനോക്കാതെ കാടുപിടിച്ചു കിടന്നിരുന്ന ആ തോട്ടം-ആശിച്ചും നിരാശപ്പെട്ടും പ്രേമിച്ചും, അതെ, സുദീർഘമായും വാത്സല്യവായ്പോടെയും പരസ്പരം പ്രേമിച്ചും, അവർ പലപ്പോഴും നടന്നിരുന്ന ആ ഇരുളടഞ്ഞ ഏകാന്തവാടി- ഒരു സ്വപ്നമായിരുന്നുവെന്നോ? വിരസനും സദാ ഗൗരവക്കാരനും മുൻകോപിയുമായ ഭർത്താവൊന്നിച്ച്- തങ്ങളുടെ പ്രേമത്തെ ഭയാശങ്കകളോടും നിരാശയോടും കൂടി പരസ്പരം മറച്ചുവച്ചുകൊണ്ട് ഭീരുക്കളായ രണ്ടു കുട്ടികളെപ്പോലെ അവർ ആരെ ഭയന്നിരുന്നുവോ ആ വൃദ്ധനൊന്നിച്ച്- ഈ വർഷങ്ങളത്രയും അവൾ ഏകാകിനിയായും ശോകാർത്തയായും കഴിച്ചുകൂട്ടിയ ആ പുരാതനഭവനം സ്വപ്നമായിരുന്നുവെന്നോ? അവർ എത്ര ദണ്ഡനയനുഭവിച്ചു! എന്തുമാത്രം ഭയന്നു! എത്ര പരിശുദ്ധവും നിഷ്കളങ്കവുമായിരുന്നു അവരുടെ പ്രേമം! (ആളുകൾ എത്ര ദുഷ്ടരായിരുന്നുവെന്ന് പിന്നെ പറയാനുണ്ടോ, നാസ്റ്റെൻക!). അപ്പോൾ, ദൈവമേ, വളരെ നാളുകൾക്കുശേഷം, സ്വദേശത്തുനിന്നു വളരെയകലെ, ഒരു അന്യവിതാനത്തിൻ കീഴിൽ, സുന്ദരവും അനശ്വരവുമായ നഗരത്തിലെ ചൂടും ഈർപ്പവും

നിറഞ്ഞ ആകാശത്തിൻകീഴിൽ, ദീപാലംകൃതമായ ഒരു അരമനയിൽ വച്ച് (അത് അരമനതന്നെയായിരിക്കണം) വാദ്യമേളത്തിന്റെ അകമ്പ ടിയോടെ നടക്കുന്ന സമുജ്ജ്വലമായ നൃത്തവേളയിൽ അയാൾ വീണ്ടും കണ്ടുമുട്ടിയത് അവളെയല്ലെന്നോ? പനിനീർച്ചെടികളും കദംബവല്ലിക ളും കെട്ടുപിണഞ്ഞു പടർന്നു കിടക്കുന്ന മാളികമുകപ്പിൽ അയാൾ കണ്ടത് അവളെയല്ലെന്നോ? അയാളെ കണ്ടമാത്രയിൽ ത്ധടുതിയിൽ മൂടുപടം നീക്കി, "ഞാനിപ്പോൾ സ്വതന്ത്രയാണ്" എന്നു മന്ത്രിച്ചുകൊണ്ട് കമ്പിതഗാത്രയായി അയാളുടെ കരവലയത്തിനുള്ളിലേക്കു വീണത് അവളല്ലെന്നോ? ആഹ്ലാദധ്വനിയോടെ അവർ ആലിംഗനബദ്ധരാകുന്നു. ഒരു നിമിഷത്തിനകം സർവ്വതും വിസ്മൃതമായി-അവരുടെ ദുഃഖവും വിരഹവും ക്ലേശങ്ങളും ഇരുളടഞ്ഞ ഭവനവും ഗൗരവക്കാരനായ വൃദ്ധനും അകലെയുള്ള സ്വദേശത്തെ വിരസമായ ഉദ്യാനവും കൊടുംനൈരാശ്യ ത്തിന്റെ വേദനയാൽ മരവിച്ചുപോയ അയാളുടെ കൈകൾക്കുള്ളിൽ നിന്ന് അവൾ വികാരവിവശമായ ഒരു ചുംബനത്തോടെ കുതറിമാറി ക്കൊണ്ട് അയാൾക്ക് വിടനൽകിയ ഉദ്യാനപീഠവുമെല്ലാം വിസ്മരിക്ക പ്പെട്ടു. ഹാ! നാസ്തെൻക! ആ സമയത്ത്, പെട്ടെന്ന്, ഒരു സ്നേഹിതൻ- നല്ല ഉയരവും ഒത്ത ദേഹവുമുള്ള ഒരു രസികശിരോമണി- ക്ഷണിക്ക പ്പെടാതെ കതകു തള്ളിത്തുറന്ന് കയറിവന്ന്, വിശേഷിച്ചൊന്നും സംഭ വിച്ചിട്ടില്ലെന്ന മട്ടിൽ "ഹേ, ചങ്ങാതി, ഞാനിപ്പോൾ പാവ് ലൊവ്സ്കിൽ നിന്നു മടങ്ങിയെത്തിയതേയുള്ളൂ!" എന്നു വിളിച്ചുപറഞ്ഞാൽ, നിങ്ങൾ ഞെട്ടിപ്പോകുമെന്ന്, അയൽക്കാരന്റെ തോട്ടത്തിൽനിന്ന് ഒരു ആപ്പിൽ പ്പഴം മോഷ്ടിച്ച് കീശയിൽ തിരുകിയ ഒരു സ്കൂൾകുട്ടിയെപ്പോലെ സംഭ്ര മത്തോടെ പെരുമാറുമെന്ന്, നിങ്ങൾ സമ്മതിക്കുമല്ലോ. ദൈവമേ! ആ വൃദ്ധപ്രഭു മരിച്ച് നിത്യസന്തുഷ്ടിയുടെ മുഹൂർത്തം ആസന്നമായ ആ സമയത്താണ്

പാവ് ലൊവ്സ്കിൽ നിന്നും

ഒരു മനുഷ്യൻ കയറിവരുന്നത്!"

എന്റെ നാടകീയമായ വിവരണത്തിന്റെ അവസാനത്തിൽ ഞാൻ നാടീകയമായിത്തന്നെ മൗനം പൂണ്ടു. ആ നിമിഷത്തിൽ ഒന്നു ചിരിക്കാൻ ഞാൻ വളരെയേറെ ശ്രമിച്ചതായി ഓർക്കുന്നു. കാരണം, എന്റെ ഹൃദയ ത്തിൽ ഒരു ദ്രോഹബുദ്ധിയായ കുട്ടിച്ചാത്തന്റെ അനക്കം എനിക്കനുഭ വപ്പെട്ടുതുടങ്ങിയിരുന്നു. എന്റെ ശ്വാസം തൊണ്ടയിൽ തടഞ്ഞു. എന്റെ താടി വിറയ്ക്കാൻ തുടങ്ങി. എന്റെ കണ്ണുകളിൽ കൂടുതൽകൂടുതൽ വെള്ളമൂറി. തന്റെ ബുദ്ധിയുള്ള കണ്ണുകൾ മിഴിച്ചുകൊണ്ട് എന്റെ സംസാരം ശ്ര ദ്ധിച്ചുകൊണ്ടിരുന്ന നാസ്തെൻകയിൽനിന്ന് ശിശുസഹജമായ ഒരു

പൊട്ടിച്ചിരി ഓർക്കാതെതന്നെ ഉയരുമോ എന്നായിരുന്നു എന്റെ ഭയം. പറയാവുന്നതിന്റെ സീമയെ ലംഘിച്ചതിൽ, എന്റെ ഹൃദയത്തെ എത്രയോ കാലമായി ഞെരിച്ചുകൊണ്ടിരുന്നതും മനഃപാഠമാക്കിയ ഒരു ഭാഗംപോലെ എനിക്ക് ഉരുവിടാൻ കഴിയുന്നതുമായ ഇക്കാര്യം ആവശ്യമില്ലാതെ അവളോടു പറഞ്ഞതിൽ, ഞാൻ ഖേദിച്ചു. കാരണം, ഞാൻ പണ്ടുതന്നെ എന്റെ മേൽ വിധിയെഴുതിക്കഴിഞ്ഞിരുന്നു. അത് അവളെ വായിച്ചുകേൾപ്പിക്കാൻ ഞാൻ മോഹിച്ചു. ഞാൻ പറയുന്നത് അവൾക്ക് മനസ്സിലാകുമെന്ന് എനിക്ക് പ്രതീക്ഷയില്ലായിരുന്നുവെന്ന് സമ്മതിക്കുന്നു. എങ്കിലും അത്ഭുതമെന്നു പറയട്ടെ, അവൾ നിശ്ശബ്ദയായിരുന്നു. കുറച്ചുകഴിഞ്ഞ് എന്റെ കൈ മെല്ലെ ഒന്നമർത്തിക്കൊണ്ട് അവൾ തെല്ലൊരു താല്പര്യത്തോടെ ചോദിച്ചു:

"നിങ്ങൾ ജീവിതം മുഴുവൻ കഴിച്ചുകൂട്ടിയത് ഇങ്ങനെയാണോ?"

"ജീവിതം മുഴുവനും, നാസ്തെൻക," ഞാൻ പറഞ്ഞു. "ജീവിതം മുഴുവനും. അവസാനം വരെ ഇങ്ങനെ തന്നെ കഴിയുമെന്നാണ് എനിക്ക് തോന്നുന്നത്."

"പാടില്ല, അത് സാദ്ധ്യമല്ല!" അവൾ ഉൽക്കണ്ഠയോടെ പറഞ്ഞു. "അതങ്ങിനെയാവാൻ പാടില്ല. കാരണം, അല്ലെങ്കിൽ എനിക്കും ജീവിതകാലം മുഴുവൻ അമ്മൂമ്മയുടെ അടുത്തിരുന്ന് കഴിച്ചുകൂട്ടേണ്ടിവരും. ഇങ്ങനെ ജീവിക്കുന്നത് ഒട്ടും ശരിയല്ലെന്ന് അറിയാമോ?"

"അറിയാം, നാസ്തെൻക, അറിയാം!" എന്റെ വികാരങ്ങളെ നിയന്ത്രിക്കാൻ മിനക്കെടാതെ ഞാൻ പറഞ്ഞു. "എന്റെ ജീവിതത്തിലെ ഏറ്റവും നല്ല കാലം പാഴാക്കിക്കളഞ്ഞിരിക്കുന്ന ഈയവസരത്തിൽ ഞാൻ അതെപ്പറ്റി പൂർവ്വാധികം ബോധവാനാണ്. എനിക്കത് ഇപ്പോൾ അറിയാം. ആ അറിവ് എന്നെ കൂടുതൽ നോവിക്കുന്നു. കാരണം, എന്നോടിത് പറയാനും എന്റെ അറിവ് ശരിയാണെന്നു ബോധ്യപ്പെടുത്താനും, എന്റെ ദയാനിധിയായ ദേവതേ, ദൈവംതന്നെ ഭവതിയെ എന്റെ അടുത്തേക്ക് അയച്ചിരിക്കുകയാണ്. ഭവതിയോട് സംസാരിച്ചുകൊണ്ട് ഭവതിയുടെ സമീപം ഇപ്പോൾ ഇരിക്കുന്ന ഞാൻ ഭാവിയെക്കുറിച്ചോർക്കുമ്പോൾ ഭയചകിതനാവുന്നു. കാരണം, വീണ്ടും ഏകാന്തതയല്ലാതെ, അർത്ഥശൂന്യവും അഴുകിനാറിയതുമായ ജീവിതമല്ലാതെ, മറ്റൊന്നുംതന്നെ ഭാവിക്ക് എന്റെ മുമ്പിൽ കാഴ്ചവയ്ക്കാനില്ല. ഭവതിയോടൊപ്പമിരുന്ന് യഥാർത്ഥത്തിൽ ഇത്രയേറെ സന്തോഷമനുഭവിച്ച ഞാൻ ഇനി എന്തിനെപ്പറ്റി സ്വപ്നം കാണും? അല്ലയോ പ്രിയസ്നേഹിതേ, എന്നെ ആട്ടിയോടിക്കാത്ത ഭവതി ധന്യയാകട്ടെ!

എന്തുകൊണ്ടെന്നാൽ, ഞാൻ എന്റെ ജീവിതത്തിൽ രണ്ടു സായാഹ്നങ്ങളെങ്കിലും ജീവിച്ചുവെന്ന് ഇപ്പോൾ പറയാൻ കഴിയും!"

"പാടില്ല, പാടില്ല!" നാസ്റ്റെൻക പറഞ്ഞു. അവളുടെ ഇമകളിൽ ബാഷ്പകണങ്ങൾ തിളങ്ങി. "അതങ്ങിനെയാവാൻ പാടില്ല! നാം ഇങ്ങനെ പിരിയുകയില്ല! രണ്ടു സായാഹ്നങ്ങളിൽ എന്തിരിക്കുന്നു!"

"നാസ്റ്റെൻക, ഹാ നാസ്റ്റെൻക! ഭവതി ഇനി വളരെക്കാലത്തേക്ക് എന്നെ എന്നോടുതന്നെ രഞ്ജിപ്പിച്ചു കഴിഞ്ഞിരിക്കുന്നുവെന്ന് അറിയാമോ? ഞാൻ ചിലപ്പോൾ എന്നെപ്പറ്റി വളരെ മോശമായി ചിന്തിക്കാൻ സന്നദ്ധനാകാറുണ്ടെങ്കിലും മേലിൽ അങ്ങിനെയുണ്ടാവില്ലെന്ന് അറിയാമോ? ഞാൻ ജീവിതത്തിൽ ഒരു പാതകവും പാപവും പ്രവർത്തിച്ചുവെന്ന് മേലിൽ നൈരാശ്യത്തോടെ ഓർക്കുകയില്ലെന്നറിയാമോ? കാരണം, എന്റേതുപോലുള്ള ഒരു ജീവിതം ഒരു പാതകവും പാപവുമാണ്. ഞാൻ പറഞ്ഞതിൽ എന്തെങ്കിലും അതിശയോക്തിയുള്ളതായി ധരിക്കരുതെന്നു യാചിക്കുന്നു. നാസ്റ്റെൻക, ദൈവത്തെ ഓർത്ത് അങ്ങിനെ ധരിക്കരുത്. കാരണം, വിഷാദചിന്ത, എന്തെന്നില്ലാത്ത വിഷാദചിന്ത, ചിലപ്പോൾ എന്നെ ഗ്രസിക്കാറുണ്ട്.. അത്തരം സന്ദർഭങ്ങളിൽ എനിക്ക് തോന്നിത്തുടങ്ങുന്നു. പുതിയ, യാഥാർത്ഥ്യവുമായുള്ള എല്ലാ ബന്ധവും അതെക്കുറിച്ചുള്ള എല്ലാ ബോധവും എനിക്ക് നഷ്ടപ്പെട്ടുകഴിഞ്ഞെന്ന്, ഞാൻ എന്റെ ആത്മാവിനെ വിൽക്കുകയായിരുന്നുവെന്ന്. എന്റെ മനോരാജ്യത്തിന്റെ രാവുകളെത്തുടർന്ന് ഇപ്പോൾ വരുന്നത് വിവേകത്തിന്റെ നിമിഷങ്ങളാണ്. അവയാകട്ടെ, ഭയാനകവുമാണ്! ഈ സമയത്തെല്ലാം ചുറ്റുപാടും മനുഷ്യഗർത്തത്തിൽ ചുഴന്നുകറങ്ങുന്ന ജീവിതത്തിന്റെ ആരവം കേൾക്കാം. ആളുകൾ ജീവിക്കുന്നത്, ഒരു യഥാർത്ഥജീവിതം നയിക്കുന്നത്, നിങ്ങൾക്ക് കേൾക്കുകയും കാണുകയും ചെയ്യാം. പറഞ്ഞു പണിയിച്ച ഒന്നല്ല അവരുടെ ലോകമെന്നും ഒരു കിനാവുപോലെയോ ദർശനംപോലെയോ അത് തകർന്നുവീഴുകയില്ലെന്നും സദാ യൗവനയുക്തവും പുനർയൗവനപ്രാപ്തവുമാണ് അവരുടെ ജീവിതമെന്നും അതിലെ ഓരോ നാഴികയും മുമ്പിലത്തേതിൽനിന്നു വ്യത്യസ്തമാണെന്നും കാണാം. നേരേമറിച്ച് കാതരമായ ഭാവനയാകട്ടെ, വിരസവും വൈവിധ്യരഹിതവും മുഷിപ്പനുമാണ്; ഓരോ നിഴലിന്റേയും തോന്നലിന്റേയും അടിമയാണത്. സെന്റ് പീറ്റേഴ്സ്ബർഗിലെ സൂര്യനെ നിധിപോലെ കരുതുന്ന ഓരോ യഥാർത്ഥ നഗരവാസിയുടേയും ഹൃദയത്തെ ദുഃഖത്തിലാഴ്ത്തിക്കൊണ്ട് സൂര്യനെ മറയ്ക്കുന്ന ആദ്യത്തെ കാർമേഘത്തിന്റെ അടിമ. ദുഃഖിതമായ ഭാവനയിൽ എന്തിരിക്കുന്നു? നിരന്തരമായ സംഘർഷത്തിന്റെ ഫലമായി നിങ്ങളുടെ അക്ഷയ ഭാവന അവസാനം തേഞ്ഞുപോകുന്നതായി, ക്ഷയിച്ചുപോകുന്നതായി,

അനുഭവപ്പെടുന്നു. കാരണം, നിങ്ങൾ പക്വത പ്രാപിച്ചുവരികയാണ് നിങ്ങളുടെ മുൻ ആദർശങ്ങൾ പിൻതള്ളപ്പെട്ടുകൊണ്ടിരിക്കുകയാണ്. അവ ശിഥിലമാകുന്നു, തകർന്ന് ഭസ്മമാകുന്നു. നിങ്ങൾക്ക് നയിക്കാൻ മറ്റൊരു ജീവിതമില്ലെങ്കിൽ അതേ ഉടഞ്ഞ നുറുങ്ങുകളിൽനിന്നും കഷണങ്ങളിൽനിന്നും അതിനെ വീണ്ടും പണിതുയർത്താൻ നിങ്ങൾ നിർബന്ധിതനാകുന്നു. അതേ സമയം നിങ്ങളുടെ ആത്മാവ് കാംക്ഷിക്കുന്നതും ആവശ്യപ്പെടുന്നതും വ്യത്യസ്തമായ ഒന്നാണ്! നമ്മുടെ സ്വപ്നജീവിതന്റെ പഴയ സ്വപ്നങ്ങളുടെ ചാമ്പലിനിടയിൽ വ്യർത്ഥമായി തിരയുന്നു. വീണ്ടും ഊതിക്കത്തിക്കാനായി ചെറിയൊരു തീപ്പൊരിയെങ്കിലും ആ നാശാവിഷ്ടങ്ങൾക്കിടയിൽ കണ്ടെത്തുമെന്നാണ് അയാളുടെ പ്രതീക്ഷ. അങ്ങിനെ വീണ്ടും ആളിക്കത്തുന്ന തീയ് തന്റെ തണുത്തുകോച്ചിയ ഹൃദയത്തിന് ചൂട്ട പകരുമെന്നും പണ്ട് അതിന് പ്രിയംകരമായിരുന്ന സർവ്വതും, അതിനെ ചലിപ്പിച്ച സർവ്വതും- തന്റെ രക്തം ചൂടുപിടിപ്പിച്ചതും കണ്ണുകളെ ഈറനാക്കിയതും തന്നെ സുന്ദരമായി വഞ്ചിച്ചതുമായ സർവ്വതും- അതിന് തിരിച്ചുനൽകുമെന്നും അയാൾ ആശിക്കുന്നു. ഞാനിപ്പോൾ ഏതു പതനത്തിലെത്തിയിരിക്കുന്നുവെന്ന് അറിയാമോ, നാസ്തെൻക? എന്റെ മുൻവികാരങ്ങളുടെ- കഴിഞ്ഞുപോയതും എന്നാൽ യഥാർത്ഥത്തിൽ ഒരിക്കലും സംഭവിച്ചിട്ടില്ലാത്തതുമായവയോടുള്ള എന്റെ വാത്സല്യത്തിന്റെ- വാർഷികം എനിക്കിപ്പോൾ ആചരിക്കേണ്ടിവരുന്നുവെന്നറിയാമോ? കാരണം, ബുദ്ധിശൂന്യവും അമൂർത്തവുമായ അതേ സ്വപ്നങ്ങളനുസരിച്ചാണ് ഈ വാർഷികവും ആചരിക്കേണ്ടത്. ആ ബുദ്ധിശൂന്യമായ സ്വപ്നങ്ങളുടെ വരവ് നിലച്ചതുകൊണ്ടാണ്, അവയ്ക്ക്, ഉപോൽബലകമായി നല്കാൻ എന്റെ പക്കൽ യാതൊന്നുമില്ലാത്തതുകൊണ്ടാണ്, ഞാൻ ഇങ്ങനെ ചെയ്യാൻ നിർബന്ധിതനാവുന്നത്. ഒരു കാലത്ത് ഞാൻ എന്റേതായ പ്രത്യേകവഴിക്ക് ആനന്ദമനുഭവിച്ച ഇടങ്ങൾ അനുസ്മരിക്കാനും ചില നിശ്ചിതദിവസങ്ങളിൽ അവ വീണ്ടും സന്ദർശിക്കാനും എനിക്കിപ്പോൾ ഇഷ്ടമാണെന്നറിയാമോ? തിരിച്ചുവിളിക്കാനാവാത്ത ഭൂതകാലവുമായി എന്റെ വർത്തമാനകാലത്തെ സ്വരപ്പെടുത്തിക്കൊണ്ടുപോകാൻ ഞാൻ ആഗ്രഹിക്കുന്നു. യാതൊരു ലക്ഷ്യമോ ഉദ്ദേശമോ ഇല്ലാതെ, നിരാശനും വിഷണ്ണനുമായി, ഒരു പ്രേതത്തെപ്പോലെ ഞാൻ പലപ്പോഴും സെന്റ് പീറ്റേഴ്സ്ബർഗിലെ തെരുവുകളിലൂടെയും ഇടവഴികളിലൂടെയും അലഞ്ഞുതിരിയാറുണ്ട്. ഹാ! എന്റെ ഓർമ്മകൾ! ഉദാഹരണത്തിന്, കൃത്യം ഒരു വർഷം മുമ്പ് ഇതേ സമയത്ത് ഇതേ നടപ്പാതയിലൂടെ ഇന്നത്തെപ്പോലെതന്നെ ഏകാകിയും നിരാശനുമായി ഞാൻ ഉലാത്തിയത് ഓർക്കുന്നു! എന്റെ സ്വപ്നങ്ങൾ ഇപ്പോഴത്തെപ്പോലെതന്നെ വിഷാദകരമായിരുന്നതായും

ഓർക്കുന്നു. അന്ന് ഇന്നത്തേക്കാൾ വലിയ മെച്ചമൊന്നുമില്ലായിരുന്നെങ്കിലും അക്കാലത്ത് ജീവിതം കുറേക്കൂടി അനായാസവും പ്രശാന്തവുമായിരുന്നുവെന്ന് എന്തുകൊണ്ടോ തോന്നിപ്പോകുന്നു. എന്നെ ഇപ്പോൾ മഥിക്കുന്ന അശുഭചിന്തകൾ അന്നെന്നെ അലട്ടിയിരുന്നില്ലെന്നും എനിക്ക് രാപകൽ സ്വസ്ഥതയരുളാത്ത ഉഗ്രവും വേദനാകരവുമായ മനസ്സാക്ഷിക്കുത്തലുകൾക്ക് അന്നു ഞാൻ ഇരയായിരുന്നില്ലെന്നും തോന്നിപ്പോകുന്നു. നാം സ്വയം ചോദിക്കുന്നു: എവിടെപ്പോയി ആ സ്വപ്നങ്ങൾ? നാം തല കുലുക്കിക്കൊണ്ടു പറയുന്നു: എത്ര വേഗമാണ് വർഷങ്ങൾ കടന്നുപോകുന്നത്! വീണ്ടും സ്വയം ചോദിക്കുന്നു: നീ നിന്റെ ജീവിതംകൊണ്ട് എന്തു ചെയ്തു? നിന്റെ ഏറ്റവും നല്ല വർഷങ്ങളെ എവിടെ കുഴിച്ചിട്ടു? നീ ജീവിച്ചിട്ടുണ്ടോ ഇല്ലയോ? നോക്കൂ, നാം സ്വയം പറയുന്നു, നോക്കൂ, ലോകം എത്ര തണുത്തു വരികയാണെന്ന്! മ്ലാനമായ ഏകാന്തതയും കാഴ്ചവച്ചുകൊണ്ട് വർഷങ്ങൾ ഇനിയും കടന്നുപോകും. പിന്നീട് വടിയൂന്നി, വിറച്ചുകൊണ്ട്, വാർദ്ധക്യത്തിന്റെ വരവായി. അതു കഴിഞ്ഞോ? ദുരിതവും ശൂന്യതയും മാത്രം. നിങ്ങളുടെ സങ്കല്പലോകം മങ്ങിപ്പോകുന്നു. സ്വപ്നങ്ങൾ നിർജ്ജീവമായ മഞ്ഞ ഇലകളെപ്പോലെ വാടിക്കൊഴിഞ്ഞുപോകുന്നു. ഹാ നാസ്റ്റെൻക! തനിച്ചുകഴിയുന്നത്, നിശ്ശേഷം തനിച്ചു കഴിയുന്നത്, എത്ര സങ്കടകരമാണ്! ഖേദിക്കാൻ പോലും ഒന്നുമില്ല, യാതൊന്നും... കാരണം, എനിക്ക് നഷ്ടപ്പെടാൻ ആകെയുള്ളത് സ്വപ്നങ്ങളാണ്, ഇല്ലായ്മയാണ്, കേവലം ബുദ്ധിശൂന്യമായ ഇല്ലായ്മ!"

"അയ്യോ, നിർത്തൂ, എനിക്കിപ്പോൾത്തന്നെ കരച്ചിൽ വരുന്നു," ഒരു കണ്ണുനീർത്തുള്ളി തുടച്ചുകൊണ്ട് നാസ്റ്റെൻക പറഞ്ഞു. "അതെല്ലാം ഇന്നത്തോടെ തീർന്നു! മേലിൽ നമ്മൾ രണ്ടുപേരുണ്ട്. എനിക്ക് എന്തു തന്നെ സംഭവിച്ചാലും നമ്മൾ ഇനി ഒരിക്കലും പിരിയുകയില്ല. ഞാനൊരു സാധുവായ പെണ്ണാണ്. അമ്മൂമ്മ ഒരു അദ്ധ്യാപകനെ ഏർപ്പെടുത്തിത്തന്നെങ്കിലും എനിക്ക് വലിയ പഠിപ്പില്ല." എങ്കിലും നിങ്ങൾ പറയുന്നത് എനിക്ക് സത്യത്തിൽ മനസ്സിലാക്കാൻ കഴിയുന്നുണ്ട്. കാരണം, നിങ്ങൾ ഇപ്പോൾ എന്നോടുപറഞ്ഞ സർവ്വതും, അമ്മൂമ്മയുടെ വസ്ത്രവുമായി ബന്ധിച്ചിരുന്ന കാലത്ത് എനിക്കുതന്നെ അനുഭവപ്പെട്ടിട്ടുള്ളതാണ്. തീർച്ചയായും എനിക്കത് നിങ്ങളോളം ഭംഗിയായി വിവരിക്കാൻ കഴിയുകയില്ലായിരുന്നു. കാരണം, എനിക്ക് പഠിപ്പില്ല, അവൾ തെല്ലൊരു ലജ്ജയോടെ കൂട്ടിച്ചേർത്തു. എന്റെ നാടകീയമായ സംസാരത്തോടും ഉന്നതമായ സംസാരരീതിയോടും അവൾക്ക് കുറെ മതിപ്പു തോന്നിയിരുന്നു. "എങ്കിലും നിങ്ങൾ എന്റെ മുമ്പിൽ നിങ്ങളുടെ ഹൃദയം തുറന്നുവച്ചതിൽ എനിക്ക് വളരെ സന്തോഷമുണ്ട്. അറിയാം,

ഭംഗിയായിട്ടറിയാം. ഞാനും ആഗ്രഹിക്കുന്നു, നിങ്ങളോട് എന്റെ കഥ പറയാൻ. കലവറയില്ലാതെ മുഴുവനും. പിന്നീട് നിങ്ങൾ എന്നെ ഉപദേശിക്കണം. നിങ്ങൾ വളരെ സമർത്ഥനാണ്. കഥ കേട്ടുകഴിഞ്ഞ് ഉപദേശം തരാമെന്ന് ഏറ്റോ?"

"നാസ്തെൻക!" ഞാൻ പറഞ്ഞു. "ഞാൻ ഇതേവരെ ഒരു ഉപദേഷ്ടാവായിരുന്നിട്ടില്ല- അതും സമർത്ഥനായ ഒരു ഉപദേഷ്ടാവ്. എങ്കിലും നാം ഇങ്ങനെയങ്ങ് തുടരുകയാണെങ്കിൽ അതാണ് ഏറ്റവും നല്ല പോംവഴിയെന്നു തോന്നുന്നു. നമുക്ക് പരസ്പരം ഏറ്റവും സമർത്ഥമായ ഉപദേശങ്ങൾ കൈമാറാനൊക്കും. നാസ്തെൻക, എന്റെ സുന്ദരീ, ഭവതിക്കെന്താണ് അറിയേണ്ടത്? എന്നോട് തുറന്നുപറയൂ. ഞാനിപ്പോൾ അതീവ സന്തുഷ്ടനും അത്യന്തം ഉന്മേഷഭരിതനും ധൈര്യശാലിയും വിവേകശാലിയുമായിത്തീർന്നിരിക്കുന്നതുകൊണ്ട് ഒരു ഉത്തരത്തിനുവേണ്ടി തിരയേണ്ടിവരികയില്ല!"

"അല്ലല്ല!" നാസ്തെൻക പൊട്ടിച്ചിരിച്ചുകൊണ്ട് ഇടപെട്ടു. "എനിക്ക് വേണ്ടത് വെറും സമർത്ഥമായ ഉപദേശമല്ല, ആത്മാർത്ഥവും സഹോദരനിർവ്വിശേഷവുമായ ഗുണദോഷമാണ്- ജീവിതകാലം മുഴുവൻ എന്നോട് ഇഷ്ടമായിരുന്നെങ്കിൽ തരുമായിരുന്ന തരത്തിലുള്ള ഗുണദോഷം."

"സമ്മതിച്ചു, നാസ്തെൻക, സമ്മതിച്ചു!" ആഹ്ലാദാതിരേകത്തോടെ ഞാൻ പറഞ്ഞു. "ഇരുപതു വർഷമായിട്ട് ഇഷ്ടമായിരുന്നെങ്കിൽപ്പോലും എനിക്കിപ്പോൾ തോന്നുന്നതിനേക്കാൾ കൂടുതൽ ഇഷ്ടം ഭവതിയോട് തോന്നുമായിരുന്നില്ല!"

"കൈ തരൂ!" നാസ്തെൻക പറഞ്ഞു.

"ഇതാ!" ഞാൻ അവൾക്കു കൈ നീട്ടി.

"അങ്ങിനെ നമുക്ക് എന്റെ കഥ തുടങ്ങാം."

നാസ്തെൻകയുടെ കഥ

"എന്റെ കഥയുടെ പകുതിഭാഗം നിങ്ങൾക്ക് ഇപ്പോൾത്തന്നെ അറിയാം- ചുരുങ്ങിയത്, എനിക്കൊരു അമ്മൂമ്മയുണ്ടെന്നെങ്കിലും അറിയാമല്ലൊ."

"മറ്റേ പകുതിയും ഇത്ര ചെറുതാണെങ്കിൽ..." ഞാൻ ഒരു ചെറുചിരിയോടെ പറഞ്ഞു.

മിണ്ടാതെ കേൾക്കൂ. ഒരു കാര്യം ആദ്യമേ പറഞ്ഞേക്കാം. ഇടയ്ക്കുകയറി പറയരുത്. അല്ലെങ്കിൽ ഞാൻ സർവ്വതും കൂട്ടിക്കുഴയ്ക്കും. മിണ്ടാതിരുന്നു കേൾക്കൂ.

“എനിക്കൊരു വയസ്സായ അമ്മൂമ്മയുണ്ട്. എന്റെ അച്ഛനും അമ്മയും മരിച്ചുപോയതുകൊണ്ട് ഞാൻ കുഞ്ഞുനാൾതൊട്ട് അവരുടെകൂടെയായിരുന്നു താമസം. അമ്മൂമ്മയ്ക്ക് അന്ന് ഇന്നത്തേക്കാൾ പണമുണ്ടായിരുന്നുവെന്നു തോന്നുന്നു. കാരണം അവർ ഇപ്പോഴും ആ നല്ല കാലത്തെക്കുറിച്ച് ഓർക്കാറുണ്ട്. അവർതന്നെ എന്നെ ഫ്രഞ്ച് പഠിപ്പിച്ചു. പിന്നീട് ഒരു വാദ്ധ്യാരെ ഏർപ്പെടുത്തിത്തന്നു. എനിക്ക് പതിനഞ്ച് വയസ്സായപ്പോൾ (ഇപ്പോൾ വയസ്സ് പതിനേഴാണ്) എന്റെ പഠിത്തം നിന്നു. ആ സമയത്താണ് ഞാനൊരു കുസൃതി കാട്ടിയത്. അതെന്താണെന്നു പറയുന്നില്ല. അത്ര സാരമായ ഒന്നുമായിരുന്നില്ലെന്നു പറഞ്ഞാൽ മതിയല്ലൊ. പക്ഷേ ഒരു ദിവസം രാവിലെ അമ്മൂമ്മ അന്ധയായതിനാൽ എന്നെ കൺവെട്ടത്തു നിർത്താൻ സാദ്ധ്യമല്ലെന്നു പറഞ്ഞുകൊണ്ട് അവർ ഒരു സേഫ്റ്റിപിന്നെടുത്ത് എന്റേയും അവരുടേയും വസ്ത്രങ്ങൾ തമ്മിൽ കൊളുത്തിവച്ചു. എന്റെ സ്വഭാവം നന്നായില്ലെങ്കിൽ ഇനിയുള്ള കാലം മുഴുവൻ ആ ഇരിപ്പ് ഇരിക്കേണ്ടിവരുമെന്ന് എന്നോടവർ പറഞ്ഞത് അപ്പോഴാണ്. തുടക്കത്തിൽ പുറത്തുചാടാൻ യാതൊരു മാർഗ്ഗവുമില്ലായിരുന്നു. വായനയായാലും പഠിത്തമായാലും തുന്നലായാലും അമ്മൂമ്മയുടെ അടുത്ത് ഇരുന്നേ പറ്റൂ. ഒരിക്കൽ ഞാൻ ഒരു സൂത്രം പ്രയോഗിച്ചു നോക്കി. എന്റെ സ്ഥാനത്ത് ഇരിക്കാൻ ഫ്യോക്ലയെ പറഞ്ഞു സമ്മതിപ്പിച്ചു. ഫ്യോക്ല ഞങ്ങളുടെ വേലക്കാരിയാണ്. ചെവി കേൾക്കില്ല. അവർ എന്റെ സ്ഥാനത്ത് ഇരുന്നു. ആ സമയത്ത് അമ്മൂമ്മ കസേരയിൽ ഇരുന്ന് ഉറങ്ങിപ്പോയി. ഞാൻ അടുത്തുള്ള ഒരു കൂട്ടുകാരിയെ കാണാൻ പോയി. കാര്യം കുഴപ്പത്തിൽ കലാശിച്ചെന്നു പറയേണ്ടതില്ലല്ലൊ. അമ്മൂമ്മ ഉണർന്നു. ഞാൻ അടങ്ങി അടുത്തിരിപ്പുണ്ടെന്നു വിചാരിച്ച് എന്തോ പറഞ്ഞു. അമ്മൂമ്മ എന്തോ ചോദിക്കുകയാണെന്നു ഫ്യോക്ലയ്ക്കു മനസ്സിലായെങ്കിലും അവർക്കതു കേൾക്കാൻ നിവൃത്തിയില്ലായിരുന്നു. എന്തു ചെയ്യണമെന്ന് അവർ ഗാഢമായി ആലോചിച്ചു. അവസാനം പിന്തിരി ഓടിപ്പോയി.”

ഇത്രയുമായപ്പോൾ നാസ്റ്റെൻക പൊട്ടിച്ചിരിച്ചു. ഞാനും കൂടെ ചിരിച്ചു. അവൾ പെട്ടെന്നു ചിരി നിർത്തി.

“ഞാനൊന്നു പറയട്ടെ. നിങ്ങൾ അമ്മൂമ്മയെ കളിയാക്കി ചിരിക്കരുത്. എനിക്കാകാം. ചിരിവരുന്ന കാര്യമായതുകൊണ്ട്. അമ്മൂമ്മയ്ക്കു സത്യത്തിൽ മറ്റൊരു തരത്തിലാവാൻ നിവൃത്തിയില്ല. എങ്കിലും എനിക്കവരോട് കുറേശ്ശെ സ്നേഹമുണ്ട്. അന്നെനിക്ക് തക്ക ശിക്ഷ കിട്ടി. എന്നെ വീണ്ടും പഴയ സ്ഥാനത്ത് പിടിച്ചിരുത്തി. അതിനുശേഷം ഒരു ചെറുവിരലനക്കാൻ പോലും എനിക്ക് നിവൃത്തിയില്ലായിരുന്നു.

“ഒരു കാര്യം പറയാൻ മറന്നുപോയി. ഞങ്ങൾക്ക്-അമ്മൂമ്മയ്ക്കെന്നു പറയുകയായിരിക്കും കൂടുതൽ ശരി-സ്വന്തമായിട്ടൊരു വീടുണ്ട്. തെരുവിന്നഭിമുഖമായി മൂന്നേ മൂന്നു ജനാലകളോടുകൂടിയ ഒരു കൊച്ചു വീട്. മുഴുവനും മരംകൊണ്ട് പണിതതാണ്. അമ്മൂമ്മയോളം തന്നെ പ്രായമുണ്ട്. അതിനൊരു മാളികമുറിയുണ്ട്. ഒരു ദിവസം പുതിയൊരു വാടകക്കാരൻ അവിടെ താമസമായി.”

“അപ്പോൾ പഴയ ഒരു വാടകക്കാരനുണ്ടായിരുന്നുവെന്നർത്ഥം,” ഞാൻ വെറുതെ തട്ടിവിട്ടു.

“തീർച്ചയായും,” നാസ്തെൻക പറഞ്ഞു, “അയാൾ നിങ്ങളെപ്പോലെ നാവിട്ടടിക്കുകയില്ലായിരുന്നു. സത്യം പറഞ്ഞാൽ, നാവനക്കാൻതന്നെ വയ്യാതായിക്കഴിഞ്ഞിരുന്നു. മെലിഞ്ഞ്, മുടന്തുള്ള, കാതു കേൾക്കാത്ത, കണ്ണു കാണാത്ത ഒരു കൊച്ചുവൃദ്ധൻ. അവസാനം, കൂടുതൽ ജീവിക്കാൻ വയ്യാതെ അയാൾ പോയി മരിച്ചു. അതുകൊണ്ടാണ് ഞങ്ങൾക്ക് പുതിയൊരു താമസക്കാരനെ വേണ്ടിവന്നത്. കാരണം, ഞങ്ങൾക്ക് ഒരു താമസക്കാരൻ കൂടിയേ തീരൂ. അയാൾ തരുന്ന വാടകയും അമ്മൂമ്മയ്ക്കു കിട്ടുന്ന പെൻഷനുമാണ് ഞങ്ങളുടെ ആകെ വരുമാനം. വിധിയെന്നു പറയട്ടെ, പുതിയ താമസക്കാരൻ ഒരു ചെറുപ്പക്കാരനായിരുന്നു. അന്നാട്ടുകാരനല്ല, പുറമെനിന്ന് പുതുതായി വന്നയാളാണ്. വാടകയുടെ കാര്യത്തിൽ വിലപേശാത്തതുകൊണ്ട് അമ്മൂമ്മ അയാൾക്ക് മുറി കൊടുത്തു. അവർ എന്നോടു ചോദിച്ചു: “നാസ്തെൻക, നമ്മുടെ വാടകക്കാരൻ ചെറുപ്പമാണോ?” കളവു പറയാൻ മടിച്ച് ഞാൻ പറഞ്ഞു: “അത്രയ്ക്കു ചെറുപ്പമല്ല, അമ്മൂമ്മേ, വയസ്സനുമല്ല.” “കാണാൻ കൊള്ളാമോ?” വീണ്ടും കളവു പറയാൻ മടിച്ച് ഞാൻ പറഞ്ഞു: “കാണാൻ കൊള്ളാം.” അമ്മൂമ്മ പറഞ്ഞു: “ലജ്ജാവഹം! ലജ്ജാവഹം! ചെറുമകളേ, സൂക്ഷിച്ചോ! അയാളെ നോക്കുകയോ ഓർക്കുകയോ അരുത്. കഷ്ടം, ലോകം എങ്ങോട്ടാണ് പോക്ക്! ഒന്നാലോചിച്ചുനോക്ക്, മാളികമുറിയിൽ താമസിക്കുന്ന വെറുമൊരു വാടകക്കാരൻ. എന്നിട്ട് അയാളെ കാണാൻ കൊള്ളാമത്രെ. എന്റെ കാലത്ത് ഇങ്ങനെയൊന്നുമായിരുന്നില്ല.”

അമ്മൂമ്മ എപ്പോഴും ‘തന്റെ കാലത്തെ’ക്കുറിച്ചു പറയുമായിരുന്നു. തന്റെ കാലത്ത് തനിക്ക് ചെറുപ്പമായിരുന്നു. തന്റെ കാലത്ത് സൂര്യനു കൂടുതൽ ചൂടുണ്ടായിരുന്നു. പാല്പാട ഇത്രവേഗം പുളിക്കുകയില്ലായിരുന്നു. മിണ്ടുമ്പോഴേക്ക് “തന്റെ കാല”ത്തെപ്പറ്റിയായി സംസാരം. ഞാൻ അവിടിരുന്ന് ആലോചിച്ചു പോയി: വാടകക്കാരൻ ചെറുപ്പമാണോ, സുമുഖനാണോ എന്നെല്ലാം ചോദിച്ചുകൊണ്ട് എന്തിനാണ് അമ്മൂമ്മ എന്റെ തലയിൽ ഓരോരോ വിചാരങ്ങൾ കടത്തിവിടുന്നത്? പക്ഷേ

ഞാനങ്ങിനെ യാദൃച്ഛികമായി ആലോചിച്ചുവെന്നേയുള്ളൂ. തുന്നാനുള്ള നൂലെടുത്ത് ഇഴയെണ്ണിയതോടെ ഞാൻ അക്കാര്യമേ മറന്നു.

"ഞങ്ങളുടെ വീട്ടിലെ താമസക്കാരന്റെ മുറിയിൽ പുതിയ ചുമർ ക്കടലാസ് ഒട്ടിച്ചുകൊടുക്കാമെന്നു ഞങ്ങൾ ഏറ്റിരുന്നു. ഒരു ദിവസം രാവിലെ അദ്ദേഹം അക്കാര്യം അന്വേഷിക്കാൻ വന്നു. സംസാരം ഒരു വിഷയത്തിൽനിന്നു മറ്റൊന്നിലേക്കു കടന്നു. അമ്മൂമ്മ ഒരു വർത്തമാന ക്കാരിയാണ്. അവർ എന്നോടു പറഞ്ഞു: "നാസ്റ്റെൻക, നീ എന്റെ കിട പ്പറയിൽ പോയി ആ കണക്കുകൂട്ടാനുള്ള പലക എടുത്തുകൊണ്ടുവാ." ഞാൻ അപ്പോൾത്തന്നെ ചാടിയെണീറ്റു. എന്തുകൊണ്ടെന്നറിഞ്ഞില്ല, എന്റെ മുഖം ചുവന്നു. പിന്നുകൊണ്ട് കൊളുത്തിവച്ചിരിക്കുന്ന കാര്യം ഞാൻ മറന്നു. താമസക്കാരൻ കാണാതെ സൂത്രത്തിൽ പിന്ന് ഊരിമാ റ്റുന്നതിനുപകരം അമ്മൂമ്മയുടെ കസേരയെ തറയിലൂടെ വലിച്ചുകൊണ്ട് ഞാൻ ചാടിയെണീക്കുകയാണ് ചെയ്തത്. എന്നെപ്പറ്റി സർവ്വതും താമ സക്കാരൻ മനസ്സിലാക്കിയെന്നു കണ്ടപ്പോൾ ഞാൻ, നിന്നിടത്തുനിന്ന് അനങ്ങാതെ പെട്ടെന്നു പൊട്ടിക്കരഞ്ഞു. ആ സങ്കടവും നാണക്കേടും എനിക്ക് സഹിക്കാൻ കഴിഞ്ഞില്ല. "നീ എന്തിനാണവിടെ നിൽക്കു ന്നത്? എന്ന് അമ്മൂമ്മ അട്ടഹസിച്ചപ്പോൾ ഞാൻ കൂടുതൽ ഉറക്കെ കരഞ്ഞു. എന്റെ നാണത്തിനു താനാണ് കാരണക്കാരനെന്നു കണ്ട് വാടകക്കാരൻ അപ്പോൾത്തന്നെ യാത്ര പറഞ്ഞ് ഇറങ്ങിപ്പോയി.

"അതിനുശേഷം ഹാളിൽ അനക്കം കേൾക്കുമ്പോഴേക്ക് എന്റെ ജീവൻ പോകും. വീട്ടിലെ താമസക്കാരൻ വരികയാണെന്നു വിചാരിച്ച് ഞാൻ മെല്ലെ പിന്നഴിച്ചുമാറ്റും. പക്ഷേ അതൊരിക്കലും അദ്ദേഹമായി രുന്നില്ല. അദ്ദേഹം വന്നതേയില്ല. രണ്ടാഴ്ച കഴിഞ്ഞു. ഒരു ദിവസം വാട കക്കാരൻ ഫ്യോക്ലയുടെ കൈവശം ഒരു കുറിപ്പ് കൊടുത്തയച്ചു. തന്റെ പക്കൽ ധാരാളം ഫ്രഞ്ച് പുസ്തകങ്ങളുണ്ടെന്നും എല്ലാം വായിക്കാൻ കൊള്ളാവുന്ന നല്ല പുസ്തകങ്ങളാണെന്നും ഞാൻ അവ വായിച്ചുകേൾ പ്പിക്കുന്നത് അമ്മൂമ്മയ്ക്ക് ഇഷ്ടമാണോ എന്നറിഞ്ഞാൽ കൊള്ളാമെന്നുമാ യിരുന്നു അതിന്റെ സാരം. അമ്മൂമ്മ അദ്ദേഹത്തിന്റെ നിർദ്ദേശം നന്ദിപൂർ വ്വം സ്വീകരിച്ചു. എങ്കിലും ആ പുസ്തകങ്ങൾ സദാചാരപരമാണോ എന്ന് അവർ കൂടെക്കൂടെ ചോദിക്കുമായിരുന്നു. സദാചാരവിരുദ്ധമാണെങ്കിൽ "അവ വായിച്ചിട്ടു ഗുണമില്ല, നാസ്റ്റെൻക," അവർ പറഞ്ഞു, "കാരണം, അവ നിന്നെ തെറ്റു ചെയ്യാൻ പഠിപ്പിക്കും."

"പക്ഷേ അവ എന്നെ പഠിപ്പിക്കുന്നത് എന്തായിരിക്കും, അമ്മൂമ്മേ? ഞാൻ ചോദിച്ചു. എന്താണ് അവയിൽ എഴുതിവച്ചിരിക്കുന്നത്?"

"കൊള്ളാം," അവർ പറഞ്ഞു, "ചെറുപ്പക്കാർ അന്തസ്സുള്ള

പെൺപിള്ളേരെ വശപ്പെടുത്തി, കല്യാണം കഴിക്കാനാഗ്രഹിക്കുന്നുവെന്നു ഭാവിച്ച്, അവരുടെ അച്ഛനമ്മമാരുടെ വീടുകളിൽനിന്നു തട്ടിക്കൊണ്ടു പോകുന്നതും പിന്നീട് ആ സാധുക്കളെ വഴിയാധാരമാക്കുന്നതുമാണ് അവയിൽ എഴുതിവച്ചിരിക്കുന്നത്. അവർക്ക് വന്നുചേരുന്ന ദുരന്തം വിവരിക്കാനാവാത്തവണ്ണം ദുഃഖകരമാണ്. ഞാൻ അത്തരം പുസ്തകങ്ങൾ ധാരാളം വായിച്ചിട്ടുണ്ട്," അമ്മൂമ്മ പറഞ്ഞു. "എത്ര ഭംഗിയായിട്ടാണ് അവയിൽ ഇതെല്ലാം പറഞ്ഞിരിക്കുന്നത്! മറ്റാരും കാണാതെ രാത്രി മുഴുവൻ ഉറക്കമിളച്ചിരുന്ന് വായിച്ചുപോകും. അതുകൊണ്ട്, നാസ്റ്റെൻക, നീ അത്തരം പുസ്തകങ്ങൾ ഒരിക്കലും വായിക്കാനിടവരരുത്! അയാൾ എങ്ങിനത്തെ പുസ്തകങ്ങൾ കൊടുത്തയച്ചുവെന്നാണ് നീ പറഞ്ഞത്?"

"സർ വാൾട്ടർ സ്കോട്ടിന്റെ നോവലുകളാണെല്ലാം അമ്മൂമ്മേ."

"സർ വാൾട്ടർ സ്കോട്ടിന്റെ നോവലുകളോ? അയാൾ സൂത്രമൊന്നും പറ്റിച്ചിട്ടില്ലെന്നു തീർച്ചയാണോ? അവയിലൊന്നിൽ വല്ല പ്രേമലേഖനവും ഒളിച്ചുവച്ചിട്ടുണ്ടോയെന്നു നോക്ക്."

"ഇല്ല, അമ്മൂമ്മേ," ഞാൻ പറഞ്ഞു, "കത്തൊന്നുമില്ല."

"പുറംചട്ടയുടെ അടിയിൽ നോക്ക്. അവന്മാർ ചിലപ്പോൾ അവയുടെ അടിയിൽ തിരുകിവയ്ക്കും. തെമ്മാടികൾ!"

" "ഇല്ല, അമ്മൂമ്മേ. പുറംചട്ടയുടെ അടിയിലും യാതൊന്നുമില്ല."

"ശരി. ഇല്ലാതെ നോക്കിക്കൊ!"

അങ്ങിനെ ഞങ്ങൾ സർ വാൾട്ടർ സ്കോട്ടിന്റെ കൃതികൾ വായിക്കാൻ തുടങ്ങി. ഒരു മാസംകൊണ്ട് പകുതി പുസ്തകങ്ങൾ വായിച്ചുതീർത്തു. ഞങ്ങളുടെ വീട്ടിലെ താമസക്കാരൻ വേറെ പുസ്തകങ്ങളും കൊടുത്തയച്ചു. പുഷ്കിന്റെ കുറെ കൃതികളും അവസാനം എനിക്ക് പുസ്തകങ്ങളില്ലാതെ ജീവിക്കാൻ വയ്യെന്നായി. ഞാൻ ചീനാരാജകുമാരനെ വിവാഹം ചെയ്യുന്നതിനെപ്പറ്റി സ്വപ്നം കാണാതായി.

"അങ്ങിനെയിരിക്കെ ഒരു ദിവസം ഞാൻ ഞങ്ങളുടെ വാടകക്കാരനെ കോണിപ്പടിയിൽവച്ച് കണ്ടുമുട്ടാനിടയായി. അമ്മൂമ്മ എന്തോ എടുത്തുകൊണ്ടുവരാൻ എന്നെ അയച്ചതാണ്. അദ്ദേഹം നിന്നു. എന്റെ മുഖം ചുവന്നു. അദ്ദേഹത്തിന്റേതും. എങ്കിലും അദ്ദേഹം പുഞ്ചിരിച്ചു. ക്ഷേമാന്വേഷണത്തിനുശേഷം അദ്ദേഹം ചോദിച്ചു: "പുസ്തകങ്ങൾ വായിച്ചോ?" ഞാൻ പറഞ്ഞു: "വായിച്ചു." "ഏതു പുസ്തകമാണ് ഏറ്റവും ഇഷ്ടപ്പെട്ടത്?" എന്നു ചോദിച്ചപ്പോൾ ഞാൻ പറഞ്ഞു: "എനിക്കേറ്റവും ഇഷ്ടപ്പെട്ടത് "ഐവാൻഹോ"[17]യും പുഷ്കിന്റെ കൃതികളുമാണ്." അപ്പോൾ അത്രയേ നടന്നുള്ളു.

“ഒരാഴ്ച കഴിഞ്ഞ് ഞാൻ അദ്ദേഹത്തെ വീണ്ടും കോണിപ്പടിയിൽവച്ച് കണ്ടുമുട്ടി. ഇത്തവണ അമ്മൂമ്മ അയച്ചതല്ല. ഞാൻതന്നെ എന്തോ എടുക്കാൻ പോയതാണ്. മണി രണ്ട് കഴിഞ്ഞിരുന്നു. ഞങ്ങളുടെ വീട്ടിലെ താമസക്കാരൻ സാധാരണ മടങ്ങിവരുന്ന സമയമാണത്. ഞങ്ങൾ ക്ഷേമാന്വേഷണങ്ങൾ കൈമാറി. അദ്ദേഹം ചോദിച്ചു: “അമ്മൂമ്മയുടെ അടുത്ത് ദിവസം മുഴുവൻ ഇരിക്കുന്നതിൽ മടുപ്പ് തോന്നുന്നില്ലേ?”

“അദ്ദേഹം അതു ചോദിച്ചപ്പോൾ ദുസ്സഹമായ ലജ്ജയും സങ്കടവും എന്നെ വീണ്ടും ചുട്ടുപൊള്ളിക്കുന്നതു പോലെ തോന്നി. എന്തുകൊണ്ടാണെന്ന സത്യത്തിൽ എനിക്കറിഞ്ഞുകൂടാ. ഒരുപക്ഷേ മറ്റുള്ളവർ ഇക്കാര്യത്തെപ്പറ്റി എന്നോടു ചോദ്യങ്ങൾ ചോദിക്കാൻ തുടങ്ങിയതുകൊണ്ടാവാം. ഞാൻ ഒന്നും മിണ്ടാതെ പോകണമെന്ന വിചാരിച്ചതാണ്. പക്ഷേ അതിനുള്ള കരുത്തില്ലായിരുന്നു.

“നീ ഒരു നല്ല പെൺകുട്ടിയാണ്,” അദ്ദേഹം പറഞ്ഞു. “ഞാൻ നിന്നോട് ഇങ്ങനെ സംസാരിക്കുന്നതിൽ ക്ഷമിക്കണം. പക്ഷേ ഒരു കാര്യം ഞാൻ ഉറപ്പുതരുന്നു. നിന്റെ കാര്യത്തിൽ അമ്മൂമ്മയ്ക്കുള്ളതിനേക്കാൾ ഉൽക്കണ്ഠ എനിക്കുണ്ട്. നിനക്ക് പോയിക്കാണാൻ കൂട്ടുകാരാരുമില്ലേ?”

കൂട്ടുകാരാരുമില്ലെന്നും മാഷെൻക എന്നൊരു കൂട്ടുകാരിയുണ്ടായിരുന്നത് പ്സ്കോവിലേക്കു പൊയ്ക്കഴിഞ്ഞെന്നും ഞാൻ പറഞ്ഞു.

“ “ഒരു കാര്യം ചോദിക്കട്ടെ,” അദ്ദേഹം പറഞ്ഞു. “എന്റെകൂടെ തീയേറ്ററിൽ വരുന്നോ?”

“തീയേറ്ററിലോ? പക്ഷേ അമ്മൂമ്മ എന്തു പറയും?”

“അമ്മൂമ്മയോടു പറയാതെ വരൂ.”

“ഇല്ല, അമ്മൂമ്മയെ പറ്റിക്കാൻ ഞാനാഗ്രഹിക്കുന്നില്ല,” എന്നു പറഞ്ഞുകൊണ്ട് ഞാൻ വിടവാങ്ങി.

അദ്ദേഹവും വിടവാങ്ങിയതല്ലാതെ കൂടുതലൊന്നും പറഞ്ഞില്ല.

അന്നുതന്നെ ഉച്ചഭക്ഷണത്തിനുശേഷം അദ്ദേഹം ഞങ്ങളുടെ മുറിയിൽ വന്നു. ഒരു കസേരയിൽ ഇരുപ്പുറപ്പിച്ചുകൊണ്ട് അമ്മൂമ്മയോട് ദീർഘനേരം സംസാരിച്ചു. പുറത്ത് എപ്പോഴെങ്കിലും പോകാറുണ്ടോ, സ്നേഹിതരുണ്ടോ എന്നെല്ലാം ചോദിച്ചു. പെട്ടെന്ന് അദ്ദേഹം പറഞ്ഞു: “ഞാൻ ഇന്നു രാത്രി ഓപ്പറയക്കു ടിക്കറ്റെടുത്തിട്ടുണ്ട്. സെവില്ലിലെ ക്ഷുരകൻ[18] ആണ് നടക്കുന്നത്. എന്റെ ചില കൂട്ടുകാർ കൂടെ വരുന്നുണ്ടെന്നാണ് പറഞ്ഞത്. പക്ഷേ അവസാനം അവർ മനസ്സുമാറ്റി. ഇപ്പോൾ എന്റെ കയ്യിൽ ടിക്കറ്റുകൾ അധികമിരിക്കുന്നു.”

“സെവില്ലിലെ ക്ഷുരക”നോ! “അമ്മൂമ്മ ആവേശപൂർവ്വം പറഞ്ഞു. “എന്റെ കാലത്ത് കളിച്ചിരുന്ന അതേ “ക്ഷുരകൻ” തന്നെയോ?

“അതെ, അദ്ദേഹം പറഞ്ഞു. “അതേ “ക്ഷുരകൻ” തന്നെ. അദ്ദേഹം എന്റെനേരെ കണ്ണയച്ചു. എനിക്ക് കാര്യം മനസ്സിലായിക്കഴിഞ്ഞിരുന്നു. എന്റെ മുഖം തുടുത്തു. ഹൃദയം പ്രതീക്ഷാനിർഭരമായി തുള്ളിച്ചാടി.

“ശരിതന്നെ,” അമ്മൂമ്മ പറഞ്ഞു. “ശരിതന്നെ. എനിക്കറിഞ്ഞുകൂടേ! പണ്ടുകാലത്ത് ഞങ്ങളുടെ പട്ടണത്തിലെ നാടകവേദിയിൽ ഞാൻതന്നെ റൊസീനയുടെ ഭാഗം അഭിനയിച്ചിട്ടുള്ളതാണ്.”

“അമ്മൂമ്മയ്ക്ക് ഇന്ന് രാത്രി വന്നുകൂടേ?” ഞങ്ങളുടെ താമസക്കാരൻ ചോദിച്ചു. “എന്റെ കയ്യിൽ ടിക്കറ്റുണ്ട്.”

“ശരി, വന്നുകളയാം,” അമ്മൂമ്മ പറഞ്ഞു. “എന്തുകൊണ്ടു പാടില്ല? പോരെങ്കിൽ എന്റെ നാസ്റ്റെൻക ഇതേവരെ തീയേറ്ററിൽ പോയിട്ടില്ല.”

ദൈവമേ, എനിക്കുണ്ടായ സന്തോഷം! ഞങ്ങൾ അപ്പോൾത്തന്നെ ഒരുങ്ങിത്തുടങ്ങി. ഞങ്ങൾ വസ്ത്രങ്ങൾ മാറ്റി ഇറങ്ങി. കണ്ണുകാണാൻ വയ്യെങ്കിലും അമ്മൂമ്മ അതിലെ സംഗീതം കേൾക്കാൻ ആഗ്രഹിച്ചു. തന്നെയുമല്ല, അവരൊരു ദയാലുവായ വൃദ്ധയാണ്. എന്നെ ഒന്നു സന്തോഷിപ്പിക്കാൻ അവർ ആഗ്രഹിച്ചു. ഞങ്ങൾ തനിച്ച് പോവുകയെന്നത് നടപ്പില്ലാത്ത കാര്യമായിരുന്നു. സെവില്ലിലെ ക്ഷുരകനെക്കുറിച്ചുള്ള എന്റെ അഭിപ്രായം പറയാൻ നിവൃത്തിയില്ല. പക്ഷേ ഒന്നു പറയാം. ആ സായാഹ്നം മുഴുവൻ ഞങ്ങളുടെ വീട്ടിലെ താമസക്കാരൻ എന്റെ നേരെ ദയാമസൃണമായ നോട്ടങ്ങളയച്ചുകൊണ്ടിരുന്നു. എന്നോട് വളരെ രമ്യമായി സംസാരിച്ചു. തന്റെ കൂടെ തനിച്ചു വരണമെന്ന് അദ്ദേഹം അന്നു രാവിലെ എന്നോടു പറഞ്ഞത് എന്നെ പരീക്ഷിക്കാനായിരുന്നുവെന്ന് എനിക്ക് തൽക്ഷണം മനസ്സിലായി. ഞാൻ സന്തോഷംകൊണ്ട് മതിമറന്നു. അന്നുരാത്രി ഉറങ്ങാൻ കിടന്നപ്പോൾ എനിക്ക് എന്തെന്നില്ലാത്ത അഭിമാനവും ആഹ്ലാദവും അനുഭവപ്പെട്ടു. ഹൃദയം ഊക്കോടെ മിടിച്ചു. ചെറിയൊരു പനിക്കോളുപോലും തോന്നി. അന്നു രാത്രി മുഴുവൻ ഞാൻ “സെവില്ലിലെ ക്ഷുരക”നെപ്പറ്റി പുലമ്പിക്കൊണ്ടിരുന്നു.

“ഇനി അദ്ദേഹം ഞങ്ങളെ കൂടെക്കൂടെ സന്ദർശിക്കുമെന്നു ഞാൻ വിചാരിച്ചു. പക്ഷേ എനിക്ക് തെറ്റുപറ്റി. അദ്ദേഹത്തിന്റെ വരവ് നിശ്ശേഷം നിലച്ചെന്നു തന്നെ പറയാം. മാസത്തിലൊരിക്കലോ മറ്റോ വന്നെന്നിരിക്കും. അതുതന്നെ തീയേറ്ററിൽ പോകാൻ ക്ഷണിക്കാനാണ്. ഞങ്ങൾ ഒന്നുരണ്ടു തവണ പോവുകയും ചെയ്തു. പക്ഷേ എനിക്കത് തീരെ രസിച്ചില്ല. എന്നോടുള്ള അമ്മൂമ്മയുടെ പെരുമാറ്റം കണ്ട് അദ്ദേഹത്തിന് എന്നോട് സഹതാപം തോന്നുന്നുവെന്നല്ലാതെ

അതിലപ്പുറമൊന്നുമില്ലെന്ന് എനിക്ക് മനസ്സിലായി. ഞാനിരുന്ന് ആലോചിക്കാൻ തുടങ്ങി. അവസാനം എന്നിൽ ആകെയൊരു മാറ്റ മുണ്ടായി. എനിക്ക് അനങ്ങാതിരിക്കാൻ വയ്യെന്നായി, വായിക്കാൻ വയ്യെന്നായി, തുന്നാൻ വയ്യെന്നായി. ചിലപ്പോൾ ഞാൻ പൊട്ടിച്ചി രിക്കും. അല്ലെങ്കിൽ അമ്മൂമ്മയോടുള്ള വിരോധം തീർക്കാൻ എന്തെ ങ്കിലും ചെയ്യും. ചിലപ്പോൾ ഞാൻ വെറുതെ പൊട്ടിക്കരയും. എന്റെ ദേഹം വല്ലാതെ ശോഷിച്ചു. ഞാൻ കിടപ്പിലായെന്നുതന്നെ പറയാം. ഓപ്പറയുടെ കാലം അവസാനിച്ചതോടെ ഞങ്ങളുടെ വീട്ടിലെ താമസ ക്കാരന്റെ വരവ് പാടേ നിലച്ചു. ഞങ്ങൾ വല്ലപ്പോഴും- അതേ കോണി പ്പടിയിൽവച്ച്- കണ്ടുമുട്ടാനിടയായാൽ, എന്നോടു മിണ്ടാൻതന്നെ ആഗ്രഹിക്കുന്നില്ലെന്ന മട്ടിൽ അങ്ങേയറ്റത്തെ ഗൗരവത്തോടെയും മൗനമായും വന്ദിച്ചശേഷം അദ്ദേഹം പൂമുഖത്തേക്കിറങ്ങി പുറത്തേക്കു പോകും. ഞാനാകട്ടെ, ചെമ്പരത്തിപ്പൂപോലെ ചുവന്ന മുഖവുമായി ആ കോണിപ്പടിയിൽ പാതിവഴിക്ക് നിൽക്കുകയായിരുന്നു. അദ്ദേഹത്തെ കാണുമ്പോഴെല്ലാം എന്റെ തലയിലേക്ക് രക്തം ഇരച്ചുകയറും.

“എന്റെ കഥ തീരാറായി. കഴിഞ്ഞ മെയ് മാസത്തില് ഞങ്ങളുടെ വീട്ടിലെ താമസക്കാരൻ അമ്മൂമ്മയെ വന്നു കണ്ടു. ഇവിടുത്തെ ജോലിയെല്ലാം പൂർത്തിയാക്കിയതുകൊണ്ട് ഒരു വർഷത്തേക്ക് വീണ്ടും മോസ്കോയിലേക്കു പോവുകയാണെന്നു പറഞ്ഞു. ഇതുകേട്ടപ്പോൾ ഞാൻ, മുഖം വിളറി, ഒരു കസേരയിലേക്കു തളർന്നുവീണു. അമ്മൂമ്മ അതൊന്നും കണ്ടില്ല. അദ്ദേഹമാകട്ടെ, തന്റെ വേർപാടിനെക്കുറിച്ച് അറിയിച്ചശേഷം വന്ദിച്ച് പുറത്തിറങ്ങിപ്പോവുകയും ചെയ്തു.

“ഞാനെന്തു ചെയ്യും? ഞാൻ തല പുകഞ്ഞാലോചിച്ചു. മനസ് പുണ്ണാക്കി. അവസാനം ഒരു തീരുമാനത്തിലെത്തി. അദ്ദേഹം പിറ്റേന്നു പോവുകയാണ്. ആ സായാഹ്നത്തിൽത്തന്നെ, അമ്മൂമ്മ ഉറങ്ങാൻ കിടന്നതിനുശേഷം ഞാൻ രണ്ടിലൊന്നറിയാൻ ഉറച്ചു. അങ്ങിനെ പ്രവർത്തിക്കുകയും ചെയ്തു. എനിക്കുള്ള വസ്തുങ്ങളും അടിക്കുപ്പായങ്ങ ളുമെല്ലാം കൂടി ഒരു ഭാണ്ഡമാക്കിക്കെട്ടി ആ ഭാണ്ഡവും കക്ഷത്തിലിറു ക്കിപ്പിടിച്ചുകൊണ്ട് അർദ്ധപ്രാണയായി ഞാൻ ഞങ്ങളുടെ വീട്ടിലെ താമസക്കാരന്റെ മുറിയിലേക്കുള്ള കോവണി കയറി. ആ കോവണി കയറാൻ ഒരു മണിക്കൂറെടുത്തെന്നു തോന്നുന്നു. ഞാൻ കതക് തള്ളി ത്തുറന്നു. എന്നെ കണ്ടപ്പോൾ അദ്ദേഹം പകച്ച് വാപൊളിച്ചു പോയി. ഞാനൊരു പ്രേതമാണെന്നു ധരിച്ചുകാണും. അദ്ദേഹം ഓടിപ്പോയി കുറച്ചു വെള്ളമെടുത്തുകൊണ്ടു വന്നു. എനിക്ക് എണീറ്റുനിൽക്കാൻതന്നെ ശേഷിയില്ലായിരുന്നു. ഉച്ചത്തിലുള്ള ഹൃദയമിടിപ്പു കാരണം എനിക്ക്

തല വേദനിച്ചു. മനസ് വട്ടംകറങ്ങി. പ്രജ്ഞ വീണ്ടുകിട്ടിയപ്പോൾ ഞാൻ എന്റെ ഭാണ്ഡം അദ്ദേഹത്തന്റെ കട്ടിലിന്മേൽ വച്ച് അതിനടുത്ത് ഇരുന്നു. കൈകൊണ്ട് മുഖം പൊത്തി പൊട്ടിക്കരഞ്ഞു. അദ്ദേഹത്തിന് അപ്പോൾ ത്തന്നെ കാര്യം മുഴുവനും മനസ്സിലായെന്നു തോന്നുന്നു. വിളറിയ മുഖവും കണ്ണുകളിൽ ശോകാർത്തമായ നോട്ടവുമായി അദ്ദേഹം എന്റെ മുമ്പിൽ നിൽക്കുന്നതു കണ്ടപ്പോൾ എന്റെ ഹൃദയം ശിഥിലമാകുന്നതുപോലെ തോന്നി.

“നാസ്റ്റെൻക,” അദ്ദേഹം പറഞ്ഞു, “ദയവുചെയ്ത് ഞാൻ പറയുന്നതു കേൾക്കു. എനിക്ക് യാതൊന്നും ചെയ്യാൻ നിവൃത്തിയില്ല. ഞാനൊരു ദരിദ്രനാണ്. എനിക്കിനിയും ഒന്നുമായിട്ടില്ല. നല്ലൊരു ജോലിപോലുമില്ല. ഞാൻ നിന്നെ വിവാഹം ചെയ്താൽ നമ്മൾ എങ്ങിനെ ജീവിക്കും?”

ഞങ്ങൾ ദീർഘനേരം സംസാരിച്ചു. അവസാനം, എന്റെ ദുഃഖത്തിന്റെ കൂടുതൽകൊണ്ട് ഞാൻ അദ്ദേഹത്തോട് എല്ലാം പറഞ്ഞു- അമ്മൂമ്മയുടെ കൂടെ കൂടുതൽ താമസിക്കാൻ നിവൃത്തിയില്ലെന്നും ഞാൻ ഓടിപ്പോകുമെന്നും ഒരു സേഫ്റ്റിപിന്നുകൊണ്ട് ബന്ധിച്ചിരിക്കാൻ എനിക്കാഗ്രഹമില്ലെന്നും അദ്ദേഹത്തിന് ഇഷ്ടപ്പെട്ടാലും ഇല്ലെങ്കിലും ഞാൻ ഒപ്പം മോസ്കോയ്ക്കു പോകുമെന്നും എന്തുകൊണ്ടെന്നാൽ എനിക്ക് അദ്ദേഹത്തെക്കൂടാതെ ജീവിക്കാൻ സാദ്ധ്യമല്ലെന്നും പറഞ്ഞു. ലജ്ജയും പ്രേമവും അഭിമാനവും എല്ലാം അതിൽ അടങ്ങിയിരുന്നു. എല്ലാംകൂടി ഒരുമിച്ച് പതഞ്ഞുപൊങ്ങി. ജ്വരമൂർച്ഛയാലെന്നപോലെ ഞാൻ അദ്ദേഹത്തിന്റെ മെത്തയിലേക്കു വീണു. അദ്ദേഹത്തിന്റെ നിരാകരണത്തെ അത്രയ്ക്കു ഞാൻ ഭയന്നു.

“അല്പസമയം നിശ്ശബ്ദനായി ഇരുന്നശേഷം അദ്ദേഹം എണീറ്റ് എന്റെ അടുത്തു വന്ന് എന്റെ കൈ പിടിച്ചു.

“തങ്കം, എന്റെ ദയാവതിയായ നാസ്റ്റെൻക,” അദ്ദേഹം പറഞ്ഞു. അദ്ദേഹത്തിന്റെ മുഖത്തുകൂടി കണ്ണുനീർ ഒഴുകുന്നുണ്ടായിരുന്നു. എനിക്ക് പറയാനുള്ളത് മുഴുവൻ കേൾക്കു. “എനിക്ക് എന്നെങ്കിലും വിവാഹം കഴിക്കാനുള്ള ഒരു ചുറ്റുപാടുണ്ടാവുകയാണെങ്കിൽ എനിക്ക് സന്തോഷം പകരുന്നത് നീയല്ലാതെ മറ്റാരുമാവില്ലെന്നു ഞാൻ ശപഥം ചെയ്യുന്നു. എന്നെ വിശ്വസിക്കു- എന്നെ ഇപ്പോൾ സന്തുഷ്ടനാക്കാൻ നിനക്കു മാത്രമേ കഴിയൂ. ഇനി ഞാൻ പറയുന്നത് ശ്രദ്ധിച്ചുകേൾക്കു. ഞാൻ മോസ്കോയ്ക്കു പോവുകയാണ്. കൃത്യം ഒരു വർഷം അവിടെയായിരിക്കും. അതിനകം എന്റെ കാര്യങ്ങളെല്ലാം ഒതുക്കിത്തീർക്കാൻ കഴിയുമെന്നാണ് എന്റെ പ്രതീക്ഷ. ഞാൻ മടങ്ങിവരുമ്പോൾ നിനക്ക് എന്നോടുള്ള പ്രേമം അസ്തമിച്ചിട്ടില്ലെങ്കിൽ നമുക്ക് സന്തോഷമായിരിക്കാമെന്നു ഞാൻ ശപഥം ചെയ്യുന്നു. പക്ഷേ ഇപ്പോഴത് സാദ്ധ്യമേയല്ല. നിനക്കു

തരാൻ എന്റെ പക്കൽ യാതൊന്നുമില്ല. എനിക്കതിന് യാതൊരു അവകാശവുമില്ല. ഒരു വർഷത്തിനകമല്ലെങ്കിൽ എന്നെങ്കിലുമൊരിക്കൽ ഇത് തീർച്ചയായും സംഭവിക്കുമെന്നു ഞാൻ വീണ്ടും പറയുന്നു. പക്ഷേ നീ എനിക്ക് പകരം മറ്റൊരാളെ സ്വീകരിച്ചില്ലെങ്കിൽ മാത്രം. കാരണം, നിന്നിൽനിന്നും ഒരു പ്രതിജ്ഞ ഈടാക്കാൻ എനിക്ക് നിവൃത്തിയില്ല. ഞാനതിനു മുതിരുന്നുമില്ല."

"ഇതാണ് അദ്ദേഹം പറഞ്ഞത്. പിറ്റേന്ന് അദ്ദേഹം പോവുകയും ചെയ്തു. അമ്മൂമ്മയോട് ഇതെപ്പറ്റി ഒരക്ഷരം മിണ്ടരുതെന്നു ഞങ്ങൾ തീരുമാനിച്ചിരുന്നു. അദ്ദേഹത്തിന്റെ ആഗ്രഹമായിരുന്നു അത്. എന്റെ കഥ അവസാനിച്ചെന്നു പറയാം. കൃത്യം ഒരു വർഷം കഴിഞ്ഞു. അദ്ദേഹം മടങ്ങിവന്നു. വന്നിട്ട് മൂന്നുദിവസം കഴിഞ്ഞു. എന്നിട്ട്..."

എന്നിട്ട്? കഥയുടെ അവസാനം കേൾക്കാനുള്ള അക്ഷമയോടെ ഞാൻ ചോദിച്ചു. "എന്നിട്ട് അദ്ദേഹം ഇതേവരെ എന്നെ വന്നു കണ്ടില്ല!" പ്രകടമായ വിമ്മിഷ്ടത്തോടെ നാസ്റ്റെൻക പറഞ്ഞു. "യാതൊരു വിവരവുമില്ല."

അവൾ സംസാരം നിർത്തി. തെല്ലിട മൗനത്തിനുശേഷം അവൾ തല താഴ്ത്തി. കൈ രണ്ടുംകൊണ്ട് മുഖം പൊത്തി അതിദയനീയമായി പൊട്ടിക്കരഞ്ഞു. എന്റെ ഹൃദയം ചുട്ടുനീറി. ഇങ്ങനെയൊരു പര്യവസാനം ഞാൻ തീരെ പ്രതീക്ഷിച്ചതല്ല.

"നാസ്റ്റെൻക," അനുനയസ്വരത്തിൽ തെല്ലൊരു സങ്കോചത്തോടെ ഞാൻ പറഞ്ഞു. "നാസ്റ്റെൻക, ദൈവത്തെ ഓർത്ത് കരയരുതേ! ഭവതിക്കെങ്ങിനെ അറിയാം? ഒരുപക്ഷേ അയാൾ ഇനിയും വന്നെത്തിക്കാണുകയില്ല."

"വന്നെത്തി, വന്നെത്തി," നാസ്റ്റെൻക എതിർത്തു. "അദ്ദേഹം ഇവിടുണ്ട്. എനിക്കറിയാം. അദ്ദേഹം പുറപ്പെടുന്നതിന്റെ തലേ രാത്രിയിൽ ഞങ്ങൾ അതൊക്കെ പറഞ്ഞ് കരാറിലെത്തിയതാണ്. ഞാൻ നിങ്ങളോട് ഇപ്പോൾ വിവരിച്ചതുപോലെ എല്ലാ കാര്യങ്ങളും പറഞ്ഞ് സമ്മതമായപ്പോൾ ഞങ്ങൾ കുറച്ചു കാറ്റുകൊള്ളാൻവേണ്ടി ഇതേ സ്ഥലത്തു വന്നു. സമയം പത്തുമണി. ഞങ്ങൾ ഈ ബഞ്ചിൽ ഇരുന്നു. എന്റെ കരച്ചിലെല്ലാം അടങ്ങിയിരുന്നു. ഞാൻ അദ്ദേഹത്തിന്റെ സംസാരത്തിൽ ലയിച്ച് ഇരിക്കുകയായിരുന്നു... മടങ്ങിയെത്തുന്ന നിമിഷത്തിൽത്തന്നെ എന്റെ അടുത്തു വരുമെന്നും ഞാൻ അദ്ദേഹത്തെ തിരസ്കരിച്ചില്ലെങ്കിൽ അമ്മൂമ്മയോട് എല്ലാ കാര്യങ്ങളും പറയാമെന്നും അദ്ദേഹം പറഞ്ഞു. ഇപ്പോൾ അദ്ദേഹം മടങ്ങിയെത്തിയിരിക്കുന്നു. എനിക്കറിയാം. എന്നിട്ടും അദ്ദേഹം എന്റെ അടുത്തു വന്നില്ല. വന്നില്ല!"

അവൾ വീണ്ടും പൊട്ടിക്കരഞ്ഞു.

“ദൈവമേ! സഹായത്തിന് എന്തെങ്കിലുമൊന്നു ചെയ്യുകൂടേ!” എന്ന് വികാരവിവശനായി പറഞ്ഞുകൊണ്ട് ഞാൻ കൊടിയ നൈരാശ്യത്തോടെ ബെഞ്ചിൽ നിന്നു ചാടിയെണീറ്റു. “പറയൂ, നാസ്തെൻക. ഒരുപക്ഷേ ഞാൻ പോയി കണ്ടതുകൊണ്ട് വല്ല പ്രയോജനവുമുണ്ടാകുമോ?”

“പോകാമെന്നു തോന്നുന്നുണ്ടോ?” പെട്ടെന്നു തലയുയർത്തിക്കൊണ്ട് അവൾ ചോദിച്ചു. “ഓ, ഇല്ല,” അതിന്റെ വിഡ്ഢിത്തം മനസ്സിലാക്കി ഞാൻ പറഞ്ഞു. “എനിക്ക് മറ്റൊരു ബുദ്ധി തോന്നുന്നു. ഒരു കത്തെഴുതിയാലോ.”

“ഇല്ല എന്നെക്കൊണ്ടാവില്ല. അങ്ങിനെ ആരും ചെയ്യാറില്ല, അവൾ വാശിയോടെ പറഞ്ഞു. പക്ഷേ അതേ സമയം എന്റെ കണ്ണിൽ നോക്കാതിരിക്കാൻ ശ്രമിച്ചുകൊണ്ട് അവൾ തല കുനിച്ചു.

“എന്തുകൊണ്ടു പാടില്ല? എന്തുകൊണ്ടു ചെയ്യാറില്ല?” എന്റെ നിർദ്ദേശത്തിൽ ആവേശം പൂണ്ട് ഞാൻ തുടർന്നു. “പക്ഷേ അതൊരു പ്രത്യേക കത്തായിരിക്കണം. എല്ലാം ആശ്രയിച്ചിരിക്കുന്നത് അതെങ്ങിനെ എഴുതിയിരിക്കുന്നുവെന്നതിനെയാണ്. ഹാ നാസ്തെൻക! സത്യമാണിത്! എന്നെ വിശ്വസിക്കൂ. ഞാൻ യാചിക്കുന്നു. ഞാൻ ഭവതിക്ക് ദുരുപദേശം തരികയില്ല. എല്ലാം നേരെയാക്കാം. അന്ന് ആദ്യത്തെ ചുവടുവച്ചതു ഭവതിയല്ലേ? ഇന്ന് എന്തുകൊണ്ടായിക്കൂടാ?”

“ഇല്ലില്ല. ഞാൻ തീരെ അടക്കമില്ലാത്തവളാണെന്നു തോന്നും.”

“എന്റെ പൊന്നു നാസ്തെൻക!” ഒരു പുഞ്ചിരിയോടെ ഞാൻ ഇടപെട്ടു. “അങ്ങിനെയൊന്നും തോന്നില്ല. അയാൾ വാക്കു തന്ന സ്ഥിതിക്ക് ഭവതിയുടെ അവകാശമാണത്. മാത്രമല്ല, ഭവതി പറഞ്ഞതു വച്ചു നോക്കുമ്പോൾ അയാൾ വകതിരിവുള്ളവനാണ്. അന്തസ്സുറ്റതായിരുന്നു അയാളുടെ പെരുമാറ്റം.” എന്റെ വാദമുഖങ്ങളുടേയും പ്രേരണയുടേയും യുക്തിയുക്തതയിൽ ഉത്തരോത്തരം ആവേശഭരിതനായി ഞാൻ തുടർന്നു. “എങ്ങിനെയാണ് അയാൾ പെരുമാറിയത്? അയാൾ സ്വയം പ്രതിജ്ഞാബദ്ധനായി. എന്നെങ്കിലും വിവാഹം ചെയ്യുകയാണെങ്കിൽ അത് ഭവതിയെയല്ലാതെ മറ്റാരെയുമായിരിക്കില്ലെന്നു പറഞ്ഞു. അതേസമയം, ഇഷ്ടമുള്ളപ്പോൾ കയ്യൊഴിയാനുള്ള പൂർണ്ണസ്വാതന്ത്ര്യം ഭവതിക്കു തരികയും ചെയ്തു. അതുകൊണ്ട് ഭവതി ആദ്യത്തെ ചുവടുവയ്ക്കുന്നത് തികച്ചും ന്യായമാണ്. ഭവതിക്ക് അതിന് അവകാശമുണ്ട്. അയാളെ അപേക്ഷിച്ച് ഭവതിക്കൊരു മെച്ചമുണ്ട്. അയാളെ പ്രതിജ്ഞയിൽനിന്നു വിമുക്തനാക്കാൻ ഭവതി ഇപ്പോൾ ആഗ്രഹിക്കുന്നുവെന്നിരിക്കട്ടെ...”

"പറയൂ, നിങ്ങൾ അതെങ്ങിനെ എഴുതും?"

"ഏത്?"

"ആ കത്ത്.

"ഞാൻ എഴുതും, മാന്യസുഹൃത്തേ..."

"മാന്യസുഹൃത്തേ എന്നു വേണോ?"

"തീർച്ചയായും. എന്തോ, എനിക്കറിഞ്ഞുകൂടാ. ഒരുപക്ഷേ..."

"സാരമില്ല. ബാക്കി പറയൂ!"

" "മാന്യ സുഹൃത്തേ, ക്ഷമിക്കണം, ഞാൻ..." അല്ലെങ്കിൽ, വേണ്ട, ഭവതി ക്ഷമ ചോദിക്കേണ്ട കാര്യമൊന്നുമില്ല. ഈ വസ്തുതതന്നെ വേണ്ടത്ര ന്യായീകരണമാണ്. വെറുതെ ഇങ്ങനെ എഴുതിയാൽ മതി.:

ഞാനാണ് എഴുതുന്നത്. എന്റെ ക്ഷമകേട് പൊറുക്കണം. പക്ഷേ ആനന്ദത്തിന്റെ പ്രതീക്ഷകളുമായി ഒരു വർഷം മുഴുവൻ ഞാൻ കാത്തിരുന്നു. സംശയം വച്ചുകൊണ്ട് ഒരു ദിവസംപോലും താങ്ങാനാവാത്തത് എന്റെ കുറ്റമാണോ? അങ്ങ് മടങ്ങിവന്നു. അങ്ങേയ്ക്ക് മാനസാന്തരം വന്നിട്ടുണ്ടാവാം. അങ്ങിനെ സംഭവിച്ചിട്ടുണ്ടെങ്കിൽ ഞാൻ പശ്ചാത്തപിക്കുകയോ അങ്ങയെപ്പറ്റി വിധി കല്പിക്കുകയോ ചെയ്യുന്നില്ലെന്ന് ഈ കത്തിൽനിന്നും മനസ്സിലാവും. അങ്ങയുടെ ഹൃദയം എന്റെ വരുതിയിലല്ലാത്തതുകൊണ്ടാണ് ഞാൻ അങ്ങയെപ്പറ്റി വിധിയെഴുതാത്ത്. എന്റെ യോഗമാണത്!

"അങ്ങ് അന്തസ്സുള്ള ഒരാളാണ്. എന്റെ ഈ അക്ഷമപൂണ്ട വരികൾ വായിക്കുമ്പോൾ അങ്ങ് പുഞ്ചിരിക്കുകയോ അമർഷംകൊള്ളുകയോ ഇല്ല. വഴികാട്ടിത്തരാനോ ഗുണദോഷിക്കാനോ ആരുമില്ലാത്ത ഏകാകിനിയായ ഒരു സാധുപ്പെണ്ണാണ്, സ്വന്തം ഹൃദയത്തെ അടക്കിനിർത്താൻ ഒരിക്കലും കഴിയാത്ത ഒരുവളാണ്. അവ എഴുതുന്നതെന്ന് അങ്ങ് ഓർമ്മിക്കുമല്ലോ. എങ്കിലും ഒരേയൊരു നിമിഷത്തേക്ക് എന്റെ ആത്മാവിൽ ഇഴഞ്ഞുകയറിയ സംശയത്തിന് മാപ്പു തരൂ. അങ്ങയെ ഇത്രയേറെ പ്രേമിച്ച, ഇപ്പോഴും പ്രേമിക്കുന്ന, ഒരുവളെ മനസാപോലും വേദനിപ്പിക്കാൻ അങ്ങ് അശക്തനാണ്.

"അതെയതെ, ഞാൻ വിചാരിച്ചതുപോലെതന്നെയാണിത്," നാസ്തെൻക പറഞ്ഞു. അവളുടെ കണ്ണുകൾ ആഹ്ലാദംകൊണ്ടു തിളങ്ങി. "നിങ്ങൾ എന്റെ സംശയങ്ങൾക്ക് അറുതിവരുത്തി. ദൈവംതന്നെയാണ് നിങ്ങളെ എന്റെ അടുത്തേക്കയച്ചത്. നിങ്ങൾക്കു നന്ദി! നന്ദി!"

"എന്തിന്? ദൈവം അയച്ചതിനോ?" അവളുടെ ആഹ്ലാദഭരിതമായ മുഖത്തേക്ക് സന്തോഷത്തോടെ നോക്കിക്കൊണ്ട് ഞാൻ ചോദിച്ചു.

“അതെ, മറ്റൊന്നിനുമല്ലെങ്കിൽത്തന്നെ!”

“ഹാ, നാസ്തെൻക! ഭവതിക്കറിയാമോ- ചിലപ്പോൾ നമുക്ക് ചിലരോട് നന്ദി തോന്നുന്നു, അവർ നമ്മോടൊപ്പം ഒരേ ലോകത്തിൽ ജീവിക്കുന്നതുകൊണ്ടു മാത്രം. നമ്മൾ പരിചയപ്പെട്ടതുകൊണ്ട്. ഇനിയുള്ള ജീവിതം മുഴുവൻ ഞാൻ ഭവതിയെ ഓർക്കുമെന്നതുകൊണ്ട്, ഞാൻ ഭവതിയോടു നന്ദിയുള്ളവനാണ്!”

“നിർത്തൂ, നിർത്തൂ! ഇനി എനിക്ക് പറയാനുള്ളതു കേൾക്കൂ. മടങ്ങിവന്നയുടനെ വിവരം എന്നെ അറിയിക്കാനായി എന്റെ ചില പരിചയക്കാരുടെ അടുത്ത് കത്തേല്പിക്കാമെന്ന് അദ്ദേഹം ഏറ്റിരുന്നു. ഇതെപ്പറ്റിയാതൊന്നും അറിഞ്ഞുകൂടാത്ത നല്ല മനുഷ്യരാണവർ. ഇനി അഥവാ എഴുതാൻ കഴിഞ്ഞില്ലെങ്കിൽ-എല്ലാ കാര്യങ്ങളും കത്തിൽ പറയാൻ പറ്റില്ലല്ലോ -ഞങ്ങളുടെ സമ്മേളനസ്ഥലമായ ഇവിടെ ആ ദിവസംതന്നെ കൃത്യം പത്തു മണിക്കു വരുമെന്നും ഏറ്റിരുന്നു. അദ്ദേഹം മടങ്ങിയെത്തിയെന്ന് എനിക്കറിയാം. പക്ഷേ എത്തിയിട്ട് മൂന്നു ദിവസമായിട്ടും അദ്ദേഹം ഇവിടെ വരികയോ എനിക്കായി കത്തേല്പിക്കുകയോ ചെയ്തിട്ടില്ല. പകൽസമയത്ത് അമ്മൂമ്മയുടെ അടുത്തുനിന്ന് ഇറങ്ങിപ്പോരാൻ എനിക്ക് തീരെ നിവൃത്തിയില്ല. നിങ്ങൾ അതുകൊണ്ട് ഞാൻ പറഞ്ഞ നല്ല മനുഷ്യരുടെ അടുത്ത് നാളെ പോയി എന്റെ കത്ത് ഏല്പിക്കാമോ! അവരത് അദ്ദേഹത്തിന് എത്തിച്ചോളും. മറുപടിയുണ്ടെങ്കിൽ നിങ്ങൾ തന്നെ പത്തു മണിക്ക് ഇവിടെ കൊണ്ടുവരണം.”

“പക്ഷേ ഭവതിയുടെ കത്തോ? കത്തിന്റെ കാര്യം? ഭവതി ആദ്യം കത്തെഴുതണ്ടേ? അപ്പോൾ മറ്റന്നാളിനുമുമ്പ് മറുപടി പ്രതീക്ഷിക്കേണ്ട.”

“കത്ത്....” തെല്ലൊരു വെപ്രാളത്തോടെ നാസ്തെൻക പറഞ്ഞു. “കത്തുണ്ടല്ലോ...”

അവൾ പറഞ്ഞുവന്നത് മുഴുമിച്ചില്ല. ആദ്യം അവൾ തിരിഞ്ഞുനിന്നു. പിന്നീട് അവളുടെ മുഖം ചെമ്പരത്തിപ്പൂപോലെ ചുവന്നു. പെട്ടെന്ന് എന്റെ കയ്യിൽ കത്തിന്റെ സ്പർശനം അനുഭവപ്പെട്ടു. പണ്ടുതന്നെ എഴുതിത്തയ്യാറാക്കി മേൽവിലാസമെഴുതി ഒട്ടിച്ചുവച്ചിരുന്ന ഒരു കത്താണതെന്നു സ്പഷ്ടമായിരുന്നു. ലോലവും തരളവുമായ ഒരു ഓർമ്മയുടെ ശകലം എന്റെ മനസ്സിലൂടെ ഒഴുകിപ്പോയി.

“റൊ-റൊ, സീ-സീ, നാ-നാ,”[19] ഞാൻ തുടങ്ങിവച്ചു.

“റൊസീനാ!” ഞങ്ങൾ ഒന്നിച്ചു പാടി. ആനന്ദാതിരേകത്താൽ ഞാനവളെ മുറുകെ പുണർന്നില്ലെന്നേയുള്ളൂ. അവളാകട്ടെ, മുഖമാകെ തുടുത്ത്, കറുത്ത ഇമകളിൽ കൊച്ചുമുത്തുകൾപോലെ തിളങ്ങിയ കണ്ണുനീരിനിടയിലൂടെ പൊട്ടിച്ചിരിച്ചു.

“നിർത്തു! നിർത്തു! ഞാൻ പോകട്ടെ!” അവൾ തിടുക്കത്തിൽ പറഞ്ഞു.

“കത്തിതാ. നിങ്ങൾ ഇത് എത്തിക്കേണ്ട മേൽവിലാസം പുറത്തുണ്ട്. ശരി, നാളെ കാണാം!”

ഊഷ്മളമായി എന്റെ കൈ പിടിച്ചമർത്തിക്കൊണ്ട് ഒന്നു തല കുലുക്കിയശേഷം അവൾ അമ്പുപോലെ അവളുടെ ഇടവഴിയിലേക്കു പാഞ്ഞു. അവൾ പോകുന്നതു നോക്കിക്കൊണ്ട് ഞാൻ ദീർഘനേരം നിന്നിടത്തുതന്നെ നിന്നു.

“നാളെ കാണാം! നാളെ കാണാം!” അവൾ കൺമുമ്പിൽനിന്നു മറഞ്ഞപ്പോൾ എന്റെ മനസ്സിലൂടെ പാഞ്ഞുപോയ ചിന്ത അതായിരുന്നു.

മൂന്നാമത്തെ രാത്രി

വിരസമായ ഒരു മഴദിവസമായിരുന്നു അന്ന്. പ്രകാശത്തിന്റെ ഒരു കടാക്ഷംപോലുമില്ല. ഈ ദിവസം പോലിരിക്കും എന്റെ ഏകാന്തമായ വാർദ്ധക്യകാലം. വിചിത്രമായ ചിന്തകൾ എന്നെ നാലുപാടുനിന്നും ആക്രമിക്കുകയാണ്. അസ്പഷ്ടമായ വികാരങ്ങളും ദുരൂഹമായ പ്രശ്നങ്ങളും എന്റെ മനസ്സിൽ വന്നുനിറയുകയാണ്. പക്ഷേ അവയ്ക്കൊരു വ്യക്തത നൽകാനുള്ള ശേഷിയോ ആഗ്രഹമോ എനിക്ക് എന്തുകൊണ്ടോ ഇല്ല. ഇതിനെല്ലാമൊരു പരിഹാരം കാണാൻ ഞാൻ ആളല്ല!

ഞങ്ങൾ തമ്മിൽ ഇന്നു രാത്രി കാണുകയില്ല. ഇന്നലെ രാത്രി ഞങ്ങൾ യാത്ര പറഞ്ഞ് പിരിഞ്ഞപ്പോൾ ആകാശത്ത് കാർമേഘങ്ങൾ തട്ടുത്തുകൂടാൻ തുടങ്ങിയിരുന്നു. ഒരു മൂടൽമഞ്ഞ് പറന്നുതുടങ്ങിയിരുന്നു. നാളെ കാലാവസ്ഥ മോശമായിരിക്കുമെന്നു ഞാൻ പറഞ്ഞപ്പോൾ അവൾ മറുപടിയൊന്നും പറഞ്ഞില്ല. അവൾ നിരാശപ്പെടാനാഗ്രഹിച്ചില്ല: അവളെ സംബന്ധിച്ചിടത്തോളം, അവളുടെ ആനന്ദത്തിന്റെ മേൽ നിഴൽ വീശാൻ നേരിയൊരു കാർമേഘംപോലുമില്ലാതെ, പ്രസന്നവും ശോഭനവുമായ ഒരു ദിവസമായിരിക്കും അത്.

“മഴ പെയ്താൽ നമ്മൾ കാണുകയില്ല,” അവൾ അപ്പോൾ പറയുകയുണ്ടായി. “ഞാൻ വരില്ല.”

ഇന്നു മഴ പെയ്ത കാര്യംതന്നെ അവൾ ശ്രദ്ധിച്ചിരിക്കില്ലെന്നാണ് ഞാൻ കരുതിയത്. പക്ഷേ അവൾ വന്നില്ല.

ഇന്നലെ രാത്രി ഞങ്ങളുടെ മൂന്നാമത്തെ സമാഗമം നടന്നു. ഞങ്ങളുടെ മൂന്നാമത്തെ വെളുത്ത രാത്രി....

ആനന്ദവും ആഹ്ലാദവും ഒരാൾക്ക് എത്രമാത്രം സൗന്ദര്യം പകരു മെന്നത് അത്ഭുതാവഹമാണ്! ഹൃദയത്തിൽ പ്രേമം നിറഞ്ഞുതുളുമ്പുന്നു. ഉള്ളിലുള്ള പ്രേമം മുഴുവൻ മറ്റൊരു ഹൃദയത്തിലേക്കു ചൊരിയാൻ മോഹമുദിക്കുന്നു. ചുറ്റുമുള്ള സർവ്വതും ആഹ്ലാദമയമായ പൊട്ടിച്ചിരികൾ കൊണ്ടു മുഴങ്ങാൻ കൊതിക്കുന്നു. ആഹ്ലാദമെന്നത് എത്ര സംക്രമിക മാണ്! ഇന്നലെ രാത്രി അവളുടെ വാക്കുകളിൽ എത്ര വാത്സല്യമാണ് അടങ്ങിയിരുന്നത്! അവളുടെ ഹൃദയത്തിൽ എന്തൊരു ദയാവായ്പായി രുന്നു! എത്ര ഇമ്പമായിട്ടാണ് അവൾ എന്നോടു പെരുമാറിയത്! എത്ര ഉദാരമായിട്ടാണ് എന്റെ വികാരങ്ങളെ മാനിച്ചത്! എത്ര മധുരമായ സ്വരത്തിലാണ് അവൾ എനിക്ക് ആശയും പ്രചോദനവും നൽകിയത്! എന്തൊരു ശൃംഗാരപ്രപഞ്ചമാണ് അവളുടെ ആനന്ദാവേശം സൃഷ്ടിച്ചത്! ഞാൻ... ഞാൻ കരുതി, അത് യഥാർത്ഥമാണെന്ന്; ഞാൻ കരുതി, അവൾ...

ദൈവമേ! എനിക്കെങ്ങിനെ അത്തരത്തിൽ ചിന്തിക്കാൻ തോന്നി? സർവ്വതും മറ്റൊരാളിന്റെ വകയായിരിക്കുമ്പോൾ, എന്റേതായി യാതൊന്നുമില്ലാത്തപ്പോൾ, അവളുടെ വാത്സല്യവും ഉൽക്കണ്ഠയും സ്നേഹവും-അതെ, എന്നോടുള്ള സ്നേഹംപോലും-അപരനുമായുള്ള ആസന്നസമാഗമത്തിലുള്ള ആഹ്ലാദം മാത്രമായിരിക്കുമ്പോൾ, ആ ആഹ്ലാദം ഞാനുമായി പങ്കിടാനുള്ള വ്യഗ്രത മാത്രമായിരിക്കുമ്പോൾ, ഞാനെങ്ങിനെ ഇത്രയേറെ അന്ധനായിപ്പോയി?... കാരണം, അയാൾ വരാതിരുന്നപ്പോൾ, ഞങ്ങളുടെ കാത്തുനില്പ് നിഷ്ഫലമായപ്പോൾ, അവളുടെ മുഖം വാടി. അവൾ ഭയചകിതയും അധീരയുമായി. അവളുടെ ചലനങ്ങളും വാക്കുകളുമെല്ലാംതന്നെ മുമ്പത്തെപ്പോലെ പ്രസാദാ ത്മകമോ ഉന്മേഷകരമോ ആയിരുന്നില്ല. വിചിത്രമെന്നു പറയട്ടെ, എന്നോടുള്ള അവളുടെ താല്പര്യം അതോടെ വർദ്ധിച്ചു. താൻ ആശിച്ചതും സഫലമാവില്ലെന്നു ചിന്തിക്കാൻ ഭയപ്പെടുന്നതുമെന്തോ അത് എന്റെ മേൽ നിർലോഭം കോരിച്ചൊരിയാൻ അവൾക്കൊരു നൈസർഗ്ഗിക പ്രേരണയുണ്ടായതുപോലെ തോന്നി. എന്റെ നാസ്റ്റെൻക വല്ലാതെ ഭയന്നും അമ്പരന്നും കാണപ്പെട്ടു. ഞാൻ അവളെ സ്നേഹിക്കുന്നുണ്ടെന്ന് അവസാനം മനസ്സിലായിട്ട് അവൾ എന്റെ ദീനഹൃദയത്തോട് അനുകമ്പ കാട്ടുകയാണെന്നു തോന്നി. നമ്മൾതന്നെ ദുഃഖിതരാവുമ്പോൾ മറ്റുള്ളവ രുടെ ദുഃഖം നമുക്കു കൂടുതൽ എളുപ്പം മനസ്സിലാവുന്നു. നമ്മിൽ അപ്പോൾ വികാരം നശിക്കുകയല്ല, കൂടുതൽ സാന്ദ്രമാവുകയാണ് ചെയ്യുന്നത്...

സമാഗമത്തിന്റെ മുഹൂർത്തമാവാൻ ആകാംക്ഷപൂണ്ട് നിറഞ്ഞ ഹൃദയത്തോടെ ഞാൻ അവളുടെ അടുത്തേക്കു ചെന്നു. എനിക്കിപ്പോൾ

തോന്നുന്നതെന്തായിരിക്കുമെന്നതിന്റെ യാതൊരു മുൻസൂചനയും ആ സമയത്ത് എനിക്ക് ലഭിച്ചില്ല. ഇങ്ങനെയൊരു പര്യവസാനമുണ്ടാകുമെന്നതിന്റെ യാതൊരു മുൻസൂചനയും ഇല്ലായിരുന്നു. അവളുടെ മുഖം ആഹ്ലാദത്താൽ ഭാസുരമായിരുന്നു. അവൾ അയാളുടെ മറുപടി കാക്കുകയാണ്. അയാൾതന്നെയാണ് അവൾക്കുള്ള മറുപടി. അയാൾ വരണം, അവളുടെ വിളി കേട്ട് ഓടിവരണം. ഞാൻ എത്തുന്നതിന് ഒരു മണിക്കൂർ മുമ്പേ അവൾ ഹാജരായിരിക്കുന്നു. ആദ്യം അവൾക്കെല്ലാം രസിച്ചു. ഞാൻ പറയുന്ന ഓരോ വാക്കു കേട്ടും അവൾ ചിരിച്ചു.

എന്റെ ഹൃദയത്തിലുള്ളത് പുറത്തു പറയണമെന്നുണ്ടായിരുന്നെങ്കിലും ഞാൻ പറഞ്ഞില്ല.

"എനിക്കിത്രയേറെ സന്തോഷം എന്തുകൊണ്ടാണെന്നറിയാമോ?" അവൾ ചോദിച്ചു. "നിങ്ങളോട് എനിക്ക് ഇത്രമാത്രം സന്തോഷം തോന്നാനുള്ള കാരണം? ഇന്ന് എനിക്ക് നിങ്ങളോട് ഇത്രയേറെ സ്നേഹം തോന്നാനുള്ള കാരണം?"

"ഇല്ല, അറിഞ്ഞുകൂടാ. എന്താ?" ഞാൻ ചങ്കിടിപ്പോടെ ചോദിച്ചു.

"നിങ്ങൾ എന്നിൽ അനുരക്തനായിട്ടില്ലാത്തതുകൊണ്ടാണ് എനിക്ക് നിങ്ങളോട് ഇത്രയേറെ സ്നേഹം. നിങ്ങളുടെ സ്ഥാനത്ത് മറ്റാരായിരുന്നെങ്കിലും എന്നെ ശല്യപ്പെടുത്തുകയും അസഹ്യപ്പെടുത്തുകയും ചെയ്തേനെ. വിഷണ്ണനായിരിക്കുകയും നെടുവീർപ്പിടുകയും ചെയ്തേനേ, പക്ഷേ നിങ്ങൾ എത്ര യോഗ്യനാണ്!"

ഇത്രയും പറഞ്ഞുകൊണ്ട് അവൾ എന്റെ കൈ ബലമായി അമർത്തി. ഞാൻ വേദനകൊണ്ട് നിലവിളിച്ചില്ലെന്നേയുള്ളൂ. അവൾ പൊട്ടിച്ചിരിച്ചു.

"എത്ര നല്ല സ്നേഹിതനാണു നിങ്ങൾ!" ഒരു മിനിട്ടിനുശേഷം തികച്ചും ഗൗരവത്തിൽ അവൾ പറഞ്ഞു. "ദൈവംതന്നെയാണ് നിങ്ങളെ എന്റെ അടുത്തേക്കയച്ചത്. ഇപ്പോൾത്തന്നെ നിങ്ങൾ കൂടെയില്ലായിരുന്നെങ്കിൽ എനിക്ക് എന്തു സംഭവിക്കുമായിരുന്നുവെന്ന് ഒന്നാലോചിച്ചുനോക്കൂ. എത്ര നിസ്വാർത്ഥനാണ് നിങ്ങൾ! എത്ര നിർലോഭമാണ് നിങ്ങൾക്ക് എന്നോടുള്ള സ്നേഹം! എന്റെ വിവാഹത്തിനുശേഷവും നമ്മൾ ഉറ്റ ചങ്ങാതികളായിരിക്കും. കൂടപ്പിറപ്പുകളായിരുന്നെങ്കിൽ ആകുമായിരുന്നതിനേക്കാൾ കൂടുതൽ ഉറ്റ ചങ്ങാതികൾ. ഏതാണ്ട് അദ്ദേഹത്തോളംതന്നെ നിങ്ങളേയും ഞാൻ സ്നേഹിക്കും."

ഒരു നിമിഷത്തേക്ക് എനിക്ക് കലശലായ വ്യസനം തോന്നി. പക്ഷേ ചിരിയോടടുത്ത ഒരു വികാരം എന്റെ ഹൃദയത്തെ കിക്കിളിപ്പെടുത്തിത്തുടങ്ങിയിരുന്നു.

“മൂർച്ഛപോലുള്ള ഒരവസ്ഥയിലാണ് ഭവതി,” ഞാൻ പറഞ്ഞു. “ഭവതി ഭയന്നിരിക്കുകയാണ്. അയാൾ വരില്ലെന്നാണ് ഭവതിയുടെ വിചാരം.”

“ദൈവമേ, അല്ലല്ല! അവൾ പറഞ്ഞു. “ഇത്രയേറെ സന്തോഷവതിയല്ലായിരുന്നെങ്കിൽ ഞാനൊരുപക്ഷേ നിങ്ങളുടെ കുറ്റപ്പെടുത്തലും അവിശ്വാസവും കേട്ട് പൊട്ടിക്കരയുമായിരുന്നു. പക്ഷേ വളരെ ദിവസം ചിന്തിക്കാനുള്ള വക നിങ്ങൾ എനിക്ക് തന്നുകഴിഞ്ഞിരിക്കുന്നു. എങ്കിലും ഞാൻ അതേപ്പറ്റി പിന്നീട് ചിന്തിച്ചുകൊള്ളാം. ഇപ്പോൾ ഞാൻ ഒരു കാര്യം സമ്മതിക്കുന്നു. നിങ്ങൾ പറഞ്ഞതു ശരിയാണ്. അതെ, ശരിയാണ്. ഞാൻ എന്തുകൊണ്ടോ ആകെ അടിതെറ്റിയിരിക്കുകയാണ്. വളരെയേറെ പ്രതീക്ഷയോടെ ഇരിക്കുന്നതുകൊണ്ടോ എന്തോ, എന്റെ വികാരങ്ങൾ പെട്ടെന്ന് ക്ഷതപ്പെടുന്നു. പക്ഷേ മതി, നമ്മുടെ വികാരങ്ങളെ നമുക്കു മാറ്റിനിർത്താം.”

കാലൊച്ച കേട്ട് ഞങ്ങൾ ഞെട്ടി: ഇരുട്ടിൽനിന്ന് ഒരാൾ ഞങ്ങളുടെ നേരെ നടന്നുവന്നു. ഞങ്ങൾ ഇരുവരും കമ്പിതഗാത്രരായി. അവൾ നിലവിളിക്കാൻ ഭാവിച്ചു. ഞാൻ അവളുടെ പിടിവിട്ട് മാറിപ്പോകാൻ തുടങ്ങി. പക്ഷേ ഞങ്ങൾക്ക് തെറ്റുപറ്റി. അത് അയാളായിരുന്നില്ല.

“എന്താണിത്ര പേടി? എന്തിനാണ് പിടിവിട്ടത്?” എന്നു ചോദിച്ചുകൊണ്ട് അവൾ വീണ്ടും കൈ നീട്ടി. “എന്തുകൊണ്ടു പാടില്ല? നമുക്ക് ഒരുമിച്ച് അദ്ദേഹത്തെ കാണാം. നമ്മൾ എത്രമാത്രം പരസ്പരം സ്നേഹിക്കുന്നുവെന്ന് അദ്ദേഹം കാണണമെന്നാണ് എന്റെ ആഗ്രഹം.”

“നമ്മൾ എത്രമാത്രം പരസ്പരം സ്നേഹിക്കുന്നുവെന്നോ!” ഞാൻ ആവേശപൂർവ്വം പറഞ്ഞുപോയി.

“ഹാ നാസ്റ്റെൻക, നാസ്റ്റെൻക! ഞാൻ വിചാരിച്ചു. എത്ര അഗാധമായ അർത്ഥമാണ് ആ ഒരു വാക്കിനുള്ളത്? ഇതുപോലുള്ള സ്നേഹം ആത്മാവിനെ ഞെരിക്കുകയും ഹൃദയത്തിൽ കുളിരു കോരിയിടുകയും ചെയ്യുന്നു. നിന്റെ കൈ തണുത്തിരിക്കുമ്പോൾ എന്റേതു തീപോലെ ചുട്ടുപൊള്ളുന്നു. ഹാ നാസ്റ്റെൻക! നീ ഇത്ര അന്ധയായിപ്പോയോ!... സന്തുഷ്ടർ ചില അവസരങ്ങളിൽ എത്ര അസഹനീയരാണ്? പക്ഷേ നിന്നോട് എനിക്ക് ഒരിക്കലും കോപിക്കാൻ സാദ്ധ്യമല്ല!”

അവസാനം എനിക്ക് എന്റെ വികാരങ്ങൾ അടക്കവയ്യെന്നായി.

“നാസ്റ്റെൻക!” ഞാൻ പറഞ്ഞു. “ഈ ദിവസം മുഴുവൻ ഞാൻ എന്താണ് അനുഭവിച്ചുകൊണ്ടിരുന്നതെന്ന് അറിയാമോ?”

“ഇല്ല. എന്താണ്? വേഗം പറയൂ! എന്തുകൊണ്ടാണ് ഇതുവരെ ഒന്നും പറയാതിരുന്നത്!”

“ആദ്യംതന്നെ, നാസ്റ്റെൻക, ഞാൻ ഭവതിയുടെ എല്ലാ നിർദ്ദേശങ്ങളും നിറവേറ്റി. ഭവതിയുടെ നല്ല സ്നേഹിതരുടെ അടുത്തുപോയി കത്ത് കൊടുത്തു. എന്നിട്ട്... എന്നിട്ട്... വീട്ടിൽ വന്ന് കിടന്നുറങ്ങി.”

“അത്രയേയുള്ളോ?” ചിരിച്ചുകൊണ്ട് അവൾ ഇടയിൽകയറി ചോദിച്ചു.

“ഒട്ടുമുക്കാലും അത്രയേയുള്ളുവെന്നു പറയാം,” ഞാൻ വിമ്മിഷ്ടത്തോടെ പറഞ്ഞു. ബുദ്ധിശൂന്യമായ കണ്ണുനീർ എന്റെ കണ്ണുകളിൽ തളംകെട്ടിത്തുടങ്ങിയിരുന്നു. “നമ്മുടെ സമാഗമത്തിന് ഒരു മണിക്കൂർ മുമ്പ് ഞാൻ ഉണർന്നു. പക്ഷേ ഉറങ്ങിയതായിട്ട് എനിക്ക് തോന്നിയതേയില്ല. കാര്യമെന്താണെന്ന് കൃത്യമായി എനിക്ക് മനസ്സിലാകുന്നില്ല. അത് ഭവതിയോട് പറയാനാണ്-എന്നെസംബന്ധിച്ചിടത്തോളം സമയം നിശ്ചലമായതുപോലെ തോന്നിയെന്നും ആ നിമിഷംതൊട്ട് ഇനി എക്കാലത്തേക്കും ഒരേയൊരു വികാരം മാത്രമേ, ഒരേയൊരു ചേതന മാത്രമേ, എന്നിൽ അവശേഷിക്കൂ എന്നും ജീവിതംതന്നെ എന്നെ സംബന്ധിച്ചിടത്തോളം നിശ്ചലമായെന്നവണ്ണം ആ ഒരു നിമിഷം നിത്യമായി നിലനിൽക്കുമെന്നുമുള്ള കാര്യം ഭവതിയോടു പറയാനാണ്-ഞാനിവിടെ വന്നത്. ഉണർന്നപ്പോൾ, പണ്ടു പണ്ട് പരിചയമുള്ള ഒരു രാഗം ഓർക്കുകയാണെന്നു തോന്നി. എവിടെയോ വച്ച് ഒരിക്കൽ കേട്ട് പിന്നീട്ടു മറന്നുപോയ ഇമ്പമുള്ള ഒരു രാഗം. ഇക്കാലമത്രയും അത് എന്റെ ഹൃദയത്തിൽനിന്നു പൊട്ടിപ്പുറത്തുവരാൻ ശ്രമിക്കുകയായിരുന്നുവെന്നും ഇപ്പോൾ മാത്രമാണ്...”

“ദൈവമേ! ദൈവമേ!” നാസ്റ്റെൻക ഇടപെട്ടു. “എന്തൊക്കെയാണീ പറയുന്നത്! എനിക്കൊരക്ഷരം മനസ്സിലാകുന്നില്ല!”

“ഹാ നാസ്റ്റെൻക! ഈ വിചിത്രമായ വികാരം ഭവതിയെക്കൂടി അനുഭവപ്പെടുത്തണമെന്ന് എനിക്ക് കലശലായ ആഗ്രഹമുണ്ടായിരുന്നു...” ഞാൻ ദയനീയസ്വരത്തിൽ പറഞ്ഞുതുടങ്ങി. എങ്കിലും ആശയുടെ നേരിയ ഒരു കണിക അതിലടങ്ങിയിരുന്നു.

“നിർത്തൂ. കൂടുതൽ പറയണ്ട!” അവൾ പറഞ്ഞു. ഞൊടിയിടയിൽ അവൾ സർവ്വതും മനസ്സിലാക്കി. മിടുക്കി!

തൽക്ഷണം തന്നെ അവൾ പതിവിലേറെ വർത്തമാനക്കാരിയും ഉല്ലാസവതിയും വിനോദപ്രിയയുമായി കാണപ്പെട്ടു. അവൾ എന്റെ കൈപിടിച്ചു. പൊട്ടിച്ചിരിച്ചു. എന്നെയും ചരിപ്പിക്കാൻ ശ്രമിച്ചു. സംഭ്രമത്തിനിടയിൽ എന്റെ വായിൽ നിന്നു വീണ ഓരോ വാക്കും അവളുടെ നീണ്ട പൊട്ടിച്ചിരികൾക്കിടയാക്കി. എനിക്ക് ദേഷ്യം വന്നുതുടങ്ങി. പെട്ടെന്ന് അവളുടെ സംസാരം ശൃംഗാരസ്വരത്തിലായി.

“ഞാനൊരു കാര്യം പറയട്ടെ,” അവൾ പറഞ്ഞു. “നിങ്ങൾക്ക് എന്നോടു പ്രേമം തോന്നാത്തതിൽ എനിക്ക് കുറച്ചൊരു ഈർഷ്യയുണ്ട്. സ്ത്രീഹൃദയത്തിന്റെ കടംകഥയ്ക്ക് ഉത്തരം കാണാൻ ഇനിയൊന്നു ശ്രമിച്ചു നോക്കൂ! പക്ഷേ ഹേയ് നിർബന്ധബുദ്ധിക്കാരാ, ഒന്നും ഒളിച്ചുവയ്ക്കാതെ സംസാരിക്കുന്നതിന് നിങ്ങൾ എന്നെ പ്രശംസിക്കേണ്ടതാണ്. ഞാൻ നിങ്ങളോട് സർവ്വതും പറയുന്നു. സർവ്വതും. എന്റെ തലയ്ക്കകത്തു വരുന്ന എന്തു ഭോഷത്തവും വിളമ്പുന്നു!”

“കേൾക്കൂ! മണി പതിനൊന്നടിക്കുകയാണോ?” അകലെയുള്ള നഗരഗോപുരത്തിൽനിന്നു താളത്തിലുയർന്ന മണിമുഴക്കം ശ്രദ്ധിച്ചുകൊണ്ട് ഞാൻ ചോദിച്ചു. അവളുടെ ചിരി പെട്ടെന്നു മാഞ്ഞു. മൗനം പൂണ്ട് അവൾ മണിയടി എണ്ണിത്തുടങ്ങി.

“അതെ, പതിനൊന്നാണ്,” തരളവും കമ്പിതവുമായ സ്വരത്തിൽ അവൾ വിമ്മിഷ്ടപ്പെട്ടു പറഞ്ഞു.

അവളെ ഭയപ്പെടുത്തിയതിലും അവളെക്കൊണ്ടു മണിയടി എണ്ണിച്ചതിലും എനിക്ക് അപ്പോൾത്തന്നെ ഖേദം തോന്നി. എന്നെ പെട്ടെന്ന് ദ്രോഹബുദ്ധി ആവേശിച്ചതിൽ ഞാൻ സ്വയം ശപിച്ചു. അവളുടെ ദൈന്യാവസ്ഥ കണ്ട് ഞാൻ ദുഃഖിച്ചു. എന്റെ പാപത്തിന് എന്ത് പ്രതിവിധി ചെയ്യണമെന്ന് എനിക്ക് നിശ്ചയമില്ലായിരുന്നു. ഞാനവളെ സമാശ്വസിപ്പിക്കാൻ തുടങ്ങി. അയാൾക്കുവേണ്ടി ഒഴികഴിവുകൾ കണ്ടുപിടിക്കാനും അയാൾ വരാത്തതിനു തക്കതായ എന്തെങ്കിലും കാരണം കാണുമെന്നു സ്ഥാപിക്കാനും തുടങ്ങി. ഇതുപോലൊരു സന്ദർഭത്തിൽ നാസ്ത്തെൻകയെപ്പോലെ ഇത്രയെളുപ്പം മറ്റാരേയും ബോദ്ധ്യപ്പെടുത്താൻ സാദ്ധ്യമല്ല. അഥവാ, ഇതുപോലൊരു സന്ദർഭത്തിൽ ഏതു തരത്തിലുള്ള സാന്ത്വനവചനങ്ങൾക്കും സസന്തോഷം ചെവികൊടുക്കാൻ ആരും സന്നദ്ധരാകുമെന്നും നേരിയ ഒരു ഒഴികഴിവു പോലും കണ്ടെത്താൻ കഴിഞ്ഞാൽ അങ്ങേയറ്റം ആശ്വാസം കൊള്ളുമെന്നും പറയുകയായിരിക്കും കൂടുതൽ ശരി.

“ആലോചിച്ചുനോക്കിയാൽ ചിരി വരും,” പറഞ്ഞുവന്ന കാര്യത്തിൽ പൂർവ്വാധികം ആവേശംകൊണ്ടും എന്റെ വാദമുഖങ്ങളുടെ അസാമാന്യമായ യുക്തിയുക്തതയിൽ അഭിമാനംകൊണ്ടും ഞാൻ പറഞ്ഞു. അയാൾ വന്നുകാണാനിടയില്ല! നാസ്ത്തെൻക, ഭവതി എന്നെ പറ്റിച്ചു. എന്റെ മനസ്സാകെ കലക്കിമറിച്ചു. അതുകാരണം സമയത്തെപ്പറ്റിത്തന്നെ ഞാനാകെ ചിന്താകുഴപ്പത്തിലാണ്. ഒരു നിമിഷം ആലോചിച്ചുനോക്കൂ. ആ കത്ത് അയാൾക്കിനിയും കിട്ടിക്കാണാനിടയില്ല. അയാൾക്കു വരാൻ സാദ്ധ്യമല്ലെന്നിരിക്കട്ടെ. അയാൾ മറുപടിയെഴുതുകയാണെന്നു

വയ്യ. ഭവതിക്കതു നാളെയ്ക്കു മുമ്പു കിട്ടുകയില്ല. ഞാൻ നാളെ കഴിയുന്ന ത്ര രാവിലെ പോയി അത് വാങ്ങിക്കൊണ്ടുവന്ന് അപ്പോൾത്തന്നെ ഭവതിയെ വിവരമറിയിക്കാം. ഓർക്കാപ്പുറത്ത് സംഭവിക്കാവുന്ന ഒരായിരം കാര്യങ്ങളുണ്ട്. ഭവതിയുടെ കത്ത് എത്തുന്ന സമയത്ത് അയാൾ അവിടെ ഉണ്ടായിരുന്നില്ലെങ്കിലോ? ഒരുപക്ഷേ അയാളത് ഇതേവരെ വായിച്ചുപോലും കാണുകയില്ല! എന്തും സംഭവിച്ചിരിക്കാം."

"വാസ്തവം, വാസ്തവം!" നാസ്റ്റെൻക പറഞ്ഞു. "ഞാനത് ഓർത്തില്ല. ശരിയാണ്, എന്തും സംഭവിച്ചിരിക്കാം." എന്റെ അഭിപ്രായത്തോട് തികച്ചും യോജിപ്പു പ്രകടിപ്പിക്കുന്ന മട്ടിൽ അവൾ തുടർന്നു. പക്ഷേ അവ്യക്തമായ ഏതോ വിരുദ്ധചിന്ത അവളുടെ സ്വരത്തിൽ അസ്വാ ഭാവികത കലർത്തി. "നിങ്ങൾ ചെയ്യേണ്ടതെന്താണെന്നു പറയാം," അവൾ പറഞ്ഞു. "നാളെ കഴിവതും നേരത്തെ അവിടെ പോകണം. മറുപടിയുണ്ടെങ്കിൽ ഉടൻ എന്നെ വിവരമറിയിക്കണം. ഞാൻ താമ സിക്കുന്നതെവിടെയാണെന്ന് അറിയാമല്ലൊ, ഇല്ലേ?" അവൾ വീണ്ടും അവളുടെ മേൽവിലാസം പറഞ്ഞുതന്നു.

അതു കഴിഞ്ഞ് പെട്ടെന്ന് അവൾ എന്റെനേരെ എന്തെന്നില്ലാത്ത സ്നേഹവാത്സല്യങ്ങൾ പ്രകടിപ്പിക്കാൻ തുടങ്ങി. ഞാൻ പറയുന്നതു മുഴുവൻ അവൾ ബദ്ധശ്രദ്ധയായി കേൾക്കുകയാണെന്നു തോന്നി. പക്ഷേ നേരിട്ടൊരു ചോദ്യം ചോദിച്ചപ്പോൾ അവൾ മറുപടി പറയാതെ പരുങ്ങലോടെ മുഖം തിരിച്ചുകളഞ്ഞു. ഞാൻ അവളുടെ കണ്ണുകളിലേക്കു നോക്കി- അതെ, അതുതന്നെ. അവൾ കരയുകയാണ്!

"അയ്യോ എന്താണിത്!? കൊച്ചുകുഞ്ഞുങ്ങളെപ്പോലെ തുടങ്ങല്ലെ? എന്തൊരു കുട്ടിസ്വഭാവമാണിത്! സാരമില്ല!"

അവൾ പുഞ്ചിരിവരുത്താനും സ്വയം നിയന്ത്രിക്കാനും ശ്രമിച്ചു. പക്ഷേ അവളുടെ താടി വിറച്ചു. മാറിടം ഉയർന്നുതാണുകൊണ്ടിരുന്നു.

ഞാൻ നിങ്ങളെപ്പറ്റി ആലോചിക്കുകയായിരുന്നു, അല്പസമയത്തെ മൗനത്തിനുശേഷം അവൾ പറഞ്ഞു. നിങ്ങൾ എത്ര നല്ലവനാണ്. ശിലാഹൃദയയാണെങ്കിലേ എനിക്കത് അനുഭവപ്പെടാതിരിക്കാൻ കഴിയൂ. അല്പംമുമ്പ് എന്റെ ഉള്ളിൽ തോന്നിയതെന്താണെന്നോ? ഞാൻ നിങ്ങളെ രണ്ടുപേരേയും തട്ടിച്ചുനോക്കുകയായിരുന്നു. അദ്ദേഹം എന്തുകൊണ്ട്... നിങ്ങളായില്ല? എന്തുകൊണ്ട് നിങ്ങളെപ്പോലെയല്ല? എനിക്ക് കൂടുതൽ സ്നേഹം അദ്ദേഹത്തോടാണെങ്കിലും നിങ്ങളാണ് അദ്ദേഹത്തേക്കാൾ മെച്ചം."

ഞാൻ മറുപടിയൊന്നും പറഞ്ഞില്ല. ഞാൻ എന്തെങ്കിലും പറയുമെ ന്ന് അവൾ പ്രതീക്ഷിക്കുന്നതുപോലെ തോന്നി.

"ഞാൻ അദ്ദേഹത്തെ ഇനിയും ശരിക്ക മനസ്സിലാക്കിയിട്ടില്ലായിരിക്കം. അടുത്തറിഞ്ഞിട്ടില്ലായിരിക്കം. എനിക്ക് അദ്ദേഹത്തെ എപ്പോഴും ഭയമായിരുന്നുവെന്നു തോന്നുന്നു. ആളെപ്പോഴും വലിയ ഗൗരവക്കാരനാണ്. വലിയ ഭാവമാണെന്നു തോന്നും. പക്ഷേ അത് കാഴ്ചയിൽ മാത്രമേയുള്ളുവെന്ന് എനിക്കറിയാം. അദ്ദേഹത്തിന്റെ ഹൃദയത്തിൽ എന്റേതിലുള്ളതിനേക്കാളേറെ വാത്സല്യം കുടികൊള്ളുന്നുണ്ട്. ഞാൻ ഭാണ്ഡവുമായി കയറിച്ചെന്നപ്പോൾ അദ്ദേഹം എന്റെ നേർക്കയച്ച നോട്ടം ഞാൻ ഓർക്കുന്നു. എങ്കിലും എനിക്കദ്ദേഹത്തോട് ക്രമാധികമായ ആദരവുള്ളതുപോലെ തോന്നുന്നു. അപ്പോൾ ഞങ്ങൾ തുല്യരല്ലെന്നു വരുന്നു, ഇല്ലേ?"

"ഇല്ല, നാസ്റ്റെൻക, ഇല്ല!" ഞാൻ പറഞ്ഞു. "ലോകത്തിൽ മറ്റൊന്നിനോടും- ഭവതിയോടുതന്നെയും-അദ്ദേഹത്തോടുള്ളത്ര സ്നേഹം ഭവതിക്കില്ലെന്നാണ് അതിനർത്ഥം."

"അതെ, ശരിയായിരിക്കും," ആ നിഷ്കളങ്കഹൃദയ സമ്മതിച്ചു. "പക്ഷേ എനിക്കിപ്പോൾ തോന്നുന്നതെന്താണെന്നു പറയട്ടെ. ഇതിന് അദ്ദേഹവുമായി യാതൊരു ബന്ധവുമില്ല. ഞാൻ സാമാന്യമായി പറയുകയാണ്. എനിക്കിതു തോന്നിത്തുടങ്ങിയിട്ട് ഏറെക്കാലമായി. എന്തുകൊണ്ട് നമുക്കെല്ലാവർക്കും സഹോദരങ്ങളായി കഴിഞ്ഞുകൂടാ? ഏറ്റവും നല്ലയാളുകൾപോലും മറ്റുള്ളവരിൽനിന്ന് എന്തോ ഒന്ന് രഹസ്യമായി ഒളിച്ചുവയ്ക്കുന്നതുപോലെ തോന്നുന്നത് എന്തുകൊണ്ടാണ്? ഉള്ളിലുള്ളത് എന്തുതന്നെയായാലും, അതാണ് പറയാനുദ്ദേശിക്കുന്നതെങ്കിൽ, എന്തുകൊണ്ട് വാക്കുകളായി പ്രകാശിപ്പിച്ചുകൂടാ? പക്ഷേ ഉള്ളതിലേറെ ഗാംഭീര്യം നടിക്കാനാണ് സകലരുടേയും ശ്രമം. മനസ്സിലുള്ള വികാരങ്ങൾ അപ്പോൾത്തന്നെ പ്രകാശിപ്പിക്കുന്നത് അവയെ അധിക്ഷേപിക്കലാണെന്ന് അവർ ഭയപ്പെടുന്നതുപോലെ തോന്നുന്നു."

"ഹാ നാസ്റ്റെൻക, ഭവതി പറയുന്നത് സത്യമാണ്, പക്ഷേ അതിനു പല കാരണങ്ങളുമുണ്ട്," ആ നിമിഷത്തിൽ എന്റെ വികാരങ്ങൾക്ക് പൂർവാധികം കടിഞ്ഞാണിട്ടുകൊണ്ട് ഞാൻ പറഞ്ഞു.

"അല്ലല്ല," വികാരതരളിതയായി അവൾ പറഞ്ഞു. "നിങ്ങൾ മറ്റുള്ളവരെപ്പോലെയല്ല. എന്റെ ഉള്ളിലുള്ളത് നിങ്ങളോട് എങ്ങിനെ പറയണമെന്ന് എനിക്കുതന്നെ നിശ്ചയമില്ല. പക്ഷേ എനിക്ക് തോന്നുന്നു നിങ്ങൾ... ഉദാഹരണത്തിന്, ഇപ്പോൾത്തന്നെ നിങ്ങൾ എനിക്കുവേണ്ടി എന്തോ ഒന്ന് ബലികഴിക്കുകയാണെന്ന് എനിക്ക് തോന്നുന്നു," എന്റെ നേരെ ഒന്നു കണ്ണെറിഞ്ഞുകൊണ്ട് അവൾ മൃദുസ്വരത്തിൽ തുടർന്നു. "ഞാൻ നിങ്ങളോട് ഇങ്ങനെയൊക്കെ പറയുന്നത് ക്ഷമിക്കണം. ഞാനൊരു

പൊട്ടിപ്പെണ്ണാണ്. ഇനിയും ലോകം കണ്ടിട്ടില്ല. കാര്യങ്ങൾ എങ്ങിനെ പറയണമെന്നുകൂടി ചിലപ്പോൾ അറിഞ്ഞുകൂടാ." ഒളിച്ചു സൂക്ഷിച്ചുവച്ചിരുന്ന ഏതോ വികാരത്താൽ അവളുടെ ശബ്ദം വിറകൊണ്ടു. അതൊരു പുഞ്ചിരികൊണ്ടു മറയ്ക്കാൻ അവൾ ശ്രമിച്ചു. "പക്ഷേ നിങ്ങളോടുള്ള എന്റെ അകൈതവമായ നന്ദി പറയാനാണ്, ഇതെല്ലാം എനിക്കും അനുഭവപ്പെടുന്നുണ്ടെന്നു പറയാനാണ്, ഞാനാഗ്രഹിച്ചത്. ഇതിന് നിങ്ങൾ സന്തുഷ്ടിയാൽ ധന്യനാവട്ടെ! കഴിഞ്ഞ ദിവസം നിങ്ങൾ നിങ്ങളുടെ സ്വപ്നജീവിയെപ്പറ്റി പലതും പറഞ്ഞല്ലൊ. അതൊന്നും തന്നെ സത്യമല്ല. അതായത്, നിങ്ങളുമായി അതിന് യാതൊരു ബന്ധവുമില്ല. നിങ്ങൾ സുഖപ്പെട്ടുവരികയാണ്. നിങ്ങളിപ്പോൾ നിങ്ങളെക്കുറിച്ചു നൽകിയ വിവരണത്തിൽനിന്ന് തുലോം വ്യത്യസ്തനാണ്. എന്നെങ്കിലുമൊരു കാലത്ത് നിങ്ങൾ വല്ലവരേയും സ്നേഹിക്കാനിടയായാൽ നിങ്ങൾക്ക് അവളോടൊപ്പം എല്ലാ സുഖസൗഭാഗ്യങ്ങളും ഞാൻ നേരുന്നു. അവൾക്കായി ആശംസിക്കാൻ യാതൊന്നുമില്ല. കാരണം, നിങ്ങളോടൊപ്പം അവൾ ആനന്ദവതിയായിരിക്കും. എനിക്കതറിയാം. ഞാനൊരു പെണ്ണല്ലെ. ഞാൻ പറയുന്നതു വിശ്വസിക്കണം."

അവൾ മൗനം പൂണ്ടു. എന്റെ കൈ സ്നേഹപൂർവ്വം പിടിച്ചമർത്തി. മനഃക്ഷോഭത്താൽ ഞാനും നിരുദ്ധകണ്ഠനായിപ്പോയി. ഏതാനും മിനിട്ടുകൾ കടന്നുപോയി.

"അദ്ദേഹം ഇന്നിനി വരികയില്ലെന്നു വ്യക്തമാണ്," തലയുയർത്തിക്കൊണ്ട് അവൾ അവസാനം പറഞ്ഞു. "നേരം വളരെ വൈകി."

"നാളെ വരും," ഉത്തമബോദ്ധ്യം പ്രകാശിപ്പിക്കുന്ന മട്ടിൽ ഞാൻ ദൃഢസ്വരത്തിൽ പറഞ്ഞു.

"അതെ," അവൾ ഉന്മേഷവതിയായി ഏറ്റുപറഞ്ഞു. "എനിക്കിപ്പോൾ ബോദ്ധ്യമായി. അദ്ദേഹം നാളെയേ വരൂ. ഞാൻ പോകട്ടെ. നാളെ കാണാം! മഴപെയ്താൽ ഞാൻ വന്നില്ലെന്നിരിക്കും. പക്ഷേ മറ്റന്നാൾ ഞാൻ വരും. തീർച്ച. എന്തായാലും വരും. നിങ്ങളും വരാതിരിക്കരുത്. നിങ്ങൾ വരണമെന്നാണ് എന്റെ ആഗ്രഹം. ഞാൻ എല്ലാം പറയാം."

പിരിയുന്ന സമയത്ത് അവൾ എനിക്ക് കൈതന്നുകൊണ്ട് നിർവ്യാജമായ ഒരു നോട്ടത്തോടെ പറഞ്ഞു:

"നമ്മൾ ഇനി മുതൽ എന്നും ഒന്നിച്ചായിരിക്കും, അല്ലേ?"

ഹാ നാസ്റ്റെൻക, നാസ്റ്റെൻക ഞാനിപ്പോ അനുഭവിക്കുന്ന ഏകാന്തത നീ അറിഞ്ഞിരുന്നെങ്കിൽ!

ഘടികാരത്തിൽ ഒമ്പതടിച്ചപ്പോൾ എനിക്ക് മുറിയിൽ ഇരിക്കപ്പൊറുതിയില്ലാതായി. ഞാൻ വസ്ത്രം മാറ്റി മഴയെ വകവയ്ക്കാതെ

പുറത്തിറങ്ങി. ഞാൻ അവിടെപ്പോയി ഞങ്ങളുടെ ബഞ്ചിലിരുന്നു. അവളുടെ ഇടവഴി തിരിഞ്ഞെങ്കിലും ഞാൻ ലജ്ജിച്ച് തിരികെപ്പോന്നു. അവളുടെ ജനാലകളിലേക്ക് ഒന്ന് നോക്കിയതുപോലുമില്ല. അവളുടെ വീടെത്തുന്നതിനുമുമ്പുതന്നെ ഞാൻ തിരിഞ്ഞുനടന്നു. മുമ്പൊരിക്കലും അനുഭവപ്പെടാത്തത്ര തീവ്രമായ നിരാശയോടെയാണ് ഞാൻ വീട്ടിലേക്കു മടങ്ങിയത്. നനഞ്ഞ് വിരസമായ വല്ലാത്തൊരു ദിവസംതന്നെ! കാലാവസ്ഥ ഇത്ര മോശമല്ലായിരുന്നെങ്കിൽ ഞാൻ രാത്രി മുഴുവൻ അവിടെ അലഞ്ഞുനടന്നേനെ. പക്ഷേ നാളെ! നാളെവരെ കാക്കാം! നാളെ അവൾ എന്നോട് എല്ലാം പറയും.

ഇന്ന് കത്തൊന്നുമില്ലായിരുന്നു. പക്ഷേ കത്തു കാണാൻ വഴിയില്ല. അവരിപ്പോൾ ഒന്നിച്ചാണ്.

നാലാമത്തെ രാത്രി

ദൈവമേ! എങ്ങിനെയാണത് കലാശിച്ചത്! എന്തൊരു പര്യവസാനം!

ഞാൻ ഒമ്പതു മണിക്കെത്തി. അവൾ കാത്തു നില്പുണ്ടായിരുന്നു. കുറച്ചകലെവച്ചുതന്നെ ഞാനവളെ കണ്ടു. ആദ്യരാത്രിയിലെപ്പോലെ അവൾ കൈവരിയിൽ ചാരി നിൽക്കുകയാണ്. എന്റെ കാലൊച്ച അവൾ കേട്ടില്ല.

"നാസ്തെൻക!" എന്റെ മനഃക്ഷോഭത്തെ ഒരു തരത്തിൽ അടക്കിക്കൊണ്ട് ഞാൻ വിളിച്ചു.

അവൾ തൽക്ഷണം തല തിരിച്ചു.

"എവിടെ?" അവൾ പറഞ്ഞു. "വേഗം തരൂ!" ഞാൻ അവളെ പകച്ചു നോക്കിക്കൊണ്ടു നിന്നു.

"പറയൂ, കത്തെവിടെ? കത്ത് കൊണ്ടുവന്നില്ലേ?"

ഒരു കൈ കമ്പിയിൽ താങ്ങിക്കൊണ്ട് അവൾ വീണ്ടും ചോദിച്ചു.

"ഇല്ല കത്തില്ല," ഞാൻ അവസാനം പറഞ്ഞു.

"അയാളെ ഇനിയും കണ്ടില്ലേ?"

അവളുടെ മുഖം വിവർണ്ണമായി. അവൾ എന്നെ ദീർഘനേരം തുറിച്ചുനോക്കി. അവളുടെ അവസാനത്തെ ആശയേയും ഞാൻ തകർത്തിരിക്കുന്നു.

"ശരി, അദ്ദേഹത്തിന് അതാണിഷ്ടമെങ്കിൽ അങ്ങിനെത്തന്നെ," ഇടറിയ ശബ്ദത്തിൽ അവൾ അവസാനം പറഞ്ഞൊപ്പിച്ചു. "എന്നെ

ഈ സ്ഥിതിയിലാക്കാനാണിഷ്ടമെങ്കിൽ, അങ്ങിനെ നടക്കട്ടെ."

അവൾ കണ്ണുകൾ താഴ്ത്തി. എന്റെ മുഖത്തു നോക്കാനാഗ്രഹിച്ചെങ്കിലും കഴിഞ്ഞില്ല. അല്പസമയംകൂടി തന്റെ വികാരത്തെ അടക്കിനിർത്താൻ അവൾ പണിപ്പെട്ടു. പിന്നീട്, പെട്ടെന്ന് മുഖം തിരിച്ച്, കമ്പിയിൽ ചാരി നിന്നുകൊണ്ട് അവൾ പൊട്ടിക്കരഞ്ഞു.

"അരുത്, അരുത്," ഞാൻ പറഞ്ഞു. പക്ഷേ അവളെ ഒന്നു നോക്കിയതോടെ, ഞാൻ കൂടുതൽ പറയാൻ അശക്തനായി. പോരെങ്കിൽ, പറയാനെന്തിരിക്കുന്നു?

"എന്നെ സമാധാനിപ്പിക്കണ്ട," കണ്ണുനീരിനിടയിലൂടെ അവൾ പറഞ്ഞു. "അദ്ദേഹത്തെപ്പറ്റി എന്നോട് സംസാരിക്കണ്ട. അദ്ദേഹം വരുമെന്നു പറയണ്ട. ഇത്ര ക്രൂരമായി, മനുഷ്യത്വമില്ലാതെ, എന്നെ ഉപേക്ഷിച്ചില്ലെന്നു പറയണ്ട. പക്ഷേ എന്തിനിത്? എന്തിന്? എന്റെ ആ കത്തിൽ, ആ നശിച്ച കത്തിൽ, യാതൊന്നുമുണ്ടായിരുന്നില്ല. ഉവ്വോ?"

ഗദ്ഗദംകൊണ്ട് അവൾക്ക് തുടരാൻ കഴിഞ്ഞില്ല. അവളെ നോക്കിക്കൊണ്ടു നിന്ന എന്റെ ഹൃദയം ചുട്ടുനീറി.

"എത്ര നിർദ്ദയനാണദ്ദേഹം! എത്ര ക്രൂരനാണ്!" അവൾ വീണ്ടും പറഞ്ഞുതുടങ്ങി. "ഒരൊറ്റ വരിപോലുമില്ല! എന്നെ വേണ്ടെന്ന്, കയ്യൊഴിഞ്ഞെന്ന്, എഴുതുകയെങ്കിലും ചെയ്യാമായിരുന്നു. മൂന്നു ദിവസമായിട്ട് ഒരു വരിപോലുമില്ല! അദ്ദേഹത്തെ പ്രേമിക്കുന്നുവെന്ന ഒരേയൊരു കുറ്റം ചെയ്ത ഒരു അശരണയായ സാധുപ്പെണ്ണിനെ അധിക്ഷേപിക്കാനും ദണ്ഡിപ്പിക്കാനും അദ്ദേഹത്തിന് എത്ര എളുപ്പം കഴിയുന്നു! ഹാ, ഈ മൂന്നു ദിവസങ്ങൾക്കുള്ളിൽ ഞാൻ എന്തെല്ലാം സഹിച്ചിരിക്കുന്നു! ദൈവമേ! എന്റെ ദൈവമേ! ആദ്യത്തെ തവണ ഞാനാണ് അദ്ദേഹത്തിന്റെയടുത്തു ചെന്നതെന്ന്, മുട്ടുമടക്കിക്കൊണ്ട് അദ്ദേഹത്തിന്റെ മുമ്പിൽ പൊട്ടിക്കരഞ്ഞതെന്ന്, സ്നേഹത്തിനുവേണ്ടി, സ്നേഹത്തിന്റെ ഒരു കൊച്ചു കണികയ്ക്കുവേണ്ടി, അദ്ദേഹത്തോടു കെഞ്ചിയതെന്ന്, ഓർക്കുമ്പോൾ... അതെല്ലാം കഴിഞ്ഞിട്ട്!.. ഇതു കേൾക്കൂ!" അവൾ എന്റെ നേരെ തിരിഞ്ഞു. അവളുടെ കരിമിഴികൾ തിളങ്ങി. അല്ല! അങ്ങിനെയല്ല! അങ്ങിനെയാവാൻ സാദ്ധ്യമല്ല! നമ്മൾ രണ്ടുപേരിലൊരാൾക്ക് തെറ്റു പറ്റിയിട്ടുണ്ട്. ഒരുപക്ഷേ അദ്ദേഹത്തിന് എന്റെ കത്ത് ഇനിയും കിട്ടിയില്ലെങ്കിലോ? അദ്ദേഹത്തിന് അതെപ്പറ്റി യാതൊന്നും അറിഞ്ഞുകൂടെങ്കിലോ? കാരണം- ദൈവത്തെ ഓർത്ത് എനിക്ക് പറഞ്ഞുതരൂ; നിങ്ങൾതന്നെ തീരുമാനിക്കൂ, എനിക്ക് വിശദമാക്കിത്തരൂ; എന്തുകൊണ്ടെന്നാൽ എനിക്ക് മനസ്സിലാവുന്നില്ല-അദ്ദേഹം എന്നോടു പെരുമാറിയതുപോലെ ഇത്ര ക്രൂമായി, ഇത്ര കണ്ണിൽചോരയില്ലാതെ, ഒരാൾക്ക്

ആരോടെങ്കിലും പെരുമാറാൻ സാദ്ധ്യമാണോ?

ഒരൊറ്റ വാക്കുപോലുമില്ല! നീചരിൽ നീചരോടുപോലും ഇതിലേറെ കനിവു കാട്ടാറുണ്ട്. ഒരുപക്ഷേ അദ്ദേഹം എന്നെക്കുറിച്ച് എന്തെങ്കിലും കേട്ടിരിക്കുമോ? വല്ലവരും എന്നെപ്പറ്റി വല്ല നുണയും പറഞ്ഞുകൊടു ത്തിരിക്കുമോ?" ഈ അവസാനത്തെ ചോദ്യം അവൾ എന്റെ നേരെ തിരിഞ്ഞുകൊണ്ടാണ് ചോദിച്ചത്. "നിങ്ങൾക്കെന്തു തോന്നുന്നു?"

"നോക്കൂ, നാസ്റ്റെൻക, ഞാൻ നാളെപ്പോയി ഭവതിക്കുവേണ്ടി അയാളോടു സംസാരിക്കാം."

"എന്നിട്ടോ?"

"ഞാൻ അയാളോട് എല്ലാ കാര്യങ്ങളും ചോദിക്കും. എല്ലാ കാര്യ ങ്ങളും പറയും."

"അതു കഴിഞ്ഞോ?"

"ഭവതി അയാൾക്കൊരു കത്തെഴുതണം. സാദ്ധ്യമല്ലെന്നു പറയരുത്. നാസ്റ്റെൻക. അങ്ങിനെ പറയരുത്. അയാൾ ഭവതിയുടെ ഈ നടപടിയെ മാനിക്കും. അക്കാര്യം ഞാനേറ്റു. അയാൾ എല്ലാകാ ര്യങ്ങളും മനസ്സിലാക്കും. എന്നിട്ട്..."

"വേണ്ട, സ്നേഹിതാ, വേണ്ട," അവൾ ഇടപെട്ടു. "മതി! എന്നിൽനിന്ന് ഒരു വാക്കുപോലും-ഒരുവരിപോലും-ഇനി ഉണ്ടാവുകയില്ല. മതി! എനിക്ക ദ്ദേഹത്തെ പരിചയമില്ല, ഞാൻ അദ്ദേഹത്തെ സ്നേഹിക്കുന്നില്ല. ഞാൻ അദ്ദേഹത്തെ മറക്കും..." അവൾക്ക് കൂടുതൽ തുടരാൻ കഴിഞ്ഞില്ല.

"അരുത്, സ്വയം നിയന്ത്രിക്കൂ. ഇതാ ഇവിടിരിക്കൂ, നാസ്റ്റെൻക!" അവളെ പിടിച്ച് ബെഞ്ചിലിരുത്തിക്കൊണ്ട് ഞാൻ പറഞ്ഞു.

"ഞാൻ നിയന്ത്രണം കൈവിട്ടിട്ടില്ലല്ലോ. വിഷമിക്കണ്ട. ഇതു സാരമില്ല. വെറും കണ്ണുനീർ മാത്രമേയുള്ളൂ. അത് വറ്റിക്കോളും. ഞാൻ ആറ്റിൽ ചാടിയോ മറ്റോ ആത്മഹത്യ ചെയ്തുകളയുമെന്നു വിചാരിച്ചോ?"

എന്റെഹൃദയം ഉൽക്കടമായി ഉലഞ്ഞു. സംസാരിക്കാനാഗ്രഹിച്ചെ ങ്കിലും എന്റെ വായിൽനിന്ന് ഒരു വാക്കുപോലും പുറത്തു വന്നില്ല.

"പറയൂ," എന്റെ കരം ഗ്രഹിച്ചുകൊണ്ട് അവൾ പറഞ്ഞു. "നിങ്ങൾ ഇതുപോലെ പ്രവർത്തിക്കുമായിരുന്നോ? ഉവ്വോ? നിങ്ങളുടെയടുത്ത് സ്വമേധയാ വന്നവളെ നിങ്ങൾ കയ്യൊഴിയുമായിരുന്നോ? അവളുടെ പാവപ്പെട്ട മൂഢഹൃദയത്തോടുള്ള നിങ്ങളുടെ അവജ്ഞയും പുച്ഛവും അവളുടെ മുഖത്തെറിയുകയില്ലായിരുന്നു, ഉവ്വോ? നിങ്ങൾ അവളെ നിങ്ങളുടെ സംരക്ഷണത്തിലെടുക്കുമായിരുന്നില്ലേ? അവൾ ഏകാ കിനിയാണെന്നും അതെങ്ങിനെ തുടങ്ങിയെന്ന് അവൾക്കുതന്നെ

നിശ്ചയമില്ലെന്നും നിങ്ങളോടുള്ള പ്രേമത്തിൽനിന്നുള്ള രക്ഷാമാർഗ്ഗം അവൾക്കറിഞ്ഞുകൂടെന്നും കുറ്റം അവളുടേതല്ലെന്നും അവൾ തെറ്റുകാരിയല്ലെന്നും അവൾ യാതൊരു തെറ്റും ചെയ്തിട്ടില്ലെന്നും നിങ്ങൾക്ക് മനസ്സിലാകുമായിരുന്നില്ലേ? ദൈവമേ! എന്റെ ദൈവമേ!"

"നാസ്റ്റെൻക!" എന്റെ വികാരങ്ങൾ അടക്കാൻ കഴിയാതെ ഞാൻ പറഞ്ഞുപോയി. "നാസ്റ്റെൻക! ഭവതി എന്നെ ദണ്ഡിപ്പിക്കുകയാണ്! എന്റെ ഹൃദയം തകർക്കുകയാണ്! എന്നെ കൊല്ലുകയാണ്! എനിക്കിനി മൗനം ദീക്ഷിക്കാൻ സാദ്ധ്യമല്ല! എനിക്ക് പറഞ്ഞേ തീരൂ! എന്റെ ഹൃദയത്തിൽ വിങ്ങിനിൽക്കുന്ന സർവ്വതും പുറത്തിടാതെ നിവൃത്തിയില്ല!"

ഇത്രയും പറഞ്ഞുകൊണ്ട് ഞാൻ ബഞ്ചിൽനിന്നെഴുന്നേറ്റു. അവൾ എന്റെ കൈക്കു പിടിച്ച് എന്നെ അത്ഭുതത്തോടെ നോക്കി.

"കാര്യം എന്താണ്?" അവൾ അവസാനം ചോദിച്ചു.

"നാസ്റ്റെൻക," ഞാൻ രണ്ടും കല്പിച്ചു പറഞ്ഞു. "കേട്ടോളൂ, നാസ്റ്റെൻക! ഞാനിപ്പോൾ പറയാൻ പോകുന്നത് ബുദ്ധിശൂന്യവും വ്യർത്ഥവുമായ ഒരു സ്വപ്നമല്ലാതൊന്നുമല്ല. മുഴുവനും അസംബന്ധമാണ്. അതൊരിക്കലും സഫലമാവില്ലെന്ന് എനിക്കറിയാം. എങ്കിലും എനിക്കിനി മിണ്ടാതിരിക്കാൻ വയ്യ. എന്താണോ ഭവതിയെ ഇത്രയേറെ ദുഃഖിതയാക്കുന്നത്, അതിന്റെ പേരിൽ എനിക്ക് മുൻകൂട്ടി മാപ്പു തരാൻ ഞാനപേക്ഷിക്കുന്നു."

"പക്ഷേ കാര്യമെന്താണ്?" അവൾ ചോദിച്ചു. കണ്ണുനീര് വറ്റിക്കഴിഞ്ഞിരുന്ന അവളുടെ കണ്ണുകൾ ജിജ്ഞാസയുടേയും വിസ്മയത്തിന്റേയും ഒരു വിചിത്രപ്രകാശത്തോടെ എന്റെ മുഖത്തു തറച്ചു. "സംഗതിയെന്താണെന്നു പറയൂ."

"ഫലമില്ലെന്നറിയാം. എന്നാലും പറയാം- ഞാൻ ഭവതിയെ പ്രേമിക്കുന്നു. നാസ്റ്റെൻക! അതാ! ഞാനെല്ലാം പറഞ്ഞുകഴിഞ്ഞു!" നിരാശാദ്യോതകമായി കൈവീശിക്കൊണ്ട് ഞാൻ പറഞ്ഞു. "ഇനി ഭവതിക്ക് ഇതേവരെയെന്നപോലെ എന്നോടു സംസാരിക്കാൻ കഴിയുമോയെന്നും ഞാൻ പറയാൻ പോകുന്നത് ചെവിക്കൊള്ളാൻ കഴിയുമോയെന്നും തീരുമാനിക്കേണ്ടതു ഭവതിയാണ്."

"എന്തുകൊണ്ടു പാടില്ല?" നാസ്റ്റെൻക ഇടപെട്ടു. "അതുകൊണ്ടെന്താ? നിങ്ങൾക്കെന്നെ ഇഷ്ടമായിരുന്നുവെന്ന് എനിക്കെപ്പോഴും അറിയാമായിരുന്നു. പക്ഷേ നിങ്ങൾക്ക് എന്നോടുള്ള സ്നേഹം ഇത്തരത്തിലുള്ളതല്ല, മറ്റൊരു തരത്തിലുള്ളതാണ്, എന്നാണ് ഞാൻ വിചാരിച്ചിരുന്നത്. കഷ്ടം! കഷ്ടം!"

"ആദ്യം അങ്ങിനെയായിരുന്നു, നാസ്റ്റെൻക! പക്ഷേ ഇപ്പോൾ...

ഭാണ്ഡവുമായി അയാളുടെയടുത്തു പോയപ്പോൾ ഭവതിക്കു തോന്നി യതുപോലെതന്നെയാണ് എനിക്കിപ്പോൾ തോന്നുന്നത്. അതിലും കഷ്ടമായി. കാരണം അയാൾ മറ്റാരേയും പ്രേമിച്ചിരുന്നില്ല. ഭവതി പ്രേമിക്കുന്നുണ്ട്."

"എന്താണിപ്പറയുന്നത്? എനിക്കൊന്നും മനസ്സിലാകുന്നില്ല. പക്ഷേ ഞാൻ ചോദിക്കട്ടെ, എന്തിനുവേണ്ടിയാണ്- അല്ലെങ്കിൽ. എന്തിനുവേ ണ്ടിയെന്നല്ല, എന്തുകൊണ്ടാണ്- നിങ്ങൾ ഇത്ര പെട്ടെന്ന്... ദൈവമേ! ഞാൻ എന്തസംബന്ധമാണു പറയുന്നത്! പക്ഷേ നിങ്ങൾ..."

നാസ്റ്റെൻക ആകെ കുഴങ്ങി. അവളുടെ കവിളുകൾ ചോരമയമായി. അവൾ വിനീതയായി മുഖം തിരിച്ചു.

"പക്ഷേ ഞാനെന്തു ചെയ്യണം, നാസ്റ്റെൻക, ഞാനെന്തു ചെയ്യണം? ഞാനാണ് കുറ്റക്കാരൻ. ഞാൻ ദൂഷണം ചെയ്തു.... പക്ഷേ അതു ശരിയല്ല, നാസ്റ്റെൻക. ഞാൻ കുറ്റക്കാരനല്ല. എനിക്കതു് അനുഭവപ്പെടുന്നുണ്ട്. എനിക്കത് കേൾക്കാൻ കഴിയുന്നുണ്ട്. കാരണം, ഞാൻ ചെയ്തത് ശരി യാണെന്ന് എന്റെ ഹൃദയം എന്നോടു പറയുന്നു. എനിക്ക് ഭവതിയെ ദ്രോഹിക്കാനോ അധിക്ഷേപിക്കാനോ ഒരിക്കലും സാദ്ധ്യമല്ല! ഞാൻ ഭവതിയുടെ സുഹൃത്തായിരുന്നു. അതെ, ഇപ്പോഴും സുഹൃത്താണ്. ഞാൻ വിശ്വാസവഞ്ചന ചെയ്തിട്ടില്ല. എന്റെ മുഖത്തുകൂടി ഒഴുകുന്ന കണ്ണുനീർ കണ്ടോ, നാസ്റ്റെൻക. അതൊഴുകട്ടെ, ഒഴുകട്ടെ. അത് ദ്രോഹമൊന്നും ചെയ്യുന്നില്ലല്ലോ. അത് വറ്റിക്കോളും, നാസ്റ്റെൻക."

"ഇരിക്കൂ, ഇരിക്കൂ," എന്നു പറഞ്ഞുകൊണ്ട് അവൾ എന്നെ അരികിൽ പിടിച്ചിരുത്തി. "കഷ്ടം! കഷ്ടം!"

"ഇല്ല, നാസ്റ്റെൻക. ഞാൻ ഇരിക്കില്ല. എനിക്ക് ഇനിയിവിടെ നിൽക്കാൻ നിവൃത്തിയില്ല. ഭവതി മേലിൽ എന്നെ കാണരുത്. പറയാനുള്ളതു മുഴുവൻ പറഞ്ഞിട്ട് ഞാൻ പൊയ്ക്കൊള്ളാം. എന്റെ പ്രേമത്തെപ്പറ്റി ഭവതി ഒരിക്കലും അറിയുകയില്ലായിരുന്നുവെന്നു പറയാൻ മാത്രമേ ഞാൻ ആഗ്രഹിക്കുന്നുള്ളൂ. ഞാൻ എന്റെ രഹസ്യം കാത്തുസൂക്ഷിച്ചേനെ. ഇതുപോലൊരു സമയത്ത് എന്റെ സ്വാർത്ഥ തകൊണ്ട് ഭവതിയെ ദണ്ഡിപ്പിക്കുന്നതിനെപ്പറ്റി ഞാൻ ഒരിക്കലും ആലോചിക്കുകയില്ലായിരുന്നു. പക്ഷേ എനിക്ക് കൂടുതൽ താങ്ങാൻ കഴിഞ്ഞില്ല. ഭവതി തന്നെയാണ് അതെപ്പറ്റി സംസാരിച്ചുതുടങ്ങിയത്. ഇത് നിങ്ങളുടെ കുറ്റമാണ്. നിങ്ങളാണ് എല്ലാറ്റിനും. കുറ്റക്കാരി. ഞാനല്ല. നിങ്ങൾക്കെന്നെ ആട്ടിയോടിക്കാൻ സാദ്ധ്യമല്ല."

"പക്ഷേ ഞാൻ നിങ്ങളെ ആട്ടിയോടിക്കുന്നില്ലല്ലോ!" നാസ്റ്റെൻക പറഞ്ഞു. പാവം അവളുടെ സംഭ്രമം മറച്ചുവയ്ക്കാൻ പാടുപെടുകയായിരുന്നു.

"ഭവതിയെന്നെ ആട്ടിയോടിക്കുകയില്ലെന്നോ? വാസ്തവം? ഞാൻ തന്നെ ഭവതിയുടെ മുമ്പിൽനിന്ന് ഓടിപ്പോവാൻ തുടങ്ങുകയായിരുന്നു. ഞാൻ പൊയ്ക്കോളാം. പക്ഷേ അതിനുമുമ്പ്, പറയാനുള്ളതു മുഴുവൻ ഞാൻ പറയും. കാരണം ഭവതി കുറച്ചുമുമ്പ് സംസാരിച്ചുകൊണ്ടിരുന്നപ്പോൾ എനിക്ക് സ്വയം അടക്കാൻ കഴിഞ്ഞില്ല. ഭവതിയെ (ഞാനിതു പറയുന്നത് ക്ഷമിക്കണം, നാസ്റ്റെൻക) കൈവെടിയുകയാണെന്നും ഭവതിയുടെ പ്രേമത്തെ നിന്ദിക്കുകയാണെന്നും ചിന്തിച്ച് ഭവതി കരയുകയും ദണ്ഡനയനുഭവിക്കുകയും ചെയ്തപ്പോൾ, എന്റെ ഹൃദയത്തിൽ ഭവതിയോട് എത്രമാത്രം പ്രേമമാണുള്ളതെന്ന് എനിക്കറിയാമായിരുന്നു, നാസ്റ്റെൻക. എനിക്കനുഭവപ്പെട്ടിരുന്നു. എന്റെ ഈ പ്രേമംകൊണ്ടു ഭവതിയെ സഹായിക്കാനാവില്ലല്ലോ എന്നോർത്തപ്പോൾ എനിക്ക് ദുഃഖം സഹിച്ചില്ല. എന്റെ ചങ്കുപൊട്ടി. എനിക്ക് മൗനം ദീക്ഷിക്കാൻ വയ്യെന്നായി. സംസാരിക്കാതെ നിവൃത്തിയില്ലെന്നായി, നാസ്റ്റെൻക, സംസാരിച്ചേ തീരൂ എന്നായി!"

"അതെ, സംസാരിക്കൂ. ഇതുപോലെ ഇനിയും സംസാരിക്കൂ!" അനിർവ്വചനീയമായ ഒരു വികാരത്തോടെ നാസ്റ്റെൻക പറഞ്ഞു. "ഞാനിങ്ങനെ പറയുന്നത് നിങ്ങൾക്ക് വിചിത്രമായി തോന്നിയേക്കാം... പക്ഷേ സംസാരിക്കൂ! ഞാൻ പിന്നീടു പറയാം! എല്ലാം പറയാം!"

"ഭവതിക്ക് എന്നോട് സഹതാപമാണ്, നാസ്റ്റെൻക, വെറും സഹതാപം മാത്രം, എന്റെ കൊച്ചു ചങ്ങാതി! ഏതായാലും സംഭവിച്ചത് സംഭവിച്ചു! പറഞ്ഞു കഴിഞ്ഞത് തിരിച്ചെടുക്കാൻ സാദ്ധ്യമല്ലല്ലോ. ഭവതിക്കിപ്പോൾ എല്ലാമറിയാം. നമുക്ക് അതുകൊണ്ട് ഇവിടന്നു തുടങ്ങാം. ശരി, ഇപ്പോൾ എല്ലാം വളരെ ഭംഗിയായിരിക്കുന്നു! പക്ഷേ ദയവുചെയ്ത് എനിക്ക് പറയാനുള്ളതു മുഴുവൻ കേൾക്കൂ. ഭവതി കരഞ്ഞുകൊണ്ട് അവിടെ ഇരുന്നപ്പോൾ ഞാൻ വിചാരിച്ചു (ഞാൻ വിചാരിച്ചതെന്താണെന്ന് ഒന്നു പറഞ്ഞോട്ടെ), ഞാൻ വിചാരിച്ചു (തീരെ അസാദ്ധ്യമായ ഒന്നാണത്, നാസ്റ്റെൻക), ഞാൻ വിചാരിച്ചു ഭവതി.. ഭവതി, ഒരുതരം നിർവികാരമായ രീതിയിൽ, അയാളെ പ്രേമിക്കാതായെന്ന്. അങ്ങിനെയാണെങ്കിൽ- ഇന്നലെ രാത്രിയും മിനിഞ്ഞാന്നു രാത്രിയും ഞാൻ ഇതേപ്പറ്റി ആലോചിക്കുകയായിരുന്നു, നാസ്റ്റെൻക- ഭവതിക്ക് എന്നോട് പ്രേമം തോന്നാൻ ഞാൻ എന്തെങ്കിലുമൊന്നു ചെയ്യും. തീർച്ചയായും ചെയ്യും. എന്നെ ഒട്ടുമുക്കാലും സ്നേഹിക്കുന്നുണ്ടെന്നു ഭവതി എന്നോട് പറഞ്ഞതാണ്. എന്നിട്ട്-ഓ, ഞാൻ എന്താണാവോ പറയാൻ വന്നത്? ശരി, ഞാൻ പറയാനുള്ളതു മുഴുവൻ പറഞ്ഞുകഴിഞ്ഞെന്നു തോന്നുന്നു. ഭവതി എന്നെ അഥവാ പ്രേമിച്ചിരുന്നെങ്കിൽ എന്തു സംഭവിക്കുമായിരുന്നുവെന്നു മാത്രമേ എനിക്കിപ്പോൾ പറയാൻ കഴിയൂ. കൂടുതലൊന്നുമില്ല!

കേട്ടോളൂ, പ്രിയസുഹൃത്തേ, എന്തൊക്കെപ്പറഞ്ഞാലും ഭവതി എന്റെ സുഹൃത്താണല്ലോ. ഞാൻ വെറും സാധാരണക്കാരനാണ്. സാധുവായ ഒരു നിസ്സാരമനുഷ്യൻ. പക്ഷേ കാര്യമതല്ല (ഞാനിങ്ങനെ അടുക്കും ചിട്ടയുമില്ലാതെ പറയുന്നത് എന്റെ നാണം കൊണ്ടാണ്, നാസ്റ്റെൻക). എനിക്ക് അറിഞ്ഞുകൂടാത്ത ആ മനുഷ്യനിൽ ഭവതിക്കു താല്പര്യമുണ്ടെങ്കിൽക്കൂടി, മേലിലും ഉണ്ടായിരിക്കുമെങ്കിൽക്കൂടി, ഞാൻ ഭവതിയെ പ്രേമിക്കും. എന്റെ പ്രേമത്തിന്റെ ഭാരം ഭവതിക്ക് ഒരുതരത്തിലും അനുഭവപ്പെടാത്തവണ്ണം പ്രേമിക്കും. എന്നെന്നേക്കുമായി ഭവതിയുടേതായിത്തീരുന്ന കൃതജ്ഞതാനിർഭരവും വികാരതീവ്രവുമായ ഒരു ഹൃദയം ഭവതിയുടെ അരികിൽ സദാ മിടിച്ചുകൊണ്ടിരിക്കുന്നതു മാത്രമേ ഭവതി അറിയൂ, ഭവതിക്കനുഭവപ്പെടൂ. ഹാ നാസ്റ്റെൻക! നാസ്റ്റെൻക! ഭവതി എന്താണ് എന്നോടു ചെയ്തിരിക്കുന്നത്!"

"ദയവുചെയ്ത് കരയാതിരിക്കൂ. കരയരുതെന്നാണ് എന്റെ ആഗ്രഹം," വേഗം ബെഞ്ചിൽനിന്ന് എണീറ്റുകൊണ്ട് നാസ്റ്റെൻക പറഞ്ഞു. "വരൂ. എണീക്കൂ. എന്റെകൂടെ വരൂ. കരഞ്ഞതു മതി. നിർത്തൂ." അവൾ അവളുടെ തൂവാലയെടുത്ത് എന്റെ കണ്ണുനീർ ഒപ്പി. "വരൂ. എനിക്ക് നിങ്ങളോടു പറയാൻ എന്തെങ്കിലുമുണ്ടാകും. അദ്ദേഹം എന്നെ കൈവിട്ടിരിക്കുകയാണ്. എന്നെ മറന്നിരിക്കുകയാണ്. ഞാൻ അദ്ദേഹത്തെ ഇപ്പോഴും പ്രേമിക്കുന്നു (നിങ്ങളെ വഞ്ചിക്കാൻ ഞാനാഗ്രഹിക്കുന്നില്ല).... പക്ഷേ ഞാൻ ഒന്നു ചോദിക്കട്ടെ. ഉദാഹരണത്തിന്, എനിക്ക് നിങ്ങളെ പ്രേമിക്കാൻ കഴിഞ്ഞാൽ, അതായത് എനിക്ക്... ഹാ എന്റെ സ്നേഹിതാ! നിങ്ങളുടെ പ്രേമത്തിന്റെനേരെ പുച്ഛിച്ചു ചിരിച്ചുകൊണ്ട് ഞാൻ നിങ്ങളെ നൊമ്പരപ്പെടുത്തിയത് ഓർക്കുമ്പോൾ, എന്നെ പ്രേമിക്കാത്തതിനു ഞാൻ നിങ്ങളെ പ്രശംസിച്ചതോർക്കുമ്പോൾ.... ഹാ! ഞാൻ എന്തുകൊണ്ട് ഇതു നേരത്തേ കണ്ടില്ല! ഞാൻ എന്തൊരു മഠയിയായിരുന്നു! ശരി... ഞാൻ തീരുമാനിച്ചുകഴിഞ്ഞു. ഞാൻ നിങ്ങളോട് എല്ലാം പറയാം."

"വരട്ടെ, നാസ്റ്റെൻക. ഭവതിയെ സ്വൈരമായി വിട്ടിട്ട് ഞാൻ പോവുകയാണ്. ഞാൻ ഭവതിയെ ദണ്ഡിപ്പിക്കുകയാണ്. എന്നെ പുച്ഛിച്ചല്ലോ എന്നോർത്ത് ഭവതിയുടെ മനസ്സാക്ഷി വ്യാകുലപ്പെടാൻ തുടങ്ങിയിരിക്കുന്നു. ഞാനത് ആഗ്രഹിക്കുന്നില്ല. തെല്ലും ആഗ്രഹിക്കുന്നില്ല. ഭവതിക്ക് അതില്ലാതെതന്നെ വേണ്ടത്ര ദുഃഖം താങ്ങാനുണ്ട്... എന്റെ കുറ്റമാണ്, നാസ്റ്റെൻക. ഞാൻ പോകട്ടെ!"

"നിൽക്കൂ. ഞാൻ പറയുന്നതു കേൾക്കൂ. നിങ്ങൾക്ക് കുറച്ചു കാക്കാമോ?"

"കാക്കാമോ എന്നോ? എന്തിന്?"

"ഞാൻ അദ്ദേഹത്തെ പ്രേമിക്കുന്നുണ്ട്. പക്ഷേ അത് മാറിക്കോളും. മാറിയേ തീരൂ. മാറാതെ തരമില്ല. ഇപ്പോൾത്തന്നെ മാറിക്കൊണ്ടിരിക്കുകയാണ്. എനിക്കത് അനുഭവപ്പെടുന്നുണ്ട്... ഒരുപക്ഷേ ഈ രാത്രി തന്നെ മാഞ്ഞുപോവുകയില്ലെന്ന് ആരു കണ്ടു! ഞാൻ അദ്ദേഹത്തെ വെറുക്കുന്നു. കാരണം, അദ്ദേഹം എന്നോട് പെരുമാറിയത് അവജ്ഞയോടെയാണ്. നിങ്ങളാകട്ടെ, എന്നോടൊപ്പം കണ്ണുനീർ തൂകി. എന്നെ പ്രേമിക്കുന്നു. അതുകൊണ്ടാണ് നിങ്ങൾ കൈവെടിയാതിരുന്നത്. അദ്ദേഹം ചെയ്തതുപോലെ. അദ്ദേഹം എന്നെ ഒരിക്കലും പ്രേമിച്ചിട്ടില്ല. തന്നെയുമല്ല, ഞാൻ നിങ്ങളെ പ്രേമിക്കുന്നുമുണ്ട്.. വാസ്തവം! നിങ്ങൾ എന്നെ പ്രേമിക്കുന്നതുപോലെതന്നെ ഞാൻ നിങ്ങളേയും പ്രേമിക്കുന്നുണ്ട്! ഞാനിത് നിങ്ങളോട് മുമ്പ് പറഞ്ഞിട്ടുള്ളതാണ്. പറഞ്ഞിട്ടുണ്ടെന്ന് നിങ്ങൾക്കുതന്നെ അറിയാമല്ലോ. ഞാൻ നിങ്ങളെ പ്രേമിക്കുന്നത് നിങ്ങൾ അദ്ദേഹത്തേക്കാൾ നല്ലവനായതുകൊണ്ടാണ്, നിങ്ങൾ കൂടുതൽ അന്തസ്സുള്ളവനായതുകൊണ്ടാണ്, നിങ്ങൾ..."

പാവം നാസ്റ്റെൻക! വികാരാധിക്യത്താൽ അവൾക്ക് സംസാരം തുടരാൻ കഴിഞ്ഞില്ല. അവൾ എന്റെ തോളിൽ തല ചായ്ച്ചു. പിന്നീട് അത് മാറോടണച്ചുകൊണ്ട് തീരാദുഃഖത്താൽ പൊട്ടിക്കരഞ്ഞു. ഞാൻ അവളെ സമാശ്വസിപ്പിക്കാനും സാന്ത്വനപ്പെടുത്താനും ശ്രമിച്ചു. പക്ഷേ അവൾക്ക് അശ്രുപ്രവാഹത്തെ തടഞ്ഞുനിർത്താൻ കഴിഞ്ഞില്ല. എന്റെ കൈയമർത്തിക്കൊണ്ട് അവൾ തേങ്ങലുകൾക്കിടയിലൂടെ ആവർത്തിച്ചുകൊണ്ടിരുന്നു, "ഒരു നിമിഷം ഒരു നിമിഷം. ഞാൻ ഇപ്പോൾ നിർത്താം! ഞാനൊന്നു പറയട്ടെ- ഈ കണ്ണുനീരിൽ യാതൊരു കാര്യവുമില്ല. ദൗർബല്യം കൊണ്ടു മാത്രമാണ് ഞാൻ കരയുന്നത്. അതിപ്പോൾ മാറിക്കോളും." അവസാനം അവളുടെ തേങ്ങൽ അടങ്ങി. അവൾ കണ്ണുനീർ തുടച്ചുകളഞ്ഞു. ഞങ്ങൾ നടപ്പ് തുടർന്നു. ഞാൻ സംസാരിക്കാൻ ഭാവിച്ചപ്പോൾ അവൾ തടഞ്ഞു. ഞങ്ങൾ രണ്ടുപേരും മൗനം പൂണ്ടു. അവസാനം സമനില വീണ്ടെടുത്തുകൊണ്ട് അവൾ പറഞ്ഞുതുടങ്ങി:

"എന്റെ കൂറ് ഇത്രയേറെ ചപലവും ചഞ്ചലവുമാണെന്നു നിങ്ങൾ ദയവായി ധരിക്കരുത്." അവളുടെ സ്വരം ക്ഷീണിതവും വിറയാർന്നതുമായിരുന്നു. എങ്കിലും അതിൽ പെട്ടെന്നു പ്രത്യക്ഷപ്പെട്ട പ്രത്യേകധ്വനി എന്റെ ഹൃദയത്തിൽ ആണ്ടിറങ്ങി സുഖകരമായൊരു വേദനയോടെ ത്രസിച്ചു. "എനിക്ക് ഇത്ര എളുപ്പത്തിലും വേഗത്തിലും മറക്കാനോ വഞ്ചിക്കാനോ കഴിയുമെന്നു ദയവായി ധരിക്കരുത്. ഞാൻ അദ്ദേഹത്തെ ഒരു വർഷം മുഴുവൻ പ്രേമിച്ചു. ഞാൻ ഒരിക്കലും- മനസ്സിൽപോലും

-അദ്ദേഹത്തെ വഞ്ചിച്ചിട്ടില്ലെന്ന് ദൈവത്തോട് ശപഥം ചെയ്യുന്നു. അദ്ദേഹം എന്റെ ആത്മാർത്ഥതയെ നിന്ദിച്ചു. എന്നെ പുച്ഛിച്ചു. നടക്കട്ടെ! അദ്ദേഹം എന്നെ വേദനിപ്പിച്ചു. എന്റെ പ്രേമത്തെ അധിക്ഷേപിച്ചു. ഞാൻ... ഞാൻ അദ്ദേഹത്തെ പ്രേമിക്കുന്നില്ല. ഔദാര്യവും ഹൃദയവിശാലതയും അന്തസ്സുമുള്ള ഒരാളെ മാത്രമേ എനിക്ക് പ്രേമിക്കാൻ കഴിയൂ. കാരണം, ഞാൻ തന്നെ അത്തരക്കാരിയാണ്. അദ്ദേഹം എന്നെ കിട്ടാൻ അർഹനല്ല. ശരി, അങ്ങിനെതന്നെ നടക്കട്ടെ! അദ്ദേഹം പ്രവർത്തിച്ചത് ഉചിതമായിട്ടാണ്. അദ്ദേഹത്തിന്റെ തനിനിറം മനസ്സിലാക്കി ഞാൻ നിരാശപ്പെടുന്നത് പിന്നീടായിരുന്നെങ്കിൽ ഇതിനേക്കാൾ എത്രയോ കഷ്ടമാകുമായിരുന്നു.... ഇപ്പോൾ അതൊക്കെ കഴിഞ്ഞു! പക്ഷേ ആരു കണ്ടു, എന്റെ ദയാലുവായ സ്നേഹിതാ," എന്റെ കൈവിരലുകളിൽ അമർത്തിക്കൊണ്ട് അവൾ തുടർന്നു, "ഒരുപക്ഷേ എന്റെ ഈ പ്രേമംതന്നെ ഒരു മരീചികയായിരുന്നില്ലെന്ന്, ഒരു മതിഭ്രമമായിരുന്നില്ലെന്ന്, ആര് കണ്ടു! ഒരുപക്ഷേ അമ്മൂമ്മയുടെ കൺവെട്ടത്തുനിന്ന് ഒരിക്കലും മാറാൻ സമ്മതിക്കാത്തതുകൊണ്ടു തോന്നിയ കുസൃതിയും വിഡ്ഢിത്തവുമായിരുന്നിരിക്കാം ഇതിന്റെയൊക്കെ തുടക്കം. ഒരുപക്ഷേ, അദ്ദേഹത്തെയല്ല, മറ്റൊരാളെയായിരിക്കും ഞാൻ പ്രേമിക്കേണ്ടത്- അദ്ദേഹത്തിൽനിന്നു വിഭിന്നനായ ഒരാളെ. എന്നോട് അനുകമ്പ കാട്ടുന്ന ഒരാളെ. എന്നോട്... വേണ്ട നമുക്കു നിർത്താം," മനഃക്ഷോഭത്താൽ വീർപ്പുമുട്ടിക്കൊണ്ട് നാസ്ത്തെൻക പെട്ടെന്ന് അർദ്ധോക്തിയിൽ വിരമിച്ചു. "ഞാൻ പറയാൻ വന്നത് ഇത്രമാത്രമാണ്... അതായത്, ഞാൻ അദ്ദേഹത്തെ പ്രേമിക്കുന്നു (അല്ല പ്രേമിച്ചിരുന്നു) എന്നിട്ടും നിങ്ങൾ ഒരിക്കൽക്കൂടി പറയുകയാണെങ്കിൽ... എന്റെ ഹൃദയത്തിൽനിന്ന് ആ പ്രേമത്തെ ആട്ടിയോടിക്കാൻ മാത്രം ഉൽക്കടമാണ് നിങ്ങളുടേതെന്നു നിങ്ങൾക്ക് തോന്നുന്നുണ്ടെങ്കിൽ... നിങ്ങൾക്കെന്നോട് അനുകമ്പ തോന്നുന്നുണ്ടെങ്കിൽ, എന്നെ ഏകാകിനിയും ദുഃഖിതയും ഹതാശയുമായി എന്നെ വിധിക്കെറിഞ്ഞു കൊടുക്കാൻ നിങ്ങൾ ആഗ്രഹിക്കുന്നില്ലെങ്കിൽ, ഇപ്പോഴത്തെപ്പോലെ എന്നും എന്നെ പ്രേമിക്കാൻ നിങ്ങൾ ആഗ്രഹിക്കുന്നുണ്ടെങ്കിൽ, എന്റെ കൃതജ്ഞത... എന്റെ പ്രേമം, നിങ്ങളുടേതിന് അനുരൂപമായിരിക്കുമെന്ന് ഞാൻ ശപഥം ചെയ്യുന്നു. ഇനി നിങ്ങൾ എന്റെ കരം ഗ്രഹിക്കുമോ?"

"നാസ്ത്തെൻക!"ഗദ്ഗദംകൊണ്ട് ഇടറിയ ശബ്ദത്തിൽ ഞാൻ വിളിച്ചു. "നാസ്ത്തെൻക! എന്റെ നാസ്ത്തെൻക!"

"മതി, മതി! നിർത്തൂ!" അവൾ വിമ്മിഷ്ടപ്പെട്ടു പറഞ്ഞു. "എല്ലാം പറഞ്ഞുകഴിഞ്ഞു. ഇല്ലേ? നിങ്ങൾ സന്തുഷ്ടനാണ്. ഞാനും സന്തുഷ്ടയാണ്. അതെപ്പറ്റി ഒരു വാക്കുപോലും കൂടുതൽ പറയണ്ട.

ഇപ്പോൾ വേണ്ട. ദയവുചെയ്ത്!... ദൈവത്തെ ഓർത്ത് മറ്റെന്തെങ്കിലും സംസാരിക്കൂ!"

"അതെ, നാസ്റ്റെൻക, അതുതന്നെ! ഇതെപ്പറ്റി സംസാരിച്ചതു മതി. ഞാനിപ്പോൾ സന്തുഷ്ടനാണ്. ഞാൻ... അതെ, നാസ്റ്റെൻക, നമുക്ക് മറ്റ വല്ലതിനേയും പറ്റി സംസാരിക്കാം, നമുക്ക് മറ്റൊരു വിഷയം വേഗം കണ്ടുപിടിക്കാം! ഞാൻ തയ്യാറാണ്..."

ഞങ്ങൾ സംസാരിക്കാൻ ഒരു വിഷയവും കണ്ടില്ല. ഞങ്ങൾ ചിരിച്ചു. കരഞ്ഞു. അർത്ഥശൂന്യവും പരസ്പരബന്ധമില്ലാത്തതുമായ ഒട്ടേറെ വാക്കുകൾ പറഞ്ഞു. നദീതീരത്തുകൂടി അങ്ങോട്ടുമിങ്ങോട്ടും നടന്നു. പെട്ടെന്ന് തിരിച്ചുനടന്ന് തെരുവ് മുറിച്ചുകടന്നു. അവിടെ നിന്നിട്ട് വീണ്ടും തെരുവ് മുറിച്ച് ആഴിയുടെ അടുത്തേക്കു നടന്നു. ഞങ്ങൾ രണ്ടു കുട്ടികളെപ്പോലെയായിരുന്നു.

ഇന്നു ഞാൻ തനിച്ചാണ് ജീവിക്കുന്നത്. പക്ഷേ നാളെ... ഞാൻ പറഞ്ഞു. ഞാൻ ദരിദ്രനാണെന്ന് അറിയാമല്ലോ, നാസ്റ്റെൻക. എനിക്ക് ആകെക്കൂടി ഒരാണ്ടിൽ കിട്ടുന്നത് ആയിരത്തി ഇരുനൂറു റൂബിളാണ്. പക്ഷേ അത് സാരമില്ല...

"ഛേയ്, സാരമില്ല. പോരെങ്കിൽ, അമ്മൂമ്മയുടെ പെൻഷനുമുണ്ടല്ലോ. അവർ നമുക്കൊരു ഭാരമായിരിക്കില്ല. നമുക്ക് അമ്മൂമ്മയെക്കൂടി നോക്കണം."

"അതെ അമ്മൂമ്മയെക്കൂടി നോക്കണം... പക്ഷേ, മത്യോനയുണ്ട്..."

"ശരിയാണ്, ഞങ്ങളുടെ ഫ്യോക്ലയും!"

"മത്യോന നല്ലൊരുത്തിയാണ്. മൂളയില്ലെന്നൊരു കുഴപ്പമേയുള്ളൂ. തീരെ മൂളയില്ല, നാസ്റ്റെൻക. പക്ഷേ അതു സാരമാക്കാനില്ല."

"സാരമില്ല. അവർ രണ്ടുപേരും ഒരുമിച്ചു താമസിക്കട്ടെ. പക്ഷേ നിങ്ങൾ നാളെത്തന്നെ ഞങ്ങളുടെ വീട്ടിലേക്ക് താമസം മാറ്റണം."

"എന്താണിപ്പറയുന്നത്? നിങ്ങളുടെ വീട്ടിലേക്കോ? ശരി, അങ്ങിനെയാവട്ടെ. എനിക്ക് സമ്മതമാണ്."

"അതെ. നിങ്ങൾ ഞങ്ങളുടെകൂടെ താമസിക്കണം. ഞങ്ങൾക്കൊരു മാളികമുറിയുണ്ട്. അതിപ്പോൾ ഒഴിഞ്ഞിരിക്കുകയാണ്. ഒരു മാന്യകുടുംബത്തിൽപ്പെട്ട വൃദ്ധ താമസമുണ്ടായിരുന്നു. പക്ഷേ അവർ മാറിപ്പോയി. അമ്മൂമ്മയുടെ ആഗ്രഹം ഒരു ചെറുപ്പക്കാരനു വാടകയ്ക്കു കൊടുക്കണമെന്നാണ്. "ചെറുപ്പക്കാരൻതന്നെ വേണമെന്നു നിർബന്ധമെന്താണ്, അമ്മൂമ്മേ?" എന്നു ഞാൻ ചോദിച്ചപ്പോൾ അവർ പറഞ്ഞു, "എനിക്ക് വയസ്സായതുകൊണ്ട്. അത്രയേയുള്ളൂ. നിനക്ക് ഞാൻ ചെറുക്കനെ

കണ്ടുപിടിക്കുകയാണെന്നൊന്നും ധരിച്ചുകളയരുത്, നാസ്തെൻക!" അതാണ് ഉദ്ദേശമെന്ന് എനിക്ക് അപ്പോൾത്തന്നെ മനസ്സിലായി."

"ഹാ നാസ്തെൻക!"

ഞങ്ങൾ രണ്ടുപേരും പൊട്ടിച്ചിരിച്ചു.

"നിർത്തു, നിർത്തു! നിങ്ങൾ എവിടെയാണ് താമസം?" അവൾ തിരക്കി. "ഞാനതു ചോദിക്കാൻ മറന്നുപോയി."

"ദാ അവിടെ. പാലത്തിനടുത്ത്. ബറാന്നിക്കൊവിന്റെ വീട്ടിൽ."

"അതൊരു കൂറ്റൻ കെട്ടിടമാണ്, അല്ലേ?"

"അതെ. ഒരു കൂറ്റൻ കെട്ടിടമാണ്."

"ആ, എനിക്കറിയാം. നല്ലൊരു വീട്. എങ്കിലും അതുവിട്ട് കഴിയുന്നതും നേരത്തെ ഞങ്ങളുടെ വീട്ടിലേക്കു മാറിത്താമസിക്കൂ."

"നാളെത്തന്നെ, നാസ്തെൻക. നേരം വെളുത്താലുടനെ. കുറച്ചു വാടക കുടിശ്ശികയുണ്ട്. പക്ഷേ സാരമില്ല. എനിക്ക് അടുത്തുതന്നെ ശമ്പളം കിട്ടും."

"ഞാനൊരു കാര്യം പറയട്ടെ. ഞാൻ ട്യൂഷനെടുക്കാം. എന്നുവച്ചാൽ ആദ്യം പഠിച്ചുകഴിഞ്ഞിട്ട് പിന്നീട് പഠിപ്പിക്കാം."

വളരെ നല്ലത്... പോരെങ്കിൽ, എനിക്ക് അടുത്തുതന്നെ ബോണസ് കിട്ടും, നാസ്തെൻക".

"അപ്പോൾ നിങ്ങൾ നാളെ എന്റെ വീട്ടിലെ താമസക്കാരനാകും."

"ആകും. എന്നിട്ട് നമുക്ക് 'സെവില്ലിലെ ക്ഷുരകൻ' കാണാൻ പോകണം. അത് അടുത്തുതന്നെ വീണ്ടും പ്രദർശിപ്പിച്ചുതുടങ്ങും."

"ശരി, പോകാം," നാസ്തെൻക ഒരു പുഞ്ചിരിയോടെ പറഞ്ഞു. "പക്ഷേ നമ്മൾ മറ്റുവല്ല പരിപാടിക്കും പോകുന്നതായിരിക്കും ഞാൻ കൂടുതൽ ഇഷ്ടപ്പെടുക."

"ശരി. എന്നാൽ മറ്റു വല്ലതിനും പോകാം. തീർച്ചയായും അതായിരിക്കും നല്ലത്. ക്ഷമിക്കണം, ഞാൻ ഓർത്തില്ല."

ഈ രീതിയിൽ സംസാരിച്ചുകൊണ്ട് ഞങ്ങൾ മത്തുപിടിച്ചവണ്ണം, ലക്കില്ലാത്തവണ്ണം, അലഞ്ഞുനടന്നു. ഞങ്ങൾക്ക് സംഭവിക്കുന്നതെന്താണെന്ന് മനസ്സിലായില്ല. ഞങ്ങൾ എവിടെങ്കിലും ഒരിടത്തു വന്നുനിന്ന് ദീർഘനേരം സംസാരിക്കും. വീണ്ടും നടക്കും. പോകുന്നതെങ്ങോട്ടാണെന്ന് ദേവത്തിനേ അറിയൂ. വീണ്ടും ചിരിക്കും. വീണ്ടും കരയും. നാസ്തെൻക പെട്ടെന്നു പറയും വീട്ടിൽ പോകണമെന്ന്. അവളെ തടയാൻ ഞാൻ ധൈര്യപ്പെടുകയില്ല. എങ്കിലും അവളെ പടിവരെ കൊണ്ടാക്കാമെന്നു

ഞാൻ പറയും. ഞങ്ങൾ തിരിക്കും. പക്ഷേ, അത്ഭുതമെന്നു പറയട്ടെ, കാൽമണിക്കൂർ കഴിയുമ്പോൾ ഞങ്ങൾ വീണ്ടും നദീതീരത്ത് പഴയ ബെഞ്ചിൽ ഇരിക്കുന്നുണ്ടാവും. ചിലപ്പോൾ അവൾ പെട്ടെന്നു നെടു വീർപ്പിടും. അവളുടെ കണ്ണുകളിൽ വീണ്ടും കണ്ണുനീർ തിളങ്ങും. എന്റെ മനസ്സിടിയും. ചോര മരവിക്കും. പക്ഷേ അടുത്ത ക്ഷണത്തിൽത്തന്നെ അവൾ കൈ പിടിച്ചമർത്തി എന്നെ വലിച്ചെണീപ്പിക്കും. ഞങ്ങൾ വീണ്ടും വർത്തമാനം പറഞ്ഞുകൊണ്ടു നടക്കും.

“എനിക്ക് വീട്ടിൽ പോകാൻ നേരമായി. ഇത്തവണ വാസ്തവ ത്തിൽ നേരമായി, സമയം ഒരുപാടു വൈകിയിരിക്കുന്നു, നാസ്റ്റെൻക അവസാനം പറഞ്ഞു. നമ്മൾ കുട്ടികളെപ്പോലെ പെരുമാറാൻ തുടങ്ങി യിട്ട് വളരെ നേരമായി.”

“ശരിയാണ്. നാസ്റ്റെൻക. പക്ഷേ എനിക്കിനി ഉറങ്ങാൻ പറ്റില്ല. ഞാൻ വീട്ടിൽ പോകുന്നേയില്ല.”

“എനിക്കും ഉറങ്ങാൻ പറ്റുമെന്നു തോന്നുന്നില്ല. എങ്കിലും ദയവായി എന്നെ വീട്ടിൽ കൊണ്ടാക്കു.”

“തീർച്ചയായും.”

“പക്ഷേ ഇത്തവണ നമ്മൾ വാസ്തവത്തിൽ വീട്ടിൽ പോകണം.”

“തീർച്ചയായും പോകും.”

“സത്യം ചെയ്യുന്നോ? കാരണം, എപ്പോഴായാലും എനിക്ക് വീട്ടിൽ പോയേ തീരുവെന്നറിയാമല്ലോ.”

“സത്യം ചെയ്യുന്നു,” ഞാൻ ചിരിച്ചുകൊണ്ടു പറഞ്ഞു.

“ശരി, എന്നാൽ വരൂ.”

“പോകാം.”

“നോക്കു, നാസ്റ്റെൻക, ആകാശത്തേക്കു നോക്കു! നാളെ സുന്ദര മായൊരു ദിവസമായിരിക്കും. ചന്ദ്രബിംബം നോക്കു. ആകാശത്തിന് എന്തൊരു നീലിയമാണെന്നു നോക്കു. കണ്ടോ- ദാ, ആ മഞ്ഞുമേഘം ചന്ദ്രബിംബത്തിന്റെ മീതേ ഇഴഞ്ഞുകയറുന്നത്! നോക്കു! ഇല്ലാ, അത് അപ്പുറം കടന്നുകഴിഞ്ഞു. ദാ, ഇപ്പോൾ നോക്കു!”

പക്ഷേ നാസ്റ്റെൻക മേഘത്തെ നോക്കുകയായിരുന്നില്ല. അവൾ നിന്നനില്പിൽ നിശ്ചലയായി, നിശ്ശബ്ദയായി, നിൽക്കുകയാണ്. അവൾ എന്റെ ദേഹത്തേക്ക് സങ്കോചത്തോടെ ചായുന്നതും എന്റെ കൈയ്യുക ത്ത് അവളുടെ കൈ വിറയ്ക്കുന്നതും എനിക്കനുഭവപ്പെട്ടു. ഞാൻ അവളെ നോക്കി. അവൾ എന്റെ കൈത്തണ്ടയിലേക്കു കുറേക്കൂടി ചാഞ്ഞു.

ഒരു ചെറുപ്പക്കാരൻ ഞങ്ങളെ കടന്നുപോയി. പെട്ടെന്നു നിന്ന് ഞങ്ങളെ തറച്ചുനോക്കിയശേഷം അയാൾ നടപ്പു തുടർന്നു. എന്റെ മനസ്സിടിഞ്ഞു.

"നാസ്തെൻക," ഞാൻ മെല്ലെ പറഞ്ഞു, "അതാരാണ്, നാസ്തെൻക?"

"അദ്ദേഹമാണ്," പൂർവ്വാധികം എന്നോടൊട്ടിക്കൊണ്ട്, പൂർവ്വാധികം കമ്പിതഗാത്രയായി, അവൾ മന്ത്രിച്ചു. എന്റെ കാലുകൾ തളരുന്നതുപോലെ തോന്നി.

"നാസ്തെൻക! നാസ്തെൻക! നീയാണോ!" ഞങ്ങൾ പിന്നിൽനിന്നു കേട്ടു. ആ നിമിഷത്തിൽത്തന്നെ ചെറുപ്പക്കാരൻ ഞങ്ങളുടെ നേരെ ഏതാനും ചുവടുകൾ വച്ചു.

ദൈവമേ! ഒരു നടുക്കത്തോടെയുള്ള അവളുടെ വിളിയും എന്റെ കരവലയത്തിനുള്ളിൽനിന്ന് അയാളുടെ അടുത്തേക്കുള്ള അവളുടെ ഓട്ടവും ഞാൻ ഓർക്കുകയാണ്.. അടിയേറ്റ് അവശനായി ഞാൻ അതും നോക്കിനിന്നു. അവളാകട്ടെ, അയാൾക്കു കൈ കൊടുത്തുകഴിഞ്ഞില്ല, അയാളുടെ കൈകൾക്കുള്ളിലമർന്നില്ല, അതിനുമുമ്പ് പെട്ടെന്ന് എന്റെ നേരെ തിരിഞ്ഞു. മിന്നൽവേഗത്തിൽ, വായുവേഗത്തിൽ, എന്റെ അരികിലെത്തി. എനിക്ക് സമനില വീണ്ടെടുക്കാൻ കഴിയുന്നതിനുമുമ്പ് എന്റെ കഴുത്തിൽ കൈ ചുറ്റി വികാരവായ്പോടെ എന്നെ അമർത്തി ചുംബിച്ചു. എന്നിട്ട്, ഒരക്ഷരം മിണ്ടാതെ, അവൾ വീണ്ടും അയാളുടെ അടുത്തേക്കു പറന്നുചെന്നു. അയാളുടെ കൈയ്യുംപിടിച്ച് നടന്നകന്നു.

അവർ പോകുന്നതു നോക്കിക്കൊണ്ട് ഏറെനേരം ഞാനവിടെ നിന്നു. അവസാനം അവർ കൺമുമ്പിൽ നിന്നു മറഞ്ഞു.

പ്രഭാതം

പ്രഭാതം എന്റെ രാത്രികളുടെ അന്ത്യം കുറിച്ചു. മ്ലാനമായ ഒരു ദിവസമായിരുന്നു അത്. നിർത്താതെ പെയ്തുകൊണ്ടിരുന്ന മഴ എന്റെ ജനാലച്ചില്ലിൽ ശോകാർത്തമായി അടിച്ചുകൊണ്ടിരുന്നു. എന്റെ കൊച്ചുമുറിയിൽ ഇരുട്ടായിരുന്നു. ആകാശം മൂടിക്കെട്ടിയിരുന്നു. എനിക്ക് തലവേദനിച്ചു. തല ചുറ്റി. എന്റെ കൈകാലുകളിലൂടെ ജ്വരം അരിച്ചുകയറി.

"ഇതാ നിങ്ങൾക്കൊരു കത്തുണ്ട്, സർ. തപാൽ ശിപായി കൊണ്ടുവന്നതാണ്," എന്റെ സമീപം വന്നുനിന്ന് മത്ര്യോന പറഞ്ഞു.

"കത്തോ? ആരുടെ?" എന്നു ചോദിച്ചുകൊണ്ട് ഞാൻ കസേരയിൽ നിന്നു ചാടിയെണീറ്റു.

"ഞാനെങ്ങിനെയറിയാനാണ്, സർ. തുറന്നുനോക്കൂ. ആരുടേതാണെന്ന് ഒരുപക്ഷേ അതിൽ എഴുതിയിട്ടുണ്ടാവും."

ഞാൻ കത്ത് പൊട്ടിച്ചു. അവളുടേതാണ്!

"എനിക്ക് മാപ്പു തരൂ, മാപ്പ് തരൂ," നാസ്റ്റെൻക എഴുതി. "ഞാൻ നിങ്ങളുടെ മുമ്പിൽ മുട്ടുകുത്തിനിന്ന് മാപ്പിരക്കുകയാണ്! ഞാൻ എന്നേയും നിങ്ങളേയും വഞ്ചിച്ചു. അതൊരു സ്വപ്നമായിരുന്നു. ഒരു മായാദർശനമായിരുന്നു. നിങ്ങളെ ഓർത്ത് ഇന്ന് എന്റെ ഹൃദയം എത്രമാത്രം വേദനിക്കുന്നുവെന്നോ. എനിക്ക് മാപ്പു തരൂ, മാപ്പു തരൂ...

"എന്റെമേൽ കർക്കശമായി വിധിയെഴുതരുത്. കാരണം, നിങ്ങളോടുള്ള എന്റെ മനോഭാവത്തിൽ യാതൊരു മാറ്റവും വന്നിട്ടില്ല. ഞാൻ പറഞ്ഞു, എനിക്ക് നിങ്ങളോട് സ്നേഹമുണ്ടെന്ന്. എനിക്ക് സ്നേഹമുണ്ടുതാനും. സ്നേഹത്തിൽക്കവിഞ്ഞുണ്ട്! ദൈവമേ! ഒരേ സമയത്ത് നിങ്ങളെ രണ്ടുപേരേയും എനിക്ക് സ്നേഹിക്കാൻ കഴിഞ്ഞിരുന്നെങ്കിൽ! നിങ്ങൾ അദ്ദേഹമായിരുന്നെങ്കിൽ!"

"അദ്ദേഹം നിങ്ങളായിരുന്നെങ്കിൽ!" ആ വാക്കുകൾ എന്റെ സ്മൃതിപഥത്തിൽ മിന്നിമറഞ്ഞു. നാസ്റ്റെൻക, ഞാൻ നിന്റെതന്നെ വാക്കുകൾ ഓർത്തുപോയി!

"ഞാൻ നിങ്ങൾക്കുവേണ്ടി ഇപ്പോൾ എന്തുതന്നെ ചെയ്യുകയില്ല! ദൈവം സാക്ഷിയായി സത്യമാണിത്! നിങ്ങൾ ദുഃഖിതനും പീഡിതനുമാണെന്ന് എനിക്കറിയാം. ഞാൻ നിങ്ങളെ വേദനിപ്പിച്ചു. പക്ഷേ സ്നേഹമുള്ള ഒരാൾ ചെയ്യുന്ന ഏതു തെറ്റും വേഗം പൊറുക്കുമെന്നറിയാമല്ലോ. നിങ്ങൾക്കു തീർച്ചയായും എന്നോട് സ്നേഹമുണ്ട്!

"ഞാൻ നിങ്ങളോടു നന്ദി പറയുന്നു. ഈ സ്നേഹത്തിനു നന്ദി പറയുന്നു. കാരണം, ഉറക്കമുണർന്നു വളരെക്കഴിഞ്ഞിട്ടും തങ്ങിനിൽക്കുന്ന ഒരു മധുരസ്വപ്നംപോലെ അത് എന്റെ സ്മരണയിൽ പതിഞ്ഞുകിടക്കുന്നു. സഹോദരനിർവിശേഷമായ നിർവ്യാജതയോടെ നിങ്ങൾ നിങ്ങളുടെ ഹൃദയം എന്റെ മുമ്പിൽ തുറന്നുവയ്ക്കുകയും ഞാൻ കാഴ്ചവച്ച എന്റെ ശിഥിലഹൃദയത്തെ മുറിവുണക്കി സുഖപ്പെടുത്തി വീണ്ടും തുടിപ്പിക്കുന്നതിനു മഹാമനസ്കതയോടെ കൈപ്പറ്റുകയും ചെയ്ത ആ അനർഘനിമിഷം ഞാൻ എന്നും ഓർക്കും. നിങ്ങളെക്കുറിച്ചുള്ള എന്റെ ഓർമ്മ നിത്യമായ കൃതജ്ഞതയുടെ പരിവേഷമണിഞ്ഞിരിക്കും. എന്റെ ഹൃദയത്തിൽനിന്ന് ഒരിക്കലും മാഞ്ഞുപോകാത്ത ഒരു വികാരമാണത്. ഞാൻ ആ ഓർമ്മയെ കാത്തുസൂക്ഷിക്കും. അതിനോട് എന്നും കൂറുള്ളവളായിരിക്കും. അതിനെ വഞ്ചിക്കുകയില്ല. എന്റെ ഹൃദയത്തെ ഞാൻ വഞ്ചിക്കുകയില്ല

അത് അചഞ്ചലമാണ്. ഇന്നലെ രാത്രിതന്നെ എത്ര വേഗമാണ് അത് അതിന്റെ യഥാർത്ഥ ഉടമസ്ഥന്റെ അടുത്തേക്കു പറന്നുചെന്നത്.

“നമ്മൾ തമ്മിൽ കാണാം. നിങ്ങൾ ഞങ്ങളെ വന്നു കാണണം. ഞങ്ങളെ കൈവെടിയരുത്. നിങ്ങൾ എന്നും എന്റെ മിത്രമായിരിക്കും, എന്റെ സഹോദരനായിരിക്കും. എന്നെ കാണുമ്പോൾ നിങ്ങൾ കൈ തരികയില്ലേ? നിങ്ങൾ എനിക്ക് കൈ തരും. എനിക്ക് മാപ്പു തന്നു, ഇല്ലേ? നിങ്ങൾ എന്നെ മുമ്പത്തെപ്പോലെ സ്നേഹിക്കുന്നുണ്ട്, ഇല്ലേ?

“ദയവുചെയ്ത് എന്നെ സ്നേഹിക്കൂ. എന്നെ കൈവെടിയരുത്. കാരണം, ഈ നിമിഷത്തിൽ ഞാൻ നിങ്ങളെ അത്രമാത്രം സ്നേഹിക്കുന്നുണ്ട്. നിങ്ങളുടെ സ്നേഹത്തിന് അർഹയാവാൻ ഞാനാഗ്രഹിക്കുന്നു... എന്റെ പ്രിയസ്നേഹിതാ! ഞാൻ അദ്ദേഹത്തെ അടുത്ത ആഴ്ച വിവാഹം ചെയ്യും. എന്നിൽ പ്രേമബദ്ധനായിത്തന്നെയാണ് അദ്ദേഹം തിരിച്ചെത്തിയത്. അദ്ദേഹം എന്നെ തെല്ലും മറന്നിരുന്നില്ല. ഞാൻ അദ്ദേഹത്തെപ്പറ്റി എഴുതുന്നതുകൊണ്ട് നിങ്ങൾ കോപിക്കുകയില്ലെന്ന് എനിക്കറിയാം. പക്ഷേ അദ്ദേഹമൊന്നിച്ച് നിങ്ങളുടെയടുത്തേക്കു വരാൻ ഞാൻ ആഗ്രഹിക്കുന്നു. നിങ്ങൾ അദ്ദേഹത്തിന് സ്നേഹം നിഷേധിക്കുകയില്ല. ഉവ്വോ?

നിങ്ങളുടെ നാസ്തെൻകയ്ക്കു മാപ്പു തരിക. ഇവളെ ഓർക്കുക. സ്നേഹിക്കുക.”

ഞാൻ ആ കത്ത് പലയാവർത്തി വായിച്ചു. ഞാൻ പൊട്ടിക്കരയാൻ ആഗ്രഹിച്ചു. അവസാനം കത്ത് എന്റെ വിരലുകൾക്കിടയിൽനിന്നു വഴുതിവീണു. ഞാൻ കൈകൊണ്ടു മുഖം പൊത്തി.

“മോനേ, മോനേ,” മത്ര്യോന വിളിച്ചു.

“എന്താ?”

“നോക്കൂ. ഞാൻ മാറാമ്പിലയൊക്കെ തൂത്തുകളഞ്ഞു. ഇപ്പോൾ ഒരു കല്യാണസദ്യയ്ക്കോ സൽക്കാരത്തിനോ കൊള്ളാം- അങ്ങിനെ വല്ല ഉദ്ദേശവുമുണ്ടെങ്കിൽ. അത്രയ്ക്ക് വൃത്തിയായിട്ടുണ്ട്.”

ഞാൻ മത്ര്യോനയെ നോക്കി. ഇപ്പോഴും നല്ല ആരോഗ്യവും പ്രസരിപ്പുമുള്ള ഒരു ‘തൈക്കിളവി’യാണവർ. പക്ഷേ എന്തുകൊണ്ടെന്നറിഞ്ഞില്ല, പെട്ടെന്നെനിക്കു തോന്നി, കൂനു പിടിച്ച്, കണ്ണുമങ്ങി, മുഖം നിറയെ ചുളിവുകൾ വീണ ഒരു പടുകിളവിയാണവരെന്ന്. എന്തുകൊണ്ടെന്നറിഞ്ഞില്ല, പെട്ടെന്നെനിക്കു തോന്നി, എന്റെ മുറിക്കും മത്ര്യോനയെപ്പോലെ വാർദ്ധക്യം ബാധിച്ചെന്ന്. മച്ചും ചുമരുകളും അഴുക്കു പുരണ്ടും സർവ്വതും ഇരുണ്ടും ചിലന്തിവലകൾ തിങ്ങിയും കാണപ്പെട്ടു. എന്തുകൊണ്ടെന്നറിഞ്ഞില്ല, ജനാലയുടെ പുറത്തേക്കു നോക്കിയപ്പോൾ എതിർവശത്തെ

വീട്ടും പൊട്ടിപ്പൊളിഞ്ഞു വീഴാറായിരിക്കുന്നുവെന്നും തൂണുകളിൽ നിന്നു കുമ്മായം അടർന്നുവീണിരിക്കുന്നുവെന്നും ഭിത്തികളുടെ മുകളിലുള്ള ശില്പവേലകൾ കരിപിടിച്ച് വിണ്ടിരിക്കുന്നുവെന്നും കട്ടംമഞ്ഞനിറത്തിലുള്ള ഭിത്തികളിൽ പല നിറത്തിലുള്ള പാട്ടുകൾ വീണിരിക്കുന്നുവെന്നും എനിക്കു തോന്നി.

എന്റെ കൺമുമ്പിൽ സർവ്വതും വീണ്ടും നിഷ്പ്രഭമായതുപോലെ തോന്നിയത് ഒരുപക്ഷേ അപ്രതീക്ഷിതമായി എത്തിനോക്കിയ സൂര്യൻ പിന്നെയും കാർമേഘത്തിന്റെ പിന്നിൽ മറഞ്ഞതുകൊണ്ടായിരിക്കും. അല്ലെങ്കിൽ ഒരുപക്ഷേ ഇനിയങ്ങോട്ടുള്ള ജീവിതം മുഴുവൻ എന്റെ മുമ്പിൽ മ്ലാനമായും ശോകാത്മകമായും നിവർന്നുകിടക്കുന്നതു കണ്ടിട്ടായിരിക്കും. കൃത്യം പതിനഞ്ചുവർഷം കഴിയുമ്പോൾ ഞാനെങ്ങിനെയിരിക്കുമെന്നു ഞാൻ ഭാവനയിൽ കണ്ടു. വയസ്സുകൂടിയെങ്കിലും ബുദ്ധിതെല്ലും കൂടിയിട്ടില്ലാത്ത ഇതേ മത്ര്യോനയുമൊന്നിച്ച് ഇതേ മുറിയിൽ ഇതേ ഏകാന്തതയിൽ കഴിയുന്ന ഒരു വൃദ്ധൻ.

പക്ഷേ, നാസ്തെൻക, ഞാൻ ഒരിക്കലും എനിക്കനുഭവിക്കേണ്ടിവന്ന അനീതികളെ ഓർത്ത് മനസ് പുണ്ണാക്കുകയില്ല. നിന്റെ നിർമ്മലമായ പരമാനന്ദത്തിൽ വിഷാദത്തിന്റെ നിഴൽ വീഴ്ത്തുക, പരിഭവങ്ങളും അധിക്ഷേപങ്ങളും കൊണ്ട് നിന്റെ ഹൃദയത്തെ ദുഃഖാർത്തമാക്കുക, ആനന്ദനിർവൃതിയുടെ നിമിഷത്തിൽ മനസ്സാക്ഷിയുടെ ഒളിയമ്പുകളെയ്ത് അതിനെ മുറിവേല്പിക്കുകയും അത് വേദനാകരമായി വലിഞ്ഞുമുറുക്കാൻ ഇടവരുത്തുകയും ചെയ്യുക, വിവാഹവേദിയിലേക്ക് അയാളോടൊപ്പം നടന്നുപോകുമ്പോൾ നിന്റെ ഇരുണ്ട കുറുനിരകളിൽ പിന്നിച്ചേർത്ത ആ മനോഹരപുഷ്പങ്ങളിൽ ഒന്നുപോലും കശക്കി ഞെരിക്കുക- ഇല്ല, നാസ്തെൻക ഞാനത് ഒരിക്കലും ചെയ്യുകയില്ല! ഒരിക്കലും! നിന്റെ നഭോമണ്ഡലം എന്നും നിർമ്മലമായിരിക്കട്ടെ! നിന്റെ മധുരസ്മിതം അല്ലൽ തീണ്ടാതെ ഭാസുരമായിരിക്കട്ടെ! ഏകാന്തവും കൃതജ്ഞതാനിർഭരവുമായ മറ്റൊരു ഹൃദയത്തിനു നീ അരുളിയ ആനന്ദത്തിന്റേതും നിർവൃതിയുടേതുമായ ആ ഒരൊറ്റ നിമിഷത്തിന് നീ എന്നും ധന്യമായിരിക്കട്ടെ!

ദൈവമേ! നിർവൃതിയുടെ ഒരു മുഴുവൻ നിമിഷം! ഒരായുഷ്ക്കാലത്തേക്കുതന്നെ അതു പോരെ?....

പാവങ്ങൾ

ഹോ! ഈ കഥയെഴുത്തുകാർ! പ്രയോജനകരവും സുഖകരവും രസകരവുമായ വല്ലതും അവർക്കെഴുതിക്കൂടേ? അവരതു ചെയ്യില്ല! അഴുക്കുമുഴുവൻ തോണ്ടി പുറത്തിട്ടേ അടങ്ങൂ! അവരെ എഴുതാൻ ഞാൻ സമ്മതിക്കില്ല. എഴുതിയിട്ടെന്തു ഗുണം? അവർ എഴുതുന്നതു വായിച്ചാൽ ഓരോന്നാലോചിച്ചുപോകും. വേണ്ടാതീനങ്ങളൊക്കെ തലയ്ക്കകത്തു കയറും. അവരെഴുതുന്നതു ഞാൻ പാടേ വിലക്കും, സംശയമില്ല!

വി.എഫ്. ഒദോയെവ്സ്കി പ്രഭു

ഏപ്രിൽ 8

എന്റെ അരുമയായ വർവാറ അലെക്സേയെവ്ന,

ഇന്നലെ രാത്രി എനിക്ക് കണക്കറ്റ സന്തോഷം തോന്നി. എന്തെന്നില്ലാത്ത സന്തോഷം. പിടിവാശിക്കാരിയായ എന്റെ ഓമനേ, ജീവിതത്തിൽ ഒരിക്കലെങ്കിലും നീ ഞാൻ പറഞ്ഞത് അനുസരിച്ചു. രാത്രി എട്ടു മണിക്കാണ് ഞാൻ ഉണർന്നത് (പണി കഴിഞ്ഞ് ചെറുതായിട്ടൊന്നു മയങ്ങാൻ എനിക്കിഷ്ടമാണെന്ന്, പ്രിയേ, നിനക്ക് അറിയാമല്ലൊ). ഞാൻ മെഴുകുതിരി എടുത്തുകൊണ്ടുവന്ന്, കടലാസെല്ലാം നിവർത്തി വച്ച് പേന ശരിപ്പെടുത്തുമ്പോൾ മുകളിലേക്കു നോക്കാൻ ഇടയായി. എന്റെ ഉള്ള് ഒരൊറ്റച്ചാട്ടം! ഞാൻ ആഗ്രഹിച്ചതെന്താണെന്ന്, എന്റെ പാവപ്പെട്ട ഹൃദയം മോഹിച്ചതെന്താണെന്ന്, നിനക്ക് മനസ്സിലായെന്നർത്ഥം! നിന്റെ കർട്ടന്റെ ഒരു മൂല, ഞാൻ സൂചിപ്പിച്ചതുപോലെ,

ബാൾസംചട്ടിയോട് ചേർത്ത് ബന്ധിച്ചിരുന്നു. നിന്റെ പ്രിയവദനം ജനാലയുടെ പിന്നിൽ പ്രത്യക്ഷപ്പെട്ടെന്നുപോലും തോന്നി. നീ എത്തിനോക്കുകയാണെന്നും എന്നെപ്പറ്റി ചിന്തിക്കുകയാണെന്നും എനിക്കു തോന്നി. എന്റെ പൈങ്കിളീ, നിന്റെ ഓമനമുഖം എനിക്ക് വ്യക്തമായി കാണാൻ വയ്യല്ലോ എന്നോർത്ത് ഞാൻ എത്രമാത്രം സങ്കടപ്പെട്ടു. എനിക്ക് നല്ല കാഴ്ചശക്തിയുള്ള ഒരു കാലമുണ്ടായിരുന്നു. പ്രിയേ, വാർദ്ധക്യം അനുഗ്രഹമല്ല. മൂടലിലെന്നപോലാണ് സർവ്വതും കാണുന്നത്. രാത്രി കുറച്ചൊന്ന് എഴുതിയാൽ മതി, രാവിലെയാവുമ്പോഴേയ്ക്ക് കണ്ണു കടഞ്ഞ് വെള്ളമൂറുന്നുണ്ടാവും. പരിചയമില്ലാത്തവരെ കാണാൻ ലജ്ജ തോന്നും. പക്ഷേ എന്റെ കൊച്ചുദേവതേ, നിന്റെ പുഞ്ചിരി, മാധുര്യമേറുന്ന പുഞ്ചിരി, എന്റെ ഭാവനയിൽ ഉജ്ജ്വലമായി ശോഭിച്ചു. നിന്നെ ഞാൻ ചുംബിച്ചത് ഓർക്കുന്നില്ലേ? അതേ അനുഭൂതിയാണ് എനിക്കുണ്ടായത്. നീ എന്റെ നേരെ ശാസനാഭാവത്തിൽ വിരലിളക്കിയെന്നു പോലും എനിക്കു തോന്നി. എന്റെ കുസൃതിക്കുട്ടീ, നീ വാസ്തവത്തിൽ അങ്ങിനെ ചെയ്തോ? എല്ലാം വിസ്തരിച്ച് അടുത്ത കത്തിൽ എഴുതണം.

നമ്മുടെ കർട്ടൻകൊണ്ടുള്ള സൂത്രത്തെപ്പറ്റി എന്തു പറയുന്നു, വാരെൻക? ഒന്നാന്തരമാണ്, അല്ലേ? പണിയെടുക്കുമ്പോഴും ഉറങ്ങാൻ കിടക്കുമ്പോഴും ഉണരുമ്പോഴുമെല്ലാം എനിക്ക് തൽക്ഷണം തന്നെ അറിയാൻ കഴിയുന്നു, നീ അവിടെയിരുന്ന് എന്നെപ്പറ്റി ചിന്തിക്കുകയാണെന്ന്, എന്നെ ഓർക്കുകയാണെന്ന്, നീ സുഖമായും സന്തോഷമായും ഇരിക്കുന്നുവെന്ന്. കർട്ടൻ താഴ്ത്തിയാൽ, "മക്കാർ അലെക്സേയെവിച്ച്, ശുഭരാത്രി നേരുന്നു!" എന്നർത്ഥം. കർട്ടൻ പൊക്കിയാലോ, "മക്കാർ അലെക്സേയെവിച്ച്, ശുഭപ്രഭാതം നേരുന്നു. ഉറക്കം സുഖമായെന്ന് ആശിക്കുന്നു," എന്നോ, അല്ലെങ്കിൽ, "എങ്ങിനെയുണ്ട്, മക്കാർ അലെക്സേയെവിച്ച്? എനിക്കാണെങ്കിൽ കർത്താവിന്റെ കൃപകൊണ്ട് സൗഖ്യമാണ്," എന്നോ ആയിരിക്കും അർത്ഥം. കണ്ടില്ലേ, പ്രിയപ്പെട്ടവളേ, കാര്യം എങ്ങിനെയിരിക്കുന്നുവെന്ന്. കത്തുകളുടെ പോലും ആവശ്യമില്ല! സമർത്ഥമായിരിക്കുന്നു, അല്ലേ? ഞാൻ തന്നെ ആലോചിച്ചു കണ്ടുപിടിച്ചതാണ്! ഈവക കാര്യങ്ങളിൽ ഞാനൊരു മിടുക്കനാണെന്ന് തോന്നുന്നില്ലേ?

ഇനി ഒരു കാര്യംകൂടി പറയട്ടെ, പ്രിയപ്പെട്ട വർവാറ അലെക്സേയെവ്ന, പ്രതീക്ഷയ്ക്ക് വിരുദ്ധമായി, ഞാൻ രാത്രി മുഴുവൻ സുഖമായി ഉറങ്ങി. എനിക്കിത് വളരെയധികം തൃപ്തിയരുളുന്നു. പുതിയ ഇടങ്ങളിൽ ഒരിക്കലും നല്ലവണ്ണം ഉറങ്ങാൻ പറ്റില്ല. ഉറക്കത്തെ തടസ്സപ്പെടുത്താനായി ഒന്നല്ലെങ്കിൽ മറ്റൊന്ന് കാണും. ഒരു വാനംപാടിയുടെ

ഉഷാറോട്ടും ഉന്മേഷത്തോടും കൂടിയാണ് ഞാൻ ഇന്നു പ്രഭാതത്തിൽ എഴുന്നേറ്റത്. അതും എന്തൊരു പ്രഭാതം! ജനാല തുറന്നിട്ടു. സൂര്യൻ പ്രകാശിച്ചു. പക്ഷികൾ പാടി. വായുവിൽ വസന്തത്തിന്റെ സൗരഭ്യം അനുഭവപ്പെട്ടു. പ്രകൃതിയാകെ ഉണർന്നെണീക്കുകയായിരുന്നു. മറ്റെല്ലാംതന്നെ സമഞ്ജസമായി കാണപ്പെട്ടു. വസന്തത്തിൽ വേണ്ട തുപോലെയായിരുന്നു സർവ്വതും. രാവിലെ ഞാൻ കുറെ സമയം സുഖകരമായ ചിന്തകളിൽ മുഴുകിയിരുന്നു. പ്രിയേ, അവയെല്ലാംതന്നെ നിന്നെക്കുറിച്ചായിരുന്നു. മനുഷ്യന്റെ ആശ്വാസത്തിനും പ്രകൃതിയുടെ അലങ്കാരത്തിനും വേണ്ടി സൃഷ്ടിച്ചിരിക്കുന്ന, ആകാശത്തിലെ ഒരു കൊച്ചുകിളിയോട് ഞാൻ നിന്നെ ഉപമിച്ചു. ബുദ്ധിമുട്ടും മനോവ്യഥയുമനുഭ വിച്ചു കഴിയുന്ന മനുഷ്യർക്ക് അല്ലലില്ലാതെ വിഹായസ്സിൽ വിഹരിക്കുന്ന ഈ നിർദ്ദോഷികളായ പറവകളോട് അസൂയ തോന്നേണ്ടതാണെന്ന്, വാരെൻക, എനിക്കിപ്പോൾ തോന്നി. അങ്ങിനെയങ്ങിനെ, സൂക്ഷ്മ മായ രൂപമൊന്നുമില്ലാത്തതും സുഖകരവുമായ പല ഉപമകളും എന്റെ മനസ്സിൽ തോന്നി. എന്റെ കൈവശം ഒരു പുസ്തകമുണ്ട്, വാരെൻക. അതിൽ ഇത്തരം കാര്യങ്ങൾ ധാരാളം കാണാം- അതും, വളരെ വിസ്ത രിച്ച്. പ്രിയേ, എന്തെല്ലാംതരം സ്വപ്നങ്ങളാണെന്നോ ഉള്ളത്. എനിക്ക് അവയെപ്പറ്റി എഴുതാതെ നിവൃത്തിയില്ല. വസന്തം വന്നെത്തിയിരിക്കുന്ന ഈയവസരത്തിൽ അവ എത്രമാത്രം ഉത്തേജകവും സുഖദായകവും ഭാവനാസുന്ദരവും തരളവുമാണ്! അവയ്ക്കെല്ലാംതന്നെ ഒരു ഇളം ചുവ പ്പാണുള്ളത്. അതുകൊണ്ടാണ് ഞാൻ ഇങ്ങനെയൊക്കെ എഴുതുന്നത്. പക്ഷേ നേരു പറഞ്ഞാൽ, എനിക്ക് ഇതെല്ലാം ഒരു പുസ്തകത്തിൽനിന്നു കിട്ടിയതാണ്. കവിതയിലൂടെ ഗ്രന്ഥകാരൻ പ്രകടിപ്പിക്കുന്നത് എന്റേ തിനോട് വളരെയേറെ സാമ്യമുള്ള മോഹമാണ്:

“ഞാനൊരു പറവയായിരുന്നെങ്കിൽ.

ഇരതേടി പറന്നുപൊങ്ങുന്ന ഒരു പറവ!”

അങ്ങിനെയങ്ങിനെ പോകുന്നു. അതുപോലെ വേറെ ആശയങ്ങ ളുമുണ്ട്. പക്ഷേ സാരമില്ല! ഇന്നു രാവിലെ എവിടെപ്പോയെന്നു പറയൂ, വർവാറ അലെക്സേയെവ്ന. അതാണ് നല്ലത്. നീ നിന്റെ മുറിയിൽനിന്ന് ഉല്ലാസവതിയായി പറന്നെത്തിയപ്പോൾ ഞാൻ പണിക്കുപോകാൻ ഒരുങ്ങിക്കഴിഞ്ഞിരുന്നില്ല. നിന്നെ കാണുന്നതുതന്നെ എത്ര ആഹ്ലാദ പ്രദമായിരുന്നു! ഹാ വാരെൻക, വാരെൻക! സങ്കടപ്പെടല്ലെ. കണ്ണുനീർ കൊണ്ട് ഫലമില്ല. ഓമനേ, എന്നെ വിശ്വസിക്കൂ. അനുഭവത്തിൽനിന്നും എനിക്കറിയാവുന്നതാണ് അത്. പോരെങ്കിൽ നിനക്കിപ്പോൾ സ്വൈ ര്യമുണ്ടല്ലോ. ആരോഗ്യം മെച്ചപ്പെട്ടിട്ടുമുണ്ട്. ഫെദോറ എങ്ങിനെ? എത്ര

നല്ല സ്ത്രീയാണവർ? എനിക്കെഴുതു, വാരെൻക. നിങ്ങൾ രണ്ടാളുംകൂടി എങ്ങിനെ കഴിയുന്നുവെന്നു പറയൂ. എല്ലാം തൃപ്തികരമാണോ? ഫെദോറ കുറച്ചു മുറുമുറുക്കുന്നത് കാര്യമാക്കേണ്ട. അവർ വളരെ നല്ല സ്ത്രീയാണ്. ദൈവം അവരെ അനുഗ്രഹിക്കട്ടെ.

ഞങ്ങളുടെ തെറേസയെപ്പറ്റി ഞാൻ നേരത്തെ എഴുതിയിട്ടുണ്ടല്ലോ. അവരും നേരും നെറിയുമുള്ള നല്ലൊരു സ്ത്രീയാണ്. നമ്മൾ എങ്ങിനെ കത്തുകൾ കൈമാറുമെന്ന് ഞാൻ വിഷമിച്ചിരിക്കുകയായിരുന്നു. അപ്പോഴേയ്ക്കും ദൈവം തെറേസയെ അയച്ചുതന്നു. നല്ല വണക്കവും അനുസരണയുമുള്ള ഒരു ശുദ്ധാത്മാവാണ് അവർ. പക്ഷേ ഞങ്ങളുടെ വീട്ടുടമസ്ഥയ്ക്ക് തീരെ ദയയില്ല. ആ സ്ത്രീയെക്കൊണ്ട് എല്ലു മുറിയെ പണിയെടുപ്പിക്കുന്നു.

വർവാറ അലെക്സേയെവ്ന, ഞാൻ ഏതുപോലൊരിടത്താണ് വന്നുചേർന്നിരിക്കുന്നത്! ശരിക്കുമൊരു ചാള! എന്തൊരു വീടപ്പാ! ഞാനൊരു മുനിയെപ്പോലെ താമസിക്കുകയായിരുന്നുവെന്ന് അറിയാമല്ലൊ. എന്തൊരു ശാന്തതയും സ്വൈര്യവുമായിരുന്നു! മുറിയിലൂടെ ഈച്ച പറക്കുന്ന ശബ്ദംപോലും കേൾക്കാം. എന്നാലിവിടെയോ, ഒച്ചയും ബഹളവുംതന്നെ. ഈ വീട് എങ്ങിനെയിരിക്കുന്നുവെന്നു പറഞ്ഞില്ലല്ലോ. വളരെ ഇരുണ്ടതും അഴുക്കുപിടിച്ചതുമായ നീണ്ടൊരു ഇടനാഴി സങ്കല്പിച്ചു നോക്കു. വലതുവശത്തുള്ളത് വെറും ഭിത്തിയാണ്. ഇടതുവശത്ത് ഹോട്ടലു കളിലെപ്പോലെ നിരനിരയായി വാതിലുകളുണ്ട്. ഒന്നും രണ്ടും മൂന്നും പേർ വീതം വാടകയ്ക്കു താമസിക്കുന്ന മുറികൾ. ഇവിടെ ക്രമവും ചിട്ടയും പ്രതീക്ഷിച്ചിട്ടു കാര്യമില്ല. ശരിക്കുമൊരു നോവയുടെ പടവ്! എങ്കിലും അവർ അഭിജാതരും അഭ്യസ്തവിദ്യരുമായ നല്ല മനുഷ്യരാണെന്നു തോന്നുന്നു. ഒരാൾ (സാഹിത്യവുമായിട്ടെന്തോ ബന്ധമുള്ള) സർക്കാരുദ്യോഗസ്ഥനാണ്. ധാരാളം വായിച്ചിട്ടുള്ളയാളാണ്. ഹോമറി[20]ന്റേയും ബ്രംബേയുസ്സി[21]ന്റേയുമെന്നുവേണ്ട മറ്റു പലതരക്കാരുടേയും കൃതികളെക്കുറിച്ച് ഒട്ടേറെ കാര്യങ്ങൾ അറിയാം. സർവ്വതിനെക്കുറിച്ചും അറിയാം. ബുദ്ധിയുള്ള ഒരുത്തൻ. സദാസമയം ചീട്ടുകളിച്ചുകൊണ്ടിരിക്കുന്ന രണ്ട് പട്ടാള ഉദ്യോഗസ്ഥന്മാരും ഒരു നാവികോദ്യോഗസ്ഥനും ഒരു ഇംഗ്ലീഷ് അദ്ധ്യാപകനുമാണ് പിന്നെയുള്ളത്. പ്രിയേ, എന്റെ അടുത്ത കത്ത് നോക്കിക്കോളൂ. നിന്നെ രസിപ്പിക്കാൻവേണ്ടി ഞാൻ പരിഹാസമട്ടിൽ അവരുടെ തനിരൂപം വിശദമായി വരച്ചുകാട്ടാം. ഡ്രസ്സിംഗ് ഗൗണും ചെരുപ്പുമിട്ട് മെനകെട്ടു നടക്കുന്ന വലിപ്പം കുറഞ്ഞ ഒരു വൃദ്ധയാണ് ഞങ്ങളുടെ വീട്ടുടമസ്ഥ. ദിവസം മുഴുവനും തെറേസയുടെ നേരെ ഒച്ചയെടുക്കും. എന്റെ താമസം അടുക്കളയിലാണ്-കൃത്യമായി പറഞ്ഞാൽ, അടുക്കളയുടെ തൊട്ടടുത്ത മുറിയിൽ (ഞങ്ങളുടെ അടുക്കള

നല്ലൊരെണ്ണമാണെന്നു പറഞ്ഞേ തീരൂ, നല്ല വൃത്തിയും വെളിച്ചവുമുണ്ട്). മുറി വലുതല്ല, ഒരു കൊച്ച് അറ... അടുക്കള വലുതാണെന്നു പറയുന്നതായിരിക്കും കൂടുതൽ ശരി. മൂന്നു ജനാലകളുണ്ട്. ചെറിയൊരു ഭാഗം മറച്ചെടുത്ത് ഒരു മുറിയാക്കിയിരിക്കുകയാണ്. ഒരു വാടകമുറികൂടി എന്നുവേണമെങ്കിൽ പറയാം. അതിനുവേണ്ടത്ര വിസ്താരവും സൗകര്യവുമുണ്ട്, ഒരു ജനാലയുമുണ്ട്. അതിലാണ് എന്റെ താമസം. ചുരുക്കിപ്പറഞ്ഞാൽ, എല്ലാം വളരെ തൃപ്തികരം. ഓമനേ, ഞാനിപ്പറയുന്നതിൽ ഗൂഢാർത്ഥം എന്തെങ്കിലുമുണ്ടെന്നു ധരിച്ചുകളയരുത്. അടുക്കളയായിപ്പോയത് ഭയങ്കരമാണെന്നൊന്നും വിചാരിക്കരുത്. മറയ്ക്കു പിന്നിലെ മുറിയിലാണ് ഞാൻ താമസിക്കുന്നത്. പിന്നെന്തു വേണം! എനിക്ക് സ്വൈര്യമായി, സ്വസ്ഥമായി, തനിച്ചങ്ങിനെ കഴിഞ്ഞു കൂടാം. സാമാനങ്ങളെന്നു പറയാനായി എനിക്കുള്ളത് ഒരു കട്ടിൽ, ഒരു മേശ, ഒരു വലിപ്പലമാര, രണ്ടു കസേരകൾ ഇത്രയുമാണ്. കൂടാതെ ഞാനൊരു വിശുദ്ധരൂപവും സ്ഥാപിച്ചിട്ടുണ്ട്. എന്റേതിനേക്കാൾ നല്ല, എത്രയോ നല്ല, മുറികൾ കണ്ടേക്കുമെന്നത് വാസ്തവമാണ്. പക്ഷേ സൗകര്യമല്ലേ പ്രധാനം? ഞാൻ ഈ ചെയ്തതെല്ലാം സൗകര്യം നോക്കി മാത്രമാണ്. മറ്റെന്തെങ്കിലും എന്റെ മനസ്സിലുണ്ടായിരുന്നുവെന്ന് നിമിഷനേരത്തേക്കു പോലും വിചാരിക്കരുത്. നിന്റെ ജനാലയാണെങ്കിൽ മുറ്റത്തിനു നേരെ അപ്പുറത്താണ്. മുറ്റത്തിനു വീതിയുമില്ല. നീ കടന്നുപോകുന്നത് എനിക്കു കാണാം. അത് ഒരു ഏകാകിയുടെ ദിനങ്ങളെ പ്രകാശപൂരിതമാക്കുന്നു. പോരെങ്കിൽ, ചെലവും കുറവ്. വീട്ടിലെ ഏറ്റവും ചീത്ത മുറിക്കുപോലും ഭക്ഷണമടക്കം മുപ്പത്തഞ്ചു റൂബിൾ കൊടുക്കണം. എനിക്കതിനുള്ള കഴിവില്ല. എന്റെ മുറിക്കാകട്ടെ, ഭക്ഷണം ചേർത്ത് ഇരുപത്തിനാലര റൂബിളാണ്. മുമ്പെനിക്ക് മുപ്പതു തികച്ച് കൊടുക്കേണ്ടിയിരുന്നു. അതുകൊണ്ട് പലതും വേണ്ടെന്നു വയ്ക്കേണ്ടതായി വന്നു. എപ്പോഴും ചായ കുടിക്കാൻ പറ്റാറില്ല. എന്നാലിപ്പോഴാകട്ടെ, ചായയ്ക്കും പഞ്ചസാരയ്ക്കുമുള്ള കാശ് പിടിച്ചുവയ്ക്കാൻ എനിക്ക് കഴിയുന്നുണ്ട്. പ്രിയേ, ചായകുടിക്കാതെ കഴിയാൻ എനിക്ക് എന്തുകൊണ്ടോ ലജ്ജ തോന്നുന്നു. ഇവിടെയുള്ള സകലരും ഭേദപ്പെട്ട നിലയിൽ കഴിയുന്നവരാണ്. ഞാനൊരു വല്ലാത്ത അവസ്ഥയിലാണ്. അതുകൊണ്ടാണ്, പ്രിയേ ഞാൻ ചായ കുടിക്കുന്നത്- മറ്റുള്ളവരെ ഓർത്ത്, പുറമേയ്ക്കു കാണിക്കാൻ വേണ്ടി, സ്വരച്ചേർച്ചയ്ക്കുവേണ്ടി. അതല്ലെങ്കിൽ ഞാൻ ഗൗനിക്കുമായിരുന്നില്ല. സ്വതവെ എനിക്ക് ഇതിലൊന്നും ഭ്രമമില്ല. അടിയന്തരാവശ്യങ്ങൾക്കു വേണ്ടി-ഷൂസോ ഒരു കഷ്ണം തുണിയോ വാങ്ങാൻവേണ്ടി- കുറച്ചു പണം നീക്കിവച്ചുകഴിഞ്ഞാൽ പിന്നെ, ബാക്കിയെന്തുണ്ട്? അതോടെ ശമ്പളം മുഴുവൻ തീർന്നു. ഞാൻ പരാതിപ്പെടുകയല്ല. എനിക്കിതു മതി. എനിക്ക്

വേണ്ടിടത്തോളം എത്രയോ വർഷമായി കിട്ടുന്നു. ചിലപ്പോൾ കൂട്ടത്തിൽ ബോണസ്സും കിട്ടും.

എന്റെ ദേവതേ, ഞാൻ നിർത്തട്ടെ. ഞാൻ നിനക്കുവേണ്ടി ബാൾസമിന്റേയും ജെർമേനിയത്തിന്റേയും കുറച്ചു പൂച്ചട്ടികൾ വാങ്ങി. വലിയ വിലയായില്ല. മിനിയൊൻ ഇഷ്ടമാണോ? അവിടെ അതുമുണ്ട്. എനിക്ക് എഴുതിയാൽ മതി. പക്ഷേ, ദയവായി എല്ലാ കാര്യങ്ങളും കുറേക്കൂടി വിസ്തരിച്ച് എഴുതു. ഒരു കാര്യംകൂടി. എനിക്കേറ്റവും പ്രിയപ്പെട്ടവളേ, ഞാൻ ഇതുപോലൊരു മുറി വാടകയ്ക്കെടുത്തതോർത്ത് ഒന്നുംതന്നെ ആലോചിക്കുകയോ സംശയിക്കുകയോ വേണ്ട. സൗകര്യം മുൻനിർത്തി മാത്രമാണ് ഞാനിങ്ങനെ ചെയ്തത്-സൗകര്യം മാത്രം. എന്റെ കരളേ, ഞാൻ പണം മിച്ചംവയ്ക്കുന്നുണ്ട്. കുറച്ചു ഞാൻ സൂക്ഷിച്ചുവച്ചിട്ടുണ്ട്. ഒരു ഈച്ച പറന്നാൽപ്പോലും താഴെ വീഴുന്ന സാധുവാണു ഞാനെന്നു കണ്ടാൽ തോന്നുമായിരിക്കും. പക്ഷേ, ആലോചിച്ചുനോക്കിയാൽ, ഞാൻ വാസ്തവത്തിൽ അങ്ങിനെയുള്ളയാളല്ല. ഞാനിതു വെറുതെ പറയുകയല്ല. ദൃഢതയും ആത്മസംയമനവുമുള്ള ഒരാളിന്റെ സ്വഭാവമാണ് എനിക്കുള്ളത്. എന്റെ കൊച്ചുദേവതേ, ഞാൻ നിർത്തട്ടെ! രണ്ടു താളുകൾ നിറയെ ഞാൻ എഴുതിയതായി കാണുന്നു. ഞാൻ എത്രയോ മുമ്പ് ജോലിക്കു പോകേണ്ടതായിരുന്നു. ഓമനേ, ഞാൻ നിന്റെ വിരലുകൾ ചുംബിച്ചുകൊള്ളട്ടെ.

നിന്റെ വിനീതഭൃത്യനും വിശ്വസ്തസുഹൃത്തുമായ,

മക്കാർ ദേവൂഷ്കിൻ

കുറിപ്പ്:

എനിക്ക് ഒരപേക്ഷയുണ്ട്. പ്രിയേ, കഴിയുന്നത്ര വിശദമായി എനിക്കെഴുതു. വാരെൻക, ഞാൻ ഒരു റാത്തൽ മിട്ടായി കൊടുത്തയയ്ക്കുന്നു. ഇഷ്ടപ്പെടുമെന്ന് ആശിക്കുന്നു. ദൈവത്തെ ഓർത്ത്, എന്നെക്കുറിച്ചാലോചിച്ച് മനസ് വിഷമിപ്പിക്കരുത്. ഓമനേ, ഒരിക്കൽക്കൂടി ഞാൻ വിടവാങ്ങുന്നു.

ഏപ്രിൽ 8

പ്രിയപ്പെട്ട മക്കാർ അലെക്സേയെവിച്ച്!

നിങ്ങളുമായി വഴക്കിടാതെ നിവൃത്തിയില്ലെന്നു തോന്നുന്നു. എന്റെ നല്ലവനായ മക്കാർ അലെക്സേയെവിച്ച്, നിങ്ങൾ കൊടുത്തയച്ച സമ്മാനങ്ങൾക്ക് നിങ്ങൾക്കു കൊടുക്കേണ്ടിവരുന്ന വിലയെന്താണെന്ന്,

നിങ്ങൾക്ക് സഹിക്കേണ്ടിവരുന്ന ത്യാഗവും ആത്മനിഷേധവും എന്താണെന്ന്, അറിഞ്ഞുകൊണ്ട് അവ കൈപ്പറ്റാൻ എനിക്ക് വാസ്തവത്തിൽ വിഷമമുണ്ടെന്ന് ഞാൻ തീർത്തു പറയുന്നു. എനിക്ക് ഒന്നും വേണ്ടെന്ന്, യാതൊന്നും വേണ്ടെന്ന്, എത്രയോതവണ ഞാൻ നിങ്ങളോട് പറഞ്ഞിരിക്കുന്നു. നിങ്ങൾ എന്റെമേൽ ചൊരിയുന്ന മഹാമനസ്കതയ്ക്ക് പകരം തരാൻ എന്നെക്കൊണ്ടാവില്ലെന്ന് അറിയാമല്ലോ. ആ പൂക്കൾ എന്തിന് കൊടുത്തയച്ചു? ഒരു ചട്ടി ബാൾസമാണെങ്കിൽ തരക്കേടില്ല, പക്ഷേ ജെർമേനിയത്തിന്റെ ആവശ്യമെന്ത്? ജെർമേനിയത്തെപ്പറ്റി ഞാൻ ഓർക്കാതെ എന്തോ പറയേണ്ട താമസം, നിങ്ങൾ അതുപോയി വാങ്ങിയിരിക്കുന്നു! അതിനു നല്ല വിലയായിക്കാണും. പക്ഷേ പൂക്കൾ മനോഹരമായിരിക്കുന്നു. രക്തവർണ്ണത്തിലുള്ള കൊച്ചുകുരിശുരൂപങ്ങൾ എവിടെനിന്നു കിട്ടി? ഞാൻ അവയെ ജനാലപ്പടിയിൽ നന്നായി കാണത്തക്ക സ്ഥലത്ത് വച്ചിരിക്കുകയാണ്. ഞാൻ താഴെ ഒരു ബഞ്ചിട്ട് കൂടുതൽ പൂക്കൾ വയ്ക്കും. അല്ലെങ്കിൽ കണ്ടോളൂ. കുറച്ചുകൂടി പണമുണ്ടായിക്കോട്ടെ. ഫെദോറയ്ക്ക് ആ പൂക്കൾ എത്ര നോക്കിയാലും മതി വരില്ല. ഇവിടം ഇപ്പോൾ സ്വർഗ്ഗമാണ്. നല്ല വെടിപ്പും വെളിച്ചവും. പക്ഷേ ആ മിഠായി എന്തിനു കൊടുത്തയച്ചു? നിങ്ങളുടെ കത്ത് വായിച്ചപ്പോഴേ മനസ്സിലായി, എന്തോ കുഴപ്പമുണ്ടെന്ന്. പറുദീസയും വസന്തവും സൗരഭ്യവും വാനമ്പാടികളുമല്ലാതെ ഒന്നുമില്ല. കവിതയും കാണുമെന്ന് എനിക്ക് തീർച്ചയുണ്ടായിരുന്നു. മക്കാർ അലെക്സേയെവിച്ച്, നിങ്ങൾ കുറെ കവിതകൂടി എഴുതേണ്ടിയിരുന്നു. അതൊഴിച്ച് മറ്റെല്ലാം ഉണ്ടായിരുന്നു- മൃദുലവികാരങ്ങളും സുന്ദരസ്വപ്നങ്ങളുമൊക്കെ. കർട്ടന്റെ കാര്യമുണ്ടല്ലോ, ഞാൻ അങ്ങിനെയൊന്നും ഉദ്ദേശിച്ചതല്ല. പൂച്ചട്ടികൾ വയ്ക്കാൻ നേരത്ത് എവിടെയോ ഉടക്കിയതായിരിക്കണം. അത്രയേയുള്ളൂ!

മക്കാർ അലെക്സേയെവിച്ച്! നിങ്ങൾ എന്തൊക്കെപ്പറഞ്ഞാലും- നിങ്ങളുടെ പണം മുഴുവൻ സ്വന്തം ആവശ്യത്തിനാണ് ചെലവാക്കുന്നതെന്ന് എന്നെ ബോദ്ധ്യപ്പെടുത്താൻ എത്രയൊക്കെ ശ്രമിച്ചാലും- എന്നിൽനിന്ന് നിങ്ങൾക്ക് യാതൊന്നും മറച്ചുവയ്ക്കാൻ സാദ്ധ്യമല്ല. ഏറ്റവും അത്യാവശ്യച്ചെലവുകൾപോലും നിങ്ങൾ എനിക്കുവേണ്ടി വേണ്ടെന്നുവയ്ക്കുകയാണെന്ന് എനിക്കറിയാം. നിങ്ങൾ എന്തിനാണ് യാതൊരു സ്വൈര്യവും സ്വസ്ഥതയുമില്ലാത്ത ഒരു മുറി വാടകയ്ക്കെടുത്ത് അസൗകര്യമെല്ലാം സഹിച്ച് ഞെങ്ങിഞെരുങ്ങിക്കഴിയുന്നത്? നിങ്ങൾ ഏകാന്തത ഇഷ്ടപ്പെടുന്നു. നിങ്ങൾക്ക് അവിടെ കിട്ടാത്തതും അതുതന്നെയാണ്. നിങ്ങളുടെ ശമ്പളം വച്ചുനോക്കിയാൽ, ഇതിലും എത്രയോ സുഖമായി കഴിയാനൊക്കും. ഇതിലും വളരെ ഭേദമായിട്ടാണ് നിങ്ങൾ കഴിഞ്ഞിരുന്നതെന്ന് ഫെദോറ പറയുന്നു. നിങ്ങൾ

ജീവിതകാലം മുഴുവൻ അപരിചിതരിൽ നിന്നു വാടയ്ക്കെടുത്ത വല്ല മൂലകളിലും തനിച്ച്, അരിഷ്ടിച്ച്, സ്നേഹത്തോടുകൂടിയ ഒരു വാക്കുപോലും കേൾക്കാതെ, വിഷാദം പൂണ്ട് കഴിയുകയായിരുന്നുവെന്നോ? മഹാമനസ്കനായ സ്നേഹിതാ, എന്റെ ഹൃദയം നിങ്ങളെ ഓർത്ത് എത്രമാത്രം വേദനിക്കുന്നു! ചുരുങ്ങിയത് അസുഖം വരാതെയെങ്കിലും സൂക്ഷിക്കണം, മക്കാർ അലെക്സേയെവിച്ച്. മെഴുകുതിരിയുടെ വെളിച്ചത്തിലിരുന്ന് എഴുതുമ്പോൾ കണ്ണ് വേദനിക്കുന്നുവെന്നു പറഞ്ഞല്ലോ. പിന്നെ എന്തിന് അങ്ങിനെ ചെയ്യണം? നിങ്ങൾ എത്രമാത്രം ശുഷ്കാന്തിയുള്ള ആളാണെന്ന് തീർച്ചയായും നിങ്ങളുടെ മേലധികാരികൾക്ക് അറിയാം.

എനിക്കുവേണ്ടി ഇത്രയേറെ പണം ചെലവിടരുതെന്ന് ഞാൻ ഒരിക്കൽകൂടി അപേക്ഷിക്കുന്നു. നിങ്ങൾ എന്നെ പ്രേമിക്കുന്നുണ്ടെന്ന് എനിക്കറിയാം. എങ്കിലും നിങ്ങൾ പണക്കാരനല്ലല്ലോ. ഇന്ന് രാവിലെ ഞാനും നല്ല ഉത്സാഹത്തിലാണ് ഉണർന്നെണീറ്റത്. എനിക്ക് അതിയായ ഉന്മേഷം തോന്നി. ഫെദോറ പണിക്കുപോയിട്ട് ഒരുപാടു സമയം കഴിഞ്ഞാണ് മടങ്ങിവന്നത്. അവർ എനിക്കു ചെയ്യാനും കൂടി കുറെ ജോലി കൊണ്ടുവന്നു. എനിക്ക് കുറച്ചൊന്നുമല്ല സന്തോഷം തോന്നിയത്. ഞാൻ കുറച്ചു പട്ട് വാങ്ങാൻ പുറത്തുപോയി. അതുകഴിഞ്ഞ് ജോലി ചെയ്യാൻ ഇരുന്നു. രാവിലെ മുഴുവൻ എനിക്ക് ഹൃദയലാഘവത്വവും ഉന്മേഷവും തോന്നി. പക്ഷേ ഇപ്പോൾ എന്നെ വീണ്ടും വിഷാദം ഗ്രസിച്ചിരിക്കുന്നു. എന്റെ ഹൃദയത്തിന് ഭാരം തോന്നുന്നു.

എനിക്കെന്താണ് സംഭവിക്കാൻ പോകുന്നത്? ഭാവിയിൽ എന്നെ കാത്തിരിക്കുന്നത് എന്താണ്? യാതൊരു മേൽഗതിയുമില്ലാതെ, വരാനിരിക്കുന്നതിനെപ്പറ്റി നേരിയൊരു രൂപം പോലുമില്ലാതെ, അനിശ്ചിതാവസ്ഥയിൽ കഴിയുന്നത് അങ്ങേയറ്റം ദുസ്സഹമാണ്. ഭൂതകാലമാണെങ്കിൽ അതിഭയങ്കരമായിരുന്നു. അതേക്കുറിച്ച് ഓർക്കുന്നതുതന്നെ ഹൃദയഭേദകമാണ്. എന്റെ ജീവിതം തുലച്ച ആ ദുഷ്ടജനങ്ങളെപ്പറ്റിയുള്ള ആവലാതി ജീവിതാവസാനം വരെ ഞാൻ വച്ചുപുലർത്തുന്നതാണ്.

നേരം ഇരുട്ടിത്തുടങ്ങി. എനിക്ക് ജോലി ചെയ്തുതീർക്കണം. ഇനിയും ഒരുപാടുകാര്യങ്ങൾ എഴുതണമെന്നുണ്ട്. പക്ഷേ സമയമില്ല. ജോലി അടിയന്തരമായി തീർത്തുകൊടുക്കണം. അതുകൊണ്ട് ബദ്ധപ്പെടേണ്ടിയിരിക്കുന്നു. കത്തെഴുതുന്നത് തീർച്ചയായും നല്ലതാണ്. ഏകാന്തതയ്ക്കു കുറവു കിട്ടും. പക്ഷേ നിങ്ങളെന്താണ് ഒരിക്കലും ഇവിടെ വരാത്തത്? എന്തുകൊണ്ടാണ്, മക്കാർ അലെക്സേയെവിച്ച്? നിങ്ങൾക്ക് അധികം നടക്കേണ്ടതില്ല. തീർച്ചയായും സമയം കണ്ടെത്താനും കഴിയും. ദയവു ചെയ്ത് വരൂ! ഞാൻ കുറച്ചുമുമ്പ് നിങ്ങളുടെ തെറേസയെ കണ്ടു. അവർക്കു

തീരെ സുഖമില്ലാത്തതുപോലെ തോന്നി. അവരോട് അങ്ങേയറ്റം സഹതാപം തോന്നി ഞാൻ അവർക്ക് ഇരുപതു കോപ്പെക്കു കൊടുത്തു. ആ, ഒരു കര്യം മറന്നുപോയേനെ. നിങ്ങൾ എങ്ങിനെ കഴിയുന്നുവെന്ന് വിശദമായി എഴുതി അറിയിക്കൂ. എത്തരം ആൾക്കാരാണ് കൂടെ താമസിക്കുന്നത്, നിങ്ങൾ അവരൊന്നിച്ച് എങ്ങിനെ കഴിയുന്നു, എന്നെല്ലാം അറിയാൻ എനിക്ക് അതിയായ ആഗ്രഹമുണ്ട്. എല്ലാ കാര്യങ്ങളും എഴുതിയറിയിക്കാൻ മറക്കരുത്. ഇന്നു രാത്രി ഞാൻ മനപ്പൂർവ്വം കർട്ടന്റെ മൂല നിങ്ങൾക്കുവേണ്ടി പൊക്കിവയ്ക്കും. കുറേക്കൂടി നേരത്തെ ഉറങ്ങണം. ഇന്നലെ രാത്രി ഏതാണ്ട് പാതിരാവരെ നിങ്ങളുടെ മെഴുകുതിരി കത്തുന്നതു കണ്ടു. ഞാൻ നിർത്തട്ടെ. വിരസവും വിഷാദപൂർണ്ണവുമായ ഒരു ചീത്ത ദിവസമാണ് ഇന്ന്. എന്തുകൊണ്ടോ അങ്ങിനെയാണ്. ഞാൻ നിർത്തുന്നു.

നിങ്ങളുടെ സ്നേഹിത,

വർവാറ ദൊബ്രൊസ്യോലൊവ.

ഏപ്രിൽ 8

പ്രിയപ്പെട്ട വർവാറ അലെക്സേയെവ്,

ശരിയാണ്, കരളേ ശരിയാണ്. ഒരു ചീത്ത ദിവസമാണ് എനിക്ക് ആ ദുർവിധി വന്നുപിണഞ്ഞത്. വർവാറ അലെക്സേയെവ്ന, നീ ഈ കിളവനെ പരിഹസിക്കുകയാണ്. പക്ഷേ തെറ്റ് എന്റേതാണ്. തീർത്തും എന്റേതാണ്. കഷണ്ടികയറിയ തലയിൽ അവിടവിടെ മാത്രം മുടിയുള്ള ഒരു വൃദ്ധൻ പ്രേമത്തിനും വികാരത്തിനും വശംവദനാവുകയോ! പക്ഷേ, പ്രിയേ, ഞാൻ ഒന്നു പറയാം. മനുഷ്യൻ ഒരു വിചിത്രസൃഷ്ടിയാണ്. അയാൾ എത്ര ഭയങ്കര അസംബന്ധവും പറയും, ഏത് അതിർത്തിവരെ വേണമെങ്കിലും പോകും. എന്നിട്ടോ? തുടർന്ന് എന്താണ് സംഭവിക്കുന്നത്? വല്ല അല്പത്തരവുമല്ലാതെ ഒന്നുമല്ല. കർത്താവ് നമ്മെ അതിൽ നിന്നു രക്ഷിക്കട്ടെ! കരളേ, എനിക്ക് ദേഷ്യമില്ല. ഞാൻ ബുദ്ധിശൂന്യമായി നിനക്ക് ആ പകിട്ടേറിയ ഭാഷയിൽ എഴുതിയല്ലൊ എന്നോർക്കുമ്പോൾ എന്നോടുതന്നെ അമർഷം തോന്നുന്നുവെന്നു മാത്രം. ഇന്നു ഞാൻ ഒരു രാജാവിനോളം സന്തുഷ്ടനായിട്ടാണ് പണിക്കുപോയത്. എന്റെ ഹൃദയത്തിൽ പ്രകാശധാരയായിരുന്നു. ആത്മാവിൽ ഉത്സവമായിരുന്നു. ചുരുക്കിപ്പറഞ്ഞാൽ നല്ല ഉന്മേഷം തോന്നി. തുടക്കത്തിൽ ഞാൻ എന്റെ ഔദ്യോഗികകടലാസുകൾ ഉത്സാഹപൂർവ്വം പരിശോധിച്ചു. പക്ഷേ കുറെക്കഴിഞ്ഞ് ചുറ്റും കണ്ണോടിച്ചപ്പോൾ സർവ്വതും മുമ്പത്തെപ്പോലെ വിരസവും നിർജ്ജീവവുമായി കാണപ്പെട്ടു. മഷിക്കുപ്പികളും മേശകളും

കടലാസുകളുമെല്ലാം പഴയതുതന്നെ. ഞാൻതന്നെ മാറിയിട്ടില്ല. ഞാൻ പിന്നെന്തിന് കവിഭാവനയുടെ കുതിരപ്പുറത്തേറി? അങ്ങിനെയൊരു പ്രവൃത്തിചെയ്യാൻ എന്നെ പ്രേരിപ്പിച്ചതെന്താണ്? സൂര്യൻ എന്റെ മേൽ പ്രകാശിക്കുകയും ആകാശത്തിനു നീലിമ പകരുകയും ചെയ്തുകൊണ്ടോ? നമ്മുടെ ജനാലകളുടെ ചുവട്ടിലുള്ള മുറ്റത്ത് ഏതുതരം ചവറും കിടക്കാനിടയുള്ളപ്പോൾ എന്തു സൗരഭ്യമുണ്ടാകാനാണ്? എന്റെ ബുദ്ധിഹീനമായ ഭാവനയിൽ തോന്നിയതാവണം. ചിലപ്പോൾ നാം ബുദ്ധിഹീനമായ ഉത്സാഹക്കൂടുതലിൽ സ്വയം മറന്നുപോകുന്നു, പാടേ മറന്നുപോകുന്നു. പക്ഷേ ഇന്നു വൈകുന്നേരം ഞാൻ വീട്ടിലേക്കു നടന്നുവന്നുവെന്നു പറയുന്നതല്ല, വിമ്മിഷ്ടപ്പെട്ട് എങ്ങിനെയോ വന്നെത്തിയെന്നു പറയുന്നതായിരിക്കും കൂടുതൽ ശരി. പോരെങ്കിൽ, എന്തുകൊണ്ടോ എന്റെ തല വേദനിക്കാൻ തുടങ്ങി. ഒന്നു തുടങ്ങിയാൽ പിന്നെ പുറകെ ഓരോന്നു വരികയായി (കാറ്റടിച്ച് എന്റെ പുറം തണുത്തുവെന്നു തോന്നുന്നു). വസന്തം വന്നല്ലോ എന്ന സന്തോഷംകൊണ്ട് ഞാൻ കട്ടികുറഞ്ഞ സർവീസ് കോട്ടിട്ടുകൊണ്ടാണ് പോയത്.

നീ എന്റെ വികാരങ്ങളെ തെറ്റായി മനസ്സിലാക്കിയിരിക്കുന്നുവെന്നു പറഞ്ഞുകൊള്ളട്ടെ. നീ അവയെ തീർത്തും തെറ്റിദ്ധരിച്ചിരിക്കുകയാണ്. ഒരു പിതാവിന്റെ വാത്സല്യമായിരുന്നു അത്, വർവാറ അലെക്സേയെവ്ന, ഒരു പിതാവിന്റെ വാത്സല്യം മാത്രം. നിന്റെ ഏകാന്തമായ അനാഥജീവിതത്തിൽ ഞാൻ നിന്റെ അച്ഛന്റെ സ്ഥാനമെടുത്തതാണ്. തികഞ്ഞ ആത്മാർത്ഥത യോടെ, ഒരു യഥാർത്ഥബന്ധുവെന്ന നിലയ്ക്കാണ് ഞാനിതു പറയുന്നത്. എന്തൊക്കെപ്പറഞ്ഞാലും, ഞാൻ നിന്റെ ഒരു അകന്ന ബന്ധുവല്ലെ? വളരെ വളരെ അകന്ന ബന്ധുവായിരിക്കാം. എന്നാലും ബന്ധുവല്ലെ? ഇപ്പോഴാകട്ടെ, ഞാൻ നിന്റെ ഏറ്റവും അടുത്ത ബന്ധുവും രക്ഷിതാവുമായിരിക്കുകയാണ്. കാരണം, സഹായവും തുണയും കിട്ടേണ്ടിടത്തുനിന്ന് നിനക്ക് കിട്ടിയത് വഞ്ചനയും അപമാനവുമാണ്. കവിതയെഴുതുന്ന കാര്യമാണെങ്കിൽ, എന്റെ പ്രായത്തിലുള്ള ഒരാൾക്ക് കവിതയെഴുത്ത് യോജിച്ചതായി തോന്നുന്നില്ലെന്നു പറയേണ്ടിയിരിക്കുന്നു. കവിതയെഴുത്ത് വെറും നിസ്സാരമായ ഒരേർപ്പാടാണ്. ഇക്കാലത്ത് കൊച്ചുകുട്ടികൾക്ക് അതിന്റെ പേരിൽ സ്കൂളിൽ അടി കിട്ടുന്നുണ്ട്. പ്രിയേ, ഇതാണ് അതേപ്പറ്റി എനിക്കുള്ള അഭിപ്രായം.

സ്ഥൈര്യത്തെക്കുറിച്ചും സ്വസ്ഥതയെക്കുറിച്ചുമെല്ലാം നീ എന്തിനെഴുതുന്നു, വർവാറ അലെക്സേയെവ്ന? എനിക്ക് വലിയ നിർബ്ബന്ധങ്ങളൊന്നുമില്ല. എന്റെ ആവശ്യങ്ങൾ പരിമിതമാണ്. ഇപ്പോഴത്തേക്കാൾ സുഖമായി ഞാൻ ഒരിക്കലും കഴിഞ്ഞിട്ടില്ല. ഈ വയസ്സുകാലത്ത് ഞാൻ

എന്തിന് നിർബ്ബന്ധം പിടിക്കണം? എനിക്ക് വേണ്ടത്ര ഭക്ഷണം കിട്ടുന്നുണ്ട്. കുറച്ച് വസ്ത്രങ്ങളും പാദരക്ഷകളുമുണ്ട്. ആഡംബരവസ്തുക്കൾ മോഹിക്കാൻ ഞാനാരാണ്? ഞാനൊരു കുലീനകുടുംബത്തിൽ പിറന്നവനല്ല. എന്റെ അച്ഛൻ പ്രഭുവർഗ്ഗത്തിൽ പെട്ടവനുമായിരുന്നില്ല. എനിക്കു കിട്ടുന്നതിനേക്കാൾ കുറഞ്ഞ വരുമാനംകൊണ്ടാണ് അച്ഛൻ ഒരു കുടുംബത്തെ പോറ്റിയത്. എന്നുവച്ച് ഞാനൊരു ചുണകെട്ടവനുമല്ല. നേരുപറഞ്ഞാൽ പഴയ സ്ഥലമായിരുന്നു ഭേദം. പ്രിയേ, എനിക്ക് അവിടമാണ് കൂടുതൽ മനസ്സിനു പിടിച്ചത്. തീർച്ചയായും എന്റെ ഇപ്പോഴത്തെ മുറിയും മോശമില്ല. ചില കാര്യങ്ങളിൽ കുറേക്കൂടി ഉന്മേഷകരമാണ്. കുറേക്കൂടി സജീവമാണെന്നു വേണമെങ്കിൽ പറയാം. എനിക്ക് അതേപ്പറ്റി ഒരു പരാതിയുമില്ല. എങ്കിലും പഴയ മുറി വിട്ടുപോന്നതിൽ എനിക്ക് സങ്കടമുണ്ട്. ഞങ്ങൾ വയസ്സൻമാർ, അതായത് പ്രായംചെന്നവർ. ഓരോരോ കാര്യങ്ങളിൽ പ്രത്യേകമായൊരു പ്രതിപത്തി തോന്നുന്ന തരക്കാരാണ്. ആ മുറി ചെറുതായിരുന്നു. ചുമരുകൾ... ചുമരുകളെന്താ, മറ്റു ചുമരുകളെപ്പോലെതന്നെ. ചുമരുകളിൽ കാര്യമില്ല. ഓർമ്മകളാണ് എന്നിൽ വിഷാദമുളവാക്കുന്നത്. അവ എന്നെ ഇത്രമാത്രം വേദനിപ്പിക്കുന്നത് വിചിത്രമായിരിക്കുന്നു. കാരണം, വാസ്തവത്തിൽ സുഖകരമായ ഓർമ്മകളാണവ. ഒരുകാലത്ത് എന്നിൽ നീരസമുളവാക്കിയിരുന്ന ചീത്ത കാര്യങ്ങൾപോലും നല്ലതും നിർമ്മലവുമാണെന്ന് ഇപ്പോൾ തോന്നുന്നു. ഞങ്ങൾ- ഞാനും ആ വൃദ്ധയും-അവിടെ എത്ര സ്വൈര്യമായിട്ടാണ് കഴിഞ്ഞത്. വൃദ്ധ മരിച്ചുപോയി. അവരെപ്പറ്റി ഓർക്കുമ്പോഴും എനിക്ക് സങ്കടം വരുന്നു. നല്ലൊരു സ്ത്രീയായിരുന്നു അവർ. ഒരിക്കലും മുറികൾക്ക് കൂടുതൽ വാടക വാങ്ങുകയില്ല. ഏതു സമയത്തും പലതരം തുണിക്കഷണങ്ങൾ ചേർത്ത് ഒരുമുഴം നീളമുള്ള സൂചികൾകൊണ്ട് കിടക്കവിരിപ്പുകൾ തയ്ച്ചുകൊണ്ടിരിക്കും. ഒരേ മെഴുകുതിരിയുടെ വെട്ടത്തിൽ ഒരേ മേശയ്ക്കരികിലിരുന്നാണ് ഞങ്ങൾ രണ്ടുപേരും പണിയെടുത്തത്. അവരുടെ ചെറുമകൾ മാഷയ്ക്ക് ഇപ്പോൾ പതിമൂന്നു വയസ്സായിക്കാണും. അവളുടെ കുഞ്ഞുന്നാളത്തെ രൂപം ഞാൻ ഇപ്പോഴും ഓർക്കുന്നു. എന്തൊരു കുസൃതിപ്പെണ്ണായിരുന്നു. ഏതു സമയവും എന്തെങ്കിലും വികൃതി ഒപ്പിക്കും. അവൾ ഞങ്ങളെയിട്ട് ചിരിപ്പിച്ചതിനു കണക്കില്ല. അങ്ങിനെയാണ് ഞങ്ങൾ മൂന്നുപേരും ഒന്നിച്ചുകഴിഞ്ഞത്. ശൈത്യകാലത്തെ നീണ്ട രാത്രികളിൽ ഞങ്ങൾ വട്ടമേശയ്ക്കു ചുറ്റുമിരുന്ന് ചായ കുടിക്കും. പിന്നെ പണി തുടങ്ങുകയായി. കുട്ടിയെ രസിപ്പിക്കാനും കുസൃതി കാട്ടാതെ അടക്കിയിരുത്താനും വൃദ്ധ കഥ പറഞ്ഞു കേൾപ്പിക്കും. എന്തെല്ലാം കഥകൾ! ഒരു കുട്ടിക്കു മാത്രമല്ല, വിവരമുള്ള ഒരു മുതിർന്നയാൾക്കും സ്വയംമറന്ന് അവയിൽ ലയിച്ചിരിക്കാൻ കഴിയും.

ഞാൻ പോലും പൈപ്പ് വലിച്ചുകൊണ്ട് ആ കഥകൾ കേട്ടിരിക്കുമ്പോൾ എന്റെ ജോലിയും മറ്റു സർവ്വതും മറന്നുപോകാറുണ്ട്. ആ കുസൃതിക്കുടുക്കയാണെങ്കിൽ അവളുടെ റോസാപ്പൂ പോലുള്ള മുഖം കുഞ്ഞിക്കൈയിലമർത്തി ഭംഗിയുള്ള വായ് പാതി തുറന്നുപിടിച്ചുകൊണ്ട് അങ്ങിനെ ഇരിക്കും. പേടിപ്പെടുത്തുന്ന കഥയാണെങ്കിൽ അവൾ അമ്മൂമ്മയോട് പറ്റിച്ചേർന്നിരിക്കും. അവളെ അപ്പോൾ നോക്കിക്കൊണ്ടിരിക്കാൻ എന്തൊരു കൗതുകമായിരുന്നു! മെഴുകുതിരി ഊതിക്കെടുത്തുന്ന കാര്യമേ മറന്ന്, പുറത്ത് കാറ്റടിക്കുന്നത്- അതൊരു ഹിമക്കൊടുങ്കാറ്റാണെങ്കിൽപോലും- ശ്രദ്ധിക്കാതെ, ഞങ്ങൾ അങ്ങിനെ ഇരിക്കും. അതേ, പ്രിയപ്പെട്ടവളേ, അതൊരു നല്ല ജീവിതമായിരുന്നു. ഞങ്ങളങ്ങിനെ ഒന്നിച്ച് ഇരുപതു വർഷത്തോളം താമസിച്ചു. പക്ഷേ ഞാൻ എന്റെ ഓർമ്മകളുടെ ഒഴുക്കിൽപ്പെട്ടു പോവുകയാണ്. നിനക്ക് ഒരുപക്ഷേ ഈ വിഷയത്തിൽ യാതൊരു താല്പര്യവുമില്ലായിരിക്കും. എനിക്കാണെങ്കിൽ ഓർമ്മകൾ പുതുക്കാൻ അത്ര എളുപ്പവുമല്ല- പ്രത്യേകിച്ച് ഇപ്പോൾ. നേരം ഇരുട്ടിത്തുടങ്ങി. തെറേസ എന്തോ ബദ്ധപ്പെട്ട് ചെയ്യുന്നുണ്ട്. എനിക്ക് തലവേദനിക്കുന്നു. പുറത്തിനും കുറേശ്ശെ വേദനയുണ്ട്. എന്റെ ചിന്തകൾ യാതൊരു ക്രമവുമില്ലാതെ കാടുകയറിപ്പോകുന്നു. അവയ്ക്കും വേദനിക്കുന്നുണ്ടാവാം. പ്രിയേ, ഞാൻ ഇന്ന് വിഷാദമഗ്നനാണ്.

എന്താണ് തങ്കം നീ പറയുന്നത്? എനിക്കെങ്ങിനെ നിന്നെവന്നു കാണാൻ കഴിയും? ഞാൻ മുറ്റം മുറിച്ചുകടന്നാൽ ചോദ്യങ്ങളുണ്ടാകും. ആളുകൾ അതുമിതും പറയും. അവർ സർവ്വതും ദുർവ്യാഖ്യാനിക്കും. വേണ്ട, എന്റെ കൊച്ചുദേവതേ, ഞാൻ നിന്നെ നാളെ പള്ളിയിൽവച്ച് പ്രാർത്ഥനാസമയത്ത് കണ്ടോളാം. അതാണ് നല്ലത്. നല്ലതും, നമ്മൾ രണ്ടുപേരേയും സംബന്ധിച്ചിടത്തോളം ദോഷം കുറഞ്ഞതും അതായിരിക്കും. പ്രിയേ, ഇതുപോലൊരു കത്തെഴുതിയതിന് ദയവുചെയ്ത് മാപ്പുതരൂ. ഒന്നുകൂടി വായിച്ചുനോക്കിയപ്പോൾ, പരസ്പര ബന്ധമില്ലാത്ത എന്തെല്ലാമോ എഴുതിക്കൂട്ടിയതുപോലെ തോന്നുന്നു. ഞാൻ വയസ്സനാണ്-വയസ്സനും വിവരം കെട്ടവനും. ചെറുപ്പകാലത്ത് ഞാൻ വളരെക്കുറച്ചുകാര്യങ്ങളേ പഠിച്ചുള്ളൂ. ഇനിയിപ്പോൾ ആദ്യംതൊട്ടു പഠിക്കാൻ ശ്രമിച്ചാൽത്തന്നെ ഒന്നും മനസ്സിൽ ഉറച്ചിരിക്കുകയില്ല. കാര്യങ്ങൾ വിവരിച്ചുപറയാനുള്ള സാമർത്ഥ്യം എനിക്കില്ലെന്നറിയാം. കുറേക്കൂടി ഭാവനാത്മകമായി കാര്യങ്ങൾ പറയാൻ ശ്രമിക്കുമ്പോഴൊക്കെ കുറെ വിഡ്ഢിത്തങ്ങൾ കുമിച്ചുകൂട്ടാൻ മാത്രമേ കഴിയാറുള്ളൂ. വേറൊരാൾ പറയാതെയും പരിഹസിക്കാതെയും എനിക്കറിയാവുന്നതാണിത്. ഇന്നു ഞാൻ നിന്നെ ജനാലയ്ക്കൽ കണ്ടു. നീ കർട്ടൻ താഴ്ത്തിയിടുകയായിരുന്നു.

ഞാൻ നിർത്തുന്നു. ദൈവം നിന്നെ അനുഗ്രഹിക്കട്ടെ. ഞാൻ നിർത്തുന്നു, വർവാറ അലെക്സേയെവ്ന.

നിന്റെ വിശ്വസ്ത സുഹൃത്ത്,

മക്കാർ ദേവുഷ്കിൻ

കുറിപ്പ്:

പ്രിയപ്പെട്ടവളേ, എനിക്ക് ഇനി ആരെക്കുറിച്ചും പരിഹാസരൂപത്തിൽ എഴുതാൻ സാദ്ധ്യമല്ല. എനിക്ക് കളിയാക്കാനുള്ള പ്രായം കഴിഞ്ഞു, വർവാറ അലെക്സേയെവ്ന! ആളുകൾ എന്നെ പരിഹസിച്ചു ചിരിക്കും. അയൽക്കാരനുവേണ്ടി കുഴിക്കുന്ന കുഴിയിൽ അവനവൻ തന്നെ വീഴുമെന്ന റഷ്യൻ പഴമൊഴി അവർ ഓർക്കും.

ഏപ്രിൽ 9

പ്രിയപ്പെട്ട മക്കാർ അലെക്സേയെവിച്ച്,

എന്റെ സ്നേഹിതനും ഉപകാരിയുമായ നിങ്ങൾക്ക് ഇങ്ങനെ മനസ് വിഷമിപ്പിക്കാൻ ലജ്ജയില്ലേ? ഞാൻ നിങ്ങളെ വാസ്തവത്തിൽ നോവിച്ചോ? ഞാൻ പലപ്പോഴും വീണ്ടുവിചാരമില്ലാതെ പെരുമാറുന്നവളാണെന്ന് എനിക്കറിയാം. എങ്കിലും നിങ്ങളെ കളിയാക്കാനുദ്ദേശിച്ചുകൊണ്ടുള്ള അന്തസ്സിലാത്ത ഫലിതമായി നിങ്ങൾ എന്റെ വാക്കുകളെ കണക്കാക്കുമെന്ന് ഞാൻ ഒരിക്കലും കരുതിയിരുന്നില്ല. നിങ്ങളുടെ പ്രായത്തേയോ സ്വഭാവത്തേയോ പരിഹസിക്കാൻ ഞാൻ മുതിരുകയില്ലെന്ന് ഉറപ്പു തരുന്നു. എന്റെ ആലോചനക്കുറവുകൊണ്ട് വന്നുപോയതാണ്. അതിലേറെ, കലശലായ മടുപ്പുകൊണ്ടും. മടുപ്പ് തോന്നിയാൽ എന്തുതന്നെ ചെയ്യുകയില്ല? നേരു പറഞ്ഞാൽ, നിങ്ങൾ തമാശക്കെഴുതിയതാണെന്നാണ് ഞാൻ വിചാരിച്ചത്. നിങ്ങൾ എന്നോട് ഇത്രയേറെ പരിഭവിച്ചിരിക്കുകയാണെന്ന് അറിഞ്ഞപ്പോൾ എനിക്ക് വല്ലാത്ത വിഷമം തോന്നി. എന്റെ ഉപകാരികൂടിയായ സുഹൃത്തേ, നിർവ്വികാരയും നന്ദിയില്ലാത്തവളുമാണ് ഞാനെന്ന് നിങ്ങൾ സംശയിക്കുന്നത് എന്നോട് കാട്ടുന്ന ഒരു അനീതിയായിരിക്കും. എന്റെ ശത്രുക്കളിൽനിന്നും അവരുടെ വിദ്വേഷത്തിൽനിന്നും ഉപദ്രവത്തിൽനിന്നും എന്നെ രക്ഷിക്കാൻ വേണ്ടി നിങ്ങൾ ചെയ്തിട്ടുള്ള സർവ്വതും ഞാൻ വിലമതിക്കുന്നുണ്ട്. ഞാൻ എപ്പോഴും നിങ്ങൾക്കുവേണ്ടി ദൈവത്തോടു പ്രാർത്ഥിക്കുന്നതാണ്. ദൈവം എന്റെ പ്രാർത്ഥന ചെവിക്കൊണ്ടാൽ നിങ്ങൾ സന്തോഷത്തോടെ ജീവിക്കും.

എനിക്ക് ഇന്ന് തീരെ സുഖം തോന്നുന്നില്ല. ഒരു നിമിഷം ചൂടും അടുത്ത നിമിഷം കലശലായ തണുപ്പും തോന്നുന്നു. ഫെദോറ വിഷമിച്ചിരിക്കുകയാണ്. മക്കാർ അലെക്സേയെവിച്ച്, നിങ്ങൾ എന്നെ വന്നു കാണാൻ ലജ്ജിക്കേണ്ട യാതൊരാവശ്യവുമില്ല. ആളുകൾ അവരുടെ കാര്യം നോക്കിക്കൊള്ളട്ടെ. നമ്മൾ അടുത്ത പരിചയക്കാരാണല്ലോ, അല്ലേ? ഞാൻ നിർത്തുന്നു, മക്കാർ അലെക്സേയെവിച്ച്. പറയാനുള്ളതുമുഴുവൻ ഞാൻ പറഞ്ഞുകഴിഞ്ഞു. സുഖമില്ലാത്തതുകൊണ്ട് കൂടുതൽ എഴുതാൻ ഞാൻ അശക്തയാണ്. എന്നോട് ദേഷ്യം തോന്നരുതെന്ന് ഒരിക്കൽക്കൂടി അപേക്ഷിക്കുന്നു. എന്റെ സ്നേഹാദരങ്ങൾ നിങ്ങൾക്ക് അനുസ്യൂതം ലഭിക്കുമെന്ന് ഉറപ്പിക്കാം.

നിങ്ങളുടെ ഏറ്റവും വിശ്വസ്തയും വിനീതയുമായ ഭൃത്യ,

വർവാറ ദൊബ്രൊസ്യോലൊവ

ഏപ്രിൽ 12

പ്രിയപ്പെട്ട വർവാറ അലെക്സേയെവ്ന!

എന്തുപറ്റി? എന്താണു കുഴപ്പം? നീ എപ്പോഴും എന്നെ വല്ലാതെ ഭയപ്പെടുത്തുന്നു. കൂടുതൽ സൂക്ഷിക്കണമെന്നും നല്ലവണ്ണം പുതച്ച് ഇരിക്കണമെന്നും ചീത്ത കാലാവസ്ഥയിൽ പുറത്തു പോകരുതെന്നും എല്ലാ കാര്യങ്ങളും വിവേകപൂർവ്വം ചെയ്യണമെന്നും ഞാൻ ഓരോ കത്തിലും നിന്നോട് അപേക്ഷിക്കാറുണ്ട്, യാചിക്കാറുണ്ട്. പക്ഷേ, എന്റെ ദേവതേ, നീ അതൊന്നും ശ്രദ്ധിക്കുകയില്ല. ഓമനേ, ഒരു കൊച്ചുകുട്ടിയെപ്പോലെ അനുസരണയില്ലാത്തവളാണ് നീ. ഒരു പുൽക്കൊടിയെപ്പോലെ ദുർബ്ബലയാണ് നീയെന്ന് എനിക്കറിയാം. ചെറിയൊരു കാറ്റടിച്ചാൽ ജലദോഷം പിടിക്കും. പ്രിയേ, സൂക്ഷിക്കണം. ദേഹം നോക്കണം. അപകടത്തിലൊന്നും ചാടരുത്. നിന്റെ സ്നേഹിതർക്ക് ദുഃഖവും ഉൽക്കണ്ഠയും വരുത്തിവയ്ക്കരുത്.

എന്റെ നിത്യജീവിതത്തെക്കുറിച്ചും ചുറ്റുപാടുകളെക്കുറിച്ചും എല്ലാ കാര്യങ്ങളും നിനക്കറിയണം, അല്ലേ? എനിക്കതിൽ സന്തോഷമേയുള്ളൂ. തങ്കം, ഞാൻ ആദ്യം തൊട്ടേ തുടങ്ങാം. വീടിന്റെ മുൻവശത്തുള്ള കോവണി, കാണാൻ ചന്തമുള്ളതാണ്. വിശേഷിച്ച്, പ്രധാന പടിക്കെട്ട്. അതിനു നല്ല തെളിച്ചവും വീതിയും വെടിപ്പുമുണ്ട്. മുഴുവനും ഇരുമ്പും ഈട്ടിയുംതന്നെ. പക്ഷേ പിൻവശത്തെ കോവണിയെക്കുറിച്ചു പറയാതിരിക്കുകയാണ് ഭേദം. നനഞ്ഞ്, ഇരുണ്ട്, വളഞ്ഞുപിരിഞ്ഞു പോകുന്ന ഒരു കോവണി. പടികൾ ഇളകിവീഴാറായിരിക്കുന്നു. അഴുക്കുപിടിച്ച

ച്ചമരിൽ തൊട്ടാൽ കയ്യൊട്ടും. പടിക്കെട്ടിനിടയിലെ ഓരോ തിണ്ണയിലും പെട്ടികളും കസേരകളും പഴയ തുണിയലമാരകളും കുമിച്ചുകൂട്ടിയിട്ടി രിക്കുന്നു. അഴകളിൽ തുണി തോരയിട്ടിരിക്കുന്നു. മിക്ക ജനാലകളും പൊട്ടിപ്പൊളിഞ്ഞതാണ്. ചപ്പുംചവറും മുട്ടത്തോടും മീൻചെതുമ്പലും നിറഞ്ഞ വീപ്പകൾ സർവ്വയിടത്തും കാണാം. ആ വാട ദുസ്സഹമാണ്... ഒറ്റ വാക്കിൽ പറഞ്ഞാൽ നന്നല്ല.

മുറികളുടെ കിടപ്പ് എങ്ങിനെയാണെന്ന് ഞാൻ പറഞ്ഞല്ലൊ. സൗക ര്യമാണ്. കുറെ ഇടുങ്ങിയതാണെന്നുമാത്രം. അവയിൽ നാറ്റമുണ്ടെന്നല്ല ഞാൻ പറയുന്നത്. തുളച്ചുകയറുന്ന വല്ലാത്തൊരു മണമാണ് അനുഭ വപ്പെടുന്നത്. തുടക്കത്തിൽ ദേഷ്യം തോന്നുമെങ്കിലും അല്പസമയത്തി നുള്ളിൽ അത് പരിചയമാകും. കാരണം ഇവിടെ സർവ്വതും മണക്കും. ഇട്ടിരിക്കുന്ന വസ്ത്രങ്ങൾ പോലും. കൈകൾപോലും. മൈനകൾ വേഗം ചത്തുപോകുന്നു. ഇവിടെ താമസിക്കുന്ന നാവികോദ്യോഗസ്ഥൻ ഈയിടെയാണ് അഞ്ചാമത്തേതിനെ വാങ്ങിച്ചത്. അവയ്ക്ക് ഇവിടുത്തെ വായു താങ്ങാനാവുന്നില്ല. രാവിലെ മീനും ഇറച്ചിയും അടുപ്പത്തിരുന്നു വേവുമ്പോൾ ഒരു പുളിച്ച മണമടിക്കും. അടുക്കള വൃത്തികേടായിക്കിട ക്കും. പക്ഷേ വൈകുന്നേരമാവുമ്പോൾ അവിടം സ്വർഗ്ഗമാണ്. അടുക്കള യിൽ നല്ല പ്രകാശവും വിസ്താരവും അനുഭവപ്പെടും. അതു നിറയെ പഴയ തുണികൾ ഉണങ്ങാൻ തോരയിട്ടിരിക്കും. എന്റ മുറി തൊട്ടടുത്തായതു കൊണ്ട് ആ മണം സഹിക്കാൻ കുറച്ചു വിഷമമാണ്. പക്ഷേ സാരമില്ല. കുറേക്കാലം ഇവിടെ താമസിച്ചാൽ അത് പരിചയമായിക്കോളും.

വെളുപ്പിനുതന്നെ വീട് ഉണർന്നുകഴിയും. എല്ലാവരും എണീറ്റ് അങ്ങോട്ടുമിങ്ങോട്ടും ഒച്ചവച്ചു നടപ്പുതുടങ്ങും. ചിലർക്ക് പണിക്കു പോകണം. പക്ഷേ പണിക്കു പോകേണ്ടാത്തവരും ചെയ്യുന്നത് അതു തന്നെയാണ്. ആദ്യം എല്ലാവരും ചായ കുടിക്കും. സമോവാറുകളിൽ മിക്കതും വീട്ടുടമസ്ഥയുടെ വകയാണ്. അവ വേണ്ടത്ര ഇല്ലാത്തതുകൊ ണ്ട് ആളുകൾ അവരുടെ മുറകാത്ത് നിൽക്കണം. ആരെങ്കിലും മുറ തെറ്റിച്ച് ചായപ്പാത്രവുമായി വരുന്നതു കണ്ടാൽ മറ്റുള്ളവരെല്ലാം കൂടി കുറ്റവാളിയുടെ മേൽ ചാടിവീഴുകയായി. എനിക്കും ആദ്യത്തെ തവണ അങ്ങിനെ ഒരമളി പറ്റി. പക്ഷേ അത് ഇത്ര പറയാൻ മാത്രമൊന്നുമില്ല. അന്നാണ് ഞാൻ എല്ലാവരുമായി പരിചയപ്പെട്ടത്. ആദ്യം പരിചയ പ്പെട്ടത് നാവികോദ്യോഗസ്ഥനെയാണ്. ഉള്ളിലുള്ളതെല്ലാം പറയുന്ന സ്വഭാവക്കാരനാണ്. അച്ഛനെപ്പറ്റിയും അമ്മയെപ്പറ്റിയും തുലയിലെ ഒരു ഉദ്യോഗസ്ഥനെ വിവാഹം കഴിച്ചിട്ടുള്ള സഹോദരിയെപ്പറ്റിയും ക്രൊൻഷ്ടാത് പട്ടണത്തെപ്പറ്റിയും അയാൾ എന്നോടു പറഞ്ഞു. അയാൾ

എനിക്കു സംരക്ഷണം വാഗ്ദാനം ചെയ്യുകയും അവിടെവച്ച് അപ്പോൾത്തന്നെ ചായ കുടിക്കാൻ ക്ഷണിക്കുകയും ചെയ്തു. ഞാൻ അയാളെ കണ്ടത് ചീട്ടുകളി ഒരിക്കലും അവസാനിക്കാത്ത ഒരു മുറിയിൽവച്ചാണ്. ചായകുടി കഴിഞ്ഞപ്പോൾ ഞാനുംകൂടി കളിക്കണമെന്ന് അവർ നിർബന്ധിച്ചു. കാര്യമായിട്ട് പറഞ്ഞതാണോ എന്നു തീർച്ചയില്ല. അവർ രാത്രി മുഴുവൻ കളിയായിരുന്നു. ഞാൻ മുറിയിൽ പ്രവേശിച്ചപ്പോഴും കളിതന്നെ. അവർ ചീട്ടുകളിയിൽ മുഴുകിയിരിക്കുകയായിരുന്നു. എവിടെയും ചോക്കിന്റെ പൊടി. മുറിയിൽ നിറഞ്ഞുനിന്ന പുകയടിച്ച് കണ്ണു കടഞ്ഞു. ചൂതുകളിക്കാൻ ഞാൻ വിസമ്മതിച്ചപ്പോൾ എന്നോട് വേദാന്തം പറയേണ്ടെന്നു പറഞ്ഞു. പിന്നീട് ആരും എന്നോടു സംസാരിച്ചില്ല. നേരുപറഞ്ഞാൽ ഞാൻ അത് കാര്യമാക്കിയതുമില്ല. മേലിൽ ഞാനവിടെ പോവില്ല. ചൂതുകളിക്കാരാണ് അവർ. ചൂതുകളിക്കാർ! എഴുത്തുകാരനും അദ്ദേഹത്തിന്റെ മുറിയിൽ സൽക്കാരങ്ങൾ നടത്താറുണ്ട്. പക്ഷേ അവിടെ സർവ്വതും നിർദ്ദോഷവും മാന്യവും വിശിഷ്ടവും ഉന്നതനിലവാരത്തിലുള്ളതുമാണ്.

കൂട്ടത്തിൽ ഒരു കാര്യംകൂടി പറയട്ടെ, വാരെൻക. ഞങ്ങളുടെ വീട്ടുടമസ്ഥ ദുസ്വഭാവക്കാരിയായ ഒരു വൃദ്ധയാണ്. ശരിക്കുമൊരു മൂദേവി. തെറേശയെ കണ്ടിട്ടുണ്ടല്ലോ? അവർ എങ്ങിനെ മെലിഞ്ഞിരിക്കുന്നുവെന്ന് കണ്ടോ. പൂട പറിച്ച കോഴിയെപ്പോലെ. വേലക്കാരായി രണ്ടുപേരേയുള്ളു- തെറേസയും ഫൽദോനിയും. രണ്ടാമത്തെയാളിന്റെ പേര് ഒരുപക്ഷേ മറ്റു വല്ലതുമായിരിക്കും. എങ്കിലും ഫൽദോനിയെന്നു വിളിച്ചാൽ വിളികേൾക്കും. അതുകൊണ്ട് സകലരും അയാളെ ഫൽദോനിയെന്നാണ് വിളിക്കുന്നത്. ചുവന്ന മുടിയും കോങ്കണ്ണും പതിഞ്ഞ മൂക്കുമുള്ള ഒരു മുട്ടാളൻ. ഏതു സമയവും തെറേസയുമായി വഴക്കിട്ടുകൊണ്ടിരിക്കും. അവർ പരസ്പരം കൈവയ്ക്കുന്നില്ലെന്നു മാത്രം. ആകെക്കൂടി ഇവിടുത്തെ ജീവിതം അത്ര സുഖകരമല്ലെന്നു ഞാൻ പറയും. ഉറക്കസമയമെന്നൊന്ന് ഇവിടെ ഇല്ല. ഒച്ചയെല്ലാം അടങ്ങിയിട്ട് ഉറങ്ങാമെന്നു വിചാരിക്കേണ്ട. മുറികളിൽ ഒന്നിലല്ലെങ്കിൽ മറ്റൊന്നിൽ ചീട്ടുകളി നടക്കുന്നുണ്ടാവുമെന്നു തീർച്ചയാണ്. ഞാൻ പറയാൻ ലജ്ജിക്കുന്ന കാര്യങ്ങളാണ് ചിലപ്പോൾ ഇവിടെ നടക്കുന്നത്. എനിക്കിതൊക്കെ പരിചയമായി. പക്ഷേ വീടും കുടുംബവുമായി താമസിക്കുന്നവർക്ക് ഇതുപോലൊരു ബഹളത്തിനിടയിൽ എങ്ങിനെ കഴിയാൻ സാധിക്കുന്നുവെന്നു ഞാൻ അത്ഭുതപ്പെടുകയാണ്. ഇടനാഴിയുടെ മറുവശത്തുള്ള മുറിയിൽ ഒരു പാവപ്പെട്ട കുടുംബം താമസിക്കുന്നുണ്ട്. മറ്റു മുറികളിൽനിന്നു മറ്റു മുറികളിൽനിന്നു കുറെ വിട്ടുമാറി ഒരു മൂലയ്ക്കായിട്ടാണ് അത്. ഒതുങ്ങിക്കഴിയുന്ന കൂട്ടരാണവർ. അവരുടെ തട്ടിക്കു പിന്നിൽ ഒച്ചയും അനക്കവുമില്ല. അയാളുടെ പേര് ഗൊർഷ്ക്കോവ് എന്നാണ്.

തൊഴിലില്ലാത്ത ഒരു ഗുമസ്തൻ. എന്തോ കാരണം പറഞ്ഞ് ഏഴു വർഷം മുമ്പ് പിരിച്ചുവിട്ടതാണ്. വലിപ്പം കുറഞ്ഞ്, മുടി നരച്ച ഒരു മനുഷ്യൻ. അയാളുടെ മുഷിഞ്ഞുനാറിയ വസ്ത്രങ്ങൾ കാണുമ്പോൾ വിഷമം തോന്നും. അയാളുടെ കോട്ട് എന്റേതിനേക്കാൾ മോശമാണ്. ചുള്ളിക്കമ്പുപോലെ ശുഷ്കിച്ചിരിക്കുന്ന ഒരു കൊച്ചുമനുഷ്യൻ (ഞങ്ങൾ ചിലപ്പോൾ ഇടനാഴിയിൽവച്ചു കണ്ടുമുട്ടാറുണ്ട്). അയാളുടെ കാൽമുട്ടുകളും കയ്യും തലയുമെല്ലാം എപ്പോഴും വിറച്ചുകൊണ്ടിരിക്കും. സുഖക്കേടെന്താണെന്നു ദൈവത്തിനേ അറിയൂ. അയാൾ ഭയന്ന് സകലരിൽനിന്നും ഒഴിഞ്ഞുമാറിയാണ് നടപ്പ്. എനിക്കും ചിലപ്പോഴൊക്കെ സങ്കോചം തോന്നാറുണ്ടെങ്കിലും അയാളുടെ സ്ഥിതി അതിലും കഷ്ടമാണ്. ഭാര്യയും മൂന്നു കുട്ടികളുമുണ്ട്. മൂത്തവന് അച്ഛനെപ്പോലെ തന്നെ വലിപ്പം തീരെയില്ല. ഭാര്യ ഒരു കാലത്ത് സുന്ദരിയായിരുന്നിരിക്കണം. ഇപ്പോൾപോലും കണ്ടാലറിയാം. പക്ഷേ പാവം കീറിപ്പറിഞ്ഞ വേഷമാണ് ഇട്ടിരിക്കുന്നത്. അവർ വാടക കുടിശ്ശികയാക്കിയെന്നു കേട്ടു. ഏതായാലും വീട്ടുടമസ്ഥ അത്ര ദയയോടെയല്ല അവരോടു പെരുമാറുന്നത്. ഗൊർഷ്കോവ് എന്തോ കുഴപ്പത്തിൽ ചാടിയതുകൊണ്ടാണ് ജോലി പോയതെന്നും കേട്ടു. എന്തോ കുറ്റമാരോപിച്ച് അയാളെ വിസ്തരിച്ചത്രെ. അതോ അന്വേഷണം നടത്തിയതാണോ എന്നുതീർച്ചയില്ല. ഏതായാലും അവർക്ക് ശരിക്കും ദാരിദ്ര്യമാണ്. ദൈവമേ, ഇങ്ങനെയുണ്ടോ ഒരു ദാരിദ്ര്യം! അവരുടെ മുറിയിൽനിന്ന് യാതൊരു ഒച്ചയും കേൾക്കുന്നില്ല. അവിടെ ആരും താമസമില്ലെന്നു തോന്നും. കുട്ടികളുടെ ശബ്ദംപോലും കേൾക്കുന്നില്ല. അവർ ഓടി നടക്കുന്നതോ കളിക്കുന്നതോ ഞാൻ കണ്ടിട്ടില്ല. ചീത്ത ലക്ഷണമാണത്! ഒരുദിവസം വൈകുന്നേരം ഞാൻ അവരുടെ കതകിന്റെ മുമ്പിലൂടെ കടന്നുപോയപ്പോൾ ഒരു തേങ്ങലും കുശുകുശുപ്പും പിന്നൊരു തേങ്ങലും കേട്ടു. ആരോ ദയനീയമായി കരയുകയാണെന്നു തോന്നി. എന്റെ ചങ്ക് നൊന്തു. അന്നു രാത്രി മുഴുവൻ ഞാൻ അവരെപ്പറ്റി ആലോചിച്ചുകൊണ്ടു കിടന്നു. ഉറങ്ങാൻ കഴിഞ്ഞില്ല.

എന്റെ അമൂല്യസുഹൃത്തേ, വാരെൻക, ഞാൻ നിർത്തട്ടെ. ഞാൻ എല്ലാ കാര്യങ്ങളും ആകാവുന്നവിധം ഭംഗിയായി വിവരിച്ചിട്ടുണ്ട്. ഇന്നു മുഴുവൻ ഞാൻ നിന്നെപ്പറ്റി ചിന്തിക്കുകയായിരുന്നു. നിന്നെപ്പറ്റി മാത്രം. നിന്റെ കാര്യത്തിൽ എനിക്ക് അങ്ങേയറ്റം ഉൽക്കണ്ഠയുണ്ട്. നിനക്ക് ചൂടുള്ള ഒരു കോട്ടില്ലെന്ന് എനിക്കറിയാം. പിറ്റേഴ്സ്ബർഗ്ഗിലെ വസന്തത്തിലെ കാറ്റും മഴയും മഞ്ഞും അതാവശ്യമാണ്. അവ എന്നെ ബാക്കിവച്ചേക്കില്ലെന്ന് എനിക്കറിയാം, വാരെൻക. ഈ നശിച്ച കാലത്തിൽനിന്നു ദൈവം നമ്മെ രക്ഷിക്കട്ടെ! കരളേ, ഞാനിങ്ങനെയൊക്കെ എഴുതുന്നതിന് എന്നോട് ദേഷ്യപ്പെടരുത്. എനിക്ക് നല്ല

ശൈലിയിൽ എഴുതാൻ അറിഞ്ഞുകൂട, അറിയാനേ പാടില്ല. അറിയാമായിരുന്നെങ്കിൽ എന്നു ഞാൻ ആശിച്ചു പോകുന്നു. നിനക്ക് കുറച്ചെങ്കിലും ഉന്മേഷം തോന്നുമെന്ന പ്രതീക്ഷയിൽ ഞാൻ മനസ്സിൽ വരുന്നതൊക്കെ എഴുതുകയാണ്. എനിക്ക് മാന്യമായ വിദ്യാഭ്യാസമുണ്ടായിരുന്നെങ്കിൽ ഇതാകുമായിരുന്നില്ല സ്ഥിതി. എന്തൊരു വിദ്യാഭ്യാസമാണ് എനിക്കു ലഭിച്ചത്?ഒരു കോപ്പെക്കിന്റെ വിലപോലും വരില്ല!

നിന്റെ എക്കാലത്തേയും വിശ്വസ്ത സ്നേഹിതൻ

മക്കാർ ദേവുഷ്കിൻ

ഏപ്രിൽ 25

പ്രിയപ്പെട്ട മക്കാർ അലെക്സേയെവിച്ച്,

ഇന്ന് ഞാൻ എന്റെ ചാർച്ചക്കാരിയായ സാഷയെ കണ്ടുമുട്ടി. ഭയങ്കരം! അവളും നശിക്കും! ആന്ന ഫ്യോദൊറൊവ്ന എന്നെപ്പറ്റി അന്വേഷിക്കുന്നുണ്ടെന്നും ഞാൻ കേട്ടു. അവർക്ക് എന്നെ എന്റെ പാട്ടിനു വിട്ടുകൂടേ! കഴിഞ്ഞതെല്ലാം മറന്ന് എനിക്ക് മാപ്പുതരാൻ അവർ ആഗ്രഹിക്കുന്നുവത്രെ. അടുത്തുതന്നെ എന്നെ വന്നു കാണാൻ അവർ ഉദ്ദേശിക്കുന്നു. നിങ്ങൾ എന്റെ ബന്ധുവല്ല, അവർക്കാണ് എന്നോടു കൂടുതൽ അടുപ്പം, ഞങ്ങളുടെ വീട്ടുകാര്യങ്ങളിൽ തലയിടാൻ നിങ്ങൾക്ക് യാതൊരവകാശവുമില്ല. നിങ്ങളുടെ ഔദാര്യത്തിന്റേയും സഹായത്തിന്റേയും പുറത്ത് ജീവിക്കാൻ എനിക്ക് ലജ്ജ തോന്നേണ്ടതാണ്, എന്നൊക്കെയാണ് അവർ പറയുന്നത്. അവരുടെ മഹാമനസ്കത ഞാൻ മറന്നുപോയത്രെ. അമ്മയേയും എന്നേയും പട്ടിണി കിടന്നു ചാകാതെ രക്ഷിച്ചത് താനാണെന്നും രണ്ടരക്കൊല്ലം ഞങ്ങളെ തീറ്റിപ്പോറ്റുന്നതിൽ ഒരുപാട് ചെലവുവന്നിട്ടുണ്ടെന്നും സർവ്വോപരി ഞങ്ങളുടെ കടങ്ങളെല്ലാം പൊറുക്കാൻ തയ്യാറാണെന്നും അവർ പറയുന്നു. എന്റെ പാവപ്പെട്ട അമ്മയെപ്പോലും അവർ വെറുതെ വിട്ടിട്ടില്ല. എന്നോട് അവർ ചെയ്തതെന്താണെന്ന് അമ്മ അറിഞ്ഞിരുന്നെങ്കിൽ! പക്ഷേ ദൈവം എല്ലാം കാണുന്നുണ്ട്! എന്റെ കഷ്ടപ്പാടുകൾക്ക് ഞാൻ തന്നെയാണ് കുറ്റക്കാരിയെന്നും അവർ എനിക്കു വഴികാട്ടിത്തന്നതാണെന്നും എനിക്കെന്റെ സൽപ്പേര് കാത്തുസൂക്ഷിക്കാൻ കഴിയാതെപോയത് ആന്ന ഫ്യോദൊറൊവ്ന പറയുന്നത്. ദൈവമേ, പിന്നെ ആരുടെ കുറ്റമാണ്! മി. ബീക്കൊവ് പറഞ്ഞതിൽ കാര്യമുണ്ടെന്നും ഇതുപോലൊരുത്തിയെ ആരും കല്യാണം കഴിക്കുമെന്ന് പ്രതീക്ഷിക്കവയ്യെന്നും അവർ പറയുന്നു... ഇതൊക്കെ എഴുതിയിട്ട് എന്തുഗുണം? കണ്ണിൽ ചോരയില്ലാത്ത ആ നുണ കേട്ടപ്പോൾ എന്റെ ഉള്ളു നീറി, മക്കാർ അലെക്സേയെവിച്ച്!

ഞാനൊരു ഭയങ്കരസ്ഥിതിയിലാണ്. ഞാനിവിടെ ഇരുന്ന് തേങ്ങിക്കരയുകയാണ്. എന്റെ ദേഹമാകെ വിറയ്ക്കുന്നു. ഈ കത്തെഴുതാൻ രണ്ടു മണിക്കൂറെടുത്തു. അവരെന്നെ കണക്കില്ലാതെ ദ്രോഹിച്ചിട്ടുണ്ടെന്ന കാര്യം സമ്മതിക്കുമെന്നെങ്കിലും ഞാൻ വിചാരിച്ചു. എന്നിട്ടു കണ്ടില്ലേ! എന്റെ ഒരേയൊരു ഉപകാരിയായ നിങ്ങൾ ഇതുകൊണ്ടൊന്നും വിഷമിക്കരുത്! ഫെദോറ എപ്പോഴും അതിശയോക്തിയോടെയാണ് പറയുന്നത്. എനിക്ക് രോഗമൊന്നുമില്ല. ഇന്നലെ വോൾക്കൊവൊയിൽ കുർബാനയ്ക്കു പോയപ്പോൾ ചെറിയൊരു ജലദോഷം പിടിച്ചതേയുള്ളൂ. നിങ്ങൾ എന്താണ് എന്റെകൂടെ വരാഞ്ഞത്? ഞാൻ നിങ്ങളോട് എത്ര അപേക്ഷിച്ചതാണ്! എന്റെ പാവപ്പെട്ട പൊന്നമ്മച്ചി-അമ്മച്ചിക്ക് കുഴിമാടത്തിൽനിന്ന് എണീറ്റുവരാൻ കഴിഞ്ഞിരുന്നെങ്കിൽ! അവരെന്നോടു ചെയ്തതെന്തൊക്കെയാണെന്നു കാണാനും അറിയാനും കഴിഞ്ഞിരുന്നെങ്കിൽ!

വി.ഡി.

മേയ് 20

വാരെൻക, എന്റെ പൈങ്കിളീ,

ഞാൻ കുറച്ചു മുന്തിരിങ്ങ കൊടുത്തയയ്ക്കുന്നു, കരളേ, രോഗം വിട്ടെണീറ്റവർക്ക് മുന്തിരിങ്ങ നല്ലതാണ്. ഡോക്ടർമാരുടെ അഭിപ്രായത്തിൽ ദാഹം മാറ്റാനും വിശേഷമാണത്. അതിനാണ് ഞാൻ കൊടുത്തയയ്ക്കുന്നത്-ദാഹം മാറ്റാൻ മാത്രം. ഇന്നലെ നീ കുറച്ചു റോസാച്ചെടികൾ കിട്ടിയാൽകൊള്ളാമെന്നു പറഞ്ഞല്ലൊ. അതുകൊണ്ടാണ് ഞാൻ അവ കൊടുത്തയച്ചത്. വിശപ്പെങ്ങിനെ, ഓമനേ? അതാണ് പ്രധാനം. ദൈവാനുഗ്രഹത്താൽ എല്ലാം മാറിയല്ലൊ. നമ്മുടെ ബുദ്ധിമുട്ടുകളൊക്കെ തീരാറായി. നമുക്കതിന് ദൈവത്തോട് നന്ദി പറയാം. നീ പറഞ്ഞ പുസ്തകങ്ങൾ എനിക്കിനിയും കിട്ടിയില്ല. വളരെ നല്ല ഒരു പുസ്തകം ഇവിടെയുണ്ടെന്നു പറയുന്നു. വളരെ ഭംഗിയായി എഴുതിയത്. നല്ല പുസ്തകമാണത്രെ. ഞാനതു വായിച്ചിട്ടില്ല. പക്ഷേ എല്ലാവരും അതിനെ പ്രശംസിക്കുന്നുണ്ട്. വേണമെങ്കിൽ എനിക്കു വായിക്കാൻ തരാമെന്നു പറഞ്ഞു. പക്ഷേ നീ അതു വായിക്കുമോ? നിന്നെ പ്രസാദിപ്പിക്കാൻ എളുപ്പമല്ല. നിന്റെ അഭിരുചിക്കു പറ്റിയത് കിട്ടാൻ വിഷമമാണ്. പ്രിയേ, എനിക്കതും ഭംഗിയായി അറിയാം: നെടുവീർപ്പുകളും പ്രേമവും നിറച്ചുള്ള കാവ്യാത്മകമായ വല്ലതുമായിരിക്കും ഒരുപക്ഷേ നിനക്ക് വേണ്ടത്. പേടിക്കേണ്ട, ഞാനത് എവിടെനിന്നെങ്കിലും സമ്പാദിച്ചുതരാം. കവിതകൾ പകർത്തിയെഴുതിയിട്ടുള്ള ഒരു നോട്ടുപുസ്തകമുണ്ട്.

എന്റെ വിശേഷം പറഞ്ഞാൽ, സൗഖ്യംതന്നെ. കരളേ, എന്നെ ഓർത്ത് വിഷമിക്കരുത്. ഫെദോറ പറയുന്നതു കാര്യമാക്കേണ്ട. അവരൊരു വായാടിത്തള്ളയാണെന്നു പറഞ്ഞാൽ മതി. അങ്ങിനെ തന്നെ പറയണം! ഞാനെന്റെ പുതിയ യൂണിഫോറം വിറ്റിട്ടില്ല. എന്തിനു വില്ക്കണം? എന്തു കാര്യത്തിന്? എനിക്ക് നാല്പതു റൂബിൾ ബോണസ് കിട്ടാൻ പോകുന്നെന്നു കേട്ടു. പിന്നെ ഞാനെന്തിനു വിൽക്കണം? അതുകൊണ്ട്, ഓമനേ, നീ വിഷമിക്കരുത്. ഫെദോറ വെപ്രാളക്കാരിയാണെന്ന് അറിയാമല്ലൊ. നല്ല കാലമാണ് വരാൻ പോകുന്നത്! എന്റെ ദേവതേ, നിനക്കു സുഖപ്പെട്ടാൽ മാത്രം മതി. ദൈവത്തെ വിചാരിച്ച് സുഖപ്പെടൂ. നിന്റെ പഴയ സുഹൃത്തിനെ സങ്കടപ്പെടുത്തല്ലെ. ഞാൻ ശോഷിച്ചുപോയെന്ന് ആരു പറഞ്ഞു? വെറുതെ പറയുന്നതാണ്! വെറും കുപ്രചാരണം! എനിക്ക് നല്ല ആരോഗ്യമുണ്ട്. തടിച്ചു കൊഴുത്തിരിക്കുന്നതുകണ്ടിട്ട് എനിക്കുതന്നെ ലജ്ജ തോന്നുന്നു. നിന്റെ അസുഖമൊക്കെ ഒന്നു മാറിയിരുന്നെങ്കിൽ! ദേവതേ, ഞാൻ നിർത്തുന്നു. നിന്റെ വിരലുകളോരോന്നും ഞാൻ ചുംബിക്കുന്നു.

നിന്റെ നിത്യസുഹൃത്ത്,

മക്കാർ ദേവുഷ്കിൻ

കുറിപ്പ്

എന്റെ ഓമനേ, നീ എന്തിനാണ് അക്കാര്യത്തെപ്പറ്റി വീണ്ടും എഴുതുന്നത്? കുറച്ച് ഔചിത്യബോധം കാട്ടൂ! ഞാനെങ്ങിനെ ഇത്ര വളരെ പ്രാവശ്യം നിന്നെ വന്നു കാണും? അതുപോലൊരു കാര്യം ചെയ്യാൻ എനിക്കെങ്ങിനെ കഴിയും? ഇരുട്ടിന്റെ മറവിലല്ലാതെ ഞാൻ വരുമെന്നു പ്രതീക്ഷിക്കേണ്ട. ഈ സമയത്താണെങ്കിൽ രാത്രി എന്തിരുട്ടാണുള്ളത്? നീ സുഖമില്ലാതെ കിടക്കുമ്പോൾ, നിന്റെ മനസ്സ് അലഞ്ഞു നടന്നപ്പോൾ, ഞാൻ നിന്റെ മെത്തയ്ക്കരികിൽനിന്ന് ഒരിക്കലും എണീറ്റിട്ടില്ല. എനിക്കത് എങ്ങിനെ കഴിഞ്ഞെന്ന് എനിക്കുതന്നെ അറിഞ്ഞുകൂടാ. പക്ഷേ ജനാപവാദത്തെ പേടിച്ച് എനിക്ക് അങ്ങോട്ടുള്ള വരവ് നിർത്തേണ്ടിവന്നു. എന്നിട്ടും ആളുകൾ അതുമിതും പറയുന്നുണ്ട്. തെറേസയെ എനിക്ക് പൂർണ്ണവിശ്വാസമാണ്. അവർ വായാടിയല്ല. പക്ഷേ ആളുകൾ നമ്മെപ്പറ്റി കൂടുതലറിയാനിടയായാലത്തെ അവസ്ഥയൊന്ന് ആലോചിച്ചുനോക്കൂ! അവർ എന്തുതന്നെ വിചാരിക്കില്ല! എന്തുതന്നെ പറയില്ല! കരളേ, ക്ഷമിച്ചിരിക്കൂ. സുഖപ്പെടുന്നതുവരെ കാത്തിരിക്കൂ. അതു കഴിഞ്ഞു നമുക്കു തമ്മിൽ കാണാം.

ജൂൺ 1

ബഹുമാനപ്പെട്ട മക്കാർ അലെക്സേയെവിച്ച്!

നിങ്ങൾ എന്നോടു കാട്ടിയിട്ടുള്ള നിർലോഭമായ വാത്സല്യത്തിനു പകരമായി നിങ്ങളെ സന്തോഷിപ്പിക്കാൻ എന്തെങ്കിലുമൊന്നു ചെയ്യണമെന്ന് ഞാൻ അതിയായി മോഹിച്ചു. എന്റെ മേശ തപ്പിനോക്കിയപ്പോൾ ഈ പഴയ നോട്ടുപുസ്തകം കിട്ടി. അതു ഞാൻ നിങ്ങൾക്ക് അയച്ചുതരികയാണ്. കൂടുതൽ സന്തോഷപ്രദമായിരുന്ന ദിവസങ്ങളിലാണ് ഞാനത് എഴുതാൻ തുടങ്ങിയത്. ഇടയ്ക്കിടയ്ക്ക് ഞാൻ അത് തുടരുകയും ചെയ്തു.

എന്റെ കഴിഞ്ഞ കാലത്തേയും അമ്മയേയും പൊക്രോവ്സ്കിയേയും ആന്ന ഫ്യോദൊറൊവ്നയൊന്നിച്ചുള്ള എന്റെ ജീവിതത്തേയും അവസാനമായി അടുത്ത കാലത്ത് എനിക്കു നേരിട്ട കുഴപ്പങ്ങളേയുമെല്ലാം കുറിച്ച് നിങ്ങൾ പലപ്പോഴും എന്നോടു ചോദിച്ചിട്ടുണ്ടല്ലോ. എന്റെ ഭൂതകാലജീവിതത്തിലെ പല നിമിഷങ്ങളേയും കുറിച്ച് സമയം കിട്ടുമ്പോഴെല്ലാം- എന്തുകൊണ്ടാണെന്നു നിശ്ചയമില്ല- ഞാൻ എഴുതിപ്പോന്നു. ഈ കുറിപ്പുകൾ വായിക്കാൻ നിങ്ങൾക്കു വലിയ തിടുക്കമായിരുന്നല്ലോ. അവ നിങ്ങൾക്കു സന്തോഷമരുളുമെന്ന് എനിക്ക് തീർച്ചയുണ്ട്. പക്ഷേ എനിക്ക് അവ വായിക്കുമ്പോൾ സങ്കടമാണ് വരുന്നത്. അവസാനത്തെ വരി എഴുതുമ്പോൾ ഉണ്ടായിരുന്നതിലും ഇരട്ടി പ്രായം എനിക്കിപ്പോഴുണ്ടെന്ന് തന്നത്താൻ ഒരു തോന്നൽ. ഞാൻ വിടവാങ്ങുന്നു, മക്കാർ അലെക്സേയെവിച്ച്. എനിക്കു വല്ലാത്ത ക്ഷീണവും ഏകാന്തതയും തോന്നുന്നു. ഉറക്കം വരാത്തതിന്റെ ശല്യവുമുണ്ട്. ക്ഷീണം മാറാനുള്ള ഈ കാത്തിരുപ്പ് എത്ര വിരസമാണ്!

വി.ഡി.

1

എനിക്ക് പതിനാല് വയസ്സുള്ളപ്പോൾ അച്ഛൻ മരിച്ചു. കുട്ടിക്കാലമായിരുന്നു എന്റെ ജീവിതത്തിലെ ഏറ്റവും സന്തോഷപ്രദമായ കാലം. ടി-എന്ന ഗുബേർണിയ[22]യിലെ പി-പ്രഭുവിന്റെ വലിയ എസ്റ്റേറ്റിന്റെ കാര്യസ്ഥനായിരുന്നു അച്ഛൻ. ഇവിടുന്ന് വളരെ വളരെ ദൂരം, പ്രഭുവിന്റെ വക ഗ്രാമങ്ങളിലൊന്നിൽ ഞങ്ങൾ സുഖമായും സ്വസ്ഥമായും താമസിച്ചു. ഞാനൊരു അടക്കമില്ലാത്ത കുട്ടിയായിരുന്നു. ഏതു സമയവും തോട്ടങ്ങളിലും പുൽപ്പരപ്പുകളിലും കുറ്റിക്കാടുകളിലും ഓടി നടക്കും. മേൽനോട്ടത്തിന് ആരുമുണ്ടായിരുന്നില്ല. അച്ഛന് എപ്പോഴും എസ്റ്റേറ്റുസംബന്ധമായ ജോലികളുണ്ടാവും. അമ്മയ്ക്കു വീട്ടുജോലിയും.

അതുകൊണ്ട് അവർ എന്നെ എന്റെ പാട്ടിനു വിട്ടു. എന്നെ പഠിപ്പിക്കാൻ ആരുമില്ലായിരുന്നു. എനിക്കതുകൊണ്ടു സന്തോഷമേ തോന്നിയുള്ളൂ. എന്നും അതിരാവിലെ ഞാൻ കുളക്കരയിലേക്കോ തോപ്പിലേക്കോ കച്ചികെട്ടുന്നവരുടെ അടുത്തേക്കോ കൊയ്ത്തുകാരുടെ അടുത്തേക്കോ ഓടിപ്പോകും. പൊരിയുന്ന വെയിലായാലും വീട്ടിൽനിന്ന് ഒരുപാടു ദൂരെ പോയാലും കുറ്റിച്ചെടികളുടെ മുള്ളുകൊണ്ട് കയ്യും മുഖവും പോറിയാലും ഉടുപ്പ് കീറിയാലും ഒന്നുമില്ല. പിന്നീട് വീട്ടിൽച്ചെന്നു കയറുമ്പോൾ ദേഷ്യപ്പെടുമെന്നു മാത്രം. പക്ഷേ ഞാനതു വകവച്ചില്ല.

ജീവിതകാലം മുഴുവൻ ആ ഗ്രാമത്തിൽ ചെലവഴിക്കാൻ ഞാൻ സസന്തോഷം തയ്യാറാകുമായിരുന്നു. പക്ഷേ അതായിരുന്നില്ല വിധി.

എനിക്ക് പന്ത്രണ്ടു വയസ്സുള്ളപ്പോഴാണ് ഞാൻ സെന്റ് പീറ്റേഴ്സ്ബർഗിലേക്കു മാറിയത്. ആ യാത്രയ്ക്കു ഞങ്ങൾ ഒരുങ്ങിയതും എനിക്കേറ്റവും പ്രിയപ്പെട്ട സർവ്വതിനോടും വിടവാങ്ങുമ്പോൾ ഞാൻ പൊട്ടിക്കരഞ്ഞതും അല്പംകൂടി കഴിഞ്ഞിട്ടു പോയാൽ മതിയെന്നു യാചിച്ചുകൊണ്ട് അച്ഛന്റെ കഴുത്തിൽ തൂങ്ങിയതുമെല്ലാം ഓർക്കുമ്പോൾ വേദന തോന്നുന്നു.

അച്ഛൻ ദേഷ്യപ്പെട്ട് എന്റെ നേരെ ഒച്ചയെടുത്തു. അച്ഛന്റെ ഇടപാടുകൾ കാരണം പോയേ തീരുവെന്ന് അമ്മ കരഞ്ഞുകൊണ്ടു പറഞ്ഞു. വൃദ്ധനായ പി-പ്രഭു മരിച്ചുപോയിരുന്നു. അദ്ദേഹത്തിന്റെ അനന്തരാവകാശികൾ അച്ഛനെ പിരിച്ചുവിട്ടു. സെന്റ് പീറ്റേഴ്സ്ബർഗിലുള്ള ചിലയാളുകളെ അച്ഛൻ കുറച്ചു പണം ഏൽപ്പിച്ചിരുന്നു. തലസ്ഥാനനഗരിയിൽ നേരിട്ടു താമസമായാൽ ഞങ്ങളുടെ ചുറ്റുപാടുകൾ കുറച്ചുകൂടി മെച്ചപ്പെടുമെന്ന് അച്ഛൻ വിചാരിച്ചു. പിന്നീടാണ് അമ്മ ഇക്കാര്യം എന്നോടു പറഞ്ഞത്. തലസ്ഥാനനഗരിയിൽ എത്തിയശേഷം ഞങ്ങൾ ഒരു സ്ഥലമെടുത്തു താമസിച്ചു. അച്ഛൻ മരിക്കുന്നതുവരെ അവിടെത്തന്നെയായിരുന്നു താമസം.

പുതിയ ജീവിതവുമായി പഴകാൻ എന്തൊരു ബുദ്ധിമുട്ടായിരുന്നു. ശരൽക്കാലത്താണ് ഞങ്ങൾ നഗരത്തിൽ വന്നത്. ഞങ്ങൾ ഗ്രാമം വിട്ടത് സൂര്യപ്രകാശവും ചൂടുമുള്ള തെളിഞ്ഞൊരു ദിവസമായിരുന്നു. നല്ല ഉന്മേഷം തോന്നി. പാടത്തെ പണി ഒട്ടുമുക്കാലും തീർന്നിരുന്നു. മെതിസ്ഥലങ്ങളിൽ ധാന്യം കുന്നുകൂടിക്കിടന്നു. പക്ഷികൾ കളകളാരവത്തോടെ പറന്നുനടന്നു. സർവ്വതും പ്രകാശപൂരിതവും ഉന്മേഷഭരിതവുമായിരുന്നു. ഞങ്ങൾ നഗരത്തിൽ വന്നപ്പോഴാകട്ടെ, ശരൽക്കാലത്തിലെ മ്ലാനമായ ആകാശവും മഴയും ചെളിയുമല്ലാതെ മറ്റൊന്നും കണ്ടില്ല. മര്യാദയില്ലാത്തവരും വിദ്വേഷമനസ്കരും നിരുന്മേഷരുമായ അപരിചിതർ മാത്രമാണ് എവിടേയും.

അവസാനം ഞങ്ങൾ പാർപ്പുറപ്പിച്ചു. പുതിയൊരിടത്ത് താമസമാക്കുമ്പോഴുള്ള തിരക്കും ബഹളവും ഞാനോർക്കുന്നു. അച്ഛനെ വീട്ടിൽ കാണുകതന്നെ അപൂർവ്വമായിരുന്നു. അമ്മയ്ക്ക് ഒരു നിമിഷംപോലും സ്വസ്ഥത കിട്ടിയില്ല. എന്റെ കാര്യം പാടേ മറന്നിരുന്നു. ഞങ്ങളുടെ ആഗമനത്തിനുശേഷമുള്ള ആദ്യത്തെ പ്രഭാതത്തിൽ എന്തെന്നില്ലാത്ത വിഷാദം തോന്നി. ഞങ്ങളുടെ ജനാലകളുടെ എതിരെയുണ്ടായിരുന്നത് ഒരു മഞ്ഞവേലിയാണ്. താഴത്തെ നിരത്തിൽ ചെളി എപ്പോഴും ഉണങ്ങാതെ കിടന്നു. വഴിപോക്കർ കുറവായിരുന്നു. തണുപ്പുകൊണ്ട് അവർ കോട്ടിനകത്ത് കൂനിപ്പിടിച്ചാണ് നടന്നത്.

ഞങ്ങളുടെ വീട്ടിനകത്തും യാതൊരു രസവുമില്ലായിരുന്നു. ബന്ധുക്കളോ സ്നേഹിതരോ ആയിട്ട് ആരുംതന്നെയില്ലായിരുന്നുവെന്നു പറയാം. അച്ഛൻ ആന്ന ഫ്യോദൊറൊവ്നയോട് പിണക്കമായിരുന്നു (അവർക്ക് കുറച്ചു പണം കൊടുക്കാനുണ്ടായിരുന്നു). കൂടെക്കൂടെ വീട്ടിൽ വന്നുകൊണ്ടിരുന്നത് അച്ഛന്റെ ബിസിനസ് പങ്കുകാരായിരുന്നു. അവർ സാധാരണ കലഹിക്കുകയും തർക്കിക്കുകയും ഒച്ചയിടുകയും ചെയ്യും. അത്തരക്കാർ വന്നുപോകുമ്പോൾ അച്ഛൻ എപ്പോഴും നിരാശനും മുൻകോപിയുമായി കാണപ്പെടും. മണിക്കൂറുകളോളം ചിന്താമഗ്നനായി മുറിയിൽ ഉലാത്തിക്കൊണ്ടിരിക്കും. ആ സമയത്ത് അച്ഛനോടു മിണ്ടാൻ അമ്മയ്ക്ക് ഭയമാണ്. ഞാനും വല്ല പുസ്തകവുമായി ഒരു മൂലയ്ക്കു പോയി പതുങ്ങിയിരിക്കും. സെന്റ് പീറ്റേഴ്സ്ബർഗിൽ വന്ന് മൂന്നുമാസം കഴിഞ്ഞപ്പോൾ എന്നെ ഒരു ബോർഡിംഗ് സ്കൂളിലയച്ചു. പരിചയമില്ലാത്തവരുടെ ഇടയിൽ എനിക്ക് എന്തെന്നില്ലാത്ത വിഷാദം തോന്നി. അവരെല്ലാവരും സ്നേഹഹമില്ലാതെയാണ് പെരുമാറിയത്. അദ്ധ്യാപികമാർ എപ്പോഴും ഒച്ചയിട്ടു. പെൺകുട്ടികൾ എന്നെ കളിയാക്കി. എനിക്കാണെങ്കിൽ ആകെയൊരു പന്തികേട് തോന്നി. എല്ലാം വളരെ കണിശത്തിലാണ് നടന്നത്! എലാറ്റിനും കൃത്യമായ ഓരോ സമയമുണ്ട്. ഒന്നിച്ചുള്ള ഭക്ഷണവും വിരസരായ അദ്ധ്യാപകരുമെല്ലാം കൂടി എനിക്കാദ്യം വല്ലാത്ത അസഹ്യത തോന്നി. ഉറങ്ങാൻ കൂടി കഴിഞ്ഞില്ല. രാത്രി മുഴുവൻ കരഞ്ഞുകൊണ്ടു കിടക്കും. അവിരാമമായ ആ തണുത്ത കാളരാത്രികൾ! രാത്രി പഠിക്കാനിരിക്കുമ്പോൾ, അനങ്ങാൻ പോലും ഭയന്ന് ക്രിയകളും വാക്യങ്ങളും ഉരുവിട്ടു പഠിക്കുമ്പോൾ, എന്റെ ചിന്തകൾ അലഞ്ഞുതിരിഞ്ഞ് വീട്ടിലെത്തും-അച്ഛന്റേയും അമ്മയുടേയും എനിക്കു മുത്തശ്ശിക്കഥകൾ പറഞ്ഞുതരുന്ന ആയയുടേയും അടുത്ത്. അതെല്ലാം ഓർക്കുമ്പോൾ എനിക്കെന്റെ ദുരിതം സഹിക്കാൻ കഴിയുകയില്ല. വീട്ടിലെ ഏറ്റവും നിസ്സാരസാധനങ്ങളെപ്പറ്റിപ്പോലും ഓർക്കാൻ സുഖം തോന്നി. ഞാൻ അവിടെയായിരുന്നെങ്കിൽ എന്നു ഞാൻ

വിചാരിക്കാറുണ്ട്. ആ കൊച്ചുമുറിയുടെ സുപരിചിതവും സുഖദായകവു മായ അന്തരീക്ഷത്തിൽ, മേശപ്പുറത്തെ ആവി പറക്കുന്ന സമോവാറി നടുത്തിരുന്നുകൊണ്ട് അച്ഛനും അമ്മയുമൊന്നിച്ച് ചായ കുടിക്കുന്നതു ഞാൻ ഭാവനയിൽ കാണാറുണ്ട്. ഞാൻ അമ്മയെ കെട്ടിപ്പിടിക്കും, ശ്വാസംമുട്ടെ കെട്ടിപ്പിടിച്ച് ഇറുക്കും! അതെല്ലാം ആലോചിച്ചിരിക്കു മ്പോൾ ഞാൻ നിശ്ശബ്ദം കണ്ണുനീർ തൂകും. പാഠങ്ങളൊക്കെ മറക്കും. അദ്ധ്യാപികയേയും ഹെഡ്മിസ്ട്രസ്സിനേയും പെൺകുട്ടികളേയും കുറിച്ചു രാത്രി മുഴുവൻ ദുസ്വപ്നങ്ങൾ കാണും. ഉറക്കത്തിൽ ഞാൻ പാഠങ്ങൾ മനഃപാഠമാക്കുന്നുണ്ടാവുമെങ്കിലും രാവിലെ ഒന്നും ഓർമ്മനിൽക്കില്ല. മുട്ടുകുത്തി നിർത്തിയും ഉച്ചയ്ക്കു കുറച്ചു ഭക്ഷണം മാത്രം തന്നും അവരെന്നെ ശിക്ഷിക്കും. ഞാനെപ്പോഴും സങ്കടപ്പെട്ടു. ആദ്യം എല്ലാ പെൺകുട്ടികളും എന്നെ കളിയാക്കുകയും ശല്യപ്പെടുത്തുകയും ക്ലാസ്സിൽ ഉത്തരം പറയാൻ നേരത്ത് സംഭ്രമിപ്പിക്കുകയും ഭക്ഷണത്തിനോ ചായ കുടിക്കാനോ ജോടിയായി പോകുമ്പോൾ നുള്ളുകയും യാതൊരു കാര്യവുമില്ലാതെ ഹെഡ്മിസ്ട്രസ്സിന്റെയടുത്ത് എന്നെപ്പറ്റി നുണ പറഞ്ഞുകൊടുക്കുകയും ചെയ്യുമായിരുന്നു. ശനിയാഴ്ച വൈകുന്നേരം ആയ വരുമ്പോൾ എനി ക്കുള്ള സന്തോഷത്തിന് അതിരില്ല. ആഹ്ലാദംകൊണ്ടു മതിമറന്ന് ഞാൻ അവരെ കെട്ടിപ്പിടിക്കും. അവരെന്നെ ഭംഗിയായി പുതപ്പിക്കും. എന്നിട്ട് ഞങ്ങൾ രണ്ടുപേരുംകൂടി വീട്ടിലേക്കു തിരിക്കും. എന്റെ ഒപ്പം നടക്കാൻ അവർ വിഷമിക്കും. വഴിനീളെ ഞാൻ ഓരോന്നു ചിലച്ചുകൊണ്ടിരി ക്കും. അവസാനം വീടെത്തും. ഞാൻ ഉല്ലാസത്തോടെ സകലരേയും കെട്ടിപ്പിടിച്ച് ഉമ്മവയ്ക്കും, ഒരു പത്തുകൊല്ലം കഴിഞ്ഞ് മടങ്ങുന്ന മട്ടിൽ. എന്തൊരു ആഹ്ലാദവും ബഹളവുമാണപ്പോൾ! ഞാൻ പൊട്ടിച്ചിരിച്ചു കൊണ്ട് ഓടിനടന്ന് സകലരേയും അഭിവാദ്യം ചെയ്യും. വാതോരാതെ സംസാരിക്കും. പിന്നീട് എന്റെ പാഠങ്ങളേയും അദ്ധ്യാപികമാരോയും ഫ്രഞ്ചുഭാഷയേയും ലൊമോന്ദിന്റെ വ്യാകരണപുസ്തകത്തേയുമെല്ലാം കുറിച്ച് അച്ഛനോട് കാര്യമായി സംസാരിക്കും. എല്ലാവർക്കും സന്തോ ഷമാകും. അതൊക്കെ ഓർക്കുമ്പോൾ ഇപ്പോൾപോലും എനിക്ക് ചിരിവ രുന്നു. അച്ഛനു സന്തോഷം തോന്നട്ടെ എന്നു കരുതി ഞാൻ പാഠങ്ങൾ പഠിക്കാൻ കഴിവതു ശ്രമിച്ചു. അച്ഛൻ എനിക്കുവേണ്ടി അവസാനത്തെ കോപ്പെക്കുവരെ ചെലവാക്കുകയാണെന്ന് എനിക്കറിയാമായിരുന്നു. അച്ഛൻ എങ്ങിനെ വീടു പുലർത്തിപ്പോന്നുവെന്ന് ദൈവത്തിനേ അറിയൂ. ദിവസം ചെല്ലുന്തോറും അച്ഛൻ കൂടുതൽ വിഷാദഭരിതനും അസംതൃപ്തനും മുൻകോപിയുമായി കാണപ്പെട്ടു. അച്ഛന്റെ പ്രകൃതമാകെ വഷളായി. ബിസിനസ്സുകാര്യങ്ങൾ കൂടുതൽ കുഴഞ്ഞു. മൂക്കറ്റം കടമായി. മുൻകോ പത്തെ ഭയന്ന് അമ്മ അച്ഛന്റെ മുമ്പിൽവച്ച് മിണ്ടാനോ കരയാനോ

ധൈര്യപ്പെട്ടുകയില്ല. അമ്മ ശോഷിച്ചു വല്ലാതായി. കുത്തിക്കുത്തി ച്ചുമയ്ക്കാനും തുടങ്ങി. ഞാൻ സ്കൂളിൽനിന്നു മടങ്ങിവരുന്നത് ദുഃഖത്തി ന്റേതായ ഒരന്തരീക്ഷത്തിലേക്കാണ്. അച്ഛൻ ശുണ്ഠിയെടുത്തും അമ്മ നിശ്ശബ്ദം കരഞ്ഞുകൊണ്ടും ഇരിക്കുന്നതുകാണാം. പരാതികളായി. പരി ഭവങ്ങളായി. ഞാൻ ആനന്ദവും ആശ്വാസവുമരുളുന്നില്ലെന്നും എന്റെ പഠിത്തത്തിനുവേണ്ടി അവസാനത്തെ കോപ്പെക്കു ചെലവാക്കിയിട്ടും ഫ്രഞ്ചുഭാഷ സംസാരിക്കാൻപോലും ഞാൻ പഠിച്ചിട്ടില്ലെന്നുമൊക്കെ അച്ഛൻ ആവലാതിപ്പെട്ടും. ചുരുക്കത്തിൽ അച്ഛന്റെ എല്ലാ തോൽവികൾ ക്കും ഭാഗ്യദോഷങ്ങൾക്കും കുറ്റക്കാർ അമ്മയും ഞാനുമാണ്. അമ്മയെ ഇങ്ങനെ ദണ്ഡിപ്പിക്കാൻ അച്ഛന് എങ്ങിനെ തോന്നി? അമ്മയെ കാണുമ്പോൾത്തന്നെ എനിക്ക് ചങ്കുപൊട്ടുന്നതുപോലെ തോന്നും. മുഖം വലിഞ്ഞു നീണ്ടും കണ്ണു കുഴിഞ്ഞും ഇരുന്നിരുന്നു. വിളറിയ കവിളുകളിൽ ക്ഷയരോഗത്തിന്റേതായ അസ്വാഭാവികമായ ഒരു ചുവപ്പ് വ്യാപിച്ചിരു ന്നു. പക്ഷേ എനിക്കാണ് കൂടുതലും സഹിക്കേണ്ടിവന്നത്. എപ്പോഴും വല്ല നിസ്സാരകാര്യത്തിൽനിന്നുമായിരിക്കും തുടക്കം. പിന്നെ അത് എവി ടെച്ചെന്നു നിൽക്കുമെന്ന് ദൈവത്തിനേ അറിയൂ. കാര്യമെന്താണെന്ന് എനിക്കുതന്നെ പലപ്പോഴും പിടികിട്ടാതാവും. എനിക്ക് ഫ്രഞ്ച് ശരിക്കും സംസാരിക്കാനറിയില്ല, ഞാനൊരു മറയിയാണ്, സ്വന്തം ചുമതലക ളിൽ ഉപേക്ഷ കാണിക്കുകയും ഞങ്ങളുടെ സദാചാരകാര്യങ്ങളിൽ ശ്രദ്ധിക്കാതിരിക്കുകയും ചെയ്യുന്ന ഒരു വിഡ്ഢിസ്ത്രീയാണ് ഞങ്ങളുടെ ഹെഡ്മിസ്ട്രസ്സ്, അച്ഛന് ഇനിയും ഒരു ജോലിയായില്ല, ലൊമോന്ദിന്റെ വ്യാകരണപുസ്തകം മോശമാണ്, സകോൽസ്കിയുടേതിനേക്കാൾ വളരെ മോശമാണ്, എനിക്കുവേണ്ടി ഒരുപാടു പണം വെറുതെ കളഞ്ഞു, ഞാൻ സ്നേഹമില്ലാത്ത കൂട്ടത്തിലാണ്, എന്നിങ്ങനെ എനിക്കെതിരായി കൊണ്ടുവരുന്ന ആരോപണങ്ങൾക്കു കണക്കില്ല. ചുരുക്കിപ്പറഞ്ഞാൽ, ഞാൻ എന്റെ ക്രിയകളും വാക്യങ്ങളുമായി എത്രതന്നെ മല്ലിട്ടാലും സർവ്വതിനും കുറ്റം എന്റെ പിടലിക്കായി. അച്ഛന് എന്നോട് സ്നേഹമില്ലാ ഞ്ഞിട്ടല്ല. നേരേമറിച്ച്, അമ്മയോടും എന്നോടും അച്ഛനുള്ള സ്നേഹത്തിന് അതിരില്ലായിരുന്നു. അച്ഛന്റെ സ്വഭാവം അങ്ങിനെയായിപ്പോയെന്നു മാത്രം.

മനോവൈഷമ്യങ്ങളും പരാജയങ്ങളും അച്ഛനെ ചിന്താകുലനും സംശയാകുലനുമാക്കി. പലപ്പോഴും കൊടിയ നിരാശയുടെ വക്കുവരെ എത്തിയിരുന്ന അച്ഛൻ ആരോഗ്യം അവഗണിക്കാൻ തുടങ്ങി. അച്ഛന് ജലദോഷം പിടിച്ചു. കുറച്ചുദിവസം രോഗശയ്യയിൽ കിടന്നു. പെട്ടെന്നായി രുന്നു അച്ഛന്റെ മരണം. ഞങ്ങൾക്ക് വിശ്വാസം വന്നില്ല. അത്ര ഓർക്കാ പ്പുറത്തുള്ള ഒരു അടിയായിരുന്നു അത്. അമ്മ മോഹാലസ്യപ്പെട്ടു വീണു.

അമ്മയുടെ സ്വബോധം പൊയ്പോകുമോ എന്നുപോലും ഞാൻ ഭയന്നു. അച്ഛൻ മരിക്കേണ്ട താമസം, നാലു വശത്തുനിന്നും കടക്കാർ ഞങ്ങളെ പൊതിഞ്ഞു. കയ്യിലുണ്ടായിരുന്നതു മുഴുവനും ഞങ്ങൾക്ക് വിട്ടുകൊടുക്കേണ്ടിവന്നു. ഞങ്ങൾ വന്ന് ആറുമാസത്തിനകം അച്ഛൻ പീറ്റേഴ്സ്ബർഗ്[23] ഭാഗത്ത് ഒരു കൊച്ചുവീട് വാങ്ങിയിരുന്നു. അതും വിൽക്കേണ്ടിവന്നു. കാര്യങ്ങൾ എങ്ങിനെയെല്ലാമാണ് അവസാനം ഒതുക്കിത്തീർത്തതെന്ന് എനിക്കറിഞ്ഞുകൂടാ. ഏതായാലും ഞങ്ങൾ തല ചായ്ക്കാനിടമില്ലാതെ, നിരാധാരരും നിർദ്ധനരുമായിത്തീർന്നു. വളരെയേറെ വേദനാകരമായ ഒരു രോഗം പിടിച്ച് അമ്മ ഇഞ്ചിഞ്ചായി മരിക്കുകയായിരുന്നു. ഞങ്ങൾക്കു കഴിഞ്ഞുകൂടാൻ ഒരു നിവൃത്തിയുമില്ലായിരുന്നു. യാതൊരു വകയുമില്ല. കരകയറാൻ മാർഗ്ഗമൊന്നുമില്ലായിരുന്നു. അന്നെനിക്ക് പതിനാലു വയസ്സാണ്. ആ സമയത്താണ് ആന്ന ഫ്യോദൊറൊവ്ന ഞങ്ങളെ ആദ്യമായി കാണാൻ വന്നത്. ഞങ്ങളുടെ ബന്ധത്തിൽപ്പെട്ട ഏതോ ഭൂവുടമസ്ഥയാണ് താനെന്ന് അവർ അവകാശപ്പെട്ടു. വളരെ അകന്ന ഒരു ചാർച്ചക്കാരിയാണെന്ന് അമ്മയും പറഞ്ഞു. അച്ഛനുണ്ടായിരുന്നപ്പോൾ അവരൊരിക്കലും ഞങ്ങളെ വന്നു കണ്ടിട്ടില്ല. ഇപ്പോൾ അവർ കണ്ണുനീരുമായി വന്ന് ഞങ്ങളുടെ നഷ്ടത്തിലും ശോചനീയമായ ചുറ്റുപാടുകളിലും അനുശോചിക്കുകയും അതേസമയം അച്ഛനെ കുറ്റപ്പെടുത്തുകയും ചെയ്തു. അച്ഛൻ കൊക്കിലൊതുങ്ങാത്തതു കൊത്തി, വളരെ മേലോട്ടു കയറാൻ ശ്രമിച്ചു, ആത്മവിശ്വാസം കുറെ കൂടിപ്പോയി, എന്നൊക്കെ പറഞ്ഞു.

മേലിൽ ലോഹ്യമായി കഴിയാമെന്നും കഴിഞ്ഞതൊക്കെ മറക്കാമെന്നും അവർ പറഞ്ഞു. അവരോട് ഒരിക്കലും വിരോധമുണ്ടായിരുന്നില്ലെന്ന് അമ്മ പറഞ്ഞപ്പോൾ അവർ പൊട്ടിക്കരഞ്ഞു. പിന്നീട് അവർ അമ്മയെ പള്ളിയിൽ കൂട്ടിക്കൊണ്ടുപോവുകയും പരേതന്റെ (അച്ഛനെ ഉദ്ദേശിച്ചാണ് അവരങ്ങിനെ പറഞ്ഞത്) ആത്മാവിനായി ഒരു പ്രാർത്ഥനയ്ക്ക് ഏർപ്പാടുചെയ്യുകയും ചെയ്തു. അങ്ങിനെ ഞങ്ങൾ തമ്മിൽ രമ്യതയിലായി.

ഞങ്ങളുടെ ദൈന്യതയേയും ഏകാന്തതയേയും നിസ്സഹായതയേയും ആശയറ്റ അവസ്ഥയേയും ഊന്നിപ്പറഞ്ഞുകൊണ്ടുള്ള ദീർഘമായ കളമൊരുക്കലിനുശേഷം അവർ ഞങ്ങൾക്ക് "അഭയം" തരാമെന്നേറ്റു. അമ്മ നന്ദി പറഞ്ഞെങ്കിലും വളരെ സമയത്തേക്ക് മനസ്സുറപ്പിക്കാൻ കഴിഞ്ഞില്ല. മറ്റു പോംവഴിയൊന്നുമില്ലാത്തതുകൊണ്ടും ഗതിമുട്ടിയതുകൊണ്ടും അമ്മ ആന്ന ഫ്യോദൊറൊവ്നയോട് അവരുടെ ക്ഷണം കൃതജ്ഞതയോടെ സ്വീകരിച്ചതായി പറഞ്ഞു. ഞങ്ങൾ പീറ്റേഴ്സ്ബർഗ്ഭാഗത്തു നിന്ന് വസീല്യെവ്സ്കി ദ്വീപിലേക്കു മാറിത്താമസിച്ച ആ

പ്രഭാതം ഞാൻ ഇന്നും നന്നായി ഓർക്കുന്നു. തെളിഞ്ഞ, പ്രസന്നമായ ഒരു ശരൽക്കാല പ്രഭാതമായിരുന്നു അത്. അമ്മ കരയുകയായിരുന്നു. എനിക്കും എന്തെന്നില്ലാത്ത ദുഃഖം തോന്നി. ഏതോ ആപത്തു വരാൻ പോകുന്നുവെന്ന അവ്യക്തചിന്തകൾ എന്റെ ഹൃദയത്തെ മഥിച്ചു. വല്ലാത്ത കഷ്ടകാലമായിരുന്നു അത്.

2

ആന്ന ഫ്യോദൊറൊവ്നയൊന്നിച്ചുള്ള ജീവിതം, തുടക്കത്തിൽ, ഞങ്ങൾ അതുമായി പഴകുന്നതിനുമുമ്പ്, എന്തുകൊണ്ടോ ഭയാനകമായിത്തോന്നി. ആറാം തെരുവിലുള്ള ആന്ന ഫ്യോദൊറൊവ്നയുടെ വീട് അവരുടെ സ്വന്തമായിരുന്നു. ആകെയുള്ള അഞ്ചു മുറികളിൽ മൂന്നെണ്ണം ആന്ന ഫ്യോദൊറൊവ്നയും എന്റെ ചാർച്ചയിലുള്ള സാഷയും ഉപയോഗിച്ചുവന്നു. ആന്ന ഫ്യോദൊറൊവ്ന ദത്തെടുത്ത ഒരു അനാഥബാലികയായിരുന്നു സാഷ. നാലാമത്തെ മുറി അമ്മയ്ക്കും എനിക്കും താമസിക്കാൻ തന്നു. അഞ്ചാമത്തേത് പൊക്രോവ്സ്കി എന്നു പേരുള്ള ഒരു പാവപ്പെട്ട വിദ്യാർത്ഥിക്ക് വാടകയ്ക്കുകൊടുത്തിരുന്നു. ആന്ന ഫ്യോദൊറൊവ്ന, ആദ്യം വിചാരിച്ചതിലും പണക്കാരിയായിരുന്നു. പക്ഷേ അവരുടെ തൊഴിലിനെപ്പോലെതന്നെ നിഗൂഢമായിരുന്നു അവരുടെ വരുമാന മാർഗവും. ഒരിക്കലും അവർ ഒരിടത്ത് അടങ്ങിയിരുന്നില്ല. എപ്പോഴും തിരക്കായിരുന്നു. ദിവസത്തിൽ പലതവണ പുറത്തുപോകും. പക്ഷേ എന്താണ് ഇത്ര തിരക്കെന്ന് എത്ര ശ്രമിച്ചിട്ടും എനിക്ക് ഊഹിക്കാൻ കഴിഞ്ഞില്ല. അവരുടെ പലതരക്കാരായ നിരവധി പരിചയക്കാർ അവിടെ വന്നു പൊയ്ക്കൊണ്ടിരുന്നു. അവർ ആരായിരുന്നുവെന്നു ദൈവത്തിനറിയാം. എന്തോ കാര്യം പ്രമാണിച്ചു വരും. ഒരു മിനിട്ടിലധികം ഇരിക്കുകയില്ല. വാതിൽക്കൽ മണിയടി കേൾക്കുമ്പോഴെല്ലാം അമ്മ എന്നെ മുറിയിലേക്കു വിളിക്കും. ഇത് ആന്ന ഫ്യോദൊറൊവ്നയെ ചൊടിപ്പിച്ചു. അവർ അമ്മയുടെ നേരെ തട്ടിക്കയറും. ഞങ്ങൾ വലിയ അഹങ്കാരികളാണ്. ഞങ്ങൾക്കാകാവുന്നതിലും കൂടുതൽ ഭാവം കാട്ടുന്നു, ഇങ്ങനെ അഹങ്കരിക്കേണ്ട കാര്യമൊന്നുമില്ല എന്നൊക്കെ പറയും. മണിക്കൂറുകളോളം ഇങ്ങനെ പറഞ്ഞുകൊണ്ടിരിക്കും. അവരുടെ ഈ ശകാരത്തിന്റെ അർത്ഥം അന്നെനിക്കു മനസ്സിലായില്ല. ആന്ന ഫ്യോദൊറൊവ്നയുടെ വീട്ടിലേക്ക് മാറിത്താമസിക്കാൻ അമ്മ ഇത്രയേറെ മടിച്ചതിന്റെ കാരണം ഇപ്പോഴാണ് എനിക്ക് മനസ്സിലാകുന്നത്. അവരൊരു കുനിഷ്ടുപിടിച്ച സ്ത്രീയായിരുന്നു. ഞങ്ങളെ സദാസമയം ദണ്ഡിപ്പിച്ചുകൊണ്ടിരുന്നു. അവരെന്തിന് ഞങ്ങളെ കൂടെപ്പാർക്കാൻ ക്ഷണിച്ചുവെന്നത് എനിക്കിന്നും മനസ്സിലാകാത്ത ഒരു രഹസ്യമാണ്.

ആദ്യമൊക്കെ അവർ ദയയോടെയാണ് പെരുമാറിയത്. കുറേനാൾ കഴിഞ്ഞപ്പോൾ, ഞങ്ങൾ തികച്ചും നിസ്സഹായരും പോകാനിടമില്ലാത്ത വരുമാണെന്നു ബോധ്യമായപ്പോൾ, അവർ അവരുടെ തനിനിറം കാട്ടിത്തുടങ്ങി. പിന്നീട് അവർ എന്നോട് വീണ്ടും ദയാപൂർവ്വം പെരുമാറാൻ തുടങ്ങി. എന്നുതന്നെയല്ല, അടുപ്പം കാട്ടുകയും മുഖസ്തുതി പറയുകയുംവരെ ചെയ്തു. പക്ഷേ ആദ്യം അമ്മയോളംതന്നെ എനിക്കും ദുരിതമനുഭവിക്കേണ്ടിവന്നു. തന്റെ മഹാമനസ്കതയെപ്പറ്റി അവർ ഞങ്ങളെ ആവർത്തിച്ച് ഓർമ്മപ്പെടുത്തി. അവർ ഞങ്ങളെ ശകാരിക്കാത്ത സമയമില്ലായിരുന്നു. അനാഥരായിത്തീർന്ന ദരിദ്രബന്ധുക്കളും ക്രൈസ്തവകൃപകൊണ്ട് താൻ അഭയം കൊടുത്തവരുമായിട്ടാണ് അവർ ഞങ്ങളെ അന്യർക്ക് പരിചയപ്പെടുത്തിയത്. ഭക്ഷണസമയത്ത് ഞങ്ങൾ തിന്നുന്ന ഓരോന്നും അവർ അസൂയയോടെ നോക്കിക്കൊണ്ടിരിക്കും. അതേസമയം, തിന്നുന്നത് കുറഞ്ഞുപോയാൽ ബഹളമായി- ഞങ്ങൾക്കു വലിയ ഭാവമാണ്, അവരുടെ ഭക്ഷണം പിടിക്കുന്നില്ല, ഇതിലും നല്ലതു കണ്ടിട്ടുണ്ടോ, എന്ന് പറഞ്ഞുതുടങ്ങും. അച്ഛനെ അവർ തരംകിട്ടുമ്പോഴൊക്കെ ശകാരിച്ചു. മറ്റുള്ളവരുടെ തലയ്ക്കുമീതെ ഉയരാൻ ശ്രമിച്ചിട്ടാണ് അധോഗതിയായതെന്നും കുടുംബത്തെ വഴിയാധാരമാക്കിയെന്നും മഹാമനസ്കയും പുണ്യാത്മാവുമായ ഒരു ബന്ധുവുണ്ടായിരുന്നില്ലെങ്കിൽ തെരുവിൽ പട്ടിണികിടന്നു ചാകുമായിരുന്നുവെന്നുമൊക്കെ പറയും. അവർ പറയാത്തതൊന്നുമില്ലായിരുന്നു. അവരുടെ വർത്തമാനം വേദനയേക്കാളേറെ വെറുപ്പാണുളവാക്കിയത്. അമ്മ എപ്പോഴും സങ്കടപ്പെട്ടു കരഞ്ഞുകൊണ്ടിരിക്കും. ആരോഗ്യം ദിനംപ്രതി ക്ഷയിച്ചുവന്നു. അമ്മ ഇഞ്ചിഞ്ചായി മരിക്കുകയായിരുന്നു. എന്നിട്ടും ഞങ്ങൾ രാവിലെ മുതൽ രാത്രിവരെ കഠിനമായി പണിയെടുത്തു. വസ്ത്രം തുന്നിക്കൊടുക്കുകയായിരുന്നു പ്രധാനജോലി. അതും ആന്ന ഫ്യോദൊറൊവ്നയ്ക്ക് ഇഷ്ടപ്പെട്ടില്ല. അവർ പറയും, തന്റെ വീട് ഒരു വസ്ത്രാലങ്കാരക്കടയല്ലെന്ന്. പക്ഷേ ഉടുതുണി വാങ്ങാനും അവിചാരിതമായുണ്ടാകുന്ന ചെലവുകൾ വഹിക്കാനുംവേണ്ടി ഞങ്ങൾക്കു പണിയെടുക്കാതെ തരമില്ലായിരുന്നു. ഞങ്ങൾക്ക് കുറച്ചു പണം സ്വന്തമായിട്ടുണ്ടാവേണ്ടത് വളരെ ആവശ്യമായിരുന്നു. മാത്രമല്ല, മറ്റെങ്ങോട്ടെങ്കിലും മാറാമെന്ന പ്രതീക്ഷയോടുകൂടിയാണ് ഞങ്ങൾ പണം മിച്ചം വയ്ക്കാൻ ശ്രമിച്ചത്. പക്ഷേ അമ്മയുടെ ശേഷിച്ച ആരോഗ്യംകൂടി ജോലി വലിച്ചെടുത്തു. അമ്മ ദിവസം ചെല്ലുന്തോറും കൂടുതൽകൂടുതൽ ക്ഷീണിച്ചു വന്നു. രോഗം അമ്മയുടെ ജീവനെത്തന്നെ ഊറ്റിക്കുടിക്കുകയായിരുന്നു.

ഒന്നിനൊന്നു വ്യത്യസ്തമല്ലാത്ത ആഴ്ചകൾ കടന്നുപോകുന്നതിനിടയിൽ ഞാൻ ഇതെല്ലാം കണ്ടതും അനുഭവിച്ചതുമാണ്.

തലസ്ഥാനനഗരിയിലല്ല ഉൾനാട്ടിലെവിടെയോ ആണെന്ന മട്ടിൽ വളരെ അടങ്ങിയൊതുങ്ങിയാണ് ഞങ്ങൾ കഴിഞ്ഞത്. ഞങ്ങളെ വരുതിയിലാക്കിക്കഴിഞ്ഞെന്നു മനസ്സിലായതോടെ ആന്ന ഫ്യോദൊറൊവ്ന ക്രമേണ അടങ്ങി. ആരും അവരോടു തർക്കിക്കാൻ മുതിർന്നില്ല. ഞങ്ങളുടേയും അവരുടേയും മുറികൾക്കിടയിൽ ഒരു ഇടനാഴിയുണ്ടായിരുന്നു. ഞാൻ നേരത്തെ പറഞ്ഞ പൊക്രോവ്സ്കിയാണ് ഞങ്ങളുടെ തൊട്ടടുത്ത മുറിയിൽ താമസിച്ചത്. സാഷയെ ഫ്രഞ്ചും ജർമ്മനും ചരിത്രവും ഭൂമിശാസ്ത്രവും- ആന്ന ഫ്യോദൊറൊവ്നയുടെ ഭാഷയിൽ പറഞ്ഞാൽ, സർവ്വശാസ്ത്രങ്ങളും- പഠിപ്പിക്കുന്നതിനു പ്രതിഫലമായി അദ്ദേഹത്തിനു താമസവും ഭക്ഷണവും സൗജന്യമായിരുന്നു. അന്ന് പതിമൂന്നു വയസ്സുണ്ടായിരുന്ന സാഷ ഒരു ചാട്ടക്കാരിയായിരുന്നെങ്കിലും ബുദ്ധിയുള്ളവളായിരുന്നു. സ്കൂളിൽ വച്ച് എന്റെ വിദ്യാഭ്യാസം വേണ്ടത്ര ശ്രദ്ധിക്കാതിരുന്നതിനാൽ ഞാനുംകൂടി പഠിക്കുന്നതുകൊണ്ടു ദോഷമൊന്നും വരാനില്ലെന്ന് ഒരു ദിവസം ആന്ന ഫ്യോദൊറൊവ്ന പറഞ്ഞപ്പോൾ അമ്മ സസന്തോഷം സമ്മതിച്ചു. അങ്ങിനെ ഞാനും സാഷയുടെ കൂടെ കൂടി. ഒരു വർഷത്തേക്ക് പൊക്രോവ്സ്കി ഞങ്ങളെ രണ്ടുപേരേയും പഠിപ്പിച്ചു.

സാധുവായ, വളരെ സാധുവായ, ഒരു ചെറുപ്പക്കാരനായിരുന്നു ഞങ്ങളുടെ അദ്ധ്യാപകൻ. അനാരോഗ്യം നിമിത്തം അദ്ദേഹത്തിനു കോളേജിൽ മുറയ്ക്കു പോകാൻ കഴിഞ്ഞിട്ടില്ല. എങ്കിലും അദ്ദേഹത്തെ വിദ്യാർത്ഥിയെന്നാണ് എല്ലാവരും വിളിച്ചത്. അതൊരു ശീലമായതുകൊണ്ടുമാത്രം. അദ്ദേഹത്തിന്റെ മുറിയിൽനിന്ന് ഒരിക്കൽപോലും ഞങ്ങൾ ഒരു ശബ്ദം കേട്ടിട്ടില്ല. അത്ര ഒതുങ്ങിയാണ് അദ്ദേഹം കഴിഞ്ഞത്. അദ്ദേഹത്തിന്റെ ഭാവവും വിചിത്രമായിരുന്നു. വല്ലാത്ത നടത്തവും മുരടൻമട്ടിലുള്ള തലകുനിക്കലും വിശേഷരീതിയിലുള്ള വർത്തമാനവുമെല്ലാം കണ്ടപ്പോൾ, ആദ്യം ഞാൻ ചിരിയടക്കാൻ നന്നെ പണിപ്പെട്ടു. സാഷ അദ്ദേഹത്തിന്റെ നേരെ എപ്പോഴും ഓരോ കുസൃതികാട്ടിക്കൊണ്ടിരിക്കും-വിശേഷിച്ച്, പാഠസമയത്ത്. ആളൊരു മുൻകോപിയായിരുന്നു. നിസ്സാരമായ വല്ല കാരണവും മതി, ആകെ ക്ഷോഭിച്ചുവശാകും. ഉറക്കെ ഒച്ചയിടുകയും ആന്ന ഫ്യോദൊറൊവ്നയോടു പരാതിപ്പെടുകയും ചെയ്യും. പലപ്പോഴും പാഠം പൂർത്തിയാക്കാതെ മുറിയിൽ പോയി കതകടച്ചിരിക്കും. ദിവസങ്ങളടുപ്പിച്ച് തനിച്ചിരുന്ന് പുസ്തകങ്ങളിൽ മുഴുകും. അവയാണെങ്കിൽ ധാരാളമുണ്ടായിരുന്നുതാനും. എല്ലാം വിലപിടിപ്പുള്ള അപൂർവ്വഗ്രന്ഥങ്ങൾ. മറ്റു ചില സ്ഥലങ്ങളിൽക്കൂടി ട്യൂഷനെടുക്കുന്നതുകൊണ്ട് ഇടയ്ക്കിടെ കുറച്ചു പണം കിട്ടും. ഉടൻപോയി കൂടുതൽ പുസ്തകങ്ങൾ വാങ്ങുകയായി. കുറെ കഴിഞ്ഞപ്പോൾ എനിക്ക്

അദ്ദേഹത്തെ അടുത്തു മനസ്സിലാക്കാൻ സാധിച്ചു. ഞാൻ കണ്ടിട്ടുള്ള തിൽ വച്ച് ഏറ്റവും നല്ലവനും ദയാലുവുമായിരുന്നു അദ്ദേഹം. അമ്മയ്ക്ക് അദ്ദേഹത്തെപ്പറ്റി വലിയ മതിപ്പായിരുന്നു. പിന്നീട് അദ്ദേഹം അമ്മ കഴിഞ്ഞാൽപ്പിന്നെ എന്റെ ഏറ്റവും അടുത്ത സ്നേഹിതനായിത്തീർന്നു.

ഒരു പൊണ്ണിപ്പെണ്ണായിരുന്നെങ്കിലും ഞാനും ആദ്യമൊക്കെ സാഷയുടെ കൂടെ അദ്ദേഹത്തെ കളിയാക്കാൻ കൂട്ടുമായിരുന്നു. അദ്ദേഹത്തെ ക്ഷോഭിപ്പിക്കാനുള്ള ഏറ്റവും നല്ല മാർഗ്ഗമെന്താണെന്ന് ഞങ്ങൾ മണിക്കൂറുകളടുപ്പിച്ച് തലപുകഞ്ഞാലോചിക്കും. ദേഷ്യം വരുമ്പോഴുള്ള അദ്ദേഹത്തിന്റെ ഓരോ കാട്ടായങ്ങൾ കണ്ട് ഞങ്ങൾ രസിക്കും. (അതോർക്കുമ്പോൾ എനിക്കിപ്പോൾ ലജ്ജ തോന്നുന്നു). ഒരിക്കൽ ഞങ്ങൾ അദ്ദേഹത്തെ ശരിക്കും കരച്ചിലിന്റെ വക്കത്തെത്തിച്ചപ്പോൾ, അദ്ദേഹം പിറുപിറുക്കുന്നതു കേട്ടു: “എന്തൊരു ദയയില്ലാത്ത കുട്ടികൾ!” പൊടുന്നനെ എന്നിൽ ഒരു മാറ്റമുണ്ടായി. എനിക്ക് എന്നെപ്പറ്റി ലജ്ജയും അദ്ദേഹത്തെപ്പറ്റി സഹതാപവും തോന്നി. എന്റെ മുഖമാകെ ചോര നിറമായി. കണ്ണു നിറഞ്ഞു. ഞങ്ങളെ ഗൗനിക്കേണ്ടതില്ലെന്നും ഞങ്ങളുടെ ബുദ്ധിശൂന്യമായ ചാപല്യങ്ങൾ കണ്ട് പരിഭവിക്കരുതെന്നും ഞാൻ അദ്ദേഹത്തോടു യാചിച്ചു. പക്ഷേ അദ്ദേഹം പുസ്തകം അടച്ചുവച്ച് പാഠം പൂർത്തിയാക്കാതെ ഇറങ്ങിപ്പോവുകയാണ് ചെയ്തത്. അന്ന് മുഴുവൻ പശ്ചാത്താപബോധം എന്നെ പീഡിപ്പിച്ചുകൊണ്ടിരുന്നു. കുട്ടികളായ ഞങ്ങൾ അദ്ദേഹത്തെ കരച്ചിലിന്റെ വക്കത്തെത്തിച്ചല്ലോ എന്ന ചിന്ത തന്നെ എനിക്ക് ദുസ്സഹമായിരുന്നു. അദ്ദേഹം കരയുമെന്നല്ലേ ഞങ്ങൾ പ്രതീക്ഷിച്ചത്? കരയണമെന്നല്ലേ ഞങ്ങൾ ആഗ്രഹിച്ചത്? എന്നുവച്ചാൽ, ഞങ്ങൾ, രണ്ടു കുട്ടികൾ, കഷ്ടപ്പെട്ടും ദുഃഖിച്ചും കഴിയുന്ന ആ സാധുമനുഷ്യനെ തന്റെ ദുർവിധിയെപ്പറ്റി ഓർമ്മപ്പെടുത്തി എന്നർത്ഥം. എനിക്ക് അന്ന് രാത്രി ഉറങ്ങാൻ കഴിഞ്ഞില്ല. അത്രയേറെ അമർഷം എന്നോടുതന്നെ തോന്നി. അത്രയേറെ ദുഃഖവും പശ്ചാത്താപബോധവും എന്നെ മഥിച്ചു. പശ്ചാത്താപം ഹൃദയഭാരം കുറയ്ക്കുമെന്നു പറയാറുണ്ട്. എന്തൊരു പൊളി! എന്റെ ദുഃഖത്തിൽ എങ്ങിനെയോ ദുരഭിമാനം കലർന്നിരുന്നു. എന്നെ അദ്ദേഹം ഒരു കുട്ടിയായി കരുതുന്നത് എനിക്കിഷ്ടപ്പെട്ടില്ല. എനിക്കന്ന് പതിനഞ്ചു വയസ്സുണ്ടായിരുന്നു.

പൊക്രോവ്സ്കിയ്ക്ക് എന്നെക്കുറിച്ചുള്ള അഭിപ്രായം മാറ്റിയെടുക്കാൻ ഒരായിരം പദ്ധതികൾ അന്നുതൊട്ട് എന്റെ ഭാവനയെ അലട്ടിക്കൊണ്ടിരുന്നു. പക്ഷേ ഞാനൊരു നാണക്കാരിയായിരുന്നു. വല്ലാത്ത സങ്കോചം. അവ്യക്തമായ സ്വപ്നങ്ങൾ മാത്രമാണ് മനസ്സിൽ തങ്ങിനിന്നത് (അതും എന്തു സ്വപ്നങ്ങൾ!). സാഷയുടെ കുസൃതികളിൽ കൂടാതിരിക്കാനേ

എനിക്ക് ആകെക്കൂടി കഴിഞ്ഞുള്ളൂ. അദ്ദേഹത്തിനു ഞങ്ങളോട് ദേഷ്യം തോന്നാതായി. പക്ഷേ അതുകൊണ്ട് എന്റെ ദുരഭിമാനം തൃപ്തിപ്പെട്ടില്ല.

അടുത്തതായി, ഞാൻ കണ്ടിട്ടുള്ളതിൽവച്ച് ഏറ്റവും അസാധാരണനും വിചിത്രനും അതിദയനീയനുമായ ഒരു മനുഷ്യനെക്കുറിച്ച് ഏതാനും വാക്കുകൾ പറഞ്ഞുകൊള്ളട്ടെ. ഞാൻ അയാളെപ്പറ്റി ഇപ്പോൾ പറയാൻ കാരണമുണ്ട്. ഇതേവരെ ഞാൻ അയാളെ ശ്രദ്ധിച്ചിരുന്നില്ല. പൊക്രോവ്സ്കിയെ സംബന്ധിക്കുന്ന സർവ്വതും അത്യന്തം താല്പര്യകരമായിത്തീർന്നതുമുതൽക്കാണ് ഞാനയാളെ ശ്രദ്ധിക്കാൻ തുടങ്ങിയത്.

വലിപ്പം കുറഞ്ഞ ഒരു വൃദ്ധൻ ഇടയ്ക്കിടെ വീട്ടിൽ വരുമായിരുന്നു. മുഷിഞ്ഞ വേഷവും നരച്ച മുടിയുമുള്ള, കോലംകെട്ട- ഒറ്റവാക്കിൽ പറഞ്ഞാൽ, ഒരു വിചിത്രമനുഷ്യൻ. എന്തിനേയോ കുറിച്ച്- തന്നെക്കുറിച്ചുതന്നെ-അയാൾ സദാ ലജ്ജിക്കുന്നതുപോലെ തോന്നി. അതുകാരണം അയാളെപ്പോഴും നിന്നു പരുങ്ങുന്നതും. ഓരോ ഗോഷ്ടികൾ കാട്ടുന്നതും കാണാം. അയാൾക്ക് സ്വബോധമുണ്ടോ എന്നുപോലും തോന്നിപ്പോകും. വരുമ്പോൾ അയാൾ അകത്തുകയറാൻ ഭയന്ന് ചില്ലു വാതിലിനു പുറത്തേ നിൽക്കൂ. ഞാനോ സാഷയോ മനുഷ്യപ്പറ്റുള്ള വേലക്കാരിലാരെങ്കിലുമോ കടന്നുപോകാനിടയായാൽ അയാൾ ആംഗ്യം കാട്ടി വിളിക്കും. വീട്ടിൽ വിരുന്നുകാരാരുമില്ലെന്നും അകത്തുകയറി വരാമെന്നും അംഗവിക്ഷേപം മുഖേന ഉറപ്പുകൊടുത്തു കഴിഞ്ഞാൽ അയാൾ അറച്ചറച്ച് വാതിൽ തുറന്നു കയറും. ഉത്സാഹത്തോടെ കൈകൾ കൂട്ടിത്തിരുമ്മിക്കൊണ്ട് അയാൾ പൊക്രോവ്സ്കിയുടെ മുറിയുടെ നേരെ ഒച്ചവയ്ക്കാതെ പതുങ്ങിച്ചെല്ലും. പൊക്രോവ്സ്കിയുടെ അച്ഛനായിരുന്നു അയാൾ.

അയാളുടെ മുഴുവൻ കഥയും പിന്നീടാണ് ഞാൻ മനസ്സിലാക്കിയത്. ഒരുകാലത്ത് എവിടെയോ ഒരിടത്ത് ഗുമസ്തപ്പണി ചെയ്യുകയായിരുന്നു. ജോലിയിൽ അയാൾ യാതൊരു കഴിവും പ്രകടിപ്പിച്ചില്ല. ജോലി തന്നെ വളരെ നിസ്സാരമായ ഒന്നായിരുന്നു. ഒന്നാമത്തെ ഭാര്യ-പെക്രോവ്സ്കിയുടെ അമ്മ -മരിച്ചപ്പോൾ അയാൾ രണ്ടാമതു വിവാഹം ചെയ്യാൻ തീർച്ചയാക്കി. പുതിയ ഭാര്യ വന്നതോടെ സർവ്വതും തകരാറിലായി. അവർ ഒരു തനി മൂശേട്ടയായിരുന്നു. സകലരേയും അടക്കിഭരിച്ചു. മകൻ പെക്രോവ്സ്കിയ്ക്ക് അന്ന് പത്തു വയസ്സാണ്. രണ്ടാനമ്മ അയാളെ കഠിനമായി വെറുത്തു. പക്ഷേ ഭാഗ്യം അയാളുടെ തുണയ്ക്കെത്തി. മൂത്ത പെക്രോവ്സ്കിയുടെ പരിചയക്കാരനും അയാൾക്ക് ഉപകാരം ചെയ്തിട്ടുള്ളയാളുമായ ബീക്കൊവ് എന്നു പേരുള്ള ഒരു ഭൂവുടമ കുട്ടിയെ തന്റെ സംരക്ഷണയിലെടുക്കുകയും സ്കൂളിലയയ്ക്കുകയും ചെയ്തു. അയാളുടെ മരിച്ചുപോയ അമ്മയെ അറിയാമായിരുന്നതുകൊണ്ടാണ് ബീക്കൊവ് ഇങ്ങനെ

ചെയ്തത്. ആന്ന ഫ്യോദൊറൊവ്ന ഒരു "ഉപകാര"മെന്ന നിലയിൽ പൊക്രോവ്സ്കിയ്ക്ക വിവാഹം ചെയ്തുകൊടുത്ത ഒരു ചെറുപ്പക്കാരിയായിരുന്നു അവർ. ആന്ന ഫ്യോദൊറൊവ്നയുടെ അടുത്ത സ്നേഹിതനായ മി.ബീക്കൊവ് ഔദാര്യംതോന്നി ആ യുവതിക്ക് അയ്യായിരം റൂബിൾ സ്ത്രീധനം കൊടുത്തു. ആ പണം എവിടെപ്പോയെന്ന് ആർക്കുമറിഞ്ഞുകൂടാ. ഇത്രയും കാര്യങ്ങൾ ആന്ന ഫ്യോദൊറൊവ്നയുടെ അടുത്തുനിന്നാണ് ഞാൻ മനസ്സിലാക്കിയത്. മകൻ പെക്രോവ്സ്കി തന്റെ വീട്ടുകാര്യങ്ങൾ പറയുന്നതിൽ താല്പര്യം കാണിച്ചില്ല. അദ്ദേഹത്തിന്റെ അമ്മ വളരെ സുന്ദരിയായിരുന്നുവത്രെ. അവർക്ക് ഇത്ര അനുയോജ്യനല്ലാത്ത ഒരു ഭർത്താവിനെ കിട്ടിയത് വിചിത്രമായിത്തോന്നുന്നു. ചെറുപ്പത്തിൽത്തന്നെ- വിവാഹം കഴിഞ്ഞ് നാലു വർഷമായപ്പോഴേക്ക്- അവർ മരിച്ചു.

സ്കൂൾ വിദ്യാഭ്യാസം പൂർത്തിയാക്കിയശേഷം പെക്രോവ്സ്കി സർവ്വകലാശാലയിൽ ചേർന്നു. സെന്റ് പീറ്റേഴ്സ്ബർഗിൽ അടിക്കടി വന്നുകൊണ്ടിരുന്ന മി. ബീക്കൊവ് അദ്ദേഹത്തിന്റെ കാര്യത്തിൽ അപ്പോഴും തല്പരനായിരുന്നു. അനാരോഗ്യംമൂലം അദ്ദേഹം പഠിത്തം നിർത്താൻ നിർബന്ധിതനായപ്പോൾ മി.ബീക്കൊവ് ആന്ന ഫ്യോദൊറൊവ്നയോട് അദ്ദേഹത്തിന്റെ കാര്യം ശുപാർശ ചെയ്യുകയും അവർ അദ്ദേഹത്തിന് സാഷയെ പഠിപ്പിക്കുന്നതിന് പ്രതിഫലമായി താമസ സൗകര്യവും ഭക്ഷണവും നൽകുകയും ചെയ്തു.

ഇതിനിടയിൽ അച്ഛൻ പൊക്രോവ്സ്കി രണ്ടാം ഭാര്യയുടെ ഉപദ്രവം സഹിക്കവയ്യാതെ ഏറ്റവും വഷളായ ദുശ്ശീലം സമ്പാദിച്ചു. ഏതാണ്ടെല്ലാ നേരവും അയാൾ കുടിച്ചു വെളിവില്ലാതെ ഇരുന്നു. ഭാര്യ അയാളെ തല്ലും. അടുക്കളയിലിരുത്തും. ഈ തല്ലും നികൃഷ്ടമായ പെരുമാറ്റവുമൊക്കെ അയാൾക്കു ശീലമായി. അയാൾ അവയെപ്പറ്റി പരാതിപ്പെടാതായി. അത്ര ദയനീയമായ ഒരവസ്ഥയിലേക്കാണ് ആ സ്ത്രീ അയാളെ അധഃപതിപ്പിച്ചത്. അയാൾക്ക് വാസ്തവത്തിൽ അധികം പ്രായമായിരുന്നില്ലെങ്കിലും മദ്യപാനം അയാളുടെ സ്വബോധം നശിപ്പിച്ചേക്കുമെന്ന സ്ഥിതിയായി. അമ്മയുടെ തനിരൂപമായ കൊച്ചുപൊക്രോവ്സ്കിയോടുള്ള സ്നേഹമായിരുന്നു അയാളിൽ ആകെ അവശേഷിച്ച മനുഷ്യാഭിമാനത്തിന്റെ അംശം. സൗമ്യശീലയായ തന്റെ ആദ്യഭാര്യയെക്കുറിച്ചുള്ള ഓർമ്മകളായിരിക്കുമോ ഈ വൃദ്ധന്റെ മനസ്സിൽ ഇത്രയേറെ ഉൽക്കടമായ സ്നേഹം വളർത്തിയത്? മകനെക്കുറിച്ചല്ലാതെ മറ്റൊന്നിനെക്കുറിച്ചും അയാൾക്ക് ചിന്തിക്കാനും പറയാനുമില്ലായിരുന്നു. ആഴ്ചയിൽ രണ്ടുതവണ മകനെ വന്നുകാണും. കൂടുതൽ തവണ വരാൻ അയാൾ ധൈര്യപ്പെട്ടില്ല. ഈ സന്ദർശനങ്ങൾതന്നെ മകൻ പൊക്രോവ്സ്കി വെറുത്തു. അദ്ദേഹത്തിന്റെ ഏറ്റവും വലിയ ദോഷം അച്ഛനോടുള്ള

ബഹുമാനമില്ലായ്മയായിരുന്നു. പക്ഷേ ചില സമയത്ത് ആ വൃദ്ധനോളം കൊള്ളരുതാത്തവൻ ലോകത്തുണ്ടാവില്ലെന്നും ഓർക്കണം. അയാളുടെ ദുഷിച്ച ജിജ്ഞാസയ്ക്ക് അതിരില്ല. അങ്ങേയറ്റം നിസ്സാരവും നിരർത്ഥകവുമായിരുന്ന അയാളുടെ ജല്പനങ്ങളും ചോദ്യങ്ങളും മകന്റെ പഠിത്തത്തെ തടസ്സപ്പെടുത്തി. പോരെങ്കിൽ, അയാൾക്കെപ്പോഴും വെളിവുകാണുകയുമില്ല. അച്ഛന്റെ ദുശ്ശീലവും ദുഷിച്ച ജിജ്ഞാസയും വായാടിത്തവും മാറ്റാൻ മകൻ ശ്രമിച്ചു. ഫലമോ? വൃദ്ധൻ അദ്ദേഹത്തെ ഒരു ദിവ്യനായി കരുതാൻ തുടങ്ങി. പ്രത്യേകാനുവാദമില്ലാതെ വാ തുറക്കാൻപോലും അയാൾ ഭയപ്പെട്ടു.

തന്റെ പേത്തെൻകയെ (അങ്ങിനെയാണ് അയാൾ മകനെ വിളിച്ചത്) എത്ര കണ്ടാലും അദ്ദേഹത്തെക്കുറിച്ച് എത്ര കേട്ടാലും പാവം മൂപ്പീന്നിനു മതിവരില്ല. ഏതാണ്ടെല്ലായ്പോഴും തന്നെ വളരെയേറെ സങ്കോചത്തോടും ഭയാശങ്കകളോടും കൂടിയാണ് അയാൾ മകനെ കാണാൻ വന്നത്. താൻ എങ്ങിനെ സ്വീകരിക്കപ്പെടുമെന്ന് അയാൾക്കു തീർച്ചയുണ്ടായിരുന്നില്ല. അയാൾ അറച്ചുനിൽക്കും. എന്നെ കാണാനിടയായാൽ ഒരിരുപതുമിനിട്ടു നേരത്തേക്ക് തന്റെ പേത്തെൻകയെക്കുറിച്ച് ചോദിച്ചുകൊണ്ടിരിക്കും. ആരോഗ്യമെങ്ങിനെ? അപ്പോഴത്തെ മനഃസ്ഥിതി എങ്ങിനെ? പ്രധാനപ്പെട്ട വല്ല ജോലിയും ചെയ്തുകൊണ്ടിരിക്കുകയാണോ? എന്താണ് ആ ജോലി? എഴുതുകയാണോ അതോ വെറുതെ ധ്യാനിച്ചുകൊണ്ടിരിക്കുകയാണോ? ഞാൻ അയാളുടെ ശങ്കയെല്ലാം മാറ്റി വേണ്ടത്ര പ്രോത്സാഹനം നൽകിക്കഴിയുമ്പോൾ അയാൾ ധൈര്യമവലംബിച്ച് വാതിൽ തുറക്കും- അതും എത്ര സൂക്ഷിച്ചാണെന്നോ-മെല്ലെ എത്തിനോക്കും. മകൻ കോപിച്ചിരിക്കുകയല്ലെന്ന്, തലയാട്ടുകപോലും ചെയ്തുവെന്ന്, ഉറപ്പുവന്നതിനുശേഷം അയാൾ ഒച്ചകേൾപ്പിക്കാതെ അകത്തു കടന്ന് കോട്ടും തൊപ്പിയും ഊരും. വക്ക് വിണ്ടുകീറി, നിറയെ ദ്വാരം വീണ്, ചുക്കിച്ചുളിഞ്ഞ ഒരു സാധനമായിരുന്നു അയാളുടെ തൊപ്പി. അതെല്ലാം തൂക്കിവച്ചശേഷം അയാൾ അത്രതന്നെ സൂക്ഷ്മതയോടെ ഒരു കസേരയിൽ വന്നിരിക്കും. ഈ സമയമത്രയും അയാളുടെ കണ്ണുകൾ മകന്റെ മുഖത്തുനിന്ന് മാറുകയില്ല. തന്റെ പേത്തെൻകയുടെ മനോഭാവമറിയാനുള്ള ശ്രമമാണ്. പേത്തെൻകയുടെ ഭാവം അത്ര അനുകൂലമല്ലെങ്കിൽ അയാളതു തൽക്ഷണം മനസ്സിലാക്കും. താൻ വെറുതേ ഒന്നു കയറിയെന്നേയുള്ളുവെന്നും ആ വഴി പോയപ്പോൾ കുറച്ചൊന്ന് ഇരുന്നിട്ടു പോകാമെന്നു വിചാരിച്ചതാണെന്നും പിറുപിറുത്തുകൊണ്ട് അയാൾ ഭവ്യതയോടെ കോട്ടും പിഞ്ഞിക്കീറിയ തൊപ്പിയും എടുത്ത്, സൂക്ഷിച്ച് വാതിൽ തുറന്ന് ഒച്ചകേൾപ്പിക്കാതെ പുറത്തുകടക്കും. ഉള്ളിലെ നിരാശ മറയ്ക്കാൻ മുഖത്തൊരു പുഞ്ചിരി വരുത്തും.

നേരേമറിച്ച് നല്ല സ്വീകരണമാണ് ലഭിക്കുന്നതെങ്കിൽ മൂപ്പീന്നിന്റെ സന്തോഷമൊന്നു കാണേണ്ടതാണ്. മുഖത്തെ ഓരോ ചുളിവിലും ഓരോ അംഗവിക്ഷേപത്തിലും സംതൃപ്തി മുറ്റിനിൽപുണ്ടാവും. പേത്തെൻക അയാളോടു സംസാരിക്കാൻ കനിഞ്ഞാൽ അയാൾ ഇരിക്കുന്നിടത്ത് എണീറ്റുനിന്ന് അനുസരണയോടെ, ഭയഭക്തിപുരസ്സരമെന്നുതന്നെ പറയാം, മറുപടി പറയും. ഏറ്റവും പരിഷ്കൃതമായ, എന്നുവച്ചാൽ ഏറ്റവും പരിഹാസ്യമായ, വാക്കുകളായിരിക്കും വായിൽനിന്നു വീഴുന്നത്. പാവം ഒരു സംഭാഷണപടുവൊന്നുമായിരുന്നില്ല. എപ്പോഴും വെപ്രാളമാണ്. മുഖം തുടുത്തിരിക്കും. കൈകൾ വെറുതെയിരിക്കില്ല. തന്റെ മറുപടികളിലുള്ള തെറ്റു തിരുത്താനുള്ള വ്യഗ്രതയിൽ എപ്പോഴും എന്തെങ്കിലും പിറുപിറുത്തുകൊണ്ടിരിക്കും. സന്ദർഭവശാൽ ശരിയായ ഉത്തരമാണ് പറയുന്നതെങ്കിൽ, ചുമൽ വിരിച്ചുപിടിച്ച്, വെയിസ്റ്റ്കോട്ടും ടൈയും കോട്ടും ശരിയാക്കി, അന്തസ്സോടെ ഒരു ഇരിപ്പാണ്. ചിലപ്പോൾ ധൈര്യമവലംബിച്ച് എണീറ്റ് പുസ്തകയലമാരിയുടെ അടുത്തേക്കു നടന്നുചെന്ന് ഏതെങ്കിലുമൊരു പുസ്തകം എടുത്ത് തലക്കെട്ടു നോക്കുകപോലും ചെയ്യും. മകന്റെ പുസ്തകങ്ങൾ കൈകാര്യം ചെയ്തു ശീലമുള്ള മട്ടിൽ, പേത്തെൻകയുടെ കാരുണ്യം തനിക്കെപ്പോഴും ലഭ്യമാണെന്ന മട്ടിൽ, അശ്രദ്ധ നടിച്ചുകൊണ്ടാണ് ഇതു ചെയ്യുന്നത്. പക്ഷേ, ഒരിക്കൽ, പുസ്തകങ്ങൾ അവിടെ വച്ചേക്കാൻ മകൻ പറഞ്ഞപ്പോൾ അയാൾ ആകെ ഭയന്നുപോയതു ഞാൻ കണ്ടതാണ്. ലജ്ജയോടും പരിഭ്രമത്തോടുംകൂടി അയാൾ പുസ്തകം തലതിരിച്ചുവച്ചു. തെറ്റുതിരുത്താനുള്ള ആകാംക്ഷയിൽ അയാൾ പുസ്തകം യഥാസ്ഥാനത്തുതന്നെ തിരുകിവച്ചു. വശം തിരിഞ്ഞുപോയെന്നുമാത്രം. ഈ സമയമത്രയും തന്റെ കുറ്റത്തിന് എന്ത് പരിഹാരം ചെയ്യണമെന്നു തീർച്ചയില്ലാതെ ഒരു ഇളിഭ്യച്ചിരിയും ചുവപ്പും ആ മുഖത്ത് പരന്നിരുന്നു.

അച്ഛനെ നന്നാക്കിയെടുക്കാൻ പൊക്രോവ്സ്കി അതിയായി ആഗ്രഹിച്ചു. മൂപ്പീന്ന് അടുപ്പിച്ച് മൂന്നുതവണ കുടിക്കാതെവന്നാൽ ചുരുങ്ങിയത് ഇരുപതഞ്ചോ അമ്പതോ കോപ്പെക്ക് കൊടുക്കും. അല്ലെങ്കിൽ പുതിയൊരു ജോടി ബൂട്ടുകളോ ഒരു ടൈയോ വെയിസ്റ്റ് കോട്ടോ സമ്മാനിക്കും. അപ്പോഴത്തെ മൂപ്പീന്നിന്റെ ഭാവം പറയാനില്ല. ചിലപ്പോൾ അയാൾ സാഷയ്ക്കും എനിക്കും ഇഞ്ചിയും പഞ്ചസാരയും ചേർത്ത റൊട്ടിയും ആപ്പിളും കൊണ്ടുത്തരും. ഞങ്ങൾ പേത്തെൻകയെപ്പറ്റി സംസാരിക്കും. ഞങ്ങളുടെ പാഠങ്ങൾ ശ്രദ്ധവച്ചു പഠിക്കാനും പേത്തെൻകയെ അനുസരിക്കാനും അയാൾ നിർബന്ധിക്കും. പേത്തെൻക നല്ല, സൽസ്വഭാവിയായ മകൻ മാത്രമല്ല, പഠിപ്പുള്ള മകൻ കൂടിയാണ്.

ഇതു പറയുമ്പോൾ അയാൾ മുഖംകൊണ്ടു കാട്ടുന്ന ഗോഷ്ടികൾ കണ്ട് ഞങ്ങൾ പൊട്ടിച്ചിരിക്കും. അമ്മയ്ക്കും അയാളെ ഇഷ്ടമായിരുന്നു. പക്ഷേ മൂപ്പീന്നിന് ആന്ന ഫ്യോദൊറൊവ്നയെ കണ്ടുകൂടായിരുന്നു. പക്ഷേ അവരുടെ സാന്നിധ്യത്തിൽ അയാൾ പച്ചപ്പാവമാണ്.

പൊക്രോവ്സ്കിയുടെ അടുത്ത് ഞാൻ പഠിക്കാൻ പോകുന്നത് അവസാനിക്കാറായി. അദ്ദേഹമിപ്പോഴും എന്നെ ഒരു കുട്ടിയായിട്ടാണ്, സാഷയെപ്പോലുള്ള ഒരു കുസൃതിപ്പെണ്ണായിട്ടാണ് കരുതിവന്നത്. ഇത് എന്നെ വേദനിപ്പിച്ചു. കാരണം, എന്റെ മുമ്പത്തെ വീഴ്ചകൾക്ക് പ്രായശ്ചിത്തം ചെയ്യാൻ ഞാൻ ശ്രമിക്കുകയായിരുന്നു. പക്ഷേ അദ്ദേഹം എന്നെ ഗൗനിച്ചില്ല. അതെന്നെ കൂടുതൽ ചൊടിപ്പിച്ചു. പാഠങ്ങളെടുക്കുമ്പോഴല്ലാതെ ഞാൻ അദ്ദേഹത്തോട് സംസാരിക്കാറുതന്നെയില്ലായിരുന്നുവെന്നു പറയാം. അവസരം കിട്ടുമ്പോൾ പോലും ഞാൻ അതിനു മുതിർന്നില്ല. എന്റെ മുഖം ചുവക്കും. നാവ് ഇറങ്ങിപ്പോകും. എന്നിട്ട് ദേഷ്യമടക്കാൻ വയ്യാതെ വല്ല മൂലയിലും പോയിരുന്ന് കരയും.

ഒരു വിശേഷസംഭവം നടന്നില്ലായിരുന്നുവെങ്കിൽ ഇതെങ്ങിനെ കലാശിക്കുമായിരുന്നുവെന്ന് ആര് കണ്ടു! ഒരു ദിവസം വൈകുന്നേരം അമ്മ ആന്ന ഫ്യോദൊറൊവ്നയുടെ മുറിയിൽ പോയ സമയത്ത് ഞാൻ ആരും കാണാതെ പൊക്രോവ്സ്കിയുടെ മുറിയിൽ കടന്നു. അദ്ദേഹം പുറത്തു പോയിരിക്കുകയാണെന്ന് എനിക്കറിയാമായിരുന്നു. ഞാൻ എന്തിന് അങ്ങിനെ ചെയ്തുവെന്ന് എനിക്കുതന്നെ നിശ്ചയമില്ല. ഒരു വർഷത്തിലധികമായി ഞങ്ങൾ അടുത്തടുത്താണ് താമസമെങ്കിലും ഞാൻ ഒരിക്കൽപോലും അദ്ദേഹത്തിന്റെ മുറിയിൽ പോയിട്ടില്ല. എന്റെ ചങ്ക് ഊക്കോടെ ഇടിക്കുന്നുണ്ടായിരുന്നു. ഞാൻ ആദ്യം സംഭ്രാന്തിയോടും ജിജ്ഞാസയോടും കൂടി ചുറ്റും കണ്ണോടിച്ചു. സാമാനങ്ങളെന്നു പറയാൻ വളരെ കുറച്ചേ ഉണ്ടായിരുന്നുള്ളൂ. മുറിയാകെ അലങ്കോലപ്പെട്ടാണ് കിടന്നിരുന്നത്. ഭിത്തിയോട് ചേർന്ന് അഞ്ചുനിര പുസ്തകങ്ങൾ കണ്ടു. കസേരകളിലും മേശപ്പുറത്തും കടലാസുകൾ കുന്നുകൂടിക്കിടന്നു. പുസ്തകങ്ങളും കടലാസുകളുമാണ് എവിടെയും! ആ സമയത്ത് വിചിത്രമായൊരു ചിന്ത എന്റെ മനസ്സിൽ കടന്നുകൂടി. അത് എന്നെ വേദനിപ്പിക്കുകയും ചൊടിപ്പിക്കുകയും ചെയ്തു. എന്റെ സൗഹൃദവും സ്നേഹവും അദ്ദേഹം എന്തിനു ഗൗനിക്കണം? അദ്ദേഹം ഒരു പണ്ഡിതൻ. ഞാനോ, യാതൊന്നും അറിഞ്ഞുകൂടാത്ത ഒരു മഠയിപ്പെണ്ണ്. ഒരു പുസ്തകംപോലും ഞാൻ വായിച്ചിട്ടില്ല. ആ പുസ്തകങ്ങളുടെയെല്ലാം ഭാരംകൊണ്ട് ഞരങ്ങുന്ന തട്ടുകളുടെനേരെ ഞാൻ അസൂയയോടെ നോക്കി. ഈർഷ്യയും അമർഷവും വല്ലാത്തൊരു ഉന്മാദവും എന്നെ ആവേശിച്ചു. ഉടനടി,

കഴിയുന്നത്രവേഗം, ആ പുസ്തകങ്ങൾ മുഴുവനും ആദ്യാവസാനം വായിച്ചുതീർക്കാൻ ഞാനുറച്ചു. അദ്ദേഹത്തിനറിയാവുന്നിടത്തോളം പഠിച്ചുകഴിഞ്ഞാൽ ഞാൻ അദ്ദേഹത്തിന്റെ സൗഹൃദത്തിനു കൂടുതൽ അർഹയായിത്തീരുമല്ലോ എന്നായിരുന്നിരിക്കാം ഒരുപക്ഷേ എന്റെ മനസ്സിലുണ്ടായിരുന്നത്. പൊടിപിടിച്ച ഒരു പഴഞ്ചൻ പുസ്തകം ഇടയ്ക്കുനിന്ന് തിടുക്കത്തിൽ വലിച്ചെടുത്ത് മാറത്ത് ഇറുക്കിപ്പിടിച്ചുകൊണ്ട് ഞാൻ അവിടെനിന്ന് ഓടിപ്പോയി. ഭയംകൊണ്ടും ഉദ്വേഗം കൊണ്ടും ഞാൻ വിറയ്ക്കുകയായിരുന്നു. എന്റെ മുഖം മാറിമാറി തുടുക്കുകയും വിളറുകയും ചെയ്തു. രാത്രി അമ്മ ഉറങ്ങിക്കഴിഞ്ഞ് മൊട്ടവിളക്കിന്റെ വെട്ടത്തിൽ വായിക്കാനായിരുന്നു എന്റെ ഉദ്ദേശ്യം.

മുറിയിൽ ചെന്നു തുറന്നുനോക്കിയപ്പോൾ, കീറിപ്പറിഞ്ഞ് പുഴുക്കുത്തു വീണ ലത്തീൻഭാഷയിലുള്ള ഒരു പഴഞ്ചൻ പ്രബന്ധമാണതെന്നു മനസ്സിലായി. എനിക്കുണ്ടായ നിരാശയ്ക്ക് അതിരില്ല. സമയം കളയാതെ ഞാൻ അദ്ദേഹത്തിന്റെ മുറിയിലേക്കു മടങ്ങിച്ചെന്നു. തട്ടിൽ പുസ്തകം തിരിച്ചുവയ്ക്കാൻ തുടങ്ങുമ്പോഴാണ് ഇടനാഴിയിൽ കാലൊച്ച കേട്ടത്. ഞാൻ ആ നശിച്ച സാധനം തിരിച്ചുവയ്ക്കാൻ സാഹസപ്പെട്ടു. അത് ഞെരുങ്ങിയിരിക്കുകയായിരുന്നു. വലിച്ചെടുത്തപ്പോൾ രണ്ടു വശത്തുമുള്ള പുസ്തകങ്ങൾ വിടവു നികത്തി. എനിക്ക് തിരിച്ചുവയ്ക്കാൻ കഴിയുന്നില്ല! ഞാൻ സർവ്വശക്തിയുമെടുത്ത് തള്ളിനോക്കി. തട്ടിനെ ചുമരിൽ ഘടിപ്പിച്ചിരുന്ന തുരുമ്പുപിടിച്ച ആണി ഈ തക്കം നോക്കി ഇരിക്കുകയായിരുന്നുവെന്നു തോന്നി. തട്ടും പുസ്തകങ്ങളുമെല്ലാംകൂടി നിലത്ത്. ആ നിമിഷത്തിൽ കതകു തുറന്ന് പൊക്രോവ്സ്കി കയറിവന്നു.

തന്റെ പുസ്തകങ്ങളിൽ മറ്റാരെങ്കിലും കൈവയ്ക്കുന്നത് അദ്ദേഹത്തിന് ഇഷ്ടമായിരുന്നില്ല. അവയിലെങ്ങാനുമൊന്നു തൊട്ടുപോയാലത്തെ കഥ പറയാനില്ല! ആ പുസ്തകങ്ങൾ മുഴുവനും- തടിച്ചതും മെലിഞ്ഞതും വലിപ്പത്തിലും രൂപത്തിലുമുള്ളതും എല്ലാംകൂടി- താഴെ വീണ് മേശയ്ക്കടിയിലും കസേരക്കീഴിലും മുറിയാസകലവും ചിതറിക്കിടന്നപ്പോൾ എനിക്കുണ്ടായ ഭീതി ഊഹിക്കാമല്ലോ. എനിക്കവിടന്ന് ഓടിപ്പോകണമെന്നുണ്ടായിരുന്നു. പക്ഷേ സമയം കിട്ടിയില്ല.! ഇതോടെ എല്ലാം തീർന്നുവെന്നു ഞാൻ വിചാരിച്ചു. തീർന്നു! എനിക്കിനി രക്ഷയില്ല! കുസൃതി ഒപ്പിക്കുന്നതിനിടയിൽ പിടികൂടപ്പെട്ടിരിക്കുന്നു. ഒരു പത്തുവയസ്സുകാരിയെപ്പോലെ! ഒരു വിവരംകെട്ട പെണ്ണിനെപ്പോലെ! താൻ എന്തൊരു മഠയിയാണ്! പൊക്രോവ്സ്കി ക്ഷോഭിച്ചുവശായി. "ഇനിയെന്താ ഭാവം?" അദ്ദേഹം അട്ടഹസിച്ചു. "ഇത്തരം കോമാളിത്തം കാട്ടാൻ നാണമില്ലേ? എന്നാണിത് നിർത്തുന്നത്?" അദ്ദേഹം പുസ്തകങ്ങൾ

പെറുക്കിയെടുക്കാൻ കുനിഞ്ഞിരുന്നു. ഞാനും സഹായിക്കാനായി കുനിഞ്ഞു. "ശല്യപ്പെടുത്തതരുത്!" അദ്ദേഹം ചീറി. "ക്ഷണിക്കാതെ കയറിവരാതിരിക്കുകയാണ് നല്ലത്!" പക്ഷേ എന്റെ ഭവ്യത കണ്ടപ്പോൾ അദ്ദേഹം സ്വരം മയപ്പെടുത്തി. ഈയിടെ പാഠങ്ങളെടുക്കുമ്പോഴെന്ന പോലെ ഒരു ശാസിക്കുന്ന ഗുരുനാഥന്റെ സ്വരമായിരുന്നു ഇപ്പോഴത്. "നിനക്കെന്താണ് വിവരംവയ്ക്കാൻ പോകുന്നത്? തന്നത്താനൊന്നു നോക്ക്. നീയിപ്പോൾ ഒരു കുഞ്ഞല്ല. ഒരു കൊച്ചുപെണ്ണല്ല. വയസ് പതിനഞ്ചായില്ലേ?" സ്വയം ബോദ്ധ്യം വരാനെന്നവണ്ണം അദ്ദേഹം തലപൊക്കി എന്റെ മുഖത്തു നോക്കി. പെട്ടെന്ന് അദ്ദേഹത്തിന്റെ മുഖം ചുവന്നു. ഞാൻ ഒന്നും മനസ്സിലാകാതെ തുറിച്ചുനോക്കിക്കൊണ്ടിരുന്നു. അദ്ദേഹം എണീറ്റു. മുഖത്തൊരു വല്ലായ്മയുണ്ടായിരുന്നു. അദ്ദേഹം പരസ്പ രബന്ധമില്ലാത്ത എന്തൊക്കെയോ പറഞ്ഞു. എന്തോ കാര്യത്തിനു ക്ഷമ ചോദിച്ചു. ഒരുപക്ഷേ ഞാനൊരു മുതിർന്ന പെണ്ണാണെന്ന് ഇപ്പോൾ മാത്രമേ കണ്ടുള്ളുവെന്നതിനാലായിരിക്കാം. അവസാനം എനിക്ക് കാര്യം മനസ്സിലായി. ഞാനപ്പോൾ എന്തു ചെയ്തുവെന്ന് ഓർമ്മയില്ല. എന്റെ മുഖം അദ്ദേഹത്തിന്റേതിനേക്കാൾ കൂടുതൽ ചുവന്നതും ഞാൻ ആകെ പരിഭ്രമിച്ച് മുഖം പൊത്തിക്കൊണ്ട് മുറിയിൽനിന്ന് ഓടിപ്പോയതും മാത്രം ഓർമ്മയുണ്ട്.

അപമാനംകൊണ്ട് എന്തുചെയ്യേണ്ടു എന്നറിയാതെ ഞാൻ കുഴങ്ങി. അദ്ദേഹം എന്നെ അദ്ദേഹത്തിന്റെ മുറിയിൽവച്ചു കണ്ടിരിക്കുന്നു! മൂന്നു ദിവസത്തേക്ക് ഞാൻ അദ്ദേഹത്തിന്റെ മുഖത്തു നോക്കാൻ ധൈര്യ പ്പെട്ടില്ല. മുഖം ചുവന്ന് ഞാൻ കരച്ചിലിന്റെ വക്കത്തെത്തി. അങ്ങേയറ്റം അസാധാരണവും കെട്ടിമറിഞ്ഞതുമായ ചിന്തകൾ എന്റെ മനസ്സിൽ കടന്നുകൂടി. അദ്ദേഹത്തിന്റെ അടുക്കൽപോയി ഉള്ളിലുള്ളതു മുഴുവൻ തുറന്നു പറഞ്ഞാലെന്താണെന്ന ചിന്തയായിരുന്നു അവയിൽ ഏറ്റവും വിചിത്രം. എല്ലാം വിശദമായി പറയണം. ഞാനൊരു വിഡ്ഢിപ്പെണ്ണല്ലെ ന്നും എന്റെ ഉദ്ദേശ്യം നല്ലതായിരുന്നുവെന്നും അദ്ദേഹത്തെ ബോദ്ധ്യപ്പെ ടുത്തണം. ഞാൻ അങ്ങിനെ ചെയ്യാൻ തീർച്ചപ്പെടുത്തിയെന്നുതന്നെ പറയാം. പക്ഷേ ദൈവാധീനംകൊണ്ട് അതിനുള്ള ധൈര്യം വന്നില്ല. ഞാൻ എന്താരു കോമാളിവേഷമാണ് കെട്ടുമായിരുന്നതെന്ന് എനിക്ക് ഊഹിക്കാൻ കഴിയും. ഇപ്പോൾപോലും അതോർക്കുമ്പോൾ ഞാൻ ലജ്ജിക്കുന്നു.

കുറച്ചുദിവസം കഴിഞ്ഞപ്പോൾ അമ്മയ്ക്കു രോഗം കലശലായി. അമ്മ തീരെ കിടപ്പിലായി. മൂന്നാമത്തെ രാത്രിയായപ്പോഴേക്ക് ജ്വരം മൂർച്ഛിച്ച് പിച്ചും പേയും പറയാൻ തുടങ്ങി. ഞാൻ അമ്മയ്ക്ക് വെള്ളവും മരുന്നും കൊടുത്തുകൊണ്ട് എപ്പോഴും അടുത്തുതന്നെ ഇരുന്നു. രണ്ടാമത്തെ

രാത്രിയായപ്പോഴേക്ക് ഞാൻ ആകെ തളർന്നുപോയി. ഉണർന്നിരിക്കാൻ തന്നെ വിഷമിച്ചു. പച്ചപ്പൊട്ടുകൾ കൺമുമ്പിൽ നൃത്തംവച്ചു. സർവ്വതും ചുറ്റിനും നീന്തിനടക്കുകയാണെന്നു തോന്നി. അമ്മയുടെ പരിക്ഷീണമായ രോദനങ്ങൾ കേട്ടില്ലായിരുന്നെങ്കിൽ ഞാൻ ഏതു നിമിഷവും തളർന്നു വീണുപോയേനെ. കൂടെക്കൂടെ ഞാൻ ഞെട്ടിയുണരും. വീണ്ടും ഉറക്കം എന്നെ ആക്രമിക്കും. എന്തൊരു ദണ്ഡനായിരുന്നു! ഉറക്കവും ഉണർച്ചയും തമ്മിൽ മല്ലിട്ടുകൊണ്ടിരിക്കുന്നതിനിടയിൽ ഒരു നിമിഷം വിചിത്രമായ ഒരു സ്വപ്നം- ഭീകരമായ ഒരു ദർശനം- എന്റെ ദണ്ഡിതമായ മനസ്സിനെ ഗ്രസിച്ചു. എന്തായിരുന്നു അതെന്ന് എനിക്കറിഞ്ഞുകൂടാ, എനിക്കോർമ്മയില്ല. ഞാൻ ഞെട്ടിയുണർന്നു. മുറിയിൽ ഇരുട്ടായിരുന്നു. മൊട്ടവിളക്ക് കരിന്തിരി കത്തുകയായിരുന്നു. വെളിച്ചത്തിന്റെ ശകലങ്ങൾ ചുമരിൽ തെളിഞ്ഞും മറഞ്ഞുമിരുന്നു. ഭയം- വിചിത്രമായ ഒരു ഭീതി- എന്റെ ഉള്ളിലേക്ക് അരിച്ചുകയറി. എന്റെ ഭാവന ദുസ്വപ്നത്തിന്റെ പിടിയിലമർന്നിരുന്നു. എന്റെ ഹൃദയത്തിൽ വല്ലാത്തൊരു ഞെരുക്കം അനുഭവപ്പെട്ടു. ദുഃഖത്താലും ദുസ്സഹമായ വേദനയാലും നിലവിളിച്ചുകൊണ്ട് ഞാൻ കസേരയിൽനിന്ന് ചാടിയെണീറ്റു. വാതിൽ തുറന്ന് പൊക്രോവ്സ്കി കയറിവന്നു. ബോധം തെളിഞ്ഞപ്പോൾ ഞാൻ അദ്ദേഹത്തിന്റെ കരങ്ങളിലായിരുന്നുവെന്ന് ഓർമ്മയുണ്ട്. അദ്ദേഹം എന്നെ മെല്ലെ ഒരു കസേരയിലിരുത്തി. ഒരു ഗ്ലാസ് വെള്ളം തന്നു. എന്തെല്ലാമോ ചോദിച്ചു. ഞാൻ എന്തൊക്കെയോ പറഞ്ഞു. എന്താണെന്ന് ഓർക്കുന്നില്ല.

“നിനക്കും സുഖമില്ല,” എന്റെ കൈപിടിച്ചുകൊണ്ട് അദ്ദേഹം പറഞ്ഞു. “തീരെ സുഖമില്ല! പനിക്കോളുണ്ട്. നീ ആരോഗ്യം അപകടപ്പെടുത്തുകയാണ്. വിശ്രമിക്കൂ. കിടന്നുറങ്ങൂ. രണ്ട് മണിക്കൂർ കഴിഞ്ഞ് ഞാൻ നിന്നെ ഉണർത്താം. ദയവുചെയ്ത് കിടക്കൂ!,” എതിർപ്പു പ്രകടിപ്പിക്കാൻ ഇടതരാതെ അദ്ദേഹം എന്നെ നിർബന്ധിച്ചുകൊണ്ടിരുന്നു. ഞാനാണെങ്കിൽ ക്ഷീണംകൊണ്ട് ഏതു നിമിഷവും വീണുപോകുമായിരുന്നു. കണ്ണുകൾക്ക് വല്ലാത്ത ഭാരം തോന്നി. അരമണിക്കൂർ വിശ്രമിക്കാമെന്നു കരുതി ഞാൻ കസേരയിൽ ചുരുണ്ടുകൂടി കിടന്നു. പക്ഷേ ഉണർന്നത് രാവിലെയാണ്. അമ്മയ്ക്കു മരുന്നു കൊടുക്കാൻ സമയമായതിനാൽ പൊക്രോവ്സ്കിയാണ് എന്നെ ഉണർത്തിയത്.

പിറ്റേന്ന് രാത്രി പതിനൊന്നു മണിക്ക്, ഉറങ്ങിപ്പോകരുതെന്ന് ദൃഢവ്രതമെടുത്തുകൊണ്ട് ഞാൻ മെത്തക്കരികിലിരിക്കുമ്പോൾ പൊക്രോവ്സ്കി കതകിൽ മുട്ടി. “തനിച്ചിരുന്ന് മുഷിഞ്ഞു കാണും,” ഞാൻ കതക് തുറന്നപ്പോൾ അദ്ദേഹം പറഞ്ഞു. “ഞാനൊരു പുസ്തകം

കൊണ്ടുവന്നിട്ടുണ്ട്. സമയം പോക്കാൻ സഹായിക്കും.” ഞാനത് കൃതജ്ഞതയോടെ വാങ്ങി. പുസ്തകമെന്തായിരുന്നുവെന്നോ, ഞാനത് തുറക്കുകതന്നെയുണ്ടായോ എന്നോ ഓർക്കുന്നില്ല. അന്നു രാത്രി ഒരു പോള കണ്ണടച്ചില്ലെന്നു മാത്രം അറിയാം. വിചിത്രമായൊരു ഉത്സാഹം എന്നെ ഉറങ്ങാനനുവദിച്ചില്ല. ഞാൻ അസ്വസ്ഥയായിരുന്നു. അനങ്ങാതിരിക്കാൻ കഴിയാതെ ഞാൻ വീണ്ടും വീണ്ടും എണീറ്റ് മുറിയിൽ ഉലാത്തി. സുഖകരമായൊരു ഊഷ്മളത, ഒരു സംതൃപ്തി, എന്റെ ഉള്ളിൽ ജ്വലിച്ചു. അദ്ദേഹത്തിന്റെ ശ്രദ്ധ എന്നെ സന്തോഷിപ്പിച്ചു. എന്നെക്കുറിച്ചുള്ള ഉൽക്കണ്ഠ എന്നെ അഭിമാനഭരിതയാക്കി. ഓരോന്ന് സ്വപ്നം കണ്ടുകൊണ്ടും വിചാരിച്ചുകൊണ്ടും അന്നു രാത്രി മുഴുവൻ ഞാൻ അങ്ങിനെ ഇരുന്നു. അദ്ദേഹം പിന്നീട് വന്നില്ല. വരികയില്ലെന്ന് എനിക്കറിയാമായിരുന്നു. പിറ്റേന്നുരാത്രി വരുമോ ഇല്ലയോ എന്നു ഞാൻ ആലോചിക്കുകയായിരുന്നു.

പിറ്റേന്നു രാത്രി എല്ലാവരും ഉറങ്ങാൻ കിടന്നുകഴിഞ്ഞപ്പോൾ പൊക്രോവ്സ്കി മുറിയുടെ വാതിൽ തുറന്നു. വാതിൽപ്പടിയിൽ നിന്ന് എന്നോട് സംസാരിച്ചു. ഞങ്ങൾ പരസ്പരം പറഞ്ഞതെന്താണെന്ന് ഓർക്കുന്നില്ല. ഒരു വാക്കുപോലും ഓർക്കുന്നില്ല. എന്റെ മുഖം ചുവന്നുവെന്നും എനിക്ക് വല്ലാത്ത വെപ്രാളമായിരുന്നുവെന്നും എന്നോടു തന്നെ ദേഷ്യം തോന്നിയെന്നും മാത്രം ഓർമ്മയുണ്ട്. എനിക്ക് ആ സംസാരം എങ്ങിനെയെങ്കിലുമൊന്ന് അവസാനിച്ചാൽ മതിയെന്നായി. അതേസമയം, ഞാൻ അതിന് ആറ്റുനോറ്റിരിക്കുകയായിരുന്നു, സ്വപ്നം കണ്ടുകൊണ്ട് ഇരിക്കുകയായിരുന്നു. എന്റെ ചോദ്യങ്ങളും ഉത്തരങ്ങളും അന്നുമുഴുവൻ തയ്യാറെടുത്തു പഠിച്ചതായിരുന്നു. ആ രാത്രിയിൽ ഞങ്ങളുടെ സൗഹൃദം ആരംഭിച്ചു. അമ്മയുടെ രോഗകാലത്ത് ഞങ്ങൾ എന്നും രാത്രി ഏതാനും മണിക്കൂറുകൾ ഒന്നിച്ചു ചെലവഴിക്കുമായിരുന്നു. ക്രമേണ എന്റെ നാണമെല്ലാം മാറി. എന്നിട്ടും ഓരോ സംഭാഷണം കഴിയുമ്പോഴും എനിക്ക് എന്നോടുതന്നെ ഈർഷ്യതോന്നുമായിരുന്നു. എങ്കിലും അദ്ദേഹം ആ നശിച്ച പുസ്തകങ്ങൾ മറന്ന് എന്നോടൊപ്പം സമയം ചെലവഴിക്കുന്നുണ്ടല്ലോ എന്നോർത്തപ്പോൾ എനിക്ക് ഉള്ളിൽ സന്തോഷവും അഭിമാനവും തോന്നി. ഒരു ദിവസം ഞങ്ങളുടെ സംഭാഷണം ആ പുസ്തകത്തട്ട് തട്ടിയിട്ട സംഭവത്തെ തമാശമട്ടിൽ സ്പർശിക്കുകയുണ്ടായി. ആ നിമിഷത്തിൽ എന്റെ മനോഭാവം പ്രത്യേകമായിരുന്നു. എനിക്ക് എന്തെന്നില്ലാത്ത ഒരടുപ്പവും വിശ്വസ്തതയും തോന്നി. വിചിത്രമായ ഒരു ആവേശത്താൽ മതിമറന്ന് ഞാൻ പഠിക്കാനും കാര്യങ്ങളറിയാനുമുള്ള എന്റെ ആഗ്രഹവും ഒരു കൊച്ചുകുട്ടിയായി കരുതുന്നതിലുള്ള എന്റെ അമർഷവും തുറന്നുപറഞ്ഞു. വാസ്തവത്തിൽ എന്റെ

മനോനില വിചിത്രമായിരുന്നിരിക്കണം. എന്റെ മനസ്സിൽ സ്നേഹം കവിഞ്ഞൊഴുകി. കണ്ണുനിറഞ്ഞു. ഞാൻ സർവ്വതും- അദ്ദേഹത്തോടുള്ള എന്റെ ഇഷ്ടവും അദ്ദേഹത്തെ പരിചരിക്കാനും ആശ്വസിപ്പിക്കാനും ഒന്നിച്ചിരിക്കാനുമുള്ള എന്റെ അഭിനിവേശവുമെല്ലാം- തുറന്നുപറഞ്ഞു. അദ്ദേഹം എന്നെ പ്രത്യേകരീതിയിൽ ഒന്നു നോക്കി. അത്ഭുതവും ഒരു വല്ലായ്മയും ആ നോട്ടത്തിൽ കലർന്നിരുന്നു. പക്ഷേ ഒന്നും പറഞ്ഞില്ല. പെട്ടെന്ന് എനിക്ക് വേദനയും നിരാശയും സഹിച്ചില്ല. അദ്ദേഹം എന്നെ മനസ്സിലാക്കിയിട്ടില്ല. ഒരുപക്ഷേ എന്റെ നേരെ ആക്ഷേപിച്ചു ചിരിക്കുന്നുണ്ടാവും. ഗദ്ഗദം അടക്കാൻവയ്യാതെ ഞാൻ ഒരു കുഞ്ഞിനെപ്പോലെ പൊട്ടിക്കരഞ്ഞു. അദ്ദേഹം എന്റെ കൈകൾ പിടിച്ചു ചുംബിക്കുകയും അവയെ മാറോടു ചേർത്തുപിടിച്ചുകൊണ്ട് എന്നെ സമാശ്വസിപ്പിക്കുകയും ചെയ്തു. അദ്ദേഹം ഇളകിവശായിരുന്നു. അദ്ദേഹം എന്നോടു പറഞ്ഞതെന്താണെന്ന് ഓർമ്മയില്ല. ഞാൻ മാറിമാറി കരഞ്ഞതും ചിരിച്ചതും മാത്രം ഓർമ്മയുണ്ട്. എന്റെ കവിളുകൾ ചുട്ടുപൊള്ളുന്നുണ്ടായിരുന്നു. സന്തോഷാധിക്യത്താൽ എനിക്ക് ഒരു വാക്കുപോലും ഉച്ചരിക്കാൻ കഴിഞ്ഞില്ല. ആ ക്ഷോഭിച്ച മനോനിലയിലും ഞാൻ അദ്ദേഹത്തിൽ ഒരു ഞെരുക്കവും അസ്വസ്ഥതയും കണ്ടു. ഒരുപക്ഷേ എന്റെ പെട്ടെന്നുള്ള ആവേശവും ഉത്സാഹവും ഉളവാക്കിയ അത്ഭുതം കെട്ടടങ്ങാത്തതാവാം. ഒരുപക്ഷേ ആദ്യം വെറുതെ കൗതുകം തോന്നിയതേയുള്ളുവെങ്കിലും പിന്നീട് അദ്ദേഹം എന്റെ നിഷ്ഠയേയും സ്നേഹവാക്കുകളേയും താല്പര്യത്തേയും അളവറ്റ ആത്മാർത്ഥതയോടെ, അത്രതന്നെ ശ്രദ്ധയോടും ദയയോടും കൂടി, ഒരു സ്നേഹിതനെപ്പോലെ, ഒരു സഹോദരനെപ്പോലെ, സ്വീകരിച്ചതാവാം. എത്ര സുഖകരവും ആശ്വാസകരവുമായ ഒരുനുഭൂതിയായിരുന്നു അത്! യാതൊന്നും മറച്ചുവയ്ക്കേണ്ട ആവശ്യമുണ്ടായിരുന്നില്ല. അദ്ദേഹത്തിനിത് ശരിക്കും അനുഭവപ്പെട്ടു. ദിവസം ചെല്ലുന്തോറും അദ്ദേഹം എന്നോടു കൂടുതൽകൂടുതൽ അടുത്തു.

മധുരകരവും ഉൽക്കണ്ഠാകുലവുമായ ആ രാത്രികളിൽ അമ്മയുടെ മെത്തയ്ക്കരികിലിരുന്ന് മെഴുകുതിരിയുടെ ചഞ്ചലപ്രകാശത്തിൽ ഞങ്ങൾ സൂര്യനുകീഴിലുള്ള സർവ്വതിനെക്കുറിച്ചും സംസാരിച്ചു. മനസ്സിൽ വന്നതു മുഴുവൻ, ഹൃദയത്തിനു പുറത്തു ചാടിയതു മുഴുവൻ, ഞങ്ങൾ പരസ്പരം പറഞ്ഞു. ഞങ്ങൾ സന്തോഷഭരിതരായിരുന്നുവെന്നുതന്നെ പറയാം. വിഷാദകര മെങ്കിലും ആനന്ദപ്രദമായ മണിക്കൂറുകളായിരുന്നു അവ. അവയെ അനുസ്മരിക്കുന്നത് ഒരേ സമയത്ത് സുഖകരവും വേദനാകരവുമാണ്. സുഖകരമാണെങ്കിലും വിഷാദകരമാണെങ്കിലും ഓർമ്മകൾ എപ്പോഴും വേദനാജനകമാണ്. എന്നെ സംബന്ധിച്ചല്ലെങ്കിലും അതാണ് സ്ഥിതി. പക്ഷേ സുഖകരമായൊരു വേദനയാണത്. എന്റെ

ഹൃദയം ഭാരിച്ചതാവുമ്പോൾ, ഉച്ചച്ചൂടിൽ തളർന്നുപോയ ഒരു പൂവിന് സായാഹ്നത്തിലെ മഞ്ഞുതുള്ളികളെന്നപോലെ ഓർമ്മകൾ ഉന്മേഷവും ചൈതന്യവും പകരുന്നു.

അമ്മയുടെ രോഗം ഭേദമായിത്തുടങ്ങി. എങ്കിലും ഞാൻ അമ്മയുടെ മെത്തയ്ക്കരികിൽത്തന്നെ ഇരുന്നു. പെക്രോവ്സ്കി എനിക്ക് പലപ്പോഴും പുസ്തകങ്ങൾ കൊണ്ടുത്തരും. ആദ്യമൊക്കെ ഞാൻ അവ വായിച്ചത് ഉണർന്നിരിക്കാൻവേണ്ടി മാത്രമാണ്. പക്ഷേ ക്രമേണ ഞാൻ അവ കൂടുതൽ ശ്രദ്ധയോടും അവസാനം ആസക്തിയോടും കൂടി വായിക്കാൻ തുടങ്ങി. ഞാൻ സ്വാംശീകരിക്കാത്ത എത്രയെത്ര പുതിയ കാര്യങ്ങളാണ് ഹൃദയത്തിൽ നവംനവങ്ങളായ നിരവധി മുദ്രകൾ പതിപ്പിച്ചുകൊണ്ട് എന്റെ കൺമുമ്പിൽ പ്രത്യക്ഷപ്പെട്ടത്! എത്രകണ്ട് ദുർഗ്രഹമാണോ അത്രകണ്ട് പ്രിയംകരവും എന്റെ ആത്മാവിന് അമൃതുമായിരുന്നു അവ. എന്റെ ഹൃദയത്തിലേക്ക് അവിരാമമായി തിക്കിത്തള്ളിവന്നുകൊണ്ട് അവ എനിക്ക് വിശ്രമം തന്നില്ല. എന്റെ ഉള്ളാകെ അനിയതനായി ഇളകിമറിഞ്ഞു. എങ്കിലും ആ വിചിത്രമായ ആത്മീയാക്രമണം എന്നെ പാടേ അടിതെറ്റിച്ചില്ല. ഒരു സ്വപ്നജീവിയായിരുന്നതുകൊണ്ട് ഞാൻ രക്ഷപ്പെട്ടു.

അമ്മ സുഖം പ്രാപിച്ചപ്പോൾ ഞങ്ങളുടെ രാത്രികാലങ്ങളിലെ കാത്തിരിപ്പും നീണ്ട സംസാരവും അവസാനിച്ചു. വല്ലപ്പോഴും ഏതാനും വാക്കുകൾ കൈമാറാനേ കഴിഞ്ഞുള്ളൂ. ഒരുപക്ഷേ നിസ്സാരമായ വാക്കുകൾ. എങ്കിലും എനിക്ക് തോന്നിയ രീതിയിൽ അവയെ വ്യാഖ്യാനിക്കാനും അവയിൽ രഹസ്യമായ ഒരർത്ഥം ആരോപിക്കാനും ഞാൻ ഇഷ്ടപ്പെട്ടു. എന്റെ ജീവിതത്തിന് ഒരു തികവു കൈവന്നു. ഏതാനും ആഴ്ചക്കാലത്തേക്ക് എനിക്ക് തികഞ്ഞ സന്തോഷവും മനശ്ശാന്തിയും അനുഭവപ്പെട്ടു.

ഒരു ദിവസം വൃദ്ധനായ പൊക്രോവ്സ്കി ഞങ്ങളെ കാണാൻ വന്നു. അയാൾ എപ്പോഴത്തേയുംപോലെ വർത്തമാനക്കാരനും പതിവില്ലാത്തവണ്ണം ഉന്മേഷഭരിതനും ഉല്ലാസവാനുമായി കാണപ്പെട്ടു. അയാൾ പൊട്ടിച്ചിരിക്കുകയും തമാശ പറയുകയുമൊക്കെ ചെയ്തു. ഈ ഉദ്വേഗത്തിന്റെ കാരണം അവസാനം വെളിപ്പെട്ടു. തന്റെ പേത്തെൻകയുടെ പിറന്നാളിന് ഒരാഴ്ച കൂടിയേ ഉള്ളൂവെന്നും താൻ ആ ദിവസം മകനെ സന്ദർശിക്കുന്നതാണെന്നും തന്റെ പുതിയ വെയിസ്റ്റ്കോട്ടും ഭാര്യ വാങ്ങിക്കൊടുക്കാമെന്ന് ഏറ്റിട്ടുള്ള ബൂട്സും ധരിക്കാനാണ് ഉദ്ദേശിച്ചിരിക്കുന്നതെന്നും അയാൾ അറിയിച്ചു. ചുരുക്കിപ്പറഞ്ഞാൽ വൃദ്ധൻ അതീവസന്തുഷ്ടനായിരുന്നു. അയാൾ നിർത്താതെ സംസാരിച്ചുകൊണ്ടിരുന്നു.

അദ്ദേഹത്തിന്റെ പിറന്നാളോ! അതേപ്പറ്റിത്തന്നെയായിരുന്നു രാപകൽ എന്റെ ചിന്ത. ഞങ്ങൾ തമ്മിലുള്ള സൗഹൃദത്തിന്റെ ഓർമ്മയ്ക്കായി ഞാൻ അദ്ദേഹത്തിന് ഒരു പിറന്നാൾ സമ്മാനം കൊടുക്കും. പക്ഷേ എന്തു കൊടുക്കും? കുറച്ചു പുസ്തകങ്ങൾ കൊടുക്കാൻ ഞാൻ അവസാനം തീരുമാനിച്ചു. പുഷ്കിന്റെ സമ്പൂർണ്ണകൃതികളുടെ പുതിയ പതിപ്പ് വാങ്ങണമെന്ന് അദ്ദേഹം ആഗ്രഹിച്ചിരുന്നുവെന്ന് എനിക്കറിയാമായിരുന്നു. അതുകൊണ്ട് പുഷ്കിൻതന്നെയാവട്ടെ എന്നു തീരുമാനിച്ചു. തയ്യൽപ്പണിയിൽനിന്നു മിച്ചം വയ്ക്കാൻ കഴിഞ്ഞ മുപ്പതോളം റൂബിൾ ഒരു ഫ്രോക്കിനുവേണ്ടി മാറ്റിവച്ചിരുന്നു. മുഴുവൻ സെറ്റിന്റേയും വില അന്വേഷിച്ചറിയാൻ ഞാൻ ഞങ്ങളുടെ പാചകക്കാരിയായ മത്ര്യോന എന്ന വൃദ്ധയെ പറഞ്ഞയച്ചു. ദൈവമേ! പതിനൊന്നു പുസ്തകങ്ങൾക്ക് പുറംചട്ടയുൾപ്പെടെ അറുപതു റൂബിളെങ്കിലും വിലവരുമത്രെ! ഞാൻ എവിടുന്നുണ്ടാക്കാനാണ് അത്രയും പണം? എത്ര ആലോചിച്ചിട്ടും പിടികിട്ടിയില്ല. അമ്മയോടു ചോദിക്കാൻ മനസ്സുവന്നില്ല. ചോദിച്ചാൽ തീർച്ചയായും സഹായിക്കും. പക്ഷേ അപ്പോൾ വീട്ടിലുള്ള സർവ്വരും കാര്യമറിയും. ഇത്രയും കാലം പഠിപ്പിച്ചതിനു കൃതജ്ഞതാസൂചകമായി പൊക്രോവ്സ്കിക്ക് നൽകുന്ന ഒരു പാരിതോഷികമായിത്തീരും ആ പുസ്തകങ്ങൾ. എന്റേതു മാത്രമായി ഒരു സമ്മാനം നൽകാനാണ് ഞാനാഗ്രഹിച്ചത്. എന്നെ പഠിപ്പിക്കാൻ ബുദ്ധിമുട്ടിയതിന് ഞാൻ അദ്ദേഹത്തോട് എന്നും കടപ്പെട്ടിരിക്കും. എന്റെ സൗഹൃദം മാത്രമേ പ്രതിഫലമായി എനിക്ക് നൽകാനുള്ളൂ. അവസാനം ഞാനൊരു പോംവഴി കണ്ടെത്തി.

ഗൊസ്തീനി ദ്വോറിലുള്ള പുസ്തകക്കച്ചവടക്കാർ ചിലപ്പോൾ ഒട്ടുംതന്നെ പഴക്കംതട്ടാത്ത സെക്കൻഡ് ഹാൻഡ് പുസ്തകങ്ങൾ പകുതിവിലയ്ക്കു വിൽക്കുമെന്ന് എനിക്കറിയാമായിരുന്നു. കുറച്ചൊന്നു വിലപേശണമെന്നു മാത്രം. ഞാൻ അതുകൊണ്ട് കഴിയുംവേഗം ഗൊസ്തീനി ദ്വോറിൽ പോകാൻ ഉറച്ചു. പിറ്റേന്നുതന്നെ അതിനുള്ള അവസരവും കിട്ടി. എന്തോ സാധനം വാങ്ങണമായിരുന്നു. അമ്മയ്ക്ക് സുഖമില്ലാതിരുന്നതിനാലും അന്ന ഫ്യോദൊറൊവ്നയ്ക്ക് ഏറ്റവും സമയോചിതമായ ഒരു അലസത ബാധിച്ചിരുന്നതിനാലും ആ ജോലി എന്നെ ഏൽപ്പിച്ചു.

ഞാൻ മത്ര്യോനയൊന്നിച്ചു തിരിച്ചു. പുഷ്കിൻകൃതികളുടെ മനോഹരമായ ഒരു സെറ്റ് ഭാഗ്യവശാൽ വേഗം കണ്ടെത്തുകയും ചെയ്തു. ഞാൻ വിലപേശാൻ തുടങ്ങി. കച്ചവടക്കാരൻ ആദ്യം പുതിയതിനേക്കാൾ കൂടുതൽ വില ചോദിച്ചു. ഞാൻ പല തവണ പോകാൻ ഭാവിക്കുകയും തിരിച്ചുവരികയും ചെയ്തു. അവസാനം, വളരെയേറെ പാടുപെട്ടതിനുശേഷം, അയാൾ പത്ത് വെള്ളി റൂബിളിന്[24] സമ്മതിച്ചു. വിലപേശാൻ

എന്തൊരു രസമായിരുന്നു! എന്തുകൊണ്ടാണ് എനിക്ക് ഇത്രയേറെ ഉദ്വേഗമെന്നോ, എന്തിനാണ് ഇത്രയധികം പുസ്തകങ്ങളെന്നോ പാവം മത്ര്യോനയ്ക്കു മനസ്സിലായില്ല. പക്ഷേ എന്റെ കൈവശം നോട്ടായി മുപ്പതു റൂബിളേ ആകെയുണ്ടായിരുന്നുള്ളൂ. കച്ചവടക്കാരനാണെങ്കിൽ അയാൾ പറഞ്ഞതിൽനിന്ന് ഒരു കൊപ്പെക്കുപോലും കുറയ്ക്കാൻ തയ്യാറുമല്ല. എന്റെ ആവർത്തിച്ചുള്ള അപേക്ഷകൾക്കു വഴങ്ങി അയാളവസാനം രണ്ടര റൂബിൾകൂടി വില കുറച്ചു. ഞാനൊരു ഓമനത്തമുള്ള കുമാരിയായതുകൊണ്ടു മാത്രമാണ് താനിങ്ങനെ ചെയ്യുന്നതെന്നും മറ്റൊരുത്തർക്കുവേണ്ടിയും താൻ വില കുറയ്ക്കുമായിരുന്നില്ലെന്നും അയാൾ ദൈവം സാക്ഷിയായി ആണയിട്ടു പറഞ്ഞു. രണ്ടര റൂബിളിന്റെ കുറവേ ഇനിയുള്ളൂ! എനിക്ക് സങ്കടംകൊണ്ട് കരച്ചിൽ വന്നു. പക്ഷേ അവിചാരിതമായ ഒരു സംഭവം എന്നെ ധർമ്മസങ്കടത്തിൽനിന്നു രക്ഷിച്ചു.

കുറച്ചകലെ മറ്റൊരു പുസ്തകക്കടയുടെ മുമ്പിൽ നാലഞ്ചു പുസ്തകക്കച്ചവടക്കാർ വൃദ്ധനായ പൊക്രോവ്സ്കിയെ പൊതിഞ്ഞുനിന്ന് ശല്യപ്പെടുത്തുന്നതു കണ്ടു. ഓരോരുത്തരും അവരവരുടെ പുസ്തകങ്ങളെപ്പറ്റി പുകഴ്ത്തിപ്പറഞ്ഞു. എന്തെല്ലാമാണ് അവർ അയാളുടെനേരെ നീട്ടിയത്! അയാളാണെങ്കിൽ അവ മുഴുവനും വാങ്ങാൻ കൊതിച്ചു. എന്തു തിരഞ്ഞെടുക്കണമെന്നു നിശ്ചയമില്ലാതെ ആ പാവം വൃദ്ധൻ അവരുടെ നടുവിൽ അമ്പരന്നു നിൽക്കുകയായിരുന്നു. അവിടെ എന്തു ചെയ്യുന്നുവെന്നു ചോദിച്ചുകൊണ്ട് ഞാൻ അടുത്തുചെന്നപ്പോൾ അയാൾക്കുണ്ടായ സന്തോഷത്തിന് അതിരില്ല. അയാൾക്കെന്നോട് വലിയ ഇഷ്ടമായിരുന്നു. തന്റെ പേത്തെൻകയോടുള്ള അന്ധമായ സ്നേഹംതന്നെ ഒരുപക്ഷേ എന്നോടും അയാൾക്കുണ്ടായിരുന്നു. “ഞാൻ പേത്തെൻകയ്ക്കായി കുറച്ചു പുസ്തകങ്ങൾ വാങ്ങുകയാണ്, വർവാറ അലെക്സേയെവ്ന, അവന്റെ പിറന്നാൾ അടുത്തല്ലോ. അവനു പുസ്തകങ്ങൾ ഇഷ്ടമാണ്. അതുകൊണ്ട് ഞാൻ പുസ്തകങ്ങൾ വാങ്ങുന്നു.” കേട്ടാൽ ചിരിവരുന്ന രീതിയിലായിരുന്നു എപ്പോഴും വൃദ്ധന്റെ സംസാരം. ഇപ്പോഴാണെങ്കിൽ അയാൾക്കൊരു സംഭ്രമവുമുണ്ടായിരുന്നു. ഏതു പുസ്തകമെടുത്താലും ഒന്നോ രണ്ടോ മൂന്നോ വെള്ളിറൂബിളാണ് വില പറയുന്നത്. വലിയ പുസ്തകങ്ങളുടെ വില ചോദിക്കാൻതന്നെ അയാൾ ധൈര്യപ്പെട്ടില്ല. കൊതിയോടെ നോക്കി താളുകൾ മറിച്ചശേഷം അവയെ വാത്സല്യപൂർവ്വം തിരിച്ചുവച്ചതേയുള്ളൂ. “വേണ്ടവേണ്ട, ഒരുപാടു വില,” അയാൾ പിറുപിറുക്കും, മറ്റേതായാലെന്താ? എന്നിട്ടയാൾ കുറേക്കൂടി വിലകുറഞ്ഞ മാസികകളുടേയും പാട്ടുപുസ്തകങ്ങളുടേയും സമാഹാരങ്ങളുടേയും കൂട്ടത്തിൽ തിരഞ്ഞുതുടങ്ങും. “എന്തിന് ഇതൊക്കെ വാങ്ങണം?” ഞാൻ ചോദിച്ചു. “വെറും ചവറ്.” “അല്ലല്ല,” അയാൾ പറഞ്ഞു. “ഇക്കൂട്ടത്തിൽ

നല്ല പുസ്തകങ്ങളുണ്ട്. ഒന്നു നോക്കൂ. അപ്പോൾ കാണാം. ചിലത് വളരെ നല്ലതാണ്.” അവസാനത്തെ വാക്കുകൾ അങ്ങേയറ്റം ദയനീയസ്വരത്തിലാണ് അയാൾ പറഞ്ഞത്. നല്ല പുസ്തകങ്ങളുടെ വിലക്കൂടുതൽ കാരണം അയാൾ കരയാൻ പോവുകയാണെന്ന് എനിക്കു തോന്നി. അയാളുടെ ചുവന്ന മൂക്കിന്റെ മീതേക്കൂടി വലിയൊരു തുള്ളി കണ്ണുനീർ ഒലിച്ചുവരുന്നതുപോലും കണ്ടെന്നുതോന്നി. കയ്യിൽ എത്ര പണമുണ്ടെന്നു ഞാൻ ചോദിച്ചു. “ഓ അതോ” എന്നു പിറുപിറുത്തുകൊണ്ട് ആ സാധു ഒരു കടലാസുപൊതി പുറത്തെടുത്തു. അയാളുടെ ആകെസമ്പാദ്യം അതിലുണ്ടായിരുന്നു. “ഇതാ അരറൂബിൾ, ഇരുപതുകോപ്പെക്കിന്റെ തുട്ട്, ചില്ലറയായി ഒരിരുപതു കോപ്പെക്കുകൂടി.” ഞാൻ അയാളെ കൈക്കുപിടിച്ച് എന്റെ പുസ്തകക്കച്ചവടക്കാരന്റെ അടുത്തേക്കു കൊണ്ടുപോയി. “ഈ പതിനൊന്നു പുസ്തകങ്ങൾക്ക് മുപ്പത്തിരണ്ടര റൂബിളാണ് വില. എന്റെ കയ്യിൽ മുപ്പതു റൂബിളുണ്ട്. നിങ്ങളുടെ രണ്ടര റൂബിൾകൂടി തരു. നമുക്ക് രണ്ടുപേർക്കും ചേർന്ന് ഈ പുസ്തകങ്ങൾ വാങ്ങി ഒരു കൂട്ടുസമ്മാനമായി കൊടുക്കാം.” അയാൾ സന്തോഷംകൊണ്ട് മതിമറന്നു. കൈവശമുള്ള പണം മുഴുവൻ കച്ചവടക്കാരന്റെ കൈകളിലേക്കു കുടഞ്ഞിട്ടു. അയാളുടൻ മൂപ്പീന്നിനെ പുസ്തകങ്ങൾ ഏൽപ്പിക്കുകയും ചെയ്തു. പുസ്തകങ്ങൾ പോക്കറ്റുകളിൽ തിരുകുകയും കക്ഷത്തിൽ ഇറുക്കി പ്പിടിക്കുകയും ചെയ്തുകൊണ്ട് മൂപ്പീന്ന് വീട്ടിൽപോയി. പിറ്റേന്ന് ആ പുസ്തകങ്ങൾ ആരും കാണാതെ ഞങ്ങളുടെ വീട്ടിൽ കൊണ്ടുവരാമെന്നു വാക്കുതന്നു.

പിറ്റേദിവസം അയാൾ മകനെ കാണാൻ വന്നു. അവിടെ പതിവുപോലെ ഒരു മണിക്കൂറോളം ചെലവഴിച്ചശേഷം അയാൾ ഞങ്ങളുടെ മുറിയിൽ വന്നു. അങ്ങേയറ്റം ഹാസ്യകരവും നിഗൂഢവുമായ ഒരു മുഖഭാവത്തോടെ അയാൾ എന്റെ അടുത്തിരുന്നു. ഒരു പച്ചച്ചിരി ചിരിച്ചുകൊണ്ട് അയാൾ ഉത്സാഹപൂർവ്വം കൈക്കൂട്ടിത്തിരുമ്മി. പുസ്തകങ്ങൾ രഹസ്യമായി ഞങ്ങളുടെ വീട്ടിൽ കൊണ്ടുവന്നിട്ടുണ്ടെന്നും മത്ര്യോനയുടെ സംരക്ഷണയിൽ അടുക്കളയിൽ ഒളിച്ചുവച്ചിരിക്കുകയാണെന്നും അയാൾ പറഞ്ഞു. സംഭാഷണം ആസന്നമായ ആ സുദിനത്തിലേക്കു തിരിഞ്ഞു. സമ്മാനം കൊടുക്കേണ്ട വിധത്തെപ്പറ്റി വൃദ്ധൻ വിസ്തരിച്ചു. അയാളുടെ സംസാരം നീളുന്തോറും, പുറത്തു പറയാൻ ധൈര്യമില്ലാതെ, ഭയപ്പെട്ട്, എന്തോ ഒന്ന് മനസ്സിൽ വച്ചിട്ടുണ്ടെന്ന് എനിക്ക് മനസ്സിലായി. ഞാൻ ഒന്നും മിണ്ടാതെ കാത്തിരുന്നു. ഉത്സാഹത്തിന്റെ തിളക്കവും അയാളുടെ ഗോഷ്ടികളിലും ആംഗ്യങ്ങളിലും ഇടത്തേ കണ്ണിന്റെ ചിമ്മലുകളിലുമെല്ലാം നിഴലിച്ചു കണ്ട ഉള്ളിലുള്ള സംതൃപ്തിയും ഇപ്പോൾ മറഞ്ഞു കഴിഞ്ഞിരുന്നു. ഓരോ മിനിട്ടു കഴിയുന്തോറും അയാളുടെ ഉൽക്കണ്ഠയും വിമ്മിഷ്ടവും വർദ്ധിച്ചുവന്നു.

“വർവാറ അലെക്സേയെവ്ന,” അവസാനം അയാൾ ഭവ്യതയോടെ, താണ ശബ്ദത്തിൽ പറഞ്ഞുതുടങ്ങി, “എനിക്ക് തോന്നുന്നത് എന്താണെന്നോ?” അയാളുടെ വെപ്രാളം കലശലായി. “എന്താണെന്നുവച്ചാൽ, പത്തു പുസ്തകങ്ങൾ നിങ്ങൾ കൊടുക്കൂ. നിങ്ങളുടെ വകയായി. നിങ്ങളുടെ സമ്മാനമായി. പതിനൊന്നാമത്തേത് ഞാൻ എന്റെ വകയായി, എന്റെ സമ്മാനമായി, കൊടുക്കാം. അപ്പോൾ നിങ്ങൾക്കും സമ്മാനം കൊടുക്കാൻ കഴിയും. എനിക്കും സമ്മാനം കൊടുക്കാൻ കഴിയും. നമുക്ക് രണ്ടുപേർക്കും സമ്മാനം കൊടുക്കാൻ പറ്റും. ഓരോരുത്തരും അവരവരുടേതായി...” സംഭ്രമംകൊണ്ടു സംസാരം മുഴുമിക്കാൻ അശക്തനായി, വരുന്നതു വരട്ടെ എന്ന ഭാവത്തിൽ അയാൾ എന്റെ തീർപ്പിനുവേണ്ടി കാത്തുനിന്നു. “നമുക്കെന്തുകൊണ്ട് നമ്മുടെ സമ്മാനങ്ങൾ ഒന്നിച്ചു കൊടുത്തുകൂടാ, സഹാർ പെത്രോവിച്ച്?” ഞാൻ ചോദിച്ചു. “അതുണ്ടല്ലോ, വർവാറ അലെക്സേയെവ്ന, കാര്യമെന്താണെന്നുവച്ചാൽ...” അയാൾ വിക്കിവിക്കി പറഞ്ഞു. അയാൾക്ക് വാക്കു മുട്ടി. മുഖം ചുവന്നു.

“എന്താണെന്നുവച്ചാൽ,” അവസാനം അയാൾ പറഞ്ഞൊപ്പിച്ചു, “ഞാനുണ്ടല്ലോ, വർവാറ അലെക്സേയെവ്ന, വല്ലപ്പോഴും കുറച്ചു സേവിക്കും. വല്ലപ്പോഴുമല്ല, എപ്പോഴുംതന്നെ. ചുരുക്കിപ്പറഞ്ഞാൽ ഞാൻ വേണ്ടപോലെയല്ല പെരുമാറുന്നത്. ചിലപ്പോൾ പുറത്ത് നല്ല തണുപ്പായിരിക്കും. അല്ലെങ്കിൽ അസുഖകരമായ വല്ലതും നടന്നെന്നിരിക്കും. എനിക്ക് വല്ലാത്ത സങ്കടം തോന്നിയെന്നിരിക്കും. അതുമല്ലെങ്കിൽ വല്ല കുഴപ്പവും സംഭവിച്ചെന്നുവരാം. അപ്പോഴൊക്കെ എനിക്ക് സ്വയം നിയന്ത്രിക്കാൻ കഴിയാതാവും. ചിലപ്പോൾ സേവിക്കുന്നതു കുറച്ചു കൂടിപ്പോകും. പേത്തെൻകയ്ക്ക് അത് ഇഷ്ടമല്ലെന്ന് അറിയാമല്ലോ. അവൻ വല്ലാതെ കോപിക്കും. എന്നോട് ദേഷ്യപ്പെടുകയും ഗുണദോഷിക്കുകയുമൊക്കെ ചെയ്യും. എന്റെ സമ്മാനം കാണുമ്പോൾ, ഞാൻ എന്റെ ദുശ്ശീലം മാറ്റിവരികയാണെന്ന് അവനു മനസ്സിലാകും. ഞാൻ വളരെ നാളുകൊണ്ട് പണം മിച്ചം വയ്ക്കുകയാണെന്നു മനസ്സിലാകും. കാരണം, പേത്തെൻക തരുന്ന പണം മാത്രമേ എനിക്കുള്ളു. അതവനറിയാം.... അതുകൊണ്ട് ഞാൻ പണം ഇങ്ങനെ ചെലവാക്കിയെന്നറിയുമ്പോൾ അവനുവേണ്ടി മാത്രം മിച്ചം വച്ചെന്നറിയുമ്പോൾ, അവനു സന്തോഷമാകും.”

ഉൽക്കണ്ഠയോടെ എന്നെത്തന്നെ നോക്കിക്കൊണ്ടിരുന്ന ആ വൃദ്ധനോട് എനിക്ക് സഹതാപം തോന്നി. ഞാൻ അപ്പോൾത്തന്നെ തീരുമാനമെടുത്തു.

“സഹാർ പെത്രോവിച്ച്,” ഞാൻ പറഞ്ഞു. “നിങ്ങൾതന്നെ എല്ലാ

പുസ്തകങ്ങളും കൊടുത്തോളൂ!" "എല്ലാമോ?, എല്ലാ പുസ്തകങ്ങളുമോ?." "അതെ, അതുതന്നെ!" "എന്റെ സമ്മാനമായിട്ടോ?" "അതെ." "എന്റെ മാത്രം സമ്മാനമായിട്ടോ?" "അതെ. നിങ്ങളുടെ മാത്രം സമ്മാനമായിട്ട്!" ഞാൻ വേണ്ടത്ര തെളിച്ചുപറഞ്ഞിട്ടും ഏറെ നേരത്തേക്ക് അയാൾക്ക് കാര്യം പിടികിട്ടിയില്ലെന്നു തോന്നി.

"അതു ശരി," അയാൾ സ്വപ്നം കാണുന്ന മട്ടിൽ പറഞ്ഞു, "അത് തീർച്ചയായും വളരെ നന്നായിരിക്കും. ഒന്നാന്തരമായിരിക്കും. പക്ഷേ അപ്പോൾ, നിങ്ങൾ... അപ്പോൾ നിങ്ങളെന്തു ചെയ്യും, വർവാറ അലെ ക്സേയെവ്ന?" "ഞാൻ സമ്മാനമൊന്നും കൊടുക്കില്ല. അത്രതന്നെ," ഞാൻ പറഞ്ഞു. "ഒന്നും!" അയാൾ സംഭ്രമത്തോടെ ചോദിച്ചു. "നിങ്ങൾ ഒന്നും കൊടുക്കില്ലെന്നോ? യാതൊന്നും?" മകന് ഞാൻകൂടി സമ്മാനം കൊടുക്കാൻവേണ്ടി അയാൾ തന്റെ പദ്ധതി ഉപേക്ഷിക്കാൻതന്നെ തയ്യാറായി. പാവം നല്ല മനുഷ്യനായിരുന്നു. മകന് എന്തെങ്കിലും കൊടുക്കാൻ എനിക്ക് സന്തോഷമാകുമായിരുന്നുവെന്നും പക്ഷേ അയാളുടെ സന്തോഷം കെടുത്താൻ ആഗ്രഹിക്കുന്നില്ലെന്നും ഞാൻ പറഞ്ഞു. "നിങ്ങളുടെ മകനും നിങ്ങൾക്കും സന്തോഷമാകുമെങ്കിൽ എനിക്കും സന്തോഷമാകും," ഞാൻ പറഞ്ഞു. "കാരണം, ഇത് എന്റെ സമ്മാനമാണെന്ന് ഉള്ളിൽ എനിക്കറിയാമല്ലോ." അതുകേട്ടപ്പോൾ അയാൾക്കു സമാധാനമായി. അയാൾ രണ്ടു മണിക്കൂർകൂടി ഞങ്ങളുടെ കൂടെയുണ്ടായിരുന്നു. പക്ഷേ നിമിഷനേരത്തേക്കുപോലും അടങ്ങിയിരിക്കാൻ അയാൾക്കു കഴിഞ്ഞില്ല. ഏതു സമയവും ചാടിയെണീക്കുകയോ വർത്തമാനം പറയുകയോ പൊട്ടിച്ചിരിക്കുകയോ സാഷയോടൊപ്പം തുള്ളിച്ചാടിക്കളിക്കുകയോ എന്നെ സൂത്രത്തിൽ ഉമ്മവയ്ക്കുകയോ ആന്ന ഫ്യോദൊറൊവ്നയുടെ നേരെ അവർ നോക്കാത്ത തക്കത്തിനു കൊഞ്ഞനം കാട്ടുകയോ ചെയ്തുകൊണ്ടിരുന്നു. അവസാനം ആന്ന ഫ്യോദൊറൊവ്ന അയാളെ പിടിച്ചു പുറത്താക്കി. അതിനുമുമ്പൊരിക്കലും അയാളെ ഇത്രമാത്രം ഉല്ലാസവാനായി കണ്ടിട്ടില്ല.

ആ വിശേഷദിവസം സമാഗതമായപ്പോൾ അയാൾ കൃത്യം പതിനൊന്നു മണിക്ക് വാതിൽക്കൽ ഹാജരായി. പള്ളിയിലെ കുർബാന കഴിഞ്ഞ് നേരിട്ടുള്ള വരവായിരുന്നു. സൂക്ഷിച്ച് കേടുപാടുകൾ തീർത്ത ഡ്രസ്സ്കോട്ട് ഇട്ടിട്ടുണ്ട്. പുതിയ വെയിസ്റ്റ്കോട്ടിന്റേയും പുതിയ ബൂട്സിന്റേയും കാര്യം പിന്നെ പറയാനില്ലല്ലോ. ഓരോ കയ്യിലുമുണ്ട് ഓരോ കെട്ടു പുസ്തകങ്ങൾ. ഞങ്ങൾ ആന്ന ഫ്യോദൊറൊവ്നയുടെ സ്വീകരണമുറിയിലിരുന്ന് കാപ്പി കുടിക്കുകയായിരുന്നു (അന്ന് ഞായറാഴ്ചയായിരുന്നു). പുഷ്കിൻ വളരെ നല്ലൊരു കവിയാണെന്നു പറഞ്ഞുകൊണ്ടാണ്

അയാൾ സംസാരം തുടങ്ങിയത്. പക്ഷേ തുടർന്ന് എന്തു പറയണമെന്നു നിശ്ചയമില്ലാതെ അയാൾ മറ്റൊരു വിഷയത്തിലേക്ക് കടന്നു. വേണ്ടതുപോലെ പെരുമാറാൻ പഠിക്കണമെന്നും അല്ലെങ്കിൽ അനാവശ്യങ്ങൾ പ്രവർത്തിക്കുമെന്നും ദുശ്ശീലങ്ങൾ പിടിപെട്ടുകഴിഞ്ഞാൽപിന്നെ അധോഗതിയാണെന്നുമൊക്കെ അയാൾ തട്ടിവിട്ടു. അമിതമായ മദ്യപാനംകൊണ്ടുണ്ടായിട്ടുള്ള ദുരന്തങ്ങളുടെ പല ഉദാഹരണങ്ങളും ഉദ്ധരിച്ചശേഷം താൻ കഴിഞ്ഞ കുറച്ചുകാലമായി നല്ല വഴിക്കാണു നടക്കുന്നതെന്നും മാതൃകാപരമാണ് തന്റെ പെരുമാറ്റമെന്നും അയാൾ പറഞ്ഞു. തന്റെ മകൻ പറയുന്നത് ന്യായമാണെന്ന് തനിക്കെപ്പോഴും തോന്നിയിട്ടുള്ളതാണ്. താനതു മനസ്സിൽ വയ്ക്കുകയും ചെയ്തിട്ടുണ്ട്. പക്ഷേ താൻ ശരിക്കും നല്ലവനായി മാറിയത് ഇപ്പോൾ മാത്രമാണ്. ഇതിനു തെളിവായി താൻ ഇത്രയും കാലം മിച്ചംവച്ച പണം കൊണ്ടുവാങ്ങിയ പുസ്തകങ്ങൾ സ്വീകരിക്കാൻ അയാൾ മകനോട് യാചിച്ചു.

വൃദ്ധന്റെ സംസാരം കേട്ട് എനിക്ക് ഒരേ ശ്വാസത്തിൽ ചിരിയും കരച്ചിലും വന്നു. സന്ദർഭമനുസരിച്ച് ഒരു കാര്യം കെട്ടിച്ചമയ്ക്കാൻ ആളൊരു വിരുതനാണ്. പുസ്തകങ്ങൾ മകന്റെ മുറിയിലേക്കു കൊണ്ടുപോയി തട്ടിൽ നിരത്തിവച്ചു. വാസ്തവത്തിൽ നടന്നതെന്താണെന്ന് പൊക്രോവ്സ്കി അപ്പോൾത്തന്നെ ഊഹിച്ചു. വൃദ്ധനോട് ഭക്ഷണം കഴിഞ്ഞിട്ടു പോയാൽ മതിയെന്നു പറഞ്ഞു. ആ ദിവസം എന്തൊരു രസമായിരുന്നു! ഭക്ഷണത്തിനുശേഷം ഞങ്ങൾ ചീട്ടുകളിക്കുകയും വാതുവച്ചു കളിക്കുകയും ചെയ്തു. സാഷ കുസൃതികൾ പലതും കാട്ടി. ഞാനും പുറകിലല്ലായിരുന്നു. പെക്രോവ്സ്കി എന്റെ കാര്യത്തിൽ ശ്രദ്ധാലുവായിരുന്നു. എന്നെ ഒറ്റയ്ക്കു കണ്ട് എന്തോ പറയാൻ തക്കം പാർത്തെങ്കിലും ഞാൻ അതിന് ഇടകൊടുത്തില്ല. നാലു വർഷത്തിൽ ഏറ്റവും ആനന്ദപ്രദമായ ദിവസമായിരുന്നു അന്ന്.

ഇനിയങ്ങോട്ടുള്ളത് വിഷാദകരവും വേദനാകരവുമായ ഓർമ്മകളാണ്, ഇരുളടഞ്ഞ ദിവസങ്ങളാണ്. ഒരുപക്ഷേ അതുകൊണ്ടായിരിക്കാം എന്റെ തൂലിക വൈമനസ്യത്തോടെ മെല്ലെ നീങ്ങുന്നത്. എന്റെ സന്തുഷ്ടദിനങ്ങളിലെ ഓരോ കൊച്ചു വിശദാംശവും ഞാൻ വാത്സല്യപൂർവ്വം വിവരിച്ചതും ഒരുപക്ഷേ അതുകൊണ്ടായിരിക്കാം. ആ ദിവസങ്ങൾ എത്രയോ കുറച്ചായിരുന്നു. അവയെത്തുടർന്നു വന്നതും ദുഃഖവും കൊടിയ ദുരിതവുമാണ്. ഇതിനെന്ന് ഒരറുതിവരുമെന്ന് ദൈവത്തിനേ അറിയൂ.

പൊക്രോവ്സ്കി രോഗം പിടിച്ച് മരിച്ചതോടെയാണ് എന്റെ കഷ്ടകാലം തുടങ്ങിയത്. മുകളിൽ വിവരിച്ച സംഭവങ്ങൾ നടന്ന് രണ്ടുമാസം കഴിഞ്ഞപ്പോൾ അദ്ദേഹം കിടപ്പിലായി. ആ രണ്ട് മാസം

അദ്ദേഹം കാലക്ഷേപം കഴിക്കാൻ കഠിനമായി പണിയെടുത്തു. അദ്ദേഹത്തിന് ഭദ്രമായ ഒരു ജോലിയില്ലായിരുന്നു. എല്ലാ ക്ഷയരോഗികളേയുംപോലെ അദ്ദേഹവും തനിക്കു വളരെയേറെ ആയുസ്സുണ്ടെന്ന ആശയിൽ അവസാനനിമിഷംവരെ അള്ളിപ്പിടിച്ചു. ഒരു ട്യൂഷൻ മാസ്റ്ററുടെ ജോലി അദ്ദേഹത്തിന് എളുപ്പം കിട്ടുമായിരുന്നു. പക്ഷേ അദ്ദേഹം അത് വെറുത്തു. അനാരോഗ്യം മൂലം സർക്കാർ ജോലി കിട്ടുന്ന പ്രശ്നമേയില്ലായിരുന്നു. തന്നെയുമല്ല, ആദ്യത്തെ ശമ്പളം കിട്ടാൻ തന്നെ വളരെക്കാലം കാത്തിരിക്കണം. എവിടെയും പരാജയം നേരിട്ടപ്പോൾ അദ്ദേഹത്തെ കടുത്ത നിരാശ ബാധിച്ചു. ആരോഗ്യവും ക്ഷയിച്ചുവന്നു. അദ്ദേഹം അതു ശ്രദ്ധിച്ചില്ലെന്നു മാത്രം. ശരൽക്കാലം വന്നു. കട്ടികുറഞ്ഞ ഒരു കോട്ടു മാത്രം ഇട്ടുകൊണ്ട് അദ്ദേഹം എല്ലാ ദിവസവും ജോലി തെണ്ടാനിറങ്ങും. അദ്ദേഹത്തിനു വല്ലാത്ത അപമാന ബോധം തോന്നി. പലതവണ അദ്ദേഹം മഴയിൽ അകപ്പെട്ടു. പാദങ്ങൾ നനഞ്ഞു. അവസാനം അദ്ദേഹം കിടപ്പിലായി. അവിടന്ന് എണീറ്റില്ല. ശരൽക്കാലത്തിന്റെ നടുവിൽ, ഒക്ടോബറവസാനം, അദ്ദേഹം മരിച്ചു.

രോഗശയ്യയിലായിരുന്നപ്പോൾ മുഴുവൻ സമയവും ഞാൻ അദ്ദേഹത്തെ നോക്കിക്കൊണ്ടും ശുശ്രൂഷിച്ചുകൊണ്ടും ആ മുറിയിൽത്തന്നെയുണ്ടായിരുന്നു. പല രാത്രികളിലും ഞാൻ ഉറങ്ങിയിട്ടുതന്നെയില്ല. മിക്കപ്പോഴും അദ്ദേഹത്തിന്റെ മനസ്സ് അലഞ്ഞുതിരിയുന്നുണ്ടാവും. തന്റെ പുസ്തകങ്ങളെക്കുറിച്ചും താൻ അന്വേഷിച്ചുനടന്ന ജോലികളെക്കുറിച്ചും എന്നെക്കുറിച്ചും തന്റെ അച്ഛനെക്കുറിച്ചുമെല്ലാം അദ്ദേഹം പറയും. പറഞ്ഞ കാര്യങ്ങളിൽ പലതും എനിക്കറിയാൻ വയ്യാത്തതും ഞാൻ ഊഹിക്കുകപോലും ചെയ്യാത്തതുമായിരുന്നു. അദ്ദേഹത്തിന്റെ രോഗത്തിന്റെ ആദ്യദിവസങ്ങളിൽ വീട്ടിലുള്ള സകലരും എന്നെ ഒരു വിശേഷരീതിയിൽ നോക്കുന്നതുപോലെ തോന്നി. ആന്ന ഫ്യോദൊറൊവ്ന തല കുലുക്കും. പക്ഷേ ഞാൻ അക്ഷോഭ്യമായി തിരിച്ചങ്ങോട്ടും നോക്കും. ക്രമേണ അവർ ശ്രദ്ധിക്കാതായി- ചുരുങ്ങിയത്, അമ്മയെങ്കിലും.

ചിലപ്പോൾ പൊക്രോവ്സ്കി എന്നെ തിരിച്ചറിയും. പക്ഷേ സ്വബോധമുള്ള അത്തരം നിമിഷങ്ങൾ വിരളമായിരുന്നു. മിക്ക സമയവും അദ്ദേഹം പിച്ചുംപേയും പറഞ്ഞുകൊണ്ടിരുന്നു. കുഴഞ്ഞ നാവുകൊണ്ട് അവ്യക്തമായ നീണ്ട വാചകങ്ങളിൽ ആരോടെങ്കിലും രാത്രി മുഴുവൻ തർക്കിച്ചുകൊണ്ടിരിക്കും. ആ കൊച്ചുമുറിയിൽ അദ്ദേഹത്തിന്റെ കർക്കശശബ്ദം ഒരു ഇരുട്ടറയിലെന്നപോലെ വിചിത്രമായൊരു ധ്വനിയോടെ മുഴങ്ങി. എനിക്ക് പേടിയായി. അവസാനത്തെ രാത്രി വിശേഷിച്ചും അദ്ദേഹത്തിന്റെ വേദനയെടുത്തുള്ള ഞരക്കം എന്റെ ഹൃദയത്തെ പിടിച്ചുലച്ചു.

വീടാകെ പരിഭ്രമമായി. അദ്ദേഹത്തെ വേഗം കൊണ്ടുപോകാൻ ആന്ന ഫ്യോദൊറൊവ്ന ദൈവത്തോടു പ്രാർത്ഥിച്ചു. ഡോക്ടറെ വിളിച്ചുവരു ത്തി. രാവിലെയാകുമ്പോഴേയ്ക്ക് എല്ലാം കഴിയുമെന്ന് അദ്ദേഹം പറഞ്ഞു.

വൃദ്ധനായ പൊക്രോവ്സ്കി രാത്രി മുഴുവൻ കഴിച്ചുകൂട്ടിയത് വാതിലിനു തൊട്ടുപുറത്താണ്. അയാൾക്കവിടെ ഒരു പായ വിരിച്ചുകൊടുത്തിരുന്നു. അയാൾ ഇടയ്ക്കിടെ മുറിക്കകത്തുവന്നുകൊണ്ടിരുന്നു. കണ്ടാൽ പേടി തോന്നും. ദുഃഖാധിക്യത്താൽ അയാൾ ചങ്കുപൊട്ടി സ്തംഭിച്ചു പോയിരുന്നു. ഭയംകൊണ്ട് അയാളുടെ തല ഇളകിക്കൊണ്ടിരുന്നു. ദേഹമാസകലം വിറച്ചു. അയാൾ എപ്പോഴും പിറുപിറുത്തുകൊണ്ടും തന്നോടുതന്നെ തർക്കിച്ചുകൊണ്ടുമിരുന്നു. അയാൾക്ക് ചിത്തഭ്രമം പിടിപെടുമോ എന്നു ഞാൻ ഭയന്നു. നേരം വെളുക്കുന്നതിനു കുറച്ചുമുമ്പ് അയാൾ ക്ഷീണാധി ക്യത്താൽ മരിച്ചതുപോലെ കിടന്നുറങ്ങി.

ഏഴുമണി കഴിഞ്ഞപ്പോഴേക്ക് മരണം അടുത്തുവെന്നു മനസ്സിലാക്കി ഞാൻ വൃദ്ധനെ ഉണർത്തി. മരണശയ്യയിൽ കിടന്നിരുന്ന മനുഷ്യന് പൂർണ്ണബോധമുണ്ടായിരുന്നു. അദ്ദേഹം ഞങ്ങളോട് ഓരോരുത്തരോടും വിട വാങ്ങി. എന്റെ ചങ്കു പൊട്ടുന്നുണ്ടായിരുന്നെങ്കിലും, വിചിത്രമെന്നു പറയട്ടെ, എനിക്കു കരയാൻ കഴിഞ്ഞില്ല.

അവസാനനിമിഷങ്ങളായിരുന്നു ഏറ്റവും കഷ്ടം. കുഴഞ്ഞ നാവുകൊണ്ട്അദ്ദേഹംഎന്തിനോവേണ്ടിയാചിച്ചുകൊണ്ടിരുന്നു.പക്ഷേ എനിക്ക് വാക്കുകൾ വ്യക്തമായില്ല. എനിക്ക് താങ്ങാവുന്നതിനുമപ്പുറമാ യിരുന്നു അത്. ഒരു മണിക്കൂറോളം അദ്ദേഹം അസ്വസ്ഥനായിരുന്നു. എന്നെ ദയനീയമായി നോക്കും. തന്റെ ഉള്ളിലുള്ളത് ആംഗ്യങ്ങൾകൊ ണ്ടു ധരിപ്പിക്കാൻ ശ്രമിക്കും. അവ്യക്തമായ പരുപരുത്ത ശബ്ദത്തിൽ വീണ്ടും അപേക്ഷ ആവർത്തിക്കും. എന്നിട്ടും എനിക്ക് മനസ്സിലായില്ല. ഞാൻ മാറിമാറി എല്ലാവരേയും മെത്തയ്ക്കരികിൽ കൊണ്ടുവന്നു. വെള്ളം കൊടുത്തു. പക്ഷേ അദ്ദേഹം വിഷാദപൂർവ്വം തലകുലുക്കിയതേയുള്ളു. അദ്ദേഹത്തിന് വേണ്ടതെന്താണെന്ന് അവസാനം എനിക്കു മനസ്സി ലായി. പകൽവെളിച്ചത്തേയും സൂര്യനേയും ദൈവസൃഷ്ടിയായ പ്രപഞ്ച ത്തെയാകെയും അവസാനമൊരുനോക്ക് കാണാൻവേണ്ടി കർട്ടൻ നീക്കാൻ അദ്ദേഹം അപേക്ഷിക്കുകയായിരുന്നു. ഞാൻ കർട്ടൻ നീക്കി. പക്ഷേ പുറത്ത് പകലിന്റെ ആദ്യയാമം, അണഞ്ഞുപൊയ്ക്കൊണ്ടിരി ക്കുന്ന അദ്ദേഹത്തിന്റെ പരിതാപകരമായ ജീവിതത്തെപ്പോലെതന്നെ വിഷാദപൂർണ്ണവും ശോകാത്മകവുമായിരുന്നു. സൂര്യപ്രകാശമുണ്ടായി രുന്നില്ല. കാർമേഘങ്ങൾ ആകാശത്തിന് മൂടൽകൊണ്ടൊരു മുഖാവ രണമിട്ടു. മഴക്കോളുള്ള, മൂടിക്കെട്ടിയ, വിഷാദമൂകമായ ഒരു ആകാശം.

നേർത്ത് ചാറിക്കൊണ്ടിരുന്ന മഴ ജനാലച്ചില്ലുകളിലടിച്ച് അവയിലൂടെ തണുത്ത ചെളിവെള്ളച്ചാലുകൾ ഒഴുക്കി. പകലിന്റെ മങ്ങിയ വെളിച്ചം മുറിക്കകത്തേക്ക് അരിച്ചുകയറി പ്രാർത്ഥനാദീപത്തിന്റെ വിറയാർന്ന നാളത്തെ ദുർബ്ബലമായി വെല്ലുവിളിച്ചു. ആസന്നമരണനായിക്കിടക്കുന്ന മനുഷ്യൻ എന്നെ കൊതിയോടെ ഒന്നു നോക്കി തല കുലുക്കി. അടുത്ത നിമിഷം അദ്ദേഹം വിട്ടുപിരിയുകയും ചെയ്തു.

ആന്ന ഫ്യോദൊറൊവ്നയാണ് ശവസംസ്കാരത്തിനുള്ള ഏർപ്പാടുകൾ ചെയ്തത്. വളരെ ലളിതമായ ഒരു ശവപ്പെട്ടി വാങ്ങി. ഒരു സാധാരണ വണ്ടി വാടകയ്ക്കെടുത്തു. ഈ ചെലവ് ഈടാക്കാനായി ആന്ന ഫ്യോദൊറൊവ്ന പരേതന്റെ പുസ്തകങ്ങളും മറ്റു സാധനങ്ങളും കൈവശപ്പെടുത്തി. വൃദ്ധൻ അവരോട് കലശലായി വഴക്കിട്ടു. കിട്ടാവുന്നത്ര പുസ്തകങ്ങൾ അയാൾ കൈക്കലാക്കി. പോക്കറ്റുകളിലും തൊപ്പിക്കടിയിലും തിരുകിവച്ചു. ശവസംസ്കാരം നടക്കുന്നതു വരെയുള്ള മൂന്നു ദിവസം മുഴുവനും അവ താഴെവച്ചില്ല. പള്ളിയിലേക്കു പോലും കൊണ്ടുപോയി. അയാൾ ആകെ സ്തംഭിച്ചിരുന്നു. സ്വബോധം നഷ്ടപ്പെട്ടോ എന്നുപോലും തോന്നി. അയാൾ ശവപ്പെട്ടിയുടെ അടുത്തുനിന്നു മാറിയില്ല, വേൻചിക്ക്[25] നേരെയിടുകയോ മെഴുകുതിരികൾ കത്തിക്കുകയോ കെടുത്തുകയോ എന്തെങ്കിലുമൊക്കെ ഏതു സമയവും ചെയ്തുകൊണ്ടിരുന്നു. അയാളുടെ ചിന്തകൾ അധികസമയം ഒന്നിലും തങ്ങിനിന്നില്ല. അമ്മയോ ആന്ന ഫ്യോദൊറൊവ്നയോ പള്ളിയിലെ പ്രാർത്ഥനയിൽ പങ്കുകൊണ്ടില്ല. അമ്മയ്ക്കു സുഖമില്ലായിരുന്നു. ആന്ന ഫ്യോദൊറൊവ്ന പോകാൻ ഒരുങ്ങിയതാണ്. പക്ഷേ വൃദ്ധനായ പൊക്രോവ്സ്കിയുമായി വീണ്ടും വഴക്കിട്ടശേഷം മനസ് മാറ്റി. മൂപ്പീന്നും ഞാനും മാത്രമേ ഉണ്ടായിരുന്നുള്ളൂ. പ്രാർത്ഥന നടന്നുകൊണ്ടിരിക്കുന്നതിനിടയിൽ ഒരുതരം സംഭ്രമം എന്നെ ആവേശിച്ചു. വരാൻപോകുന്ന വിപത്തിനെക്കുറിച്ചുള്ള മുന്നറിയിപ്പുപോലെ എന്തോ ഒന്ന്. പ്രാർത്ഥന തീരുന്നതുവരെ പിടിച്ചുനിൽക്കാൻ ഞാൻ വളരെ വിഷമിച്ചു. അവസാനം ശവപ്പെട്ടി അടച്ച്, ആണിയടിച്ച് വണ്ടിയിലേറ്റി കൊണ്ടുപോയി. നിരത്തിന്റെ അവസാനം വരെ ഞാൻ അനുഗമിച്ചു. വണ്ടിക്കാരൻ കുതിരയെ വേഗം ഓടിച്ചുതുടങ്ങി. ഉറക്കെ നിലവിളിച്ചുകൊണ്ട് വൃദ്ധൻ പുറകെ ഓടി. കിതപ്പുകൊണ്ട് ഗദ്ഗദം തൊണ്ടയിൽ തടഞ്ഞു. തൊപ്പി വഴിയിൽ വീണുപോയി. പക്ഷേ അയാളത് എടുക്കാൻ നിന്നില്ല. മഴ വീണ് മുടിയാകെ നനഞ്ഞിരുന്നു. തുളച്ചുകയറുന്ന കാറ്റ് മുഖത്ത് ആഞ്ഞടിച്ചു. പക്ഷേ അതൊന്നും അയാൾ കണ്ടില്ലെന്നു തോന്നി. കോട്ടിന്റെ പിന്നറ്റം പറപ്പിച്ചുകൊണ്ട് അയാൾ വണ്ടിയുടെ ഇരുവശങ്ങളിലേക്കും ഓടിക്കൊണ്ടിരുന്നു. എല്ലാ

പോക്കറ്റുകളിൽനിന്നും പുസ്തകങ്ങൾ തള്ളിനിന്നു. ഏറ്റവും വലുത് അയാൾ മാറോടടക്കിപ്പിടിച്ചു. വഴിപോക്കർ തൊപ്പിയൂരി കുരിശു വരച്ചു. ചിലർ നടപ്പുനിർത്തി വൃദ്ധനെ തുറിച്ചുനോക്കി. പുസ്തകങ്ങൾ പോക്കറ്റുകളിൽനിന്നു ചെളിയിലേക്കു വീണുകൊണ്ടിരുന്നു. ആരെങ്കിലും പിടിച്ചുനിർത്തി പുസ്തകം വീണ കാര്യം പറഞ്ഞാൽ അയാൾ അത് കുനിഞ്ഞെടുത്ത് വീണ്ടും വണ്ടിയുടെ പുറകെ ഓടും. നിരത്തിന്റെ മൂലയ്ക്കു വച്ച് കീറിപ്പറിഞ്ഞ വേഷമിട്ട ഒരു ഭിക്ഷക്കാരിക്കിളവി അയാളുടെ പിന്നാലെ കൂടി. വണ്ടി കൺവെട്ടത്തുനിന്നു മറഞ്ഞപ്പോൾ ഞാൻ വീട്ടിലെത്തി അമ്മയുടെ മാറിലേക്കു വീണ് നിയന്ത്രണമില്ലാതെ ഏങ്ങലടിച്ചു കരഞ്ഞു. എനിക്കാകെ അവശേഷിച്ചിട്ടുള്ള മിത്രത്തെ മരണത്തിന്റെ പിടിൽനിന്നു രക്ഷിക്കാനെന്നവണ്ണം ഞാൻ അമ്മയെ ചുംബിക്കുകയും മുറുകെ പുണരുകയും ചെയ്തു. പക്ഷേ മരണത്തിന്റെ നിഴൽ അമ്മയുടെ മീതെ വീശിക്കഴിഞ്ഞിരുന്നു.

ജൂൺ 11

മക്കാർ അലെക്സേയെവിച്ച്, തുരുത്തുകളിലേക്കുള്ള ഇന്നലത്തെ നടപ്പിനു ഞാൻ എത്ര നന്ദി പറഞ്ഞാലും മതിയാവുകയില്ല. എത്ര മനോഹരമാണവ! എന്തൊരു കുളിർമയും പച്ചയും! ഞാൻ മരങ്ങളും പുല്ലും കണ്ടിട്ട് ഒരുപാടു നാളായി. രോഗം പിടിച്ചപ്പോൾ മരിച്ചുപോകുമെന്നു ഞാൻ വിചാരിച്ചു. ഇന്നലെ എനിക്കുണ്ടായ അനുഭൂതി എന്താണെന്ന് അപ്പോൾ ഊഹിക്കാമല്ലോ. ഇന്നലെ ഞാൻ വിഷണ്ണയായി കാണപ്പെട്ടതുകൊണ്ട് പരിഭവിക്കരുത്. വാസ്തവത്തിൽ ഞാൻ സന്തുഷ്ടയും ഉല്ലാസവതിയുമായിരുന്നു. പക്ഷേ എന്തുകൊണ്ടോ, എനിക്കേറ്റവും സന്തോഷം തോന്നുന്ന നിമിഷങ്ങളിൽ ഞാൻ എപ്പോഴും ദുഃഖിതയായിരിക്കും. ഞാൻ കരഞ്ഞെങ്കിൽ അതു കാര്യമാക്കേണ്ട. ഞാൻ പലപ്പോഴും കരയാറുണ്ട്. കാരണമെന്തെന്ന് എനിക്കുതന്നെ അറിഞ്ഞുകൂടാ. എനിക്ക് എന്തും അനുഭവപ്പെടുന്നത് അങ്ങേയറ്റം നിശിതമായിട്ടാണ്. എന്റെ ചിത്താനുഭവങ്ങൾ എപ്പോഴും വേദനാകരമാണ്. മേഘമൊഴിഞ്ഞ വിളറിയ ആകാശവും അസ്തമനസൂര്യനും സായാഹ്നവേളയുടെ നിശ്ചലതയുമെല്ലാംകൂടി ഒത്തുവന്നപ്പോൾ, എന്തുകൊണ്ടാണെന്നറിഞ്ഞില്ല, ഞാനാകെ വികാരതരളിതയായിപ്പോയി. ഹൃദയത്തിന് കനംവച്ചു. കണ്ണിൽ വെള്ളമൂറി. ഞാനെന്തിന് ഇതൊക്കെ എഴുതുന്നു? എന്റെ ഹൃദയത്തിൽ പോലും സർവ്വതും അവ്യക്തമാണ്. കടലാസിലേക്കു പകർത്തുമ്പോൾ അർത്ഥശൂന്യമായിത്തോന്നുന്നു. എങ്കിലും നിങ്ങൾക്കൊരുപക്ഷെ മനസ്സിലാകുമായിരിക്കും. കണ്ണുനീരും പൊട്ടിച്ചിരിയും! നിങ്ങൾ എത്ര

നല്ലവനാണ്, മക്കാർ അലെക്സേയെവിച്ച്! എത്ര ദയാലുവാണ്! ഇന്നലെ നിങ്ങൾ എന്റെ മനസ്സിലുള്ളത് അറിയാൻ എന്റെ കണ്ണുകളിലേക്കു നോക്കിയതും എന്റെ ഉത്സാഹം കണ്ട് ആഹ്ലാദിച്ചതും ഞാൻ ഓർക്കുന്നു. ഞാൻ കണ്ടത് ഒരു കുറ്റിച്ചെടിയായാലും ഇളം തൈയായാലും ചോലമരപ്പാതയായാലും ജലാശയമായാലും നിങ്ങളുടെ കണ്ണ് എപ്പോഴും എന്റെ മുഖത്തുണ്ടായിരുന്നു. അതെല്ലാം നിങ്ങളുടെ സ്വന്തം എസ്റ്റേറ്റാണെന്ന മട്ടിൽ നിങ്ങൾ അഭിമാനപൂർവ്വം തലയുയർത്തി നടന്നു. നിങ്ങൾക്ക് കനിവുള്ള ഒരു ഹൃദയമുണ്ടെന്നാണ് ഇതെല്ലാം കാണിക്കുന്നത്, മക്കാർ അലെക്സേയെവിച്ച്. അതുകൊണ്ടുതന്നെയാണ് എനിക്ക് നിങ്ങളോട് സ്നേഹമുള്ളത്. എനിക്ക് വിടതരൂ, സ്നേഹിതാ. എനിക്കിന്ന് വീണ്ടും സുഖമില്ല. പാദങ്ങൾ നനഞ്ഞതുകൊണ്ട് ജലദോഷം പിടിച്ചു. ഫെദോറയ്ക്കും സുഖമില്ല. അങ്ങിനെ ഞങ്ങൾ രണ്ടുപേരും രോഗികളാണ്. ഞങ്ങളെ മറക്കരുത്. കഴിയുന്നതും കൂടെക്കൂടെ ഞങ്ങളെ വന്നു കാണൂ.

നിങ്ങളുടെ

വിഡി.

ജൂൺ 12

പ്രിയപ്പെട്ട വർവാറ അലെക്സേയെവ്ന!

ഞാനൊന്നു പറയട്ടെ. ഇന്നലെ നിന്റെ മനസ്സിൽ തോന്നിയ കാര്യങ്ങൾ കവിതയിലൂടെ വിവരിക്കുമെന്നാണ് ഞാൻ വിചാരിച്ചത്. എന്നിട്ട് നീ എല്ലാം വെറും ഒരുപുറം കടലാസിൽ എഴുതിവച്ചിരിക്കുകയാണ്. ഞാൻ ഉദ്ദേശിക്കുന്നതെന്താണെന്നുവച്ചാൽ, നീ വളരെ കുറച്ചേ എഴുതിയിട്ടുള്ളുവെങ്കിൽക്കൂടി അത് വളരെ നല്ലതും എനിക്ക് വളരെ പ്രിയപ്പെട്ടതുമാണെന്നാണ്. അതിൽ പ്രകൃതിയുണ്ട്, പലതരം പ്രകൃതിവർണ്ണനകളുണ്ട്, വികാരങ്ങളുണ്ട്. ചുരുക്കിപ്പറഞ്ഞാൽ, നീ അത് ഭംഗിയായി വിവരിച്ചിരിക്കുന്നു. ഞാനാണെങ്കിൽ കഴിവില്ലാത്തവനാണ്. ഞാനൊരു ഡസൻ പേജ് എഴുതിയാലും കാര്യമില്ല. ഞാനത് ശ്രമിച്ചു നോക്കിയിട്ടുള്ളതുകൊണ്ട് എനിക്കറിയാം. ഓമനേ, ഞാൻ ദയാലുവും അയൽക്കാരനെ ദ്രോഹിക്കാൻ അശക്തനും പ്രകൃതിയിൽ നിഴലിച്ചു കാണുന്ന ദൈവീകൃപയേയും നന്മയേയും കുറിച്ചു ബോധവാനുമാണെന്ന് നീ പറയുന്നു. എന്നെ പ്രശംസിച്ചുകൊണ്ട് നീ വേറേയും പലതുമെഴുതിയിട്ടുണ്ട്. പ്രിയേ, അതെല്ലാം സത്യമാണ്. മുഴുവനും സത്യമാണ്. നീ വിവരിച്ചതുപോലെയുള്ള ആളുതന്നെയാണ് ഞാൻ. എനിക്കതറിയാം. എങ്കിലും നീ എഴുതിയിട്ടുള്ളത് വായിക്കുമ്പോൾ എന്റെ ഉള്ള് ഉരുകിപ്പോകുന്നു. പക്ഷേ അപ്പോഴേക്കും ഞാൻ ഒരോന്നാലോചിച്ചിരുന്നുപോകും.

ഞാനിനി എന്നെപ്പറ്റി ചില കാര്യങ്ങൾ പറയാം.

ഞാൻ ആദ്യമായി ആഫീസിൽ പോയപ്പോൾ എനിക്ക് പതിനേഴ വയസ്സായിരുന്നു. ഇന്നേയ്ക്ക് മുപ്പതു വർഷമായി. ഇക്കാലത്തിനിടയിൽ സർവീസ് കോട്ടുകൾ പലതും എന്റെ ദേഹത്തു കിടന്ന് പഴകിത്തേ ഞ്ഞിട്ടുണ്ടെന്ന് എനിക്ക് നിശ്ശങ്കം പറയാൻ കഴിയും. ജോലിയിലിരുന്ന് എനിക്ക് പ്രായം കൂടി. കൂടുതൽ വിവരവും വച്ചു. ആളുകളേയും ഞാൻ കുറെ കണ്ടു. ഞാൻ ശരിക്കും ജീവിച്ചെന്നു പറയാം! എന്റെ പേര് കീർത്തിമുദ്രയ്ക്കായി ശുപാർശ ചെയ്യുന്നതിനടുത്തുവരെ എത്തിയ ഒരു കാലമുണ്ടായിരുന്നു. നീ വിശ്വസിക്കുകയില്ലായിരിക്കും. പക്ഷേ ദൈവം സാക്ഷിയാണ്. എന്നിട്ടെന്തുണ്ടായെന്നോ, ഓമനേ? ദുഷ്ടബുദ്ധികളാണ് സർവ്വതും തുലച്ചത്. ഞാനൊരു മൂഢനാണ്. ഒരുപക്ഷേ മഠയനുമായിരി ക്കാം. പക്ഷേ മറ്റാരെയും പോലെ എനിക്കുമുണ്ട് ഒരു ഹൃദയം. എന്നിട്ട്, വാരെൻക, ആ ദ്രോഹികൾ എന്നോട് പ്രവർത്തിച്ചതെന്താണെന്നോ? അതു പറയാൻ തന്നെ ഞാൻ ലജ്ജിക്കുന്നു. അവരെന്തുകൊണ്ട് അങ്ങിനെ പ്രവർത്തിച്ചുവെന്നു നീ ചോദിക്കുമായിരിക്കും. എന്തുകൊ ണ്ടെന്നാൽ ഞാനൊരു സാധുവായിപ്പോയി. എളിയവനായിപ്പോയി, സൗമ്യഹൃദയനായിപ്പോയി. അവർക്കെന്നെ പിടിച്ചില്ലെന്നു ചുരുക്കം. കൊച്ചുകൊച്ചു കാര്യങ്ങളിൽനിന്നായിരുന്നു തുടക്കം: "മക്കാർ അലെക്സേ യെവിച്ച് അങ്ങനത്തവനാണ്," "മക്കാർ അലെക്സേയ് വിച്ച് ഇങ്ങനത്ത വനാണ്,' എന്നൊക്കെ. പിന്നീടത് "മക്കാർ അലെക്സേയെവിച്ചിൽനിന്ന് വേറെന്താണ് പ്രതീക്ഷിക്കാവുന്നത്?" എന്നായി. അവസാനം അത്, "ആരാണ് കുറ്റക്കാരൻ? മക്കാർ അലെക്സേയെവിച്ചല്ലാതാര്!" എന്ന പതനം വരെ എത്തി. അങ്ങിനെ, ഓമനേ, സർവ്വതിനും കുറ്റക്കാരൻ മക്കാർ അലെക്സേയെവിച്ചായി. ആ വകുപ്പിൽ ഒട്ടാകെ മക്കാർ അലെക്സേ യെവിച്ചിനെ പരിഹാസപാത്രമാക്കുക-അതാണവർ ചെയ്തത്. എന്നിട്ടും അവർക്ക് തൃപ്തിയായില്ല. താമസിയാതെ എന്റെ ബൂട്സിനെക്കുറിച്ചും സർവ്വീസ് കോട്ടിനെക്കുറിച്ചും തലമുടിയെക്കുറിച്ചും, എന്തിന്, എന്റെ രൂപത്തെക്കുറിച്ചുപോലും, അഭിപ്രായപ്രകടനങ്ങൾ ആരംഭിച്ചു. ഒന്നും പന്തിയല്ല, മാറ്റണം, എന്നായി. എത്രയോ വർഷങ്ങളായി- എനിക്ക് ഓർമ്മവച്ച കാലംതൊട്ട്-എല്ലാ ദിവസവും ഇതു നടന്നുവരികയാണ്. എനിക്കിപ്പോൾ അത് പഴക്കമായി. എനിക്കെന്തും പഴക്കമാകും. കാരണം, ഞാൻ ഒരു നിസ്സാരനായ കൊച്ചു മനുഷ്യനാണ്. എന്നുവച്ച്, ഞാൻ എന്തിന് ഇതൊക്കെ സഹിക്കണം? ഞാനെന്തു കുറ്റം ചെയ്തു? ഞാൻ മറ്റൊരുത്തന്റെ ഉദ്യോഗക്കയറ്റം മുറതെറ്റിച്ച് പിടിച്ചെടുത്തോ? ആരെക്കുറിച്ചെങ്കിലും മേലധികാരികളോട് നുണ പറഞ്ഞുകൊടുത്തി ട്ടുണ്ടോ? ശമ്പളക്കൂടുതലിനു വേണ്ടി എന്നെങ്കിലും വഴക്കടിച്ചിട്ടുണ്ടോ?

ആർക്കെങ്കിലും എതിരായി കുത്തിത്തിരിപ്പുകൾ നടത്തിയിട്ടുണ്ടോ? അങ്ങിനെയൊന്നിനെപ്പറ്റി ആലോചിക്കുന്നതുപോലും പാപമാണ്. എനിക്ക് അതെല്ലാംകൊണ്ട് എന്താവശ്യം? പ്രിയേ, ഒന്നാലോചിച്ചു നോക്കൂ. ദുരാഗ്രഹിയും ചതിയനുമാവാൻമാത്രം ബുദ്ധിയുള്ളവനാണോ ഞാൻ? ഇതെല്ലാം അർഹിക്കാൻ ഞാനെന്തു ചെയ്തു? ഞാനൊരു കൊള്ളാവുന്ന മനുഷ്യനായിട്ടാണ് നീ കാണുന്നത്. ഓമനേ, നീ അവരെല്ലാവരേക്കാളും എത്രയോ മെച്ചമാണ്. ഏറ്റവും വലിയ ഗുണമെന്നു പറയുന്നത് എന്താണ്? പണമുണ്ടാക്കലാണ് ഏറ്റവും വലിയ ഗുണമെന്ന് യെവ്സ്താഫി ഇവാനൊവിച്ച് ഇന്നലെ ഒരു സ്വകാര്യസംഭാഷണത്തിനിടയിൽ പറയുകയുണ്ടായി. തീർച്ചയായും യെവ്സ്താഫി ഇവാനൊവിച്ച് തമാശ പറയുകയായിരുന്നു (യെവ്സ്താഫി ഇവാനൊവിച്ച് തമാശ പറയുകയായിരുന്നുവെന്ന് എനിക്ക് തീർച്ചയുണ്ട്). എങ്കിലും ഒരാൾ ആർക്കുമൊരു ഭാരമാകരുതെന്നതാണ് ഗുണപാഠം. ഞാൻ ആർക്കും ഒരു ഭാരമല്ല. എനിക്ക് എന്റെ കഷണം റൊട്ടിയുണ്ട്. അതൊരുപക്ഷേ പഴകിയതാവാം. എങ്കിലും സത്യസന്ധമായി സമ്പാദിച്ചതും തികച്ചും നിയമാനുസൃതമായി ഭക്ഷിക്കുന്നതുമാണത്. എന്താണ് ഒരു മനുഷ്യൻ ചെയ്യേണ്ടത്? രേഖകൾ പകർത്തുകയെന്നത് അത്ര വലിയ സംഗതിയൊന്നുമല്ല. എങ്കിലും ഞാനതിൽ അഭിമാനംകൊള്ളുന്നു. കാരണം, എന്റെ നെറ്റി വിയർപ്പിച്ചിട്ടാണ് പണിയെടുക്കുന്നത്. അതുമല്ല, രേഖകൾ പകർത്തുന്നതിലെന്താണൊരു തെറ്റ്? പാപമാണോ അത്? “അയാളവിടിരുന്ന് പകർത്തുകയാണ്!” “ആപ്പീസിലെ ഒരു പെരുച്ചാഴി ഇരുന്ന് പകർത്തുകയാണ്!” അതുകൊണ്ട്? അതിലെന്താണൊരു നെറികേട്? നല്ല വെടിപ്പും ചന്തവുമുള്ളതാണ് എന്റെ കൈപ്പട. തിരുമനസ്സിന് അത് കാണുമ്പോൾ എപ്പോഴും സന്തോഷമാണ്. തിരുമനസ്സിന്റെ ഏറ്റവും പ്രധാനപ്പെട്ട രേഖകൾ പകർത്തുന്നത് ഞാനാണ്. ശൈലി പോയി തുലയട്ടെ! എനിക്കങ്ങിനെയൊന്നില്ല. എനിക്കത് നല്ലവണ്ണം അറിയാം. അതുകൊണ്ടാണ് ജോലിയിൽ ഞാൻ ഉയരാത്തത്. എന്റെ വാരെൻക, നിനക്കുപോലും ഞാൻ എഴുതാറുള്ളത്, ഇപ്പോൾ എഴുതുന്നതുപോലെ പൊടിപ്പും തൊങ്ങലുമൊന്നുമില്ലാതെയാണ്. മനസ്സിൽ തോന്നുന്നത് അതേപടി പകർത്തുന്നുവെന്നുമാത്രം. എനിക്കറിയാമെങ്കിലും ഞാനൊന്നു ചോദിക്കട്ടെ. എല്ലാവരും രചനയിലേർപ്പെട്ടാൽ ആരാണ് പകർത്തുക? ഞാൻ നിന്നോടാണിത് ചോദിക്കുന്നത്. എനിക്കൊരു മറുപടി വേണം. അപ്പോൾ, എന്നെക്കൊണ്ട് ആവശ്യമുണ്ടെന്ന് എനിക്കറിയാം. അവർ എന്റെനേരെയുള്ള പരിഹാസം നിർത്തട്ടെ. അവർ വേണമെങ്കിൽ എന്നെ “ആപ്പീസുപെരുച്ചാഴി” എന്നു വിളിച്ചുകൊള്ളട്ടെ, എനിക്ക് ആ ഛായയുണ്ടെങ്കിൽ. പക്ഷേ ഈ പെരുച്ചാഴി

ആവശ്യമാണെന്ന്, ഈ പെരുച്ചാഴിയെക്കൊണ്ട് പ്രയോജനമുണ്ടെന്ന്, വിലമതിക്കപ്പെട്ടുകയും പ്രതിഫലം നൽകപ്പെട്ടുകയും ചെയ്യുന്ന ഒരു പെരുച്ചാഴിയാണിതെന്ന്, അവർക്ക് കാണാൻ വയ്യേ? അത്തരത്തിലുള്ള ഒരു പെരുച്ചാഴിയാണ് ഞാൻ! പോകട്ടെ, ഓമനെ. പെരുച്ചാഴികളെപ്പറ്റി പറഞ്ഞതു മതി. ഞാൻ ഇത് എഴുതണമെന്ന് വിചാരിച്ചതല്ല. എനിക്കെന്റെ ദേഷ്യം അടക്കാൻ കഴിയാതെപോയതാണ്. ഇടയ്ക്കിടെ തന്നോടുതന്നെ നീതി കാട്ടുന്നത് ഒരു രസമാണ്. എന്റെ ഓമനേ, എന്റെ മനസ്സിന് ആശ്വാസമരുളുന്ന കാരുണ്യ ത്തിടമ്പേ, എന്റെ അരുമപ്രാവേ, എനിക്ക് വിട തരൂ. എന്റെ ദേവതേ, ഞാൻ നിന്നെ തീർച്ചയായും അടുത്തുതന്നെ വന്നു കാണുന്നതാണ്. അതുവരെ ഒറ്റയ്ക്കിരുന്ന് മുഷിയരുത്. ഞാനൊരു പുസ്തകവും കൊണ്ടുവരാം. നിർത്തുന്നു, വാരെൻക.

നിന്റെ ഏറ്റവും കൂറുള്ള ഗുണകാംക്ഷി,

മക്കാർ ദേവുഷ്കിൻ

ജൂൺ 20

പ്രിയപ്പെട്ട മക്കാർ അലെക്സേയെവിച്ച്!

എനിക്ക് എന്റെ ജോലി സമയത്തിന് ചെയ്തുതീർക്കാനുള്ളതുകൊണ്ട് ഞാൻ ഈ കത്ത് ധൃതിയിൽ എഴുതുകയാണ്. കാര്യമെന്താണെന്നു പറയാം. നല്ലൊരു ലാഭക്കച്ചവടം നടത്താൻ അവസരമുണ്ട്. പരിചയത്തിലുള്ള ആരുടേയോ കയ്യിൽ പുതിയൊരു യൂണിഫോറം വിൽക്കാനുണ്ടെന്നു ഫെദോറ പറയുന്നു. ട്രൗസറും വെയിസ്റ്റ്കോട്ടും തൊപ്പിയുമെല്ലാമുണ്ട്. പുതിയതാണ്. കുറഞ്ഞ വിലയ്ക്ക് കിട്ടുകയും ചെയ്യും. നിങ്ങൾക്കത് വാങ്ങിക്കൂടേ? നിങ്ങളുടെ സ്ഥിതി ഇപ്പോൾ മെച്ചപ്പെട്ടിട്ടുണ്ട്. കയ്യിൽ കുറച്ച് പണമുണ്ടെന്ന് നിങ്ങൾതന്നെ സമ്മതിച്ചിട്ടുള്ളതാണ്. ദയവുചെയ്ത് പിശുക്ക് കാണിക്കരുത്. ഇതെല്ലാം നിങ്ങൾക്ക് ആവശ്യമുള്ളതാണ്. നിങ്ങളുടെ ഒരു കോലം നോക്കൂ. നിങ്ങളുടെ വേഷം നോക്കൂ. എത്ര ജീർണ്ണിച്ചതാണ്! ലജ്ജാകരം! നിങ്ങളുടെ കയ്യിൽ ഒരൊറ്റ പുതിയ വസ്ത്രംപോലും ഇല്ലെന്ന് എനിക്ക് തീർച്ചയുണ്ട്-ഉണ്ടെന്നു നിങ്ങൾ പറയുന്നുണ്ടെങ്കിലും. നിങ്ങൾ നിങ്ങളുടെ പുതിയ യൂണിഫോറം എന്തു ചെയ്തുവെന്ന് ദൈവത്തിനേ അറിയൂ. അതുകൊണ്ട് ഞാൻ പറയുന്നതു കേൾക്കൂ. അതു വാങ്ങൂ. എനിക്കുവേണ്ടി, നിങ്ങൾക്ക് എന്നോട് സ്നേഹമുണ്ടെന്നു കാണിക്കാൻവേണ്ടി, നിങ്ങൾ അതു ചെയ്യണം.

നിങ്ങളെനിക്ക് കുറച്ച് ലിനൻതുണി സമ്മാനിച്ചിരിക്കുന്നു. നിങ്ങൾ പണം മുഴുവൻ ധൂർത്തടിക്കുകയാണല്ലോ. എനിക്കുവേണ്ടി എത്രയധികം പണമാണ് നിങ്ങൾ ചെലവാക്കിയത്! ഓർക്കുമ്പോൾത്തന്നെ

പേടിയാവുന്നു. എന്തൊരു ധാരാളിയാണ് നിങ്ങൾ! ഇതൊന്നും വാസ്ത വത്തിൽ ആവശ്യമില്ല. നിങ്ങൾക്കെന്നോട് സ്നേഹമുണ്ടെന്ന് എനിക്ക റിയാം, എനിക്ക് തീർച്ചയുണ്ട്. സമ്മാനങ്ങളിലൂടെ അക്കാര്യം എന്നെ ഓർമ്മപ്പെടുത്തേണ്ട ആവശ്യമില്ല- പ്രത്യേകിച്ച് എനിക്ക് അവ സ്വീക രിക്കാൻ വളരെയേറ വിഷമമുള്ളപ്പോൾ. അവ നിങ്ങൾക്ക് വരുത്തുന്ന പണച്ചെലവെന്താണെന്ന് എനിക്കറിയാം. ഞാൻ അവസാനമായി പറയുകയാണ്- ഇനി ഇങ്ങനെ ചെയ്യരുത്. എന്റെ അപേക്ഷയാണിത്. നിങ്ങൾ ചെയ്യുകയില്ല, ഉവ്വോ?

എന്റെ ഓർമ്മക്കുറിപ്പുകളുടെ ബാക്കിഭാഗംകൂടി കൊടുത്തയയ്ക്കണമെ ന്ന് നിങ്ങൾ പറഞ്ഞല്ലോ. മക്കാർ അലെക്സേയെവിച്ച്, ഞാൻ അവ മുഴുമി ക്കണമെന്നാണു നിങ്ങൾ പറയുന്നത്. നേരു പറഞ്ഞാൽ, ഇത്രപോലും എഴുതാൻ എങ്ങിനെ കഴിഞ്ഞെന്ന് എനിക്കുതന്നെ അറിഞ്ഞുകൂടാ. കഴിഞ്ഞ കാലത്തെപ്പറ്റി സംസാരിക്കാൻ, ചിന്തിക്കാൻപോലും, ഞാൻ അശക്തയാണ്. ആ ഓർമ്മതന്നെ എന്നെ ഭയപ്പെടുത്തുന്നു. സ്വന്തം മകളെ രാക്ഷസന്മാരുടെ പിടിയിൽ വിട്ടിട്ടുപോയ എന്റെ സാധുവായ അമ്മയെപ്പറ്റി പറയാനാണ് ഏറ്റവും വിഷമം. അതോർക്കുമ്പോൾ എന്റെ ഉള്ള് നീറുന്നു. എല്ലാം എന്റെ മനസ്സിൽ മങ്ങാതെ കിടപ്പുണ്ട്. അതുകൊണ്ടാണ് വർഷമൊന്ന് കഴിഞ്ഞിട്ടും മനശ്ശാന്തി വീണ്ടുകിട്ടുന്നതു പോയിട്ട് സമനില വീണ്ടെടുക്കാൻ പോലും എനിക്കു കഴിയാത്തത്. പക്ഷേ നിങ്ങൾക്ക് അതൊക്കെ അറിയാവുന്നതാണല്ലോ.

ആന്ന ഫ്യോദൊറൊവ്നയുടെ ഇപ്പോഴത്തെ ഉദ്ദേശമെന്താണെന്നു ഞാൻ പറഞ്ഞല്ലോ. ഞാൻ നന്ദികേടുകാട്ടിയെന്ന് അവർ കുറ്റപ്പെടുത്തു ന്നു. മി. ബീക്കൊവിന്റെ നടപടികളിൽ അവർക്കെന്തെങ്കിലും പങ്കുണ്ടാ യിരുന്ന കാര്യം അവർ പാടേ നിഷേധിക്കുന്നു. ഞാൻ മടങ്ങിച്ചെല്ലണ മെന്നാണ് അവർ പറയുന്നത്. ഞാൻ വല്ലവരോടും ഇരന്നുതിന്നാണ് കഴിയുന്നതത്രെ. ഇങ്ങനെ പോയാൽ ഞാൻ ഗുണംപിടിക്കുകയില്ലപോ ലും. ഞാൻ മടങ്ങിച്ചെല്ലുകയാണെങ്കിൽ മി. ബീക്കൊവിനെക്കൊണ്ട് പ്രാ യശ്ചിത്തമായി എനിക്ക് കുറച്ചു സ്ത്രീധനം തരാൻ പ്രേരിപ്പിക്കാമെന്നാണ് അവർ പറയുന്നത്. എനിക്ക് അക്കൂട്ടരുടെ അടുത്തുനിന്ന് യാതൊന്നും വേണ്ട. നിങ്ങളുടേയും എന്റെ ദയാശീലയായ ഫെദോറയുടേയും കൂടെ ഞാനിവിടെ സുഖമായി കഴിഞ്ഞോളം. ഫെദോറയെ കാണുമ്പോൾ ഞാനെന്റെ ആയയെ ഓർത്തുപോകുന്നു. നിങ്ങൾ ഒരു അകന്ന ബന്ധു വാണല്ലോ. എങ്കിലും നിങ്ങളുടെ പേര് ഒരു രക്ഷയാണ്. അക്കൂട്ടരുടെ കാര്യമാണെങ്കിൽ, എനിക്കവരെ അറിയുകയേവേണ്ട. നിവൃത്തിയുണ്ടെ ങ്കിൽ ഞാനവരെ മറന്നുകളയും. എന്നിൽനിന്ന് കൂടുതലായി എന്താണ വർക്കു വേണ്ടത്! ഇതൊക്കെ വെറും കിംവദന്തിയാണെന്നും അവർ

എന്നെ എന്റെ പാട്ടിനു വിടുമെന്നുമാണ് ഫെദോറ പറയുന്നത്. ദൈവം പ്രസാദിച്ച് അങ്ങിനെ വരട്ടെ.

വി.ഡി.

ജൂൺ 21

പ്രിയേ, എന്റെ കൊച്ചു പൈങ്കിളി,

എങ്ങിനെ തുടങ്ങണമെന്ന് എനിക്കറിഞ്ഞുകൂടാ. കരളേ, നാം ഇവിടെ ഇങ്ങിനെ കഴിയുന്നത് എത്ര വിചിത്രമായിരിക്കുന്നു! ഞാനുദ്ദേശിക്കുന്നതെന്താണെന്നുവച്ചാൽ, ഇത്രയേറെ ആനന്ദപ്രദമായ ദിവസങ്ങൾ ഞാൻ അനുഭവിച്ചിട്ടേയില്ലെന്നതാണ്. ദയാപരനായ ദൈവം ഒരു വീടും കുടുംബവും തന്ന് എന്നെ അനുഗ്രഹിച്ചുവെന്നൊരു തോന്നൽ. എന്റെ പുന്നാരപ്പൈതലേ! ഞാൻ കൊടുത്തയച്ച ആ നിസ്സാരമായ നാല് അടിയുടുപ്പുകളെപ്പറ്റി ഇത്രയൊക്കെ പറയാൻ എന്തിരിക്കുന്നു! നിനക്ക് അവയുടെ ആവശ്യമുണ്ടായിരുന്നു. ഫെദോറ എന്നോടു പറഞ്ഞതാണ്. നിനക്ക് ആനന്ദമരുളുന്നത് എനിക്കെന്തു സുഖമാണെന്നോ? അത് എന്റെതന്നെ ആനന്ദമാണ്. അതുകൊണ്ട് എന്നോട് ദേഷ്യപ്പെടരുത്. തർക്കിക്കുകയുമരുത്. ഓമനേ, ഇതുപോലൊന്ന് ഇതിന് മുമ്പൊരിക്കലും എനിക്കനുഭവപ്പെട്ടിട്ടില്ല. പോരെങ്കിൽ, ഞാനിപ്പോൾ, മാന്യസമുദായമദ്ധ്യത്തിലേക്ക് ഇറങ്ങിത്തുടങ്ങി. എന്റെ ദിവസങ്ങളെ ഭാസുരമാക്കിക്കൊണ്ട് നീ തെരുവിനപ്പുറത്ത് താമസിക്കുന്നത് എന്റെ ജീവിതത്തെ കൂടുതൽ സമ്പൂർണ്ണമാക്കുന്നു. അതിനുപുറമെ, എന്റെ അയൽവാസിയായ റതസ്യായെവ് എന്നെ ഇന്ന് ചായകുടിക്കാൻ ക്ഷണിച്ചിരിക്കുന്നു. സാഹിത്യ സൽക്കാരങ്ങൾ നടത്തുന്ന ഒരു ഉദ്യോഗസ്ഥനാണ് അദ്ദേഹം. ഞങ്ങൾ സാഹിത്യം വായിക്കാൻ പോവുകയാണ്. കണ്ടോ, അത്തരക്കാരാണ് ഞങ്ങൾ! ഓമനേ, ഞാൻ നിർത്തുന്നു. ഞാൻ സുഖമായിരിക്കുന്നുവെന്ന് അറിയിക്കണമെന്നതൊഴിച്ചാൽ വേറെ പ്രത്യേകോദ്ദേശമൊന്നുമില്ലാതെ ഞാനിത് കുത്തിക്കുറിച്ചെന്നേയുള്ളൂ. ഓമനേ, ചിത്രവേലയ്ക്കായി കുറച്ചു വർണ്ണപ്പട്ട് ആവശ്യമുണ്ടെന്ന് തെരേസ മുഖേന നീ അറിയിക്കുകയുണ്ടായല്ലോ. ഞാനതു വാങ്ങാം, ഓമനേ. തീർച്ചയായും വാങ്ങാം. നിന്റെ ആഗ്രഹം നിറവേറ്റിയതിലുള്ള ചാരിതാർത്ഥ്യം ഇന്നല്ലെങ്കിൽ നാളെയെങ്കിലും ഞാനനുഭവിക്കും. അത് വാങ്ങേണ്ട സ്ഥലംപോലും എനിക്കറിയാം.

നിന്റെ ഉറ്റസുഹൃത്ത്

മക്കാർ ദേവുഷ്കിൻ

ജൂൺ 22

പ്രിയപ്പെട്ട വർവാറ അലെക്സേയെവ്ന,

പരിതാപകരമായ, വളരെ പരിതാപകരമായ ഒരു സംഭവം ഞങ്ങളുടെ വീട്ടിൽ നടന്നുവെന്ന് അറിയിക്കാൻ ഖേദമുണ്ട്. ഗൊർഷ്കോവിന്റെ കൊച്ചു മകൻ ഇന്ന് വെളുപ്പിന് നാലു മണിക്കുശേഷം മരിച്ചു. രോഗമെന്തായിരുന്നുവെന്ന് എനിക്കറിഞ്ഞുകൂടാ. സ്കാർലറ്റ് ഫീവറോ മറ്റോ ആയിരുന്നുവെന്നു തോന്നുന്നു. ഞാൻ അവരെ ആശ്വസിപ്പിക്കാൻ പോയിരുന്നുവെന്നു പറയേണ്ടതില്ലല്ലൊ. വളരെ അരിഷ്ടിച്ചാണ് അവർ കഴിയുന്നത്. ആ മുറി എന്തുമാത്രം വൃത്തികേടായിട്ടാണ് കിടന്നിരുന്നത്! അതിൽ അത്ഭുതപ്പെടാനുമില്ല. എല്ലാവർക്കുംകൂടി ഒരു മുറിയാണ്. മാനം വിചാരിച്ച് കുറെ തിരശ്ശീലകളിട്ടു തിരിച്ചിട്ടുണ്ടെന്നു മാത്രം. ശവപ്പെട്ടി തയ്യാറായി ഇരിപ്പുണ്ടായിരുന്നു. സാധാരണ മട്ടിലുള്ള കൊച്ചൊരെണ്ണം. എങ്കിലും കാണാൻ കുറച്ചൊക്കെ ചന്തമുണ്ട്. അവരത് പറഞ്ഞുണ്ടാക്കിച്ചതല്ല. കുട്ടിക്ക് ഒമ്പതു വയസ്സായിരുന്നു. മിടുക്കനായിരുന്നുവെന്നു പറയുന്നു. അവരെ നോക്കുമ്പോൾ എന്റെ ഉള്ള് നീറി, വാരെൻക. അമ്മ കരയുകയായിരുന്നില്ല. എങ്കിലും പാവം എന്തുമാത്രം ദുഃഖം അനുഭവിക്കുന്നുണ്ടെന്നു മുഖത്തു നോക്കിയാലറിയാം. തീറ്റിപ്പോറ്റാൻ ഒരു കുഞ്ഞ് കുറഞ്ഞു കിട്ടിയത് ആശ്വാസമായിരിക്കും. ഇനി രണ്ടുപേർ കൂടിയുണ്ട്. ഒരു പൊടിക്കുഞ്ഞും ആറു വയസ്സോളം പ്രായമുള്ള ഒരു പെൺകുട്ടിയും കുഞ്ഞുങ്ങളുടെ വേദന കാണുന്നതിൽ ഒരു സുഖവുമില്ല- വിശേഷിച്ച് അവർ സ്വന്തം കുട്ടികളായിരിക്കുകയും അവരെ സഹായിക്കാൻ നിർവ്വാഹമില്ലാതിരിക്കുകയും ചെയ്യുമ്പോൾ. തിളങ്ങുന്ന ഒരു പഴഞ്ചൻ ഫ്രോക്ക്കോട്ടിട്ടുകൊണ്ട് അച്ഛൻ ഒരു ഒടിഞ്ഞ കസേരയിൽ ഇരിക്കുന്നുണ്ടായിരുന്നു. കണ്ണുനീർ ധാരധാരയായി കവിളിലൂടെ ഒഴികിക്കൊണ്ടിരുന്നു. ഒരുപക്ഷേ ദുഃഖംകൊണ്ടായിരിക്കുകയില്ല, ശീലം കൊണ്ടായിരിക്കും. ഒരുപക്ഷേ കണ്ണിനെന്തെങ്കിലും സംഭവിച്ചിരിക്കും. അയാളൊരു വിചിത്രസൃഷ്ടിയാണ്. അയാളോട് സംസാരിച്ചാലുടൻ മുഖം ചുവന്ന്, ആകെ പരിഭ്രമിച്ച്, വായടച്ചു കളയും. അയാളുടെ കൊച്ചുമകൾ, പാവം, വളരെ വിഷണ്ണയും ചിന്താധീനയുമായി ശവപ്പെട്ടിയുടെ അടുത്ത് നിന്നിരുന്നു. ഒരു കുഞ്ഞ് ഇങ്ങനെ ചിന്തയിൽ മുഴുകിയിരിക്കുന്നതു കാണാൻ എനിക്കിഷ്ടമല്ല, വാരെൻക. എന്തുകൊണ്ടോ അത് അസുഖകരമാണ്. അവളുടെ പഴന്തുണിപ്പാവ തറയിൽ കിടന്നിരുന്നു. അവൾ അതെടുത്ത് കളിച്ചില്ല. ചുണ്ടിൽ വിരലമർത്തിക്കൊണ്ട് അനങ്ങാതെ നിന്നതേയുള്ളൂ. ഞങ്ങളുടെ വീട്ടുടമസ്ഥ അവൾക്കൊരു മിഠായി കൊടുത്തു. അവളത് വാങ്ങിയെങ്കിലും തിന്നില്ല. എത്ര പരിതാപകരം, അല്ലേ വാരെൻക?

മക്കാർ ദേവുഷ്കിൻ

ജൂൺ 25

പ്രിയപ്പെട്ട മക്കാർ അലെക്സേയെവിച്ച്,

ഞാൻ നിങ്ങളുടെ പുസ്തകം മടക്കിക്കൊടുത്തയയ്ക്കുന്നു. ഒരു ചീത്ത പുസ്തകമാണിത്. തൊടാൻപോലും അറയ്ക്കും. ഇതുപോലൊരു രത്നം എവിടെന്നു മാന്തിയെടുത്തു? തമാശ പോകട്ടെ. ഞാൻ കാര്യമായി ചോദിക്കുകയാണ്. നിങ്ങൾക്കു വാസ്തവത്തിൽ അത്തരം പുസ്തകങ്ങൾ ഇഷ്ടമാണോ, മക്കാർ അലെക്സേയെവിച്ച്? എനിക്ക് വായിക്കാൻ എന്തെങ്കിലും കൊടുത്തയയ്ക്കാമെന്ന് കഴിഞ്ഞ ദിവസം പറഞ്ഞല്ലോ. വേണമെങ്കിൽ നമുക്കതു പങ്കുവയ്ക്കാം. തൽക്കാലം നിർത്തുന്നു. കൂടുതൽ എഴുതാൻ സമയമില്ല.

വി.ഡി.

ജൂൺ 26

പ്രിയപ്പെട്ട വാരെൻക,

നേരു പറഞ്ഞാൽ ഞാൻ ആ പുസ്തകം വായിച്ചിട്ടില്ല. കുറച്ചു പേജുകൾമാത്രമേ വായിച്ചുനോക്കിയുള്ളൂ. ആളുകളെ ചിരിപ്പിക്കാനുള്ള കുറെ വിഡ്ഢിത്തങ്ങളൊഴികെ മറ്റൊന്നുമില്ലെന്നു കണ്ടു. ശരിക്കുമൊരു തമാശപ്പുസ്തകമാണെന്നു ഞാൻ കരുതി. ആർക്കറിയാം. ഒരുപക്ഷേ വാരെൻകയ്ക്ക് ഇത് ഇഷ്ടപ്പെടുമായിരിക്കും, എന്നു ഞാൻ വിചാരിച്ചു. അതുകൊണ്ടാണ് കൊടുത്തയച്ചത്.

പക്ഷേ റതസ്യായെവുണ്ടല്ലോ, അദ്ദേഹം എനിക്ക് ശരിക്കും കൊള്ളാവുന്ന ഒരെണ്ണം വായിക്കാൻ തരാമെന്നു പറഞ്ഞിട്ടുണ്ട്. അപ്പോൾ ഓമനേ, നിനക്ക് വേണ്ടുവോളം വായിക്കാൻ കിട്ടും. ആ റതസ്യായെവ് വിവരമുള്ളവനാണ്. ശരിക്കുമൊരു പണ്ഡിതൻ. സ്വന്തമായിട്ടെഴുതുകപോലും ചെയ്യും. ദൈവമേ! എത്ര ഭംഗിയായിട്ടെഴുതുമെന്നോ! നിരർഗ്ഗളമായ തൂലികാവിലാസം. അതും മോടിയുള്ള ഭാഷയിൽ. ഓരോ വാക്കിലും അതു കാണാം. എന്തിനധികം? ഫൽദോനിയോടോ തെറേസയോടോ സംസാരിക്കുമ്പോൾ ഞാനുപയോഗിക്കാറുള്ള വാക്കുകൾപോലും അദ്ദേഹം ഉപയോഗിക്കുമ്പോഴുള്ള ചന്തം ഒന്നു വേറെതന്നെയാണ്. ഞാൻ അദ്ദേഹത്തിന്റെ സൽക്കാരങ്ങൾക്കും പോകാറുണ്ട്. ഞങ്ങൾ പുകവലിച്ച് ഇരിക്കുമ്പോൾ അദ്ദേഹം തന്റെ രചനകൾ വായിച്ചുകേൾപ്പിക്കും ചിലപ്പോൾ വെളുപ്പിന് അഞ്ചുമണിവരെപോലും. ശരിക്കുമൊരു സാഹിത്യസദ്യ! പൂക്കളെപ്പോലെ സുന്ദരമാണത്. മറ്റൊരു തരത്തിലും അതു വിവരിക്കാൻ വയ്യ. ഒരു പേജുകൊണ്ടും ഒരു

പൂച്ചെണ്ടുണ്ടാക്കാം! അദ്ദേഹം എത്ര ദയാലുവും മഹാമനസ്കനും ഉദാരമതിയുമാണ്! അദ്ദേഹത്തോട് തട്ടിച്ചുനോക്കുമ്പോൾ ഞാനാരാണ്? ഒന്നുമല്ല! അദ്ദേഹത്തിനൊരു പേരുണ്ട്. എനിക്കോ? ഒന്നുമില്ല! ഞാൻ നിലനിൽക്കുന്നുപോലുമില്ല! എന്നിട്ടും അദ്ദേഹം എന്നോട് എത്ര ഔദാര്യപൂർവ്വമാണ് പെരുമാറുന്നത്! അദ്ദേഹത്തിനുവേണ്ടി ചിലതൊക്കെ പകർത്തിയെഴുതാൻപോലും സമ്മതിക്കുന്നു! പക്ഷേ, അതൊരു സൂത്രമാണെന്ന്, എന്നെക്കൊണ്ട് പകർത്തിയെഴുതിക്കാനാണ് ഈ ഔദാര്യമൊക്കെ കാട്ടുന്നതെന്ന്, ഓമനേ, നീ ധരിക്കരുത്. പ്രിയേ, അത് വെറും കിംവദന്തിയാണ്, ദുഷ്പ്രചരണമാണ്. ഞാനത് ചെയ്യുന്നത് എനിക്കതിന് ആഗ്രഹമുള്ളതുകൊണ്ടാണ്, എന്റെ സ്വന്തം സന്തോഷത്തിനു വേണ്ടിയാണ്. അതിനുവേണ്ടിത്തന്നെയാണ്-അതായത് എനിക്ക് സന്തോഷമരുളാൻവേണ്ടിയാണ്- അദ്ദേഹം ഔദാര്യം കാട്ടുന്നത്. ശിഷ്ടമായ പെരുമാറ്റം കാണുമ്പോൾ അതിനെ വിലമതിക്കാൻ എനിക്ക് കഴിയും, എന്റെ ഓമനേ! അദ്ദേഹം നല്ലവനും ദയാലുവുമാണ്. അതെ, ഒരൊന്നാന്തരം എഴുത്തുകാരനും!

സാഹിത്യം നല്ലൊരു കാര്യമാണ്, വാരെൻക. വാസ്തവത്തിൽ നല്ലതാണ്. അവരുടെ അടുത്തുനിന്ന് ഞാൻ മിനിഞ്ഞാന്ന് മനസ്സിലാക്കിയതാണ് ഇക്കാര്യം. ഗഹനവുമാണത്! വിജ്ഞേയവും വീര്യവത്തുമാണത്. ഇതൊന്നുമല്ല, വേറെ പലതുമുണ്ട് അവരുടെ പുസ്തകത്തിൽ. എത്ര ഭംഗിയായിട്ടെഴുതിയിരിക്കുന്നു! സാഹിത്യം ഒരു ചിത്രമാണ്. അതായത് ഒരുതരം ചിത്രം. ഒരു കണ്ണാടിയുമാണത്. അത് വികാരത്തെ പ്രകാശിപ്പിക്കുന്നു. നല്ല വിമർശനങ്ങളും നിർദ്ദേശങ്ങളും നൽകുന്നു. ജീവിതത്തെ രേഖപ്പെടുത്തുന്നു. അവരുടെ അടുത്തുനിന്നാണ് ഞാനിതെല്ലാം മനസ്സിലാക്കിയത്. തുറന്നു പറഞ്ഞാൽ, ഓമനേ, ഇതൊക്കെ കേട്ടുകൊണ്ടും (മറ്റുള്ളവരെപ്പോലെ പൈപ്പ് വലിച്ചുകൊണ്ടും) അവിടെ ഇരിക്കാൻ എനിക്ക് കഴിയുമെങ്കിലും അവർ ഓരോരോ കാര്യങ്ങളെപ്പറ്റി തർക്കിച്ചുതുടങ്ങുന്നതോടെ ഞാൻ ഒരു അധികപ്പറ്റായിത്തീരുന്നു, വാരെൻക. എനിക്ക് വാസ്തവത്തിൽ എന്നെപ്പറ്റി ലജ്ജതോന്നുന്നു. പറ്റിയ ഒരു വാക്ക് പറയാൻ തല പുകഞ്ഞാലോചിച്ചിട്ട്, അര വാക്കുപോലും കിട്ടാതെ രാത്രി മുഴുവൻ അവിടെ തടിപോലെ ഇരിക്കുകയാണ്. ഞാൻ വേണ്ടത്ര ശോഭിക്കുന്നില്ലല്ലോ എന്നോർക്കുമ്പോൾ, ഇത്രയൊക്കെ പ്രായമായിട്ടും വിവരം വച്ചില്ലല്ലോ എന്നോർക്കുമ്പോൾ, എനിക്കെന്നോടുതന്നെ സഹതാപം തോന്നും. ഞാൻ എന്റെ ഒഴിവുസമയത്ത് എന്താണ് ചെയ്യുന്നത്? തടിപോലെ കിടന്നുറങ്ങും. വാസ്തവത്തിൽ, രമ്യമായ എന്തെങ്കിലും എനിക്ക് ചെയ്യാവുന്നതേയുള്ളു. എനിക്ക് ആ സമയത്ത്

ഇരുന്ന് എഴുതാം. അത് എനിക്ക് പ്രയോജനപ്രദവും മറ്റുള്ളവർക്ക് വിജ്ഞാനപ്രദവുമായിരിക്കും. ശാന്തം, പാപം, അവരിതിൽനിന്ന് എത്ര പണമാണ് സമ്പാദിക്കുന്നതെന്നറിയാമോ? റതസ്യായെവിന്റെതന്നെ കാര്യമെടുക്കാം. അദ്ദേഹത്തിനു കിട്ടുന്ന പണമെത്രയാണെന്നോ? ഒരു താൾ എഴുതുന്നത് അദ്ദേഹത്തിന് നിസ്സാരമാണ്. ഒരു ദിവസം അഞ്ച് താൾവരെ എഴുതാൻ കഴിയും, താളിന് മുന്നൂറു റൂബിൾ വച്ചു കിട്ടുന്നുണ്ടെന്നാണ് അദ്ദേഹം പറയുന്നത്. രസകരമായ കഥയോ ആളുകൾക്ക് കൗതുകമുള്ള വല്ല കാര്യമോ ആണ് എഴുതുന്നതെങ്കിൽ അഞ്ഞൂറു റൂബിൾ തികച്ചും കിട്ടും. കൊടുക്കുകയില്ലെന്ന് അവർ ധൈര്യമുണ്ടെങ്കിൽ പറയട്ടെ. അടുത്ത തവണ ഞങ്ങൾ ആയിരം ചോദിക്കും! ഇതു കളിയല്ല വർവാറ അലെക്സേയെവ്ന! എന്തിന്, എന്റെ ഓമനേ, കവിതകളെടുക്കാം. കൊച്ചുകവിതകൾ. ഒരു നോട്ടുപുസ്തകം നിറയെ അദ്ദേഹം എഴുതിവച്ചിട്ടുണ്ട്. ചോദിക്കുന്നത് ഏഴായിരും റൂബിളാണ്. ഒന്നാലോചിച്ചുനോക്കു. ഒരു എസ്റ്റേറ്റിന്റെ വില. ഒരു ബംഗ്ലാവിന്റെ വില. അവർ അയ്യായിരം വരെ പറഞ്ഞിട്ടുണ്ടെന്നാണ് അദ്ദേഹം പറയുന്നത്. പക്ഷേ അദ്ദേഹം സമ്മതിക്കുമോ? ഞാൻ പറഞ്ഞുനോക്കി. ആ അയ്യായിരം വാങ്ങിയിട്ട് പോയി തുലയാൻ പറയൂ! റൊക്കം അയ്യായിരം റൂബിളല്ലേ കിട്ടുന്നത്? പക്ഷേ അദ്ദേഹം പിടിവാശിക്കാരനാണ്. “അവരെ നിക്ക് ഏഴു തരും!” എന്നാണ് പറയുന്നത്. ആള് ശരിക്കുമൊരു സൂത്രശാലിയാണ്, അല്ലേ?

എന്തിനധികം പറയുന്നു? “ഇറ്റാലിയൻ വികാരങ്ങൾ” എന്ന പുസ്തകത്തിൽനിന്ന് -അതാണ് അദ്ദേഹത്തിന്റെ പുസ്തകത്തിന്റെ പേര്- ഞാൻ ശകലം ഉദ്ധരിക്കാം. നീ തന്നെ തീരുമാനിച്ചാൽ മതി.

....വ്ലദീമിർ ഞെട്ടി. കാരണം, അദ്ദേഹത്തിന്റെ സിരകളിൽ കാമാവേശം തിളച്ചുപൊങ്ങി.

“പ്രഭ്വി,” അദ്ദേഹം പറഞ്ഞു, “എന്റെ ഈ ആരാധന എത്ര ഭയങ്കരമാണെന്ന്, ഈ ഉന്മാദം എത്ര നിസ്സീമമാണെന്ന്, ഭവതിയ്ക്കറിയാമോ? ഇല്ല! എന്റെ സ്വപ്നങ്ങൾ എന്നെ വഞ്ചിട്ടില്ല-ഞാൻ ഭവതിയെ മതിമറന്നു പ്രേമിക്കുന്നു. ഭ്രാന്തെടുത്തു പ്രേമിക്കുന്നു. ഭവതിയുടെ ഭർത്താവിന്റെ ശരീരത്തിലെ മുഴുവൻ രക്തമെടുത്താൽപോലും എന്റെ ആത്മാവിൽ അലതല്ലുന്ന ഉൽക്കടമായ നിർവൃതിയെ ശമിപ്പിക്കാനാവില്ല! എന്തു പ്രതിബന്ധമുണ്ടെങ്കിലും എന്റെ തളർന്ന മാറിനെ ദഹിപ്പിച്ചുകൊണ്ടിരിക്കുന്ന സർവ്വസംഹാരിയായ അഗ്നിയെ തടുത്തുനിർത്താനാവില്ല! ഓ, സിനയീദ! എന്റെ സിനയീദ!

“വ്ളദീമിർ!” എന്നു മന്ത്രിച്ചുകൊണ്ട് അവൾ സ്വയം മറന്ന് അദ്ദേഹത്തിന്റെ മാറിലമർന്നു.

"ഓ, സിനയീദ!" ആനന്ദമൂർഛയിലാണ്ട സ്മേൽസ്കി ഒന്നു കൂടി വിളിച്ചു.

അദ്ദേഹം കിതയ്ക്കുകയായിരുന്നു. വികാരത്തിന്റെ അൾത്താരയിൽ തെളിഞ്ഞുകത്തിയ പ്രേമദീപം ആ ഹതഭാഗ്യരുടെ ഹൃദയങ്ങളെ ചുട്ടു പൊള്ളിച്ചു.

"വ്ളദീമിർ," അവൾ ഉന്മത്തയായി വീണ്ടും മന്ത്രിച്ചു. അവളുടെ മാറിടം ഉയർന്നുതാണുകൊണ്ടിരുന്നു. കവിളുകൾ ചുവന്നു. കണ്ണുകളിൽ തീ പാറി.

അങ്ങിനെ ഭയാനകമായ പുതിയൊരു സംഗമം പൂർത്തിയാക്കപ്പെട്ടു.

അരമണിക്കൂർ കഴിഞ്ഞ് വൃദ്ധനായ പ്രഭു പ്രേയസിയുടെ മണിയറയിൽ പ്രവേശിച്ചു.

"പ്രിയേ, നമ്മുടെ വിശിഷ്ടാതിഥിക്കു ചായ കൊടുക്കണ്ടേ?" എന്നു പറഞ്ഞുകൊണ്ട് അദ്ദേഹം അവളുടെ കവിളിൽ തട്ടി.

എന്തു പറയുന്നു. വാരെൻക? കുറച്ചു ബാലിശമായിത്തോന്നുന്നു, അല്ലേ? എങ്കിലും നന്നായിരിക്കുന്നു. അർഹമായതു വകവച്ചുകൊടുത്തേക്കാം. ഇനി അദ്ദേഹത്തിന്റെ 'യെർമാർക്കും സ്യൂലേയ്കയും' എന്ന കഥയിൽ നിന്ന് ഒരു ഭാഗം കേട്ടോളൂ. പ്രിയേ, ഒന്നു സങ്കൽപ്പിച്ചുനോക്കൂ. ഈ യെർമാക്, സൈബീരിയ മുഴുവൻ വെട്ടിപ്പിടിച്ച ആ ഭയങ്കരൻ, കച്ചൂമെന്ന സൈബീരിയൻ ചക്രവർത്തിയുടെ മകൾ സ്യൂലേയ്കയെ പ്രേമിക്കുന്നു. സ്യൂലേയ്ക അദ്ദേഹത്തിന്റെ ബന്ധനത്തിലാണ്. ഭയങ്കരനായ ഇവാൻ ചക്രവർത്തിയുടെ കാലത്തു നടക്കുന്ന ഒരു സംഭവംപോലെതന്നെ. അല്ലേ? അവർ തമ്മിലുള്ള സംഭാഷണം കേട്ടോളൂ:

"സ്യൂലേയ്ക, നിനക്കെന്നോടു പ്രേമമുണ്ടോ? എന്നെ പ്രേമിക്കുന്നുണ്ടെന്ന് പറയൂ, ഒന്നുകൂടി പറയൂ."

"യെർമാക്, ഞാൻ അങ്ങയെ പ്രേമിക്കുന്നു," സ്യൂലേയ്ക മന്ത്രിച്ചു.

"ജഗദംബരങ്ങളേ, നിങ്ങൾക്കു നന്ദി! ഞാൻ ആനന്ദാന്ദോളിതനാണ്! നിങ്ങൾ എനിക്ക് എല്ലാം തന്നു! പിറന്ന നാൾതൊട്ട് എന്റെ പീഡിതാത്മാവ് തിരഞ്ഞുകൊണ്ടിരുന്ന സർവ്വതും! എന്റെ മാർഗ്ഗദർശകതാരമേ, ഇതിനുവേണ്ടിയാണ് നീ എന്നെ ഇങ്ങോട്ടു നയിച്ചത്. ഇതിനുവേണ്ടിയാണ് നീ എന്നെ ശിലാനിരകൾക്കപ്പുറമെത്തിച്ചത്! എന്റെ സ്യൂലേയ്കയെ മുഴുവൻ ലോകത്തിനും ഞാൻ കാണിച്ചുകൊടുക്കും. ആളുകൾ-ലക്കുകെട്ട ആ രാക്ഷസന്മാർ-എന്നെ കുറ്റപ്പെടുത്താൻ ധൈര്യപ്പെടുകയില്ല. ഹാ! ഇവളുടെ തരളഹൃദയത്തിൽ ഒളിഞ്ഞുകിടക്കുന്ന വ്യഥയെന്താണെന്നവർ മനസ്സിലാക്കിയിരുന്നെങ്കിൽ! ഇവളുടെ ഓരോ ബാഷ്പബിന്ദുവിലും മറഞ്ഞുകിടക്കുന്ന കാവ്യസാമ്രാജ്യം അവർ

കണ്ടിരുന്നെങ്കിൽ! ദേവതേ, ഞാൻ ആ ദിവ്യബിന്ദുക്കൾ പാനം ചെയ്യട്ടെ!"

"യെർമാക്," സ്യലേയ്ക്ക പറഞ്ഞു, "ഈ ലോകം ക്രൂരമാണ്. ആളുകൾ നീതിബോധമില്ലാത്തവരാണ്. അവർ നമ്മെ അവരുടെയിടയിൽനിന്ന് ആട്ടിയോടിക്കും. എന്റെ പ്രാണവല്ലഭനായ യെർമാക്, അവർ നമ്മെ അപലപിക്കും. സൈബീരിയൻ മഞ്ഞിലും പിതാവിന്റെ കൂടാരങ്ങളിലും വളർന്നുവന്ന ഒരു പാവപ്പെട്ട കന്യക നിങ്ങളുടെ സ്നേഹശൂന്യവും കപടവും ഹൃദയശൂന്യവും ഔദ്ധത്യപൂർണ്ണവുമായ സമുദായത്തിൽ വാടിക്കരിഞ്ഞുപോകും. ആളുകൾ എന്നെ ഒരിക്കലും മനസ്സിലാക്കുകയില്ല, എന്റെ ഹൃദയേശ്വരാ!"

"അങ്ങിനെയാണെങ്കിൽ എന്റെ കൊസാക്ക് ഖഡ്ഗം അവരുടെ തല കൊയ്യും," ജ്വലിക്കുന്ന കണ്ണുകളോടെ യെർമാക് പറഞ്ഞു.

സ്യലേയ്ക്കയെ കുത്തിക്കൊന്നുവെന്ന് അറിഞ്ഞപ്പോൾ അയാൾക്കുണ്ടായ മനോവികാരം, വാരെൻക, നിനക്ക് ഊഹിക്കാമല്ലോ. അന്ധനും വൃദ്ധനുമായ കുച്ചും ഇരുട്ടിന്റെ മറവിൽ യെർമാകിന്റെ കൂടാരത്തിൽ പതുങ്ങിവന്ന് സ്വന്തം മകളെ കുത്തിക്കൊല്ലുകയാണുണ്ടായത്. തന്റെ കിരീടവും ചെങ്കോലും കവർന്നെടുത്തവന്റെ നേർക്കുള്ള മാരകപ്രഹരമാണതെന്ന് അയാൾക്കറിയാമായിരുന്നു.

"കല്ലിൻമേൽ ഉരുക്ക് ഉരയുന്ന ശബ്ദം എനിക്കിഷ്ടമാണ്!" മാന്ത്രികപ്പാറയിൽ വാൾമുനയ്ക്ക മൂർച്ചകൂട്ടുമ്പോൾ യെർമാക് അട്ടഹസിച്ചു. "എനിക്ക് അവരുടെ ചോര വേണം. അവരെ അരിഞ്ഞരിഞ്ഞു വീഴ്ത്തണം!"

തന്റെ സ്യലേയ്ക്കയുടെ വിയോഗം സഹിക്കവയ്യാതെ യെർമാക് ഇർത്തിഷ് നദിയിലേക്ക് എടുത്തുചാടുന്നതോടെ കഥ അവസാനിക്കുന്നു.

ആളുകളെ ചിരിപ്പിക്കാൻവേണ്ടി ഫലിതരൂപത്തിൽ എഴുതിയിട്ടുള്ള ഒരു ശകലം ഇതാ:

"ഇവാൻ പ്രക്കോഫ്യെവിച്ച് ഷെൽത്തൊപ്പൂസിനെ അറിയാമോ? പ്രക്കോഫിയ് ഇവാനൊവിച്ചിന്റെ കാലിൽ കടിച്ചയാളാണ്. ഇവാൻ പ്രക്കോഫ്യെവിച്ച് ആളൊരു മുൻകോപിയാണെങ്കിലും ദുർലഭമായ പല ഗുണങ്ങളുമുള്ളയാളാണ്. നേരേമറിച്ച് പ്രക്കോഫിയ് ഇവാനൊവിച്ചിനാകട്ടെ, മുള്ളങ്കി തേനുംകൂട്ടി തിന്നാനാണിഷ്ടം. അയാൾ പെലഗേയ അന്തോണൊവ്നയുമായി ലോഹ്യമായിരുന്ന കാലത്ത്... പെലഗേയ അന്തോണൊവ്നയെ അറിയാമോ? അടിയുടുപ്പ് എപ്പോഴും മറിച്ചിടുന്ന ഒരു സ്ത്രീ."

എത്ര നല്ല ഫലിതം, അല്ലേ വാരെൻക, കലർപ്പറ്റ ഫലിതം? അദ്ദേഹമിത് ഉറക്കെ വായിച്ചുകേൾപ്പിച്ചപ്പോൾ ഞങ്ങൾ ചിരിച്ചു തലതല്ലി.

ഇതാണ് അദ്ദേഹത്തിന്റെ പ്രകൃതം, ദൈവം പൊറുക്കട്ടെ! ഒരുപക്ഷേ കുറച്ച് കാട്ടുകയറിപ്പോകുന്നുണ്ടാവാം, കുറച്ച് ബാലിശമായിരിക്കാം. എങ്കിലും അതെല്ലാം തികച്ചും നിർദ്ദോഷമാണ്. സ്വതന്ത്രചിന്തയോ തീവ്രവാദമോ ഒന്നും തൊട്ടുതീണ്ടിയിട്ടില്ല. റതസ്യായെവ് സൽസ്വഭാവിയും അതുകൊണ്ടുതന്നെ ഒരു ഒന്നാന്തരം എഴുത്തുകാരനുമാണെന്നു പറഞ്ഞേ തീരൂ, വാരെൻക. എഴുത്തുകാരിൽ അധികം പേരെപ്പറ്റിയും പറയാവുന്നതല്ല ഇത്.

അല്ല, ഞാൻതന്നെ ഒന്നെഴുതി നോക്കിയാലെന്താണ്? കണ്ടില്ലേ, എന്തൊക്കെ വിഡ്ഢിത്തമാണ് തലയിൽ വരുന്നത്? "മക്കാർ ദേവുഷ്കിന്റെ കവിതകൾ" എന്നൊരു പുസ്തകം നീ പെട്ടെന്നു കണ്ടെന്നു വിചാരിക്കുക. നീ അപ്പോൾ എന്തു പറയും, എന്റെ കൊച്ചു ദേവതേ? എന്തായിരിക്കും നിനക്കു തോന്നുക? എന്റെ കാര്യം പറയുകയാണെങ്കിൽ, ഓമനേ, നേവ്സ്കി പ്രോസ്പക്റ്റിൽ തല കാട്ടാൻ ഞാനപ്പോൾ ധൈര്യപ്പെടുകയില്ല! "കവിയും സാഹിത്യകാരനുമായ ദേവുഷ്കിൻ അതാ പോകുന്നു!" "അതേ, ദേവുഷ്കിൻതന്നെ!" എന്ന് സകലരും എന്നെ നോക്കി പറഞ്ഞാലത്തെ കഥയെന്തായിരിക്കും! ഞാനെന്തു ചെയ്യും? എന്റെ ഈ ബൂട്സ് എന്തു ചെയ്യും? അവ എപ്പോഴും കുട്ടിത്തയ്ച്ചും അടിവശം തീരെ അവലക്ഷണമായി വാപൊളിച്ചുമാണിരിക്കുന്നതെന്ന് കൂട്ടത്തിൽ പറയട്ടെ. പൊളിഞ്ഞ്, കുട്ടിത്തയ്ച്ച ബൂട്സുമിട്ടുകൊണ്ടാണ് കവിയും സാഹിത്യകാരനുമായ ദേവുഷ്കിൻ നടക്കുന്നതെന്ന് സകലരും കണ്ടാലത്തെ സ്ഥിതി എത്ര ഭയങ്കരമായിരിക്കും! വല്ല പ്രഭ്വിയും എന്നെ കണ്ടാൽ എന്തു പറയും? അവരതു കാണുമെന്നു തോന്നുന്നില്ല. കാരണം, കാലിലിട്ടിരിക്കുന്ന ബൂട്സ് ഒരു പ്രഭ്വി ഗൗനിക്കാറില്ല. പ്രത്യേകിച്ച്, ഒരു ഗുമസ്തന്റേത്. (ബൂട്സ് തന്നെ പലതരമുണ്ടല്ലോ.) പക്ഷേ എന്റെ സ്നേഹിതന്മാർ എന്റെ കള്ളിപൊളിക്കും. റതസ്യായെവ് ആയിരിക്കും മുമ്പിൽ. അദ്ദേഹം ബി-പ്രഭ്വിയെ കൂടെക്കൂടെ സന്ദർശിക്കാറുണ്ട്. എല്ലാ സ്വീകരണദിവസവും പോകാറുണ്ടത്രെ. കൂടാതെ വെറുതെ പോയിക്കാണാറുമുണ്ട്. അവരൊരു സഹൃദയയാണെന്നാണ് അദ്ദേഹം പറയുന്നത്. ശരിക്കുമൊരു സാഹിത്യപ്രേമിയാണത്രെ. ആ റതസ്യായെവ് എന്തൊരു മിടുക്കനാണ്!

അതിനെപ്പറ്റി പറഞ്ഞതു മതി. ഞാനൊരു തമാശയ്ക്ക് എഴുതിയെന്നേയുള്ളൂ. കൂടാതെ നിന്റെ രസത്തിനും. ഞാൻ നിർത്തട്ടെ, തങ്കം. ഞാൻ ഒരുപാട് വിഡ്ഢിത്തം എഴുതിക്കൂട്ടിയിട്ടുണ്ട്. എനിക്കിന്ന് നല്ല ഉഷാർ തോന്നുന്നതുകൊണ്ടുമാത്രമാണത്. ഞങ്ങൾക്കെല്ലാവർക്കും റതസ്യായെവിന്റെ കൂടെയായിരുന്നു ഭക്ഷണം. അവർ (ആ തെമ്മാടികൾ) വീഞ്ഞും കുടിച്ചു. ഞാനത് എഴുതാൻ പാടില്ലായിരുന്നു. പക്ഷേ

എന്നെപ്പറ്റി തെറ്റിദ്ധാരണയൊന്നുമരുത്. വാസ്തവത്തിൽ അതിൽ വലിയ കാര്യമില്ല. ഞാൻ പുസ്തകങ്ങൾ കൊടുത്തയയ്ക്കാം. തീർച്ചയായും കൊടുത്തയയ്ക്കാം... പോൾ ഡി കോക്ക്[26] എഴുതിയ ഒരു പുസ്തകം ഈ വീട്ടിൽ കൈമാറിക്കൊണ്ടിരിക്കുന്നുണ്ട്. പക്ഷേ, ഓമനേ, യാതൊരു കാരണവശാലും നീ വായിക്കേണ്ട പുസ്തകമല്ല അത്. സെന്റ് പീറ്റേഴ്സ്ബർഗിലുള്ള സകല നിരൂപകരുടേയും ധാർമ്മികരോഷം അദ്ദേഹത്തിന്റെ നേരെ തിരിഞ്ഞിരിക്കുന്നുവെന്നു കേൾക്കുന്നു. ഒരു റാത്തൽ മിട്ടായി കൊടുത്തയയ്ക്കുന്നു, ഞാനതു നിനക്കായി പ്രത്യേകം വാങ്ങിയതാണ്. അത് ആസ്വദിക്കു, ഓമനേ, ഒരോന്നെടുക്കുമ്പോഴും എന്നെ ഓർമ്മിക്കു. പ്രിയേ, മിഠായി ചപ്പാനേ പാടുള്ളു. കടിക്കരുത്. അല്ലെങ്കിൽ പല്ലു വേദന വരും. പഞ്ചസാരയിൽ പൊതിഞ്ഞ പഴങ്ങൾ ഇഷ്ടമാണോ? ആണെങ്കിൽ എനിക്കെഴുതണം. ശരി, നിർത്തട്ടെ, വാരെൻക. എനിക്ക് വിട തരൂ. ദൈവം നിന്നെ അനുഗ്രഹിക്കട്ടെ, എന്റെ പൈങ്കിളി.

നിന്റെ വിശ്വസ്തസുഹൃത്ത്

മക്കാർ ദേവൂഷ്കിൻ

ജൂൺ 27

പ്രിയപ്പെട്ട മക്കാർ അലെക്സേയെവിച്ച്!

വേണമെങ്കിൽ എനിക്ക് ഒരു വീട്ടിൽ ഗവർണസ്സായി നല്ലൊരു ജോലി ഏർപ്പെടുത്തിത്തന്ന് എന്നെ സഹായിക്കാൻ തയ്യാറുള്ള ആളുകളുണ്ടെന്ന് ഫെദോറ പറയുന്നു. ഞാൻ സമ്മതിക്കണോ വേണ്ടയോ? നിങ്ങൾ എന്താണ് ഉപദേശിക്കുന്നത്? ഞാൻ സമ്മതിച്ചാൽ നിങ്ങൾക്കു മേലിലൊരു ഭാരമാവില്ല. നല്ല ശമ്പളവും കിട്ടുമെന്നാണ് എന്റെ വിശ്വാസം. അതേസമയം, ഒരു അന്യഗൃഹത്തിൽ പ്രവേശിക്കുന്ന കാര്യം ആലോചിക്കുമ്പോൾത്തന്നെ എനിക്ക് എന്തുകൊണ്ടോ ഭയം തോന്നുന്നു. അവർ എവിടെയോ ഉള്ള ജന്മിമാരാണ്. അവർ അന്വേഷണം തുടങ്ങും. എന്റെ ഭൂതകാലത്തെപ്പറ്റി ചോദിക്കും. ഞാൻ എന്തു പറയും? പോരെങ്കിൽ, സ്വതവെ അടച്ചുപൂട്ടി ഇരിക്കുന്ന പ്രകൃതക്കാരിയാണ് ഞാൻ. തീരെ മനുഷ്യപ്പറ്റില്ല. ഒരിടത്ത് കുറേക്കാലം താമസിച്ചാൽപ്പിന്നെ ജീവിതം ബുദ്ധിമുട്ടാണെങ്കിലും ഞാൻ അവിടവുമായി പഴകുന്നു. മാത്രമല്ല, ജോലിസ്ഥലം വളരെ ദൂരെയാണ്. എനിക്ക് എന്തൊക്കെ ചെയ്യേണ്ടിവരുമെന്ന് ആർക്കറിയാം? ചിലപ്പോൾ കുട്ടികളെ നോക്കൽ മാത്രമായിരിക്കും. അക്കൂട്ടരെ തൃപ്തിപ്പെടുത്താൻ എളുപ്പമല്ലെന്നു തോന്നുന്നു. രണ്ട് വർഷത്തിനകം രണ്ടു ഗവർണസ്സുമാരെ വച്ചുകഴിഞ്ഞു. മക്കാർ അലെക്സേയെവിച്ച്, എനിക്കുപദേശം തരണമെന്നു ഞാൻ കേണപേക്ഷിക്കുന്നു. ഞാൻ

പോകണോ വേണ്ടയോ? നിങ്ങളെന്താണ് ഒരിക്കലും ഞങ്ങളെ വന്നു കാണാത്തത്? ഈയിടെയായി നിങ്ങളെ എത്ര അപൂർവ്വമായിട്ടാണ് ഒന്നു കാണാൻ കിട്ടുന്നത്. ഞായറാഴ്ചദിവസങ്ങളിൽ പള്ളിയിൽവച്ചുമാത്രമാണ് കാണുന്നതെന്നു പറയാം. നിങ്ങൾക്കും എന്നെപ്പോലെതന്നെ അടച്ചുപൂട്ടിയിരിക്കാനാണ് ഇഷ്ടമെന്നു തോന്നുന്നു. ഞാനാണെങ്കിൽ നിങ്ങളുടെ ഒരു ചാർച്ചക്കാരിയാണെന്നുതന്നെ പറയാം. നിങ്ങൾക്കെന്നോട് ഒട്ടും സ്നേഹമില്ല. മക്കാർ അലെക്സേയെവിച്ച്. ഒറ്റയ്ക്കിരിക്കുമ്പോൾ എനിക്ക് വല്ലാത്ത സങ്കടം തോന്നുന്നു. ചിലപ്പോൾ ഞാൻ തനിച്ച്, ഏകാകിനിയായി, അങ്ങിനെ ഇരിക്കും- പ്രത്യേകിച്ച് വൈകുന്നേരം. ഫെദോറ എങ്ങോട്ടെങ്കിലും പോയിരിക്കും. ഞാൻ ഓരോന്നാലോചിച്ച് അവിടെ ഇരിക്കും. കഴിഞ്ഞതെല്ലാം ഓർക്കും- വിഷാദകരമായിരുന്നതും സന്തോഷകരമായിരുന്നതും. എല്ലാം എന്റെ കൺമുമ്പിലൂടെ കടന്നുപോകുന്നു. പരിചയമുള്ള എല്ലാ മുഖങ്ങളും (ശരിക്കും ജീവനുള്ള മട്ടിൽ) ഞാൻ വീണ്ടും കാണുന്നു. ഏറ്റവും കൂടുതൽ തവണ കാണുന്നത് അമ്മയുടെ മുഖമാണ്. എന്തെല്ലാം തരം സ്വപ്നങ്ങളാണ് ഞാൻ കാണുന്നത്. എന്റെ
മുഖമാണ്. എന്തെല്ലാം തരം സ്വപ്നങ്ങളാണ് ഞാൻ കാണുന്നത്. എന്റെ
ആരോഗ്യം നശിച്ചെന്നു തോന്നുന്നു. തീരെ ശക്തിയില്ല. ഇന്നു ഞാൻ ഉണർന്നപ്പോൾ എനിക്ക് പെട്ടെന്നൊരു ബോധക്കേട് വന്നു. എനിക്ക് വല്ലാത്തൊരു ചുമ തുടങ്ങിയിട്ട് കുറച്ചു കാലമായി. ഞാൻ അടുത്തുതന്നെ മരിക്കും. എനിക്കത് അറിയാം. ഉള്ളിൽ തോന്നുന്നുണ്ട്. എന്റെ ശവമടക്കാൻ ആരുണ്ട്? എനിക്കുവേണ്ടി കണ്ണുനീർ പൊഴിക്കാൻ ആരുണ്ട്? എന്റെ ശവപ്പെട്ടിയുടെ പിറകെ കുഴിമാടത്തിലേക്കു പോകാനാരുണ്ട്? ഒരുപക്ഷെ ഒരു അന്യനാട്ടിൽ ഒരു അന്യഗൃഹത്തിൽ കിടന്നായിരിക്കും ഞാൻ മരിക്കുന്നത്. ദൈവമേ, എത്ര ശോകപൂർണ്ണമാണ് ജീവിതം. എന്നെ എപ്പോഴും മിഠായി തീറ്റുന്നത് എന്തിനാണ്, സ്നേഹിതാ? ഇതിനുംമാത്രം പണം എവിടുന്നുണ്ടാകുന്നുവെന്ന് എനിക്ക് തീരെ മനസ്സിലാകുന്നില്ല. പണം സൂക്ഷിച്ചുവയ്ക്കു, സ്നേഹിതാ. ദൈവത്തെ ഓർത്ത് പണം സൂക്ഷിച്ചുവയ്ക്കു. ഞാൻ ചിത്രവേലചെയ്ത ഒരു കരിമ്പടം ഫെദോറ വിൽക്കാൻ കൊണ്ടുപോയി. നോട്ടായി അമ്പതു റൂബിൾ വില പറഞ്ഞു. നല്ല വിലയാണത്. ഞാനുദ്ദേശിച്ചതിലും കൂടുതലാണ്. ഞാൻ മൂന്നു റൂബിൾ ഫെദോറയ്ക്കു കൊടുക്കും. എനിക്കായി ലളിതമായ- പക്ഷേ ചൂടുള്ള ഒരു ഫ്രോക്ക് തുന്നും. കൂടാതെ നിങ്ങൾക്കൊരു വെയിസ്റ്റ് കോട്ടും. നല്ല തുണി വാങ്ങി ഞാൻ തന്നെ അത് തുന്നും.

ഫെദോറ എനിക്ക് "ഇവാൻ ബേൽക്കിന്റെ കഥകൾ"[27] എന്നൊരു പുസ്തകം കൊണ്ടുത്തന്നു. ഞാനത് നിങ്ങൾക്ക് കൊടുത്തയയ്ക്കുന്നു. ഇഷ്ടമുണ്ടെങ്കിൽ വായിക്കു. പക്ഷേ, മുഷിക്കരുത്. അധികദിവസം

വച്ചുകൊണ്ടിരിക്കുകയുമരുത്. പുസ്തകം എന്റേതല്ല. രണ്ടു വർഷം മുമ്പ് അമ്മയും ഞാനും ഒന്നിച്ചിരുന്ന് ഈ കഥകൾ വായിച്ചിട്ടുള്ളതാണ്. ഇപ്പോൾ തനിച്ചിരുന്നു വായിച്ചപ്പോൾ സങ്കടം വന്നു. പുസ്തകങ്ങൾ വല്ലതും കയ്യിലുണ്ടെങ്കിൽ കൊടുത്തയ്ക്കു. റതസ്യായെവിന്റേതാണെങ്കിൽ വേണ്ട. അയാൾ ഒരുപക്ഷേ അയാളുടെതന്നെ കൃതികളായിരിക്കും നിങ്ങൾക്കു തരുന്നത്- അവ അച്ചടിച്ചിട്ടുണ്ടെങ്കിലെന്നർത്ഥം. നിങ്ങൾക്കെങ്ങിനെ അവ ഇഷടപ്പെടാൻ തോന്നുന്നു, മക്കാർ അലെക്സേയെവിച്ച്? വെറും ചവറാണത്. ഞാൻ നിർത്തുന്നു. ഇപ്പോൾതന്നെ ഞാൻ വേണ്ടതിലേറെ വായലച്ചുകഴിഞ്ഞു. ചിലപ്പോൾ സങ്കടം തോന്നുമ്പോൾ വായലച്ചുകൊണ്ടിരിക്കാൻ എനിക്കിഷ്ടമാണ്. മരുന്നുപോലാണത്. ഉടൻതന്നെ അതുകൊണ്ടു ഫലമുണ്ടാകും. പ്രത്യേകിച്ച് എന്റെ മനസ്സിന്റെ ഭാരം മുഴുവൻ ഞാൻ കെട്ടഴിക്കുകയാണെങ്കിൽ. ഞാൻ വിടവാങ്ങുന്നു, സ്നേഹിതാ.

നിങ്ങളുടെ

വി.ഡി.

ജൂൺ 28

വർവാറ അലെക്സേയെവ്ന, എന്റെ പെങ്കിളി!

ഇങ്ങനെ ചിന്താവിഷ്ടയായിരിക്കരുത്. ലജ്ജ തോന്നുന്നില്ലേ? അരുത്, എന്റെ ദേവതേ. എങ്ങിനെ ഈവക ചിന്തകൾ കടന്നുകൂടി? ഓമനേ, നിനക്കൊരസുഖവുമില്ല. യാതൊന്നും. നീ വിടർന്ന് ശോഭിക്കുകയാണ്. അതെ, വിടർന്നുശോഭിക്കുകയാണ്. ചെറിയൊരു വിളർച്ചയുണ്ടായിരിക്കാം. എങ്കിലും വികസിച്ചുതന്നെയാണിരിക്കുന്നത്. എന്തൊക്കെയാണ് നിന്റെ സ്വപ്നങ്ങളും ദർശനങ്ങളും? എന്റെ കൊച്ചോമനേ, നിനക്ക് ലജ്ജ തോന്നേണ്ടതാണ്. വിരലൊന്നു ഞൊടിച്ചാൽ അവ പമ്പകടക്കും. എന്തുകൊണ്ടാണ് എനിക്ക് സുഖമായി ഉറങ്ങാൻ കഴിയുന്നത്? യാതൊന്നും ഒരിക്കലും എന്നെ അലട്ടാത്തത്? എന്നെ കണ്ടു പഠിക്കു! തടിപോലെ ഉറങ്ങുന്നു. നല്ല ആരോഗ്യം. ഒരു ചെറുപ്പക്കാരന്റെ കരുത്ത്. എല്ലാമുണ്ട്. വാസ്തവം! എന്താണിത്, വാരെൻക! സ്വയം നിയന്ത്രിക്കു! എനിക്കറിയാം നിന്റെ പ്രകൃതം. നിസ്സാരമായിട്ടെന്തെങ്കിലുമൊന്നുണ്ടായാൽ മതി, നീ ഉടനെ സ്വപ്നത്തിലും ആലോചനയിലും മുഴുകുകയായി. ഇതൊന്ന് അവസാനിപ്പിക്കു! എന്നെ ഓർത്ത് അവസാനിപ്പിക്കു! ആ ഗവർണസ്സുദ്യോഗത്തിന്റെ കാര്യമാണെങ്കിൽ, പാടില്ല! ഒരിക്കലും പാടില്ല! വേണ്ടവേണ്ട! എന്താണിപ്പറയുന്നത്? നിനക്ക് അതെങ്ങിനെ ആലോചിക്കാൻ തോന്നി? എത്ര ദൂരത്താണത്? അരുത്, ഓമനേ. എനിക്കതു താങ്ങാനാവില്ല. സർവ്വശക്തിയുമെടുത്ത് ഞാൻ

പ്രതിഷേധിക്കുന്നു! എന്റെ പഴയ ഫ്രോക്ക്കോട്ട് വിറ്റ് വെറും ഷർട്ടിട്ടു നടന്നാലും നീ കഷ്ടപ്പെടാൻ ഞാൻ സമ്മതിക്കില്ല. ഇല്ല, വാരെൻക. അതു നിനക്ക് പറഞ്ഞിട്ടുള്ളതല്ല. വെറും വിഡ്ഢിത്തമാണത്. ഭോഷത്തം! ഇതൊക്കെ ആ ഫെദോറയുടെ കുറ്റമാണെന്ന് എനിക്ക് തീർച്ചയുണ്ട്. ആ മഠയിയാണ് നിന്നെ പറഞ്ഞിളക്കിയത്. അവരെ വിശ്വസിക്കരുത്, ഓമനേ. അവർ എത്തരക്കാരിയാണെന്ന് ആർക്കറിയാം. വിവരംകെട്ട ഒരു വായാടിത്തള്ളയാണവർ. വായലച്ചലച്ച് കെട്ടിയവനെ കുഴിയിലിറക്കി. അതോ അവർ നിന്നെ ദേഷ്യപ്പെടുത്തിയോ? പാടില്ല, തങ്കം, ഒരിക്കലും പാടില്ല! ഞാൻ എന്തു ചെയ്യും? എനിക്ക് പിന്നെന്താണു ശേഷിച്ചിട്ടുള്ളത്? അരുത്, വാരെൻക. കരളേ, അരുത്! അക്കാര്യമേ മറന്നുകളയൂ! ഇവിടെ നിനക്ക് എന്താണൊരു കുറവ്? ഞങ്ങൾക്ക് -ഫെദോറയ്ക്കും എനിക്കും- എന്തുമാത്രം സന്തോഷമാണ് നീ പകരുന്നത്! നിനക്ക് ഞങ്ങളെ ഇഷ്ടമാണുതാനും. ഇപ്പോൾ കഴിയുന്നതുപോലെ സുഖമായും സൗകര്യമായും എന്തുകൊണ്ട് മേലിലും കഴിഞ്ഞുകൂടാ? നിനക്കു വായിക്കാം. തുന്നാം. അല്ലെങ്കിൽ തുന്നണ്ട വെറുതെ വായിച്ചിരുന്നാൽ മതി. മതി. ഇവിടന്നു പോകരുതെന്നുമാത്രം. നീ പോയാൽ ഒന്നും ശരിയാവില്ല! ഞാൻ നിനക്കു വേണ്ട പുസ്തകങ്ങൾ എത്തിച്ചുതരാം. നമുക്കു വീണ്ടും ഒന്നിച്ചു നടക്കാൻ പോകാം. പക്ഷേ വിവരക്കേട് കാട്ടരുത്. ഇത്തരം വിഡ്ഢിത്തമങ്ങു മറന്നേക്കൂ. ഞാൻ നിന്നെവന്നു കാണാം. അടുത്തുതന്നെ. ഉള്ളിലുള്ളതു തുറന്നുപറയുന്നതിനു ക്ഷമിക്കണം. പക്ഷേ ഇതു മോശമായിപ്പോയി, തങ്കം, വളരെ മോശമായിപ്പോയി. തീർച്ചയായും ഞാനൊരു പണ്ഡിതനല്ല. ഒരു ചൊല്ലുള്ളതുപോലെ, വെറും കോപ്പെക്കുമാത്രം മുടക്കിയാണ് ഞാൻ പഠിച്ചത്. പക്ഷേ എനിക്ക് പറയാനുള്ളത് എന്നെപ്പറ്റിയല്ല, റതസ്യായെവിനെപ്പറ്റിയാണ്. ക്ഷമിക്കണം, ഓമനേ, പക്ഷേ എനിക്ക് അദ്ദേഹത്തിന്റെ പക്ഷം പിടിച്ചേ പറ്റൂ. അദ്ദേഹം എന്റെ സ്നേഹിതനാണ്. എനിക്കദ്ദേഹത്തന്റെ പക്ഷം പിടിച്ചേ പറ്റൂ. അദ്ദേഹം നന്നായിട്ടെഴുതും. വളരെ നന്നായിട്ട്. സത്യത്തിൽ ഒട്ടും മോശമല്ല. ഈയൊരു കാര്യത്തിൽ എനിക്ക് നിന്നോട് യോജിക്കാൻ നിവൃത്തിയില്ല. യാതൊരു നിവൃത്തിയുമില്ല. എത്ര പകിട്ടേറിയ ശൈലിയിലാണ് അദ്ദേഹം എഴുതുന്നത്. നല്ല അലങ്കാരങ്ങളും പലതരം ആശയങ്ങളും നിറയെയുണ്ട്. ഒട്ടും മോശമല്ല! ഒരുപക്ഷേ നീ യഥാചിതമായ വികാരത്തോടെ വായിക്കാത്തതാവുമോ, വാരെൻക? അതോ രസമില്ലാതെ ഇരിക്കുകയായിരുന്നോ? ഫെദോറയോട് ദേഷ്യം തോന്നുകയോ അസുഖകരമായ മറ്റു വല്ലതും സംഭവിക്കുകയോ ചെയ്തോ? പറ്റിയ വികാരത്തോടുകൂടിയും കുറച്ചുകൂടി ശ്രദ്ധവച്ചും അതൊന്നുകൂടി വായിച്ചുനോക്കൂ, വാരെൻക. നല്ല ഉത്സാഹത്തോടും സംതൃപ്തിയോടുംകൂടി

ഇരിക്കുമ്പോൾവേണം വായിക്കാൻ- ഉദാഹരണത്തിന്, ഒരു മിഠായി ചപ്പിക്കൊണ്ടിരിക്കുമ്പോൾ. റതസ്യായെവിനേക്കാൾ മികച്ച, ഒരുപക്ഷേ വളരെയേറെ മികച്ച, എഴുത്തുകാർ വേറെ കാണുമെന്നതിനെപ്പറ്റി എനിക്ക് സംശയമില്ല. (ആരെങ്കിലും സംശയിക്കുമോ?) അവർ നല്ല എഴുത്തുകാരാണ്. റതസ്യായെവും നല്ല എഴുത്തുകാരനാണ്. അവർ നന്നായിട്ടെഴുതുന്നു. റതസ്യായെവും മോശമായിട്ടല്ല എഴുതുന്നത്. അദ്ദേഹം തനിക്കുവേണ്ടിയാണ് എഴുതുന്നത്. അദ്ദേഹത്തിന്റെ പങ്ക് അദ്ദേഹം ചെയ്യുന്നു. ഗുണം അദ്ദേഹത്തിനുതന്നെ! ഞാൻ നിർത്തുന്നു, ഓമനേ, എനിക്ക് കൂടുതലെഴുതാൻ നിവൃത്തിയില്ല. ഇന്നെനിക്ക് പിടിപ്പതു ജോലിയുണ്ട്. എന്റെ കൊച്ചുപൈങ്കിളീ, ഞാനൊന്നുകൂടി പറയട്ടെ- വിഷാദചിന്തകൾ അലട്ടാതെ നോക്കണം. ദൈവം നിന്നോടൊപ്പമുണ്ടാകട്ടെ.

നിന്റെ ആത്മാർത്ഥസ്നേഹിതൻ.

മക്കാർ ദേവുഷ്കിൻ

കുറിപ്പ്:

ഓമനേ, പുസ്തകം കൊടുത്തയച്ചതിനു വളരെ നന്ദി. ഞാൻ പുഷ്കിന്റെ പുസ്തകവും വായിക്കാം. ഞാനിന്നു വൈകിട്ട്, സന്ധ്യകഴിഞ്ഞ്, നിന്നെ വന്നു കണ്ടോളാം.

ജൂലൈ 1

പ്രിയ സ്നേഹിതനായ മക്കാർ അലെക്സേയെവിച്ച്!

ഇല്ല, എന്റെ സ്നേഹിതാ. എനിക്കിവിടെ നിങ്ങളുടെയിടയിൽ ജീവിക്കാൻ നിവൃത്തിയില്ല. ആലോചിച്ചപ്പോൾ എനിക്ക് തോന്നുന്നത് ഇത്രയും നല്ല ഒരു അവസരം വിട്ടുകളയുന്നത് തെറ്റാണെന്നാണ്. ചുരുങ്ങിയത് എന്റെ ഭക്ഷണകാര്യമെങ്കിലും ഉറയ്ക്കും. ഒരു അന്യകുടുംബത്തിന്റെ കാരുണ്യം അർഹിക്കാൻ ഞാൻ പരമാവധി ശ്രമിക്കും. വേണ്ടിവന്നാൽ എന്റെ സ്വഭാവം മാറ്റാൻപോലും ഞാൻ ശ്രമിക്കുന്നതാണ്. ഉള്ളിൽ തോന്നുന്നത് ഒളിച്ചുകൊണ്ടും വികാരങ്ങൾ അടക്കിക്കൊണ്ടും അന്യരുടെയിടയിൽ അവരുടെ സൗജന്യം തേടി ജീവിക്കുകയെന്നത് തീർച്ചയായും പ്രയാസമാണ്. എങ്കിലും ദൈവം എന്നെ സഹായിക്കും. എനിക്കിങ്ങനെ മനുഷ്യരോടു മിണ്ടാതെ ആയുഷ്കാലം മുഴുവൻ കഴിയാൻ സാദ്ധ്യമല്ല! എനിക്കിത് മുമ്പ് അനുഭവപ്പെട്ടിട്ടുള്ളതാണ്. ബോർഡിംഗ് സ്കൂളിൽ കഴിച്ചുകൂട്ടിയ ദിവസങ്ങൾ ഞാൻ മറന്നിട്ടില്ല. ഞായറാഴ്ചദിവസങ്ങളിൽ വീട്ടിൽ തുള്ളിച്ചാടിനടക്കുന്നത് ഓർക്കുന്നു. അമ്മയുടെ ശകാരം

കേൾക്കുന്നതുപോലും സുഖമായിരുന്നു. പക്ഷേ രാത്രിയാവുമ്പോഴേയ്ക്ക് എന്റെ ഉത്സാഹം മുഴുവൻ കെട്ടടങ്ങും. എനിക്ക് കടുത്ത വിഷാദം തോന്നും. ഒമ്പതു മണിക്കുമുമ്പ് സ്കൂളിൽ മടങ്ങിയെത്തണം. സർവ്വതും അന്യവും തണുപ്പൻമട്ടിലുള്ളതും കണിശവുമായ, തിങ്കളാഴ്ചദിവസങ്ങളിൽ അദ്ധ്യാപികമാർ വിശേഷിച്ചും മുൻകോപികളായി കാണപ്പെടുന്ന, ആ സ്കൂളിൽ മടങ്ങിയെത്തണം. അതോർക്കുമ്പോൾ എനിക്ക് കരച്ചിൽ വരും. ഒരു മൂലയിൽ പോയിരുന്ന് ഞാൻ ആരും കാണാതെ കരയും. കണ്ടാൽ അവർ പറഞ്ഞേക്കും എനിക്ക് പഠിക്കാൻ മടിയാണെന്ന്. പക്ഷേ വാസ്തവത്തിൽ പാഠങ്ങളെ ഓർത്തല്ല ഞാൻ കരഞ്ഞത്. പിന്നീട് എന്തുണ്ടായി? കുറെക്കഴിഞ്ഞപ്പോൾ ഞാൻ സ്കൂളുമായി പഴകി. എന്നിട്ട്, അവിടം വിടേണ്ടിവന്നപ്പോൾ, എന്റെ കൂട്ടുകാരികളെ പിരിയേണ്ടിവന്നപ്പോൾ, ഞാൻ വീണ്ടും കരഞ്ഞു.

കൂടാതെ, നിങ്ങൾക്കും ഫെദോറയ്ക്കും ഞാനൊരു ഭാരമാകുന്നത് ശരിയല്ല. അതോർക്കുന്നതുതന്നെ എന്റെ മനസ്സിനൊരു ദണ്ഡനയാണ്. ഞാൻ നിങ്ങളിൽനിന്ന് ഒന്നും ഒളിച്ചുവയ്ക്കാറില്ലാത്തതുകൊണ്ടാണ് കാര്യങ്ങൾ തുറന്നു പറയുന്നത്. ഫെദോറ വെളുപ്പിന് എണീറ്റ് ദിവസം മുഴുവൻ തുണിയലക്കുന്നതു ഞാൻ കാണുന്നില്ലേ? വൃദ്ധജനങ്ങൾ വിശ്രമം എത്രമാത്രം കൊതിക്കുന്നുണ്ടെന്ന് അറിയാമല്ലോ. നിങ്ങളുടെ സർവ്വസ്വവും-അവസാനത്തെ കോപ്പെക്കുവരെ-എനിക്കായി ചെലവാക്കുന്നതു ഞാൻ കാണുന്നില്ലേ? അതും, എന്റെ സ്നേഹിതാ, നിങ്ങളുടേതുപോലുള്ള ഒരു ചുറ്റുപാടിൽ. എനിക്ക് ഒന്നിനും ഒരു കുറവുവരാതിരിക്കാൻ നിങ്ങൾ, ഇട്ടിരിക്കുന്ന കോട്ടുപോലും വിൽക്കാൻ സന്നദ്ധനാണെന്നു പറയുന്നു. സ്നേഹിതാ, ഞാൻ നിങ്ങളെ വിശ്വസിക്കുന്നു. നിങ്ങളുടെ കനിവു നിറഞ്ഞ ഹൃദയത്തെ വിശ്വസിക്കുന്നു. അവിചാരിതമായി ബോണസ് കിട്ടിയിരിക്കുന്ന ഈ അവസരത്തിൽ നിങ്ങൾക്കങ്ങിനെ പറയാം. പക്ഷേ പിന്നീടോ? ഞാൻ എപ്പോഴും ആരോഗ്യമില്ലാത്തവളാണെന്ന് അറിയാമല്ലോ. എനിക്ക് നിങ്ങളെപ്പോലെ പണിയെടുത്തുകൊണ്ടിരിക്കാൻ വയ്യ- എനിക്കതിനു സന്തോഷമേയുള്ളുവെങ്കിലും. പോരെങ്കിൽ, വേണ്ടത്ര പണി എപ്പോഴുമില്ലതാനും. ഞാൻ പിന്നെ എന്തു ചെയ്യണം? സാധുക്കളായ നിങ്ങളെ നോക്കിനിൽക്കെ വാടിക്കരിഞ്ഞുപോകണോ? നിങ്ങൾ രണ്ടുപേരിൽ ആർക്കെങ്കിലും എന്നെക്കൊണ്ട് ഒരു തരിപോലും പ്രയോജനമുണ്ടോ? എന്നെക്കൊണ്ട് എന്താണ് നിങ്ങൾക്ക് ഇത്ര ആവശ്യം? ഞാൻ എന്തു ഗുണമാണ് നിങ്ങൾക്കു ചെയ്തിട്ടുള്ളത്? എനിക്ക് നിങ്ങളോട് ഹൃദയംഗമമായി സ്നേഹമുണ്ട്. നിങ്ങൾ എനിക്ക് വളരെയേറെ പ്രിയപ്പെട്ടവനാണ്. പക്ഷേ എനിക്ക് സ്നേഹിക്കാൻ

കഴിയുമെങ്കിലും ആ സ്നേഹത്തെ സൽകൃത്യങ്ങളായി മാറ്റാൻ, നിങ്ങളുടെ ദയാവായ്പിന്റ പ്രതിഫലം നൽകാൻ, ഞാൻ അശക്തയാണ്. അതാ യിപ്പോയി എന്റെ തലവിധി. എന്നെ കൂടുതൽ കാത്തുനിർത്തരുത്. ഇതിനെപ്പറ്റി ആലോചിച്ച് നിങ്ങളുടെ അവസാനവാക്ക് അറിയിക്കു. മറുപടി കാത്തുകൊണ്ട്

സസ്നേഹം

വി.ഡി.

ജൂലൈ 1

എന്ത് അസംബന്ധമാണിത്, വാരെൻക! എന്തെല്ലാം ഭാവനക ളാണ്! അല്പസമയം തനിച്ചിരിക്കുമ്പോഴേയ്ക്ക് നിന്റെ ചന്തമുള്ള തലയ്ക്ക കത്ത് കടന്നുകൂടാത്ത വിഡ്ഢിത്തങ്ങളില്ല. അതിഷ്ടമല്ല. ഇതിഷ്ടമല്ല. ഒക്കെ അസംബന്ധം. എന്താണ് വേണ്ടതെന്ന്, എന്താണ് ഇല്ലാത്തതെന്ന്, എന്നോടു പറയൂ. അതു മാത്രം മതി. ഞങ്ങൾ നിന്നെ സ്നേഹിക്കുന്നു. നീ ഞങ്ങളെ സ്നേഹിക്കുന്നു. നമ്മൾ സംതൃപ്തരും സന്തുഷ്ടരുമാണ്. കൂടുതലെന്തു വേണം? അന്യരുടെ ഇടയിൽ നിന്നെ കാത്തിരിക്കുന്ന തെന്താണ്? ഓമനേ, അന്യനെന്നാൽ ആരാണെന്നു നിനക്കറിഞ്ഞു കൂടാ. നീ അത് എന്നോടു ചോദിക്കേണ്ടതായിരുന്നു. എനിക്കറിയാം അയാൾ എത്തരക്കാരനാണെന്ന് ഭംഗിയായിട്ടറിയാം. ഞാൻ അയാളുടെ റൊട്ടിയുടെ രുചിയറിഞ്ഞവനാണ്. അയാൾ അല്പനാണ്. അയാളുടെ അല്പത്വത്തിനും ദ്രോഹബുദ്ധിക്കും അതിരില്ല. അയാൾ ശകാരവാക്കുകൾകൊണ്ടും ദുഷ്ടതനിറഞ്ഞ നോട്ടങ്ങൾകൊണ്ടും നിന്റെ ഹൃദയത്തെ പിച്ചിച്ചീന്തും. ഇവിടെ ഞങ്ങളുടെയിടയിലാണെങ്കിലോ, ഒരു കൂട്ടിലെ കിളിയെപ്പോലെ സുഖമായിക്കഴിയാം. നീ പറന്നുപോയാൽ ഞങ്ങൾ- ജീവിക്കാൻ പിന്നെ ലക്ഷ്യമൊന്നുമില്ലാത്ത സാധുക്കളായ ഞങ്ങൾ- എന്തു ചെയ്യും? വൃദ്ധനായ ഞാനെന്തു ചെയ്യും! നിന്നെക്കൊ ണ്ടു പ്രയോജനമൊന്നുമില്ലെന്നു നീ പറയുന്നു. പ്രയോജനമില്ലെന്നോ? നിനക്കത് എങ്ങിനെ പറയാൻ തോന്നി? നീ ഞങ്ങൾക്ക് ഗുണമൊന്നും ചെയ്യുന്നില്ലെന്നോ? ഓമനേ, നീ എനിക്കുവേണ്ടി എന്തെല്ലാം ചെയ്യുന്നു വെന്ന് ഒന്നാലോചിച്ചുനോക്കൂ. ഒന്നുമില്ലെങ്കിലും നിന്റെ സ്വാധീനംതന്നെ എത്ര ഗുണകരമാണ്....ഉദാഹരണത്തിന് ഈ നിമിഷത്തിൽ ഞാൻ നിന്നെപ്പറ്റിയാണ് ആലോചിക്കുന്നത്. അതെനിക്ക് ആനന്ദമരുളുന്നു... ചിലപ്പോൾ ഞാൻ എന്റെ വികാരങ്ങൾ മുഴുവനും നിനക്കുള്ള കത്തുക ളിൽ രേഖപ്പെടുത്താറുണ്ട്. അവയ്ക്ക് വിശദമായ മറുപടിയും ലഭിക്കുന്നു... കൂടാതെ നിനക്കു ധരിക്കാൻ നല്ലനല്ല സാധനങ്ങൾ വാങ്ങാൻ എനിക്കു

കഴിയും. നിനക്കൊരു തൊപ്പിപോലും ഞാൻ വാങ്ങിയിട്ടുണ്ട്... കൂടാതെ, ഞാൻ ചെയ്യണമെന്നു നീ ആഗ്രഹിക്കുന്ന പലതുമുണ്ട്. എന്നിട്ടും നിന്നെക്കൊണ്ടു പ്രയോജനമില്ലെന്ന് എങ്ങിനെ പറയാൻ തോന്നുന്നു? ഈ വൃദ്ധൻ തനിച്ച് എന്തുചെയ്യും? എന്നെക്കൊണ്ട് എന്തിനു കൊള്ളാം? നീ ഒരുപക്ഷേ അക്കാര്യം ആലോചിച്ചിരിക്കില്ല, വാരെൻക. പക്ഷേ അത് ആലോചിക്കണം. ഇങ്ങനെയൊരു ചോദ്യം തന്നത്താൻ ചോദിച്ചുനോക്കൂ: എന്നെക്കൂടാതെ ആ വൃദ്ധൻ എന്തു ചെയ്യും? നിന്റെ സാമീപ്യം എനിക്ക് പഴക്കമായി. നീ പൊയ്ക്കഴിഞ്ഞാൽ, എനിക്ക് പിന്നെ ചെയ്യേണ്ടതായിട്ടൊന്നേയുള്ളൂ- നെവാനദിയിൽ ചാടി എല്ലാറ്റിനും ഒരു വിരാമമിടുക. വേറെന്തിരിക്കുന്നു ചെയ്യാൻ? ഹാ, വാരെൻക, എന്റെ തങ്കം! എന്നെ കെട്ടിയെടുത്ത് വണ്ടിയിലാക്കി വോൾക്കൊവൊ ശവപ്പറമ്പിലേക്ക് ഒറ്റയ്ക്കുകൊണ്ടുപോകണമെന്നാണ് നിന്റെ ആഗ്രഹമെന്നു തോന്നുന്നു. എന്റെ കുഴിമാടത്തിൽ മണലിടുന്നതു കാണാൻ വല്ല പിച്ചക്കാരിത്തള്ളയും മാത്രമേ ഉണ്ടായിരിക്കൂ. എന്നെ തനിച്ചാക്കിയിട്ട് അവരും അവരുടെ പാട്ടിനു പോകും. ഇതു പാപമാണ്, കരളേ! ഇങ്ങനെയൊക്കെ ആഗ്രഹിക്കുന്നതു മഹാപാപമാണ്! വാരെൻക, ഞാൻ നിന്റെ പുസ്തകം മടക്കി ക്കൊടുത്തയയ്ക്കുന്നു, എന്റെ അഭിപ്രായം അറിയണമെങ്കിൽ, എന്റെ കൊച്ചു കൂട്ടുകാരീ, ഞാൻ ഇത്രയും പറയാം: ഇതിലും നല്ലൊരു പുസ്തകം ഞാൻ ജീവിതത്തിൽ വായിച്ചിട്ടില്ല. ഞാൻ എന്നോടുതന്നെ ചോദിച്ചുപോവുകയാണ്: ഞാനെങ്ങിനെ ഇതുപോലൊരു മരത്തലയനായിപ്പോയി? ഞാൻ ഇത്രയും കാലം എന്തു ചെയ്യുകയായിരുന്നു? ഏതു കൊട്ടംകാട്ടിലാണ് പൊട്ടിമുളച്ചത്? നേരു പറഞ്ഞാൽ, എനിക്കൊന്നും അറിഞ്ഞുകൂട, എന്റെ പൈങ്കിളീ, യാതൊന്നും! തുറന്നു പറഞ്ഞേക്കാം, വാരെൻക: ഞാനൊരു വിവരംകെട്ടവനാണ്. ഞാൻ വളരെക്കുറച്ചേ വായിച്ചിട്ടുള്ളൂ. ഒന്നും വായിച്ചിട്ടില്ലെന്നുതന്നെ പറയാം. "മനുഷ്യന്റെ ചിത്രം"-വിവരമുള്ള ഒരു പുസ്തകമാണത്-കൂടാതെ, "ശ്രുതിമധുരമായ ഈണങ്ങളോടെ കൂട്ടമണിയടിക്കാൻ പഠിച്ച ബാലൻ," പിന്നൊന്ന്, "ഇവിക്കിന്റെ കൊക്കുകൾ", അത്രതന്നെ. ഇതാണ് ഞാൻ ആകെക്കൂടി വായിച്ചിട്ടുള്ളത്. ഇപ്പോൾ നിന്റെ പുസ്തകത്തിൽനിന്ന് "സ്റ്റേഷൻ മാസ്റ്റർ"[28]എന്ന കഥയും. സ്വന്തം ജീവിതകഥ ഒരു പാട്ടുപാടുന്നത്ര ലളിതമായി പറയുന്ന ഒരു പുസ്തകം തൊട്ടടുത്തു കിടക്കുന്ന കാര്യമറിയാതെ വളരെക്കാലം ജീവിതം പോക്കാമെന്ന്, എന്റെ വാരെൻക, ഇപ്പോൾ മനസ്സിലായോ? മുമ്പു കാണാതിരുന്ന കാര്യങ്ങൾ, വായിക്കുംതോറും വ്യക്തമായിവരുന്നു. ഓരോരോ കാര്യങ്ങൾ ഓർക്കാനും മനസ്സിലാക്കാനും ഊഹിക്കാനും കഴിയുന്നു. ഈ പുസ്തകത്തെ സംബന്ധിച്ചിടത്തോളം എനിക്ക് ഇഷ്ടപ്പെട്ട ഒരു കാര്യംകൂടിയുണ്ട്. മറ്റു പുസ്തകങ്ങൾ

ചിലപ്പോൾ അതിസമർത്ഥമായിട്ടായിരിക്കും എഴുതിയിരിക്കുന്നത്. എത്ര വായിച്ചാലും ഒരു തുമ്പും പിടികിട്ടുകയില്ല. സ്വതവെ മന്ദബുദ്ധിയായതുകൊണ്ട് അത്രവളരെ പ്രധാനപ്പെട്ട പുസ്തകങ്ങളൊന്നും ഞാൻ തൊടില്ല. എന്നാൽ ഈ പുസ്തകം വായിക്കുമ്പോൾ, അതു നമ്മൾ തന്നെ എഴുതിയതുപോലുണ്ട്. നമ്മുടെ ഹൃദയം-അത് എത്തരത്തിലുള്ളതായാലും ശരി-എല്ലാവർക്കും വായിക്കാൻ പാകത്തിൽ മലർക്കെ തുറന്നിട്ടിരിക്കുകയാണെന്നു വേണമെങ്കിൽ പറയാം. അത്തരത്തിലാണത്. കാര്യം വാസ്തവത്തിൽ ലളിതമാണ്. എനിക്കുതന്നെ എഴുതാവുന്നതേയുള്ളൂ. എന്തുകൊണ്ട് പാടില്ല? ആ പുസ്തകത്തിൽ എഴുതിയിരിക്കുന്നതുപോലെതന്നെയാണ് എനിക്ക് തോന്നുന്നത്. ആ സാധു സംസോൻ വീറി[29]ന്റെ അതേ അനുഭവങ്ങൾ എനിക്കും ഉണ്ടായിട്ടില്ലേ? സാധുക്കളായ വീറിന്മാർ എത്രയോ പേർ നമ്മുടെ ഇടയിലുണ്ട്! എത്ര സമർത്ഥമായിട്ടാണ് കഥാകൃത്ത് അതൊക്കെ വിവരിച്ചിരിക്കുന്നത്! വീറിൻ കുടിയനായിത്തീർന്നതും കുടിച്ചു ലക്കുകെട്ട് ദിവസം മുഴുവൻ ആ ആട്ടിൻതോൽക്കോട്ട് പുതച്ച് കിടന്നുറങ്ങിയതും തന്റെ വഴിപിഴച്ചുപോയ പാവപ്പെട്ട മകളെ ഓർത്ത് കണ്ണീർ ചൊരിഞ്ഞുകൊണ്ടും കോട്ടിന്റെ മുഷിഞ്ഞുനാറിയ വക്കുകൊണ്ട് കണ്ണീർ ഒപ്പിക്കൊണ്ടും ഇരുന്നതും വായിച്ചപ്പോൾ എനിക്ക് കരച്ചിൽ വന്നു. അതാണ് ജീവിതം. നീയതു വായിക്കണം. ജീവനുള്ളതാണത്. ഞാനതു കണ്ടിട്ടുണ്ട്. അതെല്ലാം എന്റെ ചുറ്റിനുമുണ്ട്. ഉദാഹരണത്തിന് നമ്മുടെ തെറേസയെ എടുത്തു നോക്കൂ. അല്ലെങ്കിൽ ആ പാവപ്പെട്ട ഗുമസ്തനെ. പേര് ഗൊർഷ്കോവ് എന്നാണെങ്കിലും അയാൾ മറ്റൊരു സംസോൻ വീറിനല്ലേ? അതൊരു സർവ്വസാധാരണമായ കാര്യമാണ്. നമുക്കോരോരുത്തർക്കും സംഭവിക്കാവുന്നതാണത്. നേവ്സ്കിത്തെരുവിലോ നദീതീരത്തോ താമസിക്കുന്ന ഒരു പ്രഭുവിനുപോലും സംഭവിക്കാവുന്നതാണത്- അവരുടെ ഇടയിൽ കാര്യങ്ങൾ നടക്കുന്നത് കുറെ ഉയർന്ന സ്വരത്തിലായതുകൊണ്ട് വ്യത്യാസമുണ്ടെന്ന് തോന്നിയേക്കാമെന്നു മാത്രം. പക്ഷേ വാസ്തവത്തിൽ സംഗതി ഒന്നുതന്നെ. അതെ, എന്തും സംഭവിക്കാം. എനിക്കുപോലും! മനസ്സിലായോ, കരളേ. ഞങ്ങളെ വിട്ട് പോകാൻ എങ്ങിനെ തോന്നുന്നു? വീറിന്റെ ദുശ്ശീലം എന്നേയും കീഴ്പ്പെടുത്തിയെന്നു വരാം. അതോടെ ഞങ്ങൾ രണ്ടുപേരും പോക്കാകും. അതുകൊണ്ട്, ഓമനേ, ദൈവത്തെ ഓർത്ത് ആ നിർബ്ബന്ധങ്ങളൊക്കെ അങ്ങു മറന്നുകളയൂ. എന്നെ കൂടുതൽ ദണ്ഡിപ്പിക്കരുത്. എട്ടുംപൊട്ടും തിരിയാത്ത എന്റെ കിളിക്കുഞ്ഞേ, നീ എങ്ങിനെ കാലക്ഷേപം കഴിക്കും? ആപത്തുവരാതെ സൂക്ഷിക്കും? ദ്രോഹികളിൽനിന്നു സ്വയം രക്ഷനേടും? വേണ്ട, വാരെൻക! ദുരുപദേശത്തിനു ചെവിക്കൊടുക്കരുത്. നിന്റെ പുസ്തകം

കുറേക്കൂടി ശ്രദ്ധിച്ച് ഒന്നുകൂടി വായിക്കുന്നത് നന്നായിരിക്കും. നിനക്കതു പ്രയോജനം ചെയ്യും.

സ്റ്റേഷൻ മാസ്റ്ററെപ്പറ്റി ഞാൻ റതസ്യായെവിനോടു പറഞ്ഞു. അതൊരു പഴഞ്ചൻ പുസ്തകമാണെന്നും ഇക്കാലത്ത് നല്ല പുസ്തകങ്ങളിലെല്ലാം പടങ്ങളും പലപല വിവരണങ്ങളുമുണ്ടെന്നുമാണ് അദ്ദേഹം ശഠിക്കുന്നത്. അദ്ദേഹം പറഞ്ഞത് എനിക്കു ശരിക്കു മനസ്സിലായില്ല. പുഷ്കിൻ നല്ലൊരു എഴുത്തുകാരനാണെന്നും റഷ്യയുടെ മാഹാത്മ്യത്തിനു സംഭാവന ചെയ്തിട്ടുണ്ടെന്നും അദ്ദേഹം സമ്മതിച്ചു. അതേമട്ടിൽ പിന്നെയും കുറെ കാര്യങ്ങൾ പറഞ്ഞു. അതെ, വാരെൻക. നല്ലൊരു പുസ്തകമാണത്. വളരെ നല്ല പുസ്തകം. നീയത് ശ്രദ്ധയോടെ വീണ്ടും വായിക്കണം. എന്റെ ഉപദേശം സ്വീകരിക്കു. അനുസരണ കാട്ടിക്കൊണ്ട് ഒരു വൃദ്ധനെ സന്തോഷിപ്പിക്കു. ഓമനേ, പ്രതിഫലം ദൈവം തരും. അദ്ദേഹം തീർച്ചയായും പ്രതിഫലം തരും.

നിന്റെ വിശ്വസ്തസുഹൃത്ത്

മക്കാർ ദേവുഷ്കിൻ

ജൂലൈ 6

പ്രിയപ്പെട്ട മക്കാർ അലെക്സേയെവിച്ച്,

ഇന്നു ഫെദോറ പതിനഞ്ചു വെള്ളിറൂബിൾ കൊണ്ടുത്തന്നു. ഞാൻ മൂന്നു റൂബിൾ കൊടുത്തപ്പോൾ പാവത്തിനു വലിയ സന്തോഷമായി. ഞാനിത് തിടുക്കത്തിൽ എഴുതുകയാണ്. നിങ്ങൾക്കുള്ള വെയിസ്റ്റ് കോട്ടിന്റെ തുണി വെട്ടിക്കൊണ്ടിരിക്കുകയാണ്. തുണി കാണാൻ ഭംഗിയുണ്ട്. മഞ്ഞനിറമാണ്. അതിൽ കൊച്ചുകൊച്ചു പൂക്കളുണ്ട്. ഞാൻ നിങ്ങൾക്കു വേറൊരു പുസ്തകം കൊടുത്തയയ്ക്കുന്നു. കഥകളുടെ ഒരു സമാഹാരമാണ്. ഞാൻ ചിലതു വായിച്ചു. ഓവർക്കോട്ട്[30] എന്ന കഥ വായിച്ചുനോക്കു. തിയേറ്ററിലേക്കുള്ള നിങ്ങളുടെ ക്ഷണം ഞാൻ സ്വീകരിച്ചേ തീരൂ എന്നാണോ പറയുന്നത്? ഓരുപാട് പണച്ചെലവാവില്ലേ? അഥവാ നമ്മൾ പോയാൽത്തന്നെ ഗ്യാലറിക്ക് ടിക്കറ്റെടുത്താൽ മതി. ഞാൻ തിയേറ്ററിൽ പോയകാലംതന്നെ മറന്നു. പക്ഷേ കണ്ടമാനം പണച്ചെലവാവില്ലേ എന്നാണ് വീണ്ടും എന്റെ ഭയം. നിങ്ങൾ കഴിവിനപ്പുറം പണം ചെലവാക്കുന്നുവെന്നാണ് ഫെദോറ തലകുലുക്കിക്കൊണ്ടു പറയുന്നത്. ഞാൻ തന്നെ കാണുന്നതാണല്ലോ അത്. എനിക്കുവേണ്ടി മാത്രം നിങ്ങൾ എത്ര പണമാണ് മുടക്കിയിരിക്കുന്നത്! നിങ്ങൾ ഇങ്ങനെയങ്ങു പോയാൽ വല്ലതും വന്നുപോകുമോ എന്നാണെന്റെ ഭയം. വാടക സംബന്ധിച്ച് നിങ്ങളും വീട്ടുടമസ്ഥയും തമ്മിൽ നടന്ന തർക്കത്തെപ്പറ്റി ഫെദോറ കേട്ടറിഞ്ഞ് എന്നോടു പറഞ്ഞു. നിങ്ങളുടെ

കാര്യം ഓർക്കുമ്പോൾ എനിക്കു പേടിയാവുന്നു, മക്കാർ അലെക്സേയെ വിച്! ഞാൻ നിർത്തുന്നു. എനിക്കിപ്പോൾ കുറച്ചു തിരക്കുണ്ട്. കാര്യം ചെറുതാണ്. എനിക്കെന്റെ തൊപ്പിയിലെ നാട മാറ്റണം.

വി.ഡി.

കുറിപ്പ്:

നമ്മൾ തിയേറ്ററിൽ പോവുകയാണെങ്കിൽ പുതിയ തൊപ്പിയും കറുത്ത മൂടുപടവുമിടാമെന്നാണു ഞാൻ വിചാരിക്കുന്നത്. നന്നായിരിക്കും, ഇല്ലേ?

ജൂലൈ 7

എത്രയും പ്രിയപ്പെട്ട വർവാറ അലെക്സേയെവ്ന!

നമ്മുടെ ഇന്നലത്തെ സംസാരത്തിന്റെ തുടർച്ചയായി ഞാനൊരു കാര്യം പറയട്ടെ, എന്റെ ഓമനേ. ഞാനും ഒരുകാലത്ത് ഒരു അല്പബുദ്ധിയായ ചെറുപ്പക്കാരനായിരുന്നു. അക്കാലത്ത് ഞാൻ ഒരു നടിയിൽ ഭ്രമിച്ചുവശായി. ഒരൊറ്റത്തവണ തിയേറ്ററിൽവച്ചു കണ്ടതല്ലാതെ ഞാൻ അവരെ കണ്ടിട്ടേയില്ലെന്നതായിരുന്നു ഏറ്റവും തമാശ. എന്നിട്ടും ഞാൻ അവരെ അന്ധമായി പ്രേമിച്ചു. ബഹളക്കാരായ അഞ്ചു ചെറുപ്പക്കാരായിരുന്നു ആ സമയത്ത് എന്റെ അയൽവാസികൾ. അവരുമായി ഞാൻ അടുത്തത് എന്റെ ഇഷ്ടത്തിനെതിരായിട്ടാണെന്നു തന്നെ പറയാം. ആദ്യം ഞാൻ അകന്നു നിന്നു. എങ്കിലും ഒരു രസംകൊല്ലിയാകരുതല്ലോ എന്നു കരുതി ഞാൻ അവരൊന്നിച്ചുകൂടി. ആ നടിയെപ്പറ്റി എന്തൊക്കെയാണ് അവർ എന്നോടു പറഞ്ഞത്! പരിപാടിയുള്ളപ്പോഴെല്ലാം എന്നും വൈകിട്ട് ആ സംഘം മുഴുവനും ഗ്യാലറിയിൽ സീറ്റു പിടിക്കും. അവർക്ക് അത്യാവശ്യച്ചെലവിനു പോലും ഒരു കൊച്ചുകോപ്പെക്കുണ്ടായിരുന്നില്ലെന്ന് ഓർക്കണം. അവിടിരുന്ന് അവർ ആ നടിയുടെ പേർ വീണ്ടും വീണ്ടും വിളിച്ചുപറഞ്ഞ് കൈകൊട്ടിത്തകർക്കും. അതു കഴിഞ്ഞു വന്നാൽ പിന്നെ ഉറക്കത്തിന്റെ പ്രശ്നമേയില്ല. രാത്രി മുഴുവൻ അവർ തങ്ങളുടെ പ്രിയപ്പെട്ട ഗ്ലാഷയെപ്പറ്റി സംസാരിച്ചുകൊണ്ടുകിടക്കും. അവർ ഒന്നൊഴിയാതെ സകലരും ആ നടിയെ പ്രേമിച്ചു. ആ പൈങ്കിളി ഓരോ ഹൃദയത്തിലും പാടി. എന്നേയും- നിസ്സഹായനായ ഈ ചെറുപ്പക്കാരനേയും- അവർ അവസാനം തട്ടിയുണർത്തി. ഞാനും അവരുടെയൊപ്പം ഗ്യാലറിയിൽ സ്ഥലം പിടിച്ചു. ഞാൻ ഇരുന്നിടത്തുനിന്ന് തിരശ്ശീലയുടെ ഒരറ്റം മാത്രമേ കാണാൻ കഴിയുമായിരുന്നുള്ളൂ. എങ്കിലും എന്റെ ചെവി യാതൊന്നും കേൾക്കാതെ പോയില്ല. വാസ്തവത്തിൽ അതിമധുരമായ

ഒരു ശബ്ദമായിരുന്ന പൈങ്കിളിയുടേത്- മുഴങ്ങുന്ന, തേന്നുറുന്ന, വിറയാർന്ന രാക്കയിൽനാദം. ഞങ്ങൾ തൊണ്ടയടയുന്നതുവരെ ആർത്തുവിളിച്ചു. കൈ കഴയ്ക്കുന്നതുവരെ കൈയടിച്ചു. അവസാനം ഞങ്ങളിലൊരാളെ പുറത്തിറക്കിവിടുകവരെ ചെയ്തു. ശരിക്കു ലക്കില്ലാത്ത ഒരവസ്ഥയിലാണ് ഞാൻ വീട്ടിലെത്തിയത്. പോക്കറ്റിൽ ഒരേയൊരു റൂബിളേയുള്ളൂ. അടുത്ത ശമ്പളം കിട്ടാൻ പത്തുദിവസം കൂടി കഴിയണം. എന്നിട്ട്, എന്റെ ഓമനേ, എന്തുണ്ടായി എന്നു തോന്നുന്നു? പിറ്റേന്ന് ആഫീസ് തുറക്കുന്നതിനുമുമ്പുതന്നെ ഞാൻ ബാക്കിയുണ്ടായിരുന്ന പണം മുടക്കി ഒരു ഫ്രഞ്ച് ബാർബർഷാപ്പിൽനിന്ന് കുറച്ചു സുഗന്ധതൈലവും വാസനസോപ്പും വാങ്ങി. എന്തിനു വാങ്ങിയെന്ന് എനിക്കുതന്നെ അറിഞ്ഞുകൂടാ. അന്നുച്ചയ്ക്കു ഞാൻ ഭക്ഷണം കഴിച്ചില്ല. ആ സമയത്ത് അവരുടെ ജനാലയുടെ ചുവട്ടിൽ ചുറ്റിപ്പറ്റി നിന്നു. നേവ്സ്കി പ്രോസ്പെക്റ്റിലുള്ള ഒരു കെട്ടിടത്തിന്റെ മൂന്നാം നിലയിലായിരുന്നു അവരുടെ താമസം. ജോലി കഴിഞ്ഞ് വീട്ടിൽപോയി ഒരു മണിക്കൂർ വിശ്രമിച്ചശേഷം ഞാൻ വീണ്ടും നേവ്സ്കി പ്രോസ്പെക്റ്റിലെത്തി അവരുടെ ജനാലച്ചുവട്ടിൽ ഉലാത്താൻ തുടങ്ങും. ഒന്നരമാസം ഞാനിതു തുടർന്നുപോന്നു. തിരിവിൽനിന്ന് ഒരു വണ്ടി പിടിച്ച് വലിയ ആളായി ഞെളിഞ്ഞിരുന്ന് അവരുടെ ജനാലയ്ക്കടിയിലൂടെ ഓടിച്ചുപോകും. കടം വന്നുകയറിയെന്നു പറയേണ്ടല്ലോ. അവസാനം എന്റെ ജ്വരം കെട്ടടങ്ങി. എനിക്ക് മടുത്തു. നേരും ചൊവ്വുമുള്ള ഒരാളെ ഒരു നടിക്ക് ഏതു പരുവത്തിലാക്കാമെന്നു കണ്ടില്ലേ. പക്ഷേ അന്നെനിക്ക് ചെറുപ്പമായിരുന്നുവെന്ന് ഓർക്കണം.

എം.ഡി.

ജൂലൈ 8

ബഹുമാനപ്പെട്ട വർവാറ അലെക്സേയെവ്ന,

ഈ മാസം 6-നു കിട്ടിയ പുസ്തകം ഒട്ടും താമസിയാതെ മടക്കിക്കൊടുത്തയയ്ക്കുകയും അതേസമയം തന്നെ അതിനുള്ള കാരണം വിശദീകരിക്കാൻ ഈ അവസരം ഉപയോഗിച്ചുകൊള്ളുകയും ചെയ്യുന്നു. ഇതുപോലൊരു പുസ്തകം എനിക്ക് കൊടുത്തയച്ചത് ക്രൂരമായിപ്പോയില്ലേ, എന്റെ തങ്കം? സർവ്വശക്തനായ ദൈവം ഓരോരുത്തർക്കും ജീവിതത്തിൽ അവരവർ അർഹിക്കുന്ന സ്ഥാനം നൽകിയിട്ടുണ്ട്. ചിലർ ജനറൽമാരുടെ തോൾപ്പട്ടണിയാനും ചിലർ ടിറ്റുലർകൗൺസിലർമാരായി സേവനമനുഷ്ഠിക്കാനും ചിലർ ആജ്ഞാപിക്കാനും മറ്റു ചിലർ ഭയഭക്തിയോടെ അനുസരിക്കാനും വിധിക്കപ്പെട്ടവരാണ്. ഓരോരുത്തരുടെ കഴിവനുസരിച്ച് ഇതെല്ലാം മുൻകൂട്ടി തിട്ടപ്പെടുത്തിവച്ചിട്ടുണ്ട്.

ചിലർ ഒരു കാര്യത്തിനു കൊള്ളാമെങ്കിൽ മറ്റുചിലർ മറ്റൊന്നിനായിരിക്കും കൊള്ളാവുന്നത്. ഇതൊക്കെ ദൈവനിശ്ചയമാണ്. ഞാൻ എന്റെ ആഫീസിൽ ജോലി നോക്കാൻ തുടങ്ങിയിട്ട് മുപ്പതു വർഷമായി. എന്റെ ജോലിയെപ്പറ്റി ഇതേവരെ ഒരു പരാതിയുണ്ടായിട്ടില്ല. എന്റെ പെരുമാറ്റത്തിൽ ഞാൻ അങ്ങേയറ്റത്തെ സംയമനം കാട്ടിയിട്ടുണ്ട്. നിലവിട്ടു പെരുമാറിയതായി ആരും എന്നെ കുറ്റപ്പെടുത്തിയിട്ടില്ല. ഒരു പൗരനെന്ന നിലയ്ക്ക് കുറവുകളോടൊപ്പം ഗുണങ്ങളുമുള്ള ഒരാളാണ് ഞാനെന്ന് എനിക്ക് ഉത്തമബോദ്ധ്യമുണ്ട്. മുകളിലുള്ളവർ എന്നെ ബഹുമാനിക്കുന്നു. തിരുമനസ്സിനുതന്നെ എന്നോട് പ്രീതിയുണ്ട്. ഇതേവരെ വിശേഷിച്ച സൗജന്യമൊന്നും കാട്ടിയിട്ടില്ലെങ്കിലും അദ്ദേഹം സംപ്രീതനാണെന്ന് എനിക്കറിയാം. മനസ്സാക്ഷിയിൽ ഗുരുതരമായ പാപങ്ങൾക്കൊന്നും ഇടം കൊടുക്കാതെ ഞാൻ ഈ പ്രായംവരെ ജീവിച്ചു. കൊച്ചുകൊച്ചു പാളിച്ചകളെ സംബന്ധിച്ചാണെങ്കിൽ, അവ പിണയാത്ത ആരുണ്ട്? ചെറിയ കാര്യങ്ങളിൽ എല്ലാവർക്കും പാളിച്ച പറ്റിയിട്ടുണ്ട് ഓമനേ, നിനക്കുപോലും. പക്ഷേ അപമര്യാദയായ പെരുമാറ്റമോ ധിക്കാരമോ ചട്ടങ്ങളുടെ ലംഘനമോ സമാധാനഭഞ്ജനമോ എന്റെ ഭാഗത്തുനിന്ന് ഉണ്ടായിട്ടില്ല. ഒരിക്കലുമില്ല! ബഹുമതിമുദ്രയ്ക്ക് എന്റെ പേര് ശുപാർശ ചെയ്യുകപോലും ചെയ്ത ഒരു കാലമുണ്ടായിരുന്നു. പക്ഷേ എന്തിനതു പറയണം! നീ ന്യായമായും ഇക്കാര്യങ്ങളെല്ലാം അറിയേണ്ടതായിരുന്നു. കഥാകൃത്തും അറിയേണ്ടതായിരുന്നു. ഒരാൾ എല്ലാ കാര്യങ്ങളും വിവരിക്കാനാണ് തീരുമാനിച്ചിട്ടുള്ളതെങ്കിൽ എല്ലാ കാര്യങ്ങളും അറിഞ്ഞിരിക്കുകകൂടി വേണം. തങ്കം, നീ ഇതു ചെയ്യുമെന്ന്, വെറാരു ചെയ്താലും, വാരെൻകാ, നീ ചെയ്യുമെന്ന്, ഞാൻ തീരെ പ്രതീക്ഷിച്ചില്ല!

മറ്റാരേയും ശല്യപ്പെടുത്താതെയും തന്നെ മറ്റാരും ശല്യപ്പെടുത്തുകയില്ലെന്നു ന്യായമായി പ്രതീക്ഷിച്ചുകൊണ്ടും ദൈവഭീതിയോടെ ഒരു കൊച്ചുകോണിൽ ഒതുങ്ങിക്കഴിയാൻ ഒരുവനെ സമ്മതിക്കുകയില്ലെന്നാണോ ഇതിനർത്ഥം? മറ്റുള്ളവർ തന്റെ പട്ടിക്കൂട്ടിൽ തലയിടരുതെന്ന്- തനിക്ക് കൊള്ളാവുന്നൊരു വെയിസ്റ്റ്കോട്ടുണ്ടോ, അടിയുടുപ്പുണ്ടോ, ബൂട്സുണ്ടോ, അവയുടെ അടിവശം ചെരിപ്പുകുത്തിയെക്കൊണ്ടു നന്നാക്കിച്ചതാണോ, താൻ തിന്നുന്നതും കുടിക്കുന്നതും പകർത്തിയെഴുതുന്നതും എന്താണ്, എന്നിങ്ങനെ തന്റെ സ്വകാര്യജീവിതത്തിൽ ചികഞ്ഞുനോക്കരുതെന്ന്- പ്രതീക്ഷിക്കാൻ പാടില്ലെന്നാണോ ഇതിനർത്ഥം? എന്റെ ബൂട്സ് ചീത്തയാവാതിരിക്കാൻ ഞാൻ മോശമായ നിരത്തിൽ ഉപ്പൂറ്റി തൊടീക്കാതെ നടന്നാലെന്താണ് കുഴപ്പം? ചിലപ്പോൾ ചായപോലും കുടിക്കാൻ പറ്റാത്തത്ര ബുദ്ധിമുട്ടിയാണ് തന്റെ സഹജീവി കഴിയുന്നതെന്ന് എന്തിന് കഥാകൃത്ത് വായനക്കാരോടു പറയണം? ഇതുകേട്ടാൽ

തോന്നും എല്ലാവരും ചായ കുടിച്ചേ തീരൂ എന്ന്! എന്റെ അയൽപക്കത്തുള്ളവർ തിന്നുന്നതെന്തൊക്കെയാണെന്നു ഞാൻ നോക്കി നിൽക്കാറുണ്ടോ? ഞാൻ എന്നെങ്കിലും ദ്രോഹം ചെയ്തതായി ആർക്കെങ്കിലും പറയാനൊക്കുമോ? പിന്നെന്തിനു മറ്റുള്ളവർ എന്നെ ദ്രോഹിക്കണം? ഞാൻ ഉദ്ദേശിക്കുന്നതെന്താണെന്നു പറയാം, വർവാറ അലെക്സേയെവ്ന. ഒരാൾ ഉത്സാഹപൂർവ്വം തന്റെ ജോലി ചെയ്തുകൊണ്ടും മേലധികാരിയുടെ ബഹുമാനം നേടിക്കൊണ്ടും (നീ എന്തൊക്കെപ്പറഞ്ഞാലും സത്യമാണിത്) കഴിയുമ്പോഴായിരിക്കും അയാളെ വിഡ്ഢിയാക്കാൻ എവിടുന്നോ ഒരു വാടകയെഴുത്തുകാരൻ പ്രത്യക്ഷപ്പെടുന്നത്. തീർച്ചയായും അയാൾ വല്ലപ്പോഴും സ്വന്താവശ്യത്തിനു പുതുതായെന്തെങ്കിലും വാങ്ങിയെന്നു വരും. സന്തോഷാധിക്യംകൊണ്ട് രാത്രി മുഴുവൻ ഉണർന്നുകിടന്നെന്നും വരും. അതെ, എനിക്കുതന്നെ അനുഭവമുള്ളതാണത്. ഉദാഹരണത്തിന് ഞാൻ എന്റെ പുതിയ ബൂട്സിട്ടപ്പോൾ അതേ അനുഭൂതിയാണ് ബൂട്സിട്ടപ്പോൾ അതേ അനുഭൂതിയാണ് എനിക്കുണ്ടായത്. പാപകരമായ ഒരു സുഖം. കാരണം അത്രയും നല്ല തോലിനകത്ത് സ്വന്തം പാദം കിടക്കുന്നതു കണ്ടപ്പോൾത്തന്നെ സന്തോഷം തോന്നി. ഇക്കാര്യം ഗ്രന്ഥകാരൻ സൂക്ഷ്മമായി വിവരിച്ചിരിക്കുന്നുവെന്നു സമ്മതിക്കാം. എങ്കിലും ഫ്യോദൊർ ഫ്യോദൊറൊവിച്ച് ഈ പുസ്തകത്തിനെതിരെ പ്രതിഷേധിക്കാത്തതിൽ ഞാൻ അത്ഭുതപ്പെടുകയാണ്. അദ്ദേഹം ചെറുപ്പക്കാരനായ ഒരു ഉദ്യോഗസ്ഥനാണെന്നതും ഇടയ്ക്ക് ഞങ്ങളുടെനേരെ ഒച്ചയെടുക്കുന്നതും നേരുതന്നെ. പക്ഷേ എന്തുകൊണ്ടു പാടില്ല? എന്തുകൊണ്ട് അദ്ദേഹത്തിനു ഞങ്ങളെ കശക്കിക്കൂടാ? ചോട്ടാകളെ ഇടയ്ക്കു വല്ലപ്പോഴും കശക്കിവിടണം! അദ്ദേഹം ഇങ്ങനെ ചെയ്യുന്നതു ചിലപ്പോൾ തന്റെ അധികാരം കാട്ടാൻവേണ്ടിയാണെന്നതു ശരിതന്നെ. എന്തുകൊണ്ടു പാടില്ല? അദ്ദേഹം ഞങ്ങളെ നിലയ്ക്കു നിർത്തിയേ പറ്റൂ. കിടുകിടെ വിറപ്പിച്ചു നിർത്തിയേ പറ്റൂ. കാരണം, നമ്മൾ തമ്മിൽ പറഞ്ഞാലുണ്ടല്ലോ. വാരെൻക, കിടുകിടെ വിറപ്പിച്ചു നിർത്തിയില്ലെങ്കിൽ ചോട്ടാകളായ ഞങ്ങളെക്കൊണ്ടു കാശിനു കൊള്ളുകയില്ല. എവിടെങ്കിലും ഒരിടത്ത്-എവിടെയായാലും വേണ്ടില്ല- ഒരു സ്ഥാനം വേണം. അത്രമാത്രമേ ഞങ്ങൾക്കു വിചാരമുള്ളു. ജോലിയല്ല, സ്ഥാനമാണ് പ്രധാനം. സ്ഥാനങ്ങൾ പല നിലവാരത്തിലുള്ളതുകൊണ്ട് ഓരോ സ്ഥാനത്തിനും അതിന്റേതായ കശക്കൽ ആവശ്യമാണ്. സ്ഥാനമനുസരിച്ച് കശക്കലിന്റെ സ്വരവും മാറും. വേറെ ഏതു വിധത്തിൽ വേണമെന്നാണ്? ഇതാണ്, എന്റെ ഓമനേ, നാട്ടുനടപ്പ്. ഓരോരുത്തരും മറ്റുള്ളവരുടെ മുമ്പിൽ ആളാകുന്നു. ചിലർ മറ്റുള്ളവരെ കശക്കുന്നു. ഈയൊരു മുൻകരുതലില്ലെങ്കിൽ ലോകംതന്നെ അവസാനിക്കും.

ക്രമസമാധാനമാകെ അവതാളത്തിലാവും. ഈ ധിക്കാരം ഫ്യോദൊർ ഫ്യോദൊറൊവിച്ച് വച്ചപൊറുക്കുന്നതുകണ്ട് എനിക്ക് സത്യത്തിൽ അത്ഭുതം തോന്നുന്നു.

ഇത്തരം കാര്യങ്ങൾ എഴുതിയിട്ട് എന്തു ഗുണം? എന്തു പ്രയോജനം? വായനക്കാർ എനിക്ക് പുതിയൊരു ഓവർക്കോട്ട് സമ്മാനിക്കുമോ? അല്ലെങ്കിൽ പുതിയൊരു ജോടി ബൂട്സ്? അങ്ങിനെയൊന്നുമുണ്ടാവില്ല, വാരെൻക. അയാളതു മുഴുവൻ വായിച്ചിട്ട് ഇനിയും വേണമെന്നു പറയും. സ്വന്തം പോരായ്മകൾ എത്ര ജാഗ്രതയോടെ മറച്ചുവച്ചാലും, ഓരോ നിസ്സാരകാര്യത്തെയും ആനക്കാര്യമായി ഊതിപ്പെരുപ്പിക്കുന്ന കിംവദന്തിയെ ഭയന്ന് എത്ര അടങ്ങിയൊതുങ്ങിക്കഴിഞ്ഞാലും, പൊതുജീവിതവും കുടുംബജീവിതവുമെല്ലാം യാതൊരു കൂസലുമില്ലാതെ മലർക്കെ തുറന്നുകാട്ടിയിരിക്കുന്നതാണു കാണുന്നത്. അത് പരിഹാസപാത്രമാകുന്നു. സംസാരവിഷയമാകുന്നു. അതിനുശേഷം പിന്നെങ്ങിനെ പുറത്തു തല കാട്ടും? എല്ലാം കൃത്യമായി വിവരിച്ചിട്ടുള്ളതിനാൽ നടപ്പിന്റെ രീതി കണ്ടു തന്നെ ആളെ തിരിച്ചറിയും. ഗ്രന്ഥാവസാനത്തിൽ കഥാകൃത്ത് കുറച്ചു വിവേകം കാട്ടിയിരുന്നെങ്കിൽ തരക്കേടില്ലായിരുന്നു. ഉദാഹരണത്തിന് കടലാസ് ചുരുട്ടി കഥാപുരുഷന്റെ തലയ്ക്കു മീതേക്കൂടി അങ്ങോട്ടുമിങ്ങോട്ടും എറിയുന്ന ഭാഗത്തിനുശേഷം ഏതാണ്ടിതുപോലൊന്ന് കൂട്ടിച്ചേർത്തിരുന്നെങ്കിൽ തരക്കേടില്ലായിരുന്നു: ഇങ്ങനെയൊക്കെയായിരുന്നെങ്കിലും അയാൾ നല്ലവനും സൽസ്വഭാവിയുമായിരുന്നു. സഹപ്രവർത്തകരുടെ പക്കൽനിന്ന് ഇത്തരം പെരുമാറ്റം അയാൾ അർഹിച്ചില്ല. അയാൾ മേലധികാരികളെ അനുസരിച്ചു (ഇവിടെ ഏതെങ്കിലും ഉദാഹരണം കൊടുക്കുന്നത് നന്നായിരിക്കും), ആരോടും വിരോധം കാട്ടിയില്ല, ദൈവത്തിൽ വിശ്വസിച്ചു. വീട്ടുകാരേയും കൂട്ടുകാരേയും വിഷാദത്തിലാഴ്ത്തിക്കൊണ്ട് മരിച്ചു (അയാൾ മരിക്കണമെന്ന് കഥാകൃത്തിനു നിർബ്ബന്ധമുണ്ടെങ്കിൽ). മരിക്കുന്നതിനു പകരം ആ സാധുവിനു തന്റെ ഓവർക്കോട്ട് മടക്കിക്കിട്ടുകയും അയാളുടെ ഗുണഗണങ്ങൾ അന്വേഷിച്ചറിഞ്ഞശേഷം തിരുമനസ്സുകൊണ്ട് അയാൾക്ക് ഉദ്യോഗക്കയറ്റവും ശമ്പളവർദ്ധനവും നൽകുകയും ചെയ്തിരുന്നെങ്കിൽ കുറേക്കൂടി നന്നായിരുന്നേനെ. അങ്ങിനെ നന്മ വിജയിക്കുകയും സഹപ്രവർത്തകരുടെ രൂപത്തിൽ തിന്മ യഥാവിധി ശിക്ഷിക്കപ്പെടുകയും ചെയ്യുന്നു. ഞാനായിരുന്നെങ്കിൽ ഇങ്ങനെയാണ് എഴുതുക. അദ്ദേഹം എഴുതിയ രൂപത്തിൽ ഈ കഥകൊണ്ട് എന്താണൊരു മെച്ചം? നമ്മുടെ ദുസ്സഹമായ ദൈനംദിനജീവിതത്തിലെ ഒരു നിസ്സാരസംഭവം വിവരിച്ചു. അത്രതന്നെ. എന്റെ തങ്കം, ഇതുപോലൊരു പുസ്തകം എനിക്ക് കൊടുത്തയയ്ക്കാൻ നിനക്കെങ്ങിനെ

തോന്നി? ഒരു ദുഷിച്ച പുസ്തകമാണത്. വാരെൻക. അതു പച്ചക്കള്ളമാണ്. കാരണം, അങ്ങിനെയൊരു ഗ്രമസ്തനുണ്ടാവാൻ സാദ്ധ്യമല്ല. അത്തരം പുസ്തകത്തിനെതിരെ അന്യായം ബോധിപ്പിക്കേണ്ടതാണ്, വാരെൻക.

വിധേയൻ

മക്കാർ ദേവുഷ്കിൻ

ജൂലൈ 27

പ്രിയപ്പെട്ട മക്കാർ അലെക്സേയെവിച്ച്,

അടുത്തകാലത്തായി നടക്കുന്ന സംഭവങ്ങളും നിങ്ങളുടെ അവസാനത്തെ കത്തുകളുമെല്ലാംകൊണ്ട് ഞാൻ വല്ലാതെ മനസ് വിഷമിച്ചിരിക്കുകയായിരുന്നു. ഫെദോറ പറഞ്ഞപ്പോഴാണ് കാര്യം മനസ്സിലായത്. എന്തിനു നിരാശയ്ക്ക് അടിപെടണം, മക്കാർ അലെക്സേയെവിച്ച്? എന്തിന് ഇതുപോലൊരു പടുകുഴിയിൽ വീഴണം? നിങ്ങളുടെ വിശദീകരണങ്ങൾ എന്നെ തൃപ്തിപ്പെടുത്തിയിട്ടില്ല. നല്ല ശമ്പളം കിട്ടുന്ന ആ ജോലി ഞാൻ സ്വീകരിക്കേണ്ടതായിരുന്നുവെന്ന് നിങ്ങൾക്കിപ്പോൾ മനസ്സിലായല്ലൊ. തന്നെയുമല്ല, കഴിഞ്ഞ പരാക്രമത്തോടെ ഞാൻ വല്ലാതെ പേടിച്ചിരിക്കുകയാണ്. എന്നോടുള്ള സ്നേഹംകൊണ്ടാണ് കാര്യങ്ങൾ ഒളിച്ചുവച്ചിരുന്നതെന്നു നിങ്ങൾ പറയുന്നു. നിങ്ങളോട് എനിക്ക് എന്നും കടപ്പാടു തോന്നിയിട്ടുണ്ട്. പക്ഷേ നിങ്ങളുടെ ബാങ്ക് സമ്പാദ്യത്തിൽനിന്നാണ് എനിക്കുവേണ്ടി പണം ചെലവാക്കുന്നതെന്നാണ് ഞാൻ ഇതേവരെ ധരിച്ചിരുന്നത്. നിങ്ങളുടെ കൈവശം പണമൊട്ടുമുണ്ടായിരുന്നില്ലെന്നും എന്റെ സ്ഥിതിയിൽ അനുകമ്പതോന്നി ശമ്പളം മുൻകൂർ പറ്റുകയായിരുന്നുവെന്നും എന്റെ രോഗസമയത്ത് നിങ്ങളുടെ കോട്ട് വിറ്റെന്നും അറിഞ്ഞതിപ്പോഴാണ്. എന്റെ മനോവികാരം നിങ്ങൾക്കൂഹിക്കാമല്ലോ. ഞാൻ എന്തു വേണം! എന്റെ സാധുവായ മക്കാർ അലെക്സേയെവിച്ച്! അനുകമ്പയും അടുപ്പവും തോന്നി എനിക്ക് ചെയ്തുതന്ന ആദ്യത്തെ ഉപകാരങ്ങൾക്കുശേഷം നിങ്ങൾ അതിനൊക്കെ ഒരു വിരാമമിടേണ്ടതായിരുന്നു. ആഡംബരങ്ങൾക്കായി പണം ധൂർത്തടിക്കാൻ പാടില്ലായിരുന്നു. നിങ്ങൾ ഒരു യഥാർത്ഥ സ്നേഹിതനല്ല. എന്നോടു നിങ്ങൾ കാര്യം തുറന്നു പറഞ്ഞില്ല, മക്കാർ അലെക്സേയെവിച്ച്. വസ്ത്രങ്ങൾക്കും മധുരപലഹാരങ്ങൾക്കും തിയേറ്റർടിക്കറ്റിനും പുസ്തകങ്ങൾക്കും വിനോദങ്ങൾക്കുംവേണ്ടി നിങ്ങൾ കയ്യിലുള്ള അവസാനത്തെ കോപ്പെക്കുവരെ ചെലവാക്കിയെന്ന് ഇപ്പോൾ മാത്രം മനസ്സിലാക്കിയ ഞാൻ എന്റെ അക്ഷന്തവ്യമായ ആലോചന ക്കുറവിന്റെ ഫലം സഹിക്കുകയാണ്. (നിങ്ങളുടെ ആവശ്യങ്ങളെപ്പറ്റി ആലോചിക്കാതെ ഞാൻ സർവ്വതും

സ്വീകരിച്ചില്ലേ?) എന്നെ സന്തോഷിപ്പിക്കാമെന്ന ആശയിൽ നിങ്ങൾ ചെയ്ത സർവ്വതും എനിക്ക് കൈവരുത്തിയത് ദുഃഖവും വ്യർത്ഥമായ പശ്ചാത്താപവും മാത്രമാണ്. അടുത്ത കാലത്തായി നിങ്ങളിൽ കണ്ട മ്ലാനത ഞാൻ ശ്രദ്ധിക്കുകയും എനിക്ക് അതേപ്പറ്റി വിഷമം തോന്നുകയും ചെയ്തതാണ്. പക്ഷേ വാസ്തവത്തിൽ സംഭവിച്ചത് ഏറ്റവും വലിയ ഭയാശങ്കകളെപ്പോലും അതിശയിപ്പിച്ചിരിക്കുന്നു. ദൈവമേ! നിങ്ങളുടെ ആത്മനിയന്ത്രണം പാടേ പൊയ്പോയതെങ്ങിനെയാണ്, മക്കാർ അലെക്സേയെവിച്ച്? ആളുകൾ എന്തു പറയും? വിനയവും വിവേകവും മഹാമനസ്കതയുംകൊണ്ട് സകലരുടേയും ബഹുമാനം നേടിയിരുന്ന നിങ്ങൾ എത്ര ഗർഹണീയമായ ഒരു ദുശ്ശീലത്തിലേക്കാണ് വഴുതി വീണിരിക്കുന്നത്! നിങ്ങളെപ്പറ്റി അങ്ങിനെയൊരു സംശയംപോലും ഇതേവരെ ഉണ്ടായിരുന്നുവെന്ന് തോന്നുന്നില്ല. നിങ്ങൾ കുടിച്ചു ലക്കില്ലാതെ തെരുവിൽ കിടക്കുന്നതു കണ്ടിട്ട് പോലീസുകാരാണ് വീട്ടിൽ കൊണ്ടാക്കിയതെന്ന് ഫെദോറ പറഞ്ഞറിഞ്ഞപ്പോൾ എനിക്ക് മനസ്സിലുണ്ടായ വിഷമം എന്താണെന്നറിയാമോ? എനിക്കതു വിശ്വസിക്കാൻ തോന്നിയില്ല. കഴിഞ്ഞ നാലു ദിവസമായി നിങ്ങൾ എന്നെവന്നു കാണാതിരുന്നപ്പോൾ പതിവില്ലാത്ത എന്തോ സംഭവിച്ചിരിക്കുമെന്നു ഞാൻ വിചാരിച്ചു. പക്ഷേ ഇതു ഞാൻ പ്രതീക്ഷിച്ചതല്ല. നിങ്ങൾ ആഫീസിൽ പോകാത്തതിനുള്ള യഥാർത്ഥ കാരണം അറിയുമ്പോൾ മേലധികാരികൾ എന്തു പറയുമെന്നു നിങ്ങൾ ആലോചിച്ചോ, മക്കാർ അലെക്സേയെവിച്ച്?

എല്ലാവരും നിങ്ങളെ കളിയാക്കി ചിരിക്കുന്നുവെന്നും നമ്മൾ തമ്മിലുള്ള സൗഹൃദം അവർ അറിഞ്ഞിരിക്കുന്നുവെന്നും നിങ്ങളുടെ അയൽവാസികൾ എന്റെ പേര് ചേർത്ത് നിങ്ങളെ പരിഹസിക്കുന്നുവെന്നും നിങ്ങൾ എഴുതുന്നു. ദൈവത്തെ ഓർത്ത് അതിനൊന്നും ചെവികൊടുക്കാതെ സ്വയം നിയന്ത്രിക്കൂ, മക്കാർ അലെക്സേയെവിച്ച്. നിങ്ങളും ഓഫീസറന്മാരും തമ്മിലുണ്ടായ സംഭവവും എന്നെ വല്ലാതെ വിഷമിപ്പിക്കുന്നുണ്ട്. ഞാൻ എന്തൊക്കെയോ കേട്ടു. ദയവുചെയ്ത്, നടന്നതെല്ലാം എന്നോടു പറയൂ. എന്റെ സൗഹൃദം നഷ്ടപ്പെടുമോ എന്നു പേടിച്ച് പരമാർത്ഥം മുഴുവൻ എന്നോടു പറയാൻ നിങ്ങൾക്കു ഭയമായിരുന്നുവെന്നും എനിക്ക് രോഗം പിടിച്ചപ്പോൾ എന്നെ എങ്ങിനെ സഹായിക്കണം, എങ്ങിനെ ആശുപത്രിയിൽ കയറ്റാതെ നോക്കണം, എന്നു നിശ്ചയമില്ലാതെ വലഞ്ഞെന്നും സർവ്വതും വിറ്റുവെന്നും കിട്ടാവുന്നത്ര പണം കടംവാങ്ങിക്കൂട്ടിയെന്നും വീട്ടുടമസ്ഥ എല്ലാ ദിവസവും വഴക്കിടുന്നുവെന്നും നിങ്ങൾ എഴുതുന്നു. ഇതൊക്കെ എന്നിൽനിന്നു മൂടിവച്ചതിൽ കവിഞ്ഞൊരു ദ്രോഹം നിങ്ങൾ ചെയ്യാനില്ല. ഏതായാലും

ഇപ്പോൾ ഞാനറിഞ്ഞു. നിങ്ങളുടെ ബുദ്ധിമുട്ടുകൾക്കെല്ലാം ഞാനാണ് കാരണക്കാരിയെന്ന് എന്നെക്കൊണ്ടു സമ്മതിപ്പിക്കാൻ നിങ്ങൾക്ക് ലജ്ജയായിരുന്നു. എന്നിട്ടോ, നിങ്ങൾ നിങ്ങളുടെ പെരുമാറ്റംകൊണ്ട് എന്റെ ദുഃഖം വാസ്തവത്തിൽ ഇരട്ടിയാക്കിയിരിക്കുകയാണ്. ഇതു താങ്ങാൻ ഞാൻ അശക്തയാണ്, മക്കാർ അലെക്സേയെവിച്ച്! ഹാ, സ്നേഹിതാ! ഭാഗ്യദോഷം ഒരു പകർച്ചവ്യാധിയാണ്! പാവങ്ങളും ദുഃഖിതരും പരസ്പരം തൊട്ടുതീണ്ടരുത്. നിങ്ങളുടെ ലളിതമായ ഏകാന്തജീവിതത്തിൽ മുമ്പൊരിക്കലും അനുഭവപ്പെടാത്ത ബുദ്ധിമുട്ടുകളാണ് ഞാൻ നിങ്ങൾക്ക് വരുത്തിവച്ചിരിക്കുന്നത്. ആ ചിന്ത തന്നെ എന്നെ ദണ്ഡിപ്പിക്കുന്നു, എന്നെ കൊല്ലുന്നു.

നിങ്ങൾക്കെന്തു പറ്റിയെന്നും എങ്ങിനെ ഈ പതനത്തിലെത്തിയെന്നും എന്നോടു തുറന്നുപറയണം. കഴിയുമെങ്കിൽ ആശ്വാസപ്രദമായ എന്തെങ്കിലും എന്നോടു പറയൂ. സ്വാർത്ഥതകൊണ്ടല്ല, യാതൊന്നിനും എന്റെ ഹൃദയത്തിൽനിന്ന് ഓടിച്ചുകളയാൻ കഴിയാത്ത സ്നേഹംകൊണ്ടാണ്, ഞാൻ നിങ്ങളോട് ഇങ്ങനെ അപേക്ഷിക്കുന്നത്. ഞാൻ നിർത്തുന്നു. നിങ്ങളുടെ മറുപടിക്കുവേണ്ടി അക്ഷമയോടെ കാത്തിരിക്കുന്നു. എന്നാലും, മക്കാർ അലെക്സേയെവിച്ച്, നിങ്ങൾ എന്നെപ്പറ്റി അങ്ങിനെ ധരിച്ചതു ശരിയായില്ല.

സസ്നേഹം,

വർവാറ ദൊബ്രൊസ്യോലൊവ

ജൂലൈ 28

വർവാറ അലെക്സേയെവ്ന, എന്റെ വിലമതിക്കാനാവാത്ത കുട്ടീ,

കഴിഞ്ഞതൊക്കെ കഴിഞ്ഞു. എന്റെ ജീവിതം വീണ്ടും സാധാരണഗതിയിലായിക്കൊണ്ടിരിക്കുന്ന സ്ഥിതിക്ക് എനിക്ക് നിന്നെ ഒരു കാര്യം അറിയിക്കാൻ കഴിയും. ആളുകൾ എന്ത് വിചാരി ക്കുമെന്നായിരുന്നല്ലോ നിന്റെ ഉൽക്കണ്ഠ. എന്റെ അഭിമാനം ലോകത്തിൽ മറ്റെന്തിനേക്കാളും എനിക്ക് വിലപ്പെട്ടതാണെന്ന് നിനക്കുറപ്പിക്കാം. ആയതുകൊണ്ട് എനിക്ക് നേരിട്ട കുഴപ്പങ്ങളെക്കുറിച്ച് ഞാൻ നിന്നെ ഇതിനാൽ അറിയിച്ചുകൊള്ളുന്നു; കൂടാതെ, അവയെപ്പറ്റി എന്റെ മേലധികാരികൾക്ക് യാതൊരു ത്രുപവുമില്ലെന്നും ഉണ്ടാവുകയില്ലെന്നും കൂടി പറഞ്ഞുകൊള്ളട്ടെ. മുമ്പത്തെപ്പോലെതന്നെ അവർ എന്നെ ബഹുമാനിക്കുന്നു. ഒരേയൊരു കാര്യം മാത്രമേ എന്നെ വിഷമിപ്പിക്കുന്നുള്ളൂ: കിംവദന്തി. നിന്റെ പത്തു റൂബിൾകൊണ്ട് എന്റെ കടം കുറെ വീട്ടിയതോടെ വീട്ടുടമസ്ഥയുടെ വിളിച്ചുകൂവൽ മുറുമുറുക്കലായി കുറഞ്ഞിട്ടുണ്ട്. മറ്റുള്ളവരുടെ

കാര്യം കുഴപ്പമില്ല. ഞാൻ കൂടുതൽ കടം ചോദിക്കാതിരുന്നാൽ അവർ യാതൊരു ശല്യവും ചെയ്യുകയില്ല. ഓമനേ, ഞാൻ ഈയൊരു പ്രസ്താവനയോടുകൂടി എന്റെ വിശദീകരണം ഉപസംഹരിക്കുന്നു: ലോകത്തിൽ മറ്റെന്തിനെക്കാളും എനിക്ക് പ്രധാനം നിന്റെ ബഹുമാനമാണ്. എന്റെ എല്ലാ താൽക്കാലികപരാജയ ങ്ങൾക്കും ഒരു പ്രതിവിധിയാണത്. ദൈവാധീനംകൊണ്ട് കൊടുങ്കാറ്റിന്റെ ആദ്യത്തെ ആക്രമണങ്ങൾ തീർന്നു. എന്റെ കൊച്ചുദേവതേ, നിന്നെ നിസ്സീമമായി സ്നേഹിക്കുന്ന ഞാൻ, നീ പോകുന്ന കാര്യമോർത്ത് സഹിക്കവയ്യാതെ നിന്നെ വഞ്ചിച്ചിട്ടും നീ എന്നെ ഒരു വിശ്വസിക്കാൻകൊള്ളാത്ത സ്നേഹിതനോ സ്വാർത്ഥമതിയോ ആയി കരുതുന്നില്ല. ഞാൻ എന്റെ ജോലിയിൽ പൂർവ്വാധികം ഉത്സാഹത്തോടെ വീണ്ടും പ്രവേശിച്ചുകഴിഞ്ഞു. എന്റെ ചുമതലകൾ വളരെ ഭംഗിയായി നിർവ്വഹിക്കുന്നുണ്ട്. ഞാൻ ഇന്നലെ യെവ്സ്താഫി ഇവാനൊവിച്ചിനെ കടന്നുപോയപ്പോൾ അദ്ദേഹം യാതൊന്നും പറഞ്ഞില്ല. എന്റെ കടവും വസ്ത്രങ്ങളുടെ സ്ഥിതിയും എനിക്കുളവാക്കുന്ന മനപ്രയാസം കുറച്ചല്ലെന്ന കാര്യം, ഓമനേ, ഞാൻ മറച്ചുവയ്ക്കുന്നില്ല. എങ്കിലും അത് കാര്യമാക്കാനില്ല. നീ അതോർത്ത് വിഷമിക്കരുതെന്നു ഞാൻ യാചിക്കുന്നു. നീ കൊടുത്തയച്ച അമ്പതു കോപ്പെക്കിന്റെ തുട്ട് കണ്ടപ്പോൾ എന്റെ ഹൃദയം നൊന്തു. വന്നുവന്ന് ഈ സ്ഥിതിയായിരിക്കുന്നു. ഈ വൃദ്ധനായ വിഡ്ഢി നിന്നെ സഹായിക്കുകയല്ല, മറിച്ച്, സാധുവും അശരണയും അനാഥയുമായ നീ എന്നെ സഹായിക്കുകയാണ് ചെയ്യുന്നത്. ഫെദോറയ്ക്ക് ആ പണം കിട്ടിയത് നന്നായി. എന്റെ ഓമനേ, എനിക്ക് തൽക്കാലത്തേക്ക് പണം കിട്ടാൻ യാതൊരു സാദ്ധ്യതയുമില്ല. എന്തെങ്കിലും ഒത്തുവന്നാൽ ഞാൻ ഉടൻ നിന്നെ വിവരമറിയിക്കാം. പക്ഷേ കിംവദന്തിയുണ്ടല്ലൊ-അതാണ് എന്നെ ഏറ്റവുമധികം വിഷമിപ്പിക്കുന്നത്. ഞാൻ നിർത്തട്ടെ, എന്റെ ദേവതേ, നിന്റെ കുഞ്ഞിക്കൈകൾ ചുംബിച്ചുകൊള്ളട്ടെ. നീ വേഗം സുഖം പ്രാപിക്കണമെന്നു ഞാൻ പ്രാർത്ഥിക്കുന്നു. ആഫീസിൽ പോകാൻ തിടുക്കമുള്ളതുകൊണ്ട് കൂടുതൽ വിസ്തരിക്കുന്നില്ല. എന്റെ ഉപേക്ഷയ്ക്ക് പ്രായശ്ചിത്തം ചെയ്യേണ്ടിയിരിക്കുന്നു. മറ്റു കാര്യങ്ങളെക്കുറിച്ചും ആ ഓഫീസറന്മാരുമായുള്ള കുഴപ്പത്തെക്കുറിച്ചും ഞാൻ ഇന്നു വൈകീട്ട് എഴുതാം.

ബഹുമാനത്തോടും വാത്സല്യത്തോടുംകൂടി

നിന്റെ സ്നേഹിതൻ,

മക്കാർ ദേവുഷ്കിൻ

ജൂലൈ 28

ഹാ വാരെൻക, വാരെൻക!

ഇപ്പോൾ ലജ്ജിക്കേണ്ടത് നീയാണ്, ഞാനല്ല! ഇതു നിന്റെ മനസ്സാക്ഷിയിൽ എന്നും മായാതെ കിടക്കും. നിന്റെ അവസാനത്തെ കത്ത് വായിച്ചപ്പോൾ ഞാൻ പകച്ചുപോയി. ഒരു ആത്മപരിശോധന നടത്തിയപ്പോൾ ഞാൻ ഒരു തെറ്റും ചെയ്തിട്ടില്ലെന്ന് എനിക്ക് ബോദ്ധ്യമായി. ഞാൻ പറയുന്നത് ആ വഴക്കിനെക്കുറിച്ചല്ല (അതേപ്പറ്റി പറഞ്ഞത് മതി, എന്റെ ഓമനേ, മതിയേ മതി!) എനിക്ക് നിന്നോട് ഇഷ്ടമുണ്ടെന്ന കാര്യത്തെക്കുറിച്ചാണ്. നിന്നെ ഇഷ്ടപ്പെടുന്നതിൽ യാതൊരു അവിവേകവുമില്ല. എന്റെ കരളേ, നിനക്ക് ഈയൊരു കാര്യത്തെപ്പറ്റി യാതൊന്നും അറിഞ്ഞുകൂട. എനിക്ക് നിന്നെ എന്തുകൊണ്ട് ഇഷ്ടപ്പെടാതിരിക്കാൻ നിവൃത്തിയില്ലെന്ന് അറിയാമായിരുന്നെങ്കിൽ നീ ഇങ്ങനെയൊന്നും പറയുകയില്ലായിരുന്നു. നിന്റെ തലച്ചോറിന്റെ അഭിപ്രായമാണത്. നിന്റെ ഹൃദയത്തിന് പറയാനുള്ളത് തികച്ചും മറ്റൊന്നായിരിക്കുമെന്ന് എനിക്ക് തീർച്ചയുണ്ട്.

നേരു പറഞ്ഞാൽ ഓമനേ, ആ ഓഫീസറന്മാരും ഞാനും തമ്മിൽ എന്തെല്ലാമാണ് നടന്നതെന്നു ഞാൻ കൃത്യമായി ഓർക്കുന്നില്ല. വളരെ ഞെരുങ്ങിയ ഒരു ചുറ്റുപാടിലായിരുന്നു ഞാൻ എന്നു സമ്മതിച്ചേ തീരൂ. ഒരു മാസം മുഴുവൻ ഞാൻ ഒരേയൊരു തുരുമ്പിൽ പിടിച്ചുനിൽക്കുകയായിരുന്നുവെന്നു പറയാം. സ്ഥിതി ഇതിലപ്പുറം വഷളാകാനില്ല. ഞാൻ നിന്നിൽനിന്നും എന്റെ അയൽവാസികളിൽനിന്നും കാര്യങ്ങൾ മറച്ചുവച്ചു. പക്ഷേ വീട്ടുടമസ്ഥ വലിയ ബഹളമുണ്ടാക്കി. ഞാനതു വകവച്ചില്ല. ആ മൂതേവി എത്ര വേണമെങ്കിലും തൊള്ള തുറന്നോട്ടെ. എങ്കിലും ഒന്നാമത് അതൊരു നാണക്കേടായിരുന്നു. പോരെങ്കിൽ-എങ്ങിനെയെന്ന് ദൈവത്തിനേ അറിയാവൂ- നമ്മൾ തമ്മിലുള്ള കത്തിടപാടുകളെപ്പറ്റി അവർ അറിയാനിടയായി. അവർ എന്തെല്ലാമാണ് വിളിച്ചുകൂവിയതെന്നോ. എനിക്കെന്റെ ചെവി പൊത്തേണ്ടിവന്നു. പക്ഷേ, നിർഭാഗ്യവശാൽ, മറ്റുള്ളവർ ചെവി പൊത്തുകയല്ല, കൂർപ്പിക്കുകയാണ് ചെയ്തത്. ഇപ്പോൾപോലും, ഓമനേ, അതോർക്കുമ്പോൾ എനിക്ക് ലജ്ജ തോന്നുന്നു...

വാരെൻക, ഇങ്ങനെ പലപല കുഴപ്പങ്ങൾ ഒന്നിനൊന്നു പുറകെ വന്നപ്പോൾ ഞാൻ കറങ്ങിപ്പോയി. അങ്ങിനെയിരിക്കുമ്പോഴാണ് ഫെദോറയിൽനിന്ന് ഏറ്റവും വിചിത്രമായ ഒരുവിവരം കേട്ടത്. ഏതോ ഒരു നീചൻ നിന്റെ വീട്ടിൽ വന്ന് അയാളുടെ നിന്ദ്യമായ നിർദ്ദേശവുമായി നിന്നെ അപമാനിച്ചത്രെ. നിന്നെ അത് എത്രമാത്രം

വേദനിപ്പിച്ചിരിക്കുമെന്ന്, എന്റെ ഓമനേ, എനിക്ക് തോന്നിയ മനോവേദനയിൽനിന്ന് എനിക്ക് ഊഹിക്കാൻ കഴിഞ്ഞു. അപ്പോഴാണ് എനിക്കെന്റെ സമനില തെറ്റിയത്. വാരെൻക, ഞാൻ കലികയറി ഓടി. ആ പാപിയുടെ അടുത്തേക്ക് നേരെ പോകാനാണ് ഞാൻ ആഗ്രഹിച്ചത്. അവിടെച്ചെന്നിട്ട് എന്തു ചെയ്യുമെന്നതിനെപ്പറ്റി എനിക്ക് ഒരു രൂപവുമില്ലായിരുന്നു. പക്ഷേ, എന്റെ കൊച്ചുദേവതേ, നിന്നെ അപമാനിച്ചത് എനിക്ക് സഹിക്കാൻ കഴിഞ്ഞില്ല. എനിക്ക് വല്ലാത്ത സങ്കടം തോന്നി. പോരെങ്കിൽ, മഴയും. നിരത്തുകൾ മുഴുവൻ നനഞ്ഞ് തെന്നിക്കിടന്നിരുന്നു. എന്റെ മനസ്സിടിഞ്ഞു. ഞാൻ മനസ്സു മാറ്റി തിരികെപ്പോകാൻ ഭാവിച്ചതാണ്. ആ നിമിഷത്തിലാണ് എന്റെ അധോഗതി ഉണ്ടായത്. ഞാൻ യെമേല്യയെ കണ്ടുമുട്ടി-അതായത്, യെമേല്യാൻ ഇലിയിീച്ചിനെ. അയാളൊരു ഗുമസ്തനാണ്. എന്നുവച്ചാൽ, പിരിച്ചയയ്ക്കുന്നതുവരെ ഒരു ഗുമസ്തനായിരുന്നുവെന്നർത്ഥം. ഇപ്പോൾ എങ്ങിനെ കാലക്ഷേപം കഴിക്കുന്നുവെന്ന് എനിക്കൊരു പിടിയുമില്ല. ഞങ്ങൾ രണ്ടുപേരുംകൂടി പുറപ്പെട്ടു. എന്നിട്ട്- പക്ഷേ നിന്റെ സ്നേഹിതൻ നേരിട്ട ദൗർഭാഗ്യങ്ങളുടേയും പ്രലോഭനങ്ങളുടേയും കഥ കേട്ട് നിനക്കെന്തു സുഖം തോന്നാനാണ്, വാരെൻക? മൂന്നാം പക്കം വൈകിട്ട് യെമേല്യയുടെ പ്രേരണകൊണ്ട് ഞാൻ ആ ഓഫീസറുടെ വീട്ടിൽ കയറിച്ചെന്നു. വാതിൽ സൂക്ഷിപ്പുകാരനാണ് മേൽവിലാസം പറഞ്ഞുതന്നത്. ആ ഓഫീസറെപ്പറ്റി പറയുകയാണെങ്കിൽ, എന്റെ ഓമനേ, അയാൾക്കെന്തോ കുഴപ്പമുണ്ടെന്നു ഞാൻ നേരത്തേതന്നെ ശ്രദ്ധിച്ചിരുന്നതാണ്. അയാൾ ഞങ്ങളുടെ വീട്ടിൽ താമസിച്ചിരുന്നപ്പോൾ ഞാൻ അയാളെ നോട്ടമിട്ടിരുന്നു. ചെയ്തത് ബുദ്ധിമോശമായിപ്പോയെന്ന് ഇപ്പോൾ ഞാൻ മനസ്സിലാക്കുന്നുണ്ട്. കാരണം, നേരു പറഞ്ഞാൽ, ശരിക്കും വെളിവോടുകൂടിയല്ല ഞാൻ കയറിച്ചെന്നത്. എനിക്ക് യാതൊന്നും ഓർമ്മയില്ല, വാരെൻക. ആ മുറി നിറയെ ഓഫീസറന്മാരായിരുന്നുവെന്നു മാത്രം ഓർക്കുന്നുണ്ട്. അതോ ഞാൻ ഇരട്ടിപ്പായി കണ്ടതാണോ ആവോ. ദൈവത്തിനറിയാം. ഞാൻ പറഞ്ഞതെന്താണെന്ന് ഓർക്കുന്നില്ല ദേഷ്യപ്പെട്ട് വളരെയേറെ പറഞ്ഞെന്നു മാത്രം അറിയാം. പിന്നീടവർ എന്നെ മുറിയിൽനിന്നു പിടിച്ചുപുറത്താക്കി. കോണിയിൽനിന്നു തള്ളിയിടുകപോലും ചെയ്തു. തള്ളിയിട്ടെന്നു പറഞ്ഞുകൂടാ. വീട്ടിൽനിന്നു തള്ളിപ്പുറത്താക്കിയതേയുള്ളൂ. ഞാനെങ്ങിനെ വീടെത്തിയെന്നു നീ ഇതിനകംതന്നെ അറിഞ്ഞുകഴിഞ്ഞല്ലൊ. ഇത്രയേ പറയാനുള്ളൂ. എന്റെ അഭിമാനത്തിന് തീർച്ചയായും മുറിവേറ്റു. പക്ഷേ ആർക്കും ഇക്കാര്യം അറിഞ്ഞുകൂടാ, അതായത് അന്യർക്കാർക്കുമെന്നർത്ഥം. അറിയാവുന്നയാൾ നീ മാത്രമായതുകൊണ്ട് അങ്ങിനെയൊന്നു സംഭവിച്ചില്ലെന്നുതന്നെ കരുതാവുന്നതാണ്. അല്ലേ,

വാരെൻക? ഒരു കാര്യം എനിക്ക് തീർത്തറിയാം. കഴിഞ്ഞ വർഷം അക്സേന്തി ഓസിപ്പൊവിച്ച് പ്യോത്തർ പെത്രോവിച്ചിനെ ആഫീസിൽ വച്ച് ഇതേപോലെതന്നെ അപമാനിക്കുകയുണ്ടായി. പക്ഷേ അത് ഗോപ്യമായിട്ടാണ് ചെയ്തത്, വളരെ ഗോപ്യമായി. ആദ്യം അയാളെ കതകുസൂക്ഷിപ്പുകാരന്റെ മുറിയിലേക്കു വിളിച്ചു- കതകിലെ വിടവിലൂടെ ഞാൻ എല്ലാം കണ്ടതാണ്- എന്നിട്ടവിടെവച്ച് കണക്കുതീർത്തു. പക്ഷേ മാനമായ വിധത്തിൽ, സ്വകാര്യമായി. ഞാൻ കണ്ടത് കാര്യമാക്കാനില്ല. ഞാൻ ഒരുത്തരോടും പറഞ്ഞില്ല. പ്യോത്തർ പെത്രോവിച്ച് അന്തസ്സായി ത്തന്നെ പെരുമാറി. ഒന്നും മിണ്ടിയില്ല. അവരിപ്പോൾ കണ്ടുമുട്ടുമ്പോൾ പരസ്പരം കൈകൊടുത്ത് വന്ദിക്കാറുണ്ട്. ഞാൻ തർക്കിക്കുന്നില്ല, വാരെൻക. ഞാനതിനു മുതിരുന്നില്ല. ഞാൻ വളരെയധികം അധഃപതിച്ചു. എന്റെ കണ്ണിൽത്തന്നെ എന്റെ വിലയിടിഞ്ഞതാണ് ഏറ്റവും കഷ്ടം. ദൈവഹിതമായിരിക്കണം. വിധിവിഹിതം ആർക്ക് തടുക്കാനാവും? എന്റെ ഭാഗ്യദോഷങ്ങളുടേയും പരാജയങ്ങളുടേയും പൂർണ്ണവിവരം നിനക്കിപ്പോൾ ലഭിച്ചുകഴിഞ്ഞു, വാരെൻക. വാസ്തവത്തിൽ, വായിക്കാൻ കൊള്ളുന്നതല്ല അവ. ഓമനേ, എനിക്ക് നല്ല സുഖം തോന്നുന്നില്ല. എന്റെ ഉത്സാഹമൊക്കെ പെയ്പോയിരിക്കുന്നു. നിന്നോടുള്ള എന്റെ ആദരവും സ്നേഹവും വാത്സല്യവും ഉറപ്പിച്ചു പറയാൻ എന്നെ അനുവദിക്കുക.

വിധേയൻ
മക്കാർ ദേവുഷ്കിൻ

ജൂലൈ 29

പ്രിയപ്പെട്ട മക്കാർ അലെക്സേയെവിച്ച്!

ഞാൻ നിങ്ങളുടെ രണ്ട് കത്തുകളും വായിച്ച് വാപൊളിച്ചുപോയി. എന്റെ സാധുസ്നേഹിതാ! ഒന്നുകിൽ നിങ്ങൾ നിങ്ങളുടെ കുഴപ്പങ്ങളുടെ കുറേഭാഗം മറച്ചുവയ്ക്കുകയാണ്... അല്ലെങ്കിൽ... വാസ്തവത്തിൽ, മക്കാർ അലെക്സേയെവിച്ച്, എന്നോടു പറയാത്ത എന്തോ കുഴപ്പമുണ്ടെന്നാണ് നിങ്ങളുടെ കത്തുകൾ വായിച്ചിട്ടു തോന്നുന്നത്. ദയവുചെയ്ത് ഇന്നുതന്നെ മുടങ്ങാതെ ഞങ്ങളെ വന്നു കാണണം. വന്ന് ഞങ്ങളോടൊപ്പം ഭക്ഷണം കഴിക്കണം. അതാണ് കുറച്ചുകൂടി നല്ലത്. നിങ്ങളെങ്ങിനെ കഴിയുന്നുവെന്നോ ആ വീട്ടുടമസ്ഥയൊന്നിച്ച് എങ്ങിനെ പൊറുക്കുന്നുവെന്നോ ഒന്നും എന്നോട് പറഞ്ഞില്ലല്ലൊ. നിങ്ങൾ അതെപ്പറ്റി മനപ്പൂർവ്വം മൗനമവലംബിക്കുകയാണെന്നു തോന്നുന്നു. ഞാൻ നിർത്തുന്നു, സ്നേഹിതാ.

വരാതിരിക്കരുത്. നിങ്ങൾ എന്നും ഞങ്ങളുടെകൂടെ ഭക്ഷണം കഴിക്കുന്നതാണ് നല്ലത്. ഫെദോറ നന്നായി പാചകം ചെയ്യും. നിർത്തട്ടെ.

നിങ്ങളുടെ

വർവാറ ദൊബ്രൊസ്യോലൊവ

ആഗസ്റ്റ് 1

വർവാറ അലെക്സേയെവ്ന, എന്റെ കരളേ!

ഉപകാരത്തിന് പ്രത്യുപകാരം ചെയ്യാൻ ദൈവം ഒരവസരം തന്നല്ലോ എന്നോർത്ത് നീ സന്തോഷിക്കുകയാണ്, എന്റെ തങ്കം. എനിക്കത് തീർച്ചയായും അറിയാം, വാരെൻക. കാരണം, നിന്റെ ഹൃദയശുദ്ധിയെക്കുറിച്ച് എനിക്കുറപ്പുണ്ട്. വയസ്സുകാലത്ത് ബുദ്ധിമോശം പ്രവർത്തിച്ചതിന് എന്നോട് ദേഷ്യപ്പെടരുതെന്നു മാത്രം. ഞാൻ പരിഭവം പറയുകയല്ല, കേട്ടോ. സമ്മതിച്ചു, അതൊരു പാപമായിപ്പോയി. പക്ഷേ എന്റെ കൊച്ചുകൂട്ടുകാരി, നീയതു പറയുമ്പോൾ എനിക്ക് നോവുന്നു. ഞാൻ ഇങ്ങനെയൊക്കെ പറയുന്നതുകൊണ്ട് ദേഷ്യം തോന്നരുത്. എന്റെ ഹൃദയത്തിന് അത്രയ്ക്കു വേദനയുണ്ട്. പാവങ്ങൾ അരക്കിറുക്കന്മാരാണ്. ഒരു പക്ഷേ ജന്മനാതന്നെ അങ്ങിനെയായിരിക്കുമെന്നു തോന്നുന്നു. എനിക്ക് മുമ്പും തോന്നിയിട്ടുള്ളതാണിത്. ഒരു പാവത്തിന് എപ്പോഴും സംശയമാണ്. കടന്നുപോകുന്ന സകലരേയും അയാൾ സദാസമയം കടക്കണ്ണിലൂടെ ശ്രദ്ധിച്ചുകൊണ്ടിരിക്കും. അവർ തന്നെപ്പറ്റി പറയുകയാണോ, എന്താണ് പറയുന്നത്, എന്നൊക്കെയാണ് സംശയം. "പാവം! ഇയാൾ എന്താണാവോ വിചാരിക്കുന്നത്? ഈ വശത്തുനിന്ന്-അല്ലെങ്കിൽ ആ വശത്തുനിന്ന്-നോക്കിയാൽ കഷ്ടം തോന്നും!" എന്നായിരിക്കും ഒരുപക്ഷേ അവർ പറയുന്നത്. വാരെൻക, ഒരു പാവപ്പെട്ടവന് ചവറുവിലപോലുമില്ലെന്ന് എല്ലാവർക്കുമറിയാം. വാടകയെഴുത്തുകാർ എന്തൊക്കെപ്പറഞ്ഞാലും ആർക്കും അവനോട് ബഹുമാനം തോന്നുകയില്ല. എല്ലാം പഴയപടി തുടരും. എന്തുകൊണ്ടാണെന്നോ? എന്തുകൊണ്ടെന്നാൽ ഒരു പാവപ്പെട്ടവൻ എല്ലാവരും കാണത്തക്കവണ്ണം സർവ്വതും അകംപുറം തിരിച്ച് ധരിക്കുമെന്നാണ് അവരുടെ പ്രതീക്ഷ. ഉള്ളിൽ യാതൊന്നും സൂക്ഷിക്കരുത്. അവനെ സംബന്ധിച്ചിടത്തോളം പരിപാവനമായി യാതൊന്നും പാടില്ല. ആത്മാഭിമാനവും അവന് പറഞ്ഞിട്ടുള്ളതല്ല. തനിക്കുവേണ്ടി ഒരു പണപ്പിരിവു നടത്തിയ കഥ കഴിഞ്ഞ ദിവസം യെമേല്യ എന്നോട് പറഞ്ഞു. ഓരോ പത്തുകോപ്പെക്ക് തുട്ടു കിട്ടുമ്പോഴും ഔദ്യോഗികപരിശോധന പോലൊന്ന് അയാൾക്ക് സഹിക്കേണ്ടിവന്നു. പണം വെറുതെ

കൊടുക്കുകയാണെന്നായിരുന്നു അവരുടെ വിചാരം. വാസ്തവത്തിൽ ഒരു പാവപ്പെട്ടവന്റെ കാഴ്ച കാണാൻവേണ്ടി മുടക്കിയതാണവർ. ഇക്കാലത്ത് ദാനം നടക്കുന്നത് വിചിത്രമായിട്ടാണ്. ആർക്കറിയാം. ഒരുപക്ഷേ എന്നും ഇങ്ങനെയായിരുന്നിരിക്കും. അവർക്ക് ഒന്നുകിൽ അതെങ്ങിനെ വേണമെന്ന് യാതൊരു പിടിപാടുമില്ല, അല്ലെങ്കിൽ അക്കാര്യത്തിൽ സാമാന്യത്തിലേറെ വിരുതന്മാരാണവർ. ഇതാണ് സ്ഥിതി, എന്റെ ഓമനേ. മറ്റു കാര്യങ്ങളെപ്പറ്റി വളരെക്കുറച്ചേ അറിയാവൂ. എങ്കിലും ഒരു കാര്യത്തെപ്പറ്റി വേണ്ടതിലേറെ നമുക്കറിയാം. എന്തുകൊണ്ട്? അതാണനുഭവം. "ആ പപ്രശ്ശനായ ഗുമസ്തൻ ഇന്നുച്ചയ്ക്ക് എന്ത് കഴിക്കുമോ ആവോ? ഞാൻ ഫ്രഞ്ച് കട്ട്ലറ്റ് ആണ് തിന്നാൻ പോകുന്നത്. വെണ്ണയിടാത്ത പോറിഡ്ജായിരിക്കും മിക്കവാറും അയാളുടെ ഭക്ഷണം" എന്നിങ്ങനെ ഏതെങ്കിലും മാന്യൻ റസ്റ്റോറണ്ടിലേക്കു പോകുമ്പോൾ സ്വയം പറയുമെന്നു തീർച്ചയാണ്. ഞാൻ കഴിക്കുന്നതെന്തായാൽ അയാൾക്കെന്താ? അത്തരം മാന്യമാർ വാസ്തവത്തിലുണ്ട്, വാരെൻക. സൂക്ഷിച്ചാണോ നിലത്ത് ചവിട്ടുന്നത്, ഇന്നയിന്ന വകുപ്പിലെ വല്ല സാധു ഗുമസ്തന്റേയും കാൽവിരലുകൾ പൊട്ടിപ്പൊളിഞ്ഞ ബൂട്സിനകത്തുനിന്ന് ഉന്തിനിൽക്കുന്നുണ്ടോ, കൈമുട്ടിന്റെ ഭാഗം പിഞ്ഞിക്കീറിയിട്ടുണ്ടോ, എന്നെല്ലാം സദാസമയം ശ്രദ്ധിക്കുന്ന നീചന്മാരായ വാടകയെഴുത്തുകാരുണ്ട്. എന്നിട്ട് അതെല്ലാം വീട്ടിൽപ്പോയിരുന്ന് എഴുതുന്നു. ആ ചവറ് അച്ചടിപ്പിക്കുന്നു. ഹേ, മനുഷ്യാ, എന്റെ കൈമുട്ടിന്റെ ഭാഗം കീറിയിട്ടുണ്ടെങ്കിൽ നിങ്ങൾക്കെന്താ? ഞാൻ പച്ചയായി പറയുന്നതിൽ ക്ഷമിക്കണം. വാരെൻക, പക്ഷേ ഒരു സാധുവിന് ഒരു യുവതിയെപ്പോലെ തന്നെ ലജ്ജ തോന്നുന്ന ഒരു കാര്യമാണിത്. നിങ്ങൾ അന്യരുടെ മുമ്പിൽവച്ച് തുണിയഴിക്കില്ലല്ലൊ- ഞാനിങ്ങനെ മര്യാദയില്ലാതെ പറയുന്നതിൽ ക്ഷമിക്കണം. അതുപോലെതന്നെ ഒരു സാധുവിന് മറ്റുള്ളവർ അവന്റെ മാളത്തിൽ, അവന്റെ വീട്ടുകാര്യങ്ങളിൽ, തലയിടുന്നത് ഇഷ്ടമല്ല. അതുതന്നെയാണ് കുഴപ്പം! എന്നിട്ടിപ്പോൾ, എന്റെ സൽപ്പേരിനേയും ആത്മാഭിമാനത്തേയും കളങ്കപ്പെടുത്തിയ എന്റെ ശത്രുക്കളുടെ ഭാഗത്ത് ചേർന്ന മട്ടിൽ നീ എന്നെ ദണ്ഡിപ്പിക്കുന്നു, വാരെൻക.

വെറും നിസ്സാരനാണെന്ന ബോധത്തോടെ, ചൊറിപിടിച്ച കുരുവിയെപ്പോലെയാണ് ആഫീസിലും എന്റെ ഇരിപ്പ്. അതോർക്കുമ്പോൾ ത്തന്നെ ഞാൻ ലജ്ജകൊണ്ട് നീറുന്നു. കുപ്പായത്തിനിടയിലൂടെ പുറത്തുകാണുന്ന എന്റെ കൈമുട്ടുകളെക്കുറിച്ചും നൂലിന്റെ അറ്റത്ത് മണിപോലെ തൂങ്ങിക്കിടക്കുന്ന ബട്ടനുകളെക്കുറിച്ചും ഞാൻ എങ്ങിനെ ലജ്ജിക്കാതിരിക്കും? ഭാഗ്യദോഷമെന്നു പറയട്ടെ, ഇന്ന് പതിവിലും

വഷളായിരുന്നു. ആർക്കും കഷ്ടം തോന്നും. സ്തെപ്പാൻ കാർലൊവിച്ച പോലും എന്തോ കണ്ടു. ആഫീസുകാര്യം പറഞ്ഞുകൊണ്ടിരിക്കുമ്പോൾ അയാൾ പെട്ടെന്ന് "പാവം മക്കാർ അലെക്സേയെവിച്ച്" എന്നു പറഞ്ഞു സംസാരം നിർത്തി. പക്ഷേ അയാൾ പറയാൻ വന്നത് ഞാൻ ഊഹിച്ചു. എന്റെ മുഖം ചുവന്നു. കഷണ്ടിത്തലപോലും ജ്വലിച്ചു. അതൊന്നും അത്ര കാര്യമാക്കാനില്ല. എങ്കിലും മനുഷ്യനെ ദേഷ്യപ്പെടുത്താൻ അതുമതി. അവർക്കു വല്ല തുമ്പും കിട്ടിക്കാണുമോ? ഭഗവാനേ, അങ്ങിനെ വരല്ലേ! നേരുപറഞ്ഞാൽ, എനിക്ക് ഒരാളെക്കുറിച്ച് ബലമായ സംശയമുണ്ട്. വാടകയെഴുത്തുകാർ ഇതു വല്ലതും കാര്യമാക്കിയിട്ടുണ്ടോ. ആ അധമന്മാർ ഒരു കോപ്പെക്കിനുവേണ്ടി നിങ്ങളുടെ സ്വകാര്യജീവിതം വിറ്റുകളയും. അവൻമാർക്ക് പരിശുദ്ധമായിട്ടൊന്നുമില്ല.

ഇതാരുടെ പണിയാണെന്ന് എനിക്കറിയാം. റതസ്യായെവിന്റേതാണ്. മറ്റാരുടേയുമല്ല. അദ്ദേഹത്തിന് ഞങ്ങളുടെ വകുപ്പിലെ ആരേയോ പരിചയമുണ്ട്. അയാളോട് എല്ലാം പറഞ്ഞു കാണും-അതും, ധാരാളം പൊടിപ്പും തൊങ്ങലും വച്ച്. അതല്ലെങ്കിൽ അദ്ദേഹം സ്വന്തം വകുപ്പിലെ വല്ലവരോടും പറഞ്ഞിട്ട് അത് ഞങ്ങളുടെ വകുപ്പിലേക്ക് അരിച്ചിറങ്ങിയതാകാനും മതി. എന്റെ അയൽപക്കത്തുള്ള സകലർക്കും അറിയാം. ഒന്നൊഴിയാതെ സകലർക്കും. അവർ നിന്റെ ജനാലയിലേക്കു ചൂണ്ടിക്കാട്ടുന്നതുപോലും ഞാൻ കണ്ടതാണ്. ഞാൻ നിന്റെ വീട്ടിൽ ഭക്ഷണത്തിനു വന്നപ്പോൾ അവരെല്ലാവരും ജനാലയുടെ പുറത്തേക്ക് തല നീട്ടിപ്പിടിച്ച് എത്തിനോക്കി. കിളവൻ ഒരു കൊച്ചുകുഞ്ഞിന്റെ പിന്നാലെ കൂടിയിരിക്കുകയാണെന്ന് വീട്ടുടമസ്ഥ തട്ടിവിട്ടു. അവർ നിന്നെ എന്തോ ചീത്തപ്പേര് വിളിക്കുകയും ചെയ്തു. പക്ഷേ കൗശലം നിറഞ്ഞ പരിഹാസത്തോടെ നമ്മളെ വിവരിച്ചുകൊണ്ട് ഒരു പുസ്തകമെഴുതാനുള്ള റത്സ്യായെവിന്റെ ദുരുദ്ദേശവുമായി തട്ടിച്ചുനോക്കുമ്പോൾ അതൊന്നും സാരമില്ല. അദ്ദേഹംതന്നെ പറഞ്ഞതാണ് ഇക്കാര്യം. വിശ്വസിക്കാൻകൊള്ളാവുന്നവരാണ് എനിക്ക് ഈ മുന്നറിയിപ്പ് തന്നത്. ഞാൻ ധർമ്മസങ്കടത്തിലാണ്, എന്റെ ഓമനേ. നമ്മൾ എന്തുവേണം? നമ്മൾ ശിക്ഷയനുഭവിക്കണമെന്നത് ദൈവേച്ഛയാണ്, എന്റെ ദേവതേ, എനിക്ക് സമയം പോകാൻ ഒരു പുസ്തകം കൊടുത്തയയ്ക്കാമെന്ന് എഴുതിയിട്ടുണ്ടല്ലോ. സാരമില്ല. പുസ്തകങ്ങളിൽ എന്തിരിക്കുന്നു? കുറെയേറെ ജല്പനം മാത്രം! നോവലുകളും മടിയന്മാരുടെ രസത്തിനുവേണ്ടി എഴുതുന്ന അസംബന്ധമാണ്! ദീർഘകാലത്തെ അനുഭവത്തിൽനിന്ന് എനിക്കറിഞ്ഞുകൂടേ അത്? ചിലപ്പോൾ അവർ ഷേക്സ്പിയറെ എടുത്തിടും. "സാഹിത്യത്തിൽ ഷേക്സ്പിയറുണ്ട് " എന്നൊക്കെ പറയും. അതു

മറ്റെല്ലാറ്റിനേയുംപോലെതന്നെ അസംബന്ധമാണെന്ന് ഉറപ്പിക്കാം. വിഡ്ഢിത്തവും പരദൂഷണവും ഹാസ്യരചനയ്ക്കുമാത്രം പറ്റിയതുമാണ് അതൊക്കെ.

നിന്റെ

മക്കാർ ദേവുഷ്കിൻ

ആഗസ്റ്റ് 2

പ്രിയപ്പെട്ട മക്കാർ അലെക്സേയെവിച്ച്,

ഒന്നിനെക്കുറിച്ചും വിഷമിക്കരുത്. ദൈവസഹായംകൊണ്ട് എല്ലാം നേരെയാകും. ഞങ്ങൾക്ക് രണ്ടുപേർക്കുംവേണ്ടി ധാരാളം പണി ഫെദോറ സമ്പാദിച്ചിട്ടുണ്ട്. ഞങ്ങൾ വാശിയോടെ പണി തുടങ്ങിക്കഴിഞ്ഞു. ഒരുപക്ഷേ എല്ലാം നേരെയാക്കാൻ കഴിയുമായിരിക്കും. എന്നെ ഈയിടെയായി അലട്ടുന്ന ബുദ്ധിമുട്ടുകൾ ആന്ന ഫ്യോദൊറൊവ്നയുമായി എങ്ങിനെയോ ബന്ധപ്പെട്ടതാണെന്ന് അവർ സംശയിക്കുന്നു. എങ്ങിനെയായാലെന്താ? ഇന്ന് എന്തുകൊണ്ടോ എനിക്ക് ഉത്സാഹം തോന്നുന്നു. നിങ്ങൾ വീണ്ടും കടം വാങ്ങാൻ ഉദ്ദേശിക്കുന്നുവെന്നു കേട്ടു. ശാന്തം പാപം! കടം വീട്ടാനുള്ള സമയം വരുമ്പോൾ നിങ്ങളുടെ വിഷമത്തിന് അതിരുണ്ടാവില്ല. നിങ്ങൾ ഞങ്ങൾക്കേറ്റവും വേണ്ടപ്പെട്ട സ്നേഹിതനാണെന് ഓർമ്മിക്കൂ. ഞങ്ങളെ കൂടെക്കൂടെ വന്നു കാണൂ. വീട്ടുടമസ്ഥ പറയുന്നത് ഗൗനിക്കേണ്ട. നിങ്ങളുടെ മറ്റു ശത്രുക്കളുടെയും ദുഷ്ടബുദ്ധികളുടേയും കാര്യമാണെങ്കിൽ, ആ ഭയപ്പാടുകളൊക്കെ നിങ്ങളുടെ തോന്നൽ മാത്രമാണ്, മക്കാർ അലെക്സേയെവിച്ച്. നിങ്ങളുടെ എഴുത്തുരീതിക്ക് നിരപ്പില്ലെന്നു ഞാൻ മുമ്പു പറഞ്ഞിട്ടുണ്ടല്ലോ. ഇപ്പോഴും അതുതന്നെ സ്ഥിതി. വീണ്ടും കാണുന്നതുവരെ വിട വാങ്ങട്ടെ. നിങ്ങൾ അടുത്തുതന്നെ ഞങ്ങളെ സന്ദർശിക്കുമെന്നു പ്രതീക്ഷിക്കുന്നു.

നിങ്ങളുടെ

വി.ഡി.

ആഗസ്റ്റ് 3

വർവാറ അലെക്സേയെവ്ന, എന്റെ കൊച്ചുദേവതേ!

കരളേ, എനിക്ക് ആശയ്ക്ക് വകയുണ്ടെന്ന് ഞാൻ ആദ്യംതന്നെ പറഞ്ഞുകൊള്ളട്ടെ. പക്ഷേ ഞാൻ കടം വാങ്ങരുതെന്ന് നിനക്കെങ്ങിനെ പറയാൻ കഴിയും, തങ്കം? അതു സാദ്ധ്യമേയല്ല, എന്റെ

ഓമനേ, ഞാനിവിടെ കാൽക്കാശില്ലാതെ ഇരിക്കുമ്പോൾ നിനക്ക് വല്ലതും വന്നുപോയാലോ! ദൈവം അതിനിടവരുത്താതിരിക്കട്ടെ! എത്ര ദുർബ്ബലയാണ് നീ. ഞാൻ കടം വാങ്ങിയേ തീരൂ എന്ന് പറയുന്നത് അതുകൊണ്ടാണ്. പക്ഷേ, അതു പോകട്ടെ.

ആദ്യംതന്നെ, വർവാറ അലെക്സേയെവ്ന, ഞാനൊരു കാര്യം പറയാം. ആഫീസിൽ ഞാൻ ഇരിക്കുന്നത് യെമെല്യാൻ ഇവാനൊവിച്ചിന്റെ അടുത്താണ്. മുമ്പൊരിക്കൽ പറഞ്ഞ യെമെല്യാനല്ല ഇത്. ഇയാൾ എന്നെപ്പോലെതന്നെ ഒരു "ടിറ്റ്യൂലർ കൗൺസിലർ"[31] ആണ്. ഒരുപക്ഷേ ഞങ്ങൾ രണ്ടുപേരുമായിരിക്കും ഇവിടുത്തെ ഏറ്റവും പഴക്കം ചെന്ന ജോലിക്കാർ. ആൾ ദയാലുവും നിസ്വാർത്ഥനുമാണ്. പക്ഷേ ആരോടും മിണ്ടില്ല. കണ്ടാൽ ഒരു ഉൾനാട്ടുകാരനാണെന്നു തോന്നും. പക്ഷേ ജോലിയിൽ സമർത്ഥനാണ്. കൈപ്പട അച്ചടിപോലെ ഇരിക്കും. നേരു പറഞ്ഞാൽ, എന്റേതിലും ഒട്ടും മോശമല്ല. ചുരുക്കത്തിൽ ഒരു യോഗ്യൻ. ഞങ്ങൾ തമ്മിൽ ഒരിക്കലും വലിയ അടുപ്പത്തിലായിരുന്നില്ല. കുശലം ചോദിക്കുമെന്നു മാത്രം. വല്ല പേനാക്കത്തിയോ മറ്റോ ആവശ്യം വരുമ്പോൾ ഞാൻ ചോദിക്കും: "യെമെല്യാൻ ഇവാനൊവിച്ച്, ദയവു ചെയ്ത് നിങ്ങളുടെ പേനാക്കത്തി ഒന്നു തരാമോ?" അങ്ങിനെ വേറെയും....

പക്ഷേ ഇന്ന് അയാൾ പെട്ടെന്നു പറഞ്ഞു: "എന്താണിത്ര ആലോചന, മക്കാർ അലെക്സേയെവിച്ച്?" അയാൾ സദുദ്ദേശംകൊണ്ടാണ് അങ്ങിനെ പറഞ്ഞതെന്ന് എനിക്ക് മനസ്സിലായി. ഞാൻ എല്ലാം തുറന്നുപറഞ്ഞു. എല്ലാമെന്നു പറഞ്ഞുകൂടാ. അതിനുള്ള ധൈര്യം എനിക്കുണ്ടായിരുന്നില്ല. വലിയ ബുദ്ധിമുട്ടാണെന്നും മറ്റും പറഞ്ഞു. അത്രമാത്രം. "പക്ഷേ സ്നേഹിതാ, നിങ്ങൾക്ക് പ്യോത്തർ പെത്രോവിച്ചിന്റെ അടുത്തുനിന്ന് കടം വാങ്ങിക്കൂടേ?" യെമെല്യാൻ ഇവാനൊവിച്ച് ചോദിച്ചു. "അദ്ദേഹം പലിശയ്ക്കു പണം കടംകൊടുക്കും. ഞാൻ തന്നെ അദ്ദേഹത്തിന്റെ അടുത്തുനിന്നു കടം വാങ്ങിയിട്ടുണ്ട്. പലിശ ന്യായമായിട്ടുള്ളതാണ്, കഴുത്തറക്കുന്നതല്ല." അതു കേട്ടപ്പോൾ, എന്റെ വാരെൻക, എന്റെ ഹൃദയം തുള്ളിച്ചാടി. എനിക്ക് പണം കടംതരണമെന്ന് ഒരുപക്ഷേ ദൈവം പ്യോത്തർ പെത്രോവിച്ചിന്റെ ചെവിയിൽ ഓതുമായിരിക്കും. വീട്ടുടമസ്ഥയ്ക്ക് പണം കൊടുക്കുന്നതും നിന്നെ സഹായിക്കുന്നതും എനിക്കു തന്നെ ചില അത്യാവശ്യസാധനങ്ങൾ വാങ്ങുന്നതുമെല്ലാം ഞാൻ മനസ്സിൽ കണക്കുകൂട്ടി. ഞാൻ ശരിക്കുമൊരു പേക്കോലമായിട്ടുണ്ടെന്ന് അറിയാമല്ലോ. അവിടെ അങ്ങിനെ ഇരിക്കാൻ എനിക്ക് വല്ലാത്ത ലജ്ജ തോന്നുന്നുണ്ട്. പോരെങ്കിൽ, എന്റെ വിരോധികൾ എന്നെ കളിയാക്കുന്നുമുണ്ട്. ദൈവം അവരോടു പൊറുക്കട്ടെ! തിരുമനസ്സും ചിലപ്പോൾ

ഞങ്ങളുടെ മേശയ്ക്കുടുത്തുകൂടി കടന്നുപോകാറുണ്ട്. അദ്ദേഹം-ദൈവം എന്നോടു കരുണ കാട്ടണേ!- എന്റെ വേഷം കാണാനിടയായാലോ? വൃത്തിയുടെ കാര്യത്തിൽ വലിയ കണിശക്കാരനാണ് അദ്ദേഹം. ഒന്നും പറയാതെ കടന്നുപോയെന്നിരിക്കും. പക്ഷേ നാണക്കേടുകൊണ്ടു ഞാൻ പിന്നെ ജീവിച്ചിട്ടു കാര്യമില്ല. അതുകൊണ്ടാണ് എന്റെ കീറിപ്പറിഞ്ഞ കീശയിൽ നാണം ഒളിച്ചുകൊണ്ട് എനിക്ക് അവസാനം പ്യോത്തർ പെത്രോവിച്ചിന്റെ അടുത്ത് പോകേണ്ടിവന്നത്. പേടികൊണ്ട് ഒരു ജീവച്ഛവമായിക്കഴിഞ്ഞിരുന്നെങ്കിലും എനിക്ക് വലിയ പ്രതീക്ഷയായിരുന്നു. ഒന്നാലോചിച്ചുനോക്കൂ, വാരെൻക. എല്ലാം വെറുതെയായിപ്പോയി. യാതൊരു ഫലവുമുണ്ടായില്ല. പ്യോത്തർ പെത്രോവിച്ച് ഫെദൊസേയ് ഇവാനൊവിച്ചിനോട് എന്തോ സംസാരിച്ചുകൊണ്ടിരിക്കുമ്പോഴാണ് ഞാൻ പുറകെ ചെന്ന് "ഹേയ്, പ്യോത്തർ പെത്രോവിച്ച്!" എന്നു വിളിക്കുന്ന മട്ടിൽ അദ്ദേഹത്തിന്റെ കുപ്പായക്കയ്യിൽ പിടിച്ചുവലിച്ചത്. അദ്ദേഹം തിരിഞ്ഞുനോക്കിയപ്പോൾ എനിക്ക് മുപ്പത് റൂബിളാണ് വേണ്ടതെന്നു ഞാൻ പറഞ്ഞു. അദ്ദേഹത്തിന് ആദ്യം കാര്യം മനസ്സിലായില്ലന്നു തോന്നി. ഞാൻ വീണ്ടും പറഞ്ഞപ്പോൾ അദ്ദേഹമൊന്നു ചിരിച്ചു. അത്രമാത്രം. ഞാൻ ആദ്യം മുതലേ വീണ്ടും പറഞ്ഞുതുടങ്ങി. അവസാനം അദ്ദേഹം ചോദിച്ചു! "എന്ത് ഈടാണ് ഉള്ളത്?" ഇത്രയും പറഞ്ഞുകൊണ്ട് അദ്ദേഹം കടലാസുവായനയിൽ മുഴുകി. ഞാൻ അവിടെ നിൽക്കുന്ന കാര്യംതന്നെ മറന്നുപോയതുപോലെ തോന്നി. ഞാൻ കുറച്ചൊന്നു കുഴങ്ങി. "ഇല്ല, പ്യോത്തർ പെത്രോവിച്ച്," ഞാൻ പറഞ്ഞു. "എന്റെ കൈവശം യാതൊരു ഈടുമില്ല. പക്ഷേ ശമ്പളം കിട്ടിയാലുടൻ പണം മടക്കിത്തരാം. തീർച്ചയായും മടക്കിത്തരാം. ഞാൻ മടക്കിത്തരുമെന്ന് ഉറപ്പിക്കാം." ആ സമയത്ത് ആരോ വന്ന് അദ്ദേഹത്തെ വിളിച്ചുകൊണ്ടുപോയി. ഞാൻ കാത്തുനിന്നു. പക്ഷേ തിരിച്ചുവന്നശേഷം, ഞാനവിടെ ഇല്ലെന്ന മട്ടിൽ, അദ്ദേഹം പേന നേരെയാക്കാൻ തുടങ്ങി. ഞാൻ വീണ്ടും എടുത്തിട്ടു: "എങ്ങിനെയെങ്കിലുമൊന്ന് സാധിച്ചുതന്നുകൂടേ, പ്യോത്തർ പെത്രോവിച്ച്?" പക്ഷേ അദ്ദേഹം കേട്ട ഭാവമേ വച്ചില്ല. ഞാൻ നിന്ന് മുഷിഞ്ഞു. അറ്റ കൈയ്ക്ക് കുപ്പായക്കയ്യിൽ ഒന്നുകൂടി പിടിച്ചുവലിച്ചു. അദ്ദേഹം ഒരക്ഷരം മിണ്ടിയെന്നാണോ വിചാരം? ഇല്ലേയില്ല. പേന നേരെയാക്കിക്കഴിഞ്ഞ് എഴുതാൻ തുടങ്ങി. ഞാൻ അതുകൊണ്ട് ഇറങ്ങിപ്പോന്നു.

എന്റെ ഓമനേ, ഒരുപക്ഷേ അവരൊക്കെ യോഗ്യന്മാരായിരിക്കും. പക്ഷേ എന്തൊരു ഭാവമാണ്! ഹോ, വല്ലാത്ത ഭാവം! പോരെങ്കിൽ! നമ്മുടെ തരക്കാരിൽനിന്നും എത്രയോ അകന്നാണു നിൽക്കുന്നത്. ഞാൻ എന്തിന് ഇതെല്ലാം എഴുതുന്നു? ഞാൻ യെമെല്യാൻ

ഇവാനൊവിച്ചിനോട് പറഞ്ഞപ്പോൾ അയാൾ ചിരിച്ച് തല കുലുക്കി. എങ്കിലും, ദൈവം അനുഗ്രഹിക്കട്ടെ, അയാൾ എനിക്ക് ആശ തന്നു. യോഗ്യനാണയാൾ. പതിനാലാം തരത്തിൽപ്പെട്ട ഒരു ഉദ്യോഗ സ്ഥൻ12 അയാളുടെ പരിചയത്തിലുണ്ട്. വീബൊർഗ് ഭാഗത്താണ് താമസം. പലിശയ്ക്ക് പണം കടം കൊടുക്കും. എന്റെ പേര് അയാളോടു ശുപാർശചെയ്യാമെന്ന് യെമെല്യാൻ ഇവാനൊവിച്ച് പറഞ്ഞു. എനിക്ക് തീർച്ചയായും കടം തരുമെന്നാണ് അയാൾ പറയുന്നത്. ഞാൻ നാളെ പോയി കാണാം. കാണട്ടേ? ദൈവം എനിക്ക് പണം കിട്ടുമാറാക്കണേ! വീട്ടുടമസ്ഥ എന്നെ വീട്ടിൽനിന്ന് ഓടിക്കുകയാണ്. ഭക്ഷണം തരുന്നില്ല. എന്റെ ബൂട്സും മുഴുവൻ തേഞ്ഞുകഴിഞ്ഞു. ചില ബട്ടനുകളുമില്ല.. ഹാ! എനിക്ക് അതിന്റെ കുറവേയുള്ളോ! എന്റെ ഈ പ്രാകൃതരൂപത്തിൽ മേലധികാരികളാരെങ്കിലും നോക്കാനിടയായാലോ! കുഴപ്പത്തിന് ഒരവസാനമില്ല, വാരെൻക!

മക്കാർ ദേവുഷ്കിൻ

ആഗസ്റ്റ് 4

മക്കാർ അലെക്സേയെവിച്ച്, എന്റെ ദയാലുവായ സ്നേഹിതാ.

ദൈവത്തെ ഓർത്ത് കഴിയുന്നതും വേഗം കടം വാങ്ങൂ. ഈയൊരു ചുറ്റുപാടിൽ ഞാൻ ഒരിക്കലും നിങ്ങളുടെ സഹായം ചോദിക്കുകയില്ലായിരുന്നു. പക്ഷേ ഞങ്ങളുടെ സ്ഥിതി നിങ്ങൾ അറിഞ്ഞിരുന്നെങ്കിൽ! ഞങ്ങൾക്ക് ഈ വീട്ടിൽ ഇനി കൂടുതൽ താമസിക്കാൻ നിവൃത്തിയില്ല. എന്തെല്ലാം ബുദ്ധിമുട്ടാണ് എനിക്ക് സഹിക്കേണ്ടിവന്നത്! എനിക്ക് എത്രമാത്രം മനപ്രയാസമുണ്ടെന്നു പറഞ്ഞറിയിക്കാൻ സാദ്ധ്യമല്ല. ഇന്നു രാവിലെ ഒരു പ്രായംചെന്ന മനുഷ്യൻ-വൃദ്ധനെന്നു തന്നെ പറയാം- കീർത്തിമുദ്രകളുമൊക്കെ അണിഞ്ഞ് എന്നെ കാണാൻ വന്നു. എനിക്ക് പരിചയമില്ലാത്തയാളാണ്. അയാളുടെ ഉദ്ദേശമെന്താണെന്ന് എനിക്ക് ഊഹിക്കാൻ കഴിഞ്ഞില്ല. ഫെദോറ കടയിൽ പോയിരിക്കുകയായിരുന്നു. എന്റെ താമസമൊക്കെ എങ്ങിനെ എന്നയാൾ ചോദിച്ചു. മറുപടിക്ക് കാക്കാതെ, താൻ ആ ഓഫീസറുടെ അമ്മാവനാണെന്നും ഞങ്ങളെ കെട്ടിടത്തിലുള്ള സകലരുടേയും സംസാരവിഷയമാക്കത്തക്കവണ്ണം പെരുമാറിയതിന് അനന്തിരവനോടു താൻ കോപിച്ചിരിക്കുകയാണെന്നും പറഞ്ഞു. അനന്തിരവൻ ചെറുപ്പമാണെന്നും ഒന്നിനും കൊള്ളരുതാത്തവനാണെന്നും പറഞ്ഞുകൊണ്ട് അയാൾ എന്നെ തന്റെ സംരക്ഷണയിലെടുക്കാൻ സന്നദ്ധനായി. ചെറുപ്പക്കാരെ ഗൗനിക്കരുതെന്ന് എന്നെ ഉപേദശിച്ചു. ഒരു അച്ഛനെപ്പോലെ എന്നോട് സഹതാപം തോന്നുന്നുണ്ടെന്നും

തന്റെ വികാരങ്ങൾ പിതൃസഹജമാണെന്നും എന്നെ സഹായിക്കാൻ തയ്യാറാണെന്നും പറഞ്ഞു. എന്ത് പറയണമെന്ന നിശ്ചയമില്ലാതെ ഞാൻ തുടുത്ത മുഖത്തോടെ അവിടെ നിന്നു. എങ്കിലും നന്ദി പറയാൻ തിടുക്കം കാണിച്ചില്ല. ഞാൻ എതിർത്തിട്ടും അയാൾ എന്റെ കയ്യിൽ പിടിക്കുകയും കവിളിൽ തലോടുകയും ചെയ്തു. ഞാൻ സുന്ദരിയാണെന്നും എന്റെ നുണക്കുഴികൾ അയാൾക്ക് വളരെ ഇഷ്ടപ്പെട്ടെന്നും (എന്തുകൊണ്ടാണെന്ന ദൈവത്തിനറിയാം) പറഞ്ഞു. അവസാനം, താനൊരു വയസ്സനാണെന്ന ന്യായം പറഞ്ഞുകൊണ്ട് (പക്ഷേ അറുവഷളനായ വയസ്സനാണെന്നുമാത്രം) അയാൾ എന്നെ ഉമ്മവയ്ക്കാൻപോലും ശ്രമിച്ചു. ആ സമയത്ത് ഫെദോറ മടങ്ങിവന്നു. അയാൾ കുറച്ചൊന്നു വല്ലാതായി. എന്റെ വിനയത്തേയും വിവേകത്തേയും കുറിച്ചുള്ള മതിപ്പ് ആവർത്തിച്ച് രേഖപ്പെടുത്തി. തന്നെ ഒരു അന്യനായി കരുതുകയില്ലെന്ന ആശ പ്രകടിപ്പിച്ചു. അയാൾ ഫെദോറയെ ഒരരികിലേക്കു കൂട്ടിക്കൊണ്ടുപോയി വിചിത്രമായ എന്തോ കാരണം പറഞ്ഞ് പണം കൊടുക്കാൻ ശ്രമിച്ചു. ഫെദോറ പണം വാങ്ങിയില്ലെന്നു പറയേണ്ടതില്ലല്ലോ. അവസാനം അയാൾ പോകാൻ തയ്യാറായി. എന്നെ വീണ്ടും വന്നുകാണാമെന്നും ഒരു ജോടി കമ്മൽ കൊണ്ടുത്തരാമെന്നും പറഞ്ഞു. (അയാൾ നിന്നു പരുങ്ങുന്നതുപോലെ തോന്നി). ഞാൻ കുറേക്കൂടി ഭേദപ്പെട്ട ഒരിടത്തേക്കു താമസം മാറ്റണമെന്ന് എന്നെ ഉപദേശിച്ചു. അയാൾ ഒരിടം കണ്ടുവച്ചിട്ടുണ്ടത്രെ. ചെലവൊന്നും ഞാനറിയേണ്ടെന്നു പറഞ്ഞു. ഞാൻ നേരും ചൊവ്വും വിവരവുമുള്ള പെണ്ണായതുകൊണ്ട് എന്നോട് എന്തെന്നില്ലാത്ത ഇഷ്ടം തോന്നുന്നുണ്ടെന്ന് അയാൾ ഒരിക്കൽക്കൂടി പറഞ്ഞു . വഴിപിഴച്ച ചെറുപ്പക്കാരെ സൂക്ഷിക്കണമെന്നു താക്കീതു തന്നു. ആന്ന ഫ്യോദൊറൊവ്നയെ പരിചയമുണ്ടെന്നും അവർ നേരിട്ട് എന്നെവന്നു കാണുമെന്ന് എന്നോടു പറയാൻ ഏല്പിട്ടുണ്ടെന്നും അവസാനം അയാൾ സമ്മതിച്ചു. അപ്പോഴാണ് എനിക്ക് എല്ലാം വ്യക്തമായത്. എനിക്കപ്പോൾ തോന്നിയതെന്തൊക്കെയാണെന്നു പറഞ്ഞറിയിക്കാൻ സാദ്ധ്യമല്ല. ജീവിതത്തിൽ ആദ്യമായിട്ടാണ് ഞാൻ ഇതുപോലൊരു സ്ഥിതിയിൽ അകപ്പെടുന്നത്. എനിക്ക് കോപമടക്കാൻ കഴിഞ്ഞില്ല. അയാളെപ്പറ്റി മനസ്സിൽ തോന്നിയതു മുഴുവൻ ഞാൻ തുറന്നുപറഞ്ഞു. ഫെദോറ എന്നെ പിന്താങ്ങി. ഏതാണ്ട് ബലം പ്രയോഗിച്ചുതന്നെ അവർ അയാളെ പിടിച്ചു പുറത്താക്കി. ആന്ന ഫ്യോദൊറൊവ്നയുടെ പണിയാണിതെന്ന് ഞങ്ങൾക്കു തീർച്ചയാണ്. അല്ലെങ്കിൽ പിന്നെങ്ങിനെ അയാൾ ഞങ്ങളെക്കുറിച്ച് അറിയാൻ ഇടയായി?

ഞാൻ നിങ്ങളോട് അപേക്ഷിക്കുകയാണ്, മക്കാർ അലെക്സേയെവിച്ച്. ഇതുപോലൊരവസ്ഥയിൽ എന്നെ കൈവെടിയരുത്. ദയവുചെയ്ത്

കുറെ പണം കടം വാങ്ങൂ. കുറച്ചായാലും മതി. കാരണം, ഞങ്ങൾ മാറി ത്താമസിച്ചേ പറ്റൂ. ഇവിടെ കൂടുതൽ താമസിക്കാൻ നിവൃത്തിയില്ല. ഇതുതന്നെയാണ് ഫെദോറയുടേയും അഭിപ്രായം. ഞങ്ങൾക്ക് ഇരുപ ത്തഞ്ചു റൂബിളെങ്കിലും വേണം. ഞാൻ പണം മടക്കിത്തരാം. ഞാനത് എങ്ങിനെയെങ്കിലും ഉണ്ടാക്കും. ഫെദോറ എനിക്ക് ചെയ്യാനായി കൂടുതൽ പണി കണ്ടുപിടിക്കും. അതുകൊണ്ട്, പലിശ എത്രയായാലും വേണ്ടില്ല, പണം കടം വാങ്ങൂ. ഞാൻ മുഴുവൻ മടക്കിത്തരാം. എന്നെ സഹായിച്ചാൽ മാത്രം മതി. നിങ്ങളുടെ ചുറ്റുപാടുകൾ വളരെ മോശമാ യിരിക്കുന്ന ഈയവസരത്തിൽ നിങ്ങളെ ബുദ്ധിമുട്ടിക്കാൻ സങ്കടമുണ്ട്. പക്ഷേ നിങ്ങളാണ് എന്റെ ഒരേയൊരു ആശ. ഞാൻ നിർത്തുന്നു, മക്കാർ അലെക്സേയെവിച്ച്. എന്നെ ഓർക്കുക. ദൈവസഹായത്തോടെ പരമാവധി ശ്രമിക്കുക.

വി.ഡി.

ആഗസ്റ്റ് 4

എനിക്കേറ്റവും വിലപ്പെട്ട ഓമനേ, വർവാറ അലെക്സേയെവ്ന,

ഓർക്കാപ്പുറത്തുള്ള അടികളേറ്റ് ഞാനാകെ ഉലഞ്ഞിരിക്കുകയാണ്. ഈ അത്യാഹിതങ്ങൾ എന്റെ മനോവീര്യം മുഴുവൻ തകർത്തുകളഞ്ഞു. ഈ ചെറ്റകളും കിളവന്മാരുംകൂടി നിന്നെ രോഗശയ്യയിലെന്നല്ല മരണ ശയ്യയിൽത്തന്നെ എത്തിക്കും, എന്റെ തങ്കം. എന്റെയും കഥ കഴിക്കണ മെന്നാണ് ആ ചെറ്റകളുടെ ആഗ്രഹം. അവരതു ചെയ്യും, സത്യമായിട്ടും ചെയ്യും. നിനക്കിപ്പോൾ പണം കണ്ടുപിടിച്ചുതരാത്തതിലും ഭേദം ഞാൻ മരിക്കുകയാണ്. നിന്നെ സഹായിച്ചില്ലെങ്കിൽ അത് എന്റെ അവസാന മായിരിക്കും, വാരെൻക. തീർച്ചയായും എന്റെ അവസാനമായിരിക്കും. അങ്ങിനെ സംഭവിച്ചാൽ, ക്രൂരരായ മൃഗങ്ങളുടെ കയ്യേറ്റത്തിൽനിന്നു രക്ഷപ്പെടാൻ കൂടുവിട്ടു പറന്നുപോകുന്ന കിളിയെപ്പോലെ നീ പറന്നു പൊയ്ക്കളയും. അതോർക്കുമ്പോൾ, എന്റെ ഓമനേ, എനിക്ക് വല്ലാത്ത വിഷമം തോന്നുന്നു. വാരെൻക, എന്നോട് ഇത്ര ക്രൂരമായി പെരുമാറാൻ നിനക്ക് എങ്ങിനെ തോന്നുന്നു? പറയൂ, എങ്ങിനെ തോന്നുന്നു? നീ കഷ്ടപ്പെടുകയാണ്. തീ തിന്നുകയാണ്, ദണ്ഡനയനുഭവിക്കുകയാണ്. എന്നിട്ടും എന്നെ വേദനിപ്പിക്കാൻ നീ മടിക്കുന്നു. പണം മടക്കിത്തരാ മെന്ന്-അതായത്, തക്കസമയത്ത് കടം മടക്കിക്കൊടുക്കാൻവേണ്ടി നിന്റെ തുച്ഛമായ ആരോഗ്യം നശിപ്പിക്കുമെന്ന്, നീ അത്യന്തം ശോച നീയമായി എനിക്ക് ഉറപ്പുതരുന്നു. വളരെ ആലോചിച്ചു വേണം, വാരെൻക, ഇത്തരം കാര്യങ്ങൾ പറയാൻ. നീ പാടുപെടുകയും തുന്നി ക്കൂട്ടുകയും നിന്റെ കൊച്ചു തല ദണ്ഡിപ്പിക്കുകയും ഭംഗിയുള്ള കണ്ണുകൾ

ചീത്തയാക്കുകയും ആരോഗ്യം നശിപ്പിക്കുകയും ചെയ്തിട്ടെന്തു കാര്യം? കഷ്ടം, വാരെൻക! എന്നെക്കൊണ്ട് ഒന്നിനും കൊള്ളുകയില്ലെന്ന് എനിക്കറിയാം. എങ്കിലും എന്തെങ്കിലുമൊന്നിനു കൊള്ളാറാകും, തീർച്ച. എന്തും വരട്ടെ. ഞാൻ കൂടുതൽ പണി സമ്പാദിക്കും. എഴുത്തുകാർക്ക് കടലാസുകൾ പകർത്തിക്കൊടുക്കും. ഞാൻതന്നെ അവരുടെയടുത്തു പോയി പണി തരാൻ യാചിക്കും. നന്നായി പകർത്തിയെഴുതാൻ ആരെയെങ്കിലും അവർക്കു വേണമല്ലോ. എനിക്കറിയാം അവർക്കു വേണമെന്ന്. നീ പണിയെടുത്ത് കിടപ്പിലാകാൻ ഞാൻ സമ്മതിക്കില്ല. നിന്റെ അപകടകരമായ ഉദ്ദേശങ്ങൾ നടപ്പാക്കാൻ ഞാൻ സമ്മതിക്കില്ല. എന്റെ ദേവതേ, ഞാൻ തീർച്ചയായും എങ്ങിനെയെങ്കിലും പണം കടം വാങ്ങാം. ഞാൻ മരിച്ചാലും വാങ്ങും. പലിശ കൂടുതലായിപ്പോയാലും പേടിക്കേണ്ടെന്നാണ് നീ പറയുന്നത്. വിഷമിക്കണ്ട, എന്റെ ഓമനേ. എനിക്കിപ്പോൾ ഒന്നിനെക്കുറിച്ചും പേടിയില്ല. ഞാൻ നോട്ടായി നാല്പതു റൂബിളാണ് ചോദിക്കാൻ പോകുന്നത്. അതത്ര കൂടുതല്ല, ആണോ? അവർ എന്നെ വിശ്വസിച്ച് നാല്പതു റൂബിൾ തരുമോ? എന്റെ വാക്കിന്റെ മാത്രം ബലത്തിൽ തരുമോ? ഒറ്റനോട്ടത്തിൽ അവർക്കെന്നെപ്പറ്റി വിശ്വാസം തോന്നുമോ? അതായത്, എന്റെ മുഖത്തൊന്നു നോക്കിയാൽ നല്ല അഭിപ്രായം തോന്നുമോ? ഓമനേ, എന്റെ രൂപം ഒന്നു മനസ്സിൽ കണ്ടിട്ട് പറയൂ- അങ്ങിനെ തോന്നുമോ? നീ എന്തു പറയുന്നു? എനിക്കിപ്പോൾ വല്ലാത്ത സംഭ്രമം തോന്നുന്നു. വാസ്തവത്തിൽ വേദനാകരമാണത്. നാല്പതു റൂബിളിൽ ഇരുപത്തഞ്ച് ഞാൻ നിനക്കായി നീക്കിവയ്ക്കും, വാരെൻക. രണ്ടു റൂബിൾ വീട്ടുടമസ്ഥയ്ക്ക്. ബാക്കി എന്റെ ആവശ്യത്തിനും. വീട്ടുടമസ്ഥയ്ക്ക് വാസ്തവം പറഞ്ഞാൽ കൂടുതൽ കൊടുക്കേണ്ടതാണ്. അവർക്കതിന് അവകാശവുമുണ്ട്. പക്ഷേ എനിക്ക് എന്തെല്ലാം ആവശ്യങ്ങളുണ്ടെന്ന് ഒന്നാലോചിച്ചുനോക്കൂ, വാരെൻക. അവർക്ക് കൂടുതൽ കൊടുക്കാൻ സത്യത്തിൽ എന്നെക്കൊണ്ടാവില്ലെന്ന് അപ്പോൾ നിനക്കു മനസ്സിലാകും. പിന്നെ അതെപ്പറ്റി സംസാരിച്ചിട്ട്, എന്തു കാര്യം? ഒരു വെള്ളിറൂബിൾ കൊടുത്താൽ പുതിയ ഒരു ജോടി ബൂട്സ് കിട്ടും. എന്റെ പഴയ ബൂട്സ് നാളെപ്പോലും എന്നെ ആഫീസുവരെ എത്തിക്കുമെന്നു തോന്നുന്നില്ല. കഴുത്തിൽ കെട്ടാൻ ഒരു ടവാലകൂടിയുണ്ടെങ്കിൽ നന്നായിരിക്കും. ഇപ്പോഴുള്ളതിന് ഒരു കൊല്ലത്തെ പഴക്കമുണ്ട്. പക്ഷേ നിന്റെ ഏപ്രൺ വെട്ടി എനിക്ക് അത്തരമൊരു ടവാലയും ഷർട്ടിന്റെ മുൻവശത്തുവയ്ക്കാനുള്ള തുണിയും തുന്നിത്തരാമെന്നു നീ പറഞ്ഞിട്ടുണ്ടല്ലോ. അതുകൊണ്ട് അവയെപ്പറ്റി വിഷമിക്കാനില്ല. അപ്പോൾ പുതിയൊരു ജോടി ബൂട്സും കഴുത്തിൽ കെട്ടാനുള്ള ടവാലയുമായി. പക്ഷേ ബട്ടനുകളുടെ കാര്യമെങ്ങിനെ,

എന്റെ കൊച്ചു ചങ്ങാതീ? എനിക്ക് ബട്ടനുകൾ കൂടാതെ പറ്റില്ലെന്നു നീ സമ്മതിക്കുമല്ലോ, എന്റെ കൊച്ചു വാരെൻക. എന്റെ കോട്ടിന്റെ ഒരു വശത്തുള്ളതു മുഴുവൻ പോയിരിക്കുന്നു. ഇത്തരം വൃത്തികേട് തിരുമനസ്സിന്റെ കണ്ണിൽ പെട്ടാലോ എന്നോർക്കുമ്പോൾത്തന്നെ എന്റെ ദേഹം കിടുകിടെ വിറയ്ക്കുന്നു. അദ്ദേഹം എന്തു പറയും? ഞാനത് അറിയുകയില്ല, എന്റെ ഓമനേ. കാരണം അത് കേൾക്കുന്നതിനുമുമ്പ് ഞാൻ മരിച്ചിരിക്കും. നാണക്കേടുകൊണ്ട് ഞാൻ നിന്നനില്പിൽ മരിച്ചുവീഴും. ബാക്കി മൂന്നു റൂബിൾ നിത്യച്ചെലവിനു മതിയാകും. അര റാത്തൽ പുകയിലയും വാങ്ങാം. എനിക്ക് പുകയില കൂടാതെ പറ്റില്ല, എന്റെ കുഞ്ഞേ. ഞാൻ പൈപ്പു വലിച്ചിട്ട് ഒമ്പതു ദിവസമായി. എനിക്ക് വേണമെങ്കിൽ അത് വാങ്ങിയിട്ട് നിന്നോട് അക്കാര്യം പറയാതിരിക്കാം. പക്ഷേ അങ്ങിനെ ചെയ്യാൻ ഞാൻ ലജ്ജിക്കും. നീ ഭയങ്കര കുഴപ്പത്തിൽപെട്ടു വലയുമ്പോൾ ഞാൻ സുഖിക്കുകയോ! എന്റെ മനസ്സാക്ഷിയുടെ ഭാരം കുറയ്ക്കാൻവേണ്ടിയാണ്, വാരെൻക, ഞാൻ ഇതൊക്കെ എഴുതുന്നത്. ഞാനിപ്പോൾ വല്ലാതെ ഞെരുങ്ങിയിരിക്കുകയാണെന്ന് തുറന്നു പറയേണ്ടിയിരിക്കുന്നു. അതായത്, ഇതുപോലൊരു ഞെരുക്കം ഇതിനുമുമ്പൊരിക്കലും അനുഭവപ്പെട്ടിട്ടില്ലെന്നർത്ഥം. വീട്ടുടമസ്ഥയ്ക്ക് എന്നെ കണ്ടുകൂടാ. ആരും എന്നെ ബഹുമാനിക്കുന്നില്ല. എനിക്ക് പലതും ആവശ്യമുണ്ട്. പക്ഷേ മൂക്കറ്റം കടമാണ്. ആഫീസിലെ ഗുമസ്തന്മാരെക്കൊണ്ട് പണ്ടുതന്നെ ഇരിക്കപ്പൊറുതിയില്ല. ഇപ്പോൾ ചോദിക്കാനുമില്ല. ഞാൻ സകലരിൽനിന്നും സകലതും മറച്ചുവയ്ക്കാൻ പ്രത്യേകം ശ്രദ്ധിക്കുന്നുണ്ട്. ആരും കാണാതെ ആഫീസിനകത്തു കയറിപ്പറ്റി മറ്റാരോടും ഇടപെടാതെ കഴിക്കാനാണ് ഞാൻ നോക്കുന്നത്. എനിക്ക് നിന്നോട് മാത്രമേ സംസാരിക്കാൻ ധൈര്യമുള്ളൂ. പണം കിട്ടിയില്ലെങ്കിലോ? വേണ്ട, വാരെൻക. അതെപ്പറ്റി ആലോചിക്കാതിരിക്കുകയാണ് ഭേദം. അങ്ങിനെയാലോചിച്ച് സ്വയം ദണ്ഡിപ്പിക്കാതിരിക്കുകയാണ് ഭേദം. നീ വിഷമിക്കാതിരിക്കാൻ വേണ്ടിയാണ്, അങ്ങിനെയൊരു ദുർവിചാരംകൊണ്ട് മനസ് പുണ്ണാക്കാതിരിക്കാൻവേണ്ടിയാണ്, ഞാൻ ഇതെഴുതുന്നത്. ദൈവമേ, നിനക്ക് മാറിത്താമസിക്കാൻ പറ്റില്ല. എന്റെ അടുത്തുതന്നെ കാണും. ശരിയാണ്. പക്ഷേ ഞാൻ മടങ്ങിവരില്ല. മറഞ്ഞുപോകും. മാഞ്ഞുപോകും. ഞാൻ ഇത്രയേറെ എഴുതിക്കൂട്ടുന്നതിനു പകരം മുഖം വടിക്കുകയാണ് വേണ്ടത്. അപ്പോൾ, ഞാൻ ഒരുപക്ഷേ കുറച്ചുകൂടി മുഖം കാണിക്കാവുന്ന പരുവത്തിലാകുമായിരിക്കും. മറ്റുള്ളവരുടെ മുമ്പിൽ മുഖം കാണിക്കാവുന്നവരെയാണ് വിശ്വസിക്കുന്നതെന്ന് അറിയാമല്ലോ. ദൈവത്തോട് പ്രാർത്ഥിച്ചശേഷം ഞാൻ ഇതാ ഇറങ്ങുകയായി.

എം. ദേവുഷ്കിൻ

ആഗസ്റ്റ് 5

ബഹുമാനപ്പെട്ട മക്കാർ അലെക്സേയെവിച്ച്,

നിങ്ങളെങ്കിലും നിരാശയ്ക്ക് അടിപ്പെടരുത്! അല്ലാതെതന്നെ കുഴപ്പം വേണ്ടത്രയുണ്ട്. ഞാൻ നിങ്ങൾക്ക് വെള്ളിയായി മുപ്പത് കോപ്പെക്ക് കൊടുത്തയയ്ക്കുന്നു. കൂടുതൽ അയയ്ക്കാൻ നിവൃത്തിയില്ല. നാളെവരെ കഴിച്ചുകൂട്ടാൻ ഏറ്റവും അത്യാവശ്യമായതുമാത്രം വാങ്ങുക. ഫെദോറയുടേയും എന്റേയും കയ്യിൽ ഒന്നും തന്നെയില്ലെന്നു പറയാം. നാളെ എന്തു ചെയ്യുമെന്ന് അറിഞ്ഞുകൂടാ. കഷ്ടം തോന്നുന്നു, മക്കാർ അലെക്സേയെവിച്ച്, പക്ഷേ ഇത്രയ്ക്കൊന്നും സങ്കടപ്പെടരുത്. നിങ്ങൾക്കു ഭാഗ്യമുണ്ടായില്ല. ഇനി പറഞ്ഞിട്ടു കാര്യമില്ലല്ലൊ. എന്തായാലും ഇവിടെത്തന്നെ കഴിയാമെന്നാണ് ഫെദോറ പറയുന്നത്, മറ്റൊരിടത്തേക്കു മാറിയാലും അവർ വിചാരിച്ചാൽ കണ്ടുപിടിക്കാൻ കഴിയുമത്രെ. എങ്കിലും എന്തുകൊണ്ടോ ഇവിടെ താമസിക്കുന്നതിൽ ഒരു പന്തികേട് തോന്നുന്നു. എനിക്കിത്രയേറെ വ്യസനം തോന്നിയില്ലായിരുന്നെങ്കിൽ കുറേക്കൂടി എഴുതാമായിരുന്നു.

നിങ്ങൾ വല്ലാത്ത ഒരാളാണല്ലൊ, മക്കാർ അലെക്സേയെവിച്ച്. എത്ര മനസ്സിൽ കൊണ്ടാണ് നിങ്ങൾ കാര്യങ്ങൾ എടുക്കുന്നത്! ഇങ്ങനെ പോയാൽ നിങ്ങളേക്കാൾ ദുഃഖിതനായി മറ്റാരുമുണ്ടാവില്ല. ഞാൻ നിങ്ങളുടെ കത്തുകൾ വളരെ ശ്രദ്ധിച്ചു വായിക്കാറുണ്ട്. നിങ്ങളെപ്പറ്റിയല്ല, എന്നെപ്പറ്റിയാണ് നിങ്ങൾക്ക് കൂടുതൽ ഉൽക്കണ്ഠയെന്നു കാണുന്നു. നിങ്ങൾ ദയാലുവാണെന്ന് ആരും പറയും. പക്ഷേ വേണ്ടതിലേറെ ദയാലുവായിപ്പോയി എന്നു ഞാൻ പറയും. മക്കാർ അലെക്സേയെവിച്ച്, സൗഹൃദരൂപേണ ഒരു ഉപദേശം തരാൻ എന്നെ അനുവദിക്കുക. നിങ്ങൾ എനിക്ക് ചെയ്തുതന്നിട്ടുള്ള സർവ്വതിനും ഞാൻ നന്ദിയുള്ളവളാണ്, അങ്ങേയറ്റം നന്ദിയുള്ളവളാണ്. എനിക്ക് ഉള്ളിൽ കൊണ്ടിട്ടുള്ള ഒരു കാര്യമാണത്. അറിയാതെയാണെങ്കിലും ഞാൻ മൂലം നിങ്ങൾക്ക് ഈ ആപത്തുകളെല്ലാം വന്നുപിണഞ്ഞിട്ടും നിങ്ങൾ എന്റെ സുഖദുഃഖങ്ങളിൽ പങ്കുകൊള്ളുകയും എന്റെ സ്നേഹത്തിനുവേണ്ടിമാത്രം ജീവിക്കുകയും ചെയ്യുന്നതുകാണുമ്പോൾ എനിക്കുണ്ടാകുന്ന ചേതോവികാരം നിങ്ങൾക്ക് ഊഹിക്കാമല്ലോ. മറ്റുള്ളവരുടെ ബുദ്ധിമുട്ടുകളെ സ്വന്തം ബുദ്ധിമുട്ടുകളായി കരുതുന്ന നിങ്ങൾ മറ്റാരേക്കാളും ദുഃഖിതനായിരിക്കുന്നതിൽ അത്ഭുതമില്ല. ഇന്നു നിങ്ങൾ ആഫീസു വിട്ട് എന്നെ കാണാൻ വന്നപ്പോൾ ഞാൻ പേടിച്ചുപോയി. വിവർണ്ണനും ഭയചകിതനും അങ്ങേയറ്റം നിരാശനുമായിട്ടാണ് നിങ്ങൾ കാണപ്പെട്ടത്. ഇതിനൊക്കെ കാരണമോ? നിങ്ങൾ പരാജയപ്പെട്ട കാര്യം എന്നോടു പറയാൻ

നിങ്ങൾ ഭയന്നു. എന്റെ മനസ് വിഷമിപ്പിക്കാൻ നിങ്ങൾ ഭയന്നു. ഞാൻ ചിരിക്കാൻപോലും തയ്യാറായപ്പോൾ നിങ്ങൾ എത്രമാത്രം ആശ്വസിച്ചു! ഇങ്ങനെ മനസ് പുണ്ണാക്കല്ലെ, മക്കാർ അലെക്സേയെവിച്ച്, ദയവായി വിവേകത്തോടെ പെരുമാറൂ. ഞാൻ യാചിക്കുന്നു. എല്ലാം നേരെയാകും. കണ്ടോളൂ! നിങ്ങളിങ്ങനെ മറ്റുള്ളവർക്കുവേണ്ടി സങ്കടപ്പെട്ടുകൊണ്ടിരുന്നാൽ നിങ്ങളുടെ ജീവിതം വളരെ കഷ്ടമായിരിക്കും. ഞാൻ നിർത്തട്ടെ, സ്നേഹിതാ. എന്നെ ഓർത്ത് വിഷമിക്കരുതെന്നു യാചിക്കുന്നു.

വി.ഡി.

ആഗസ്റ്റ് 5

വാരെൻക, എന്റെ കൊച്ചു പൈങ്കിളീ,

അങ്ങിനെയെങ്കിൽ അങ്ങിനെ, എന്റെ ദേവതേ,

എനിക്ക് പണം കിട്ടിയില്ലെങ്കിലും അത്ര സാരമാക്കാനില്ലെന്നു നീ പറയുന്നു. എന്നാൽ അങ്ങിനെയാവട്ടെ. എനിക്ക് സമാധാനമായി. മാത്രമല്ല, നിന്നെ ഓർത്ത് സന്തോഷം തോന്നുന്നുമുണ്ട്. നീ ഇവിടെത്തന്നെ താമസം തുടരുമെന്നും ഈ പാവപ്പെട്ട വൃദ്ധനെ കയ്യൊഴിയുകയില്ലെന്നും അറിഞ്ഞതിൽ ഞാൻ ആഹ്ലാദിക്കുകപോലും ചെയ്യുന്നു. സത്യം പറഞ്ഞാൽ, നിന്റെ കത്ത് വായിച്ചപ്പോൾ, എന്റെ മനോവികാരങ്ങളോടുള്ള നിന്റെ മതിപ്പു കണ്ടപ്പോൾ, ഞാൻ അതീവസന്തുഷ്ടനായി. ഞാനിതു പറയുന്നത് അഹംഭാവംകൊണ്ടല്ല, നിനക്കെന്നോട് സ്നേഹമുണ്ടെന്നും എന്റെ ഹൃദയത്തിൽ തോന്നുന്ന വികാരങ്ങളെ സർവ്വവിധേനയും മാനിക്കുന്നുണ്ടെന്നും കാണുന്നതുകൊണ്ട് മാത്രമാണ്. എന്തിന് എന്റെ ഹൃദയത്തെപ്പറ്റി പറയുന്നു? എന്റെ ഹൃദയം എന്റേതു മാത്രമാണ്. എങ്കിലും, ഹൃദയദൗർബല്യം കാട്ടരുതെന്ന്, എന്റെ ഓമനേ, നീ പറഞ്ഞല്ലോ. ശരിയാണ്, തങ്കം. ഹൃദയദൗർബല്യം കാട്ടരുത്. പക്ഷേ, എന്റെ കുഞ്ഞേ, ബൂട്സിനെപ്പറ്റി- നാളെ ആഫീസിൽ ഇട്ടുകൊണ്ടുപോകേണ്ട ബൂട്സിനെപ്പറ്റി- ചിന്തിക്കാതെ പറ്റുമോ? അവിടെയാണ് കുഴപ്പം. ഇതുപോലുള്ള ചിന്തകൾ മനുഷ്യനെ നശിപ്പിച്ചേക്കാം നിശ്ശേഷം നശിപ്പിച്ചേക്കാം. എന്റെ കാര്യം ഒർത്തല്ലതാനും ഞാൻ മനസ് പുണ്ണാക്കുന്നത്. എന്റെ കാര്യം പറഞ്ഞാൽ, ഏറ്റവും കഠിനമായ തണുപ്പത്ത് കോട്ടിടാതെ വെറുംകാലിൽ പോകേണ്ടിവന്നാൽപോലും എനിക്കൊരു ചുക്കുമില്ല. ഞാനതു സഹിക്കും. എന്തും സഹിക്കും. അതൊന്നും എന്നെ ഏശുകയില്ല. ഞാനൊരു കൊച്ചുമനുഷ്യൻ മാത്രമാണ്, വെറുമൊരു സാധാരണക്കാരൻ. പക്ഷേ ആളുകൾ എന്തു പറയും? ഞാൻ കോട്ടിടാതെ നടക്കുന്നതു കണ്ടാൽ എന്റെ ശത്രുക്കൾ എന്തൊക്കെ അനാവശ്യങ്ങൾ

പറഞ്ഞുണ്ടാക്കും! അതുകൊണ്ടാണ് കോട്ടിടുന്നത്. ഒരുപക്ഷേ ബൂട്സും. എന്നുവച്ചാൽ, വാരെൻക, എന്റെ മാനവും സൽപ്പേരും നിലനിർത്തണമെങ്കിൽ ബൂട്സ് വേണം. പൊളിഞ്ഞ ബൂട്സാണെങ്കിൽ ഇതു രണ്ടും പൊയ്പോകാനിടയുണ്ട്. ഇത് സത്യമാണെന്നതിനെപ്പറ്റി സംശയിക്കേണ്ട, ഓമനേ. എത്രയോ വർഷങ്ങളിലെ അനുഭവത്തിൽനിന്നും ഞാൻ പഠിച്ചതാണത്. അതുകൊണ്ട്, ലോകത്തേയും ലോകരേയും കണ്ടറിഞ്ഞ ഈ വൃദ്ധൻ പറയുന്നത് വിശ്വസിക്കുകയാണ് നല്ലത്. ആ വാടകയെഴുത്തുകാർ പറയുന്നതു കേൾക്കരുത്.

പക്ഷേ, കരളേ, ഇന്നു നടന്ന കാര്യങ്ങളൊന്നും ഞാൻ പറഞ്ഞില്ലല്ലോ. ഇന്നു രാവിലെ എനിക്ക് അനുഭവിക്കേണ്ടിവന്നതും സഹിക്കേണ്ടിവന്നതും മറ്റാർക്കാണെങ്കിലും ഒരു മുഴുവൻ വർഷത്തേക്കു മതിയാകും. സംഭവിച്ചതിതാണ്: അയാളെ വീട്ടിൽവച്ചു കാണണം. ആഫീസിലെത്താൻ താമസിക്കുകയുമരുത്, എന്നു കരുതി ഞാൻ വെളുപ്പിന് ഇറങ്ങിത്തിരിച്ചു. നല്ല മഴ, എവിടെയും വെള്ളക്കുഴികളാണ്. “ദയാപരനായ ദൈവമേ, എന്റെ പാപങ്ങൾ പൊറുത്ത് ഈയൊരു തവണയെങ്കിലും എന്റെ പ്രാർത്ഥന ചെവിക്കൊള്ളണേ!” എന്നു ചിന്തിച്ചുകൊണ്ട് ഞാൻ കോട്ട് ചേർത്തുപിടിച്ച് നടന്നു. ഒരു പള്ളി കടന്നുപോകുമ്പോൾ ഞാൻ വീണ്ടും കുരിശു വരച്ച്, എന്റെ പാപങ്ങൾ പൊറുക്കാൻ ദൈവത്തോടു പ്രാർത്ഥിച്ചു. പക്ഷേ ദൈവത്തിന്റെ മുമ്പിൽ വ്യവസ്ഥകൾ വയ്ക്കുന്നത് ശരിയല്ലെന്ന് അപ്പോൾ ഓർത്തു. ചിന്തയിൽ മുഴുകി, ചെളി തെറിപ്പിച്ചുകൊണ്ട്, ഞാൻ മുന്നോട്ടു നടന്നു. തെരുവുകൾ വിജനമായിരുന്നു. അവിടവിടെക്കണ്ട ചുരുക്കം പേർ എന്നെപ്പോലെ തന്നെ ചിന്താമഗ്നരും ഉൽക്കണ്ഠാകുലരുമായിരുന്നു. ഇതുപോലൊരു കാലാവസ്ഥയിൽ ഇതുപോലൊരു നേരത്ത് ഇറങ്ങി നടക്കണമെന്നുണ്ടെങ്കിൽ അക്കാര്യം ചോദിക്കാനുണ്ടോ. ദേഹം നിറയെ അഴുക്കുപിടിച്ച ഒരു സംഘം തൊഴിലാളികളെ ഞാൻ കണ്ടുമുട്ടി. ആ ശവങ്ങൾ എന്നെ ഉന്തുകയും തള്ളുകയുമൊക്കെ ചെയ്തു. പെട്ടെന്ന് എനിക്ക് സംഭ്രമം തോന്നി. ഒരു തവണ കൂടി ശ്രമിച്ചുനോക്കും. അത്രതന്നെ! വസ്സ്യെസേൻസ്കി പാലത്തിൽ എത്തിയപ്പോഴേക്ക് എന്റെ ബൂട്സിന്റെ അടിവശം പിളർന്ന് തൂങ്ങിക്കിടന്നു. നടക്കാൻ ബുദ്ധിമുട്ടായി. ആ സമയത്ത് ഞാൻ കണ്ടുമുട്ടിയതാരെയാണെന്നോ? യെർമൊലായെവിനെ. അയാളൊരു പകർത്തെഴുത്തുകാരൻ മാത്രമാണ്. താണതരം ഗൃഹസ്ഥൻപോലുമല്ല. എന്നെ കണ്ടമാത്രയിൽ അയാൾ നടപ്പുനിർത്തി വടിപോലെ നിന്നു. അയാളുടെ കണ്ണുകൾ എന്നെ പിന്തുടർന്നു- എന്റെ ആരോഗ്യത്തിനു വേണ്ടി കുടിക്കാൻ ഒരു ചെമ്പുതുട്ട് പ്രതീക്ഷിക്കുന്നതുപോലെ. “ഹും!

എന്റെ ആരോഗ്യത്തിനുവേണ്ടി കുടിക്കണം, അല്ലേ!" ഞാൻ വിചാരിച്ചു. "ഇപ്പോൾ അതേപ്പറ്റി ആര് ഗൗനിക്കുന്നു!" എനിക്ക് കലശലായ ക്ഷീണം തോന്നി. കുറച്ചു വിശ്രമിച്ചശേഷം വീണ്ടും ഏന്തിവലിഞ്ഞു നടന്നു. എന്തെങ്കിലുമൊരു വിഷയം-ശ്രദ്ധ തിരിക്കാനും ഉന്മേഷമരുളാനും പോന്ന എന്തെങ്കിലുമൊന്ന്- ചിന്തിക്കാൻ കിട്ടുമോ എന്നു കരുതി ഞാൻ ചുറ്റും കണ്ണോടിച്ചു. ഇല്ല, ഒരൊറ്റ ചിന്തപോലും എന്റെ മനസ്സിൽ ഉദിച്ചില്ല. ഞാനൊരു വെള്ളക്കുഴിയിൽ ചാടി അഴുക്കു പറ്റിച്ചെന്നുമാത്രം. എനിക്ക് സങ്കടവും ഈർഷ്യയും സഹിച്ചില്ല. കരച്ചിൽപോലും വന്നു. ദൂരെ മരംകൊണ്ടു പണിത ഒരു മഞ്ഞക്കെട്ടിടം കണ്ടു. ഒരു മാളികമുറിയുമുണ്ട്. "യെമെല്യാൻ ഇവാനൊവിച്ചിന്റെ വിവരണം വച്ചുനോക്കുമ്പോൾ ഇതായിരിക്കണം മാർക്കൊവിന്റെ വീട്," ഞാൻ വിചാരിച്ചു (പണം പലിശയ്ക്കു കടംകൊടുക്കുന്ന മാർക്കൊവ്). പക്ഷേ എനിക്ക് ഉള്ളിൽ സംഭ്രമമായിരുന്നു. അത് മാർക്കൊവിന്റെ വീടാണെന്ന് അറിയാമായിരുന്നിട്ടും ഉറപ്പുവരുത്താൻ ഞാനൊരു വാച്ച്മാനോടു ചോദിച്ചു: ഇതാരുടെ വീടാണ്, സ്നേഹിതാ? ഒരു മുരടനായ വാച്ച്മാന്റെ അമർഷം പൂണ്ട മറുപടിയാണ് കേട്ടത്. "അറിഞ്ഞേതീരൂ എന്നുണ്ടെങ്കിൽ പറയാം-മാർക്കൊവിന്റെ വീട്." വാച്ച്മാൻമാർ വികാരശൂന്യരാണ്. വാച്ച്മാനെ കാര്യമാക്കാനില്ല. എങ്കിലും എനിക്ക് മനപ്രയാസം തോന്നി. ഇങ്ങനെ ഓരോന്ന് പുറകെപുറകെ വരുമ്പോൾ ഓരോ നിസ്സാരകാര്യവും നമ്മുടെ സ്ഥിതിയെ സ്വാധീനിക്കുന്നതുപോലെ തോന്നും. ഞാൻ മൂന്നു തവണ ആ വീടിന്റെ മുമ്പിൽക്കൂടി കടന്നുപോയെങ്കിലും അതിൽ പ്രവേശിക്കാൻ കൂടുതൽക്കൂടുതൽ പ്രയാസം തോന്നി. "അയാൾ എനിക്ക് പണം തരില്ല," ഞാൻ വിചാരിച്ചു. "ഒരിക്കലുമില്ല! കാഴ്ചയ്ക്ക് ആകർഷകമായി യാതൊന്നുമില്ലാത്ത തികച്ചും ഒരപരിചിതനാണ് ഞാൻ. സംഗതിയാണെങ്കിൽ സൂക്ഷിച്ചു കൈകാര്യം ചെയ്യേണ്ട ഒന്നാണുതാനും. എല്ലാം വിധിപോലെ വരട്ടെ! പിന്നീട് സ്വയം കുറ്റപ്പെടുത്താതിരിക്കാൻ വേണ്ടിയെങ്കിലും ഞാനതു ചെയ്തേക്കാം. അവരെന്നെപ്പിടിച്ചു തിന്നുകയൊന്നുമില്ലല്ലൊ." ഞാൻ പതുക്കെ പടി തുറന്ന് അകത്തു കടന്നു. പിന്നെയും കുഴപ്പം. കാശിനു കൊള്ളാത്ത ഒരു കൊച്ചു പട്ടി ചാടിയെണീറ്റ് കുരയോടു കുര. നാശം പിടിക്കാനായി ഇതുപോലെ വളരെ നിസ്സാരമായ വല്ല കാര്യവും മതി മനുഷ്യനെ ഭ്രാന്ത് പിടിപ്പിക്കാൻ. മനുഷ്യന്റെ സമനില തെറ്റിക്കാനും സകല തീരുമാനങ്ങളും വെള്ളത്തിലാക്കാനും അതൊന്നു മതി. വീട്ടിൽ കയറിയപ്പോഴേക്ക് ഞാനൊരു ജീവച്ഛവമായിക്കഴിഞ്ഞിരുന്നു. അവിടെ ചെന്നപ്പോൾ കൂടുതൽ കുഴപ്പം. വാതിൽപ്പടിയിൽവച്ചു തന്നെ ഞാനൊരു കിളവിയുടെ ദേഹത്ത് തട്ടി. ഇരുട്ടത്ത് ഞാനവരെ കണ്ടതേയില്ല. അവർ കുറെ പാൽപ്പാത്രങ്ങളിലേക്ക് പാൽ അരിച്ചൊഴിക്കുകയായിരുന്നു.

പാത്രങ്ങൾ മറിഞ്ഞെന്നു പറയേണ്ടതില്ലല്ലോ. അവർ എന്റെ നേരെ എന്തെല്ലാം വിളിച്ചുകൂവി! "തനിക്കെന്താടോ ഇവിടെ കാര്യം?" എന്നു തുടങ്ങി പലതും. ഇത്തരം ചുറ്റുപാടുകളിൽ എനിക്കെപ്പോഴും സംഭവിക്കാറുള്ളതാണിത്. അതുകൊണ്ടാണ് ഞാനിതെഴുതുന്നത്, വാരെൻക. എപ്പോഴും കുഴപ്പങ്ങളിൽ ചെന്നു തലയിടുകയെന്നതാണ് എന്റെ വിധി. ഫിൻലണ്ടുകാരിയായ വീട്ടുടമസ്ഥ-ഒരു ഭയങ്കരി-ബഹളം കേട്ട് ഓടിവന്നു. മാർക്കൊാവ് അവിടെയാണോ താമസമെന്നു ഞാൻ ചോദിച്ചു. അല്ലെന്ന് അവർ പറഞ്ഞു. പക്ഷേ എന്നെ അടിമുടി പരിശോധിച്ചശേഷം അവർ മനസ്സു മാറ്റിയതുപോലെ തോന്നി. കാരണം, ആ മാന്യനെ കാണേണ്ടയാവശ്യമെന്തെന്ന് അവർ തിരക്കി. എന്നെ യെമെല്യാൻ ഇവാനൊവിച്ച് അയച്ചതാണെന്ന് ഞാൻ പറഞ്ഞു. കാര്യം മുഴുവൻ ഞാൻ വിശദീകരിച്ചു. കിളവിത്തള്ള മകളെ വിളിച്ചു. സാമാന്യം പൊക്കമുള്ള ഒരു പെണ്ണ് വെറുംകാലിൽ നടന്നുവന്നു. "അച്ഛനെ വിളിച്ചുകൊണ്ടുവാ," അവർ പറഞ്ഞു. "വാടകവീട്ടുകാരോടൊപ്പം മുകളിലുണ്ട്." എന്നിട്ട് എന്നോടായി, "അകത്തു വരൂ" എന്നും.

സൗകര്യപ്രദമായ ഒരു മുറി. ചുമരിൽ ചിത്രങ്ങൾ. മിക്കതും ജനറൽമാരുടേതാണ്. ഒരു സോഫയുണ്ട്. വട്ടമേശയുണ്ട്. ജനൽപ്പടിയിൽ ചെടിച്ചട്ടികൾ. ഈ തക്കംനോക്കി സ്ഥലംവിടുകയായിരുന്നു നല്ലതെന്ന് എനിക്ക് തോന്നി. ഞാൻ ഓടിപ്പോകാൻ തുടങ്ങിയതാണ്, എന്റെ ഓമനേ. പിറ്റേന്നു തിരിച്ചുവരാമെന്നു ഞാൻ തീരുമാനിച്ചുകഴിഞ്ഞു. അപ്പോഴേക്കും കാലാവസ്ഥ മെച്ചപ്പെട്ടു. പാൽ തട്ടിമറിച്ചിരിക്കില്ല. ചുമരിലെ ജനറൽമാരുടെ മുഖത്തെ കോപമൊന്നു കുറയും. ഞാൻ കതകിനുനേരെ നടന്നു. അപ്പോഴേക്ക് അയാൾ വന്നുകഴിഞ്ഞു. വലിപ്പം കുറഞ്ഞ, തല നരച്ച ഒരു വൃദ്ധൻ. സദാ ഇളകിക്കൊണ്ടിരിക്കുന്ന കണ്ണുകൾ. മെഴുക്കുപറ്റിയ ഡ്രസ്സിംഗ് ഗൗണിന്റെ അരയ്ക്ക് ഒരു ചരടിട്ടു കെട്ടിയിട്ടുണ്ട്. വന്ന കാര്യം അയാൾ ചോദിച്ചു. യെമെല്യാൻ ഇവാനൊവിച്ചിനെപ്പറ്റിയും നാല്പതു റൂബിളിനെപ്പറ്റിയുമെല്ലാം ഞാൻ പറഞ്ഞു. പക്ഷേ മുഴുമിച്ചില്ല. അയാളുടെ കണ്ണ് കണ്ടപ്പോൾ തന്നെ വന്നതു വെറുതെയായെന്നു മനസ്സിലായി. "നിങ്ങൾക്ക് പണം അടിയന്തരമായി വേണം," അയാൾ പറഞ്ഞു. "പക്ഷേ എന്റെ കയ്യിൽ പണമില്ല. നിങ്ങൾക്ക് എന്ത് ഈടുതരാൻ കഴിയും?" ഈടായിട്ട് എന്റെ പക്കൽ യാതൊന്നുമില്ലെന്നു ഞാൻ വിശദമാക്കി. പക്ഷേ യെമെല്യാൻ ഇവാനൊവിച്ചിനെപ്പറ്റിയും സംഗതിയുടെ അടിയന്തരസ്വഭാവത്തെപ്പറ്റിയും ഞാൻ വീണ്ടും പറഞ്ഞു മനസ്സിലാക്കി. "യെമെല്യാൻ ഇവാനൊവിച്ചിന് ഇതിൽ എന്തു കാര്യം?" അയാൾ ചോദിച്ചു. "എന്റെ കയ്യിൽ പണമില്ല." അതിലെന്താ സംശയം, ഞാൻ മനസ്സിൽ പറഞ്ഞു. എനിക്കതു

നേരത്തേ അറിയാമായിരുന്നു. ഹാ! വാരെൻക! ഭൂമി പിളർന്ന് എന്നെ വിഴുങ്ങിയെങ്കിൽ എന്നു ഞാൻ ആശിച്ചുപോയി. എന്റെ സപ്തനാഡികളും തളർന്നു. നട്ടെല്ലിലൂടെ കുളിര് അരിച്ചുകയറി. ഞാൻ അയാളെ നോക്കിക്കൊണ്ടു നിന്നു. അയാൾ എന്നേയും. "സ്ഥലം വിട്. തനിക്കു തരാൻ ഇവിടെ ഒന്നുമില്ല!" എന്ന് അയാൾ കണ്ണുകൊണ്ടു പറയുകയായിരുന്നു. ഇതൊരു ബിസിനസ് കാര്യമല്ലായിരുന്നെങ്കിൽ ഞാൻ വല്ലാതെ കുഴഞ്ഞുപോയേനെ. "പണത്തിന്റെ ആവശ്യമെന്താണ്?" (അയാൽ വാസ്തവത്തിൽ എന്നോടു ചോദിച്ചതാണിത്, ഓമനേ). വല്ലതും പറയണമല്ലോ എന്നു കരുതി ഞാൻ സംസാരിച്ചുതുടങ്ങി. പക്ഷേ അയാൾ ശ്രദ്ധിച്ചില്ല. "ഇല്ല, എന്റെ കയ്യിൽ പണമില്ല," അയാൾ വീണ്ടും പറഞ്ഞു. "വ്യസനിക്കുന്നു." ഞാൻ വീണ്ടും നിർബന്ധിച്ചുനോക്കി. യാചിച്ചുനോക്കി. സമയത്തിന്- സമയത്തിനുമുമ്പുതന്നെ- പണം മടക്കിക്കൊടുക്കാമെന്ന് വാക്കുകൊടുത്തു. പലിശ എത്രവേണമെങ്കിലും കൊടുക്കാം. കുറച്ചെങ്കിലും തന്നുകൂടേ? ആ നിമിഷത്തിൽ എന്റെ ചിന്തമുഴുവൻ നിന്നെപ്പറ്റിയായിരുന്നു, എന്റെ ഓമനേ. നീ എനിക്ക് തന്ന അരറൂബിളിനെക്കുറിച്ചും നമ്മുടെ കഷ്ടപ്പാടുകളെക്കുറിച്ചും ഇല്ലായ്മകളെക്കുറിച്ചുമായിരുന്നു എന്റെ ചിന്ത. ഇല്ല, അയാൾ വീണ്ടും പറഞ്ഞു. "പലിശയുടെ കാര്യം പറയേണ്ട. നിങ്ങൾ ഈടായി വല്ലതും തരികയാണ് വേണ്ടത്. പണമില്ല. ദൈവത്തിനാണെ ഞാൻ വ്യസനിക്കുന്നു." ദൈവത്തിനാണെപോലും! ആ തീവെട്ടിക്കൊള്ളക്കാരൻ വെറുതെ ദൈവത്തെ പിടിച്ച് ആണയിടുന്നു!

ഞാൻ എങ്ങിനെ ആ വീടുവിട്ട് ഇറങ്ങിയെന്നോ എങ്ങിനെ വസ്ക്രേസേൻസ്കി പാലത്തിലെത്തിയെന്നോ എനിക്ക് സത്യത്തിൽ ഓർമ്മയില്ല. ഞാൻ തളർന്നിരുന്നു. അസ്ഥിവരെ തണുത്തുകോച്ചിയിരുന്നു. നേരം വൈകി പത്തുമണിക്കാണ് ഞാൻ ആഫീസിൽ എത്തിയത്. എനിക്കെന്റെ വസ്ത്രമൊന്ന് ബ്രഷ്ചെയ്യണമെന്നുണ്ടായിരുന്നു. പക്ഷേ വാച്ച്മാൻ, സ്നെഗിര്യോവ്, സമ്മതിച്ചില്ല. ഞാൻ ബ്രഷ് ചീത്തയാക്കുമെന്നായിരുന്നു അയാളുടെ ഭയം. ബ്രഷ് ആഫീസുവകയായിട്ടും. എന്നുവച്ചാൽ, എന്റെ ഓമനേ, ഈ അങ്ങത്തമാരും എന്നെ ചവിട്ടിയെപ്പോലെയാണ് കരുതുന്നതെന്നർത്ഥം. ഇതാണ്, വാരെൻക, എന്നെ കൊല്ലുന്നത്. പണത്തിന്റെ കുറവല്ല, ഈ മനഃക്ലേശമാണ്, ഈ പുഞ്ചിരികളും ഫലിതങ്ങളും പരിഹാസങ്ങളുമാണ്, എന്നെ കൊല്ലുന്നത്. സംഗതിവശാൽ ഇക്കാര്യം തിരുമനസ്സിന്റെ ചെവിയിലെത്തിയാലോ? കഷ്ടകാലമെന്നല്ലാതെ എന്തു പറയാൻ!

ഓമനേ, ഞാനിന്ന് നിന്റെ എല്ലാ കത്തുകളും ഒന്നുകൂടി വായിച്ചു. എത്ര ദയനീയം! ഞാൻ നിർത്തുന്നു, തങ്കം. ദൈവം നിന്നെ അനുഗ്രഹിക്കട്ടെ!

എം. ദേവുഷ്കിൻ

കുറിപ്പ്.

വാരെൻക, എന്റെ ബുദ്ധിമുട്ടുകൾ നിനക്ക് ഫലിതരൂപത്തിൽ വിവരിച്ചുതരാനായിരുന്നു എന്റെ ഉദ്ദേശം. പക്ഷേ സംഭവിച്ചത് അങ്ങിനെയല്ല. നിന്നെ സന്തോഷിപ്പിക്കണമെന്നായിരുന്നു എന്റെ ആഗ്രഹം. ഞാൻ നിന്നെ വന്നു കാണാം, എന്റെ ഓമനേ. തീർച്ചയായും നാളെത്തന്നെ വന്നു കാണാം.

ആഗസ്റ്റ് 11

വർവാറ അലെക്സേയെവ്ന, എന്റെ കൊച്ചു പൈങ്കിളീ, എന്റെ തങ്കം,

തീർന്നു! നമുക്ക് രണ്ടുപേർക്കും ഇനി രക്ഷയില്ല! എന്റെ സൽപ്പേര്, എന്റെ അഭിമാനം- എല്ലാം നശിച്ചു. എന്റെ പാവപ്പെട്ട തങ്കം, നീയും നശിച്ചു. എന്നോടൊപ്പം നീയും കരകയറാൻ കഴിയാത്തവണ്ണം നശിച്ചുകഴിഞ്ഞു. ഞാനാണ് നിന്റെ നാശത്തിനു കാരണക്കാരൻ. അവരെന്നെ ദ്രോഹിക്കുന്നു. അധിക്ഷേപിക്കുന്നു. പരിഹസിക്കുന്നു. എന്റെ വീട്ടുടമസ്ഥ വാസ്തവത്തിൽ എന്നെ പ്രാകുകപോലും ചെയ്തു. അവർ ഇന്ന് എന്റെ നേരെ കണക്കില്ലാതെ ഒച്ചയെടുത്തു. എന്നെ കണക്കില്ലാതെ ശകാരിച്ചു. ഞാൻ വെറുമൊരു മരപ്പൂളാണെന്ന മട്ടിൽ പെരുമാറി റതസ്യായെവിന്റെ സൽക്കാരത്തിൽവച്ച് ആരോ ഞാൻ നിനക്കെഴുതിയ കത്തിന്റെ ഒരു നക്കൽ ഉറക്കെ വായിച്ചു. എന്റെ കീശയിൽനിന്നു വീണുപോയതാണത്. നമ്മളെ കളിയാക്കി അവർ എന്തെല്ലാം പറഞ്ഞു! ആ ദ്രോഹികൾ ആർത്തു ചിരിക്കുകയായിരുന്നു. ഞാൻ മുറിയിൽ കയറിച്ചെന്ന് റതസ്യായെവിനെ ഒരു നെറികെട്ട സ്നേഹിതനും വഞ്ചകനുമായി തുറന്നുകാട്ടി. ഞാനാണ് വഞ്ചകനെന്ന് അദ്ദേഹം തിരിച്ചടിച്ചു. ഞാനൊരു സ്ത്രീലമ്പടനാണെന്നു പറഞ്ഞു. എന്നെ മിസ്റ്റർ ലവ്‌ലേസ്[82] എന്നു വിളിച്ചു. എന്നെ ഇപ്പോൾ എല്ലാവരും അങ്ങിനെയാണ് വിളിക്കുന്നത്- മിസ്റ്റർ ലവ്‌ലേസ് എന്ന്. ഭയങ്കരമാണ്, ഓമനേ. പക്ഷേ, എന്തു ചെയ്യാം, നമ്മളെ രണ്ടുപേരേയും കുറിച്ച് അറിയേണ്ടതെല്ലാം അവർക്കറിയാം. ഫൽദോനിപോലും അവരെപ്പോലെ തുടങ്ങിയിരിക്കുകയാണ്! എന്തോ ആവശ്യത്തിനു കടയിൽ പോകാൻ ഞാൻ പറഞ്ഞപ്പോൾ അയാൾ കൂട്ടാക്കിയില്ല. തിരക്കുണ്ടെന്നു പറഞ്ഞു. "പക്ഷേ തന്റെ ചുമതലയാണിത്," ഞാൻ പറഞ്ഞു. "അല്ല," അയാൾ മറുത്തു പറഞ്ഞു. "അല്ല, കാരണം നിങ്ങൾ വാടക കൊടുക്കുന്നില്ല." ഒരു മൂഢനായ ഉൾനാട്ടുകാരൻ എന്നെ അപമാനിച്ചത് എനിക്ക് സഹിച്ചില്ല. അയാളൊരു വിഡ്ഢിയാണെന്നു ഞാൻ പറഞ്ഞു. "താൻ തന്നെയാണ് വിഡ്ഢി!" അയാൾ പറയുകയാണ്! അയാൾക്ക് വെളിവുണ്ടെന്ന്

എനിക്ക് വിശ്വസിക്കാൻ തോന്നിയില്ല. "താൻ കുടിച്ചു ലക്കുകെട്ടിരിക്കു ന്നു, വിവരം കെട്ട മൂഢാ!" ഞാൻ പറഞ്ഞു. അയാളുടൻ തിരിച്ചടിച്ചു: "താൻ എനിക്ക് ഒരു കോപ്പ വാങ്ങിത്തന്നിട്ടുണ്ടെന്നു തോന്നുന്നില്ല. കഴിഞ്ഞ രാത്രിക്കുശേഷം വെളിവുവീഴാൻ സ്വന്തമായിട്ടൊരു കോപ്പ വാങ്ങിക്കു ടിക്കാൻപോലും തന്നെക്കൊണ്ടാവില്ല. താനെപ്പോഴും ആ ചരക്കിന്റെ കയ്യിൽനിന്ന് പതിപ്പത്തു കോപ്പെക്ക് ഭിക്ഷ വാങ്ങുകയല്ലെ." ഇത്രയും പോരാഞ്ഞിട്ടെന്നവണ്ണം അയാൾ കൂട്ടിച്ചേർത്തു: "എന്നിട്ടും മാന്യനെന്നു പറഞ്ഞാണ് നടപ്പ്!" കരളേ, നമ്മൾ ഇത്രത്തോളം എത്തിയിരിക്കുന്നു. ഒരു സമുദായഭ്രഷ്ടനായിട്ടാണ്, പാസ്പോർട്ടില്ലാത്ത തെണ്ടിയേക്കാൾ നികൃഷ്ടമായിട്ടാണ്, എന്നോടു പെരുമാറുന്നത്. ഭയങ്കരം തന്നെ ഭയങ്കരം! ഇനിയൊരിക്കലും ഗതികിട്ടാത്തവണ്ണം ഞാൻ നശിച്ചുകഴിഞ്ഞു.

എം.ഡി

ആഗസ്റ്റ് 13

ഭാഗ്യദോഷം ഒന്നിനൊന്നു പിറകെ വന്നുകൊണ്ടിരിക്കുകയാണ്, ബഹുമാനപ്പെട്ട മക്കാർ അലെക്സേയെവിച്ച്! എന്തു ചെയ്യണമെന്ന് എനിക്ക് ഒരു രൂപവുമില്ല. നിങ്ങൾക്കെന്താണ് സംഭവിക്കാൻ പോകുന്നത്? എനിക്ക് നിങ്ങളെ ഇപ്പോൾ എങ്ങിനെ സഹായിക്കാൻ കഴിയും! ഇന്ന് തേപ്പുപെട്ടിയിൽ തട്ടി എന്റെ കൈ പൊള്ളി. അത് കയ്യിൽനിന്നു വഴുതിവീണപ്പോൾ പൊള്ളലിനു പുറമെ മുറിവേറ്റു. ഞാനിനി എന്തുവേണം? പണിയെടുക്കാൻ നിവൃത്തിയില്ല ഫെദോറയ്ക്കു മൂന്നു ദിവസമായി സുഖമില്ല. എനിക്ക് വല്ലാത്ത മനപ്രയാസം തോന്നുന്നു. ഞാൻ നിങ്ങൾക്ക് വെള്ളിപ്പണമായി മുപ്പതു കോപ്പെക്കു കൊടുത്തയയ്ക്കുന്നു. ഞങ്ങളുടെ കയ്യിൽ ആകെയുള്ളത് അത്രയാണെന്നു പറയാം. ദൈവം സാക്ഷിയായി, നിങ്ങളെ കൂടുതൽ സഹായിക്കാൻ എനിക്കാഗ്രഹമുണ്ട്. ഓർക്കുമ്പോൾ കരച്ചിൽ വരുന്നു. പ്രിയസ്നേഹിതാ, ഞാൻ നിർത്തുന്നു. നിങ്ങൾ ഇന്ന് എന്നെവന്നു കാണുകയാണെങ്കിൽ എനിക്കത് വലിയ ആശ്വാസമായിരിക്കും.

വിഡി.

ആഗസ്റ്റ് 14

മക്കാർ അലെക്സേയെവിച്ച്!

നിങ്ങൾക്കെന്തുപറ്റി? ദൈവത്തെക്കുറിച്ച് യാതൊരു ഭയവുമില്ലാതായോ? നിങ്ങൾ എന്നെ ഭ്രാന്ത് പിടിപ്പിക്കും. നിങ്ങൾ

ലജ്ജിക്കേണ്ടതാണ്. നിങ്ങൾ നശിക്കുകയാണ്. നിങ്ങളുടെ സൽപ്പേരിനെപ്പറ്റിയെങ്കിലും ഓർക്കുക. മാനമായും അന്തസ്സായും കഴിയുന്ന നിങ്ങൾ ഇങ്ങനെ തുടങ്ങിയാലോ! ആഫീസിൽ ഇതറിഞ്ഞാൽ? നിങ്ങൾ നാണക്കേടുകൊണ്ടു മരിക്കും! നിങ്ങളുടെ നരച്ച മുടിയെപ്പറ്റിയെങ്കിലും ഓർമ്മവേണം. ദൈവഭയം നഷ്ടപ്പെടരുത്. മേലിൽ നിങ്ങളെ സഹായിക്കുകയില്ലെന്നാണ് ഫെദോറ പറയുന്നത്. ഞാനും സഹായിക്കുകയില്ല. നിങ്ങൾ ഇങ്ങനെ പെരുമാറുന്നതുകൊണ്ട് എനിക്കൊന്നുമില്ലെന്നാണോ വിചാരം? നിങ്ങൾ കാരണം ഞാൻ എത്രമാത്രം ദണ്ഡയനുഭവിക്കുന്നുണ്ടെന്നു നിങ്ങൾക്കറിഞ്ഞുകൂടാ. ആളുകൾ എന്നെ തുറിച്ചുനോക്കി അതുമിതും പറയുമല്ലോ എന്നു കരുതി കോണിപ്പടിയിറങ്ങാൻപോലും എനിക്ക് ഭയമാണ്. ഞാനൊരു കുടിയന്റെകൂടെ കൂടിയിരിക്കുകയാണെന്നാണ് അവർ പറയുന്നത്. നിങ്ങളെ വീട്ടിലേക്ക് എടുത്തുകൊണ്ടുപോകുമ്പോൾ, "ആ ഗൃഹസ്ഥനെ പിന്നെയും കൊണ്ടുവന്നിരിക്കുകയാണ്" എന്ന് ആളുകൾ പറയുന്നത് ഞാൻ കേട്ടിട്ടുണ്ട്. ലജ്ജകൊണ്ട് എനിക്ക് കരച്ചിൽ വരും. ഞാൻ ഇവിടംവിട്ടു പോകുമെന്ന് ആണയിട്ടു പറയുന്നു. ഒരു പരിചാരികയായിട്ടോ അലക്കുകാരിയായിട്ടോ പണിയെടുക്കേണ്ടിവന്നാലും ഇവിടെ ഞാനിനി താമസിക്കുകയില്ല.

നിങ്ങൾ എന്നെവന്നു കാണണമെന്നു ഞാൻ പറഞ്ഞു. പക്ഷേ നിങ്ങൾ വന്നില്ല. എന്റെ അപേക്ഷകളും കണ്ണുനീരും നിങ്ങൾക്ക് ഒന്നുമല്ല, മക്കാർ അലെക്സേയെവിച്ച്! നിങ്ങൾക്ക് പണം എവിടന്നു കിട്ടി? ദയവുചെയ്ത് ആരോഗ്യം സൂക്ഷിക്കു! നിങ്ങൾ അത് നശിപ്പിക്കുകയാണ്! എന്തിനുവേണ്ടി? വീട്ടുടമസ്ഥ നിങ്ങളെ മുറിയിൽ കയറ്റാത്തതുകൊണ്ട് നിങ്ങൾക്ക് രാത്രി ഇടനാഴിയിൽ കഴിച്ചുകൂട്ടേണ്ടിവന്നെന്ന് പറയുന്നതു കേട്ടു. എന്തൊരു നാണക്കേട്! അത് കേട്ടപ്പോൾ എനിക്ക് എത്ര വിഷമം തോന്നി!

ദയവുചെയ്ത് ഞങ്ങളെ വന്നു കാണൂ. ഇവിടെ നിങ്ങൾക്ക് സന്തോഷമായിരിക്കും. നമുക്ക് ഒരുമിച്ചു വായിക്കുകയും പഴയ കാലങ്ങൾ ഓർക്കുകയും ചെയ്യാം. ഫെദോറ നമ്മളോട് പുണ്യസ്ഥലങ്ങളിലേക്ക് അവർ നടത്തിയ തീർത്ഥാടനങ്ങളെക്കുറിച്ചു പറയും. എന്റെ പ്രിയസ്നേഹിതാ, ദൈവത്തെ ഓർത്ത് നിങ്ങൾ സ്വയം നശിക്കുകയും എന്നെ നശിപ്പിക്കുകയുമരുത്. നിങ്ങളെ വിചാരിച്ചു മാത്രമാണ് ഞാൻ ജീവിക്കുന്നത്. ഇവിടെ പാർക്കുന്നത്. മാന്യമായി കഴിയൂ. കഷ്ടകാലത്ത് ഉറച്ചുനിൽക്കു. ദാരിദ്ര്യം ഒരു പാപമല്ലെന്ന് ഓർക്കു. നിങ്ങൾ എന്തിനിങ്ങനെ നിരാശപ്പെടണം! ദൈവം ദയാപരനാണ്. നമ്മുടെ കഷ്ടതകളെല്ലാം നീങ്ങും. പക്ഷേ നിങ്ങൾ പിടിച്ചുനിന്നേ പറ്റൂ. ഞാൻ ഇരുപതു കോപ്പെക്ക

കൊടുത്തയയ്ക്കുന്നു. പുകയില വാങ്ങാനോ മറ്റെന്തെങ്കിലും ആവശ്യത്തിനോ എടുക്കാം. പക്ഷേ അനാവശ്യങ്ങൾക്ക് ചെലവാക്കരുത്. ദയവു ചെയ്ത് ഞങ്ങളെ വന്നു കാണൂ. ഒരുപക്ഷേ പണ്ടത്തെപ്പോലെ വരാൻ നാണമായിരിക്കും. അതിന്റെ ആവശ്യമില്ല. നിങ്ങൾ ദുരഭിമാനം കളഞ്ഞ് ആത്മാർത്ഥമായി പശ്ചാത്തപിക്കുകയാണ് വേണ്ടത്. ദൈവത്തെ വിശ്വസിക്കൂ. അദ്ദേഹം ചെയ്യുന്നതെന്തും നല്ലതിനായിരിക്കും.

വി.ഡി.

ആഗസ്റ്റ് 19

വർവാറ അലെക്സേയെവ്ന, എന്റെ തങ്കം!

ഞാൻ ലജ്ജിക്കുന്നു. സത്യത്തിൽ ലജ്ജിക്കുന്നു. പക്ഷേ, എന്റെ ഓമനേ, ഞാൻ ചോദിക്കട്ടെ, കുഴപ്പം എന്തുണ്ടായി? വല്ലപ്പോഴുമൊരിക്കൽ ഹൃദയത്തെ ഒന്നു സുഖിപ്പിക്കുന്നതിൽ എന്താണ് തെറ്റ്? എന്റെ ബൂട്സിന്റെ അടിവശം പൊളിഞ്ഞിരിക്കുന്ന കാര്യം അപ്പോൾ ഞാൻ മറക്കുന്നു. ആലോചിച്ചു നോക്കിയാൽ, അടിവശത്തിൽ യാതൊരർത്ഥവുമില്ല. എന്തൊക്കെപ്പറഞ്ഞാലും അതെപ്പോഴും സർവ്വസാധാരണമായി, ചെളിപിടിച്ച്, വൃത്തികേടായി ഇരിക്കും. ബൂട്സ് തന്നെ അസംബന്ധമാണ്. പുരാതനഗ്രീസിലെ പണ്ഡിതന്മാർക്ക് അവ ധരിക്കാതെ നടക്കാമെങ്കിൽ കൊള്ളരുതാത്ത ഈവക കാര്യങ്ങളെപ്പറ്റി നാമെന്തിനു മിനക്കെടണം? പിന്നെന്തിനാണ് ആളുകൾ എന്നെ കളിയാക്കുന്നത്? അപമാനിക്കുന്നത്? എഴുതാൻ കുറേക്കൂടി നല്ല കാര്യങ്ങൾ ഒന്നും കണ്ടില്ലേ, എന്റെ ഓമനേ? ആ ഫെദോറയുണ്ടല്ലോ. അവരൊരു വിവരംകെട്ട തള്ളയാണ്. ശല്യക്കാരിയും വഴക്കാളിയുമായ തള്ളയാണ്. പോരെങ്കിൽ മഠയിയുമാണ്. അങ്ങേയറ്റം മഠയിയാണ്. ഇതു ഞാൻ പറഞ്ഞെന്ന് അവരോടു പറയൂ. എന്റെ തലനരച്ചതിനെപ്പറ്റി പറഞ്ഞല്ലോ. നിനക്കു തെറ്റു പറ്റി, എന്റെ ഓമനേ. നീ വിചാരിക്കുംപോലെ വയസനല്ല ഞാൻ. യെമേല്യ അന്വേഷണമറിയിക്കാൻ പറഞ്ഞിരിക്കുന്നു. നീ എനിക്കുവേണ്ടി മനംനൊന്ത് കരഞ്ഞതായി എഴുതുന്നു. ഞാനും നിനക്കുവേണ്ടി മനംനൊന്ത് കരഞ്ഞവിവരം അറിയിച്ചുകൊള്ളുന്നു. അവസാനമായി, ഞാൻ നിനക്ക് ആരോഗ്യവും മനസ്സുഖവും നേരുന്നു. ഞാൻ ആരോഗ്യവാനായും സൗഖ്യമായും കഴിയുന്നു. ഞാൻ നിർത്തട്ടെ, എന്റെ കൊച്ചുദേവതേ,

നിന്റെ സ്നേഹിതൻ

മക്കാർ ദേവുഷ്കിൻ

ആഗസ്റ്റ് 21

എന്റെ പ്രിയപ്പെട്ട, ബഹുമാനപ്പെട്ട, സുഹൃത്തേ, വർവാറ അലെക്സേയെവ്ന,

ഞാൻ കുറ്റക്കാരനാണെന്ന് എനിക്കറിയാം. നിന്റെ കുറ്റപ്പെടുത്തൽ അർഹിക്കുന്നുണ്ടെന്നും അറിയാം. പക്ഷേ തങ്കം, ഞാൻ അറിഞ്ഞിട്ടെന്തു ഗുണം? എന്തു പ്രയോജനം? തെറ്റ് ചെയ്യുന്നതിനു മുമ്പും എനിക്ക് ഇതെല്ലാം തോന്നിയിട്ടുള്ളതാണ്. പക്ഷേ, എത്രയൊക്കെ കുറ്റബോധമുണ്ടായിട്ടും എന്റെ മനസ്സിടിഞ്ഞു. ഓമനേ, ഞാനൊരു ദുഷ്ടബുദ്ധിയോ കഠിനഹൃദയനോ അല്ല. എന്റെ കുഞ്ഞേ, ക്രൂരനായ കടുവയുടെ ഹൃദയമുള്ളവനേ നിന്നെ ദ്രോഹിക്കാൻ കഴിയൂ. എനിക്കുള്ളത് ഒരു ആട്ടിൻകുട്ടിയുടെ ഹൃദയമാണ്. ക്രൂരതയുടെ യാതൊരു ലക്ഷണവും എനിക്കില്ലെന്ന് അറിയാമല്ലോ. അതുകൊണ്ട്, എന്റെ തങ്കം, എന്റെ ദുഷ്പ്രവൃത്തിക്കുള്ള കുറ്റം മുഴുവൻ ഞാനോ എന്റെ ഹൃദയമോ മനസ്സോ വഹിക്കേണ്ടതില്ല. ആരുടേതാണ് കുറ്റമെന്നു പറയാൻ ഞാനാളല്ല. അത് പിടികിട്ടാത്ത ഒരു കാര്യമാണ്, തങ്കം. നീ എനിക്ക് വെള്ളിപ്പണമായി മുപ്പതു കോപ്പെക്ക് കൊടുത്തയച്ചല്ലോ. പിന്നീട് ഇരുപതുകോപ്പെക്കുകൂടി. ഒരു പാവപ്പെട്ട അനാഥയുടേതായ ആ തുട്ടുകൾ ഞാൻ നോവുന്ന ഹൃദയത്തോടെ നോക്കി ഇരുന്നു. കൈ പൊള്ളിയതുകൊണ്ട് നിനക്കു പണിയെടുക്കാൻ വയ്യ. അടുത്തുതന്നെ പട്ടിണിയാവും. എന്നിട്ടും എനിക്ക് പുകയില വാങ്ങാൻ പണം കൊടുത്തയച്ചിരിക്കുന്നു. ഞാൻ എന്തു ചെയ്യണമായിരുന്നു? ഒരു സാധുവായ അനാഥബാലികയെ കരുണയില്ലാതെ കൊള്ളയടിക്കുകയോ? എനിക്ക് വല്ലാത്ത വിഷമം തോന്നി, ഓമനേ. അതായത്, എന്റെ ബൂട്സിന്റെ അടിഭാഗത്തേക്കാൾ നികൃഷ്ടമായ ഒരു കൊള്ളരുതാത്തവനാണ് ഞാനെന്ന് എനിക്കാദ്യം തോന്നി. പരിഗണനീയനായ ഒരാളായി സ്വയം കരുതുന്നത് തികച്ചും അപഹാസ്യമാണെന്നു തോന്നി. നേരെമറിച്ച്, ഒരു നിസ്സാരനായി, കൊള്ളരുതാത്തവനായി, വഷളനായിട്ടുപോലും, സ്വയം കരുതാനാണ് ഞാൻ തീരുമാനിച്ചത്. ആത്മാഭിമാനം പോയ നിമിഷത്തിൽത്തന്നെ എനിക്കെന്റെ എല്ലാ ഗുണങ്ങളും യോഗ്യതയും നിരാകരിക്കേണ്ടിവന്നു. ഇത് അനിവാര്യമായും എന്റെ വീഴ്ചയ്ക്കിടവരുത്തുകയും ചെയ്തു. വിധിയെന്നു പറയട്ടെ. ഞാൻ കുറച്ചു കാറ്റുകൊള്ളാനായി പുറത്തു പോയതാണ്. പ്രകൃതിയുടെ വിഷാദഭാവവും തണുപ്പും മഴയുമെല്ലാം കൂടി ഒന്നു മറ്റൊന്നിലേക്കുനയിച്ചു. പോരെങ്കിൽ, യെമേല്യയും. അയാൾ സർവ്വതും പണയം വച്ചിരിക്കുകയാണ് വാരെൻക. അയാൾക്ക് സ്വന്തമായിട്ടുണ്ടായിരുന്ന സർവ്വതും അങ്ങിനെ പോയി. രണ്ടു ദിവസമായി ജലപാനം കഴിച്ചിരുന്നില്ല. പണയം വയ്ക്കാൻ വയ്യാത്തതുകൂടി പണയം വയ്ക്കാനായിരുന്നു

ഇപ്പോൾ അയാളുടെ മോഹം. വാസ്തവം പറഞ്ഞാൽ, വാരെൻക, ആശ തോന്നിയിട്ടെന്നതിനേക്കാൾ അയാളോട് ദയയും അനുകമ്പയും വിചാരിച്ചിട്ടാണ് ഞാൻ വഴങ്ങിക്കൊടുത്തത്. അങ്ങിനെയാണ് ഞാൻ പാപം ചെയ്യാനിടയായത്. നിന്നെ ഓർത്ത് ഞങ്ങൾ രണ്ടുപേരും എത്രമാത്രം കരഞ്ഞു! യെമേല്യ നല്ലവനാണ്, വെണ്ണപോലത്തെ ഹൃദയമുള്ളവനാണ്.

എനിക്കുതന്നെ ഇതെല്ലാം അനുഭവപ്പെടുന്നുണ്ട്. അതുകൊണ്ടാണ് എനിക്ക് ഇങ്ങനെയൊക്കെ വന്നുചേരുന്നത്-എനിക്ക് അനുഭവപ്പെടുന്നതുകൊണ്ട്. ഓമനേ, നിന്നോട് എത്രമാത്രം കടപ്പെട്ടവനാണ് ഞാനെന്ന് എനിക്കറിയാം. നിന്നെ അറിയാനിടയായപ്പോൾ എന്നെത്തന്നെ കൂടുതൽ ഭംഗിയായി അറിയാനും നിന്നെ സ്നേഹിക്കാനും ഇടയായി. അതിനുമുമ്പ്, എന്റെ ദേവതേ, ഈ ലോകത്തിൽ ഞാൻ ഏകനായിരുന്നു. ഞാൻ ജീവിക്കുകയായിരുന്നില്ല. ഉറങ്ങുകയായിരുന്നു. അക്കാലത്ത്, എന്റെ രൂപത്തിനുതന്നെ സാരമായ തകരാറുണ്ടെന്ന് ദ്രോഹികൾ പറയുമായിരുന്നു. അവർക്ക് എന്തൊരു അവജ്ഞയായിരുന്നു എന്നോട്! അവസാനം എനിക്കുതന്നെ എന്നോട് അവജ്ഞ തോന്നിത്തുടങ്ങി. ഞാൻ വിഡ്ഢിയാണെന്ന് അവർ പറഞ്ഞു. എനിക്കും അങ്ങിനെ തോന്നിത്തുടങ്ങി. പക്ഷേ മുകളിൽനിന്നുള്ള ഒരു ദർശനംപോലെ നീ എന്റെ മുമ്പിൽ വന്നപ്പോൾ നീ എന്റെ ഇരുളടഞ്ഞ ജീവിതത്തിൽ വെട്ടം പകർന്നു. എന്റെ ഹൃദയത്തിലും ആത്മാവിലും പ്രകാശം ചൊരിഞ്ഞു. എനിക്ക് മനശ്ശാന്തിയെങ്കിലുമുണ്ടായി. ഞാൻ മറ്റുള്ളവരേക്കാൾ മോശക്കാരനല്ലെന്ന് എനിക്ക് മനസ്സിലായി.

ഒരുപക്ഷേ മിനുക്കമില്ലായിരിക്കും. ഓജസ്സും തിളക്കവുമില്ലായിരിക്കും. പക്ഷേ ഹൃദയത്തിലും മനസ്സിലും ഒരു മനുഷ്യൻതന്നെയാണ് ഞാനെന്ന് എനിക്ക് മനസ്സിലായി. എനിക്ക് തോന്നി വിധി എന്നോടു നിർദ്ദയം പെരുമാറുകയാണെന്ന്, ഞാൻ അപമാനിക്കപ്പെടുകയാണെന്ന്. എന്റെ അന്തസ്സിന് ഞാൻ യാതൊരു വിലയും കല്പിക്കാതായി. നിർഭാഗ്യത്തിന്റെ ഭാരം താങ്ങാനാവാതെ എനിക്ക് മനക്കരുത്ത് നഷ്ടപ്പെട്ടു. പറയാനുള്ളതു മുഴുവൻ ഞാൻ പറഞ്ഞുകഴിഞ്ഞ സ്ഥിതിക്ക് ഇക്കാര്യം ഇനിയൊരിക്കലും പരാമർശിക്കരുതെന്ന് നിറഞ്ഞ കണ്ണുകളോടെ ഞാൻ നിന്നോട് യാചിക്കുന്നു. കാരണം, എനിക്ക് വ്യസനവും ക്ഷീണവും തോന്നുന്നു. എന്റെ ചങ്ക് തകരുകയാണ്.

ബഹുമാനപുരസ്സരം, എന്റെ ഓമനേ,

നിന്റെ സന്തതസുഹൃത്ത്

മക്കാർ ദേവുഷ്കിൻ

സെപ്റ്റംബർ 3

ഞാൻ കഴിഞ്ഞ കത്ത് മുഴുവനാക്കിയിരുന്നില്ല, മക്കാർ അലെക്സേയെവിച്ച്. വല്ലാത്ത വിഷമം തോന്നിയതുകൊണ്ട് എഴുതാതിരുന്നതാണ്. തനിച്ചിരിക്കാൻ, അളവറ്റ ദുഃഖം നുണഞ്ഞുകൊണ്ട് തനിച്ചിരിക്കാൻ, എനിക്ക് ചിലപ്പോൾ തോന്നാറുണ്ട്. ഈയിടെയായി എനിക്കങ്ങിനെ കൂടെക്കൂടെ തോന്നാറുണ്ട്. വിവരിക്കാനാവാത്ത എന്തോ ഒന്ന് ഓർമ്മകളിൽ അടങ്ങിയിട്ടുണ്ട്. അതിന്റെ ഒഴുക്കിൽപ്പെട്ട് ഞാൻ അകന്നകന്നു പോകുന്നു. മണിക്കൂറുകളോളം ഞാൻ സർവ്വതും മറക്കുന്നു. കഴിഞ്ഞ കാലത്തെ, പ്രത്യേകിച്ച് എന്റെ സുവർണ്ണ ബാല്യകാലത്തെ, എന്തെങ്കിലുമൊന്നിനെ അനുസ്മരിപ്പിക്കാത്ത ഒരൊറ്റ ചിത്താനുഭവംപോലും- ദുഃഖകരമായാലും സുഖകരമായാലും- എനിക്കിപ്പോഴുണ്ടാകാറില്ലെന്നു പറയാം. പക്ഷേ അത്തരം സന്ദർഭങ്ങൾ കഴിയുമ്പോൾ എനിക്കെപ്പോഴും വിഷാദം തോന്നും. പാരവശ്യം തോന്നും. എന്റെ സ്വപ്നങ്ങൾ എന്നെ തളർത്തുന്നു. എന്റെ ആരോഗ്യം മോശമായിവരികയാണ്.

പക്ഷേ ശരൽക്കാലത്ത് അപൂർവ്വമായി മാത്രം കാണാറുള്ള, പ്രസന്നവും ഉന്മേഷപ്രദവുമായ ഒരു പ്രഭാതമായിരുന്നു ഇന്നത്തേത്. ഞാൻ അതിനെ സഹർഷം സ്വാഗതം ചെയ്തു. അങ്ങിനെ ശരൽക്കാലം വന്നെത്തിയിരിക്കുന്നു. ഉൾനാട്ടിൽവച്ച് ശരൽക്കാലം വന്നെത്തിയിരിക്കുന്നു. ഉൾനാട്ടിൽവച്ച് ശരൽക്കാലം എനിക്ക് എന്തിഷ്ടമായിരുന്നു! ഞാൻ അന്നൊരു കുട്ടിയായിരുന്നെങ്കിലും എനിക്ക് കാര്യങ്ങൾ വളരെ നിശിതമായി അനുഭവപ്പെട്ടിരുന്നു. ശരൽക്കാലത്തെ പ്രഭാതങ്ങളേക്കാൾ സായാഹ്നങ്ങളെയാണ് ഞാൻ ഇഷ്ടപ്പെട്ടത്. വീട്ടിൽനിന്നു കുറച്ചകലെ കുന്നിന്റെ അടിവാരത്തിലായി ഒരു തടാകമുണ്ടായിരുന്നു. ഞാനത് ഇപ്പോൾപോലും കൺമുമ്പിൽ കാണുന്നു. വെട്ടിത്തിളങ്ങുന്ന, വിശാലമായ, വലിയൊരു സ്ഫടികഫലകം. സായാഹ്നം പ്രശാന്തമാണെങ്കിൽ തടാകം നിശ്ചലമായിരിക്കും. ചുറ്റുമുള്ള മരങ്ങളിൽ നിന്ന് ഒരു മർമ്മരംപോലും കേൾക്കുകയില്ല. ശീതളവും ഉന്മേഷദായകവുമായ വായു. ഹിമകണങ്ങൾ പൊതിഞ്ഞ പുൽക്കൊടികൾ. മേഞ്ഞ മേൽക്കൂരകൾക്കടിയിലുള്ള ജനാലകളിൽ വിളക്കുകൾ തെളിയും. പശുക്കൾ വീടുകളിലേക്ക് മടങ്ങിപ്പോകുന്നുണ്ടാവും. അപ്പോഴാണ് ഞാൻ ആരും കാണാതെ എന്റെ തടാകത്തിനടുത്തേക്കു പോയി എല്ലാം മറന്നു നിൽക്കുന്നത്. മീൻപിടുത്തക്കാർ കരയിലിരുന്ന് ചുള്ളിക്കമ്പുകൾ കത്തിക്കുന്നുണ്ടാവും. അതിന്റെ വെളിച്ചം വെള്ളത്തിനു മീതേക്കൂടി വളരെ ദൂരെ എത്തും. തണുത്ത നീലാകാശത്തിൽ അവിടവിടെ കടുംചുവപ്പുചായം പുരണ്ടിട്ടുണ്ടാവും. അവ ക്രമേണ നിഷ്പ്രഭമാകും. ചന്ദ്രോദയമായി. ഒരു

വെള്ളിമണിയുടെ നാദം പോലെ എല്ലാ ശബ്ദങ്ങളും നിർമ്മലമായ വായുവിൽ മുഴങ്ങികേൾക്കാം. ഇരുണ്ടുവരുന്ന മുകൾപ്പരപ്പിൽ മൂടൽമഞ്ഞ് നേർത്ത്, സുതാര്യമായി വ്യാപിക്കാൻ തുടങ്ങും. അകലെ എല്ലാം അവ്യക്തമാകും, അപ്രത്യക്ഷമാകും. പക്ഷേ അടുത്ത് സർവ്വതും കൊത്തി വച്ചതുപോലെ തെളിഞ്ഞുനിൽക്കും- തോണികളും വെള്ളത്തിന്റെ വക്കും തുരുത്തുകളുമെല്ലാം. ഉപേക്ഷിച്ചുപോയതോ മറന്നുപോയതോ ആയ ഒരു വീപ്പ കരയോടടുത്ത് വെള്ളത്തിൽ തത്തിക്കളിക്കുന്നതും മഞ്ഞച്ച ഇലകളോടുകൂടിയ ഒരു മരക്കൊമ്പ് പുൽപ്പടർപ്പുകളിൽ കുടുങ്ങിക്കിടക്കുന്നതും കാണാം. വൈകിയെത്തിയ ഒരു കടൽപ്പക്ഷി തണുത്ത വെള്ളത്തിൽ മുങ്ങി വീണ്ടും പൊങ്ങി ധൃതിയിൽ പറന്നു മറയും. ഇതെല്ലാം കണ്ടുകൊണ്ടും കേട്ടുകൊണ്ടും വിചിത്രമായ ഒരനുഭൂതിയോടെ ഞാനവിടെ നിൽക്കും. അന്ന് ഞാനൊരു കൊച്ചു ബാലികയായിരുന്നു.

അതെ, ഞാൻ ശരൽക്കാലത്തെ ഇഷ്ടപ്പെട്ടു, വിശേഷിച്ച് ശരൽക്കാലാന്ത്യത്തെ. കൊയ്ത്തെല്ലാം കഴിഞ്ഞ് നാട്ടുകാർ ഏതെങ്കിലുമൊരു വീട്ടിൽ ഒന്നിച്ചുകൂടി വർത്തമാനം പറയുകയും പാട്ടു പാടുകയും ചെയ്യും. പിന്നീട് ശൈത്യകാലത്തിന്റെ വരവും കാത്ത് ഇരിപ്പായി. മൂടിക്കെട്ടിയ ആകാശത്തിനു കീഴെ സർവ്വതും നിഷ്പ്രഭമാകും. നഗ്നമായ കാടിന്റെ വക്കത്ത് മഞ്ഞ ഇലകൾ കൂടിക്കിടക്കും. കാടുതന്നെ, പ്രത്യേകിച്ച് മൂടൽമഞ്ഞ് പരക്കുന്ന സായാഹ്നങ്ങളിൽ, കൂടുതൽ ഇരുണ്ടും നീലിമയോടുകൂടിയും കാണപ്പെടും. കാടിന്റെ അഗാധതകളിൽ വൃക്ഷങ്ങൾ രാക്ഷസന്മാരെപ്പോലെ, പടുകൂറ്റൻ ഭൂതങ്ങളെപ്പോലെ, ഉയർന്നുനില്പുണ്ടാവും. ചിലപ്പോൾ നേരം വളരെ ഇരുട്ടിക്കഴിഞ്ഞിട്ടും ഞാൻ വെളിയിലായിരിക്കും. അല്ലെങ്കിൽ കാറ്റുകൊള്ളാനിറങ്ങുമ്പോൾ മറ്റുള്ളവരുടെ പിന്നിലായിപ്പോകും. ഞാൻ തനിച്ചാണെന്ന് പെട്ടെന്നാണ് മനസ്സിലാവുക. ഭയന്നു വിരണ്ട് ഞാൻ വീട്ടിലേക്കോടും. ദേഹം ആലിലപോലെ വിറയ്ക്കുന്നുണ്ടാവും. വല്ല മരപ്പൊത്തിൽ നിന്നും ഭയാനകമായ ഒരു മുഖം എന്റെനേരെ തുറിച്ചുനോക്കുന്നുണ്ടാവുമെന്നു ഞാൻ വിചാരിക്കും. അന്നേരമാണ് പൊടുന്നനെ ഒരു കാറ്റ്, നഗ്നമായ ശിഖരങ്ങളിൽനിന്ന് ശേഷമുള്ള ഇലകളെ അടിച്ചുപറത്തിക്കൊണ്ട്, ചുഴറ്റിക്കൊണ്ട്, അലമുറയിട്ട്, ഓരിയിട്ട്, കാട്ടിലൂടെ ഇരമ്പി വരുന്നത്. ആകാശത്തിൽ ഇരുട്ടു പരത്തിക്കൊണ്ട് പക്ഷികൾ ആരവത്തോടെ കൂറ്റൻ പറ്റങ്ങളായി പറന്നകലും. എന്തെന്നില്ലാത്ത ഒരു ഭീതി എന്നെ ഗ്രസിക്കും. “ഓടിക്കോ, കുട്ടീ, ഓടിക്കോ!”. അടുത്തുതന്നെ ഇവിടം ഭയങ്കരസ്ഥിതിയിലാവും. ജീവനുംകൊണ്ട് ഓടിക്കോ! എന്ന് ഒരു ശബ്ദം എന്റെ ചെവിയിൽ മന്ത്രിക്കുന്നതുപോലെ തോന്നും. ഓടിയണച്ച് ഞാൻ വീട്ടിലെത്തും. അവിടെ സർവ്വതും ഉന്മേഷകരവും ഊഷ്മളവുമായിട്ടാണ്

കാണപ്പെട്ടുക. കുട്ടികളായ ഞങ്ങൾ പട്ടാണിപ്പയർ തൊലിച്ചുകൊണ്ട് ഇരിക്കുമ്പോൾ നനവുള്ള വിറക് അടുപ്പിൽ ചീറി കത്തുന്നതും നോക്കി അമ്മ അടുത്തിരിപ്പുണ്ടാവും. ഞങ്ങളുടെ വൃദ്ധയായ പഴയ കാലങ്ങളെക്കു റിച്ചു പറയും. അല്ലെങ്കിൽ മന്ത്രവാദികളുടേയും യക്ഷികളുടേയും കഥകൾ പറയും. ഞങ്ങൾ പരസ്പരം ചേർന്നിരുന്നുകൊണ്ട്, അതേസമയം മുഖത്തൊരു ചിരിയോടെ, എല്ലാം കേൾക്കും. പെട്ടെന്നു സംസാരം നിലയ്ക്കും. ആരോ കതകിൽ മുട്ടിയോ? ഇല്ല. വൃദ്ധയായ ഫ്രോലൊവ്ന യുടെ ചർക്ക തിരിയുന്ന ശബ്ദമാണ്. ഞങ്ങൾ എത്രമാത്രം പൊട്ടിച്ചിരി ക്കും! രാത്രി ഞങ്ങൾ ദുഃസ്വപ്നങ്ങൾ കണ്ട് ഉണരും. ഞാൻ പാതിരാക്ക് ഞെട്ടിയുണർന്ന്, അനങ്ങാൻ ഭയന്ന്, പുതപ്പിനടിയിൽ വിറിച്ചുകൊണ്ട് നേരം വെളുക്കുന്നതുവരെ കിടക്കും. എങ്കിലും ഒരു ഡെയിസിപ്പൂവിന്റെ നവോന്മേഷത്തോടെയാണ് രാവിലെ എണീക്കുന്നത്. ജനാലകളിലൂടെ നോക്കുമ്പോൾ പാടങ്ങൾ തണുപ്പിന്റെ പിടിയിൽ അമർന്നിരിക്കുന്നതും ശരൽക്കാലത്തിന്റെ നേർത്ത പൊടിമഞ്ഞ് നഗ്നശിഖരങ്ങളിൽ പറ്റിപ്പി ടിച്ചിരിക്കുന്നതും കാണാം. ഐസിന്റെ ഒരു പാളി തടാകത്തെ മൂടിയി രിക്കും. വെളുത്ത ആവി അതിൽനിന്നും ഉയരുന്നുണ്ടാവും. ആഹ്ലാദഭരി തമായ കളകൂജനങ്ങളോടെ കിളികൾ പാറിനടക്കും. പക്ഷേ സൂര്യന്റെ ചൂടുള്ള കിരണങ്ങളേറ്റ് തടാകപ്പരപ്പിലെ ഐസ് വേഗം തന്നെ ഉരുകും. സമുജ്ജ്വലവും സുവ്യക്തവും സന്തുഷ്ടവുമായ ഒരു ലോകം. അടുപ്പുകൾ വീണ്ടും ആളിക്കത്തുന്നു. ഞങ്ങൾ സമോവാറിനു ചുറ്റും വട്ടമിട്ടിരിക്കുന്നു. ഞങ്ങളുടെ കറുത്ത പട്ടി പൊൽക്കാൻ ജനാലയുടെ നേരെ നോക്കി പ്രതീക്ഷയോടെ വാലാട്ടും. തലേന്നു രാത്രിയിലെ തണുപ്പു കാരണം അവന്റെ ദേഹം അപ്പോഴും വിറയ്ക്കുന്നുണ്ടാവും. ഒരു കൃഷിക്കാരന്റെ കുട്ടവണ്ടി വിറകിനായി ഒച്ചവച്ചുകൊണ്ട് കാട്ടിലേക്കു പോകുന്നുണ്ടാ വും. ആ സുഖകരമായ ദിവസങ്ങളിൽ ഞങ്ങൾക്കെല്ലാവർക്കും എത്ര സംതൃപ്തിയും സന്തുഷ്ടിയുമായിരുന്നു.

ഈ ഓർമ്മകൾ എന്നെ കരയിക്കുന്നു. എത്ര ഭാസുരമാണ് ഭൂതകാലം! എത്ര വിരസവും അന്ധകാരാവൃതവുമാണ് വർത്തമാന കാലം! ഇതെവിടെച്ചെന്നവസാനിക്കും, എന്റെ ദൈവമേ! നിങ്ങൾ ക്കറിയാമോ- എനിക്ക് തോന്നുന്നു ഞാൻ ഈ ശരൽക്കാലത്ത് മരി ക്കുമെന്ന്. എനിക്ക് തീർച്ചയാണത്. എനിക്ക് തീരെ സുഖമില്ല. ഞാൻ ഇതേപ്പറ്റി പലപ്പോഴും ആലോചിക്കാറുണ്ട്. ഇവിടെക്കിടന്നു മരിക്കാൻ, ഈ മണ്ണിൽ കുഴിച്ചിടപ്പെടാൻ, എനിക്ക് ആഗ്രഹമില്ല. ഒരുപക്ഷേ കഴിഞ്ഞ വസന്തത്തിൽ സംഭവിച്ചതുപോലെ ഞാൻ വീണ്ടും കിടപ്പി ലാവുമായിരിക്കും. വാസ്തവത്തിൽ അന്നു ഞാൻ സുഖം പ്രാപിച്ചിരുന്നില്ല. ഞാൻ തനിച്ചാണ്. ചിലപ്പോൾ എനിക്ക് തനിച്ചിരിക്കാൻ ഭയമാണ്.

മുറിയിൽ എന്റെകൂടെ വേറെ ആരോ ഉണ്ടെന്ന്, എന്നോട് സംസാരിക്കുന്നുണ്ടെന്ന്, വല്ലാത്തൊരു തോന്നൽ. പ്രത്യേകിച്ച് ഞാൻ എന്റെ മനോരാജ്യങ്ങളിൽ നിന്ന് ഞെട്ടിയുണരുമ്പോൾ. അതുകൊണ്ടാണ് ഞാൻ ഇത്ര നീണ്ട ഒരു കത്തെഴുതിയത്. എഴുതുമ്പോൾ ഭയം മറയുന്നു. ഞാൻ നിർത്തുന്നു. കടലാസ് തീർന്നുപോയതുകൊണ്ട് നിർത്തിയേ പറ്റൂ. പോരെങ്കിൽ എനിക്ക് സമയവുമില്ല. എന്റെ വസ്ത്രവും തൊപ്പിയും വിറ്റു കിട്ടിയ പണത്തിൽ ഒരു വെള്ളിറൂബിൾ മാത്രമേ ബാക്കിയുള്ളൂ. നിങ്ങൾ വീട്ടുടമസ്ഥയ്ക്ക് രണ്ട് വെള്ളിറൂബിൾ കൊടുത്തുവെന്നറിഞ്ഞതിൽ സന്തോഷിക്കുന്നു. അവർ കുറച്ചു സമയത്തേക്ക് അടങ്ങിയിരിക്കുമായിരിക്കും.

നിങ്ങൾ നിങ്ങളുടെ വസ്ത്രം ശരിപ്പെടുത്തിയെടുക്കാൻ ശ്രമിക്കൂ. ഞാൻ നിർത്തുന്നു, സ്നേഹിതാ. എനിക്ക് വല്ലാത്ത ക്ഷീണം തോന്നുന്നു. ഞാൻ പെട്ടെന്നു ക്ഷീണിക്കും. ചെറിയൊരു ആയാസംപോലും എന്നെ തളർത്തിക്കളയും. പണി കിട്ടിയാൽത്തന്നെ എനിക്ക് പണിയെടുക്കാൻ കഴിയുമോ ആവോ. അതോർക്കുമ്പോൾത്തന്നെ എല്ലാ ആശയും അസ്തമിക്കുന്നു.

വി.ഡി.

സെപ്റ്റംബർ 5

പ്രിയപ്പെട്ട വാരെൻക!

ഇന്ന് ഒട്ടേറെ കാര്യങ്ങൾ എന്റെ മനസ്സിൽ പതിഞ്ഞിട്ടുണ്ട്. ഒന്നാമത്, എനിക്ക് തലവേദന വന്നു. അത് മാറ്റാൻ ഞാൻ ഫൊൻതാൻകയിലൂടെ നടക്കാനിറങ്ങി. സായാഹ്നത്തിൽ ഈർപ്പവും ഇരുട്ടും അനുഭവപ്പെട്ടു. അഞ്ചു മണി കഴിഞ്ഞാൽപ്പിന്നെ ഇരുട്ടാകാൻ അധികം സമയം വേണ്ടെന്നറിയാമല്ലൊ. മഴയുണ്ടായിരുന്നില്ല. പക്ഷേ മൂടൽമഞ്ഞ് ഏതു മഴയേക്കാളും കഷ്ടമായിരുന്നു. മേഘങ്ങൾ വീതിയുള്ള പാളികളായി ആകാശത്തിലൂടെ ഒഴുകിപ്പോയി. ആൾക്കൂട്ടം തോട്ടിന്റെ കരയിലൂടെ തിടുക്കത്തിൽ നടന്നുപോയി. വിചിത്രമാംവണ്ണം കോലംകെട്ട ഒരാൾക്കൂട്ടം. കണ്ടാൽത്തന്നെ മനസ്സിടിയും. കുടിച്ചു ലക്കുകെട്ട ഉൾനാട്ടുകാർ, നീളം കൂടിയ ബൂട്സുമിട്ട് തൊപ്പി ധരിക്കാതെ നടന്നുപോകുന്ന മൂക്കുപതിഞ്ഞ ഫിൻലണ്ടുകാരികൾ, തൊഴിലാളികൾ, വണ്ടിക്കാർ, ഞങ്ങളെപ്പോലുള്ള ഗുമസ്തന്മാർ, ക്ഷയരോഗിയെപ്പോലെ ശോഷിച്ച ദേഹത്തോടും മെഴുക്കുപറ്റി കറുത്ത മുഖത്തോടും വരയിട്ട മേലങ്കിയോടും കയ്യിൽ വലിയൊരു പൂട്ടോടും കൂടി നടന്നുപോകുന്ന അപ്രണ്ടീസുകാരൻ, പട്ടാളത്തിൽനിന്നു പിരിച്ചുവിട്ട അവിശ്വസനീയമാംവണ്ണം പൊക്കമുള്ള

ഒരാൾ, എന്നിങ്ങനെ പലതരക്കാരുണ്ടായിരുന്നു. ഇത്തരക്കാർ പുറത്തിറങ്ങി നടക്കുന്ന സമയം ഇതായിരിക്കും. തോട്ടുതന്നെ ഒരു കാഴ്ചയായിരുന്നു. ഇത്രയേറെ ചങ്ങാടങ്ങൾക്ക് എങ്ങിനെ അതിൽ ഇടം കിട്ടി! ഈർപ്പമുള്ള അപ്പങ്ങളും അഴകിയ ആപ്പിളുകളും വിറ്റുകൊണ്ട് പെണ്ണുങ്ങൾ പാലങ്ങളിൽ ഇരുന്നു. കീറിപ്പറിഞ്ഞ വേഷമിട്ട കുറെ വൃത്തികെട്ട പെണ്ണുങ്ങൾ. നടക്കാൻ പോകാൻ പറ്റിയ സ്ഥലമല്ല ഫൊൻതാൻക. കാൽച്ചുവട്ടിൽ നനഞ്ഞ കല്ലുകൾ. പുക പിടിച്ച് കറുത്ത, ഉയരമുള്ള വീടുകൾ. താഴെയും മുകളിലും മൂടൽമഞ്ഞ്. എത്ര വിഷാദമയമായ, എത്ര ഇരുണ്ട, ഒരു സായാഹ്നമായിരുന്നു അത്.

ഞാൻ ഗൊറോഹൊവയ തെരുവിലേക്കു തിരിഞ്ഞപ്പോൾ നേരം ശരിക്കും ഇരുട്ടിയിരുന്നു. ഗ്യാസുവിളക്കുകൾ കത്തിച്ചുതുടങ്ങിയിരുന്നു. ഞാൻ ഈ തെരുവിൽ വന്നിട്ട് കുറെ നാളായി. അതു വളരെ സജീവമായിത്തോന്നി. വലുതും ചെറുതുമായ ഭംഗിയുള്ള കടകൾ. വിലകൂടിയ സാധനങ്ങളും പൂക്കളും റിബൺകെട്ടിയ തൊപ്പികളുമായി എല്ലാം വെട്ടിത്തിളങ്ങുന്നു. അതൊക്കെ വെറും കാഴ്ചയ്ക്കായി മാത്രം ഒരുക്കിയതാണെന്നു തോന്നിപ്പോകും. പക്ഷേ, അത്തരം സാധനങ്ങൾ ഭാര്യമാർക്കു വാങ്ങുന്ന ആളുകൾ വാസ്തവത്തിലുണ്ട്! സമ്പന്നമായ ഒരു തെരുവ്. ജർമ്മൻകാരായ റൊട്ടിവ്യാപാരികളിൽ പലരും ഇവിടെയാണ് പാർക്കുന്നത്. പണക്കാരാണവർ. എത്ര വണ്ടികളാണ്?! ഇത്രയേറെ വണ്ടികളെ ആ തെരുവ് എങ്ങിനെ താങ്ങിനിർത്തുന്നുവെന്ന് അത്ഭുതപ്പെട്ടുപോകും. അതും എത്ര ആഡംബരമായി അണിയിച്ചൊരുക്കിയിട്ടുള്ള വണ്ടികൾ! തിളങ്ങുന്ന ജനാലകൾ. പട്ടോ വില്ലുസോ കൊണ്ടുമൂടിയ ഇരിപ്പിടങ്ങൾ. വാളും തോൾപ്പട്ടയും ധരിച്ച പരിചാരകന്മാർ. അവ കടന്നുപോകുമ്പോൾ ഞാൻ ഓരോന്നിലും നോക്കി. അകത്ത് ഇരുന്നിരുന്ന മഹിളകൾ പ്രഭ്വികളോ രാജകുമാരികളോ ആയിരിക്കുമെന്ന് ഞാൻ ഊഹിച്ചു. കാരണം അത്ര മോടിയായിട്ടാണ് അവർ എല്ലാവരും തന്നെ വസ്ത്രധാരണം ചെയ്തിരുന്നത്. ഏതാണ്ടെല്ലാവരും നൃത്തങ്ങൾക്കോ സായാഹ്നസൽക്കാരങ്ങൾക്കോ പോകുന്ന സമയമായിരുന്നിരിക്കും അത്. ഒരു പ്രഭ്വിയേയോ മഹിളാമണിയേയോ അടുത്തു കാണാൻ കൗതുകം തോന്നുന്നു. തീർച്ചയായും അവർ സുന്ദരികളായിരിക്കും. ഇപ്പോഴത്തെപ്പോലെ വണ്ടികളിൽ എത്തിനോക്കുന്നതൊഴിച്ചാൽ എനിക്ക് അതിന് അവസരം കിട്ടിയിട്ടില്ല. ഞാൻ നിന്നെപ്പറ്റിയും ഓർത്തു. എന്റെ സാധുവായ തങ്കം, എന്റെ ഓമനേ, എനിക്ക് എത്രമാത്രം മനോവേദന തോന്നി. നീ എന്തിന് ഇത്രയേറെ ദുരിതം അനുഭവിക്കുന്നു, വാരെൻക? എനിക്കേറ്റവും പ്രിയപ്പെട്ട കൊച്ചുദേവതേ, നീ ഏതു കാര്യത്തിലാണ് മറ്റുള്ളവരേക്കാൾ മോശക്കാരി? നീ എത്രയോ വിശാലഹൃദയയും

സുന്ദരിയും വിദ്യാസമ്പന്നയുമാണ്. എന്തിനു നീ ഇങ്ങനെ കഷ്ടപ്പെടണം? സുഖം മുഴുവൻ മറ്റുള്ളവർ അനുഭവിക്കുമ്പോൾ എന്തിന് നല്ലയാളുകൾ ദുർഭിക്ഷതയിലും അവഗണനയിലും കഴിയണം? എന്റെ ഓമനേ, ഞാൻ ഇതു പറയാൻ പാടില്ലാത്തതാണെന്ന് എനിക്കറിയാം. കാരണം, സ്വതന്ത്രചിന്തയുടെ ഒരു ചുവയുണ്ടതിന്. പക്ഷേ വിധി ഒരുവന്റെ നേരെ ഗർഭപാത്രത്തിൽവച്ചതന്നെ പുഞ്ചിരി തൂകുന്നതും ഒരു ദരിദ്രകുടുംബത്തിൽ ജനിച്ചുവെന്ന ഒറ്റക്കാരണത്താൽ മറ്റൊരുവന്റെനേരെ കാക്കയെപ്പോലെ കരയുന്നതും എന്തുകൊണ്ടാണ്? അതിൽ എന്തു ന്യായമാണ്? മുത്തശ്ശിക്കഥകളിലെപ്പോലെ വിഡ്ഢിയായ ഇവാനുഷ്ക്കയ്ക്കു സന്തോഷം വന്നുചേർന്നെന്നു വരാം. അപ്പോൾ അയാൾ തനിക്ക് ഒസ്യത്തായിക്കിട്ടിയ പണപ്പെട്ടിയിൽ കയ്യിട്ട് കുടിച്ചുകൂത്താടി രസിക്കുന്നു. മറ്റൊരു ദാരിദ്ര്യവാസി അതും നോക്കി നുണയുന്നു. അവൻ പിറന്നതുതന്നെ അതിനാണ്. മറ്റൊന്നിനും അവനെക്കൊണ്ടു കൊള്ളുകയില്ല. ഈ വഴി ചിന്തിക്കുന്നത് പാപമാണെന്നറിയാം. പക്ഷേ ഈ പാപചിന്തകൾ ക്ഷണിക്കാതെ വരുന്നവയാണ്. എന്റെ ഓമനേ, എന്തുകൊണ്ട് നിനക്ക് ആ വണ്ടികളിലൊന്നിൽ സഞ്ചരിച്ചുകൂടാ? എന്തുകൊണ്ട് നിന്റെ കടാക്ഷങ്ങൾക്കുവേണ്ടി ആറ്റുനോറ്റിരിക്കുന്നത് എന്നെപ്പോലുള്ളവർക്കു പകരം ജനറൽമാരായിക്കൂടാ? പഴകിത്തേലിനൻ ഉടുപ്പുകൾക്കു പകരം നീ പൊന്നും വെള്ളിയും അണിഞ്ഞിരിക്കും. ഇപ്പോഴത്തെപ്പോലെ നീ ചടച്ച് വിളറിയിരിക്കുമോ? ഒരിക്കലുമില്ല! ചുണയുള്ള ഒരു കളിപ്പാവയെപ്പോലെ നീ ചുവന്നു തുടുത്ത് കൊഴുത്തിരിക്കും. ഉജ്ജ്വലമായി പ്രകാശിക്കുന്ന ജനാലകളിലൂടെ എത്തിനോക്കി നിന്റെ നിഴലൊന്നു കണ്ടാൽ മതി, നീ സന്തുഷ്ടയും ആഹ്ലാദഭരിതയുമാണെന്നറിഞ്ഞാൽ മതി, എനിക്ക് തൃപ്തിയാകും. പക്ഷേ യഥാർത്ഥജീവിതത്തിലെ സ്ഥിതിയോ? ദുഷ്ടജനങ്ങൾ നിന്നെ നശിപ്പിച്ചു. അതും പോരാഞ്ഞിട്ട് ആ ദീക്ഷവളർത്തിയ നീചൻ നിന്നെ അപമാനിക്കുകകൂടി ചെയ്യുന്നു. ഫ്രോക്ക്കോട്ടിട്ട് ഞെളിഞ്ഞുനടക്കുകയും സ്വർണ്ണക്കണ്ണടയിലൂടെ കടക്കണ്ണിട്ടു നോക്കുകയും ചെയ്യുന്നുവെന്ന കാരണത്താൽ തനിക്ക് എന്തു സ്വാതന്ത്ര്യവും കാട്ടാമെന്നും എന്തു ധിക്കാരം പറഞ്ഞാലും നീ അതു കേട്ടുകൊള്ളണമെന്നുമാണ് ആ സുന്ദരവിഡ്ഢിയുടെ വിചാരം. എന്തുകൊണ്ട്? എന്തുകൊണ്ടെന്നാൽ നീ കരുത്തുറ്റ സ്നേഹിതരുടെ സംരക്ഷണമില്ലാതെ, നിസ്സഹായയും അനാഥയുമായ ഒരുവളായിപ്പോയി. ഒരു അശരണയായ അനാഥയുവതിയെ അപമാനിക്കുന്നതിൽ തെറ്റു കാണാത്ത ആ മനുഷ്യൻ എത്തരക്കാരനാണ്! വെറും ചവറാണയാൾ. മനുഷ്യനല്ല! പുറമേയ്ക്കു മാത്രം ഒരു മനുഷ്യൻ! എനിക്ക് തീർച്ചയാണത്. എന്തിനധികം? ഗൊറോഹൊവായ തെരുവിൽ ഞാൻ കണ്ട കിന്നരപ്പെട്ടിക്കാരൻപോലും അയാളേക്കാൾ ബഹുമാനം

അർഹിക്കുന്നുണ്ട്. ഒരു കോപ്പെക്കുകൂടി കിട്ടുമെന്ന ആശകൊണ്ട് ദിവസം മുഴുവൻ അലഞ്ഞുനടന്നാൽ എന്തു വേണ്ടു? അയാൾ ആരുടേയും ചൊൽപ്പടിയിലല്ല. സ്വന്തമായി ഉപജീവനം നേടുന്നു. അയാൾ ഭിക്ഷക്കാരനല്ല. ആളുകളെ രസിപ്പിക്കാൻവേണ്ടി കിന്നരപ്പെട്ടി വായിക്കുന്നുവെന്നു മാത്രം. നോക്കിൻ! നിങ്ങൾ രസിച്ചോളിൻ! അതിനാണ് ഞാൻ നോക്കിൻ! നിങ്ങൾ രസിച്ചോളിൻ! അതിനാണ് ഞാൻ വന്നിരിക്കുന്നത്! ഒരുപക്ഷേ അയാൾ ഭിക്ഷക്കാരനായിരിക്കും. പക്ഷേ മാനമുള്ള ഒരു ഭിക്ഷക്കാരനാണ് അയാൾ. എത്ര ക്ഷീണവും വിശപ്പുമുണ്ടെങ്കിലും അയാൾ അയാളുടെ വഴിക്ക് പണിയെടുത്തുകൊണ്ടേയിരിക്കുന്നു. എളിയ ജോലി ചെയ്ത് തുച്ഛമായി വല്ലതും കിട്ടുന്ന എത്രയോ പേരുണ്ട്. പക്ഷേ അവർ ആരുടെ മുമ്പിലും തലകുനിക്കുകയില്ല. ആരോടും കെഞ്ചുകയുമില്ല. ഞാൻ ശരിക്കും ആ കിന്നരപ്പെട്ടിക്കാരനെപ്പോലെയാണ്. ശരിക്കുമാണെന്നു പറഞ്ഞുകൂടാ. അയാളെപ്പോലെയാണെന്നുതന്നെ പറഞ്ഞുകൂടാ. അന്തസ്സായ, മാനമായ അർത്ഥത്തിൽമാത്രം ശരിക്കും അയാളെപ്പോലെയാണ്. ആവുന്നത്ര കഠിനമായി ഞാൻ പണിയെടുക്കുന്നുണ്ട്. കൂടുതൽ എന്നെക്കൊണ്ട് എന്തു കഴിയും?

ഇന്നെനിക്ക് എന്റെ ദാരിദ്ര്യം പൂർവ്വാധികം ഉൽക്കടമായി അനുഭവപ്പെട്ടതുകൊണ്ടാണ് ഞാൻ ആ കിന്നരപ്പെട്ടിക്കാരനെ ഓർത്തുപോയത്. അയാൾ കിന്നരം വായിക്കുന്നതു നോക്കി ഞാൻ തെരുവിൽ നിന്നു. ശ്രദ്ധ തിരിക്കാനാണ്, അസുഖകരമായ ചിന്തകൾ മാറ്റിനിർത്താനാണ്, ഞാൻ ഇങ്ങനെ ചെയ്തത്. കുറെ വണ്ടിക്കാരും ഒരു ചെറുപ്പക്കാരിയും ദേഹത്ത് കരിപുരണ്ട ഒരു കൊച്ചുബാലികയും കൂടി കാഴ്ചക്കാരായിട്ടുണ്ടായിരുന്നു. കിന്നരപ്പെട്ടിക്കാരൻ ആരുടേയോ ജനാലക്കീഴിൽ സ്ഥലം പിടിച്ചിരുന്നു. ആ സമയത്ത് ഞാൻ പത്തു വയസ്സു പ്രായം വരുന്ന ഒരു ബാലനെ കണ്ടു. ഇത്രയേറെ അവശനായ ഒരു പേക്കോലമല്ലായിരുന്നെങ്കിൽ അവനെ ഒരു സുമുഖനായി കരുതാമായിരുന്നു. ഒരു ഷർട്ട് മാത്രമിട്ട്, ഏതാണ്ട് വെറും കാലിൽത്തന്നെ, അവൻ വാപൊളിച്ചുനിന്നു കേൾക്കുകയാണ്. കുട്ടികൾ എപ്പോഴും കുട്ടികൾതന്നെ! തണുപ്പുകൊണ്ട് അവന്റെ കാൽമുട്ടുകൾ കൂട്ടിയിടിക്കുന്നുണ്ടായിരുന്നു. അവൻ കുപ്പായക്കൈ ചപ്പിക്കൊണ്ടിരുന്നു. എന്നിട്ടും ആ കിന്നരപ്പെട്ടിയുടെ മുകളിൽ നൃത്തം വയ്ക്കുന്ന കളിപ്പാവയിൽ നിന്നു കണ്ണെടുക്കാൻ അവനു കഴിഞ്ഞില്ല. അവൻ കയ്യിൽ ഒരു തുണ്ടു കടലാസു പിടിച്ചിരിക്കുന്നതും ഞാൻ ശ്രദ്ധിച്ചു. അവസാനം, കളിപ്പാവകൾ- ഫ്രഞ്ചുകാരനും കൂട്ടുകാരികളും- നൃത്തം ചെയ്യുന്ന പെട്ടിക്കകത്തേക്ക് ആരോ ഒരു നാണയമിട്ടു. നാണയം വീഴുന്ന ശബ്ദം കേട്ട് ബാലൻ ഞെട്ടി, സംശയിച്ച് ചുറ്റും നോക്കി. ഞാനാണ് ആ തുട്ടിട്ടതെന്ന് അവൻ ധരിച്ചെന്നു തോന്നുന്നു. കാരണം, അവൻ എന്റെ

അടുത്തേക്ക് ഓടിവന്ന് ആ കടലാസ് ഏല്പിച്ചു. അവന്റെ കൈവിരലുകൾ വിറയ്ക്കുന്നുണ്ടായിരുന്നു. അതൊന്നു വായിച്ചുനോക്കാൻ അവൻ ദീനസ്വരത്തിൽ യാചിച്ചു. ഞാൻ തുറന്നുനോക്കി. സാധാരണ കാണാറുള്ളതു തന്നെ-അമ്മ മരിക്കാൻ കിടക്കുന്നു, മൂന്നു കുഞ്ഞുങ്ങൾ പട്ടിണിയിൽ, കനിവുള്ള നല്ല മനുഷ്യർ സഹായിക്കാനപേക്ഷ, അമ്മ മരിക്കുമ്പോൾ പരലോകത്ത് അവർക്കുവേണ്ടി പറയുന്നതാണ്. അതിൽ വിശേഷിച്ചൊന്നുമില്ല. ആർക്കും സംഭവിക്കാവുന്നതാണ്. പക്ഷേ ഞാൻ അവന് എന്തു കൊടുക്കും? ഒന്നുമില്ല! ഞാൻ എത്രമാത്രം സങ്കടപ്പെട്ടു! സാധുബാലൻ! തണുത്ത് കരുവാളിച്ചിരിക്കുന്നു! വിശന്നുപൊരിയുന്നുമുണ്ടാവും, തീർച്ച. അവൻ എന്നോടു കളവു പറയുകയല്ല. ആവാൻ തരമില്ല. എനിക്കതു നല്ലവണ്ണം അറിയാം. ഒരു അമ്മ തന്റെ കുഞ്ഞിനെ ഇതുപോലൊരു കുറിപ്പുമായി ഉടുപ്പില്ലാതെ തണുപ്പത്തേക്ക് ഇറക്കിവിടുന്നതാണ് ഏറ്റവും ദുസ്സഹം. ഒരുപക്ഷേ നിരാശകൊണ്ടായിരിക്കാം. സഹായത്തിനാരുമില്ലാതെ അവർ നിസ്സംഗയായി ഇരിക്കുന്നതാവാം. ഒരുപക്ഷേ അവർ വാസ്തവത്തിൽ ഇരിക്കുന്നതാവാം. ഒരുപക്ഷേ അവർ വാസ്തവത്തിൽ രോഗം പിടിച്ചു കിടക്കുകയായിരിക്കാം. എന്നാലും അവർ വേണ്ടപ്പെട്ട അധികാരികളോട് അഭ്യർത്ഥിക്കുകയാണ് വേണ്ടത്. ആർക്കറിയാം, ഒരുപക്ഷേ തന്റെ വിശന്നു തളർന്ന കൊച്ചുമകനെ ഭിക്ഷ തെണ്ടാനയച്ചുകൊണ്ട് അവർ പൊതുജനത്തെ ചൂഷണം ചെയ്യുന്നതുമാവാം. ആ കടലാസുകഷണങ്ങളുംകൊണ്ട് കറങ്ങിനടക്കുന്ന അവൻ എങ്ങിനെയായിരിക്കും വളർന്നുവരിക? അവൻ ഓടിനടന്നു യാചിക്കുന്നു. പക്ഷേ ആളുകൾ ഗൗനിക്കുന്നില്ല. അവരുടെ ഹൃദയം കരിങ്കല്ലുപോലെയാണ്. വാക്കുകൾ ക്രൂരവും: "ഓടടാ ഇവിടുന്ന്! നിന്റെ വിരട്ടൊന്നും ഇങ്ങോട്ടെടുക്കണ്ട!" തണുത്തുവിറയ്ക്കുന്ന ആ ബാലൻ മുരടിച്ചുപോകും. കൂട്ടിൽനിന്നു താഴെ വീണ്, ഭയന്നുവിരണ്ട ഒരു പക്ഷിക്കുഞ്ഞ്. അവന്റെ കൈകൾ കോച്ചുന്നു. തണുത്ത വായു ശ്വസിക്കാൻതന്നെ അവൻ വിമ്മിഷ്ടപ്പെടുന്നു. അധികം താമസിയാതെ അവൻ ചുമച്ചുതുടങ്ങും. ഒരു വഴുവഴുത്ത ഇഴജന്തുവിനെപ്പോലെ രോഗം അവന്റെ ചങ്കിലേക്ക് അരിച്ചുകയറും. മരണം അവനേയും കാത്ത് ഒരു ഇരുണ്ട കോണിൽ പതിയിരിപ്പുണ്ടാവും. കാരണം, അവനെ നോക്കാൻ ആരുമില്ല, സഹായിക്കാൻ ആരുമില്ല. അങ്ങിനെ ആ കുരുന്നുജീവിതം അവസാനിക്കുന്നു. ചിലരുടെ ജീവിതം ഇത്രയേയുള്ളു, വാരെൻക. "കർത്താവിനെ ഓർത്ത് സഹായിക്കണേ!" എന്നു കേൾക്കുമ്പോൾ ഒന്നും കൊടുക്കാതെ ദൈവം സഹായിക്കും എന്നു പറഞ്ഞ് കടന്നുപോകാൻ എളുപ്പമല്ല. 'കർത്താവിനെ ഓർത്ത്' എന്ന വാക്കുകൾ അത്ര ഭയങ്കരമായി തോന്നാത്ത സന്ദർഭങ്ങളും ഉണ്ടാകാറുണ്ട്, തീർച്ച ("കർത്താവിനെ ഓർത്ത്" എന്നതുതന്നെ പല

തരത്തിലുണ്ട്, ഓമനേ). ഭിക്ഷക്കാർ എപ്പോഴും ചെയ്യാറുള്ളതുപോലെ ചിലർ അത് യാന്ത്രികമായി വെറുതെ നീട്ടിവിളിക്കും. അത്തരക്കാർക്ക് ഒന്നും കൊടുക്കാത്തതുകൊണ്ട് അത്ര വലിയ മനപ്രയാസം തോന്നുക യില്ല. അവർക്കിതു പഴക്കമാണ്. എങ്ങിനെങ്കിലും പിടിച്ചുനിൽക്കുന്ന തരക്കാരാണ് അവർ. പക്ഷേ "കർത്താവിനെ ഓർത്ത്" എന്ന വിളി വിചിത്രവും കർക്കശവും ബീഭത്സവുമായി തോന്നുന്ന സന്ദർഭങ്ങളുണ്ട്. ഇന്നുതന്നെ എനിക്ക് അത് അനുഭവപ്പെട്ടു. ഞാൻ ആ ബാലന്റെ കുറിപ്പ് വായിക്കുകയായിരുന്നു. അപ്പോഴാണ് വേലിക്ക് തൊട്ടടുത്തുനിന്ന് ആരോ-അയാൾ വെറുതെ നിൽക്കുകയായിരുന്നു. യാചിക്കുകയായി രുന്നില്ല- എന്നോടു പറഞ്ഞത്: "കർത്താവിനെ ഓർത്ത് എനിക്കൊരു തുട്ടു തരൂ!" ആ പരുപരുത്ത ശബ്ദം കേട്ട് ഞാൻ ഞെട്ടിപ്പോയി. പക്ഷേ ഞാനെന്തു കൊടുക്കും? എന്റെ കയ്യിൽ ഒന്നുമില്ലായിരുന്നു. പാവങ്ങൾ തങ്ങളുടെ ദുർവിധിയെപ്പറ്റി ഉറക്കെ ആവലാതിപ്പെടുന്നത് പണക്കാർ ക്കിഷ്ടമല്ല. അവർ ശല്യക്കാരാണെന്നാണ്, ധിക്കാരികളാണെന്നാണ്, പണക്കാർ പറയുന്നത്. വിശന്നുവലയുന്നവരുടെ ദീനരോദനങ്ങൾ അവരുടെ നിദ്രയെ വിഘ്നപ്പെടുത്തുന്നുണ്ടോ? ഉണ്ടെന്നു തോന്നുന്നില്ല.

നേരു പറഞ്ഞാൽ, എന്റെ ഓമനേ, ഞാൻ ഇത്രയൊക്കെ എഴുതിയത് കുറച്ചൊരു മനസ്സമാധാനത്തിനുവേണ്ടിയും അതോടൊപ്പം എനിക്ക് നല്ല ശൈലിയിൽ എഴുതാൻ കഴിയുമെന്നു കാട്ടിത്തരാൻവേ ണ്ടിയുമാണ്. എന്റെ തങ്കം, നിനക്കു കാണാവുന്നതുപോലെ, അടുത്ത കാലത്തായി എന്റെ ശൈലിക്കൊരു രൂപമൊക്കെ വന്നിട്ടുണ്ട്. ഈ നിമിഷത്തിൽ കലശലായ നിരാശാബോധം എന്നെ പിടികൂടിയിരിക്കു ന്നു. അതുകൊണ്ട് എന്റെ സ്വന്തം ചിന്തകളോട് ഒരു മമത തോന്നാതി രിക്കാൻ നിവൃത്തിയില്ല. എന്റെ ഓമനേ, ആ മമത എന്നെ ഒരിടത്തും എത്തിക്കുകയില്ലെന്ന് എനിക്കറിയാം. എങ്കിലും തന്നോടുതന്നെ നീതി കാണുന്നതിൽ ഒരു സുഖമുണ്ട്. താൻ എളിയവനും നിസ്സാരനും മരപ്പൂളിനോടുപോലും കിടപിടിക്കാത്തവനുമാണെന്നു സ്വയം കരുതാ നുള്ള ഒരു വാസന സാധാരണ കാണാറുള്ളതുകൊണ്ട് വിശേഷിച്ചും. എന്റെതന്നെ ഉദാഹരണം എടുക്കാം. എന്നോട് ഭിക്ഷ യാചിച്ച ആ കൊച്ചുബാലന്റെയത്രതന്നെ ക്ലേശവും ഞെരുക്കവും അനുഭവപ്പെടുന്നവ നാണ് ഞാൻ എന്നതാണ് ഇതിനൊക്കെ കാരണമെന്നു പറഞ്ഞുകൊ ള്ളട്ടെ. ഞാനൊരു ദൃഷ്ടാന്തകഥ പറയുന്നതു ക്ഷമിക്കണം, വാരെൻക. അതിരാവിലെ ആഫീസിലേക്കു പോകുമ്പോൾ ഞാൻ ചിലപ്പോൾ നഗരത്തിലൂടെ ഒന്നു കണ്ണോടിക്കാറുണ്ട്. ആ പുകയും ഇളകിമറിച്ചിലും ഇരമ്പവുമെല്ലാം കൂടിയാകുമ്പോൾ എനിക്കു തോന്നും ഞാനൊരു നിസ്സാ രനാണെന്ന്- എന്റെ ജിജ്ഞാസപൂണ്ട മൂക്കിനു താഴെ ആരോ വിരൽ

ഞൊടിച്ചെന്ന്. അതു സംഭവിക്കുമ്പോൾ ഞാനാകെ ചൂളിപ്പോകുന്നു. ഒരു ചുണ്ടെലിയെപ്പോലെ സങ്കോചപ്പെട്ടുകൊണ്ട് ഞാൻ ഏന്തിവലിഞ്ഞു നടക്കുന്നു. പക്ഷേ, എന്റെ ഓമനേ, ഇരുണ്ട് വിരസമായിക്കാണുന്ന ആ വലിയ വീടുകളിൽ എന്താണ് നടക്കുന്നതെന്ന് നമുക്ക് കുറേക്കൂടി അടുത്തു പരിശോധിക്കാം. സ്വയം നിസ്സാരനായി കരുതുന്നതും അക്കാരണത്താൽ വല്ലായ്മതോന്നുന്നതും ശരിയാണോയെന്ന് അതു നോക്കിയിട്ടു വേണം തീരുമാനിക്കാൻ. പക്ഷേ, ഒന്നോർക്കണം, വാരെൻക. ഞാൻ ഇതൊക്കെപ്പറയുന്നത് ദൃഷ്ടാന്തരൂപത്തിലാണ്, പ്രത്യക്ഷമായ അർത്ഥത്തിലല്ല. ശരി, നാം എന്താണ് ആ വീടുകളിൽ കാണുന്നത്? ഒരു മുറിയെന്നു പറയപ്പെടുന്ന വല്ല ഈർപ്പം നിറഞ്ഞ തളത്തിന്റേയും ഇരുണ്ട കോണിൽ ഒരു തൊഴിലാളി ഉറക്കമുണരുന്നതായിരിക്കും നാം കാണുക. തലേന്നു താൻ അബദ്ധത്തിൽ കേടുവരുത്തിയ ബൂട്സിനെക്കുറിച്ചുള്ള ചിന്ത അയാളെ ഒരുപക്ഷേ രാത്രി മുഴുവൻ അലട്ടിയിരിക്കും. ഇത്തരം നിസ്സാരകാര്യങ്ങളെപ്പറ്റി എന്തിന് സ്വപ്നം കാണുന്നു! അയാളൊരു തൊഴിലാളിയാണെന്നതു ശരിതന്നെ. ചെരിപ്പുകുത്തിയാണ്. അതുകൊണ്ട് ഈവക കാര്യങ്ങളെപ്പറ്റി എപ്പോഴും ചിന്തിക്കുന്നതു ക്ഷമിക്കാവുന്നതേയുള്ളൂ. അയാളുടെ കുഞ്ഞുങ്ങൾ ഞരങ്ങുന്നു. ഭാര്യയ്ക്കു വിശക്കുന്നു. എന്റെ ഓമനേ, ചെരിപ്പുകുത്തികൾ മാത്രമല്ല ഇത്തരം കാര്യങ്ങളെപ്പറ്റി ചിന്തിച്ചുകൊണ്ട് ഉണരുന്നത്. അത് കാര്യമാക്കാനില്ല. മറ്റൊരു ചുറ്റുപാടില്ലായിരുന്നെങ്കിൽ ഇക്കാര്യമേ പറയേണ്ടതില്ലായിരുന്നു. അതെന്താണെന്നോ? അതേ വീട്ടിൽ, മുകളിലത്തെ നിലയിൽ ഒരു കുബേരൻ തന്റെ മണിയറയിൽ കിടന്നുകൊണ്ട് രാത്രി മുഴുവൻ ബൂട്സിനെപ്പറ്റി സ്വപ്നം കാണുകയായിരുന്നു. അതേ ബൂട്സിനെപ്പറ്റിയല്ല. പക്ഷേ ബൂട്സിനെപ്പറ്റിത്തന്നെ. ആ അർത്ഥത്തിൽ എന്റെ ഓമനേ, നാമെല്ലാവരും ഒരു പരിധിവരെ ചെരിപ്പുകുത്തികളാണെന്നു പറയാം. ഇതും അത്ര കാര്യമാക്കാനില്ല. പക്ഷേ ഇങ്ങനെ തന്റെ കാര്യം മാത്രം ചിന്തിച്ച് തനിക്കുവേണ്ടി മാത്രം ജീവിക്കുന്നതിന് ഒരു വിരാമമിടണമെന്നും അയാളൊരു ചെരിപ്പുകുത്തിയല്ലെന്നും കുട്ടികൾ ആരോഗ്യവാന്മാരാണെന്നും ഭാര്യ വിശന്നുവലയുന്നില്ലെന്നും അയാളുടെ ചെവിയിൽ മന്ത്രിക്കാൻ ആരുമില്ലെന്നതാണ് കുഴപ്പം. ബൂട്സിനെക്കുറിച്ചല്ലാതെ കുറേക്കൂടി ഉൽകൃഷ്ടമായ വല്ല കാര്യവും ചിന്തിക്കാനുണ്ടോയെന്നു കണ്ടുപിടിക്കാൻ എന്തുകൊണ്ട് അയാൾക്ക് ചുറ്റുമൊന്നു കണ്ണോടിച്ചുകൂടാ? ഇതാണ് ഞാൻ ദൃഷ്ടാന്തരൂപേണ പറയാൻ ആഗ്രഹിച്ചത്. വളരെയേറെക്കടന്ന ഒരു സ്വതന്ത്രചിന്തയായിരിക്കാമിത്, വാരെൻക. പക്ഷേ ചിലപ്പോൾ എനിക്ക് തോന്നാറുള്ളതാണിത്. അപ്പോഴെല്ലാം അത് വാക്കുകളായി എന്റെ ഹൃദയത്തിൽ നിന്നു കുതിച്ചുചാടുന്നു. അതുകൊണ്ട്

സ്വയം എളിമ തോന്നേണ്ട യാതൊരു കാര്യവുമില്ല. ഈ ഇളകി മറിച്ചിലിന്റേയും ഇരമ്പലിന്റേയും മുമ്പിൽ ഭയപ്പെടേണ്ട കാര്യവുമില്ല. ഉപസംഹാരമായി, എന്റെ ഓമനേ, എനിക്ക് പറയാനുള്ളതിതാണ്: ഞാൻ വെറുതെ ഓരോന്നു ജല്പിക്കുകയാണെന്നോ എനിക്ക് മടുപ്പു തോന്നുന്നുണ്ടെന്നോ ഞാൻ ഇതൊക്കെ വല്ല പുസ്തകത്തിൽ നിന്നും പകർത്തിയെഴുതിയതാണെന്നോ നീ വിചാരിച്ചേക്കാം. അങ്ങിനെയല്ലെന്ന്, എന്റെ തങ്കം, ഞാൻ ഉറപ്പു പറയുന്നു. ജല്പനത്തോളം ഞാൻ പുച്ഛിക്കുന്ന മറ്റൊന്നില്ല. എനിക്ക് മടുപ്പ് തോന്നുന്നില്ല. ഞാൻ യാതൊന്നും പകർത്തിയെഴുതിയിട്ടുമില്ല. അതാണ് കാര്യം!

ഞാൻ വിഷണ്ണനായി വീട്ടിൽ വന്നു. ചായപ്പാത്രം അടുപ്പത്തു വച്ച് ഒരു കപ്പു ചായ തയ്യാറാക്കാൻ തുടങ്ങുമ്പോഴാണ് പെട്ടെന്ന് എന്റെ പാവപ്പെട്ട അയൽക്കാരൻ ഗൊർഷ്കോവ് കയറിവന്നത്. രാവിലെ അയാൾ എന്റേയും മറ്റു താമസക്കാരുടേയും അടുത്തു കൂടാൻ നോക്കുന്നതു ഞാൻ ശ്രദ്ധിച്ചിരുന്നു. വാരെൻക, അയാളുടെ സ്ഥിതി എന്റേതിനേക്കാൾ എത്രയോ കഷ്ടമാണെന്നു കൂട്ടത്തിൽ പറയട്ടെ. പരമകഷ്ടം! തീറ്റിപ്പോറ്റാൻ ഭാര്യയും കുഞ്ഞുങ്ങളുമുണ്ട്. ഞാൻ ഗൊർഷ്കോവായിരുന്നെങ്കിൽ എന്തു ചെയ്യേണ്ടുവെന്നറിയാതെ കുഴങ്ങിപ്പോയേനെ. ഏതായാലും, ഗൊർഷ്കോവ് മുറിയിൽ പ്രവേശിച്ച് വന്ദിച്ചു. എപ്പോഴത്തേയുംപോലെ കണ്ണിൽനിന്നു വെള്ളമുറ്റുന്നുണ്ട്. ഒരു വാക്കുപോലും പറയാൻ അശക്തനായി അയാൾ പരുങ്ങിനിന്നു. ഞാൻ കസേരയിട്ടുകൊടുത്തു. ഒടിഞ്ഞതാണ്. വേറെയില്ല. കുറച്ചു ചായ കൊടുത്തു. വളരെ നേരം അയാൾ ക്ഷമ ചോദിച്ച് ഒഴിഞ്ഞുമാറി. അവസാനം ചായ വാങ്ങി. പക്ഷേ പഞ്ചസാര എടുത്തില്ല. വീണ്ടും ക്ഷമചോദിക്കാൻ തുടങ്ങി. ഞാൻ നിർബന്ധിച്ചപ്പോൾ വളരെനേരം തർക്കിച്ചശേഷം അവസാനം അയാൾ വളരെച്ചെറിയ ഒരു പഞ്ചസാരക്കട്ട എടുത്തിട്ടു. ചായയ്ക്ക് എന്തെന്നില്ലാത്ത മധുരമാണെന്നു പറഞ്ഞു. ദൈവമേ! ദാരിദ്ര്യം ഒരുത്തനെ എളിയവനാക്കുന്നതിന് അതിരില്ല! "എങ്ങിനെ കഴിയുന്നു, സ്നേഹിതാ?" ഞാൻ ചോദിച്ചു. കുശലാന്വേഷണത്തിനു നന്ദിപറഞ്ഞുകൊണ്ട് അയാൾ തുടർന്നു: "മക്കാർ അലെക്സേയെവിച്ച്, ദൈവത്തിന്റെ കൃപ കാട്ടിക്കൊണ്ട് നിങ്ങൾക്ക് ഒരു നിർഭാഗ്യകുടുംബത്തെ സഹായിച്ചുകൂടേ? എന്റെ ഭാര്യയേയും കുഞ്ഞുങ്ങളേയും അറിയാമല്ലോ. അവർക്കു തിന്നാൻ യാതൊന്നുമില്ല. ഒരച്ഛൻ അതെങ്ങിനെ കണ്ടുനിൽക്കുമെന്ന് ഊഹിക്കാമല്ലോ." ഞാൻ എന്തോ പറയാൻ ഭാവിക്കുമ്പോഴേക്ക് അയാൾ ഇടയ്ക്കു കയറി പറഞ്ഞു: "ഇവിടുത്തെ താമസക്കാരെ സകലരേയും എനിക്ക് പേടിയാണ്, മക്കാർ അലെക്സേയെവിച്ച്. പേടിയേക്കാൾ അവരോടു സംസാരിക്കാനുള്ള മടിയാണ്. അത്ര വലിയ തണ്ടാണവർക്ക്. കണ്ടു

ഭാവംപോലും വയ്യില്ല. എന്റെ സ്നേഹിതനും ഉപകാരിയുമായ നിങ്ങളെ ശല്യപ്പെടുത്തണമെന്ന് ഞാൻ ഒരിക്കലും വിചാരിച്ചിട്ടില്ല. എന്റെ സ്നേഹിതനും ഉപകാരിയുമായ നിങ്ങളെ ശല്യപ്പെടുത്തണമെന്ന് ഞാൻ ഒരിക്കലും വിചാരിച്ചിട്ടില്ല. നിങ്ങൾക്കുതന്നെ വലിയ ബുദ്ധിമുട്ടാണെന്നും അധികമൊന്നും സഹായിക്കാനാവില്ലെന്നും എനിക്കറിയാം. എന്നിരുന്നാലും ദയവുചെയ്ത് എനിക്ക് വല്ലതും കടം തരൂ. നിങ്ങളോടു വന്നു ചോദിക്കാൻ എളുപ്പമായിരുന്നില്ല. പക്ഷേ നിങ്ങൾ കനിവുള്ളവനും എന്നെപ്പോലെതന്നെ മുട്ടനുഭവിക്കുന്നവനും അതുകൊണ്ട് എന്റെ കഷ്ടകാലത്തിൽ എന്നോടു സഹതപിക്കാൻ കൂടുതൽ ഇടയുള്ളവനുമാണെന്ന് എനിക്കറിയാം." ഇത്രയും പറഞ്ഞിട്ട്, തന്റെ ധിക്കാരത്തിനും ലജ്ജയില്ലായ്മയ്ക്കും അയാൾ പലവട്ടം മാപ്പു ചോദിച്ചു. സഹായിക്കാൻ സന്തോഷമുണ്ടെങ്കിലും എന്റെ കൈവശം യാതൊന്നുമില്ലെന്നു ഞാൻ പറഞ്ഞു. "മക്കാർ അലെക്സേയെവിച്ച്, എന്റെ ദയാലുവായ സ്നേഹിതാ," അയാൾ വീണ്ടും യാചിച്ചു, "ഞാൻ അധികമൊന്നും ചോദിക്കുന്നില്ല. സ്ഥിതിയെന്താണെന്നു പറയാം (ഇതു പറയുമ്പോൾ അയാളുടെ മുഖം ചുവന്നു): എന്റെ ഭാര്യയേയും കുട്ടികളേയും അറിയാമല്ലൊ. അവർ പട്ടിണിയാണ്. ഒരു പത്ത് കോപ്പെക്കു തന്നുകൂടേ?" എനിക്കതു കേട്ടപ്പോൾ വല്ലാത്ത വിഷമം തോന്നി. അതെ, എന്റേതിനേക്കാൾ എത്രയോ ഭയങ്കരമാണ് അയാളുടെ സ്ഥിതി. ആ സമയത്ത് എന്റെ കയ്യിൽ ആകെയുണ്ടായിരുന്നത് ഇരുപതു കോപ്പെക്കാണ്. നാളത്തെ അത്യാവശ്യച്ചെലവുകൾക്ക് ഞാൻ കണ്ടിട്ടുള്ളതാണത്. സാദ്ധ്യമല്ല, ഞാൻ പറഞ്ഞു. "സത്യത്തിൽ നിവൃത്തിയില്ല." ഞാൻ കാരണം വിശദമാക്കി. "എന്റെ പ്രിയപ്പെട്ട മക്കാർ അലെക്സേയെവിച്ച്! എന്തായാലും മതി! ഇഷ്ടമുള്ളതു മതി! പത്തു കോപ്പെക്കായാലും!" ഞാൻ എന്റെ ഇരുപതു കോപ്പെക്കിന്റെ തുട്ടെടുത്ത് അയാൾക്കു കൊടുത്തു. ഇരുപതു കോപ്പെക്കും ഒരു സഹായമാണ്. അല്ലേ, വാരെൻക? എന്തൊരു ദാരിദ്ര്യമാണിത്! ഞങ്ങൾ സംസാരിക്കാൻ തുടങ്ങി. ഇങ്ങനെ നട്ടംതിരിയുമ്പോൾ അഞ്ചുറൂബിൾ വാടകയ്ക്ക് മുറി എടുത്തിരിക്കുന്നതെന്തിനാണെന്നു ഞാൻ അവസാനം ചോദിച്ചു. ആറുമാസം മുമ്പാണ് ഇങ്ങോട്ടു മാറിയതെന്നും അന്ന് മൂന്നുമാസത്തെ വാടക മുൻകൂർ കൊടുത്തെന്നും അതിനിടയിൽ തന്റെ കേസിന് ഒരു തീരുമാനമുണ്ടാകുമെന്നായിരുന്നു തന്റെ പ്രതീക്ഷയെന്നും അയാൾ പറഞ്ഞു. ഒരു വല്ലാത്ത കേസുതന്നെയാണത്. അയാൾ എന്തോ ഒരു നിയമലംഘനം നടത്തിയിട്ടുണ്ട്. ഖജനാവു വെട്ടിച്ച ഒരു കച്ചവടക്കാരന്റെ കേസിൽ അയാളും പെട്ടു. കാര്യം കണ്ടുപിടിച്ചപ്പോൾ ആ ദ്രോഹി ഗൊർഷ്കോവിനെക്കൂടി കുടുക്കി. സത്യത്തിൽ നോട്ടക്കുറവു മാത്രമാണ് ഗൊർഷ്കോവിന്റെ കുറ്റം.

സ്റ്റേറ്റിന്റെ താല്പര്യങ്ങളെ കുറ്റകരമായി അവഗണിച്ചു. അത്രമാത്രം. കേസിന്റെ വിചാരണ തുടങ്ങിയിട്ട് വർഷങ്ങൾ കുറെയായി. പക്ഷേ ഗൊർഷ്ക്കോവ് പുതിയപുതിയ തടസ്സങ്ങൾ നേരിട്ടുകൊണ്ടിരിക്കുകയാണ്. "എന്റെ മേൽ ചൊരിഞ്ഞിട്ടുള്ള മാനക്കേടിനെ സംബന്ധിച്ചിടത്തോളം ഞാൻ നിരപരാധിയാണ്, തീർത്തും നിരപരാധിയാണ്," ഗൊർഷ്ക്കോവ് പറയുന്നു. "വെട്ടിപ്പിന്റേയും മോഷണത്തിന്റേയും മോഷണത്തിന്റേയും കാര്യത്തിൽ ഞാൻ നിരപരാധിയാണ്!" പക്ഷേ ആ കേസ് അയാൾക്ക് ചീത്തപ്പേരുണ്ടാക്കി. അയാളെ ജോലിയിൽനിന്നു പുറത്താക്കി. കുറ്റക്കാരനാണെന്ന് ശരിക്കു തെളിഞ്ഞിട്ടില്ലെങ്കിലും നിശ്ശേഷം അല്ലെന്ന തീർപ്പുമുണ്ടായിട്ടില്ല. പൂർണ്ണമായും വെറുതെ വിട്ടിരുന്നെങ്കിൽ നല്ലൊരു തുക-അയാൾക്കവകാശപ്പെട്ട തുക- ആ കച്ചവടക്കാരൻ അയാൾക്കു കൊടുക്കേണ്ടിവന്നേനെ. ഗൊർഷ്ക്കോവിന്റെ വാക്കു വിശ്വസിക്കാൻ ഞാൻ തയ്യാറാണ്, പക്ഷേ കോടതി തയ്യാറല്ല. വല്ലാതെ കുടിക്കുഴഞ്ഞു കിടക്കുന്ന ഒരു കാര്യമാണത്. ആ നൂലാമാലയൊന്നു നേരെയാക്കാൻ ഒരു നൂറു കൊല്ലമെങ്കിലും വേണ്ടിവരും. ഒരു കുരുക്ക് അഴിക്കുമ്പോഴേക്കും കച്ചവടക്കാരൻ മറ്റൊന്ന് ഒപ്പിക്കും. ഗൊർഷ്ക്കോവിന്റെ കാര്യത്തിൽ എനിക്ക് വളരെ സങ്കടമുണ്ട്. അയാളോട് അങ്ങേയറ്റത്തെ സഹതാപവുമുണ്ട്. അയാൾക്കു പണിയില്ല. ദുഷ്പ്പേരു കാരണം ആരും പണി കൊടുക്കുകയില്ല. സ്വന്തമായിട്ടുണ്ടായിരുന്ന സർവ്വതും പണ്ടേ വിറ്റു. കേസ് നീണ്ടുനീണ്ടുപോവുകയാണ്. അതിനിടയിൽ ഒരു കുഞ്ഞുണ്ടായി. വേണ്ടാത്ത സമയത്ത്. അതിനൊക്കെ പണച്ചെലവില്ലേ? കുട്ടിക്കു രോഗം പിടിച്ചപ്പോൾ വീണ്ടും പണച്ചെലവ്. മരിച്ചപ്പോൾ പിന്നെയും പണം വേണ്ടിവന്നു. ഭാര്യ രോഗിണിയാണ്. പണ്ടുതൊട്ടേയുള്ള ഒരു രോഗം അയാൾക്കുമുണ്ട്. ചുരുക്കത്തിൽ അയാൾ കഷ്ടപ്പെട്ടിട്ടുണ്ട്. പക്ഷേ അല്പദിവസങ്ങൾക്കുള്ളിൽ അനുകൂലമായ തീരുമാനമുണ്ടാകുമെന്നാണ് അയാൾ അവകാശപ്പെടുന്നത്. അക്കാര്യം സംശയിക്കുകയേ വേണ്ടെന്നാണ് അയാൾ പറയുന്നത്. എനിക്കയാളോടു സഹതാപം തോന്നുന്നു, വാരെൻക. ഞാൻ അയാളെ ആവുന്നത്ര സമാശ്വസിപ്പിക്കാൻ നോക്കി. എല്ലാം നഷ്ടപ്പെട്ട, വളരെയേറെ ആശ്രയം ആവശ്യമുള്ള, ഒരു കൊച്ചു മനുഷ്യൻ. ഞാൻ കഴിയുന്നത്ര അയാളെ സമാധാനിപ്പിച്ചു. ഞാൻ നിർത്തട്ടെ, എന്റെ ഓമനേ. കർത്താവ് നിന്നോടൊപ്പമുണ്ടാകട്ടെ. നിനക്ക് ആരോഗ്യമരുളട്ടെ. വാരെൻക, എന്റെ ഓമനേ, നിന്നെപ്പറ്റി ഓർക്കുന്നത് എന്റെ ആത്മാവിനൊരു ഔഷധമാണ്. നിനക്കുവേണ്ടി കഷ്ടപ്പെടുന്നത് ആശ്വാസവും.

നിന്റെ വിശ്വസ്തസ്നേഹിതൻ,

മക്കാർ ദേവുഷ്കിൻ

സെപ്റ്റംബർ 9

വർവാറ അലെക്സേയെവ്ന, എന്റെ ഓമനേ!

ഞാൻ ഏതാണ്ടു ലക്കുകെട്ട സ്ഥിതിയിലാണ്. ഇന്ന് ഒരു ഭയങ്കര സംഭവം നടന്നു. എന്റെ തല കറങ്ങുന്നു. ചുറ്റുമുള്ള സർവ്വതും കറങ്ങുകയാണ്. ഞാൻ പറയാൻ പോകുന്നതെന്താണെന്ന് നിനക്ക് ഒരിക്കലും ഊഹിക്കാൻ സാദ്ധ്യമല്ല. ഇങ്ങനെയൊരു കാര്യം നമ്മൾ സങ്കല്പിച്ചിട്ടു പോലുമില്ല. എനിക്ക് അത് ഉള്ളിൽ അനുഭവപ്പെട്ടിട്ടില്ലെന്നു പറയാൻ വയ്യ. ഏതാണ്ടിതുപോലൊരു സ്വപ്നംപോലും ഞാൻ കഴിഞ്ഞൊരു ദിവസം കാണുകയുണ്ടായി.

സംഭവമിതാണ്. ശൈലിയൊന്നും നോക്കാതെ എന്റെ പേനത്തുമ്പിൽ വരുന്നപടി ഞാനതു വിവരിക്കാം. ഇന്നു രാവിലെ ഞാൻ പതിവുപോലെ ആഫീസിൽ പോയി, മേശയുടെ പിന്നിലുള്ള സ്വസ്ഥാനത്തിരുന്ന് എഴുതിത്തുടങ്ങി. ഒരു കാര്യം പറയേണ്ടിയിരിക്കുന്നു, എന്റെ ഓമനേ, ഇന്നലെ ഞാൻ ഇതേകാര്യം ചെയ്തുകൊണ്ടിരിക്കുമ്പോഴാണ് തിമൊഫേയ് ഇവാനൊവിച്ച് നേരിട്ട് എന്റെ അടുത്തുവന്ന് തന്റെ കൈവശം ഉടനടി പകർത്തിയെഴുതാനുള്ള ഒരു രേഖയുണ്ടെന്നു പറഞ്ഞത്. "ഇതു കഴിയുന്നത്ര വൃത്തിയായും വേഗത്തിലും പകർത്തണം," അദ്ദേഹം പറഞ്ഞു. "ഇന്ന് തിരുമനസ്സ് ഒപ്പിടാനുള്ളതാണ്." ഇന്നലെ ഞാൻ ഞാനല്ലായിരുന്നുവെന്നുകൂടി പറഞ്ഞുകൊള്ളട്ടെ, എന്റെ തങ്കം. എനിക്ക് അതിയായ വിഷാദവും ഏകാന്തതയും തോന്നിയിരുന്നു. ഹൃദയത്തിനു നിരുന്മേഷതയും ശൈത്യവും അനുഭവപ്പെട്ടു. നിന്നെ ഓർത്ത് ഞാൻ വളരെയേറെ വ്യാകുലപ്പെട്ടു, എന്റെ ഓമനേ. ഞാൻ ജോലി തുടങ്ങി. ആ രേഖ സൂക്ഷ്മമായും ഭംഗിയായും പകർത്തിയെഴുതി. പക്ഷേ, ചെകുത്താന്റെ പണിയോ ദൈവവിധിയോ അതോ അങ്ങിനെയങ്ങു വന്നുപോയതോ എന്തോ, ഞാൻ ഒരു വരി വിട്ടുപോയി. ദൈവമേ, അതോടെ അർത്ഥമാകെ മാറി-അർത്ഥം വല്ലതും ശേഷിച്ചെങ്കിൽ. ഇന്നലെ രേഖ ഹാജരാക്കാൻ സമയം വൈകിപ്പോയതുകൊണ്ട് ഇന്നാണ് തിരുമനസ്സ് അതിൽ ഒപ്പിട്ടത്. ഞാൻ യാതൊന്നും സംശയിക്കാതെ യെമെല്യാൻ ഇവാനൊവിച്ചിന്റെയടുത്തുള്ള എന്റെ സ്ഥാനത്ത് ഇരുന്നു. ഇവിടെ ഒരു കാര്യംകൂടി പറയട്ടെ, എന്റെ ഓമനേ. കഴിഞ്ഞ കുറെ നാളുകളായി വല്ലാത്തൊരു സങ്കോചവും ലജ്ജയും എന്നെ പിടികൂടിയിരിക്കുന്നു. ആരുടേയും മുഖത്തു നോക്കാതിരിക്കാൻ ഞാൻ ശ്രമിക്കുന്നു. കസേരയുടെ കിറുകിറുക്കൽ കേട്ടാൽപോലും ഞാനാകെ സംഭ്രമിച്ചുവശാകുന്ന ഒരു സ്ഥിതിവരെ എത്തിയിരിക്കുന്നു. ഇന്നും ഞാൻ ആമയെപ്പോലെ തല വലിച്ചുകൊണ്ട് മൃതപ്രായനായി

ഇരിക്കുകയായിരുന്നു. അതുകണ്ട് യെഫീം അക്കീമൊവിച്ച് (ആളുകളെ കളിയാക്കാൻ അയാളോളം വിരുതൻ ഭൂമുഖത്താരുമില്ല) എല്ലാവരും കേൾക്കെ പറഞ്ഞു: “മക്കാർ അലെക്സേയെവിച്ച്, നിങ്ങൾ എങ്ങിനെയാണിരിക്കുന്നതെന്നുകണ്ടോ!” ഇത്രയും പറഞ്ഞുകൊണ്ട് അയാൾ മുഖംകൊണ്ട് ഗോഷ്ടി കാണിച്ചു. എല്ലാവരും ആർത്തു ചിരിച്ചു. അവർ പിന്നെയും തുടങ്ങി. പക്ഷേ ഞാൻ കണ്ണടച്ച്, ചെവി പൂട്ടി, ഇതൊന്നും കാണുകയോ കേൾക്കുകയോ ചെയ്യുന്നില്ലെന്നു ഭാവിച്ചു. അവർ എന്നെ എന്റെ പാട്ടിനു വിടാൻ ഏറ്റവും പറ്റിയ വഴി ഇതാണ്. പെട്ടെന്ന് ദൂരെയൊരു ബഹളം. ആരോ എന്റെ പേരു വിളിക്കുന്നതു കേട്ടു. വിശ്വസിക്കാൻ തോന്നിയില്ല. എന്നെ, ദേവുഷ്കിനെ, ആണ് വിളിക്കുന്നത്. എന്റെ ചങ്കിടിപ്പു നിലച്ചതുപോലെ തോന്നി. എന്തുകൊണ്ടാണെന്നറിഞ്ഞുകൂടാ, ഞാൻ വല്ലാതെ ഭയന്നു. ഇതുപോലൊരു ഭയം ജീവിതത്തിൽ മുമ്പൊരിക്കലും തോന്നിയിട്ടില്ല. ഞാൻ കസേരയിൽ അനങ്ങാതെ അള്ളിപ്പിടിച്ചിരുന്നു- വിളിക്കുന്നത് എന്നെയല്ല എന്ന ഭാവത്തിൽ. ശബ്ദങ്ങൾ അടുത്തടുത്തുവന്ന് അവസാനം നേരെ മുകളിൽ കേട്ടു. “ദേവുഷ്കിൻ! ദേവുഷ്കിൻ! എവിടെ ദേവുഷ്കിൻ?” തല പൊക്കി നോക്കിയപ്പോൾ യെവ്സ്താഫി ഇവാനൊവിച്ച് നിൽക്കുന്നു. അദ്ദേഹം പറഞ്ഞു: “തിരുമനസ്സ് നിങ്ങളെ ഉടനടി കാണണമെന്ന് ആവശ്യപ്പെട്ടിരിക്കുന്നു, മക്കാർ അലെക്സേയെവിച്ച്. നിങ്ങൾ ആ രേഖ ആകെ താറുമാറാക്കി.” ഇത്രയേ പറഞ്ഞുള്ളൂ. പക്ഷേ അതു പോരെ? എന്റെ ദേഹമാകെ കുളിരുകയറി. പ്രജ്ഞ നശിച്ചെന്നു തന്നെ പറയാം. ഞാനൊരു ജീവശ്ശവമായിത്തീർന്നു. ആ നിമിഷത്തിൽ എന്റെ ചിന്ത എന്തായിരുന്നുവെന്നു പറയാൻ നിവൃത്തിയില്ല. മുറികൾ ഒന്നൊന്നായി പിന്നിട്ട് അവസാനം സ്വകാര്യ ആഫീസുമുറിയിൽ എത്തിയതുമാത്രം ഓർമ്മയുണ്ട്. ഞാൻ സന്നിധാനത്തിൽ എത്തിയിരിക്കുന്നു! തിരുമനസ്സും മറ്റെല്ലാവരുമുണ്ട്. ഞാൻ വന്ദിക്കാൻപോലും മറന്നുപോയെന്നുതോന്നുന്നു. വിറയ്ക്കുന്ന ചുണ്ടുകളും കൂട്ടിയിടിക്കുന്ന കാൽമുട്ടുകളുമായി ഞാനവിടെ നിന്നു. അതിന് തക്കതായ കാരണവുമുണ്ട്. എന്റെ ഓമനേ, ഒന്നാമതേ, വലതു ഭാഗത്തുള്ള കണ്ണാടിയിൽ ഞാൻ നോക്കാനിടയായി. അതിൽ കണ്ട കാഴ്ച ആരേയും അടിതെറ്റിക്കാൻ പോന്നതായിരുന്നു. രണ്ടാമത്, ഞാനെന്ന ഒരാൾ ഇല്ലെന്നമട്ടിലാണ് ഇത്രയും നാൾ ഞാൻ പെരുമാറിവന്നത്. അതുകൊണ്ട് എന്റെ നിലനില്പിനെപ്പറ്റി തിരുമനസ്സിന് അറിയാമോ എന്നു ഞാൻ സംശയിച്ചു. ഒരുപക്ഷേ തന്റെ വകുപ്പിൽ ദേവുഷ്കിൻ എന്നൊരാളുണ്ടെന്ന് ആരെങ്കിലും പറഞ്ഞ് കേട്ടുകാണും. പക്ഷേ അതാരാണെന്നറിയാൻ അദ്ദേഹം ഇതേവരെ മിനക്കെട്ടിട്ടില്ല. “എന്താണിതിന്റെ അർത്ഥം?” അദ്ദേഹം രോഷപൂർവ്വം പറഞ്ഞുതുടങ്ങി.

"അശ്രദ്ധ. അല്ലാതൊന്നുമല്ല. അടിയന്തരവും പ്രധാനപ്പെട്ടതുമായ ഒരു രേഖ താറുമാറാക്കി!" തിരുമനസ്സ് യെവ്സ്താഫി ഇവാനൊവിച്ചിന്റെ നേരെ തിരിഞ്ഞു. അദ്ദേഹം പറഞ്ഞതിന്റെ ചില അംശങ്ങൾ മാത്രമേ ഞാൻ കേട്ടുള്ളൂ. "എന്തൊരു അനാസ്ഥ... അത്രയും കൂടി പാടായി..." ക്ഷമ യാചിക്കാൻ ഞാൻ പലതവണ വാ തുറന്നെങ്കിലും ഒച്ച പൊങ്ങിയില്ല. ഓടിപ്പോകാൻ കൊതിച്ചു. പക്ഷേ ധൈര്യപ്പെട്ടില്ല. അപ്പോഴാണ് ഏറ്റവും വലിയ അനിഷ്ടസംഭവമുണ്ടായത്. ഒരു ഭയങ്കരസംഭവം. അതോർക്കുമ്പോൾ ലജ്ജകൊണ്ട് എന്റെ പേനപോലും വിറയ്ക്കുന്നു. എന്റെ കോട്ടിൽനിന്ന് ഒറ്റനൂലിൽ തൂങ്ങിക്കിടന്നിരുന്ന ഒരു നശിച്ച ബട്ടൻ പെട്ടെന്ന് അറ്റുവീണു. മുഴക്കത്തോടെ ചാടിത്തെറിച്ച് അത് ഉരുണ്ടുപോയി തിരുമനസ്സിന്റെ കാൽക്കൽ ചെന്നു കിടന്നു. അതും പൊതുനിശ്ശബ്ദതയ്ക്കിടയിൽ. തിരുമനസ്സിനോടു ഞാൻ പറയാനിരുന്ന ക്ഷമാപണങ്ങളും സമാധാനങ്ങളും വിശദീകരണങ്ങളും ന്യായീകരണങ്ങളുമെല്ലാം തീർന്നു! അനന്തരഫലങ്ങൾ അവർണ്ണനീയമാംവണ്ണം ഭയങ്കരമായിരുന്നു. തിരുമനസ്സ് എന്റെമേൽ ദൃഷ്ടി പതിപ്പിച്ചു. എന്റെ രൂപവും വേഷവും ശരിക്കൊന്നു കണ്ടു. കണ്ണാടിയിൽ കണ്ട കാഴ്ച ഞാനോർത്തു. ഉടൻ ബട്ടനെടുക്കാൻ കുനിയുകയും ചെയ്തു. എന്തു ഭ്രാന്താണാവോ എന്നെ അതിനു പ്രേരിപ്പിച്ചത്! ഞാൻ പിടികൂടിയെങ്കിലും ആ സാധനം തെറ്റിത്തെറിച്ച് ഉരുണ്ടുപൊയ്ക്കൊണ്ടിരുന്നു. അങ്ങിനെ എന്റെ കൈയുടെ ചുറുചുറുക്കും തെളിഞ്ഞു! എനിക്ക് പ്രജ്ഞ പൊയ്പോകുന്നതുപോലെ തോന്നി. തീർന്നു! എന്റെ മനസ്സിന്റെ കലങ്ങിമറിയലിനിടയിൽ എനിക്ക് എങ്ങിനെയോ ഫൽദോനിയുടേയും തെറേസയുടേയും ആർപ്പുവിളികളും അട്ടഹാസങ്ങളും ഒരായിരം നാവുകളുടെ ജല്പനങ്ങളും കേൾക്കാൻ കഴിഞ്ഞു. അവസാനം ബട്ടൻ പിടികിട്ടി. ഞാൻ നടുനിവർത്തി വടിപോലെ നിന്നു. കൈ രണ്ടും താഴ്ത്തിയിട്ട് അനങ്ങാതെ നിൽക്കേണ്ടതായിരുന്നു. പക്ഷേ അതിനു പകരം അറ്റുപോയ നൂലിനിടയിലൂടെ ബട്ടൻ കടത്താനുള്ള ശ്രമമായി. അതിനവിടെ വീണ്ടും പറ്റിപ്പിടിച്ചിരിക്കാൻ കഴിയുമെന്ന മട്ടിൽ. ഈ സമയമത്രയും ഞാൻ പുഞ്ചിരിച്ചുകൊണ്ടിരുന്നു- പുഞ്ചിരിച്ചുകൊണ്ട്, മനസ്സിലായോ! തിരുമനസ്സ് മുഖം തിരിച്ചു. എന്റെനേരെ ഒരിക്കൽക്കൂടി കണ്ണയച്ചശേഷം അദ്ദേഹം യെവ്സ്താഫി ഇവാനൊവിച്ചിനോടു പറഞ്ഞു: "എന്താണിത്? ഇയാളെ നോക്കൂ! ഇയാൾക്കെന്തുപറ്റി?" തങ്കം, ഒന്നാലോചിച്ചുനോക്കൂ: 'ഇയാൾക്കെന്തു പറ്റി'യത്രെ! ഞാൻ ഒരു നോട്ടപ്പുള്ളിയായിരിക്കുന്നു! യെവ്സ്താഫി ഇവാനൊവിച്ച് മറുപടി പറഞ്ഞു: "തികച്ചും കളങ്കമറ്റ റിക്കാർഡ്. മാതൃകാപരമായ പെരുമാറ്റം. നിരക്കനുസരിച്ചുള്ള ശമ്പളം." "ഇയാളെ എങ്ങിനെയെങ്കിലും സഹായിക്കൂ," തിരുമനസ്സ

പറഞ്ഞു. "മുൻകൂറായി വല്ലതും കൊടുക്കൂ." കിട്ടാനുള്ളതെല്ലാം പറ്റിക്കഴിഞ്ഞു. ചുറ്റുപാടുകളുടെ സമ്മർദ്ദംകൊണ്ട് ചെയ്തതാവണം. കാരണം ഇയാളുടെ പെരുമാറ്റം ഒന്നാംതരമാണ്. റിക്കാർഡ് കറയറ്റതാണ്. തികച്ചും കറയറ്റതാണ്. എതിരായിപ്പറയാൻ യാതൊന്നുമില്ല." ഓമനേ, ഞാൻ നരകാഗ്നിയിൽ കിടന്നു പൊരിയുകയായിരുന്നു. "ശരി, ശരി," തിരുമനസ്സ് ശബ്ദമുയർത്തിക്കൊണ്ടു പറഞ്ഞു. "രേഖ ഒരിക്കൽക്കൂടി കഴിയുംവേഗം പകർത്തിയെടുക്കാൻ ഏർപ്പാടു ചെയ്യൂ. ദേവുഷ്കിൻ, ഇവിടെ വരൂ. ഇത് തെറ്റുകൂടാതെ പകർത്തണം. പിന്നൊരു കാര്യം..." തിരുമനസ്സ് മറ്റുള്ളവരോടു പൊയ്ക്കൊള്ളാൻ പറഞ്ഞു. ഞങ്ങൾ രണ്ടുപേരും മാത്രമായി. അദ്ദേഹം വേഗം പോക്കറ്റിൽനിന്നു പേഴ്സെടുത്ത് ഒരു നൂറു റൂബിളിന്റെ നോട്ടെടുത്ത് എന്റെ കയ്യിൽ വച്ചുതന്നു. "ഇതാ... വേണമെങ്കിൽ വായ്പയായി കരുതിക്കോളൂ. എനിക്ക് നിങ്ങളെ സഹായിക്കണമെന്നുണ്ട്." എന്റെ ഓമനേ, ഞാൻ ഞെട്ടി. സ്തംഭിച്ചു പോയി. നടക്കുന്നതെന്താണെന്നുതന്നെ മനസ്സിലായില്ല. ഞാൻ അദ്ദേഹത്തിന്റെ കൈ പിടിച്ചു ചുംബിച്ചേനെ. പക്ഷേ ആ തങ്കപ്പെട്ട മനുഷ്യന്റെ മുഖം ചുവന്നു. എന്നിട്ട്-ഞാൻ ഒരു തരിപോലും അതിശയോക്തി പറയുകയല്ല, വാരെൻക-ഞാൻ അദ്ദേഹത്തിന്റെ സമനാണെന്ന മട്ടിൽ അദ്ദേഹം എന്റെ കൊള്ളരുതാത്ത കൈ പിടിച്ച് കുലുക്കി. "കൂടുതലെന്തെങ്കിലും ചെയ്യാൻ കഴിയാത്തതിൽ വ്യസനിക്കുന്നു," അദ്ദേഹം പറഞ്ഞു. "മേലിൽ തെറ്റുവരുത്തരുത്. വന്നുപോയതിനുള്ള കുറ്റം നമുക്ക് ഒന്നിച്ചേൽക്കാം."

എനിക്ക് നിന്നോടും ഫെദോറയോടും പറയാനുള്ളതിതാണ്: ദയവുചെയ്ത് തിരുമനസ്സിനുവേണ്ടി ദിവസവും പ്രാർത്ഥിക്കൂ. എനിക്ക് മക്കളുണ്ടായിരുന്നെങ്കിൽ അവരുടെ അച്ഛനുവേണ്ടി പ്രാർത്ഥിക്കുന്നതിലും കൂടുതൽ തിരുമനസ്സിനുവേണ്ടി പ്രാർത്ഥിക്കാൻ ഞാൻ അവരോടു പറയുമായിരുന്നു. തികച്ചും ഗൗരവമായിത്തന്നെ ഒരു കാര്യംകൂടി പറയാം. ഞാനിതു കാര്യമായി പറയുകയാണ്, ഓമനേ. നിനക്കനുഭവിക്കേണ്ടി വന്ന കെടുതികൾ കണ്ടറിഞ്ഞും എന്റെതന്നെ അപമാനത്തിന്റേയും നിസ്സഹായതയുടേയും ദണ്ഡന സഹിച്ചും ഏറ്റവും ഞെരുങ്ങിക്കഴിഞ്ഞ ദിവസങ്ങളിൽ എന്റെ മനോവേദന ഉൽക്കടമായിരുന്നെങ്കിലും ഈ നൂറു റൂബിളിനേക്കാൾ ഞാൻ വിലമതിക്കുന്നത് ഒരു പേക്കോലവും മദ്യപാനിയുമായ എനിക്ക് തിരുമനസ്സ് ഹസ്തദാനം ചെയ്തുവെന്ന വസ്തുതയെയാണ്. അദ്ദേഹം എന്നെ വീണ്ടും ഒരു മനുഷ്യനാക്കിത്തീർത്തു. എന്റെ മനോവീര്യം വീണ്ടെടുത്ത് അദ്ദേഹം എന്നെന്നേക്കുമായി എന്റെ ജീവിതത്തിനു മാധുര്യം പകർന്നു. ഞാനൊരു പാപിയാണെങ്കിൽക്കൂടി തിരുമനസ്സിനുവേണ്ടിയുള്ള എന്റെ പ്രാർത്ഥനകൾ സഫലമാകുമെന്ന് എനിക്ക് ഉറപ്പുണ്ട്.

വാരെൻക, എന്റെ മനസ്സ് ആകെ ക്ഷോഭിച്ചിരിക്കുകയാണ്. പതറിയിരിക്കുകയാണ്. ഹൃദയം നെഞ്ചിൽനിന്നു പറിഞ്ഞുപോകുന്നതുപോലെ തോന്നുന്നു. വല്ലാത്ത ഒരു തളർച്ച അനുഭവപ്പെടുന്നു. ഞാൻ നിനക്ക് നോട്ടായി നാല്പത്തഞ്ച് റൂബിൾ കൊടുത്തയയ്ക്കുന്നു. ഇരുപത് വീട്ടുടമസ്ഥയ്ക്കു കൊടുക്കും. ബാക്കി മുപ്പത്തഞ്ചുണ്ടാവും. വസ്ത്രം ശരിപ്പെടുത്താനായി ഇരുപതോളം റൂബിൾ ചെലവാകും. മറ്റാവശ്യങ്ങൾക്ക് പതിനഞ്ച് റൂബിൾ കാണും. ഇന്നു രാവിലത്തെ അനുഭവങ്ങൾ എന്നെ തീർത്തും ഉലച്ചിരിക്കുന്നു. ഞാൻ കുറച്ചു കിടക്കട്ടെ. എന്നാലും ഞാൻ സമചിത്തത വെടിഞ്ഞിട്ടില്ല. എന്റെ മനസ് ശാന്തമാണ്. എന്റെ ആത്മാവ് മാത്രം എന്തുകൊണ്ടോ വേദനിക്കുന്നു. അങ്ങ് വളരെ ആഴത്തിൽ അത് വിറകൊള്ളുന്നതും അനങ്ങുന്നതും ഞാൻ കേൾക്കുന്നു. ഞാൻ നിന്നെ പിന്നെ വന്നു കണ്ടോളാം. ഈ സംഭവങ്ങളെല്ലാം കാരണം ഇപ്പോഴും എന്റെ തല കറങ്ങുകയാണ്. എന്റെ തങ്കം, എന്റെ കരളേ, ദൈവം എല്ലാം കാണുന്നുണ്ട്.

നിന്റെ സ്നേഹിതൻ

മക്കാർ ദേവുഷ്കിൻ

സെപ്തംബർ 10

പ്രിയപ്പെട്ട മക്കാർ അലെക്സേയെവിച്ച്,

നിങ്ങൾക്കു കൈവന്ന ഭാഗ്യത്തെപ്പറ്റി അറിഞ്ഞതിൽ വളരെ സന്തോഷം. നിങ്ങളുടെ മേധാവിയുടെ മഹാമനസ്കത ഞാൻ തികച്ചും വിലമതിക്കുന്നു. ഇനി നിങ്ങൾക്ക് നിങ്ങളുടെ ബുദ്ധിമുട്ടുകളിൽ നിന്നു കുറച്ചൊരു വിശ്രമം ലഭിക്കുന്നതാണ്. പക്ഷേ ദൈവത്തെ ഓർത്ത് പണം കണ്ടമാനം ചെലവാക്കരുത്. അടങ്ങിയൊതുങ്ങിയും കഴിയുന്നത്ര മിതമായും ജീവിക്കുക. കുറച്ചെങ്കിലും മിച്ചം വയ്ക്കാൻ തുടങ്ങണം. അപ്പോൾ കഷ്ടകാലം വന്നാലും നിങ്ങൾ അതിനെ നേരിടാൻ തയ്യാറായിരിക്കും. ഞങ്ങളെ ഓർത്ത് വിഷമിക്കരുത്. ഫെദോറയും ഞാനും എങ്ങിനെയെങ്കിലും കഴിഞ്ഞോളാം. എന്തിനാണ്, മക്കാർ അലെക്സേയെവിച്ച്, ഇത്രയേറെ പണം കൊടുത്തയച്ചത്? വാസ്തവത്തിൽ ഞങ്ങൾക്ക് ഇത്രവളരെ പണത്തിന്റെ ആവശ്യമില്ല. ഉള്ളതുകൊണ്ടു ഞങ്ങൾ തൃപ്തിപ്പെട്ടിരുന്നു. മറ്റൊരു വീട്ടിലേക്കു മാറിത്താമസിക്കാൻ പണം വേണ്ടിവരുമെന്നതു ശരിയാണ്. പക്ഷേ പണ്ടു കൊടുത്ത ഒരു കടം തിരികെ കിട്ടുമെന്നാണ് ഫെദോറയുടെ പ്രതീക്ഷ. ഓർക്കാപ്പുറത്തു വന്നേക്കാവുന്ന ചെലവുകൾക്കായി ഇരുപതു റൂബിളെടുത്തിട്ട് ബാക്കി ഞാൻ മടക്കികൊടുത്തയയ്ക്കുന്നു. പണം സൂക്ഷിച്ചോളണം, മക്കാർ

അലെക്സേയെവിച്ച്. നിർത്തുന്നു. നിങ്ങളുടെ കഷ്ടപ്പാടുകളിൽ നിന്നു നിങ്ങൾക്ക് തെല്ലൊരു വിശ്രമം കിട്ടട്ടെ! ആരോഗ്യവാനായും ഉല്ലാസവാനായും ഇരിക്കൂ. വല്ലാത്ത ക്ഷീണം തോന്നുന്നു. അല്ലെങ്കിൽ കുറേക്കൂടി എഴുതാമായിരുന്നു. ഇന്നലെ ഞാൻ കിടക്ക വിട്ട് എണീറ്റിട്ടില്ല. നിങ്ങൾ എന്നെ വന്നു കാണാമെന്നു പറഞ്ഞതിൽ സന്തോഷിക്കുന്നു. ദയവുചെയ്ത് വരൂ.

വി.ഡി.

സെപ്തംബർ 11

വർവാറ അലെക്സേയെവ്ന, എന്റെ തങ്കം!

ഞാൻ ഇത്രയേറെ സന്തോഷവാനും സംതൃപ്തനുമായിരിക്കുന്ന ഈ സന്ദർഭത്തിൽ ദയവുചെയ്ത് പോകരുത്. ഫെദോറ പറയുന്നതു കേൾക്കണ്ട. എന്റെ തങ്കം പറയുന്നതെന്തും ഞാൻ ചെയ്യാം. തിരുമനസ്സിനെ വിചാരിച്ചെങ്കിലും ഞാൻ മര്യാദക്കാരനാകാം. പണ്ടത്തെപ്പോലെ നമുക്ക് വീണ്ടും സന്തോഷം നിറഞ്ഞ കത്തുകൾ കൈമാറാം. ഓരോരുത്തരുടേയും ആനന്ദവും കഷ്ടപ്പാടുകളും- കഷ്ടപ്പാടുകളുണ്ടെങ്കിൽ -പങ്കിടാം. നാം സ്വൈരമായും ഒത്തൊരുമയോടുകൂടിയും ജീവിക്കും. വീണ്ടും സാഹിത്യത്തെപ്പറ്റി ചർച്ച ചെയ്യും. എന്റെ ജീവിതത്തിൽ സർവ്വതും മെച്ചപ്പെട്ടിട്ടുണ്ട്, വാരെൻക. വീട്ടുടമസ്ഥ കുറേക്കൂടി സ്നേഹഭാവത്തിലാണ്. തെറേസയ്ക്ക് കുറച്ചുകൂടി വിവരം വച്ചിട്ടുണ്ട്, ഫൽദോനിക്കുപോലും അനുസരണ കൂടിയിട്ടുണ്ട്. ഞാൻ റതസ്യായെവുമായി ലോഹ്യത്തിലായി. വളരെയേറെ സന്തോഷത്തിലായിരുന്നതുകൊണ്ട് ഞാൻതന്നെ അദ്ദേഹത്തിന്റെ അടുത്തുപോയി. ഓമനേ, ആള് ഉള്ളിൽ നല്ലവനാണ്. മറ്റുള്ളവർ അദ്ദേഹത്തെപ്പറ്റി പറഞ്ഞുപരത്തിയിട്ടുള്ള കൊള്ളരുതായ്മകളെല്ലാം വെറും കുപ്രചരണമാണെന്ന് എനിക്ക് മനസ്സിലായി. നമ്മുടെ കാര്യം പുസ്തകത്തിലെഴുതാൻ അദ്ദേഹത്തിന് യാതൊരു ഉദ്ദേശവുമില്ലായിരുന്നു. അദ്ദേഹം തന്നെ എന്നോടു പറഞ്ഞതാണിത്. അടുത്ത കാലത്ത് എഴുതിയ ചിലതെല്ലാം അദ്ദേഹം എന്നെ വായിച്ചു കേൾപ്പിച്ചു. എന്നെ ലവ് ലേസ് എന്നു വിളിച്ചതിന്റെ കാര്യവും അദ്ദേഹം വിശദമാക്കി. അത് വാസ്തവത്തിൽ ഒരു മോശമായ വാക്കോ ചീത്തപ്പേരോ അല്ലെന്നും ഒരു വിദേശഭാഷയിൽനിന്നു കടമെടുത്തതും മിടുക്കനെന്ന് അർത്ഥം വരുന്നതുമായ ഒരു വാക്കാണെന്നും അദ്ദേഹം വ്യക്തമാക്കി. കുറേക്കൂടി ചതുരവടിവിൽ അഥവാ പുസ്തകഭാഷയിൽ പറഞ്ഞാൽ “കൂർമ്മബുദ്ധിയുള്ള ഒരു യുവാവ്” എന്നർത്ഥം. അത്രയേയുള്ളൂ. അതൊരു നിർദ്ദോഷമായ ഫലിതമായിരുന്നു, തങ്കം. എന്റെ അജ്ഞതകൊണ്ട് ഞാൻ തെറ്റിദ്ധരിച്ചതാണ്. ഞാൻ മാപ്പു ചോദിച്ചു.

ഇന്നു കാലാവസ്ഥയും സുന്ദരമായിരിക്കുന്നു. രാവിലെ ചെറിയൊരു മഴയും മഞ്ഞുമുണ്ടായിരുന്നുവെന്നതു ശരിതന്നെ. പക്ഷേ അതുകൊണ്ട് വായു ശുദ്ധമായിട്ടേയുള്ളൂ. ഞാൻ നല്ലൊരു ജോടി ഷൂസു വാങ്ങി. നേവ്സ്കിയിലൂടെ നടക്കാനിറങ്ങി. "തേനീച്ച"[33] വായിച്ചു.

പ്രധാനകാര്യം പറയാൻ മറന്നുപോയി. ഞാനിന്നു രാവിലെ യെമെല്യാൻ ഇവാനൊവിച്ചും അക്സേന്തി മിഹൈലൊവിച്ചുമായി തിരു മനസ്സിനെക്കുറിച്ചു സംഭാഷണത്തിലേർപ്പെട്ടു. എന്നോടു മാത്രമല്ല അദ്ദേഹം ഇത്രയേറെ മഹാമനസ്കതയോടെ പെരുമാറിയിട്ടുള്ളതെന്നു ഞാൻ മനസ്സിലാക്കി. മഹാമനസ്കതയ്ക്കു പേരുകേട്ടിട്ടുള്ളയാളാണദ്ദേഹം. പലേടത്തുനിന്നും അദ്ദേഹത്തിന് ആശീർവാദങ്ങൾ ലഭിക്കുന്നുണ്ട് പലരും കൃതജ്ഞതകൊണ്ട് കണ്ണീരൊഴുക്കിയിട്ടുണ്ട്. അദ്ദേഹം ഒരു അനാഥബാലികയെ ദത്തെടുത്ത് പിന്നീട് ഭേദപ്പെട്ട ഒരാൾക്ക് വിവാഹം കഴിച്ചുകൊടുത്തുവത്രെ. തിരുമനസ്സിന്റെ പ്രത്യേകദൗത്യങ്ങൾ നിർവ്വഹി ക്കാൻ നിയുക്തനായിട്ടുള്ള ഒരു ഉദ്യോഗസ്ഥനാണ് വരൻ. അദ്ദേഹം ഒരിക്കൽ ഒരു വിധവയുടെ പുത്രനു ജോലി ഏർപ്പെടുത്തിക്കൊടുത്തിട്ടുണ്ടെന്നും കൂടാതെ വേറേ പല സൽകൃത്യങ്ങളും ചെയ്തിട്ടുണ്ടെന്നും അറിവുള്ളതാണ്. ഇതിന്റെയൊക്കെ കൂടെ എന്തെങ്കിലുമൊന്നു ചേർക്കേണ്ടത് എന്റെ ചുമ തലയായി ഞാൻ കരുതി. ഞാൻ എന്റെ അനുഭവം അവരോടു പറഞ്ഞു. ഒന്നും മറച്ചുവച്ചില്ല. നാണക്കേട് സഹിച്ചു. ഇത്തരം ചുറ്റുപാടുകളിൽ നാണക്കേടിനെപ്പറ്റി പറയാൻ എന്തിരിക്കുന്നു? തിരുമനസ്സിന്റെ സൽകൃ ത്യങ്ങൾ എല്ലാവരും കേൾക്കെ വാഴ്ത്തപ്പെടട്ടെ. ഞാൻ ആവേശപൂർവ്വം സംസാരിച്ചു. മതിമറന്നു സംസാരിച്ചു. ലജ്ജിക്കുന്നതിനു പകരം ഇങ്ങനെ യൊരു കാര്യം പറയുന്നതിൽ എനിക്ക് അഭിമാനം തോന്നുകപോലും ചെയ്തു. ഞാൻ അവരോട് എല്ലാം പറഞ്ഞു (തീർച്ചയായും, നിന്നെപ്പറ്റി ഒന്നും പറഞ്ഞില്ല). എന്റെ വീട്ടുടമസ്ഥയെപ്പറ്റിയും ഫൽദോനിയെപ്പറ്റി യും റതസ്യായെവിനെപ്പറ്റിയും ഷൂസിനെപ്പറ്റിയും മാർക്കൊവിനെപ്പറ്റി യുമെല്ലാം- ചുരുക്കത്തിൽ എല്ലാ കാര്യങ്ങളും- ഞാൻ പറഞ്ഞു. ചിലർ അടക്കിച്ചിരിച്ചു. ചിലരെന്നല്ല, എല്ലാവരും തന്നെ. ഒരുപക്ഷേ എന്റെ രൂപത്തിലോ ഷൂസിലോ ചിരിക്കാനുള്ള വകയുണ്ടായിരുന്നിരിക്കും. ആ, ശരിതന്നെ, ഷൂസിലായിരുന്നു, തീർച്ച. അവർക്ക് ദുരുദ്ദേശമൊന്നും ഉണ്ടായിരുന്നിരിക്കാനിടയില്ല. ചെറുപ്പമാണ്. സുഖമായി കഴിയാനുള്ള വകയുമുണ്ട്. അത്രയേയുള്ളൂ കാര്യം. തീർച്ചയായും അവർ ദ്രോഹബു ദ്ധികളായിരുന്നില്ല. അവർക്കെങ്ങിനെ തിരുമനസ്സിനെ കളിയാക്കി ചിരിക്കാനൊക്കും? അത് സാദ്ധ്യമാണോ, വാരെൻക?

ഞാനിപ്പോഴും വികാരവിവശനാണ്, ഓമനേ, ഈ സംഭവങ്ങൾ എന്റെ മനസ്സാകെ ഉലച്ചിരിക്കുന്നു. നിങ്ങൾക്കു വേണ്ടത്ര വിറകുണ്ടോ?

ദേഹം സൂക്ഷിക്കണം, വാരെൻക. ജലദോഷം പിടിക്കാതെ നോക്കണം. എന്റെ തങ്കം, നിന്റെ വിഷാദചിന്തകൾ എന്നെ നീറ്റുകയാണ്. ഞാൻ അതെപ്പറ്റി ദൈവത്തോട് സദാ പ്രാർത്ഥിക്കുന്നുണ്ട്. നിനക്ക് കമ്പിളിക്കാലുറകളും ചൂടുള്ള വസ്ത്രങ്ങളുമുണ്ടോ? ഈ വൃദ്ധനോട് ദയവുണ്ടെങ്കിൽ എന്താവശ്യമുണ്ടെങ്കിലും പറയണം. എന്നോടു പറഞ്ഞാൽ മതി. കഷ്ടകാലം കഴിഞ്ഞു. ഭാവി ഭാസുരമാണ്, സമുജ്ജ്വലമാണ്!

വാരെൻക, നമുക്ക് വിഷമകാലമായിരുന്നു. പക്ഷേ അത് എന്നെന്നേക്കുമായി പൊയ്പോയിരിക്കുന്നു. വർഷങ്ങൾ കഴിഞ്ഞ് നാം അക്കാലമോർത്ത് നെടുവീർപ്പിടും. ഞാനെന്റെ ചെറുപ്പകാലം ഓർത്തുപോവുകയാണ്. സ്വന്തമായി ഒരു കൊച്ചുകോപ്പെക്കില്ലാതെ ഞാൻ തണുത്തു വിശന്നുനടന്ന അവസരങ്ങളുണ്ടായിട്ടുണ്ട്. എങ്കിലും ഞാൻ സന്തുഷ്ടനായിരുന്നു. രാവിലെ നേവ്സ്കിയിലൂടെ നടന്നുപോകുമ്പോൾ ഒരു അഴകുള്ള മുഖം കാണും. അതു മതി അന്നു മുഴുവൻ ഞാൻ സന്തോഷവാനായിരിക്കാൻ. എന്തൊരു കാലമായിരുന്നു അത്! ജീവിക്കുകയെന്നത് നല്ലൊരു കാര്യമാണ്, വാരെൻക-പ്രത്യേകിച്ച് സെന്റ് പീറ്റേഴ്സ്ബർഗിൽ. ഇന്നലെ ഞാൻ നിറഞ്ഞ കണ്ണുകളോടെ ദൈവത്തോടു പ്രാർത്ഥിച്ചു. നമ്മുടെ കഷ്ടകാലത്ത് ഞാൻ ചെയ്ത പാപങ്ങൾ പൊറുക്കണേ എന്ന് യാചിച്ചു- എന്റെ ആവലാതികളും സ്വതന്ത്രചിന്തകളും ദുർനടപടികളുമെല്ലാം. പ്രാർത്ഥനകൾക്കിടയിൽ ഞാൻ നിന്നെ വാത്സല്യപൂർവ്വം ഓർത്തു. നീയാണ് എനിക്ക് കരുത്തു തന്നത്, എന്നെ സമാശ്വസിപ്പിച്ചത്, എന്നെ ഗുണദോഷിച്ചത്. ഞാനത് ഒരു കാലത്തും മറക്കുകയില്ല, എന്റെ തങ്കം, ഇന്നു ഞാൻ നിന്റെ എല്ലാ കത്തുകളും ഒന്നൊന്നായെടുത്ത് ചുംബിച്ചു. എന്റെ കരളേ, എനിക്ക് വിട തരൂ. അടുത്തൊരു കടയിൽ ഒരു സർവീസ്കോട്ട് കുറഞ്ഞ വിലയ്ക്കു വില്പനയ്ക്കുണ്ടെന്നുകേട്ടു. ഞാൻ അന്വേഷിച്ചാലോ? എനിക്ക് വിട തരൂ, തങ്കം.

വാത്സല്യപൂർവ്വം,

മക്കാർ ദേവുഷ്കിൻ

സെപ്തംബർ15

പ്രിയപ്പെട്ട മക്കാർ അലെക്സേയെവിച്ച്,

ഞാൻ വല്ലാതെ സംഭ്രമിച്ചിരിക്കുകയാണ്. നടന്നതെന്താണെന്നു പറയാം. ഭയങ്കരമായിട്ടെന്തോ സംഭവിക്കാൻ പോകുന്നുവെന്നൊരു ഭീതി! നിങ്ങൾതന്നെ തീരുമാനിക്കൂ. നടന്നതിതാണ്: മിസ്റ്റർ ബീക്കൊവ് സെന്റ് പീറ്റേഴ്സ്ബർഗിലുണ്ട്. ഫെദോറ കണ്ടിരിക്കുന്നു. അദ്ദേഹം ഒരു കുതിരവണ്ടിയിൽ പോവുകയായിരുന്നു. ഫെദോറയെ കണ്ടയുടനെ

വണ്ടി നിർത്തി ഇറങ്ങിച്ചെന്നു. താമസസ്ഥലം ചോദിച്ചു. ഫെദോറ പറയാൻ വിസമ്മതിച്ചപ്പോൾ, കൂടെ താമസിക്കുന്നതാരാണെന്ന് തനിക്കറിയാമെന്ന് ഒരു ചെറുചിരിയോടെ അദ്ദേഹം പറഞ്ഞു (ആന്ന ഫ്യോദൊറൊവ്ന പറഞ്ഞതാവണം). ഫെദോറയ്ക്ക് സ്വയം നിയന്ത്രിക്കാൻ കഴിഞ്ഞില്ല. അവർ അദ്ദേഹത്തെ കണക്കിനു ശകാരിച്ചു. അദ്ദേഹം ഒരു ദുർമാർഗിയും എന്റെ വ്യസനത്തിനു കാരണക്കാരനുമാണെന്നു പറഞ്ഞു. എന്റെ കയ്യിൽ ഒരു കോപ്പെക്കുപോലുമില്ലാത്തതുകൊണ്ട് ഞാൻ നിസ്സംശയമായും വ്യസനിച്ചു കഴിയുകയായിരിക്കുമെന്നായിരുന്നു അദ്ദേഹത്തിന് അതിനുള്ള മറുപടി. എനിക്ക് പണിയെടുത്തു ജീവിക്കുകയോ വല്ലവരേയും വിവാഹം കഴിക്കുകയോ വല്ല വീട്ടിലും ജോലിക്കു നിൽക്കുകയോ ചെയ്യാമായിരുന്നുവെന്നും പക്ഷേ അദ്ദേഹം കാരണം ഞാൻ രോഗം പിടിച്ച് മരിക്കാൻ പോവുകയാണെന്നും ഫെദോറ പറഞ്ഞു. ഇത്ര ചെറുപ്പത്തിൽ മരിക്കുകയില്ലെന്നും ഞാനൊരു മറയിയാണെന്നും എന്റെ ചാരിത്രശുദ്ധി കുറച്ചൊക്കെ കളങ്കപ്പെട്ടിരിക്കുന്നുവെന്നും (അദ്ദേഹത്തിന്റെ അതേ വാക്കുകൾ) അദ്ദേഹം പറഞ്ഞു. ഞങ്ങളുടെ താമസസ്ഥലം അദ്ദേഹത്തിന് അറിഞ്ഞുകൂടെന്നാണ് ഫെദോറയും ഞാനും വിചാരിച്ചത്. പക്ഷേ ഇന്നലെ ഞാൻ സാമാനം വാങ്ങാൻ ഗൊസ്തീനിദ്വോറിൽ പോയ സമയത്ത് അദ്ദേഹം പെട്ടെന്ന് ഞങ്ങളുടെ സ്ഥലത്ത് വന്നുകയറി. ഞാൻ വീട്ടിലില്ലാത്ത തക്കം നോക്കി വന്നത് മനപ്പൂർവ്വമായിരുന്നുവെന്നു തോന്നുന്നു. അദ്ദേഹം ഫെദോറയോട് എന്നെക്കുറിച്ചും ഞങ്ങൾ എങ്ങിനെ കഴിയുന്നുവെന്നതിനെക്കുറിച്ചും പലതും ചോദിച്ചു. എന്റെ തുന്നൽവേലയടക്കം എല്ലാം നടന്നു പരിശോധിച്ചു. അവസാനം ഒരു ചോദ്യം: “നിങ്ങളുടെ പരിചയക്കാരൻ ഉമസ്തൻ ഏതാണ്?” നിങ്ങൾ ആ സമയത്ത് മുറ്റം കടക്കുകയായിരുന്നു. ഫെദോറ ചൂണ്ടിക്കാട്ടി. അദ്ദേഹം നോക്കിയിട്ട് പുഞ്ചിരിച്ചതേയുള്ളൂ. ഫെദോറ അദ്ദേഹത്തോടു പൊയ്ക്കൊള്ളാൻ പറഞ്ഞു. ബുദ്ധിമുട്ടുകൾ കാരണം എനിക്ക് സുഖമില്ലെന്നും അദ്ദേഹത്തെ കാണുന്നത് എനിക്ക് അപ്രിയമായിരിക്കുമെന്നും അവർ പറഞ്ഞു. അദ്ദേഹം അവരുടെനേരെ ഇരുപത്തഞ്ചു റൂബിൾ നീട്ടി. അവരതു വാങ്ങിയില്ലെന്നു പറയേണ്ടതില്ലല്ലോ. എന്താണ് ഇതിന്റെയൊക്കെ അർത്ഥം? അദ്ദേഹം എന്തിനു വന്നു? നമ്മെക്കുറിച്ചു സർവ്വതും എങ്ങിനെ കണ്ടുപിടിച്ചു? ഞാൻ അഭ്യൂഹങ്ങൾ നടത്തി തോറ്റിരിക്കുകയാണ്. ഫെദോറയുടെ സഹോദരന്റെ ഭാര്യ അക്സീന്യ വല്ലപ്പോഴും ഞങ്ങളെ കാണാൻ വരാറുണ്ട്. അവർക്ക് അലക്കുകാരി നസ്താസ്യയെ പരിചയമുണ്ടെന്നും നസ്താസ്യയുടെ ചാർച്ചക്കാരൻ ആന്ന ഫ്യോദൊറൊവ്നയുടെ അനന്തിരവന്റെ ഒരു സ്നേഹിതൻ ജോലിചെയ്യുന്ന ആഫീസിലെ വാച്ച്മാനാണെന്നും

ഫെദോറ പറയുന്നു. തീർച്ചയായും അങ്ങിനെയാണത്രെ ആന്ന ഫ്യോദൊറൊവ്ന അറിയാനിടയായത്. ഒരുപക്ഷേ ഫെദോറയ്ക്ക് തെറ്റുപറ്റിയതുമാവാം. എന്തു ചെയ്യണമെന്നു ഞങ്ങൾക്കറിഞ്ഞുകൂടാ. അദ്ദേഹം ഇനിയും വരുമോ? അതോർക്കുമ്പോൾത്തന്നെ എനിക്ക് ഭയമാകുന്നു. ഫെദോറ എന്നോട് ഇതെല്ലാം ഇന്നലെ പറഞ്ഞപ്പോൾ എനിക്ക് ബോധക്കേടു വന്നില്ലെന്നേയുള്ളൂ. മറ്റെന്താണ് അദ്ദേഹം എന്നിൽനിന്നു പ്രതീക്ഷിക്കുന്നത്? എനിക്ക് മേലിൽ അക്കൂട്ടരുമായി യാതൊരു ബന്ധവും വേണ്ട. എന്തിന് അദ്ദേഹം പാവപ്പെട്ട എന്റെ പിന്നാലെ കൂടിയിരിക്കുന്നു? എനിക്ക് പേടിവിട്ടൊഴിഞ്ഞ നേരമില്ല. ഈ നിമിഷത്തിൽതന്നെ ബീക്കൊവ് വീണ്ടും വന്നുകയറിയാലോ? എന്റെ ഗതി എന്തായിരിക്കും? മക്കാർ അലെക്സേയെവിച്ച്, എന്നെ ഉടൻ വന്നു കാണൂ! ദൈവത്തെ ഓർത്ത് ഇപ്പോൾത്തന്നെ വരൂ!

വി.ഡി.

സെപ്റ്റംബർ 18

വർവാറ അലെക്സേയെവ്ന, പ്രിയപ്പെട്ടവളേ!

അതിദാരുണവും അപ്രതീക്ഷിതവും തികച്ചും ദുർഗ്രഹവുമായ ഒരു സംഭവം ഇന്നേദിവസം ഞങ്ങളുടെ വീട്ടിൽ നടന്നു. നമ്മുടെ പാവപ്പെട്ട ഗൊർഷ്കോവ് തികച്ചും നിർദ്ദോഷിയാണെന്നു തെളിഞ്ഞു. ഈ തീരുമാനം പണ്ടേ എടുത്തുകഴിഞ്ഞിരുന്നു. ഇന്നയാൾ അവസാനവിധി കേൾക്കാൻ പോയി. കേസ് അയാൾക്ക് ഗുണകരമായി കലാശിച്ചു. അയാൾ ഉപേക്ഷ കാട്ടിയെന്നുള്ള തെറ്റ് പൊറുത്തിരിക്കുന്നു. കച്ചവടക്കാരൻ നല്ലൊരു തുക അയാൾക്ക് നഷ്ടപരിഹാരമായി കൊടുക്കാനാണ് തീർപ്പ്. അതുകൊണ്ട് അയാളുടെ സ്ഥിതി മെച്ചപ്പെട്ടിരിക്കുന്നു. സൽപ്പേരിനു വന്ന കളങ്കം നീങ്ങിക്കിട്ടി. ചുരുക്കത്തിൽ സംഗതിയാകെ മാറിയിരിക്കുന്നു. അയാളുടെ ഏറ്റവും വലിയ ശുഭപ്രതീക്ഷകൾ സഫലമായി. ഉച്ചതിരിഞ്ഞ് മൂന്നു മണിക്കാണ് അയാൾ മടങ്ങിയെത്തിയത്. അയാൾ ഒരു പ്രേതത്തെപ്പോലെ വിളറിയിരുന്നു. ചുണ്ട് വിറയ്ക്കുന്നുണ്ടായിരുന്നു. എങ്കിലും ചുണ്ടുകളിൽ ഒരു പുഞ്ചിരി കളിയാടിയിരുന്നു. എങ്കിലും ചുണ്ടുകളിൽ ഒരു പുഞ്ചിരി കളിയാടിയിരുന്നു. അയാൾ ഭാര്യയേയും മക്കളേയും ആശ്ലേഷിച്ചു. ഞങ്ങൾ കൂട്ടമായിച്ചെന്ന് അയാളെ അഭിനന്ദിച്ചു. വികാരതരളിതനായി അയാൾ വീണ്ടും വീണ്ടും വന്ദിക്കുകയും ഞങ്ങൾക്കോരോരുത്തർക്കും പല തവണ കൈതരികയും ചെയ്തു. എന്തുകൊണ്ടോ അയാൾക്ക് കുറേക്കൂടി പൊക്കം വച്ചതുപോലെ തോന്നി. മുതുക് കുറേക്കൂടി പൊക്കം വച്ചതുപോലെ തോന്നി. മുതുക് കുറേക്കൂടി

പൊക്കം വച്ചതുപോലെ തോന്നി. മുതുക് കുറേക്കൂടി നിവർന്നിരുന്നു. കണ്ണിൽ വെള്ളമൂറിയിരുന്നില്ല. ആ സാധുമനുഷ്യന് എന്തൊരു ഉദ്വേഗമായിരുന്നു! ഒരു നിമിഷം പോലും വെറുതെ നിൽക്കാൻ കഴിഞ്ഞില്ല. എന്തെങ്കിലും കയ്യിലെടുക്കും, തിരിച്ചു വയ്ക്കും, പുഞ്ചിരിച്ചുകൊണ്ടു വന്ദിക്കും, ഇരിക്കും, ഉടൻതന്നെ എണീക്കും, മനസ്സിൽ തോന്നിയതെന്തും പറയും. തന്റെ അഭിമാനത്തേയും സൽപ്പേരിനേയും സന്താനങ്ങളേയും കുറിച്ചു സംസാരിക്കും. അയാൾ കരയുകപോലും ചെയ്തു. ഞങ്ങളിൽ മിക്കവരുടെ കണ്ണുകളും നിറഞ്ഞിരുന്നു. അയാളെ പ്രോത്സാഹിപ്പിക്കാനായിട്ടായിരിക്കും, റതസ്യായെവ് പറഞ്ഞു: "തിന്നാനൊന്നുമില്ലാത്തപ്പോൾ അഭിമാനം കൊണ്ടെന്തു ഗുണം, സ്നേഹിതാ? പണമാണ് പ്രധാനം. പണം കിട്ടിയതിനാണ് നിങ്ങൾക്കു നന്ദി തോന്നേണ്ടത്." അദ്ദേഹം അയാളുടെ ചുമലിൽ തട്ടി. ഗൊർഷ്കോവിന് ഇത് രസിച്ചില്ലെന്നു തോന്നി. അയാൾ തന്റെ നീരസം പ്രകടിപ്പിച്ചില്ല. റതസ്യായെവിന്റെ നേരെ ഒരു പ്രത്യേകനോട്ടം നോക്കി തന്റെ ചുമലിൽനിന്നു കയ്യെടുത്തു മാറ്റി. മുമ്പ് അയാൾ ഒരിക്കലും അങ്ങിനെ പ്രവർത്തിക്കുകയില്ലായിരുന്നു. ആളുകൾ പല തരക്കാരാണല്ലൊ. ഉദാഹരണത്തിന്, ഇത്രയേറെ ആഹ്ലാദപ്രദമായ ഒരു ദിവസം ഞാനായിരുന്നെങ്കിൽ ഒരിക്കലും ഇങ്ങനെ അഹങ്കരിക്കുകയില്ലായിരുന്നു. നമ്മൾ വേണ്ടെങ്കിൽക്കൂടി ഒരു തവണ തലകുനിക്കുന്ന, സ്വയം നിന്ദിക്കുകപോലും ചെയ്യുന്ന, സന്ദർഭങ്ങളുണ്ടാകാറുണ്ട്. നമ്മുടെ മൃദലമായ ഹൃദയത്തിൽ നിന്നു മനുഷ്യസ്നേഹം നിറഞ്ഞുകവിഞ്ഞൊഴുകുന്നുവെന്നല്ലാതെ മറ്റൊന്നുമല്ല കാരണം. പക്ഷേ എന്തിന് എന്നെപ്പറ്റി പറയുന്നു? "ശരിയാണ്," ഗോർഷ്കോവ് പറഞ്ഞു. "പണവും നല്ല കാര്യമാണ്. ദൈവത്തിനു നന്ദി!" "ദൈവത്തിനു നന്ദി!" എന്ന് അയാൾ കൂടെക്കൂടെ പറഞ്ഞുകൊണ്ടിരുന്നു. അയാളുടെ ഭാര്യ മികച്ചതും കൂടുതൽ വിഭവസമൃദ്ധവുമായ ഭക്ഷണത്തിന് ഏർപ്പാടു ചെയ്തു. വീട്ടുടമസ്ഥതന്നെയാണ് പാകം ചെയ്തത്. ഞങ്ങളുടെ വീട്ടുടമസ്ഥ അവരുടെ വഴിക്ക് ദയയുള്ളവളാണ്. ഭക്ഷണത്തിനു കാത്തിരിക്കുന്ന സമയത്ത് ഗൊർഷ്കോവ് വളരെ അസ്വസ്ഥനായിരുന്നു. ക്ഷണിക്കുന്നുണ്ടോ ഇല്ലയോ എന്നു നോക്കാതെ അയാൾ എല്ലാ മുറികളും സന്ദർശിച്ചു. വെറുതെ കയറിച്ചെല്ലും. ഒരു പുഞ്ചിരിയോടെ എവിടെങ്കിലും ഇരിക്കും. വല്ലതും പറഞ്ഞെന്നും ഒന്നുംതന്നെ പറഞ്ഞില്ലെന്നും വരും. എണീറ്റുപോവുകയും ചെയ്യും. നാവികോദ്യോഗസ്ഥന്റെ മുറിയിൽ അയാളെ ചീട്ടുകളിയിൽ കൂടാൻ ക്ഷണിച്ചു. അയാൾ ഒന്നുരണ്ടു കൈ കളിക്കുകയും ചെയ്തു. കുറെ വിഡ്ഢിത്തങ്ങൾ കാട്ടിയശേഷം അയാൾ കളി മതിയാക്കി. "ഒന്നുരണ്ടു കൈ കളിക്കാമെന്നു കരുതി," എന്നു പറഞ്ഞുകൊണ്ട് അയാൾ ഇറങ്ങിപ്പോയി. ഇടനാഴിയിൽവച്ച് എന്നെ

കണ്ടപ്പോൾ അയാൾ എന്റെ രണ്ടു കയ്യും പിടിച്ച് നേരെ കണ്ണിലേക്ക് വിചിത്രമായ രീതിയിൽ ഒരു നോട്ടം. ഒന്നുകൂടി എന്റെ കൈകൾ പിടിച്ച മർത്തിയശേഷം നടന്നുപോയി. മുഖത്തുനിന്നു പുഞ്ചിരി മാഞ്ഞിരുന്നില്ല. പക്ഷേ വിചിത്രമായി, ക്ഷണിച്ചുവരുത്തിയതുപോലുള്ള, നിർജ്ജീവമായ ഒരു പുഞ്ചിരിയായിരുന്നു അത്. വലിയൊരു വിശേഷദിവസം കൊണ്ടാടുന്നതുപോലെ അയാളുടെ ഭാര്യ സന്തോഷാശ്രുക്കൾ പൊഴിച്ചുകൊണ്ട് മുറിയിൽ തിരക്കിട്ടോടിനടന്നു. ഭക്ഷണം കഴിഞ്ഞ് അയാൾ ഭാര്യയോടു പറഞ്ഞു: “ഞാൻ കുറച്ചൊന്നു വിശ്രമിക്കട്ടെ.” അയാൾ മെത്തയിൽ കിടന്നു. കൊച്ചുമകളെ അരികിൽ വിളിച്ച് വീണ്ടും വീണ്ടും തലയിൽ തലോടി. പിന്നീട് ഭാര്യയുടെനേരെ തിരിഞ്ഞ് ചോദിച്ചു: “നമ്മുടെ പേത്തെൻക എത്രിടെ?” ഭാര്യ ഉടൻ കുരിശുവരച്ചു. പേത്തെൻക മരിച്ചു പോയ കാര്യം ഓർമ്മിപ്പിച്ചു. “ആ ശരിതന്നെ, എനിക്കറിയാം,” അയാൾ യോജിച്ചു. “പേത്തെൻക സ്വർഗ്ഗത്തിലാണ്.” അയാൾ ആകെ അടി തെറ്റിയിരിക്കുകയും ഇളകിവശായിരിക്കുകയുമാണെന്ന് മനസ്സിലായ ഭാര്യ അയാളെ ഉറങ്ങാൻ നിർബന്ധിച്ചു. “ഞാനങ്ങിനെ ചെയ്യാം... കുറച്ചുറങ്ങാം.” അയാൾ തിരിഞ്ഞു കിടന്നു. അല്പസമയം അനങ്ങാതെ കിടന്നശേഷം എന്തോ പറയാനെന്നവണ്ണം വീണ്ടും തല തിരിച്ചു. ഭാര്യയ്ക്കു മനസ്സിലായില്ല. പറഞ്ഞതെന്താണെന്നു ചോദിച്ചെങ്കിലും അയാൾ മറുപടി പറഞ്ഞില്ല. ഉറങ്ങിക്കൊണ്ടമെന്നു കരുതി അവർ വീട്ടുടമസ്ഥയെ കാണാൻ പോയി ഒരു മണിക്കൂർ അവരുടെ കൂടെ ചെലവഴിച്ചു. മടങ്ങിവന്നപ്പോൾ അയാൾ ഉറക്കം തന്നെയാണെന്നു കണ്ട് അവർ തുന്നാനിരുന്നു. അടുത്ത അരമണിക്കൂർ സമയത്തേയ്ക്ക് അവർ തന്റെ ജോലിയിലും ചിന്തകളിലും മുഴുകി അയാളുടെ കാര്യമേ മറന്നു. പക്ഷേ പെട്ടെന്ന് എന്തുകൊണ്ടോ അവർ ഭയന്നു ഞെട്ടി. അവിടത്തെ നിശ്ശേഷ നിശബ്ദതയാണ് അവരുടെ ശ്രദ്ധയിൽ ആദ്യം പെട്ടത്. മെത്തയിലേക്കു നോക്കിയപ്പോൾ അയാൾ കിടന്നപാടേ കിടക്കുകയാണെന്നു കണ്ടു. അടുത്തു ചെന്ന് പുതപ്പ മാറ്റി. ഒറ്റ നോട്ടത്തിൽത്തന്നെ മനസ്സിലായി അയാൾ മരിച്ചെന്ന്. പാവം ഗൊർഷ്ക്കോവ് ഇടിവെട്ടേറ്റതുപോലെ മരിച്ചു. കാരണമെന്താണെന്ന് ആർക്കുമറിഞ്ഞുകൂടാ. ഞാൻ അമ്പരന്നിരിക്കുകയാണ്. സമനില ഇനിയും വീണ്ടെടുത്തിട്ടില്ല. ഒരാൾക്ക് എങ്ങിനെ ഇതുപോലെ മരിക്കാൻ കഴിയും? പാവം ഗൊർഷ്ക്കോവ്. എന്തൊരു ജീവിതമായിരുന്നു അയാളുടേത്! എന്തൊരു ജീവിതം! ഭാര്യ കരഞ്ഞു കൊണ്ടിരിക്കുകയാണ്. വല്ലാതെ പേടിച്ചിരിക്കുന്നു. കൊച്ചുമകൾ ഒരു മൂലയിൽ കുനിക്കൂടി ഇരിക്കുന്നു. ആകെ വലിയ ബഹളമായി. പോസ്റ്റ്മോർട്ടം നടക്കാൻ പോകുന്നുവെന്നു കേട്ടു, എനിക്കെത്രമാത്രം സങ്കടം തോന്നുന്നുവെന്നു പറഞ്ഞറിയിക്കാൻ വയ്യ. പ്രാണൻ

പോകുന്നതെപ്പോഴാണെന്ന് ആർക്ക് മുൻകൂട്ടി പറയാൻ കഴിയും? ഇന്നിവിടെ കാണുന്നു. നാളെ മറയുന്നു!

നിന്റെ

മക്കാർ ദേവുഷ്കിൻ

സെപ്റ്റംബർ 19

എത്രയും പ്രിയപ്പെട്ട വർവാറ അലെക്സേയെവ്ന!"

റതസ്യായെവ് എനിക്ക് ഒരു എഴുത്തുകാരനുവേണ്ടിയുള്ള കുറെ ജോലി കണ്ടുപിടിച്ചുതന്നിട്ടുണ്ടെന്ന് ആദ്യംതന്നെ പറയട്ടെ. അദ്ദേഹം റതസ്യായെവിന്റെ അടുത്ത് ഒരു തടിച്ച കയ്യെഴുത്തുപ്രതിയുമായി വന്നു. ദൈവാധീനംകൊണ്ട് ധാരാളം ജോലിയുണ്ട്. പക്ഷേ, കഷ്ടകാലത്തിന് അദ്ദേഹത്തിന്റെ കയ്യക്ഷരം വളരെ മോശമായതുകൊണ്ട് എന്തു ചെയ്യണമെന്ന രൂപമില്ലാതെ ഞാൻ വിഷമിക്കുകയാണ്. വേഗം ചെയ്തുകൊടുക്കേണ്ടിയിരിക്കുന്നു. ഒരു പ്രത്യേക രീതിയിലാണ് എഴുത്ത്. അർത്ഥം പിടികിട്ടുകയില്ല. താളൊന്നിന് നാല്പത് കോപ്പെക്കു വച്ചു തരാമെന്ന് ഏറ്റിട്ടുണ്ട്. എനിക്കങ്ങിനെ ഒരു പുറംവരുമാനമുണ്ടാകുമെന്ന് അറിയിക്കാനാണ് ഞാനിത് എഴുതുന്നത്. നിർത്തട്ടെ, ഓമനേ. പണി തുടങ്ങട്ടെ.

നിന്റെ നിത്യസുഹൃത്ത്

മക്കാർ ദേവുഷ്കിൻ

സെപ്റ്റംബർ 25

മക്കാർ അലെക്സേയെവിച്ച്, എന്റെ പ്രിയസ്നേഹിതാ!

ഞാൻ മൂന്നു ദിവസമായി നിങ്ങൾക്ക് എഴുതിയിട്ടില്ലല്ലോ. ഈ സമയത്തിനിടയിൽ എനിക്ക് പിടിപ്പത് ബുദ്ധിമുട്ടും ക്ലേശവും ഉണ്ടായിട്ടുണ്ട്.

മിനിഞ്ഞാന്ന് ബീക്കൊവ് എന്നെ കാണാൻ വന്നു. ഫെദോറ പുറത്തെവിടെയോ പോയിരിക്കുകയായിരുന്നു. ഞാൻ തനിച്ചായിരുന്നു. മുട്ടുകേട്ട് കതകു തുറന്നപ്പോൾ അന്ധാളിപ്പുകൊണ്ട് എനിക്ക് അനങ്ങാൻ കഴിഞ്ഞില്ല. എന്റെ മുഖം വല്ലാതെ വിളറിയെന്നു തോന്നുന്നു. അദ്ദേഹം പതിവുപോലെ ഉറക്കെ ചിരിച്ചുകൊണ്ട് കയറിവന്ന് ഒരു കസേരയിൽ ആസനസ്ഥനായി. ഞാൻ അവസാനം സമനില വീണ്ടെടുത്ത് ഒരു മൂലയ്ക്കു പോയി ഇരുന്ന് ജോലി തുടങ്ങി. എന്നെ കുറേക്കൂടി അടുത്തു പരിശോധിച്ചതോടെ അദ്ദേഹത്തിന്റെ മുഖത്തെ പുഞ്ചിരി മാഞ്ഞു. ഞാൻ അടുത്ത കാലത്തായി വളരെയേറെ ശോഷിച്ചുപോയിട്ടുണ്ട്.

എന്റെ കവിളുകളും കണ്ണുകളും കുഴിഞ്ഞിരിക്കുന്നു. മുഖം കുമ്മായംപോലെ വെളുത്തിരിക്കുന്നു. വാസ്തവത്തിൽ ഒരു കൊല്ലം മുമ്പു കണ്ടിട്ടുള്ളവർ എന്നെ ഇപ്പോൾ കണ്ടാൽ തിരിച്ചറിയുകയില്ല. എന്നെ തറച്ചു നോക്കിക്കൊണ്ട് അദ്ദേഹം കുറച്ചുനേരം അങ്ങിനെ ഇരുന്നു. പിന്നീട് വീണ്ടും ഉല്ലാസവാനായി. അദ്ദേഹം എന്തോ പറഞ്ഞു. എന്റെ മറുപടി എന്തായിരുന്നുവെന്ന് ഓർക്കുന്നില്ല. അദ്ദേഹം വീണ്ടും പൊട്ടിച്ചിരിച്ചു. സംസാരിച്ചുകൊണ്ടും ചോദ്യം ചെയ്തുകൊണ്ടും ഒരു മണിക്കൂർ തികച്ചും അദ്ദേഹം ഇവിടെ ചെലവഴിച്ചു. പോകാൻ എണീറ്റപ്പോൾ അദ്ദേഹം എന്റെ കൈ പിടിച്ചുകൊണ്ട് പറഞ്ഞു (അദ്ദേഹത്തിന്റെ അതേ വാക്കുകൾ): "വർവാറ അലെക്സേയെവ്ന, നമ്മൾ തമ്മിൽ പറയുകയാണെങ്കിൽ, നിങ്ങളുടെ ബന്ധുവും എന്റെ അടുത്ത പരിചയക്കാരിയുമായ ആന്ന ഫ്യോദൊറൊവ്നയുണ്ടല്ലോ- അവരൊരു നീചസൃഷ്ടിയാണ്." കുറേക്കൂടി കടുത്ത ഒരു വാക്കും കൂട്ടിച്ചേർത്തു. "അവർ നിങ്ങളുടെ ചാർച്ചക്കാരിയായ സാഷയെ വഴിപിഴപ്പിച്ചു. നിങ്ങളേയും നശിപ്പിച്ചു. ഞാനും ഒരു അധമനെപ്പോലെയാണ് പെരുമാറിയതെന്നതിനു സംശയമില്ല. പുരുഷന്മാർക്കു പൊതുവിലുള്ള ഒരു ദൗർബ്ബല്യമാണിത്." ഇതു പറഞ്ഞുകൊണ്ട് അദ്ദേഹം ഉച്ചത്തിൽ പൊട്ടിച്ചിരിച്ചു. താൻ ഒരു സംസാരപടുവല്ലെന്നും എങ്കിലും പ്രധാന കാര്യം- തന്റെ അഭിമാനബോധം തന്നെ പറയാൻ പ്രേരിപ്പിച്ച കാര്യം-താൻ പറഞ്ഞുകഴിഞ്ഞെന്നും ശേഷമുള്ളത് വളരെ ചുരുക്കി അവതരിപ്പിക്കാമെന്നും അദ്ദേഹം പറഞ്ഞു. എന്നെ വിവാഹം കഴിക്കാൻ ആഗ്രഹിക്കുന്നുവെന്ന് അദ്ദേഹം അവിടെവച്ച് അപ്പോൾത്തന്നെ പറഞ്ഞു. എന്റെ മാനം വീണ്ടെടുക്കുന്നത് താൻ തന്റെ കടമയായി കരുതുന്നു, താൻ ധനികനാണ്, ഞങ്ങളുടെ വിവാഹത്തിനുശേഷം എന്നെ സ്റ്റെപ്പിയിലുള്ള തന്റെ എസ്റ്റേറ്റിലേക്കു കൂട്ടിക്കൊണ്ടു പോകുന്നതാണ്, അവിടെ മുയലുകളെ വേട്ടയാടാൻ ഉദ്ദേശിക്കുന്നു, സെന്റ് പീറ്റേഴ്സ്ബർഗിലേയ്ക്കു മേലിൽ വരികയില്ല, കാരണം അത് വൃത്തികെട്ട പട്ടണമാണ്, ഇവിടെ തനിക്ക് ഒരു നിർഗ്ഗുണനായ അനന്തിരവനുണ്ട്, അയാളെ അവകാശഭ്രഷ്ടനാക്കാൻ താൻ ദൃഢവ്രതമെടുത്തിരിക്കുകയാണ്, വാസ്തവത്തിൽ അതുകൊണ്ടാണ്- നേരിട്ടൊരു പിന്തുടർച്ചാവകാശി വേണമെന്നതുകൊണ്ടാണ്- താൻ ഈ വിവാഹാഭ്യർത്ഥന നടത്തുന്നതുതന്നെ, എന്നെല്ലാം അദ്ദേഹം പറഞ്ഞു. ഞാൻ വളരെ മോശമായിട്ടാണ് ജീവിക്കുന്നതെന്നും ഇതുപോലൊരു മാളത്തിൽ താമസിക്കുമ്പോൾ എന്റെ ആരോഗ്യം നശിച്ചതിൽ അതിശയിക്കാനില്ലെന്നും അദ്ദേഹം അഭിപ്രായപ്പെട്ടു. ഒരു മാസം കൂടി ഇവിടെ കഴിയുകയാണെങ്കിൽ എന്റെ മരണം സുനിശ്ചിതമാണെന്ന് അദ്ദേഹം പ്രവചിച്ചു. സെന്റ് പീറ്റേഴ്സ്ബർഗിലെ താമസസൗകര്യങ്ങൾ ഭയങ്കരമാണെന്നു

പറഞ്ഞശേഷം എനിക്കെന്തെങ്കിലും ആവശ്യമുണ്ടോയെന്ന് അദ്ദേഹം ചോദിച്ചു.

അദ്ദേഹത്തിന്റെ വിവാഹാഭ്യർത്ഥന കേട്ട് അമ്പരന്നുപോയ ഞാൻ, എന്തുകൊണ്ടാണെന്നറിഞ്ഞില്ല, കരയാൻ തുടങ്ങി. എന്റെ കണ്ണുനീർ കൃതജ്ഞതയുടെ സൂചനയാണെന്ന് അദ്ദേഹം ധരിച്ചു. സന്മനസ്സും പഠിപ്പുമുള്ള നല്ലൊരു പെണ്ണാണു ഞാനെന്ന് തനിക്കെപ്പോഴും ഉറപ്പുണ്ടായിരുന്നുവെന്നും എങ്കിലും എന്നെപ്പറ്റി തക്കതായ അന്വേഷണങ്ങൾ നടത്തുന്നതിനു മുമ്പ് ഇതുപോലൊരു ചുവടു വയ്ക്കാൻ താൻ മടിച്ചുവെന്നും അദ്ദേഹം പറഞ്ഞു. പിന്നീടദ്ദേഹം എന്നോട് നിങ്ങളെപ്പറ്റി ചിലതെല്ലാം ചോദിച്ചു. നിങ്ങൾ അന്തസ്സായി കഴിയുന്ന ഒരു മനുഷ്യനാണെന്നാണ് കേട്ടിട്ടുള്ളതെന്നും നിങ്ങളോട് കടപ്പെട്ടിരിക്കാൻ ആഗ്രഹിക്കുന്നില്ലെന്നും അദ്ദേഹം പറഞ്ഞു. നിങ്ങൾ എനിക്ക് ചെയ്തിട്ടുള്ള ഉപകാരത്തിനെല്ലാംകൂടി അഞ്ഞൂറു റൂബിൾ മതിയാകുമോ എന്ന് ചോദിച്ചു. നിങ്ങൾ എനിക്ക് ചെയ്തിട്ടുള്ള ഉപകാരം പണംകൊണ്ട് ഒരിക്കലും വീട്ടാവുന്നതല്ലെന്നു ഞാൻ പറഞ്ഞപ്പോൾ അതൊക്കെ അസംബന്ധമാണെന്ന് അദ്ദേഹം തിരിച്ചടിച്ചു. അതൊക്കെ നോവലിൽ മാത്രം കാണുന്നതാണെന്ന് അദ്ദേഹം പറഞ്ഞു. എനിക്കിപ്പോഴും തീരെ ചെറുപ്പമാണെന്നും ഒരുപക്ഷേ കവിത വായിക്കാൻ ഇഷ്ടമായിരിക്കുമെന്നും നോവലുകളും കവിതകളും എപ്പോഴും പെൺകുട്ടികളെ ചീത്തയാക്കുന്നുവെന്നും പൊതുവിൽ പുസ്തകങ്ങളെല്ലാം തന്നെ സ്വഭാവം ദുഷിപ്പിക്കുന്നവയാണെന്നും തനിക്കവയോട് വെറുപ്പാണെന്നും അദ്ദേഹം പറഞ്ഞു. എന്റെ പ്രായമാകുമ്പോൾ നിനക്ക് ആളുകളെ കുറേക്കൂടി ഭംഗിയായി വിലയിരുത്താൻ കഴിയും, അദ്ദേഹം പറഞ്ഞു. തന്റെ നിർദ്ദേശത്തെ കൂലങ്കഷമായി പരിശോധിക്കണമെന്ന് അദ്ദേഹം നിർബ്ബന്ധിച്ചു. കാരണം, വീണ്ടുവിചാരമില്ലാതെ ഇതുപോലൊരു ചുവടു വയ്ക്കുന്നത് നിർഭാഗ്യകരമായിരിക്കും. വീണ്ടുവിചാരമില്ലായ്മയും എടുത്തുചാട്ടവും എന്നും ചെറുപ്പക്കാർക്ക് ദോഷമായിട്ടാണ് കലാശിച്ചിട്ടുള്ളത്. തീർച്ചയായും അനുകൂലമായ മറുപടിയാണ് താൻ അഭിലഷിക്കുന്നത്. അല്ലെങ്കിൽ മോസ്കോയിലെ ഒരു വ്യാപാരിയുടെ മകളെ വിവാഹം ചെയ്യാൻ താൻ നിർബ്ബന്ധിതനാകും. കാരണം, തന്റെ ഗുണംപിടിക്കാത്ത അനന്തിരവനെ തഴഞ്ഞുകളയാൻ താൻ പ്രതിജ്ഞയെടുത്തു കഴിഞ്ഞു. എന്റെ എതിർപ്പിനെ വകവയ്ക്കാതെ അദ്ദേഹം എന്റെ തയ്യൽച്ചട്ടത്തിന്മേൽ അഞ്ഞൂറ് റൂബിൾ വച്ചിട്ടു പോയി-മിഠായി വാങ്ങാനാണത്രെ. നാട്ടുമ്പുറത്ത് ചെല്ലുമ്പോൾ ഞാൻ ബൺറൊട്ടിപോലെ ഉരുണ്ടു കൊഴുക്കുമെന്നും ത്രിപർണ്ണിപ്പുല്ലിനിടയിലായിരിക്കും താമസമെന്നും അദ്ദേഹം പറഞ്ഞു. ഈ സമയത്ത് തനിക്കു ഭയങ്കര ജോലിത്തിരക്കാണെന്നും ദിവസം മുഴുവൻ ഓടി

നടക്കുകയായിരുന്നെന്നും ഒരു നിമിഷം എന്നെ ഒന്നു കാണാമെന്നു കരുതി കയറിയതാണെന്നും പറഞ്ഞുകൊണ്ട് അദ്ദേഹം ഇറങ്ങിപ്പോയി. എന്റെ സ്നേഹിതാ, ഞാൻ ഇതേപ്പറ്റിയെല്ലാം ദീർഘനേരം ആലോചിച്ചു. വളരെയേറെ തീ തിന്നു. എങ്കിലും അവസാനം ഞാൻ തീരുമാനമെടുത്തു കഴിഞ്ഞു. ഞാൻ ആ മനുഷ്യനെ വിവാഹം ചെയ്യാൻ പോവുകയാണ്. അദ്ദേഹത്തിന്റെ വിവാഹാഭ്യർത്ഥന സ്വീകരിച്ചേ പറ്റൂ. എന്റെ മാനക്കേട് ദൂരീകരിക്കാനും സൽപ്പേര് വീണ്ടെടുക്കാനും ദാരിദ്ര്യവും കഷ്ടപ്പാടുകളും നിർഭാഗ്യങ്ങളും ഒഴിവാക്കാനും കഴിവുള്ള ആരെങ്കിലുമുണ്ടെങ്കിൽ അത് അദ്ദേഹമാണ്. ഭാവിയിൽ എനിക്ക് വേറെന്തു പ്രതീക്ഷിക്കാനിരിക്കുന്നു? വിധിയോട് വേറെന്ത് ചോദിക്കാനിരിക്കുന്നു? സ്വന്തം സന്തോഷം കൈവിടരുതെന്നാണ് ഫെദോറ പറയുന്നത്. ഇതല്ലെങ്കിൽ പിന്നെ ന്താണ് സന്തോഷമെന്ന് അവർ ചോദിക്കുന്നു. ഞാനാണെങ്കിൽ വേറെ പോംവഴിയൊട്ടു കാണുന്നുമില്ല, സ്നേഹിതാ. പണിയെടുത്ത് പണിയെടുത്ത് എന്റെ ആരോഗ്യം നശിച്ചു. എനിക്ക് സദാസമയം പണിയെടുത്തുകൊണ്ടിരിക്കാൻ സാദ്ധ്യമല്ല. ഒരു ആയയോ പരിചാരികയോ ആകാമെന്നാണോ? ഞാൻ ഒറ്റയ്ക്കിരുന്ന് മുഷിഞ്ഞു നശിക്കും. പോരെങ്കിൽ ആർക്കും യോജിക്കുകയുമില്ല. സ്വതേ രോഗിണിയായതുകൊണ്ട് ഞാനെപ്പോഴും ആർക്കെങ്കിലും ഒരു ഭാരമായിരിക്കും. ഞാൻ പ്രവേശിക്കാൻ പോകുന്നത് പറുദീസയിലേയ്ക്കല്ലെന്ന് എനിക്കറിയാം. പക്ഷേ ഞാൻ പിന്നെന്തു വേണം? പറയൂ, ഞാൻ എന്താണ് ചെയ്യേണ്ടത്? വേറെന്തു പോംവഴിയാണ് എനിക്കുള്ളത്?

ഞാൻ വാസ്തവത്തിൽ ഉപദേശം ചോദിക്കുകയല്ല. തനിച്ചിരുന്ന് ചിന്തിച്ചു തീരുമാനമെടുക്കാനാണ് ഞാൻ ആഗ്രഹിച്ചത്. നിങ്ങൾ ഇപ്പോൾ വായിച്ച തീരുമാനം മാറ്റാവുന്നതല്ല. എന്റെ തീരുമാനം അറിയിക്കാൻ നിർബ്ബന്ധിക്കുന്ന ബീക്കൊവിനോട് ഞാനതു പറയാൻ പോവുകയാണ്. തന്റെ ജോലികൾ മാറ്റി വയ്ക്കാവുന്നതല്ലെന്നും എന്റെ ചാപല്യങ്ങൾകൊണ്ട് വിവാഹം നീട്ടിവയ്ക്കാൻ സാദ്ധ്യമല്ലെന്നും അദ്ദേഹം പറഞ്ഞു. എനിക്ക് സന്തോഷമായിരിക്കുമോ അല്ലയോ എന്ന് ദൈവത്തിനേ അറിയാവൂ. ഏതായാലും ഞാൻ എന്റെ വിധിയെ ദുർഗ്രഹമായ ദൈവഹിതത്തിനു വിട്ടുകൊടുത്തിരിക്കുകയാണ്. ബീക്കൊവ് ദയാശാലിയാണെന്നു പറയുന്നു. അദ്ദേഹം എന്നെ ബഹുമാനിക്കും. ഒരുപക്ഷേ ഞാനും അദ്ദേഹത്തെ ബഹുമാനിക്കാൻ പഠിക്കുമായിരിക്കും. ഇതുപോലൊരു വിവാഹത്തിൽ നിന്ന് കൂടുതലെന്തു പ്രതീക്ഷിക്കാനിരിക്കുന്നു?

മക്കാർ അലെക്സേയെവിച്ച്, പറയാനുള്ളതെല്ലാം ഞാൻ പറഞ്ഞു കഴിഞ്ഞു. നിങ്ങൾ മനസ്സിലാക്കുമെന്ന് എനിക്കുറപ്പുണ്ട്. എന്നെ

പിന്തിരിപ്പിക്കാൻ ശ്രമിക്കണ്ട. നിങ്ങൾ വിജയിക്കില്ല! ഞാൻ ഈ ചുവടു വയ്ക്കാൻ ഇടയാക്കിയ എല്ലാ കാര്യങ്ങളും ഒരു നിമിഷത്തേക്ക് നിങ്ങളുടെ ഹൃദയത്തിൽ ഉറ്റുനോക്കൂ. ആദ്യം ഭയന്നെങ്കിലും ഇപ്പോൾ എനിക്ക് കുറെ സമാധാനമായിട്ടുണ്ട്. എന്നെ കാത്തിരിക്കുന്നതെന്താണെന്ന് എനിക്കറിഞ്ഞുകൂടാ. ഭാവി അവ്യക്തമാണ്. വരുന്നതുപോലെ വരട്ടെ. ദൈവഹിതം നടക്കും!

ബീക്കൊവ് ഇതാ വന്നിട്ടുണ്ട്. അതുകൊണ്ട്, പറയാൻ ഇനിയും ഒരുപാടു കാര്യങ്ങളുണ്ടെങ്കിലും കാത്തുമുഴമിക്കുന്നില്ല.

വി.ഡി.

സെപ്തംബർ 23

എത്രയും പ്രിയപ്പെട്ട വർവാറ അലെക്സേയെവ്ന,

ഞാൻ ഒട്ടും അമാന്തിക്കാതെ മറുപടി എഴുതുകയാണ്, തങ്കം. ഞാൻ തികച്ചും അത്ഭുതാധീനനായിരിക്കുന്നുവെന്ന് അറിയിച്ചുകൊള്ളുന്നു. എന്തോ എവിടെയോ തകരാറുണ്ട്. ഇന്നലെ ഞങ്ങൾ ഗൊർഷ്കോവിനെ അടക്കം ചെയ്തു. ശരിയാണ്, ബീക്കൊവ് തീർച്ചയായും അന്തസ്സായിട്ടാണ് പെരുമാറിയത്. പക്ഷേ, തങ്കം, നീ വാസ്തവത്തിൽ സമ്മതിച്ചുകഴിഞ്ഞോ? തീർച്ചയായും എല്ലാം ദൈവത്തിന്റെ കയ്യിലാണ്. നിസ്സംശയമായും വാസ്തവമാണത്. ഇതും ദൈവത്തിന്റെ കയ്യിലാവാതെ തരമില്ല. സ്രഷ്ടാവിന്റെ ചെയ്തികളാകട്ടെ, വിധിയുടേതുപോലെതന്നെ ദുരൂഹമെങ്കിലും ധന്യമാണ്. അതെപ്പറ്റി സംശയിക്കുകയേ വേണ്ട! ഫെദോറയ്ക്കും സമ്മതമാണല്ലോ. എന്റെ അരുമപ്രാവേ, എന്റെ സുന്ദരിയായ കൊച്ചു ദേവതേ, നിനക്കിനി സുഖമായി, സംതൃപ്തിയോടെ, ജീവിക്കാം. പക്ഷേ എന്താണിത്ര തിടുക്കം, വാരെൻക? ശരിതന്നെ, മിസ്റ്റർ ബീക്കൊവിന്റെ ജോലികളുണ്ടല്ലോ. ഓരോരുത്തർക്കുമുണ്ട് അവരവരുടെ ജോലികൾ. അദ്ദേഹത്തിനും ശ്രദ്ധിക്കേണ്ട കാര്യങ്ങൾ കാണും. പക്ഷേ എന്തോ, എവിടെയോ ഒരു പന്തികേടുണ്ട്. അദ്ദേഹം വലിഞ്ഞു കയറിവന്നു എന്നല്ല ഞാൻ പറയുന്നത്. ഞാൻ ആകെ വിഷമിച്ചിരിക്കുകയാണ് എന്നതാണ് കാര്യം. നമ്മൾ ഇനി എങ്ങിനെ പരസ്പരം കത്തെഴുതും? ഞാൻ എങ്ങിനെ തനിച്ചു താമസിക്കും? നീ ആവശ്യപ്പെട്ടതുപോലെ, നീ പറഞ്ഞ കാര്യങ്ങളെല്ലാം ഞാൻ എന്റെ ഹൃദയത്തിൽ ഉറ്റുനോക്കുന്നുണ്ട്. ഞാൻ സദാസമയം ഇവിടിരുന്ന് ഉറ്റുനോക്കുകയാണ്. ആ കയ്യെഴുത്തു പ്രതിയുടെ ഇരുപതാമത്തെ പുറം പകർത്തിക്കൊണ്ടിരിക്കുമ്പോഴാണ് നിന്റെ കത്ത് കിട്ടിയത്. ഓമനേ, നീ പോകുന്ന സ്ഥിതിക്ക് ഫ്രോക്കുകൾ, ഷൂസ് തുടങ്ങി പലതും വാങ്ങാനുണ്ടാവും.

ഗൊറോഹൊവയയിൽ ഒരു കട എനിക്കറിയാം. ഞാൻ അതെപ്പറ്റി മുമ്പൊരിക്കൽ പറഞ്ഞിട്ടുള്ളത് ഓർമ്മയുണ്ടോ? പക്ഷേ നീ എങ്ങിനെ ഇപ്പോൾ പോകും? ഇപ്പോൾ പോകാൻ പറ്റില്ല. അതു സാദ്ധ്യമല്ല. സാദ്ധ്യമേയല്ല! എന്തെല്ലാം വാങ്ങണം. വണ്ടി ഏർപ്പാടു ചെയ്യണം. കാലാവസ്ഥ മോശമാണ്. ചറപറ എന്നു മഴ പെയ്യുന്നതു കണ്ടില്ലെ. ഇങ്ങനെയുണ്ടോ ഒരു മഴ! എന്തൊരു നനഞ്ഞ മഴ! പോരെങ്കിൽ... നിനക്ക് തണുക്കും, എന്റെ തങ്കം. നിന്റെ ഹൃദയത്തിൽ തണുപ്പ് അനുഭവപ്പെടും. ഒരു അപരിചിതനൊന്നിച്ച് പോകാൻ ഭയമില്ലേ? അപ്പോൾ എന്റെ കാര്യമോ? നീ ഭാഗ്യവതിയാണെന്ന് ഫെദോറ പറയുന്നു. പക്ഷേ അവരൊരു കുരുത്തംകെട്ട പെൺപിറന്നോരാണ്. എന്നെ നശിപ്പിക്കണമെന്ന ഒരൊറ്റ വിചാരമേയുള്ളു. സായാഹ്നപ്രാർത്ഥനയ്ക്ക് പോകുന്നുണ്ടോ? നിന്നെ ഒരു നോക്കു കാണാൻ ഞാനവിടെ വരും. ശരിയാണ്, ഓമനേ. നീ വിദ്യാസമ്പന്നയും സൽഗുണസമ്പന്നയുമാണ്. എങ്കിലും അദ്ദേഹം ആ വ്യാപാരിയുടെ മകളെ വിവാഹം കഴിക്കുന്നതാണ് നല്ലത്. അല്ലേ, തങ്കം? അദ്ദേഹം ആ വ്യാപാരിയുടെ മകളെ വിവാഹം കഴിക്കുന്നതല്ലേ നല്ലത്? ഇരുട്ടു വീണു കഴിഞ്ഞ് ഒരു മണിക്കൂർ നേരത്തേക്ക് ഞാൻ നിന്റെ വീട്ടിൽ വരാം. ഇപ്പോൾ നേരത്തേ ഇരുട്ടും. ഞാൻ തീർച്ചയായും വരാം. ഇരുട്ടിക്കഴിഞ്ഞാലുടൻ ഞാൻ എത്തിക്കോളാം. നീ ഇപ്പോൾ ബീക്കൊവിനെ പ്രതീക്ഷിക്കുകയാണല്ലൊ. അദ്ദേഹം പൊയ്ക്കഴിഞ്ഞ് ഞാൻ വന്നേക്കാം. കരളേ, എന്നെ കാത്തിരിക്കു. ഞാൻ വരാം.

മക്കാർ ദേവുഷ്കിൻ

സെപ്തംബർ 27

പ്രിയസ്നേഹിതാ, മക്കാർ അലെക്സേയെവിച്ച്!

എനിക്ക് ഡച്ച്ലിനൻ കൊണ്ടുള്ള മൂന്നു ഡസൻ അടിയുടുപ്പുകൾ വേണമെന്നാണ് മി. ബീക്കൊവ് പറയുന്നത്. രണ്ടു ഡസൻ തയ്ച്ചു തരാൻ പറ്റിയ തുന്നൽക്കാരികളെ കണ്ടുപിടിക്കേണ്ടിയിരിക്കുന്നു. സമയമാണെങ്കിൽ തീരെയില്ല. മി.ബീക്കൊവ് കോപിച്ചിരിക്കുകയാണ്. ഈ ആഡംബരമൊക്കെ സൊല്ലയാണെന്നാണ് അദ്ദേഹം പറയുന്നത്. ഞങ്ങളുടെ വിവാഹം അഞ്ചു ദിവസത്തിനകം നടക്കും. പിറ്റേന്നുതന്നെ ഞങ്ങൾ പുറപ്പെടുകയും ചെയ്യും. മി. ബീക്കൊവിനു വലിയ ധൃതിയാണ്. ഇത്രയേറെ സമയം പാഴാക്കുന്നത് ലജ്ജാകരമാണെന്നാണ് അദ്ദേഹത്തിന്റെ അഭിപ്രായം. എനിക്കാണെങ്കിൽ ഓടിനടന്ന് എണീറ്റുനിൽക്കാൻ ശേഷിയില്ല. എന്തെല്ലാം ചെയ്യാൻ കിടക്കുന്നു. സത്യം പറഞ്ഞാൽ ഇതൊന്നുമില്ലാതിരിക്കുകയായിരുന്നു

ഭേദം. പിന്നൊരു കാര്യം: ഞങ്ങളുടെ കയ്യിൽ വേണ്ടത്ര “ബ്ലോണ്ഡ്” ലേസ് ഇല്ല. കുറേക്കൂടി വാങ്ങേണ്ടിയിരിക്കുന്നു. കാരണം, തന്റെ ഭാര്യ ഒരു വീട്ടുവേലക്കാരിയെപ്പോലെ ഇരിക്കാൻ താൻ ആഗ്രഹിക്കുന്നില്ലെന്നാണ് മി. ബീക്കൊവ് പറയുന്നത്. അദ്ദേഹത്തിന്റെ ഭാഷയിൽ പറഞ്ഞാൽ, ഞാൻ ഇവിടുത്തെ മഹിളകളുടെ മൂക്കിളക്കണമത്രെ. നിങ്ങൾ ഗൊറോഹൊവയിലുള്ള മാഡം ഷിഫോന്റെ കടവരെപോയി കുറച്ച് തുന്നൽക്കാരികളെ ഇങ്ങോട്ടയയ്ക്കാനും ദയവായി അവർതന്നെ ഇവിടംവരെ വരാനും പറയാമോ? എനിക്കിന്നു സുഖമില്ല. ഞങ്ങളുടെ പുതിയ വീട്ടിൽ തണുപ്പാണ്. യാതൊരു ക്രമവുമില്ല. മി. ബീക്കൊവിന്റെ അമ്മായി വളരെയേറെ പ്രായം ചെന്ന ഒരു രോഗിണിയാണ്. ഞങ്ങൾ പോകുന്നതിനുമുമ്പുതന്നെ അവർ മരിച്ചുപോകുമോ എന്നാണ് എന്റെ ഭയം. പക്ഷേ അത് സാരമാക്കാനില്ലെന്നും അവർ സുഖപ്പെടുമെന്നുമാണ് മി. ബീക്കൊവ് പറയുന്നത്. സർവ്വതും നാനാവിധമായിട്ടാണ് കിടപ്പ്. മി. ബീക്കൊവ് ഇവിടെയല്ല താമസം. വേലക്കാർ ഏതു സമയവും ഓട്ടമാണ്. എങ്ങോട്ടാണെന്ന് ദൈവത്തിനേ അറിയൂ. ചിലപ്പോൾ പണിയെടുക്കാൻ ഫെദോറ മാത്രമേ കാണുകയുള്ളൂ. പൊതുവിൽ മേൽനോട്ടം വഹിക്കുന്നത് മി.ബീക്കൊവിന്റെ കാര്യസ്ഥനാണ്. അയാൾ പോയിട്ട് മൂന്നു ദിവസമായി. മി. ബീക്കൊവ് എന്നും രാവിലെ വരും. എപ്പോഴും കോപമാണ്. ഇന്നലെ അദ്ദേഹം വിചാരിപ്പുകാരനെ പ്രഹരിച്ചതു സംബന്ധിച്ച് പോലീസിൽ പരാതി ചെന്നു. എന്റെ കത്തുകൾ നിങ്ങൾക്കെത്തിച്ചുതരാൻ ആരുമില്ലാത്തതുകൊണ്ട് ഞാനിത് തപാലിലയയ്ക്കുന്നു. ഏറ്റവും പ്രധാനപ്പെട്ട കാര്യം ഞാൻ ഇപ്പോൾ മറന്നുപോയേനെ. ഇന്നലത്തെ സാമ്പിളിലുള്ളതുപോലെ “ബ്ലോണ്ഡ്” ലേസിൽ മാറ്റം വരുത്തണമെന്ന് മാഡം ഷിഫോനിനോടു പറയണം. ഒരുപക്ഷേ അവർക്കുതന്നെ ഇവിടത്തോളം വന്ന് പുതിയ പാറ്റേണുകൾ കാണിച്ചുതരാൻ തരപ്പെടുമായിരിക്കും. “കൻസൂ”വിന്റെ കാര്യത്തിൽ ഞാൻ അഭിപ്രായം മാറ്റിയ കാര്യവും അവരോടു പറയാണം. അത് “ക്രൊഷേത്തി” ലാണു ചെയ്യേണ്ടത്. തുവാലകളിലെ അക്ഷരങ്ങൾ സാറ്റിൻ നൂലുകൊണ്ടല്ല തംബൂർനൂലുകൊണ്ടാണ് തുന്നേണ്ടത്. തംബൂർ എന്നതാണ് വാക്ക്. ഓർക്കുമോ? ഞാൻ മറ്റൊരു കാര്യം മറന്നേനെ. ഫർക്കോട്ടിലെ തൊങ്ങൽപ്പാളികൾ പൊങ്ങിയിരിക്കണമെന്നും ഗസ്സെറ്റുകളിൽ റേന്ത പിടിപ്പിക്കണമെന്നും കോളറിൽ ലേസോ വീതിയുള്ള ഫൽബലയോ തുന്നിച്ചേർക്കണമെന്നും അവരോടു പറയണം. മറക്കുകയില്ലല്ലൊ.

നിങ്ങളുടെ വി.ഡി.

കുറിപ്പ്:

നിങ്ങളെ ഇങ്ങനെ ഓരോരോ കാര്യങ്ങൾക്കായി ബുദ്ധിമുട്ടിക്കാൻ ഞാൻ ലജ്ജിക്കുന്നു. മിനിഞ്ഞാന്നും നിങ്ങൾ രാവിലെ മുഴുവൻ ഓടി നടക്കുകയായിരുന്നു. പക്ഷേ നിവൃത്തിയില്ലാഞ്ഞിട്ടാണ്. ഇവിടെ ക്രമത്തിന്റെ തരിമ്പുപോലുമില്ല. എനിക്ക് സുഖവുമില്ല. അതുകൊണ്ട്, മക്കാർ അലെക്സേയെവിച്ച്, ദയവുചെയ്ത് ദേഷ്യം തോന്നരുത്. എനിക്ക് ഒരു ഉത്സാഹവും തോന്നുന്നില്ല. എന്റെ പൊന്നേ, എന്റെ ദയാശാലി യായ മക്കാർ അലെക്സേയെവിച്ച്, എനിക്കെന്താണ് സംഭവിക്കാൻ പോകുന്നത്? ഭാവിയിലേക്കു നോക്കാൻ എനിക്ക് ഭയമാണ്. അശുഭ ചിന്തകൾ എന്നെ അലട്ടുന്നു. ഞാനൊരു മൂടലിലാണ് ജീവിക്കുന്നത്.

ഒരു കുറിപ്പുകൂടി: ഞാൻ ആവശ്യപ്പെട്ട കാര്യം മറക്കല്ലെ. നിങ്ങൾ തെറ്റ് വരുത്തുമോ എന്നാണ് എന്റെ ഭയം. തംബൂർ കൊണ്ടാണ് തുന്നേ ണ്ടത്. സാറ്റിൻ കൊണ്ടല്ല. മറക്കല്ലേ.

വി.ഡി.

സെപ്തംബർ 27

പ്രിയപ്പെട്ട വർവാറ അലെക്സേയെവ്ന!

ഞാൻ നിന്റെ എല്ലാ നിർദ്ദേശങ്ങളും ശുഷ്കാന്തിയോടെ നിറവേറ്റി യിട്ടുണ്ട്. തംബൂർകൊണ്ട് തുന്നാനാണ് താൻ ഉദ്ദേശിച്ചിരുന്നതെന്ന് മാഡം ഷിഫോൻ പറഞ്ഞു. അതാണ് കൂടുതൽ യോജിക്കുന്നതെന്നോ മറ്റോ പറഞ്ഞു. എനിക്ക് ശരിക്കു മനസ്സിലായില്ല. ഫൽബലയെപ്പറ്റിയും അവർ എന്തോ പറഞ്ഞു. പക്ഷേ ഞാൻ മറന്നുപോയി. ഫൽബല യെപ്പറ്റി അവർ കുറെയധികം സംസാരിച്ചെന്നു മാത്രം ഓർമ്മയുണ്ട്. വല്ലാത്തൊരു കിഴവിത്തള്ളതന്നെ! മനുഷ്യനെ ഭ്രാന്തു പിടിപ്പിക്കും. അവർ പിന്നെന്താണ് പറഞ്ഞത്? അവർതന്നെ നിന്നോടു പറയട്ടെ. അതാണ് നല്ലത്. ഞാൻ ഓടിനടന്ന് അർദ്ധപ്രാണനായിരിക്കുകയാണ്. ഇന്ന് ആഫീസിൽ പോയതുമില്ല. പക്ഷേ എന്റെ കാര്യത്തിൽ വിഷമിക്ക രുത്, ഓമനേ. നിന്റെ മനസ്സമാധാനത്തിനുവേണ്ടി ഈ നഗരത്തിലെ ഓരോ കടയിലും കയറിയിറങ്ങാൻ ഞാൻ തയ്യാറാണ്. ഭാവിയിലേക്കു നോക്കാൻ നിനക്ക് ഭയമാണെന്നല്ലേ പറഞ്ഞത്. പക്ഷേ ഏഴു മണിക്ക് എല്ലാം അറിയാൻ പറ്റുമല്ലോ. മാഡം ഷിഫോൻ അവിടെ വരാമെ ന്നേറ്റിട്ടുണ്ട്. ഇങ്ങനെ വിഷണ്ണയായിരിക്കരുത്, ഓമനേ. ഒരുപക്ഷേ എല്ലാം നല്ലതിനായിരിക്കും. ആ നശിച്ച ഫൽബല മനസ്സിൽനിന്നു

പോകുന്നില്ല. ഫൽബല-ഫൽബല! തങ്കം, ഞാൻ നിന്നെ കാണാൻ വരും. തീർച്ചയായും വരും. വാസ്തവത്തിൽ രണ്ടു തവണ ഞാൻ നിന്റെ പടിക്കൽക്കൂടി കടന്നുപോയതാണ്. പക്ഷേ ബീക്കൊവിന്- അതായത്, മി. ബീക്കൊവിന്-എപ്പോഴും കോപമാണല്ലൊ. അതുകൊണ്ട് ഞാൻ... അതാണ് കാര്യം!

മക്കാർ ദേവുഷ്കിൻ

സെപ്റ്റംബർ 28

പ്രിയപ്പെട്ട മക്കാർ അലെക്സേയെവിച്ച്!

ദയവുചെയ്ത് ഇപ്പോൾത്തന്നെ ആ ആഭരണവ്യാപാരിയുടെ കടയിലേക്ക് ഓടിച്ചെന്ന് മുത്തും മരതകവും കൊണ്ടുള്ള കമ്മൽ പണിയേണ്ടെന്നു പറയൂ. അത്രയ്ക്കു വില കൊടുക്കാൻ താൻ തയ്യാറല്ലെന്നാണ് മി. ബീക്കൊവ് പറയുന്നത്. അദ്ദേഹം ശുണ്ഠിപിടിച്ചിരിക്കുകയാണ്. ഇപ്പോൾത്തന്നെ ഒരുപാട് പണച്ചെലവായെന്നു പറയുന്നു. അദ്ദേഹത്തെ കൊള്ളയടിക്കുകയാണത്രെ. ഇത്രയേറെ പണച്ചെലവ് വരുമെന്ന് നേരത്തെ അറിഞ്ഞിരുന്നെങ്കിൽ ഇതിനൊരുമ്പെടുകയേ ഇല്ലായിരുന്നുവെന്ന് ഇന്നലെയും പറഞ്ഞു. വിവാഹച്ചടങ്ങ് കഴിഞ്ഞാലുടൻ പുറപ്പെടുമെന്നും അതിഥികളാരും ഉണ്ടായിരിക്കില്ലെന്നും ആഘോഷിക്കാൻ മാത്രം കാണുമെന്നും ഇനിയുമില്ലാത്തതുകൊണ്ട് തുള്ളിച്ചാടിനടക്കാമെന്നോ കുഴഞ്ഞാടാമെന്നോ ഞാൻ ആശിക്കേണ്ടെന്നും അദ്ദേഹം പറഞ്ഞു. ഇതുപോലാണ് അദ്ദേഹത്തിന്റെ സംസാരം. എനിക്ക് ഈവക കാര്യങ്ങളിൽ യാതൊരു താല്പര്യവുമില്ല. മി. ബീക്കൊവ് തന്നെയാണ് അതിനൊക്കെ ഏർപ്പാടു ചെയ്തത്. പെട്ടെന്നു ശുണ്ഠി വരുന്നയാളായതുകൊണ്ട് ഞാൻ തർക്കിക്കാൻ പോയില്ല. എനിക്കെന്തൊക്കെയാവോ വരാൻ പോകുന്നത്?

വി.ഡി.

സെപ്റ്റംബർ 28

വർവാറ അലെക്സേയെവ്ന, എന്റെ ഓമനക്കുട്ടീ,

ഞാൻ... അതായത്, ആഭരണവ്യാപാരിയുടെ കാര്യമൊക്കെ ശരിയായി. ഞാൻ സുഖമില്ലാതെ കിടപ്പാണെന്നാണ് ആദ്യം പറയാൻ വന്നത്. കഷ്ടകാലം നോക്കണേ! ചെയ്യാൻ ഒരു നൂറുകൂട്ടം കാര്യങ്ങളുള്ളപ്പോൾത്തന്നെ വേണം ഞാൻ കിടപ്പാകാൻ. ദുരിതം പോരാഞ്ഞിട്ടെന്നവണ്ണം കഴിഞ്ഞ ദിവസം തിരുമനസ്സ് വല്ലാതെ കോപിച്ചു. അദ്ദേഹം യെമെല്യാൻ ഇവാനൊവിച്ചിന്റെ നേരെ തട്ടിക്കയറി. അവസാനം

സാധുമനുഷ്യൻ ശ്വാസം കിട്ടാൻതന്നെ വിഷമിച്ചു. ഇതാണ് ഞാൻ നിന്നോടു പറയാൻ ആഗ്രഹിച്ചത്. കൂടുതൽ എഴുതണമെന്നുണ്ട്. പക്ഷേ നിനക്ക് ആവശ്യമില്ലാതെ ബുദ്ധിമുട്ടുണ്ടാക്കുമോ എന്നാണ് എന്റെ ഭയം. ഞാൻ വെറുമൊരു സാധാരണ മനുഷ്യനാണ്. അത്ര സാമർത്ഥ്യമൊന്നുമില്ല. മനസ്സിൽ തോന്നുന്നതൊക്കെ എഴുതിവയ്ക്കുന്നു. അതുകൊണ്ട് ഞാൻ കുത്തിക്കുറിക്കുന്ന ചില കാര്യങ്ങൾ വേണ്ടപോലെയല്ലെന്ന് നിനക്ക് തോന്നിയേക്കാം. അതൊന്നും സാരമാക്കാനില്ല.

നിന്റെ

മക്കാർ ദേവുഷ്കിൻ

സെപ്തംബർ 29

വർവാറ അലെക്സേയെവ്ന, എന്റെ കരളേ!

ഞാൻ ഇന്ന് ഫെദോറയെ കണ്ടു, എന്റെ ഓമനേ. നീ നാളെ വിവാഹിതയാവുമെന്നും മറ്റന്നാൾ പുറപ്പെടുമെന്നും മി. ബീക്കൊവ് കുതിരകളെ ഏർപ്പാടുചെയ്തു കഴിഞ്ഞെന്നും അവർ പറഞ്ഞു. തിരുമനസ്സിനെക്കുറിച്ചുള്ള വിശേഷം ഞാൻ പറഞ്ഞല്ലോ. പിന്നെന്തുണ്ട്? ശരി തന്നെ, ഗൊറോഹൊവയയിലെ കടയിൽനിന്നയച്ച ബില്ലുകൾ ഞാൻ നോക്കി. എല്ലാം ശരിയാണ്. വില കൂടുതലാണെന്നുമാത്രം. മി. ബീക്കൊവ് എന്തിനാണ് നിന്നോട് കോപിക്കുന്നത്? ഓമനേ, ഇനി എന്നുമെന്നും നീ സന്തോഷവതിയായിരിക്കട്ടെ. നീ സുഖമായിരിക്കുന്നുവെന്നറിയുന്നത് എനിക്ക് വലിയ സന്തോഷമായിരിക്കും. നടുവേദനയില്ലായിരുന്നെങ്കിൽ ഞാൻ ചടങ്ങിൽ സംബന്ധിക്കുമായിരുന്നു.

എഴുത്തുകളെപ്പറ്റി ഒന്നുകൂടി പറയട്ടെ... അവ ആര് കൊണ്ടുവരും? ഫെദോറയോട് നീ ഉദാരമായി പെരുമാറി. നീ കാരുണ്യവതിയാണ്. ഇതിന് ദൈവം നിന്നെ അനുഗ്രഹിക്കും. സൽകൃത്യങ്ങൾക്ക് പ്രതിഫലം കിട്ടാതെ വരില്ല. സൽഗുണത്തിന് ദൈവികനീതിയുടെ പരിവേഷം ലഭിക്കാതിരിക്കില്ല. എന്റെ ഓമനേ, ഓരോ മണിക്കൂറും ഓരോ മിനിട്ടും നിനക്ക് എഴുതാൻ, എഴുതിക്കൊണ്ടേയിരിക്കാൻ, എനിക്ക് തോന്നുന്നു. നിന്റെ പുസ്തകം- "ഇവാൻ ബേൽക്കിന്റെ കഥകൾ"- എന്റെ പക്കലുണ്ട്. തങ്കം, ദയവുചെയ്ത് അത് എനിക്ക് തന്നിട്ടു പോകൂ. എനിക്കത് വായിക്കാനുള്ള ആഗ്രഹം കൊണ്ടല്ല. നിനക്കറിയാമല്ലോ- ശൈത്യകാലം അടുത്തു. വിഷാദപൂർണ്ണമായ നീണ്ട സായാഹ്നങ്ങളാണ് മുന്നിലുള്ളത്. വായിക്കാനുള്ള സമയം അപ്പോഴാണ്. ഞാൻ എന്റെ മുറിവിട്ട് നിന്റെ പഴയ മുറിയിലേക്ക് മാറിത്താമസിക്കും. ഞാനത് ഫെദോറയുടെ അടുത്തുനിന്ന് വാടകയ്ക്കെടുക്കും. ആ നേരുള്ള സ്ത്രീയുടെ അടുത്തുനിന്നു

ഞാൻ ഒരിക്കലും പിരിയുകയില്ല. എത്ര അദ്ധ്വാനശീലയാണവരെന്ന് അറിയാമല്ലോ. ഇന്നലെ ഞാൻ നിന്റെ ഒഴിഞ്ഞുകിടന്ന മുറിയിൽ പോയി. അവിടെല്ലാം ചുറ്റിനടന്ന് അതുമിതും പരിശോധിച്ചു. ഒരു കോണിൽ നിന്റെ പ്രിയപ്പെട്ട ചിത്രത്തയ്യലിന്റെ ചട്ടമിട്ടിരിക്കുന്നു. കുറച്ചെന്തോ തയ്ച്ചുവച്ചിട്ടുമുണ്ട്. അത് പരിശോധിച്ചപ്പോൾ ഞാൻ മറ്റു ചില കാര്യങ്ങളും കാണാനിടയായി. എന്റെ കത്തുകളിലൊരെണ്ണം നീ പട്ടുനൂൽ ചുറ്റാനുള്ള കുഴലായി ഉപയോഗിച്ചിരിക്കുന്നതു കണ്ടപ്പോൾ എനിക്ക് എന്തു മാത്രം സന്തോഷം തോന്നിയെന്നോ. മേശയ്ക്കകത്ത് ഞാൻ ഒരു തുണ്ടു കടലാസ് കണ്ടു. "പ്രിയപ്പെട്ട മക്കാർ അലെക്സേയെവിച്ച്, ഞാനിത് ധൃതിയിൽ..." എന്ന് എഴുതിയിട്ടുണ്ട്. നിന്നെ ആ നിമിഷം ആരെങ്കിലും തടസ്സപ്പെടുത്തിയതാവണം. ഒരു കോണിൽ, തിരശ്ശീലയ്ക്കു പിന്നിലായി നിന്റെ കൊച്ചു കട്ടിൽ കിടന്നിരുന്നു. എന്റെ സാധുവായ അരുമപ്രാവേ! തങ്കം, ഞാൻ നിർത്തുന്നു. ദയവുചെയ്ത് വേഗം മറുപടി അയയ്ക്കൂ. ഞാൻ യാചിക്കുന്നു.

മക്കാർ ദേവുഷ്കിൻ

സെപ്തംബർ 30

എന്റെ ഏറ്റവും വിശ്വസ്തനും സന്തതസുഹൃത്തുമായ മക്കാർ അലെക്സേയെവിച്ച്!

കാര്യം കഴിഞ്ഞു. പകിട എറിഞ്ഞുകഴിഞ്ഞു. എന്നെ കാത്തിരിക്കുന്നതെന്താണെന്ന് അറിഞ്ഞുകൂടാ. പക്ഷേ ഞാൻ ദൈവഹിതത്തിനു വഴങ്ങുന്നതാണ്. ഞങ്ങൾ നാളെ പുറപ്പെടും. എന്റെ ഏറ്റവും അടുത്ത സുഹൃത്തും രക്ഷിതാവും പ്രിയപ്പെട്ടവനുമായ നിങ്ങളോട് വിട വാങ്ങാനാണ് ഞാനീ വരികൾ എഴുതുന്നത്. എന്നെ ഓർത്ത് ദുഃഖിക്കരുത്. സന്തോഷമായിരിക്കൂ. എന്നെ ഓർക്കൂ. ദൈവം എപ്പോഴും നിങ്ങളോടൊപ്പം ഉണ്ടായിരിക്കട്ടെ. ഞാൻ നിങ്ങളെ ഓർക്കും, എന്റെ പ്രാർത്ഥനകളിൽ എപ്പോഴും നിങ്ങൾക്കൊരു സ്ഥാനമുണ്ടായിരിക്കും. അങ്ങിനെ എന്റെ ഇവിടുത്തെ ജീവിതം അവസാനിക്കുന്നു. എന്റെ ഓർമ്മകളിൽ മിക്കതും ഭാവിയിൽ എനിക്ക് ആശ്വാസമരുളുന്നവയായിരിക്കില്ല. പക്ഷേ നിങ്ങളെക്കുറിച്ചുള്ള ഓർമ്മ പൂർവ്വാധികം പ്രിയംകരമായിരിക്കും. നിങ്ങളാണ് എനിക്കുള്ള ഒരേയൊരു മിത്രം, എന്നെ സ്നേഹിച്ച ഏക മനുഷ്യൻ. നിങ്ങൾക്കെന്നോട് സ്നേഹമുണ്ടെന്നു ഞാൻ കാണുകയും മനസ്സിലാക്കുകയും ചെയ്തു. നിങ്ങളെ സന്തുഷ്ടനാക്കാൻ എന്റെ ഒരു പുഞ്ചിരിയോ ഒരു വരിയോ മതിയാകുമായിരുന്നു. മേലിൽ നിങ്ങൾ എന്നെക്കൂടാതെ കഴിയേണ്ടിയിരിക്കുന്നു. മേലിൽ നിങ്ങൾ എന്നെക്കൂടാതെ കഴിയേണ്ടിയിരിക്കുന്നു. നിങ്ങൾക്ക്

എന്തുമാത്രം ഏകാന്തത അനുഭവപ്പെട്ടും! നിങ്ങളെ ആശ്വസിപ്പിക്കാൻ ആരുണ്ട്? എന്റെ ദയാനിധിയായ ഏകസുഹൃത്തേ, എന്റെ പുസ്തകവും തയ്യൽച്ചട്ടവും തുടങ്ങിവച്ച കത്തും ഞാൻ നിങ്ങൾക്ക് തന്നിട്ടു പോകാം. ആദ്യത്തെ വരികൾ ഒന്നുകൂടി വായിച്ചിട്ട് ശേഷമുള്ളത് ഇഷ്ടംപോലെ സങ്കല്പിച്ചുകൊള്ളൂ. ഞാൻ എന്ത് നിങ്ങളെ ഗാഢമായി സ്നേഹിച്ച നിങ്ങളുടെ പാവപ്പെട്ട വാരെൻകയെ ഓർമ്മിക്കുക. ഫെദോറയുടെ മേശയിലെ മുകളിലത്തെ വലിപ്പിൽ നിങ്ങളുടെ എല്ലാ കത്തുകളും ഞാൻ വച്ചിട്ടുണ്ട്. നിങ്ങൾക്ക് സുഖമില്ലെന്നല്ലെ എഴുതിയിരിക്കുന്നത്. പക്ഷേ ഞാനിന്നു പുറത്തു പോകാൻ മി. ബീക്കൊവ് സമ്മതിക്കുന്നില്ല. ഞാൻ തീർച്ചയായും നിങ്ങൾക്കെഴുതാം. പക്ഷേ എന്ത് സംഭവിക്കുമെന്ന് ആരു കണ്ടു. അതുകൊണ്ട് എന്റെ പ്രിയമിത്രമേ, നാം ഇപ്പോൾ വിടവാങ്ങുന്നതാണ് നല്ലത്. നിങ്ങളെ ആശ്ലേഷിക്കാൻ ഞാൻ കൊതിക്കുന്നു. ഞാൻ പോകട്ടെ, സ്നേഹിതാ, പോകട്ടെ, എപ്പോഴും സുഖമായും സന്തോഷമായും ഇരിക്കൂ. ഞാൻ നിങ്ങൾക്കുവേണ്ടി പ്രാർത്ഥിക്കും. എന്റെ ഹൃദയം എത്രമാത്രം ഭാരിച്ചതാണെന്നു പറഞ്ഞറിയിക്കാൻ വയ്യ. മി. ബീക്കൊവ് എന്നെ വിളിക്കുന്നു.

നിങ്ങളെ സദാ സ്നേഹിക്കുന്ന വി.

കുറിപ്പ്:

എന്റെ ആത്മാവ് നിറഞ്ഞിരിക്കുകയാണ്. കണ്ണുനീർകൊണ്ട് നിറഞ്ഞിരിക്കുകയാണ്....

കണ്ണുനീർ എന്നെ വീർപ്പുമുട്ടിക്കുന്നു. എനിക്ക് വിട തരൂ! ദൈവമേ! എത്ര വ്യസനകരമാണിത്!

നിങ്ങളുടെ പാവപ്പെട്ട വാരെൻകയെ ഓർക്കൂ!

***

വാരെൻക, പ്രിയേ, എന്റെ പൈങ്കിളീ, എന്റെ തങ്കം!

നിന്നെ എന്റെ അടുത്തുനിന്നു തട്ടിക്കൊണ്ടുപോവുകയാണ്. നീ പോവുകയാണ്! എന്റെ നെഞ്ചിൽ നിന്ന് ഹൃദയം പറിച്ചെടുക്കുകയായിരുന്നു ഇതിൽ ഭേദം! നീ എങ്ങിനെ ഇതിനു സമ്മതിച്ചു? നീ കരയുന്നു. എന്നിട്ടും പോകുന്നു. നിന്റെ കണ്ണുനീരിൽ കുതിർന്ന കത്ത് ഇപ്പോഴാണ് എനിക്കു കിട്ടിയത്. അപ്പോൾ നീ വാസ്തവത്തിൽ പോകാനാഗ്രഹിക്കുന്നില്ലെന്നർത്ഥം. അവർ നിന്നെ നിർബന്ധിക്കുകയാണെന്നർത്ഥം... നിനക്കെന്നോട് സഹതാപമുണ്ടെന്നർത്ഥം.... സ്നേഹമുണ്ടെന്നർത്ഥം...

നിന്നെ ഇനി ആര് നോക്കും? നിന്റെ കുരുന്നുഹൃദയം വിഷാദംപൂണ്ട് തണുത്തിരിക്കും. ദുഃഖം അതിലെ ചോര വാർന്നെടുക്കും. വിഷാദം അതിനെ തകർക്കും. നീ ഏകാകിനിയായി മരണമടയും. അവർ നിന്നെ തണുത്ത ഭൂമിയിൽ അടക്കം ചെയ്യും. നിന്റെ കുടിമാടത്തിൽ കണ്ണുനീർ തൂകാൻ ആരുമുണ്ടാവില്ല. മി. ബീക്കൊവ് മുയലിനെ വേട്ടയാടുന്ന തിരക്കിലായിരിക്കും. ഹാ, എന്റെ ഓമനേ, ഇതു പോലൊരു ചുവടുവ യ്ക്കാൻ നിനക്കെങ്ങിനെ തോന്നി? എന്താണ് നീ ചെയ്തിരിക്കുന്നത്? എന്തൊരു അക്രമമാണ് നീ നിന്നോടുതന്നെ കാട്ടിയിരിക്കുന്നത്? അവർ നിന്നെ കുഴിമാടത്തിലേക്കു തള്ളിവിടും. നിന്റെ ആത്മാവിനെ പട്ടിണിക്കിട്ടു കൊല്ലും. നീയൊരു കുഞ്ഞിത്തൂവൽ മാത്രമാണ്, എന്റെ കൊച്ചുദേവതേ. എന്നിട്ടു ഞാനോ? ഞാൻ എന്ത് ചെയ്യുകയായിരുന്നു? കുട്ടി എന്തു ചെയ്യേണ്ടുവെന്നു രൂപമില്ലാത്ത ഒരവസ്ഥയിലായിരുന്നു വെന്ന്, കുട്ടിക്കു തീരെ സുഖമില്ലായിരുന്നുവെന്ന്, ഞാൻ കണ്ടതാണ്. ഞാൻ അപ്പോൾ അവിടെവച്ച് നിർത്തേണ്ടതായിരുന്നു. പക്ഷേ അതു ചെയ്തില്ല! ഞാനൊരു വിഡ്ഢിയെപ്പോലെ പെരുമാറി ഞാൻ യാതൊന്നും ചിന്തിച്ചില്ല, യാതൊന്നും കണ്ടില്ല-ഇത് എന്റെ കാര്യമല്ലെന്ന മട്ടിൽ, ദൈവമേ! ഞാൻ ഫൽബലയുടെ പിറകെ ഓടിനടക്കുകയായിരുന്നു. ഇല്ല, വാരെൻക. ഞാൻ എന്റെ മെത്ത വിട്ട് എണീക്കും. ഞാൻ നാളെ സുഖപ്പെട്ട് മെത്ത വിട്ടെണീക്കും. നിന്റെ വണ്ടിയുടെ ചക്രങ്ങളുടെ കീഴിലേക്ക് എടുത്തുചാടും. ഞാൻ നിന്നെ വിട്ടയയ്ക്കില്ല! ഇത് അക്രമ മാണ്! അവർക്ക് എന്തധികാരം? ഞാൻ നിന്റെ കൂടെ വരും. എന്നെ കൂടെ കൊണ്ടുപോയില്ലെങ്കിൽ നിന്റെ വണ്ടിയുടെ പിറകെ ഓടും. കാൽ കുഴഞ്ഞ് വീഴുന്നതുവരെ ഓടും. നീ എങ്ങോട്ടാണ് പോകുന്നത്? അറിയാമോ? ഞാൻ പറഞ്ഞുതരാം. നീ പുൽപ്രദേശത്തേക്കാണ് പോകുന്നത്. എന്റെ കൈപ്പത്തിപോലെ ശൂന്യമായ പുൽപ്രദേശത്തേ ക്ക്. വികാരശൂന്യരായ കർഷകപ്പെണ്ണുങ്ങളും അവരുടെ മര്യാദയില്ലാ ത്ത, കുടിച്ചു ലക്കില്ലാത്ത ഭർത്താക്കൻമാരുമൊഴികെ മറ്റാരും അവിടില്ല. അവിടത്തെ മരങ്ങൾപോലും ഇലപൊഴിഞ്ഞിരിക്കുന്നു. അവിടെ മഴയും തണുപ്പുമാണ്. അങ്ങോട്ടാണ് നീ പോകുന്നത്! മി. ബീക്കൊവ് മുയലിന്റെ പിറകേയായിരിക്കും. നീയോ എന്റെ ഓമനേ, ഒരു ഭൂവുടമ യുടെ ഭാര്യയാകാൻ നീ ആഗ്രഹിക്കുന്നുണ്ടോ? എന്റെ കൊച്ചുപൈങ്കിളീ, നീ തന്നത്താനൊന്നു നോക്കു. നിനക്ക് ഒരു ഭൂവുടമയുടെ ഭാര്യയുടെ എന്തെങ്കിലും ഛായയുണ്ടോ? ആ ചോദ്യമേ ഉദിക്കുന്നില്ല, വാരെൻക! ഞാൻ പിന്നെ ആർക്ക് കത്തെഴുതും? “എന്റെ കരളേ” എന്ന് ആരെ വിളിക്കും? ആ ഓമനപ്പേര് ഞാൻ ആരെ വിളിക്കും? ഞാൻ നിന്നെ എവിടെ കണ്ടെത്തും, എന്റെ കൊച്ചുദേവതേ? ഞാൻ മരിച്ചുപോകും,

വാരെൻക. തീർച്ചയായും മരിച്ചുപോകും. ഈ നിർഭാഗ്യം താങ്ങാനുള്ള ശക്തി എന്റെ ഹൃദയത്തിനില്ല. ദൈവത്തിന്റെ പ്രകാശമായി, സ്വന്തം മകളെപ്പോലെ, ഞാൻ നിന്നെ സ്നേഹിച്ചു. ഓമനേ, നിന്നിലുള്ള സർവ്വതും ഞാൻ സ്നേഹിച്ചു. നിനക്കുവേണ്ടി മാത്രമാണ് ഞാൻ ജീവിച്ചത്. ഞാൻ പണിയെടുത്തതും രേഖകൾ പകർത്തിയതും സ്നേഹം നിറഞ്ഞ കത്തുകളിൽ എന്റെ അഭിപ്രായങ്ങൾ കുറിച്ചതുമെല്ലാം നീ അടുത്തുള്ളതുകൊണ്ടു മാത്രമാണ്. ഒരുപക്ഷേ നീ ഇതു മനസ്സിലാക്കിയിട്ടില്ലായിരിക്കും. പക്ഷേ സത്യമാണിത്. ഒന്നുകൂടി ചോദിക്കട്ടെ: നിനക്കെങ്ങിനെ പോകാൻ കഴിയും? സാദ്ധ്യമല്ല! സാദ്ധ്യമേയല്ല! ആ പ്രശ്നംതന്നെ ഉദിക്കുന്നില്ല! മഴ പെയ്യുകയാണ്. നിനക്കു തീർച്ചയായും ജലദോഷം പിടിക്കും. അത്രയ്ക്കു ദുർബലയും ആരോഗ്യമില്ലാത്തവളുമാണ് നീ. വണ്ടിയുടെ കൂര തീർച്ചയായും ചോരും. വണ്ടിക്ക് കേടു വരും. പട്ടണത്തിനു പുറത്ത് കടക്കുന്ന നിമിഷംതന്നെ തീർച്ചയായും വണ്ടിക്ക് കേടു വരും. വളരെ മേശപ്പെട്ട വണ്ടികളാണ് പീറ്റേഴ്സ്ബർഗിൽ ഉണ്ടാക്കുന്നത്. ആ വണ്ടിപ്പണിക്കാരെ എനിക്കറിയാം. അവർക്ക് ഫാഷൻ മാത്രമാണ് നോട്ടം. ചന്തമുള്ള ഒരു കളിപ്പാട്ടം തട്ടിക്കൂട്ടണമെന്നേയുള്ളൂ. ഈടുള്ളത് ഉണ്ടാക്കാൻ അറിഞ്ഞുകൂടാ. അവർക്കതു സാദ്ധ്യമല്ലെന്നു ഞാൻ ആണയിടാം! എന്റെ ഓമനേ, ഞാൻ മി. ബീക്കൊവിന്റെ കാലു പിടിക്കും, അദ്ദേഹത്തിനു തെളിയിച്ചുകൊടുക്കും. എല്ലാം തെളിയിച്ചുകൊടുക്കും. തങ്കം, നീയും അദ്ദേഹത്തോടു പറഞ്ഞുനോക്കണം. നിനക്കിവിടെ നിന്നേ പറ്റൂ എന്നും പോകാൻ വയ്യെന്നും പറയണം. ഹാ! അദ്ദേഹം എന്തുകൊണ്ട് ആ മോസ്കോ വ്യാപാരിയുടെ മകളെ വിവാഹം ചെയ്തില്ല! എങ്കിൽ എത്രയോ നന്നായിരുന്നു! വ്യാപാരിയുടെ മകൾക്കാണ് കൂടുതൽ ചേർച്ച. എത്രയോ കൂടുതൽ ചേർച്ച. എനിക്കത് തീർച്ചയാണ്. അപ്പോൾ നിനക്ക് ഇവിടെ, എന്റെ കൂടെ താമസിക്കാം! നിനക്കു മി. ബീക്കൊവിനെ എന്തിനു വേണം? അദ്ദേഹം എങ്ങിനെയാണ് നിനക്ക് പ്രിയപ്പെട്ടവനായത്? തീർച്ചയായും ഫൽബലയായിരിക്കുകയില്ല കാരണം! ഫൽബലയിൽ എന്തിരിക്കുന്നു? ഫൽബലയെപ്പറ്റി പറഞ്ഞിട്ടുതന്നെ എന്തുകാര്യം? വെറും അസംബന്ധം, എന്റെ ഓമനേ, ഇതു ജീവന്മരണപ്രശ്നമാണ്, ഫൽബലയുടെ പ്രശ്നമല്ല! ഫൽബല വെറുമൊരു തുണിക്കഷണമാണ്. ഫൽബല കാശിനു കൊള്ളാത്ത വെറുമൊരു പഴന്തുണിയാണ്. എന്റെ ശമ്പളമൊന്നു കിട്ടിക്കോട്ടെ, എന്റെ ഓമനേ. ഞാൻ എത്ര ഫൽബല വേണമെങ്കിലും വാങ്ങിത്തരാം, ആ കടയിൽ നിന്ന് -ഓർമ്മയില്ലേ? എന്റെ അരുമപ്പൈങ്കിളീ, കുറച്ചൊന്നു കാക്കൂ. എന്റെ ശമ്പളമൊന്നു കിട്ടിക്കോട്ടെ. ഹാ, വാരെൻക! ദൈവമേ! നീ സത്യത്തിൽ മി. ബീക്കൊവിന്റെകൂടെ പോവുകയാണോ? എന്നെന്നേക്കുമായി? വാരെൻക! പാടില്ല.

നീ വീണ്ടും എഴുതണം. ഒരു കത്തുകൂടി! അവിടന്നു പിന്നങ്ങോട്ടും. നീ എഴുതുകയില്ലെങ്കിൽ എന്റെ കൈവശം ഇപ്പോഴുള്ള കത്ത് അവസാനത്തേതായിരിക്കും. തീർച്ചയായും അത് അവസാനത്തേതാവാൻ സാദ്ധ്യമല്ല. എങ്ങിനെ സാദ്ധ്യമാകും? പെട്ടെന്ന്-അവസാനത്തെ കത്ത്! ഞാൻ എന്നാലും നിനക്കെഴുതും. നീ എനിക്കും എഴുതണം. എന്റെ ഭാഷ നന്നായി വരികയാണ്... തങ്കം, ഭാഷ പോയി തുലയട്ടെ! ഞാൻ പറയുന്നതും എഴുതുന്നതും എന്താണെന്ന് എനിക്കുതന്നെ അറിഞ്ഞുകൂടാ. ഞാൻ എഴുതിക്കൊണ്ടിരിക്കുന്ന കാലത്തോളം അത് സാരമില്ലതാനും... എന്റെ കൊച്ചുപ്രാവേ, എന്റെ തങ്കം, എന്റെ പൊന്നേ!

തികച്ചും നിർഭാഗ്യകരമായ സംഭവം

തടുക്കാനാവാത്ത ആവേശത്തോടും നിഷ്കളങ്കവും ഹൃദയസ്പർശകവുമായ വികാരതീവ്രതയോടും കൂടി നമ്മുടെ പ്രിയപ്പെട്ട മാതൃഭൂമിയുടെ നവോത്ഥാനം ആരംഭിച്ച കാലത്താണ്, എല്ലാ ധീരസന്തതികളുടേയും മനസ്സിൽ പുതിയ പ്രതീക്ഷകളും പുതിയ ഭാഗധേയങ്ങൾക്കുവേണ്ടിയുള്ള മോഹവും അങ്കുരിച്ച കാലത്താണ്, ഈ നിർഭാഗ്യകരമായ സംഭവം നടന്നത്. നല്ല തണുപ്പുള്ള ഒരു തെളിഞ്ഞ ഹേമന്തരാത്രിയിൽ പതിനൊന്നു മണിക്കുശേഷം തികച്ചും യോഗ്യരായ മൂന്നു മാന്യന്മാർ അത്യന്തം താല്പര്യകരമായ ഒരു വിഷയത്തെക്കുറിച്ച് ഗഹനമായ സംഭാഷണത്തിലേർപ്പെട്ടുകൊണ്ട് പീറ്റേഴ്സ്ബർഗ് ഭാഗത്തുള്ള ഒരൊന്നാന്തരം ഇരുനിലമാളികയിൽ സൗകര്യപ്രദമായും മോടിയായിപ്പോലും സജ്ജമാക്കിയിട്ടുള്ള ഒരു മുറിയിലിരിക്കുകയായിരുന്നു. മൂന്നു മാന്യന്മാരും ജനറലിന്റെ പദവിയുള്ളവരായിരുന്നു. ഒരു കൊച്ചു മേശയ്ക്കു ചുറ്റും കുഷനിട്ട, സുഖമുള്ള കസേരകളിലിരുന്നുകൊണ്ട് അവർ സ്വൈരമായും സ്വസ്ഥമായും ഇടയ്ക്കിടെ ഷാംപെയിൻ കുടിച്ചുകൊണ്ടിരുന്നു. കുപ്പി, പകുതിഭാഗം ഐസുനിറച്ച ഒരു വെള്ളിത്തൊട്ടിയിലിറക്കി മേശപ്പുറത്തു വച്ചിട്ടുണ്ട്. പ്രിവികൗൺസിലർ സ്തെപ്പാൻ നിക്കീഫൊറൊവിച്ച് നിക്കീഫൊറൊവാണ് ആതിഥേയൻ. നിത്യബ്രഹ്മചാരിയായ ആ അറുപത്തഞ്ചുകാരൻ, താൻ പുതുതായി വാങ്ങിയ വീട്ടിലേക്കുള്ള മാറിത്താമസവും സംഗതിവശാൽ അതിനോടൊത്തുവന്നതും മുമ്പൊരിക്കലും ആഘോഷിച്ചിട്ടില്ലാത്തതുമായ തന്റെ ജന്മദിനവും ഒന്നിച്ചാഘോഷിക്കുകയാണ്. ആഘോഷമെന്നൊന്നും പറയാനില്ല.

രണ്ടേ രണ്ട് അതിഥികളേയുള്ളുവെന്നു നാം കണ്ടല്ലോ. രണ്ടുപേരും മി. നിക്കീഫൊറൊവിന്റെ ഒപ്പവും കീഴിലും മുമ്പ് പണിയെടുത്തിട്ടുള്ള വരാണ്. രണ്ടുപേരും സ്റ്റേറ്റ് കൗൺസിലർമാരാണ്. അവരുടെ പേര് സിമ്യോൻ ഇവാനൊവിച്ച് ഷിപ്പലേൻകൊ എന്നും ഇവാൻ ഇലിയിച്ച് പ്രലീൻസ്കി എന്നും. അവർ ഒമ്പതു മണിയോടടുത്ത് ചായ കുടിക്കാൻ വന്നതാണ്. പിന്നീട് ഷാംപെയിനിലേക്ക് കടന്നു. കൃത്യം പതിനൊന്ന രയ്ക്ക് തങ്ങൾക്കു പിരിഞ്ഞുപോകണമെന്ന് അവർക്കറിയാം. കാരണം, ആതിഥേയൻ വലിയ ചിട്ടക്കാരനാണ്. അദ്ദേഹത്തെപ്പറ്റി അല്പം പറയട്ടെ. അരിഷ്ടിച്ചു കഴിയുന്ന ഒരു എളിയ ഉദ്യോഗസ്ഥനായിട്ടാണ് തുടങ്ങിയത്. എവിടംവരെ എത്താൻ കഴിയുമെന്നു ഭംഗിയായി അറിഞ്ഞു കൊണ്ട് ക്ലേശലില്ലാതെ നാല്പത്തഞ്ചു വർഷം വിടുപണി ചെയ്തു. നക്ഷത്രങ്ങളെ എത്തിപ്പിടിക്കാൻ യാതൊരു ഉദ്ദേശവുമില്ലായിരുന്നെങ്കിലും കീർത്തിമുദ്രകളായി രണ്ടെണ്ണം ഇതിനകം തന്നെ കിട്ടിയിട്ടുണ്ട്. വിഷയം ഏതുതന്നെയായാലും സ്വാഭിപ്രായം പ്രകടിപ്പിക്കുന്നതിൽ വിശേഷിച്ചും വിമുഖനാണ്. ആള് സത്യസന്ധനാണ്. എന്നുവച്ചാൽ, എടുത്തുപറയത്തക്കവണ്ണം സത്യവിരുദ്ധമായി പ്രവർത്തിക്കേണ്ട ആവശ്യം ഇതേവരെ വന്നിട്ടില്ലെന്നർത്ഥം. വിവാഹം കഴിക്കാത്തത് സ്വാർത്ഥതകൊണ്ടു മാത്രമാണ്. തന്റെ ബുദ്ധിസാമർത്ഥ്യത്തെ പൊക്കിപ്പിടിച്ചില്ലെങ്കിലും ആളൊരു വിഡ്ഢിയായിരുന്നില്ല. ക്രമക്കേടിനോടും അതിരുകടന്ന ഉത്സാഹപ്രകടനത്തോടുമായിരുന്നു ഏറ്റവും വെറുപ്പ്. രണ്ടാമത്തേതിനെ വീക്ഷിച്ചത് ധാർമ്മികമായ ക്രമക്കേടായിട്ടാണ്. ജീവിതസായാഹ്നമായപ്പോഴേക്ക് തന്റെ നിലനിൽപിന്റേയും ഏകാന്തതയുടേയും ആസ്വാദ്യകരവും അലസവുമായ സുഖാനുഭവത്തിൽ തികച്ചും ആമഗ്നനായിക്കഴിഞ്ഞിരുന്നു. കൊള്ളാവുന്നവരുടെ വീടുകളിൽ വല്ലപ്പോഴും പോകുമെങ്കിലും സ്വന്തം വീട്ടിൽ സൽക്കരിക്കുന്നതിനോട് എപ്പോഴും വിരോധമായിരുന്നു. ഈയിടെയായി, തനിച്ചിരുന്ന് ചീട്ടുകളിക്കാത്ത സമയത്ത്, തന്റെ ഘടികാരത്തിന്റെ സംസർഗ്ഗത്തിൽ സംതൃപ്തിപൂണ്ട് ഇരുന്നുകൊള്ളും. തീത്തിണ്ണയുടെ മുകളിലെ സ്ഫടികപേടകത്തിനടിയിൽ നിന്നുള്ള ടിക്-ടിക് ശബ്ദം സ്വസ്ഥമായി ശ്രദ്ധിച്ചുകൊണ്ട് എത്രയോ സായാഹ്നങ്ങൾ അടുപ്പിച്ചിരിക്കാൻ അദ്ദേഹത്തിന് സന്തോഷമേയുള്ളൂ. ആൾ കാഴ്ചയ്ക്ക് തികച്ചും ബഹുമാന്യനാണ്. ഭംഗിയായി മുഖം വടിച്ച്, ഉള്ള പ്രായം തോന്നിക്കാതെ, ആരോഗ്യം സൂക്ഷിച്ച്, ഇനിയും ദീർഘകാലം ജീവിക്കുമെന്ന പ്രതീതിയുളവാക്കി, അന്തസ്സോടെ പെരുമാറുന്ന ഒരു മനുഷ്യൻ. ജോലി സാമാന്യം സുഖപ്രദമായ ഒന്നാണ്. യോഗത്തിൽ സംബന്ധിക്കണം, ചില രേഖകളിൽ ഒപ്പിടണം, അത്രമാത്രം. ഒറ്റവാക്കിൽ പറഞ്ഞാൽ, പരമയോഗ്യനായി പരിഗണിക്കപ്പെടുന്നു. ഒരേയൊരു ആവേശമേ, അഥവാ ഉൽക്കടമായ മോഹമേ ഉണ്ടായിരുന്നുള്ളൂ- സ്വന്തമായിട്ടൊരു

വീടു വേണം. ഈടുള്ള വെറുമൊരു കെട്ടിടം പോരാ. ശരിക്കുമൊരു മാന്യത ചേർന്ന വീട്. അവസാനം ആ ആഗ്രഹം ഫലിച്ചു. അദ്ദേഹം പീറ്റേഴ്സ്ബർഗ് ഭാഗത്ത് ഒരു വീട് തിരഞ്ഞെടുത്ത് വിലയ്ക്കു വാങ്ങി. കുറച്ച് അകന്നുമാറിയാണെങ്കിലും തോട്ടത്തോടുകൂടിയതും പോരെങ്കിൽ അങ്ങേയറ്റം ചന്തമുള്ളതുമായ ഒരു വീട്. വീട്ടിൽ വിരുന്നുകാർ വരുന്നത് ഇഷ്ടമല്ലാത്തതുകൊണ്ട് അകലം എത്ര കൂടുന്നോ അത്രയും നന്ന് എന്ന പക്ഷക്കാരനായിരുന്നു പുതിയ വീട്ടുടമസ്ഥൻ. സന്ദർശനങ്ങൾക്കും ആഫീസിൽപോക്കിനുമായി ചോക്കലേറ്റുനിറത്തിലുള്ളതും രണ്ടാൾക്ക് ഇരിക്കാവുന്നതുമായ നല്ലൊരു കുതിരവണ്ടിയും മിഹേയ് എന്നു പേരുള്ള ഒരു വണ്ടിക്കാരനും വലിപ്പം കുറവാണെങ്കിലും അഴകും കരുത്തുമുള്ള രണ്ടു കുതിരകളുമുണ്ട്. നാല്പതു വർഷത്തെ അരിഷ്ടിച്ച ജീവിതത്തിന്റെ ഫലമാണ് ഇതു മുഴുവനും. അതുകൊണ്ട് ഇപ്പോൾ മതിയാവോളം അനുഭവിക്കാം. അങ്ങേയറ്റത്തെ മനശ്ശാന്തിയും സംതൃപ്തിയും തോന്നിയ സ്തെപ്പാൻ നിക്കീഫൊറൊവിച്ച്, താനിത്രയും കാലം നിഷ്കർഷയോടെ ഉറ്റസ്നേഹിതരിൽനിന്നുപോലും ഒളിച്ചുവച്ചിരുന്ന തന്റെ പിറന്നാളിന് അതിഥികളെ ക്ഷണിക്കാൻ മുതിർന്നത് ഇക്കാരണത്താലാണ്. സത്യം പറഞ്ഞാൽ, തന്റെ അതിഥികളിൽ ഒരാളെ സംബന്ധിച്ചിടത്തോളം, അദ്ദേഹം എന്തോ ചിലതൊക്കെ മനസ്സിൽ കരുതിയിരുന്നു. അദ്ദേഹം താമസിക്കുന്നത് മുകളിലത്തെ നിലയിലാണ്. മുകളിലത്തേതുപോലെ തന്നെ സംവിധാനം ചെയ്തിട്ടുള്ള താഴത്തെ നിലയിൽ താമസിക്കാൻ ഒരു വാടകക്കാരനെ വേണം. സിമ്യോൻ ഇവാനൊവിച്ച് ഷിപ്പ ലേൻകൊ താഴത്തെ നില എടുത്തുകൊള്ളുമെന്ന് സ്തെപ്പാൻ നിക്കീ ഫൊറൊവിച്ച് പൂർണ്ണമായും വിശ്വസിച്ചു. ഈ സായാഹ്നത്തിനിടയിൽ രണ്ടു തവണ സംഭാഷണം ആ വിഷയത്തിലേക്കു തിരിക്കുകയുണ്ടായി. പക്ഷേ സിമ്യോൻ ഇവാനൊവിച്ച് വാക്കുകൊടുത്തില്ല. സാവധാനം, ബുദ്ധിമുട്ടി, പടിപടിയായി കയറിപ്പോന്ന ഒരാളാണ് അദ്ദേഹവും. മുടിയും താടിമീശയും കറുത്തതാണ്. എപ്പോഴും മഞ്ഞപ്പിത്തം പിടിച്ചതുപോലെ ഇരിക്കുന്ന മുഖം. വിവാഹിതനാണ്. വീടു വിട്ടിറങ്ങാത്ത ഒരു വിരസൻ. വീട്ടുകാരെ സദാ കിടുകിടെ വിറപ്പിച്ചുകൊണ്ടിരുന്നു. തികഞ്ഞ ആത്മവി ശ്വാസത്തോടെ ജോലി ചെയ്യുന്നു. എവിടംവരെ എത്തുമെന്ന് അദ്ദേഹ ത്തിനും അറിയാം; എവിടംവരെ എത്താനൊക്കുകയില്ലെന്ന് അതിലും ഭംഗിയായിട്ടറിയാം. ഉള്ള ജോലി നല്ലതാണ്. അതിൽ അദ്ദേഹം മുറുകെ പ്പിടിച്ചു. ഉദിച്ചുവരുന്ന നവയുഗത്തെ അദ്ദേഹം വീക്ഷിച്ചത് തെല്ലൊരു ഈർഷ്യകൂടാതെയല്ല. എങ്കിലും ഭയചകിതനായെന്നു പറയാൻ വയ്യ. തികഞ്ഞ ആത്മവിശ്വാസമുള്ള അദ്ദേഹം പുതിയ വിഷയങ്ങളെക്കുറി ച്ചുള്ള ഇവാൻ ഇലിയീച്ച് പ്രലീൻസ്കിയുടെ ഗിരിപ്രഭാഷണങ്ങൾ കേട്ടത് അവജ്ഞയോടെയാണ്. ഈ പതനമായപ്പോഴേക്ക് മൂന്നുപേരും

കുറച്ചൊക്കെ ലഘുചിത്തരായിക്കഴിഞ്ഞെന്ന് ഓർക്കണം. സ്തെപ്പാൻ നിക്കീഫൊറൊവിച്ചുതന്നെ മി. പ്രലീൻസ്കിയുമായി നവയുഗത്തെപ്പറ്റി ചെറുതായൊന്നു തർക്കിക്കാൻ തയ്യാറായി. അടുത്തതായി, മി. പ്രലീൻ സ്കി തിരുമനസ്സിനെപ്പറ്റി ചിലതു പറയേണ്ടിയിരിക്കുന്നു. വിശേഷിച്ചും കഥാനായകൻ അദ്ദേഹമായതുകൊണ്ട്.

സ്റ്റേറ്റ് കൗൺസിലർ ഇവാൻ ഇലിയീച്ച് പ്രലീൻസ്കിയെ തിരുമന സ്സെന്നു വിളിക്കാൻ തുടങ്ങിയിട്ട് നാലു മാസമേ ആയുള്ളൂ. ഒറ്റവാക്കിൽ പറഞ്ഞാൽ, പുതുതായി ഉരുത്തിരിഞ്ഞ ഒരു ജനറൽ. പ്രായത്തിലും ചെറുപ്പമാണ്. വയസ്സ് നാല്പത്തിമൂന്നിൽ കവിയില്ല. കാഴ്ചയ്ക്ക് അത്രപോലും മതിക്കില്ല. മതിക്കാൻ അദ്ദേഹം ഒട്ടാഗ്രഹിച്ചതുമില്ല. തന്റെ വസ്ത്രധാരണ ത്തിൽ അഭിമാനം കൊള്ളുകയും കീർത്തിമുദ്രയായി ലഭിച്ച നക്ഷത്രം അങ്ങേയറ്റം പ്രൗഢിയോടെ അണിയുകയും ചെയ്തു, ഉയരംകൂടിയ ഒരു സുമുഖനായിരുന്നു അദ്ദേഹം. കുലീനസഹജമായ ചില ആചാരവൈ ചിത്ര്യങ്ങൾ കുട്ടിക്കാലത്തു പരിശീലിച്ചത് ഇപ്പോഴും കൊണ്ടുനടക്കുന്നു. ധനികയും പറ്റുമെങ്കിൽ അഭിജാതയുമായ ഒരു വധുവിനെ സ്വപ്നംകാണു ന്ന ഒരു അവിവാഹിതൻ. ആൾ വിഡ്ഢിയല്ലെങ്കിലും സ്വപ്നം കാണാൻ ഇഷ്ടമാണ്. സംസാരപ്രിയനാണ്. വാശ്മിയുടെ ഭാവവിന്യാസങ്ങൾ അവലംബിക്കുന്നതിൽ സന്തോഷം കൊള്ളുന്നു. ജനറലിന്റെ മകനായി നല്ലൊരു തറവാട്ടിലാണ് ജനനം. ഒരു മേനിക്കുണ്ടപ്പനാണെന്നും പറയാം. കുട്ടിക്കാലത്തുതന്നെ വെൽവറ്റും കേംബ്രിക്കുമായിരുന്നു വേഷം. പ്രഭുസന്തതികൾക്കുള്ള പാഠശാലയിൽ പഠിച്ചു. അതിൽനിന്ന് വലിയ അറിവൊന്നും സമ്പാദിച്ചില്ലെങ്കിലും ആഫീസിൽ ആളൊരു വിജയമായിരുന്നു. ജനറൽപദവിവരെ ഉയർന്നു. മേലധികാരികൾ അദ്ദേഹത്തെ പ്രാപ്തനായി കരുതി. അദ്ദേഹത്തെപ്പറ്റി പ്രതീക്ഷകൾ വച്ചുപുലർത്തുകപോലും ചെയ്തു. പക്ഷേ തുടക്കംതൊട്ട് ഏതാണ്ട് ജനറൽ സ്ഥാനലബ്ധിവരെത്തന്നെ അദ്ദേഹത്തിന്റെ മേധാവിയായിരുന്നു സ്തെപ്പാൻ നിക്കീഫൊറൊവിച്ച് അദ്ദേഹത്തെ എടുത്തു പറയത്തക്ക പ്രാപ്തിയുള്ള ഒരാളായി കരുതുകയോ അദ്ദേഹത്തെപ്പറ്റി എന്തെങ്കിലും പ്രതീക്ഷകൾ വച്ചുപുലർത്തുകയോ ചെയ്തില്ല. എങ്കിലും ഒരു തറവാടിയും സ്വത്തുടമയും-അതായത്, ഒരു കാര്യസ്ഥന്റെ മേൽനോട്ടത്തിലിരിക്കുന്ന വലിയൊരു മാളികയുടെ ഉടമസ്ഥനും- അപ്രമുഖരല്ലാത്ത ചിലരുടെ ബന്ധുവും ഇതിനൊക്കെപ്പുറമെ കാണാൻ കൊള്ളാവുന്ന ഒരാളുമാണ് ഇവാൻ ഇലിയീച്ച് എന്ന വസ്തുത അദ്ദേഹത്തെ സന്തോഷിപ്പിച്ചു. തന്റെ സുഹൃത്തിന്റെ കാടുകയറുന്ന ഭാവനയോടും ചാപല്യത്തോടും സ്തെപ്പാൻ നിക്കീഫൊറൊവിച്ചിന് ഉള്ളിൽ വിരോധമായിരുന്നു. താൻ ക്രമാധികം വികാരത്തിന്റെ അടിമയും ഒരുപക്ഷേ ഒരു തൊട്ടാ വാടിപോലുമാണെന്ന് ചിലപ്പോൾ ഇവാൻ ഇലിയീച്ചിനുതന്നെ

തോന്നിയിട്ടുള്ളതാണ്. ഇടയ്ക്കിടെ അദ്ദേഹത്തെ പശ്ചാത്താപചിന്ത അകാരണമായി ഗ്രസിക്കും. തന്റെ മനസ്സാക്ഷി പൂർണ്ണമായും സ്വൈരം തരാത്ത എന്തോ കാര്യമുണ്ടെന്നൊരു തോന്നൽ. താൻ, വിചാരിക്കുന്നത്ര ഉയരത്തിൽ വാസ്തവത്തിൽ എത്തിയിട്ടില്ലെന്ന് നിരാശയോടും ഗൂഢമായ മനോവേദനയോടുംകൂടി അദ്ദേഹം സ്വയം സമ്മതിക്കും. അദ്ദേഹം അങ്ങേയറ്റം വിഷണ്ണനായിരിക്കുന്ന സന്ദർഭങ്ങളാണത്-വിശേഷിച്ചും അരിശസ്സിന്റെ ഉപദ്രവമുണ്ടാകുമ്പോൾ. തന്റെ ജീവിതം വ്യർത്ഥമാണെന്ന് അദ്ദേഹം കരുതും. ഒരു പാർലിമെണ്ടേറിയനെന്ന നിലയിലുള്ള തന്റെ കഴിവുകളിൽപോലും അദ്ദേഹത്തിനു വിശ്വാസം നശിക്കും. വിടുവായനും വായാടിയുമെന്നു സ്വയം വിളിക്കും (ഇതൊക്കെ സ്വകാര്യമായിട്ടാണെന്നോർക്കണം). ഇതു തീർച്ചയായും അങ്ങേയറ്റം സ്തുത്യർഹമാണെങ്കിലും, താൻ തന്റെ കഴിവ് പ്രദർശിപ്പിക്കാനിരിക്കുന്നേയുള്ളുവെന്നും ഒരു ഉയർന്ന ഉദ്യോഗസ്ഥൻ മാത്രമല്ല റഷ്യ വളരെക്കാലം ഓർക്കുന്ന ഒരു രാജ്യതന്ത്രജ്ഞൻതന്നെ ആയിത്തീരുമെന്നും പൂർവ്വാധികം ദൃഢചിത്തതയോടും ഔദ്ധത്യത്തോടുംകൂടി ഉന്മേഷവാനായി നെഞ്ചുവിരിച്ച് അരമണിക്കൂറിനകം ഉറപ്പു പറയാൻ ഇതൊരു തടസ്സമായിരുന്നില്ല. ചിലപ്പോൾ അദ്ദേഹത്തിനു ശരിക്കും സ്മാരകങ്ങളെക്കുറിച്ചുള്ള ദർശനങ്ങളുണ്ടാകാറുണ്ട്. ഇവാൻ ഇലിയീച്ച് മുകളിൽ കണ്ണുവച്ചിരുന്നുവെന്നും അതേസമയം കുറച്ചൊക്കെ സങ്കോചത്തോടെ അവ്യക്ത സ്വപ്നങ്ങളും അഭിലാഷങ്ങളും ഹൃദയത്തിന്റെ അഗാധതലങ്ങളിൽ വച്ചുപുലർത്തിയിരുന്നുവെന്നുമാണ് ഇത് തെളിയിച്ചത്. ഒറ്റവാക്കിൽ പറഞ്ഞാൽ, ആൾ നല്ലവനായിരുന്നു-ഉള്ളിൽ ഒരു കവി. കഴിഞ്ഞ കുറച്ചു വർഷങ്ങളായി ഉൽക്കടമായ മോഹഭംഗത്തിന്റെ നിമിഷങ്ങൾ അദ്ദേഹത്തെ കൂടെക്കൂടെ അലട്ടിക്കൊണ്ടിരുന്നു. അദ്ദേഹം മുൻകൊപിയും സംശയാലുവുമായിത്തീർന്നു. ഏറ്റവും ചെറിയ എതിർപ്പുപോലും അധിക്ഷേപമായി കരുതാൻ തയ്യാറായി. എങ്കിലും റഷ്യയിൽ ഉദിച്ചുവന്ന പുതിയ ആവേശം അദ്ദേഹത്തിൽ വമ്പിച്ച പ്രതീക്ഷകൾ തട്ടിയുണർത്തി. ജനറൽസ്ഥാനത്തേക്കുള്ള ഉദ്യോഗക്കയറ്റം അവയെ ഉറപ്പിക്കുകയും ചെയ്തു. അദ്ദേഹം ഉന്മേഷവാനായി. തലയുയർത്തിപ്പിടിച്ചു. ഏറ്റവും പുതിയ വിഷയങ്ങളെപ്പറ്റി വിസ്തരിച്ചും വാചാലമായും സംസാരിക്കാൻ തുടങ്ങി. ആ വിഷയങ്ങളെല്ലാംതന്നെ അന്യാദൃശമായ വേഗതയോടും ഉത്സാഹത്തോടും കൂടി അദ്ദേഹം എത്തിപ്പിടിച്ചവയാണ്. അദ്ദേഹം സംസാരിക്കാൻ അവസരം തേടി. പട്ടണത്തിൽ ചുറ്റി നടന്നു. പലേടത്തും ഒരു സാഹസികനായ ഉല്പതിഷ്ണുവെന്ന പേരു സമ്പാദിച്ചു. അദ്ദേഹമാകട്ടെ, ഇത് അത്യന്തം പ്രശംസനീയമായി കരുതുകയും ചെയ്തു. ഈ പ്രത്യേകസായാഹ്നത്തിൽ മൂന്നാലു ഗ്ലാസ് ഷാംപെയിൻ അകത്തായതോടെ അദ്ദേഹത്തിന്റെ വീര്യം മുഴുവൻ പുറത്തുവന്നു. കുറേ

നാളായി കാണാതിരുന്നതും താൻ എപ്പോഴും ബഹുമാനിക്കുകമാത്രമല്ല അനുസരിക്കുകപോലും ചെയ്തിരുന്നതുമായ സ്തെപ്പാൻ നിക്കീഫൊറൊവിച്ചിന്റെ അഭിപ്രായം എല്ലാ കാര്യങ്ങളിലും മാറ്റാനുള്ള ഒരു മോഹം അദ്ദേഹത്തെ കടന്നുപിടിച്ചു. എന്തുകൊണ്ടോ സ്തെപ്പാൻ നിക്കീഫൊറൊവിച്ചിനെ ഒരു പിന്തിരിപ്പനായിട്ടാണ് അദ്ദേഹം കരുതിപ്പോന്നത്. അദ്ദേഹം തന്റെ സ്നേഹിതന്റെ നേരെ വാശിയോടെ ആക്രമണം തുടങ്ങി. സ്തെപ്പാൻ നിക്കീഫൊറൊവിച്ചാകട്ടെ, ആ വിഷയത്തിൽ താല്പര്യമുണ്ടായിട്ടും കൗശലപൂർവ്വം പുഞ്ചിരിച്ചതല്ലാതെ എതിർക്കാൻ യാതൊരു ശ്രമവും നടത്തിയില്ല. ഇവാൻ ഇലിയീച്ചിന്റെ ആവേശം കൂടിവന്നു. തർക്കം മൂത്തപ്പോൾ (ഇത് അദ്ദേഹത്തിന്റെ തോന്നൽ മാത്രമായിരുന്നു) അദ്ദേഹം വേണ്ടതിലേറെ കുടിക്കാൻ തുടങ്ങി. കുടിച്ച് ഗ്ലാസ് താഴെ വയ്ക്കുമ്പോഴേക്ക് സ്തെപ്പാൻ നിക്കീഫൊറൊവിച്ച് കുപ്പിയെടുത്ത് തന്റെ അതിഥിയുടെ ഗ്ലാസ് പിന്നെയും നിറയ്ക്കും. എന്തുകൊണ്ടോ ഇവാൻ ഇലിയീച്ചിനു പെട്ടെന്ന് ഈ നടപടി തീരെ രസിക്കാതായി-പ്രത്യേകിച്ച് സിമ്യോൻ ഇവാനൊവിച്ച് ഷിപ്പുലേൻകൊ അങ്ങേയറ്റം കപടമായ മൗനത്തോടും വേണ്ടതിലേറെത്തവണ പുഞ്ചിരിച്ചുകൊണ്ടും അടുത്തിരുന്നിരുന്നതുകൊണ്ട്. ഇവാൻ ഇലിയീച്ചിന് ഷിപ്പുലേൻകൊയോട് തികഞ്ഞ അവജ്ഞയായിരുന്നെങ്കിലും ആ മനുഷ്യന്റെ വക്രബുദ്ധിയേയും വിദ്വേഷത്തേയും അദ്ദേഹത്തിനു ഭയമായിരുന്നു. "എന്റെ വാദങ്ങൾക്കു കഴമ്പില്ലെന്നാണ് അവർ കരുതുന്നതെന്നു തോന്നുന്നു," ഇവാൻ ഇലിയീച്ചിന്റെ തലയ്ക്കകത്തുകൂടി അങ്ങിനെയൊരു ചിന്ത മിന്നിമറഞ്ഞു.

"ഇല്ല. അതിനുള്ള സമയമായിരിക്കുന്നു, സമയം വൈകിയിരിക്കുന്നു," അദ്ദേഹം ആവേശപൂർവ്വം തുടർന്നു. "നമ്മൾ വളരെക്കാലം പൊറുത്തു. എന്റെ അഭിപ്രായത്തിൽ മനുഷ്യത്വമാണ് വലിയ കാര്യം. കീഴിലുള്ളവരോട് മനുഷ്യത്വം കാട്ടുക. അവരും മനുഷ്യരാണെന്ന് ഓർക്കുക. മനുഷ്യത്വമാണ് എല്ലാറ്റിനും രക്ഷ. അത് എല്ലാം നേരെയാക്കും."

സിമ്യോൻ ഇവാനൊവിച്ച് അടക്കിച്ചിരിച്ചു.

"പക്ഷേ നിങ്ങൾ എന്തിനാണ് ഇത്ര കർശനമായി ഞങ്ങളോട് തട്ടിക്കയറുന്നത്?" അവസാനം, സവിനയമായ ഒരു പുഞ്ചിരിയോടെ സ്തെപ്പാൻ നിക്കീഫൊറൊവിച്ച് എതിർത്തു. "ഇവാൻ ഇലിയീച്ച്, നിങ്ങൾ ഞങ്ങളോടു പറയാൻ ശ്രമിക്കുന്നതെന്താണെന്നു സത്യത്തിൽ എനിക്കിപ്പോഴും മനസ്സിലാകുന്നില്ലെന്നു തുറന്നു പറയട്ടെ. നിങ്ങൾക്ക് ആവശ്യം മനുഷ്യത്വമാണ്. എന്നുവച്ചാൽ, മനുഷ്യരോടുള്ള സ്നേഹം എന്നർത്ഥം, അല്ലേ?"

"അതെ, വേണമെങ്കിൽ അങ്ങിനെ പറയാം. ഞാൻ..."

"വരട്ടെ! ഞാൻ മനസ്സിലാക്കിയിടത്തോളം, അതു മാത്രമല്ല പ്രശ്നം.

മനുഷ്യസ്നേഹം എപ്പോഴും സ്തുത്യർഹമാണ്. പക്ഷേ ഭരണപരിഷ്കാരം അതിൽ മാത്രം ഒതുങ്ങിനിൽക്കുകയില്ല. കൃഷിക്കാരെ സംബന്ധിക്കുന്നതും നിയമപരവും സാമ്പത്തികവും ധാർമ്മികവും മറ്റുമായ പല പ്രശ്നങ്ങളും പൊന്തിവന്നിട്ടുണ്ട്. എല്ലാം കൂടി പെട്ടെന്നു വരുമ്പോൾ വലിയ... ഹും... ചാഞ്ചാട്ടങ്ങളുണ്ടായെന്നു വരും. അതാണ് ഞങ്ങളെ ഉൽക്കണ്ഠാകുലരാക്കുന്നത്. അല്ലാതെ, വെറും മനുഷ്യത്വമല്ല..."

"ശരിയാണ്, അതിലും ആഴമുള്ള കാര്യമാണ്," സിമ്യോൻ ഇവാനൊവിച്ച് അഭിപ്രായപ്പെട്ടു.

"എനിക്കതു ഭംഗിയായി മനസ്സിലായി. ഗ്രഹണശക്തിയുടെ കാര്യത്തിൽ, സിമ്യോൻ ഇവാനൊവിച്ച്, ഞാൻ നിങ്ങളേക്കാൾ ഒട്ടും പിന്നിലല്ലെന്ന് അറിയിച്ചുകൊള്ളട്ടെ," ഇവാൻ ഇലിയീച്ച് അറുത്തുമുറിച്ചു പറഞ്ഞു. അദ്ദേഹത്തിന്റെ സ്വരം വേണ്ടതിലേറെ കർക്കശമായിരുന്നു. "എങ്കിലും, സ്തെപ്പാൻ നിക്കീഫൊറൊവിച്ച്, ഞാൻ പറഞ്ഞത് നിങ്ങൾക്കു മനസ്സിലായിട്ടില്ലെന്നു നിങ്ങളോടുകൂടി പറയാൻ അനുവദിക്കുക."

"മനസ്സിലായിട്ടില്ല."

"പക്ഷേ ഞാൻ പറയുന്നു, മനുഷ്യത്വം, പ്രത്യേകിച്ച് കീഴെയുള്ളവരോടുള്ള മനുഷ്യത്വം- ഉദ്യോഗസ്ഥനോ ഗുമസ്തനോ ശിപ്പികാരനോ വേലക്കാരനോ അടിയാളനോ ആരുമാകട്ടെ-ആസന്നമായ ഭരണപരിഷ്കാരങ്ങളുടേയും പൊതുവിൽ നവീകരണത്തിന്റെയാകെത്തന്നെയും ഒരുതരത്തിൽ പറഞ്ഞാൽ മൂലക്കല്ലായിത്തീരാനിടയുണ്ടെന്ന്. ഞാൻ ഈ ആശയത്തിൽ ഉറച്ചുനിൽക്കുകയും അത് സർവ്വയിടത്തും പ്രചരിപ്പിക്കുകയും ചെയ്യും. എന്തുകൊണ്ടാണ് ഞാനിതു പറയുന്നത്? പറയാം. ഉദാഹരണത്തിന് ഇങ്ങനെയൊന്നു വാദിച്ചുനോക്കാം- ഞാൻ മനുഷ്യത്വമുള്ളവനായതുകൊണ്ട് സ്നേഹിക്കപ്പെടുന്നു. സ്നേഹിക്കപ്പെടുന്നതുകൊണ്ട് വിശ്വസ്തനാകുന്നു. വിശ്വസ്തനായതുകൊണ്ട് വിശ്വസിക്കപ്പെടുന്നു. വിശ്വസിക്കപ്പെടുന്നതുകൊണ്ട് സ്നേഹിക്കപ്പെടുന്നു- അതായത്, ഞാൻ ഉദ്ദേശിക്കുന്നതെന്താണെന്നുവച്ചാൽ, ആളുകൾ വിശ്വസിക്കുമെങ്കിൽ അവർ ഭരണപരിഷ്കാരത്തിൽ വിശ്വസിക്കും. അവർക്ക് കാര്യത്തിന്റെ കാതൽ മനസ്സിലാവുമെന്നു വേണമെങ്കിൽ പറയാം. അവർ പരസ്പരം, ഒരു വിധത്തിൽ പറഞ്ഞാൽ, ധാർമ്മികമായി, ആശ്ലേഷിക്കും. എല്ലാ കാര്യങ്ങളും സഹോദരബുദ്ധ്യാ നിഷ്കർഷമായി തീരുമാനിക്കും. നിങ്ങൾ എന്തിനാണ് ചിരിക്കുന്നത്, സിമ്യോൻ ഇവാനൊവിച്ച്? ഞാൻ പറഞ്ഞതു വ്യക്തമായില്ലേ?"

സ്തെപ്പാൻ നിക്കീഫൊറൊവിച്ച് നിശ്ശബ്ദം പുരികമുയർത്തി. അദ്ദേഹം അത്ഭുതാധീനനായി.

"ഞാൻ സ്വല്പം കൂടുതൽ സേവിച്ചുപോയെന്നു തോന്നുന്നു," സിമ്യോൻ

ഇവാനൊവിച്ച് കുറിക്കുകൊള്ളുന്ന വിധം പറഞ്ഞു. “അതുകൊണ്ട് കാര്യം മനസ്സിലാക്കാൻ കുറച്ചു സമയമെടുക്കും. പക്ഷേ ഇതൊരു താൽക്കാലിക വൈകല്യം മാത്രമാണ്.”

ഇവാൻ ഇലിയീച്ച് ചൂളിപ്പോയി.

“നമുക്കിത് തുടർന്നു കൊണ്ടുപോകാൻ സാദ്ധ്യമല്ല,” അല്പസമയത്തെ പരിചിന്തനത്തിനുശേഷം സ്തെപ്പാൻ നിക്കീഫൊറൊവിച്ച് പെട്ടെന്നു പറഞ്ഞു.

“നമുക്കിത് തുടർന്നുകൊണ്ടുപോകാൻ സാദ്ധ്യമല്ലെന്നതുകൊണ്ട് നിങ്ങൾ എന്താണ് ഉദ്ദേശിക്കുന്നത്?” സ്തെപ്പാൻ നിക്കീഫൊറൊവിച്ചിന്റെ അപ്രതീക്ഷിതമായ, പെട്ടെന്നുള്ള അഭിപ്രായപ്രകടനത്തിൽ അത്ഭുതപ്പെട്ടുകൊണ്ട് ഇവാൻ ഇലിയീച്ച് ചോദിച്ചു.

“നമുക്കിത് തുടർന്നുകൊണ്ടുപോകാൻ സാദ്ധ്യമല്ലെന്നുതന്നെ.” വിശദീകരണം നൽകാൻ സ്തെപ്പാൻ നിക്കീഫൊറൊവിച്ച് ആഗ്രഹിക്കുന്നില്ലെന്നു തോന്നി.

“നിങ്ങളുടെ മനസ്സിലുള്ളത് പുതിയ വീഞ്ഞും പഴയ കുപ്പികളുമല്ലല്ലോ, ആണോ?” തെല്ലൊരു പരിഹാസസ്വരത്തിൽ ഇവാൻ ഇലിയീച്ച് തിരിച്ചടിച്ചു.

“വേണ്ട സർ, എനിക്ക് എന്നെപ്പറ്റി പൂർണ്ണ വിശ്വാസമുണ്ട്.”

ആ സമയത്ത് ഘടികാരത്തിൽ മണി പതിനൊന്നര അടിച്ചു.

“ഞങ്ങൾക്ക് ഇറങ്ങാൻ സമയമായെന്നു തോന്നുന്നു, കസേരയിൽ നിന്ന് എണീക്കാൻ ഭാവിച്ചുകൊണ്ട് സിമ്യോൻ ഇവാനൊവിച്ച് പറഞ്ഞു. പക്ഷേ ഇവാൻ ഇലിയീച്ച് അതിനുമുമ്പുതന്നെ തന്റെ രോമത്തൊപ്പി എടുത്തുകൊണ്ട് വേഗം ചാടിയെണീറ്റു. അദ്ദേഹത്തിന്റെ മുഖത്ത് കുറച്ചൊരു പരിഭവം നിഴലിച്ചിരുന്നു.

അപ്പോൾ സിമ്യോൻ ഇവാനൊവിച്ച്, നിങ്ങൾ അക്കാര്യം ആലോചിക്കുമോ? അതിഥികളെ യാത്രയയയ്ക്കുന്നതിനിടയിൽ സ്തെപ്പാൻ നിക്കീഫൊറൊവിച്ച് ചോദിച്ചു.

“വീടിന്റെ കാര്യമാണോ? ശരി, ആലോചിക്കാം.”

“തീരുമാനിച്ചുകഴിഞ്ഞാൽ എന്നെ കഴിയുന്നതും വേഗം വിവരം അറിയിക്കുമല്ലൊ.”

“വല്ല ഇടപാടുകാര്യവുമായിരിക്കും, അല്ലേ?” ഭവ്യത നടിച്ചുകൊണ്ടും തന്റെ തൊപ്പിയിൽ തെരുപ്പിടിച്ചുകൊണ്ടും മി. പ്രലീൻസ്കി ചോദിച്ചു. തന്നെ അവഗണിച്ചിരിക്കുകയാണെന്ന് അദ്ദേഹത്തിനു തോന്നി.

അതിഥികളെ കൂടുതൽ വൈകിക്കാൻ ഉദ്ദേശിക്കുന്നില്ലെന്ന മട്ടിൽ

പുരികമുയർത്തിയതല്ലാതെ സ്റ്റെപ്പാൻ നിക്കീഫൊറൊവിച്ച് ഒന്നും മിണ്ടിയില്ല. സിമ്യോൻ ഇവാനൊവിച്ച് വേഗം വിടവാങ്ങി.

"സാമാന്യമര്യാദ നിങ്ങൾക്കു മനസ്സിലാകുന്നില്ലെങ്കിൽ ശരി, നടക്കട്ടെ," മി. പ്രലീൻസ്കി മനസ്സിൽ പറഞ്ഞു. ഏതാണ്ട് ധിക്കാരത്തോടെതന്നെ അദ്ദേഹം സ്തെപ്പാൻ നിക്കീഫൊറൊവിച്ചിന്റെ നേരെ കൈ നീട്ടി.

ഹാളിലെത്തിയപ്പോൾ ഇവാൻ ഇലിയീച്ച് തന്റെ വിലകൂടിയതും ഘനം കുറഞ്ഞതും അകത്തു രോമമുള്ളതുമായ കോട്ടു ധരിച്ചു. സിമ്യോൻ ഇവാനൊവിച്ചിന്റെ പഴകിത്തേഞ്ഞ കരടിരോമക്കോട്ട് കണ്ടില്ലെന്ന് അദ്ദേഹം നടിച്ചു. രണ്ടുപേരും കോവണി ഇറങ്ങി.

"മൂപ്പീന്ന് പരിഭവിച്ചിരിക്കുകയാണെന്നു തോന്നുന്നു," നിശ്ശബ്ദനായി നിൽക്കുന്ന സിമ്യോൻ ഇവാനൊവിച്ചിനോട് ഇവാൻ ഇലിയീച്ച് പറഞ്ഞു.

"ഛേയ്, ഇല്ല! എന്താണ് അങ്ങിനെ തോന്നാൻ കാര്യം?" സിമ്യോൻ ഇവാനൊവിച്ച് നിർവികാരമായും അലക്ഷ്യമായും പറഞ്ഞു.

"ശിങ്കിടി!" ഇവാൻ ഇലിയീച്ച് വിചാരിച്ചു.

അവർ ഇറയത്തേക്കിറങ്ങി. സിമ്യോൻ ഇവാനൊവിച്ചിന്റെ സവാരിവണ്ടി മുമ്പിൽ വന്നുനിന്നു. ചാരനിറത്തിൽ കോലംകെട്ട ഒരു കുതിരയാണ് വണ്ടി വലിച്ചത്.

"നാശം പിടിക്കാൻ! ത്രീഫൊൻ എന്റെ വണ്ടിയുംകൊണ്ട് എവിടെപ്പോയി?" തന്റെ വണ്ടി എങ്ങും കാണാഞ്ഞ് ഇവാൻ ഇലിയീച്ച് അട്ടഹസിച്ചു.

അദ്ദേഹം സകലടത്തും നോക്കി. പക്ഷേ വണ്ടിയില്ല. സ്തെപ്പാൻ നിക്കീഫൊറൊവിച്ചിന്റെ ഭൃത്യന് അതെപ്പറ്റി ഒരു രൂപവുമില്ലായിരുന്നു. സിമ്യോൻ ഇവാനൊവിച്ചിന്റെ വണ്ടിക്കാരനായ വർലാമിനോടു ചോദിച്ചപ്പോൾ ഇവാൻ ഇലിയീച്ചിന്റെ വണ്ടിക്കാരനും വണ്ടിയും ആ സമയമത്രയും അവിടുണ്ടായിരുന്നുവെന്നും ഇപ്പോൾ കാണുന്നില്ലെന്നുമായിരുന്നു മറുപടി.

"കഷ്ടമായിപ്പോയി" മി. ഷിപ്പ്ലേൻകൊ പറഞ്ഞു. "എന്റെ വണ്ടിയിൽ കയറുന്നോ?"

"തെമ്മാടികൾ!" മി. പ്രലീൻസ്കി രോഷാകുലനായി അട്ടഹസിച്ചു." ഇവിടെ, പീറ്റേഴ്സ്ബർഗ് ഭാഗത്ത് എവിടെയോ, ഒരു കല്യാണത്തിനു കൂടാൻ അവൻ അനുവാദം ചോദിച്ചിരുന്നു. അവന്റെ ഏതോ നശിച്ച ചാർച്ചക്കാരിയുടെ കല്യാണം. ഞാൻ തീർത്തും വിലക്കിയതാണ്. എന്നിട്ട് അവനിപ്പോൾ അങ്ങോട്ടാണ് പോയിരിക്കുന്നതെന്നു ഞാൻ വാതുവയ്ക്കാം."

"ശരിയാണ്," വർലാം പറഞ്ഞു. "അയാൾ പോയത് അങ്ങോട്ടാണ്. ഇതാ വരുന്നു എന്നു പറഞ്ഞു പോയി. അങ്ങുന്ന് പുറത്ത് വരുമ്പോഴേക്ക് ഇവിടെക്കാണുമെന്നാണ് പറഞ്ഞത്."

"കണ്ടില്ലേ! എനിക്ക് തീർച്ചയറിയാമായിരുന്നു! ഞാനവനു കാണിച്ചുകൊടുക്കാം!"

"അതിലും നല്ലത് അവനെ പോലീസ് സ്റ്റേഷനിൽ അയയ്ക്കുകയാണ്. ചാട്ടകൊണ്ട് കുറെ അടി കിട്ടട്ടെ. പിന്നെ പറഞ്ഞാൽ കേട്ടോളും," വണ്ടിയ്ക്കകത്തെ കരിമ്പടം പൊക്കിപ്പിടിച്ചുകൊണ്ട് സിമ്യോൻ ഇവാനൊവിച് പറഞ്ഞു.

"ബുദ്ധിമുട്ടണ്ട, സിമ്യോൻ ഇവാനൊവിച്ച്!"

"നിങ്ങളുടെ ഇഷ്ടംപോലെ. നിങ്ങളെ കൊണ്ടാക്കാൻ എനിക്ക് ഒരു ബുദ്ധിമുട്ടുമില്ല."

"നന്ദി. നമുക്ക് പിന്നെ കാണാം."

സിമ്യോൻ ഇവാനൊവിച്ച് യാത്രയായി. ഇവാൻ ഇലിയീച്ച്, വളരെയേറെ അമർഷംപൂണ്ട്, മരം പാകിയ നടപ്പാതയിലൂടെ നടന്നു.

"ഞാൻ നിനക്കു കാണിച്ചുതരാം, തെമ്മാടി! ഞാൻ കാൽനടയായി പോകും. നീ അങ്ങിനെ ഒരു പാഠം പഠിക്കണം. നിന്റെ മനസ്സിൽ തട്ടണം. നീ പേടിക്കണം. അവൻ മടങ്ങിവരുമ്പോൾ അറിയും, യജമാനൻ കാൽനടയായി പോയെന്ന്. തെമ്മാടി!"

ഇതിനുമുമ്പൊരിക്കലും ഇവാൻ ഇലിയീച്ച് ഇത്രയേറെ ക്ഷോഭിച്ചിട്ടില്ല. പക്ഷേ ഇത്തവണ അദ്ദേഹം ശരിക്കും ക്ഷുഭിതനായിരുന്നു. പോരെങ്കിൽ, തല കറങ്ങുന്നുണ്ടായിരുന്നു. സ്വതവെ ഒരു മദ്യപാനിയല്ലാത്തതുകൊണ്ട് അഞ്ചോ ആറോ ഗ്ലാസ് അകത്തായപ്പോഴേയ്ക്ക് ലഹരി പിടിച്ചു. പക്ഷേ അതൊരു സുന്ദരമായ രാത്രിയായിരുന്നു. കാറ്റില്ലാത്ത, പതിവില്ലാത്തവണ്ണം പ്രശാന്തമായ, നല്ല തണുപ്പുള്ള ഒരു രാത്രി. ആകാശം നിർമ്മലവും നക്ഷത്രനിബിഡവുമായിരുന്നു. പൂർണ്ണചന്ദ്രൻ ഭൂമിയിൽ പാലൊളി വീശി. ഇവാൻ ഇലിയീച്ചിന് പുറത്തിറങ്ങി നടക്കാൻ വളരെ സുഖം തോന്നി. അമ്പതു വാര നടന്നപ്പോഴേയ്ക്ക്, തനിക്കു നേരിട്ട അനർത്ഥം അദ്ദേഹം മറന്നെന്നുതന്നെ പറയാം. അസാമാന്യമായ ഒരു സുഖാനുഭൂതി അദ്ദേഹത്തിന്റെ ഉള്ളിലേക്ക് അരിച്ചുകയറി. സ്വല്പം ഉന്മത്തമായ അവസ്ഥയിൽ ആളുകളുടെ മനസ്സ് മാറിക്കൊണ്ടിരിക്കും. ആ വിജനമായ തെരുവിന്റെ വക്കത്തുള്ള, മരംകൊണ്ടു പണിത വൃത്തികെട്ട കൊച്ചു വീടുകൾപോലും അദ്ദേഹത്തിന് കുറച്ചൊക്കെ ആകർഷകമായി തോന്നി.

"കാൽനടയായി തിരിച്ചത് എന്തായാലും നന്നായി," അദ്ദേഹം ആത്മഗതമായി പറഞ്ഞു. "ത്രീഫൊൻ ഒരു പാഠം പഠിക്കും. എനിക്കോ,

സന്തോഷവും. ഞാൻ കുറേക്കൂടി നടക്കേണ്ടതാണ്. ബൊൽഷോയ് പ്രോസ്പെക്ടിൽ ഒരു കുതിരവണ്ടി കിട്ടാതിരിക്കില്ല. എത്ര സുന്ദരമായ രാത്രി! ആ കൊച്ചുകൊച്ചു വീടുകൾ കണ്ടോ! അവയിലായിരിക്കും ഒരുപക്ഷേ ചെറുകിടക്കാർ താമസിക്കുന്നത്- ഗുമസ്തന്മാരും... ചിലപ്പോൾ കച്ചവടക്കാരും. ഹ്ഹം, ആ സ്തെപ്പാൻ നിക്കീഫൊറൊവിച്ചുണ്ടല്ലോ! പിന്തിരിപ്പന്മാരാണ് അവരെല്ലാം! പഴമക്കാരായ കിഴവന്മാർ! കിഴവന്മാർ -അതാണ് അവർക്കു പറ്റിയ വാക്ക്. എങ്കിലും ആള് മിടുക്കനാണ്. വിവരമുണ്ട്. പ്രായോഗികബുദ്ധിയുണ്ട്. എങ്കിലും ആ കിഴവന്മാരുണ്ടല്ലോ! അവർക്ക് ഇല്ലാതെപോയത് എന്താണെന്നോ... എന്താണത്! ഓ, സാരമില്ല. ഏതായാലും, അത് അവർക്കില്ല. "നമുക്കിത് തുടർന്നുകൊണ്ടുപോകാൻ സാദ്ധ്യമല്ല" പോലും! എന്താണ് അദ്ദേഹം അതുകൊണ്ട് ഉദ്ദേശിച്ചത്? അത് പറയുന്നതിനുമുമ്പ് അദ്ദേഹം കുറച്ചുസമയം ആലോചിക്കുകപോലും ചെയ്തു. ഇടയ്ക്ക് ഒരു കാര്യം പറയട്ടെ അദ്ദേഹത്തിനു ഞാൻ പറഞ്ഞത് ശരിക്കു മനസ്സിലായില്ല. ആർക്കെങ്കിലും അതു മനസ്സിലാക്കാതിരിക്കാൻ സാദ്ധ്യമാണോ! മനസ്സിലാക്കുന്നതിനേക്കാൾ പ്രയാസം മനസ്സിലാക്കാതിരിക്കാനാണ്. എനിക്ക് ബോദ്ധ്യമായിരിക്കുന്നുവെന്നതാണ് പ്രധാനകാര്യം. ഉത്തമബോദ്ധ്യമായിരിക്കുന്നു. മനുഷ്യത്വം... മനുഷ്യസ്നേഹം. മനുഷ്യരെ മനുഷ്യരാക്കിത്തീർക്കുക.. അവരുടെ ആത്മാഭിമാനം തട്ടിയുണർത്തുക. എന്നിട്ട്... ഒരുക്കിവച്ചിട്ടുള്ള സാമഗ്രികളിൽ നിന്നു വീണ്ടും തുടങ്ങുക. വ്യക്തമാണ്, അല്ലേ? തീർച്ചയായയും! തിരുമനസ്സേ, ദയവായി ഇതൊന്നു സങ്കല്പിച്ചുനോക്കൂ. നമ്മൾ, ഉദാഹരണത്തിന്, ഒരു ഗുമസ്തനെ കണ്ടുമുട്ടുന്നു. കഷ്ടപ്പെട്ടും അടിച്ചമർത്തപ്പെട്ടും കഴിയുന്ന ഒരു സാധു ഗുമസ്തനെ. ശരി... നിങ്ങളാരാ? ഇന്നയാൾ, ഇന്നയിടത്തെ ഗുമസ്തൻ, എന്നു മറുപടി. ജോലി ചെയ്യുന്നുണ്ടോ? ഉണ്ട്. സുഖമായിരിക്കാൻ ആഗ്രഹമുണ്ടോ? ഉണ്ട്. സുഖമായിരിക്കാൻ എന്തൊക്കെ വേണം? ഇന്നയിന്ന കാര്യങ്ങൾ. എന്തുകൊണ്ട്? എന്തുകൊണ്ടെന്നാൽ... അഞ്ചോ പത്തോ വാക്ക് പറയുന്നതിനുമുമ്പുതന്നെ ഞാൻ പറയുന്നത് അയാൾക്ക് മനസ്സിലാവുന്നു. അയാൾ എന്റേതായിക്കഴിഞ്ഞു. വലയിൽ വീണുകഴിഞ്ഞുവെന്നു വേണമെങ്കിൽ പറയാം. എനിക്ക് അയാളെ എന്തും ചെയ്യാം-അയാളുടെതന്നെ നന്മയ്ക്ക് എന്നർത്ഥം. ആ സിമ്യോൻ ഇവാനൊവിച്ച് ഒരു കൊള്ളരുതാത്തവനാണ്. മോന്ത കണ്ടാൽ സഹിക്കില്ല... ചാട്ടയ്ക്കടിപ്പിക്കണമത്രെ! അയാൾ അതുപറഞ്ഞത് എന്നെ ശുണ്ഠിപിടിപ്പിക്കാനാണ്. അതങ്ങ് മനസ്സിലിരിക്കട്ടെ! താൻതന്നെ ചാട്ടയ്ക്കടിച്ചോ! ഞാനില്ല! ഞാൻ ത്രീഫൊനെ നാണിപ്പിക്കും-വാക്കുകൾകൊണ്ട്! ശകാരംകൊണ്ട്! ഞാൻ അവനെ നാണിപ്പിക്കും. അവനതു മനസ്സിൽതട്ടും, അല്ലെങ്കിൽ കണ്ടോ! ചാട്ടയുടെ കാര്യമാണെങ്കിൽ, ഹ്ഹം, അത് ഇനിയും ഒരു കീറാമുട്ടിയാണ്. ഹ്ഹം... മിസ്സ്

എമെറാൻസിന്റെ അടുത്തു പോയാലോ? നാശം പിടിക്കാൻ! വൃത്തികെട്ട മരപ്പലക!" പെട്ടെന്നു കാലു തെറ്റിയപ്പോൾ അദ്ദേഹം ആക്രോശിച്ചു. "ഇതാണ് രാജധാനിയുടെ അവസ്ഥ! പ്രബുദ്ധതയത്രെ! എന്റെ കാലൊടിഞ്ഞേനെ. ഹും. ഞാൻ ആ സിമ്യോൻ ഇവാനൊവിച്ചിനെ വെറുക്കുന്നു. അയാളുടെ ഒരു മോന്ത. "ധാർമ്മികമായി ആശ്ലേഷിക്കണെ"മെന്നു ഞാൻ പറഞ്ഞപ്പോൾ അയാളാണ് കുലുങ്ങിച്ചിരിച്ചത്. അങ്ങിനെ ചെയ്താൽത്തന്നെ നിങ്ങൾക്കെന്താ? ഞാൻ ഏതായാലും നിങ്ങളെ ആശ്ലേഷിക്കാൻ വരില്ല. അതിലും ഭേദം ഒരു ഉൾനാട്ടുകാരനായിരിക്കും... ഉൾനാട്ടുകാരനെ കണ്ടാൽ ഞാൻ അയാളെ തടഞ്ഞുനിർത്തി സംസാരിക്കും. ഞാൻ കുടിച്ചിരുന്നുവെന്നതു ശരിയാണ്. ഞാനൊരുപക്ഷേ പറയേണ്ടതുപോലെ പറഞ്ഞില്ലായിരിക്കും. ഇപ്പോൾത്തന്നെ, പറയേണ്ടതുപോലെയല്ല പറയുന്നതെന്നു വരാം. ഹും. ഞാനിനി ഒരിക്കലും കുടിക്കില്ല. കുടിച്ചാൽ കണ്ടമാനം സംസാരിക്കും. അതു വേണ്ടിയിരുന്നില്ല എന്നു പിറ്റേന്നു തോന്നും. എനിക്ക് ആടാതെ നടക്കുകയും ചെയ്യാം.. അവരാണെങ്കിൽ ആഭാസന്മാരാണ്- ഒന്നൊഴിയാതെ സകലരും!"

പരസ്പരബന്ധമില്ലാത്ത വാക്കുകളിൽ ഇങ്ങനെ ആത്മഗതം നടത്തിക്കൊണ്ട് ഇവാൻ ഇലിയീച്ച് നടപ്പു തുടർന്നു. സമചിത്തത വീണ്ടെടുക്കാൻ ശുദ്ധവായു സഹായിച്ചു. ഒരഞ്ചു മിനിട്ടുകൂടി കഴിഞ്ഞിരുന്നെങ്കിൽ അദ്ദേഹം ഉദ്വേഗമൊക്കെ അടങ്ങി ഉറങ്ങാൻ കൊതിച്ചേനെ. പക്ഷേ പെട്ടെന്ന്, ബൊൽഷോയ് പ്ലോസ്പെക്റ്റിന് കുറച്ചിപ്പുറത്തുവച്ച് സംഗീതധ്വനി കേട്ടു. അദ്ദേഹം ചുറ്റും കണ്ണോടിച്ചു. റോഡിന്റെ എതിർവശത്ത്, മരംകൊണ്ടുണ്ടാക്കിയതും വളരെ പഴക്കംചെന്നതുമായ ഒരു നീളംകൂടിയ ഒറ്റനിലക്കെട്ടിടത്തിൽനിന്നാണ് അത് ഉയർന്നത്. ആഹ്ലാദകോലാഹലവും, ഫിഡിലുകളും ബാൻഡും ഓടക്കുഴലും ചേർന്നുവായിക്കുന്ന ഒരു ചുറുചുറുക്കുള്ള സംഘനൃത്തത്തിന്റെ രാഗവും കേൾക്കാമായിരുന്നു. ജനാലകളുടെ മുമ്പിൽ ചെറിയൊരു ആൾക്കൂട്ടം കാണാം. അകത്ത് പഞ്ഞിയടിച്ച കോട്ടുകളും തലയിൽ തുവാലകളും ധരിച്ച പെണ്ണുങ്ങളാണ് കൂടുതലും. അകത്തു നടക്കുന്നത്, ആകാവുന്നിടത്തോളം കാണാൻവേണ്ടി അവർ ഷട്ടറുകളുടെ വിടവുകളിലൂടെ എത്തിനോക്കി. ഉല്ലാസകരമായ ഒരു ആഘോഷം നടക്കുകയാണെന്നു തീർച്ച. നർത്തകർ ചവുട്ടിത്തകർക്കുന്ന ശബ്ദം തെരുവിന്റെ മറുവശത്തു കേൾക്കാം. കുറച്ചകലെ ഒരു പോലീസുകാരനെ കണ്ട് ഇവാൻ ഇലിയീച്ച് അയാളുടെ അടുത്തേക്കു നടന്നു.

"ഹേ, നല്ല മനുഷ്യാ, അത് ആരുടെ വീടാണ്?" മാറത്തു കുത്തിവച്ചിരിക്കുന്ന പ്രാധാന്യമേറിയ കീർത്തിമുദ്ര പോലീസുകാരന്റെ കണ്ണിൽ പെടത്തക്കവണ്ണം തന്റെ വിലകൂടിയ കോട്ട് കുറച്ചൊന്നു തുറന്നുകൊണ്ട്

അദ്ദേഹം ചോദിച്ചു.

"സർക്കാർ ജോലിക്കാരനായ പ്സെൽദൊനീമൊവിന്റെ വീടാണ്. അയാളൊരു രജിസ്ട്രാറാണ്," പോലീസുകാരൻ നിവർന്നുനിന്ന് പറഞ്ഞു. അയാൾ ആ കീർത്തിമുദ്ര കണ്ടിരുന്നു.

"പ്സെൽദൊനീമൊവോ? ഹാ! പ്സെൽദൊനീമൊവ്! എന്താണ വിടെ നടക്കുന്നത്? അയാളുടെ കല്യാണമാണോ?"

അതെ, തിരുമനസ്സേ. അയാൾ ടിറ്റുലർ കൗൺസിലറുടെ മകളെ കല്യാണം കഴിക്കുകയാണ്. മ്ലെക്കൊപ്പിത്തായെവ് എന്നാണ് കൗൺസിലറുടെ പേര്. പണ്ട് മുനിസിപ്പൽ കൗൺസിലിലുണ്ടായിരുന്നു. വീട് പെണ്ണിനുള്ളതാണ്.

"അതു ശരി. വീട് ഇപ്പോൾ പ്സെൽദൊനീമൊവിന്റേതാണ്, മ്ലെക്കൊപ്പിത്തായെവിന്റേതല്ല, അല്ലേ?"

"പ്സെൽദൊനീമൊവിന്റേതാണ്, തിരുമനസ്സേ. മ്ലെക്കൊപ്പിത്തായെവിന്റേതായിരുന്നു. പക്ഷേ ഇപ്പോൾ പ്സെൽദൊനീമൊവിന്റേതാണ്."

"അങ്ങിനെ വരട്ടെ. ഞാൻ ചോദിച്ചത് എന്തുകൊണ്ടാണെന്നോ? ഞാൻ അയാളുടെ മേധാവിയാണ്. പ്സെൽദൊനീമൊവ് ജോലിചെയ്യുന്ന ആഫീസിലെ ഒരു ജനറലാണ് ഞാൻ."

"അടിയൻ, തിരുമനസ്സേ!" പോലീസുകാരൻ കുറേക്കൂടി നിവർന്നുനിന്നു. പക്ഷേ ഇവാൻ ഇലിയീച്ച് അന്യമനസ്കനായതുപോലെ തോന്നി. അദ്ദേഹം ചിന്താമഗ്നനായി നിന്നു.

ശരിയാണ്, പ്സെൽദൊനീമൊവ് ജോലിയെടുക്കുന്നത് തന്റെ ഡിപ്പാർട്ടുമെന്റിലാണ്, തന്റെ ആഫീസിലാണ്, അദ്ദേഹത്തിന് ഇപ്പോൾ ഓർമ്മ വന്നു. പ്രതിമാസം പത്ത് റൂബിളോ മറ്റോ ശമ്പളമുള്ള ഒരു ചെറുകിട ഉദ്യോഗസ്ഥനാണയാൾ. ഈയിടെമാത്രം ആഫീസിന്റെ ചുമതല ഏറ്റെടുത്ത മി. പ്രലീൻസ്കിയ്ക്ക് തന്റെ കീഴിലുള്ളവരെ സംബന്ധിച്ച എല്ലാ കാര്യങ്ങളും അറിയാമെന്നു പ്രതീക്ഷിക്കവയ്യെങ്കിലും പ്സെൽദൊനീമൊവിനെ അദ്ദേഹം ഓർത്തു. കാരണം ആ പേരല്ലാതെ മറ്റൊന്നുമല്ല. ആദ്യത്തെ തവണ കേട്ടപ്പോൾത്തന്നെ അദ്ദേഹത്തിന്റെ മനസ്സിൽ അത് തങ്ങുകയുണ്ടായി. അപ്പോൾത്തന്നെ അദ്ദേഹം പതിവിൽ കവിഞ്ഞ ജിജ്ഞാസയോടെ ആ പേരുകാരനെ ഒന്നു നോക്കി. കണ്ടാൽ അറയ്ക്കുന്ന യൂണിഫോറവും മുഷിഞ്ഞുനാറി ആഭാസകരമെന്നുതന്നെ പറയാവുന്ന ട്രൗസറും ധരിച്ച്, നീണ്ടുവളഞ്ഞ മൂക്കും മയമില്ലാത്ത മുടിയുമായി, വളരെ ശോഷിച്ച്, വളരെയേറെ ചെറുപ്പം തോന്നിച്ച ആ അർദ്ധപ്പട്ടിണിക്കാരനെ അദ്ദേഹം ഇപ്പോൾ ഓർത്തു. വിശേഷദിവസം പ്രമാണിച്ച് ആ ദരിദ്ര്യവാസിക്ക് പത്തു റൂബിൾ അനുവദിച്ചാലെന്താണെന്ന ചിന്ത തന്റെ

മനസ്സിലൂടെ കടന്നുപോയതുപോലും അദ്ദേഹം ഓർത്തു. പക്ഷേ ആ സാധുവിന്റെ മുഖം ക്രമാധികം അനാകർഷകവും മുഖഭാവം അപ്രീതിജനകവും വെറുപ്പുളവാക്കാൻ പര്യാപ്തവുമായതുകൊണ്ട് ആ സദുദ്ദേശങ്ങൾ കാറ്റിൽ പറന്നുപോയി. പ്സെൽദൊനീമൊവ് കൈനീട്ടമൊന്നും കിട്ടാതെ കഴിഞ്ഞു. കഷ്ടിച്ചൊരാഴ്ച മുമ്പ് ഇതേ പ്സെൽദൊനീമൊവ് വിവാഹിതനാവാൻ അനുവാദം ചോദിച്ചപ്പോൾ ഇവാൻ ഇലിയീച്ചിനുണ്ടായ അത്ഭുതം കുറച്ചൊന്നുമായിരുന്നില്ല. ആ പ്രശ്നം കൂലങ്കഷമായി പരിശോധിക്കാൻ തനിക്ക് സമയമില്ലാതിരുന്നതും വിവാഹക്കാര്യം ഉപരിപ്ലവമായി മാത്രം തിടുക്കത്തിൽ തീരുമാനിച്ചതും അദ്ദേഹം ഓർത്തു. അതേസമയംതന്നെ, പ്സെൽദൊനീമൊവിന് വധുവിനോടൊപ്പം മരംകൊണ്ടുള്ള വീടും നാന്നൂറ് റൂബിൾ റൊക്കമായും കിട്ടുമെന്ന കാര്യവും അദ്ദേഹം വ്യക്തമായി ഓർത്തു. ഈ സാഹചര്യം അദ്ദേഹത്തിന്റെ ശ്രദ്ധയിൽ അപ്പോൾത്തന്നെ പെടുകയുണ്ടായി. മ്ലെക്കൊപ്പിത്തായെവ് എന്നും പ്സെൽദൊനീമൊവ് എന്നുമുള്ള ഈ രണ്ടു പേരുകളും കൂടി ഒത്തുവന്നതിനെപ്പറ്റി താൻ എന്തോ തമാശ തട്ടിവിട്ട കാര്യംപോലും അദ്ദേഹം ഓർത്തു. അതെ, സർവ്വതും സ്പഷ്ടമായി അദ്ദേഹത്തിന്റെ ഓർമ്മയിൽ വന്നു.

ആ ഓർമ്മ അദ്ദേഹത്തെ കൂടുതൽ ചിന്താമഗ്നനാക്കി. സാഹിത്യഭാഷ പോയിട്ട് സാധാരണഭാഷയിലേക്കുപോലും അന്തരപ്പെടുത്താതെ നീണ്ട നീണ്ട വാദമുഖങ്ങൾ ചിത്താനുഭൂതികളുടെ രൂപത്തിൽ ചിലപ്പോൾ നമ്മുടെ മനസ്സിലൂടെ മിന്നിമറയുമെന്നത് സുവിദിതമാണല്ലോ. എങ്കിലും നമ്മുടെ കഥാനായകന്റെ ഈ ചിത്താനുഭൂതികളെല്ലാം ഭാഷാന്തരപ്പെടുത്താനും അവയുടെ സാരാംശമെങ്കിലും- അവയിൽ സർവ്വപ്രധാനവും സുഗ്രഹവുമായിട്ടുള്ളതെങ്കിലും- വായനക്കാരുടെ മുമ്പിൽ അവതരിപ്പിക്കാനും ഞങ്ങൾ ശ്രമിക്കാം. സാധാരണ ഭാഷയിലാക്കുമ്പോൾ നമ്മുടെ ചിത്താനുഭവങ്ങൾ പലതും അവിശ്വസനീയമായിത്തോന്നും. അതുകൊണ്ടാണ് എല്ലാവർക്കും അവ അനുഭവപ്പെടുന്നുണ്ടെങ്കിൽക്കൂടി അവ ഒരിക്കലും പകൽവെളിച്ചം കാണാത്തത്. ഇവാൻ ഇലിയീച്ചിന്റെ ചിത്താനുഭവങ്ങളും ചിന്തകളും ഏറെക്കുറെ പരസ്പരബന്ധമില്ലാത്തവയായിരുന്നു. പക്ഷേ അതിനുള്ള കാരണം നമുക്കറിയാമല്ലോ.

"കണ്ടോ!" അദ്ദേഹം ചിന്തിച്ചു, "നമ്മൾ നാവിട്ടടിക്കുകയല്ലാതെ, പ്രവൃത്തിയിലേക്കു കടക്കുമ്പോൾ നമ്മുടെ വിധം മാറും. ഈ പ്സെൽദൊനീമൊവിന്റെ കാര്യംതന്നെ നോക്കാം. അയാൾ വിവാഹച്ചടങ്ങു കഴിഞ്ഞ് മടങ്ങിവന്നതേയുള്ളൂ. ക്ഷോഭവും പ്രതീക്ഷകളും ദാമ്പത്യസുഖം അനുഭവിക്കാനുള്ള വെമ്പലും അയാളുടെ മനസ്സിൽ നിറഞ്ഞുനിൽക്കുന്നു. അയാളുടെ ജീവിതത്തിലെ ഏറ്റവും ആനന്ദപ്രദമായ ദിവസങ്ങളിലൊന്നാണിത്... അയാൾ ഇപ്പോൾ അതിഥികളെ സൽക്കരിക്കുകയാണ്.

വിരുന്നൂട്ടുകയാണ്- എളിയതും വിഭവദരിദ്രവും എന്നാലതേസമയം ഉന്മേഷകരവും ആഹ്ലാദപ്രദവും ഹൃദ്യവുമായ ഒരു വിരുന്ന്. ഞാൻ-അയാളുടെ മേലധികാരിയായ, അയാളുടെ മേധാവിയായ, ഞാൻ-സംഗീതം കേട്ടുകൊണ്ട് ഈ നിമിഷം തന്റെ വീടിനു പുറത്തു നില്പുണ്ടെന്ന് അയാൾ അറിഞ്ഞാലോ? നോക്കാം- അയാൾ എന്തു ചെയ്യും? ഞാൻ നേരെ കയറിച്ചെന്നാൽ അയാൾ എന്തു ചെയ്യും? ആദ്യം, തീർച്ചയായും അയാൾ അമ്പരന്നുപോകും, ഞെട്ടുമെന്നുതന്നെ പറയാം. ഒരുപക്ഷേ എന്റെ ഇടപെടൽ സർവ്വതും അവതാളത്തിലാക്കിയെന്നുവരും... അതെ, മറ്റേതു ജനറൽ കയറിച്ചെന്നാലും സംഭവിക്കുന്നത് അതായിരിക്കും- പക്ഷേ, ഞാനൊഴിച്ച്. അതുതന്നെ. ഞാനൊഴിച്ച്. അതുതന്നെ. ഞാനൊഴിച്ച് മറ്റാരും...

"സ്റ്റെപ്പാൻ നിക്കീഫൊറൊവിച്ച്, ഞാൻ പറഞ്ഞത് നിങ്ങൾക്കു മനസ്സിലായില്ല, അല്ലേ. ഇതാ, നിങ്ങൾക്കു വേണമെങ്കിൽ ഒരു ഉദാഹരണം!

"നമ്മൾ എപ്പോഴും മനുഷ്യത്വത്തെപ്പറ്റി മുറവിളി കൂട്ടാറുണ്ട്. പക്ഷേ ധീരോദാത്തത പ്രകടിപ്പിക്കാൻ, യഥാർത്ഥ സാഹസങ്ങളിലേർപ്പെടാൻ, അശക്തരാണ് നമ്മൾ. ധീരോദാത്ത എന്നതുകൊണ്ട് എന്താണ് ഞാൻ ഉദ്ദേശിക്കുന്നത്? പറയാം. സമുദായത്തിലെ എല്ലാ അംഗങ്ങളും തമ്മിൽ ഇന്നുള്ള ബന്ധങ്ങൾ വച്ചുനോക്കുമ്പോൾ, ഞാൻ, ഈ ഞാൻ, ഒരു കീഴ് ജീവനക്കാരന്റെ, പത്തു റൂബിൾ മാസപ്പടിയുള്ള ഒരു രജിസ്ട്രാറുടെ വിവാഹത്തിന് പാതിരാ കഴിഞ്ഞു പോവുകയെന്നു വച്ചാൽ- എന്ത്! തനിഭ്രാന്ത്! ആശയക്കുഴപ്പം! പോംപേയുടെ അവസാനം! പ്രളയം! ആർക്കുമതു ദഹിക്കില്ല. സ്തെപ്പാൻ നിക്കീഫൊറൊവിച്ചിന് അത് മരണം വരെ മനസ്സിലാവില്ല. അദ്ദേഹം പറഞ്ഞല്ലോ നമുക്കിത് തുടർന്നുകൊണ്ടുപോകാൻ സാദ്ധ്യമല്ലെന്ന്. ശരിയാണ്. വാതം പിടിച്ചു കിടക്കുന്ന നിങ്ങൾക്ക്, പിന്തിരിപ്പന്മാരായ നിങ്ങൾക്ക്, സാദ്ധ്യമല്ല. പക്ഷേ എനിക്ക് സാദ്ധ്യമാണ്! ഞാൻ പോംപേയുടെ അവസാനദിവസത്തെ എന്റെ കീഴ്ജീവനക്കാരനു പരമാനന്ദമരുളുന്ന ഒരു ദിവസമാക്കി മാറ്റും. പ്രത്യക്ഷത്തിൽ ഭ്രാന്തമായ ഒരു നടപടിയെ സാധാരണവും പിതൃസഹജവും ഉൽകൃഷ്ടവും ധർമ്മിഷ്ഠവുമായ ഒരു പ്രവൃത്തിയായി മാറ്റും. എങ്ങിനെയാണെന്നോ? പറയാം, കേട്ടോളൂ!

"ശരി.... ഞാൻ പ്രവേശിക്കുന്നുവെന്നു വിചാരിക്കാം. അവർ അത്ഭുതാധീനരാകുന്നു. നൃത്തം നിലയ്ക്കുന്നു. അവർ എന്നെ തുറിച്ചുനോക്കുന്നു. ഒരടി പിന്നോട്ടു വയ്ക്കുന്നു. ശരി, അപ്പോഴാണ് ഞാൻ എന്റെ ഭാഗം അഭിനയിക്കുന്നത്. ഭയന്നുവിറച്ചു നിൽക്കുന്ന പ്സെൽദൊനീമൊവിന്റെ അടുത്തേക്ക് ഞാൻ ഉദാരമായ ഒരു പുഞ്ചിരിയോടെ നേരെ ചെന്ന് കഴിയുന്നത്ര

ലളിതമായ വാക്കുകളിൽ ഇങ്ങനെ പറയും: "സംഭവിച്ചതെന്താണെന്നോ. ഞാൻ ബഹുമാനപ്പെട്ട സ്തെപ്പാൻ നിക്കിഫൊറൊവിച്ചിന്റെ വീട്ടിൽ പോയിരുന്നു. അദ്ദേഹം ഇവിടെ വളരെ അടുത്താണ് താമസം. നിങ്ങൾക്കൊരുപക്ഷേ താമസസ്ഥലം അറിയാമായിരിക്കും." എന്നിട്ട് ഞാൻ തമാശമട്ടിൽ ത്രീഫൊൻ പറ്റിച്ച പണി വിവരിക്കും. അതുകഴിഞ്ഞ് എന്റെ നടത്തത്തിലേക്കു കടക്കും. "ഞാൻ സംഗീതം കേട്ടു. പോലീസുകാരനോടു ചോദിച്ചപ്പോൾ നിങ്ങളുടെ വിവാഹമാണെന്നു പറഞ്ഞു. എന്റെ കീഴ്ജീവനക്കാരന്റെ വീട്ടിൽ പോയാലെന്താണെന്ന് എനിക്കു തോന്നി. ഞാനൊന്നു കാണട്ടെ എന്റെ ഗുമസ്തന്മാർ എങ്ങിനെയാണ് ഉല്ലസിക്കുന്നതെന്ന്... കല്യാണം കഴിക്കുന്നതെന്ന്. നിങ്ങളെന്നെ ആട്ടിയോടിക്കുകയില്ലല്ലോ, ഉവ്വോ?" ആട്ടിയോടിക്കുകയോ! ഒരു കീഴ്ജീവനക്കാരനു ചേർന്ന വാക്കാണോ അത്. എന്നെ ആട്ടിയോടിക്കുക! അതൊന്നു കാണണം! അയാൾ വിറളിപിടിച്ച് ഓടിച്ചെന്ന് ഒരു ചാരുകസേര കൊണ്ടുവന്ന് എന്നെ അതിൽ പിടിച്ചിരുത്തി, നടന്നതൊന്നും വിശ്വസിക്കാൻ കഴിയാതെ, ആദരാതിശയത്തോടെ വിറച്ചുകൊണ്ട് അടുത്ത് നിൽക്കുമെന്നാണു എനിക്കു തോന്നുന്നത്!.....

"ചോദിക്കട്ടെ- ഇതിനേക്കാൾ എളുപ്പവും ഉചിതവുമായ ഒരു നടപടി വേറെന്താണുള്ളത്? ഞാൻ വന്നതെന്തിനാണ്? അത് മറ്റൊരു ചോദ്യമാണ്! അത് കാര്യത്തിന്റെ ധാർമ്മികവശമാണെന്നു വേണമെങ്കിൽ പറയാം. അതിലാണ് അതിന്റെ രസം കിടക്കുന്നത്!

"ഹും- ഞാൻ എന്താണ് ആലോചിച്ചുകൊണ്ടു വന്നത്."

"ശരിതന്നെ... അവർ എന്നെ വിശിഷ്ടാതിഥികളുടെ കൂട്ടത്തിൽ ഇരുത്തും. വല്ല കൗൺസിലറോ പെൻഷൻ പറ്റിയ, മൂക്കു ചുവന്ന വല്ല കപ്പിത്താനും ബന്ധത്തിലുണ്ടെങ്കിൽ അയാളോ കാണുമായിരിക്കും.... ഇത്തരക്കാരെ ഗോഗൊൾ സുന്ദരമായി വിവരിച്ചിട്ടുണ്ട്. ശരി, എന്നെ വധുവിനു പരിചയപ്പെടുത്തുന്നു. ഞാൻ അവളെ അഭിനന്ദിക്കും. അതിഥികളെ പ്രോത്സാഹിപ്പിക്കും. ലജ്ജിക്കാതെ രസിച്ചുകൊള്ളാൻ, നൃത്തം തുടർന്നുകൊള്ളാൻ, ഞാൻ അവരോടു യാചിക്കും. ഞാൻ തമാശ പറയും. പൊട്ടിച്ചിരിക്കും. ഒറ്റ വാക്കിൽ പറഞ്ഞാൽ, ഞാൻ സരസനും ഉല്ലാസപ്രിയനുമായിരിക്കും. സ്വയംപ്രീതി തോന്നുമ്പോഴെല്ലാം ഞാൻ സരസനും ഉല്ലാസപ്രിയനുമാണ്. ഹും. പക്ഷേ ഇപ്പോൾ എനിക്ക് കുറേശ്ശെ തല കറങ്ങുന്നുണ്ട്. മത്തു പിടിച്ചിട്ടൊന്നുമില്ല. എങ്കിലും കുറേശ്ശെ..

"സ്വാഭാവികമായും ഒരു മാന്യനെന്ന നിലയിൽ ഞാൻ അവരോട് സമന്മാരോടെന്നപോലെയായിരിക്കും പെരുമാറുക. വിശേഷിച്ചു ഭവ്യത കാട്ടണമെന്നൊന്നും ഞാൻ ആവശ്യപ്പെടുകയില്ല... പക്ഷേ

ധാർമ്മികമായി... ധാർമ്മികമായി... അത് മറ്റൊരു കാര്യമാണ്. അവർ മനസ്സിലാക്കും... എന്റെ നടപടി അവരിലുള്ള മഹാമനസ്കത മുഴുവൻ പുറത്തുകൊണ്ടുവരും... ശരി, ഞാൻ അരമണിക്കൂറോളം അവിടെ കഴിച്ചുകൂട്ടും- പോട്ടെ, ഒരു മണിക്കൂറെന്നു വയ്ക്കൂ. അത്താഴത്തിനുമുമ്പ് ഞാൻ അവിടന്ന് ഇറങ്ങും. അവർ നിർബ്ബന്ധിക്കും. കാലിൽ പിടിച്ചു കെഞ്ചും. പക്ഷേ ഒരൊറ്റ ഗ്ലാസ്സു മാത്രം കുടിച്ച് അവരെ അഭിനന്ദിച്ചതിനുശേഷം ഞാൻ അത്താഴത്തിനുമുമ്പുതന്നെ അവിടന്നിറങ്ങും. "തിരക്കുണ്ട്!" ഞാൻ പറയും. "തിരക്കുണ്ട്" എന്ന ആ വാക്കു കേൾക്കുന്ന ക്ഷണത്തിൽത്തന്നെ അവരുടെയെല്ലാവരുടേയും മുഖത്ത് ആദരസമന്വിതമായ ഒരു ഗൗരവം നിഴലിക്കും. അവർക്കും എനിക്കും തമ്മിൽ വലിയ അന്തരമുണ്ടെന്ന് തന്ത്രപൂർവ്വം സൂചിപ്പിക്കുകയാണ് ഞാൻ ചെയ്യുന്നത്. എത്ര വലിയ അന്തരം! അങ്ങിനെയൊരു ധാരണ കൊടുക്കണമെന്ന് എനിക്കില്ല. പക്ഷേ, ആരെന്തു പറഞ്ഞാലും അത് ആവശ്യമാണ്. ധാർമ്മികമായി നോക്കിയാൽപോലും അത് അത്യന്താപേക്ഷിതമാണ്. ഞാൻ ഒന്നു പുഞ്ചിരിക്കും. ഒരുപക്ഷേ പൊട്ടിച്ചിരിച്ചെന്നും വരും. അതോടെ എല്ലാവർക്കും ഉന്മേഷമാകും. വധുവിനോടു വല്ല തമാശയും പറയും. ഹും. ഞാൻ പറയാൻ പോകുന്നതെന്താണെന്ന് എനിക്കറിയാം. കൃത്യം ഒമ്പതു മാസം കഴിയുമ്പോൾ ഞാൻ തലതൊട്ടപ്പനായിവരാമെന്നു പറയും. ഹാ-ഹാ! അവൾ കൃത്യസമയത്തുതന്നെ പ്രസവിക്കുമെന്നതിനു സംശയമില്ല. ഇവറ്റകൾ മുയലുകളെപ്പോലെ പെറ്റുകൂട്ടും. എല്ലാവരും പൊട്ടിച്ചിരിക്കും. പുതുപ്പെണ്ണിന്റെ മുഖം ചുവക്കും. ഞാൻ അവളെ വികാരവായ്പോടെ നെറ്റിയിൽ ചുംബിക്കും. ആശീർവദിക്കുകപോലും ചെയ്യും... നാളെ എന്റെ പ്രവൃത്തി ആഫീസിലറിയും. നാളെ ഞാൻ വീണ്ടും കർശനമായിട്ടായിരിക്കും പെരുമാറുക. നാളെ ഞാൻ വീണ്ടും കണിശക്കാരനായിരിക്കും. നിർദ്ദയൻതന്നെയായിരിക്കും. പക്ഷേ ഞാൻ എത്തരക്കാരനാണെന്ന് സകലരും അറിഞ്ഞിരിക്കും. അവർ എന്റെ ആത്മാവ് കണ്ടിരിക്കുന്നു. എന്റെ വിലയെന്തെന്ന് അവർക്കറിയാം. "ആള് കണിശക്കാരനാണെങ്കിലും ശരിക്കും ഒരു പുണ്യാത്മാവാണ്" എന്നായിരിക്കും അവർ എന്നെപ്പറ്റി പറയുക. അങ്ങിനെ ഞാൻ ഒരു വിജയം നേടുന്നു. നിങ്ങളുടെ തലയിൽ ഒരിക്കലും പോകില്ലാത്ത ഒരു നിസ്സാരകൃത്യത്തിലൂടെ ഞാൻ നേടുന്നു. അവർ എന്റേതായിക്കഴിഞ്ഞു. ഞാൻ അവരുടെ പിതാവും അവർ എന്റെ സന്തതികളുമാണ്... അല്ലയോ ബഹുമാനപ്പെട്ട സ്തെപ്പാൻ നിക്കീഫൊറൊവിച്ച്, നിങ്ങൾക്ക് ഇതുപോലൊരു കാര്യം ചെയ്യാൻ കഴിയുമോ ഇല്ലയോ എന്നു നോക്കൂ!

"ജനറൽ തന്നെ അവരുടെ അച്ഛന്റെ വിവാഹാഘോഷത്തിൽ ആമോദിച്ചതും വീഞ്ഞു കുടിച്ചതും പ്സെൽദൊനിമൊവ് തന്റെ മക്കളോട്

വിവരിക്കുമെന്ന കാര്യം നിങ്ങൾ ഓർത്തോ? നിങ്ങൾക്കു മനസ്സിലായോ? ആ കുട്ടികൾ അവരുടെ മക്കളോടും അവർ അവരുടെ ചെറുമക്കളോടും പറയും. ഉദ്യോഗസ്ഥശ്രേഷ്ഠനും രാജ്യതന്ത്രജ്ഞനുമായ ഒരു മഹാൻ (അപ്പോഴേയ്ക്ക് ഞാൻ രണ്ടുമായിക്കഴിഞ്ഞിരിക്കും) അവരുടെ അച്ഛനെ, മുത്തച്ഛനെ.. ബഹുമാനിച്ച സംഭവം ഒരു പരിപാവനമായ ഐതിഹ്യ മായി അവരെ പറഞ്ഞുകേൾപ്പിക്കും... അതെ, ഞാൻ ചെയ്യുന്നത്, ധാർമ്മികമായി. പറഞ്ഞാൽ അധമനെ ഉദ്ധരിക്കലാണ്, അയാളെ വീണ്ടെടുക്കലാണ്. നോക്കൂ, പത്തു റൂബിളാണ് അയാൾക്ക് ഒരു മാസം കിട്ടുന്നത്! ഞാനിങ്ങനെ അഞ്ചു തവണയോ പത്തു തവണയോ മറ്റോ ചെയ്താൽ ഞാൻ പരക്കെ ജനസമ്മതി നേടും... അത് സകലരുടേയും ഹൃദയത്തിൽ പതിയും. ആ ജനസമ്മതിയുടെ ഫലമെന്തായിരിക്കുമെന്ന് ആർക്കറിയാം!"

ഇങ്ങനെയാണ്- അഥവാ ഏതാണ്ടിങ്ങനെയാണ്- ഇവാൻ ഇലി യീച്ചിന്റെ ആലോചന പോയത്. (മാന്യരേ, ഒരാൾ ആത്മഗതമായി എന്തുതന്നെ പറയുകയില്ല? വിശേഷിച്ച്, സ്വല്പം തലതിരിഞ്ഞിരിക്കുന്ന ഒരു അവസ്ഥയിൽ) ഇതെല്ലാംതന്നെ അദ്ദേഹത്തിന്റെ മനസ്സിലൂടെ മിന്നിമറയാൻ ഒരു മിനിട്ടുപോലുമെടുത്തില്ല. അദ്ദേഹത്തിന്, വേണ മെങ്കിൽ ഈ ക്ഷുദ്രചിന്തകൾകൊണ്ട് സ്വയം തൃപ്തിപ്പെട്ട്, സ്തെപ്പാൻ നിക്കീഫൊറൊവിച്ചിനെ മനസാ നാണംകെടുത്തി, അടങ്ങിയൊതുങ്ങി വീട്ടിൽ പോയി കിടന്നുറങ്ങാമായിരുന്നുവെന്നു പ്രത്യേകം പറയേണ്ടതി ല്ലല്ലോ. എങ്കിൽ എത്ര നന്നായിരുന്നു! പക്ഷേ തലതിരിഞ്ഞിരിക്കുന്ന ഒരു സമയമായിരുന്നു അത് എന്നതിലാണ് നിർഭാഗ്യം മുഴുവനും സ്ഥി തിചെയ്തത്.

എന്തു ചെയ്യാം, ആ നിമിഷത്തിൽതന്നെയാണ് സ്തെപ്പാൻ നിക്കീ ഫൊറൊവിച്ചിന്റേയും സിമ്യോൻ ഇവാനൊവിച്ചിന്റേയും ആത്മസംതൃപ്തി പൂണ്ട മുഖങ്ങൾ പ്രതികാരബുദ്ധിയോടെയെന്നവണ്ണം അദ്ദേഹത്തിന്റെ ഉന്മത്തമായ ഭാവനയിൽ ഉയർന്നത്.

"നമുക്ക് ഇത് തുടർന്നുകൊണ്ടുപോകാൻ സാദ്ധ്യമല്ല,"സൗജന്യഭാ വേന പുഞ്ചിരിച്ചുകൊണ്ട് സ്തെപ്പാൻ നിക്കീഫൊറൊവിച്ച് ഊന്നിപ്പ റഞ്ഞു.

"ഹി-ഹി-ഹി!" ഏറ്റവും അരോചകമായ പുഞ്ചിരിയോടെ സിമ്യോൻ ഇവാനൊവിച്ച് ശരിവച്ചു.

"തുടർന്നുകൊണ്ടുപോകാൻ സാദ്ധ്യമാണോ അല്ലയോ എന്നു നോക്കാം!" ഇവാൻ ഇലിയീച്ച് ദൃഢസ്വരത്തിൽ പറഞ്ഞു. അദ്ദേഹത്തി ന്റെ കവിൾത്തടങ്ങളിലേക്ക് ചോര ഇരച്ചുകയറി. അദ്ദേഹം നടപ്പാത യിൽനിന്ന് ഇറങ്ങി. ഉറച്ച കാലുകളോടെ തെരുവ് മുറിച്ചുകടന്ന് തന്റെ

കീഴിലുള്ള റജിസ്ട്രാർ പ്സെൽദൊനീമൊവിന്റെ വീട്ടിലേക്ക് നടന്നു.

തന്റെ പാപനക്ഷത്രത്തിന്റെ പ്രേരണയാൽ അദ്ദേഹം തുറന്നുകിടന്നിരുന്ന പടിവാതിൽ സധൈര്യം കടന്നു. കാര്യമായിട്ടെന്നതിനേക്കാൾ വഴിപാടെന്ന നിലയ്ക്കു മാത്രം കാൽക്കലേക്കു കുരച്ചുകൊണ്ടു ചാടിവീണ ഒരു ചെടപിടിച്ച പട്ടിക്കുട്ടിയെ അദ്ദേഹം തൊഴിച്ചുമാറ്റി. ഒരു പാറാവുകാരന്റെ കൂട്ടുപോലെ മുറ്റത്തേക്ക് ഉന്തിനിന്നിരുന്ന അടച്ചുകെട്ടിയ ഇറയത്തേക്ക് അദ്ദേഹം പലക പാകിയ വഴിയിലൂടെ നടന്നുചെന്നു. പൊട്ടിപ്പൊളിഞ്ഞ മരപ്പടികൾ ചവുട്ടിക്കയറി ഇടുങ്ങിയ പ്രവേശനവാതിലിൽ എത്തി. ഒരു കോണിലെവിടെയോ ഒരു മെഴുതിരിയോ മൊട്ടവിളക്കോ കത്തുന്നുണ്ടായിരുന്നു. പക്ഷേ പുറത്ത് ചൂടാറാൻ വച്ചിരുന്ന മാംസജെല്ലിയിലേക്ക് ഇവാൻ ഇലിയീച്ച് മഴച്ചെരിപ്പുമെല്ലാമായി തന്റെ ഇടതുകാൽ ചവുട്ടിത്താഴ്ത്താൻ അതൊരു തടസ്സമായിരുന്നില്ല. ഇവാൻ ഇലിയീച്ച് കുനിഞ്ഞുനോക്കി. ജെല്ലി ചേർത്ത വേറെ ചില പലഹാരങ്ങളും തണുക്കാൻ വച്ചിരിക്കുന്നത് അദ്ദേഹത്തിന്റെ ജിജ്ഞാസപൂണ്ട കണ്ണുകൾ കണ്ടെത്തി. മാംസജെല്ലിയുടെ ശോച്യാവസ്ഥ കണ്ടപ്പോൾ അദ്ദേഹം ഒരു നിമിഷത്തേക്ക് അമ്പരന്നുപോയി. അപ്പോൾത്തന്നെ പിൻതിരിഞ്ഞാലോ എന്ന ചിന്ത മനസ്സിലൂടെ ഒന്നു മിന്നി. പക്ഷേ അത് ഭീരുത്വമായിരിക്കുമെന്ന് അദ്ദേഹം തീരുമാനിച്ചു. തന്നെ ആരും കണ്ടിട്ടില്ലെന്നും സ്വപ്നത്തിൽപോലും സംശയിക്കുകയില്ലെന്നും സമാധാനിച്ചുകൊണ്ട് അദ്ദേഹം തന്റെ മഴച്ചെരിപ്പിൽനിന്ന് ജെല്ലിയുടെ അംശങ്ങൾ തുടച്ചുകളഞ്ഞു. കമ്പിളിത്തുണിയടിച്ച കതക് തപ്പിത്തടഞ്ഞ് വലിച്ചുതുറന്നപ്പോൾ വളരെയേറെ ഇടുങ്ങിയ പൂമുഖം കണ്ടു. പകുതിഭാഗത്ത് ഓവർക്കോട്ടുകളും പുതപ്പുകളും പലവിധ കോട്ടുകളും തൊപ്പികളും ബോണറ്റുകളും മഫ്ലറുകളും മഴച്ചെരിപ്പുകളും കുമിച്ചുകൂട്ടിയിട്ടിട്ടുണ്ട്. മറ്റേ പകുതിയിൽ മേളക്കാർ ഇരിപ്പ് പിടിച്ചിരിക്കുന്നു-രണ്ട് ഫിഡിലുകൾ, ഒരു ഓടക്കുഴൽ, ഒരു ബാൻഡ്. എല്ലാംകൂടി നാലു പേർ. തെരുവിൽനിന്നു പിടിച്ചെടുത്തവരാണെന്നതിനു സംശയമില്ല. ഒരേയൊരു മെഴുകുതിരി കത്തിക്കൊണ്ടിരിക്കുന്ന ചായമടിക്കാത്ത ഒരു കൊച്ചുമേശയ്ക്കു പിന്നിൽ ഇരുന്നുകൊണ്ട് അവർ ഒരു നൃത്തരാഗത്തിന്റെ അവസാനപദം തകർത്തു മുഴക്കുകയാണ്. അടുത്ത മുറിയിൽ പൊടിയുടേയും പുകയിലപ്പുകയുടേയും ആവിയുടേയും മൂടലിനിടയിൽ നൃത്തം നടക്കുന്നത് തുറന്നുകിടന്ന വാതിലിലൂടെ കാണാം. ഒരുതരം ഭ്രാന്തുപിടിച്ച ആവേശമാണ് അവിടെ ദൃശ്യമായത്. പൊട്ടിച്ചിരികൾ, അട്ടഹാസങ്ങൾ, ആർപ്പുവിളികൾ. പുരുഷന്മാർ കുതിരപ്പട്ടാളത്തെപ്പോലെ കാലിട്ടു ചവുട്ടു. ആ കാതു തകർക്കുന്ന ഒച്ചപ്പാടിന്റേയും ബഹളത്തിന്റേയും ഇടയിൽ ആഘോഷസൂത്രധാരന്റെ ആജ്ഞകൾ കേൾക്കാം. അയാൾക്ക്

ഇതൊക്കെ വളരെയേറെ ഹൃദ്യമായതുപോലെ തോന്നി. ഇവാൻ ഇലിയീച്ച് തെല്ലൊരു സങ്കോചത്തോടെ ഓവർക്കോട്ടും മഴച്ചെരിപ്പും ഊരി. തൊപ്പി കയ്യിൽ പിടിച്ചുകൊണ്ട് മുറിയിലേക്കു കടന്നു. അദ്ദേഹം ഇപ്പോൾ ഒന്നിനെക്കുറിച്ചും ആലോചിച്ചില്ല.

നൃത്തം പൂർത്തിയാക്കുന്നതിൽ സകലരും ബദ്ധശ്രദ്ധരായിരുന്നതു കൊണ്ട് ആദ്യം ആരും അദ്ദേഹത്തെ കണ്ടില്ല. അദ്ദേഹം സ്തംഭിച്ചതു പോലെ അവിടെ നിന്നു. ആ ബഹളത്തിനിടയിൽ ഒന്നും തിരിച്ചറിയാൻ കഴിഞ്ഞില്ല. സ്ത്രീകളുടെ വസ്ത്രങ്ങളും പല്ലിനിടയിൽ സിഗററ്റു കടിച്ചുപിടിച്ച ചെറുപ്പക്കാരും കൺമുമ്പിൽ മിന്നിമറഞ്ഞു... ഒരു സ്ത്രീയുടെ ഇളംനീല തുവാല ഇവാൻ ഇലിയീച്ചിന്റെ മൂക്കിൽ ഉരുമ്മിക്കൊണ്ടു പറന്നുപോയി. പാറിപ്പറന്ന് മുടിയുമായി ഒരു വൈദ്യവിദ്യാർത്ഥി ഇവാൻ ഇലിയീച്ചിനെ നിർമ്മര്യാദം തള്ളിമാറ്റിക്കൊണ്ട് ആ സ്ത്രീയുടെ പിന്നാലെ ഓടി. പള്ളിയുടെ ഗോപുരത്തോളം ഉയരമുള്ള ഒരു സൈനികോദ്യോഗസ്ഥൻ മിന്നിമറഞ്ഞു. ആരോ "ഹേപ്പെൽദി!" എന്ന് അസ്വാഭാവികമാംവണ്ണം നേർത്ത സ്വരത്തിൽ വിളിച്ചുകൊണ്ട് കടന്നുപോയി, മറ്റുള്ളവരോടൊപ്പം താളത്തിൽ ചവുട്ടി. ഇവാൻ ഇലിയീച്ചിന് തറ ഒട്ടുന്നതുപോലെ തോന്നി. മെഴുകിട്ട് മിനുക്കിയതാവണം. ചെറുതെന്നു പറയാൻ വയ്യാത്ത ആ മുറിയിൽ മുപ്പതോളം വിരുന്നുകാരുണ്ടായിരുന്നു.

ഒരു മിനിട്ടിനകം നൃത്തം അവസാനിച്ചു. ഇവാൻ ഇലിയീച്ച് മനസ്സിൽ സങ്കല്പിച്ചതെന്തോ, പുറത്തു നിൽക്കുമ്പോൾ സ്വപ്നം കണ്ട തെന്തോ, അത് ഏതാണ്ടുടൻതന്നെ സംഭവിച്ചു. അതിഥികൾക്കിടയിൽ, ഇനിയും കിതപ്പു മാറ്റുകയോ മുഖത്തുനിന്നു വിയർപ്പു വടിച്ചുകളയുകയോ ചെയ്യാത്ത നർത്തകർക്കിടയിൽ, ഒരുതരം കുശുകുശുക്കൽ- വിചിത്ര മായ ഒരു മർമ്മരധ്വനി -വ്യാപിച്ചു. എല്ലാ കണ്ണുകളും, എല്ലാ മുഖങ്ങളും, പെട്ടെന്ന് നവാഗതന്റെ നേർക്കു തിരിഞ്ഞു. അടുത്ത നിമിഷത്തിൽ എല്ലാവരും പുറകോട്ടു മാറി. അദ്ദേഹത്തെ ഇനിയും കാണാത്തവരെ കുപ്പായത്തിൽ പിടിച്ചുവലിച്ച് അടക്കിനിർത്തി. അവരും തിരിഞ്ഞു നോക്കിയ ക്ഷണത്തിൽ മറ്റുള്ളവരോടൊപ്പം പുറകോട്ടു മാറി. ഇവാൻ ഇലിയീച്ച് അപ്പോഴും വാതിൽക്കൽ നിൽക്കുകയാണ്. ഒരടിപോലും മുന്നോട്ടു വച്ചിട്ടില്ല. എങ്കിലും അദ്ദേഹത്തിനും മറ്റതിഥികൾക്കും നടു വിലുള്ള ഇടത്തിന്റെ വിസ്താരം കൂടിവന്നു. പലതരം മിഠായിപ്പൊതി കളും കടലാസുതുണ്ടുകളും സിഗററ്റുകുറ്റികളും വീണുകിടന്നിരുന്ന തറ കൂടുതൽകൂടുതൽ ദൃശ്യമായി. പെട്ടെന്ന്, മയമില്ലാത്ത മുടിയും വളഞ്ഞ മൂക്കുമുള്ള, ഒരു ഫ്രോക്ക് കോട്ടിട്ട, ചെറുപ്പക്കാരൻ അറച്ചറച്ച് മുന്നോട്ട് നീങ്ങിനിന്നു. നടു വളച്ചുകൊണ്ട് അയാൾ അപ്രതീക്ഷിതമായി കയറി വന്ന അതിഥിയെ നോക്കിയത് തൊഴിക്കാൻ വിളിക്കുന്ന യജമാനന്റെ

നേരെ നായ നോക്കുന്നതുപോലെയാണ്.

സൗഖ്യമാണോ, പ്സെൽദൊനീമൊവ്? എന്നെ അറിയുമോ? ഇവാൻ ഇലിയീച്ച് ചോദിച്ചു. താൻ വിഡ്ഢിത്തമാണ് പറഞ്ഞതെന്ന് അപ്പോൾത്തന്നെ അദ്ദേഹത്തിനു തോന്നി. ഒരുപക്ഷേ താൻ ആ നിമിഷം ഏറ്റവും ഭീമമായ വങ്കത്തമാണ് കാട്ടുന്നതെന്നും അദ്ദേഹത്തിനു തോന്നി.

“തി-തി-തിരുമനസ്സേ!” പ്സെൽദൊനീമൊവ് പിറുപിറുത്തു.

“ആഹാ! നിങ്ങൾ ഒരുപക്ഷേ ഊഹിച്ചിരിക്കാവുന്നതുപോലെ തികച്ചും യാദൃച്ഛികമായിട്ടാണ് ഞാൻ ഇവിടെ വന്നുകയറിയത്...”

പക്ഷേ, യാതൊന്നുംതന്നെ ഊഹിക്കാവുന്ന ഒരു സ്ഥിതിയിലായിരുന്നില്ല പ്സെൽദൊനീമൊവ് എന്ന് സ്പഷ്ടമായിരുന്നു. ഏറ്റവും ഭയങ്കരമായ അമ്പരപ്പോടെ കണ്ണും തള്ളിക്കൊണ്ട് അയാളവിടെ നിന്നു.

“നിങ്ങൾ എന്നെ ആട്ടിയോടിക്കുകയില്ലെന്നു പ്രതീക്ഷിക്കുന്നു. ഇഷ്ടപ്പെട്ടാലും ഇല്ലെങ്കിലും അതിഥിയെ സ്വീകരിക്കൂ!” ഇവാൻ ഇലിയീച്ച് തുടർന്നു. വല്ലായ്മകൊണ്ട് അക്ഷന്തവ്യമാംവണ്ണം അവശനായ അദ്ദേഹം പുഞ്ചിരിവരുത്താൻ ഒരു വിഫലശ്രമം നടത്തി. സ്റ്റെപ്പാൻ നിക്കീഫൊറൊവിച്ചിന്റേയും ത്രീഫൊന്റേയും കാര്യം എടുത്തിടാൻ കൂടുതൽകൂടുതൽ പ്രയാസം തോന്നി. ഇതൊന്നും പോരാഞ്ഞിട്ടെന്നവണ്ണം, പ്സെൽദൊനീമോവ്, മരവിച്ച അതേ നിലയിൽ, അദ്ദേഹത്തെ ഒരു തനിമൂഢനെപ്പോലെ തുറിച്ചുനോക്കിക്കൊണ്ടു നിന്നു.

ഇവാൻ ഇലിയിച്ച് ചൂളിപ്പോയി. ഒരു നിമിഷം കൂടി ഇതുപോലെ തുടരാൻ അനുവദിച്ചാൽ സ്ഥിതി തികച്ചും ദുസ്സഹമാകുമെന്ന് അദ്ദേഹത്തിനു തോന്നി.

“എനിക്ക് തോന്നുന്നു.. ഞാൻ പോവുകയാണ് നല്ലതെന്ന്!” അദ്ദേഹം ക്ഷീണിതസ്വരത്തിൽ മന്ത്രിച്ചു. വായുടെ വലതുവശത്തുള്ള ഒരു മാംസപേശി ഒന്നു പിടഞ്ഞു.

പക്ഷേ പ്സെൽദൊനീമൊവ് അതിനകം സുബോധം വീണ്ടെടുത്തുകഴിഞ്ഞിരുന്നു.

അയ്യോ, തിരുമനസ്സേ.... ഇതൊരു ബഹുമാനമല്ലേ.... ബദ്ധപ്പെട്ട് വന്ദിച്ചുകൊണ്ട് അയാൾ പിറുപിറുത്തു. അങ്ങ് ഇരിക്കൂ! അമ്പരപ്പിൽനിന്ന് അവസാനം വിമുക്തനായി അയാൾ സോഫയുടെ നേരെ കൈ രണ്ടും വീശി. അതിനടുത്തു കിടന്നിരുന്ന മേശ നൃത്തത്തിനു കൂടുതൽ ഇടം കിട്ടാൻവേണ്ടി മാറ്റിയിരുന്നു.

ഇവാൻ ഇലിയീച്ച് ആശ്വാസത്തോടെ സോഫയിലേക്കു തളർന്നിരുന്നു. ആരോ ഓടിപ്പോയി. മേശകൊണ്ടുവന്ന് സോഫയുടെ മുമ്പിൽ വീണ്ടും ഇട്ടു. ഇവാൻ ഇലിയീച്ച് ചുറ്റും കണ്ണോടിച്ചപ്പോൾ താൻ മാത്രമേ

ഇരിക്കുന്നുള്ളൂവെന്ന് കണ്ടു. മറ്റെല്ലാവരും- പെണ്ണുങ്ങൾപോലും-നിൽക്കു കയാണ്. ഒരു ചീത്ത ലക്ഷണമാണിത്. പക്ഷേ അതു പറയാൻ വരട്ടെ. പ്രോത്സാഹനം നൽകുന്നതു പിന്നീടാകാം. അതിഥികൾ പിൻവാങ്ങി ക്കൊണ്ടിരിക്കുകയാണ്. ഇനിയും ഒരെത്തും പിടിയും കിട്ടാതെ, മുഖത്ത് പുഞ്ചിരിയുടെ ഒരു ലാഞ്ചനപോലുമില്ലാതെ, കുമ്പിട്ടു നിൽക്കുന്ന പ്സെൽദൊനീമൊവാണ് ആകെക്കൂടി അടുത്തുള്ളത്. ചുരുക്കിപ്പറ ഞ്ഞാൽ നമ്മുടെ കഥാനായകൻ അനുഭവിച്ച മനോവേദന ഓർക്കു മ്പോൾ ഫറൻ അൽ റഷീദിന്റെ ചിന്താസരണിയിലൂടെ അദ്ദേഹം നടത്തിയ ആദർശയാത്ര ഒരു സാഹസമായിത്തന്നെ കരുതാം. പക്ഷേ പെട്ടെന്ന് ഒരു കൃശരൂപം പ്സെൽദൊനീമൊവിന്റെ അരികിൽ പ്രത്യക്ഷപ്പെട്ട് വന്ദിക്കാൻതുടങ്ങി. തന്റെ ഹെഡ്ക്ലാർക്കായ അക്കീം പെത്രോവിച്ച് സൂബിക്കൊവിനെ കണ്ടപ്പോൾ ഇവാൻ ഇലിയീച്ചിനു ണ്ടായ സന്തോഷം- ആഹ്ലാദമെന്നുതന്നെ പറയാം-അവർണ്ണനീയമാ യിരുന്നു. ആഫീസിനകത്തുവച്ചുള്ള പരിചയമേയുള്ളുവെങ്കിലും പ്രാപ്തനും മിതഭാഷിയുടെ ഒരു ഉദ്യോഗസ്ഥനാണയാളെന്ന് ഇവാൻ ഇലിയീച്ച് ഉടൻ എണീറ്റ് അക്കീം പെത്രോവിച്ചിന്റെ നേരെ കൈ നീട്ടി- വെറും രണ്ടു വിരലുകളല്ല, കൈ മുഴുവനും. അയാളാകട്ടെ, അഗാധമായ ആദരവോടെ അത് തന്റെ രണ്ടു കൈകളിലും ചേർത്തു പിടിച്ചു. ജനറലിനു പരമസ ന്തോഷമായി. ദുർഘടത്തിൽനിന്നു രക്ഷപ്പെട്ടു.

കാരണം, ഇതോടെ പ്സെൽദൊനീമൊവ് ഒരുതരത്തിൽ പറഞ്ഞാൽ, മൂന്നാം തട്ടുകാരനായി. തന്റെ ഹെഡ്ക്ലാർക്കിനെ ഒരു പരിചയക്കാ രനായി-അതും അടുത്ത പരിചയക്കാരനായി- പരിഗണിച്ചുകൊണ്ട് ഇവാൻ ഇലിയീച്ചിന് പറയാനുള്ളതെല്ലാം അയാളോട് നേരിട്ടു പറയാം. പ്സെൽദൊനീമൊവ് ആദരാതിരേകത്തോടെ വിറച്ചുകൊണ്ട് വാപൂട്ടി നിന്നുകൊള്ളും. അങ്ങിനെ ഔചിത്യം പാലിക്കപ്പെടുന്നു. തനിക്ക് പറയാ നുള്ളതു പറഞ്ഞേതീരൂ എന്ന് ഇവാൻ ഇലിയീച്ചിനു ബോദ്ധ്യമായി. എല്ലാവരും പ്രതീക്ഷയോടെ നിൽക്കുകയാണ്. വീട്ടുവേലക്കാർപോലും അവിടെ നടക്കാൻ പോകുന്നത് കാണാനും കേൾക്കാനും വേണ്ടി രണ്ടു വാതിൽപ്പടികളിലായി കൂട്ടംകൂടി നിന്നു. ഹെഡ്ക്ലാർക്ക് അയാളുടെ ബുദ്ധിമോശംകൊണ്ട് ഇരിക്കാത്തതു കഷ്ടമായി.

“നിങ്ങൾ എന്തുകൊണ്ട്...” സോഫയിൽ തന്റെ അരികിലൊരിടത്തേ ക്കു പരുങ്ങലോടെ ചൂണ്ടിക്കൊണ്ട് ഇവാൻ ഇലിയീച്ച് ചോദിച്ചു.

“വേണ്ടവേണ്ട, ഞാൻ ഇവിടെ ഇരുന്നോളാം,” എന്നു പറഞ്ഞുകൊ ണ്ട് അക്കീം പെത്രോവിച്ച്, അപ്പോഴും വാശിയോടെ നിൽക്കുകയായി രുന്ന പ്സെൽദൊനീമൊവ് മുന്നോട്ടാഞ്ഞുകൊണ്ട് നീക്കിയിട്ടുകൊടുത്ത ഒരു കസേരയിലിരുന്നു.

“നിങ്ങൾക്കറിയാമോ,” വിറയാർന്നതും എന്നാലതേസമയം അനായാസവുമായ സ്വരത്തിൽ ഇവാൻ ഇലിയീച്ച്, അക്കീം പെത്രോവിച്ചിനോടു മാത്രമെന്ന വണ്ണം പറഞ്ഞുതുടങ്ങി. ഓരോ അക്ഷരവും ഊന്നിപ്പറഞ്ഞും സ്വരങ്ങൾ പാതി വിഴുങ്ങിയും അദ്ദേഹം നീട്ടിവലിച്ചാണ് സംസാരിച്ചത്. ഒറ്റവാക്കിൽ പറഞ്ഞാൽ, അദ്ദേഹംതന്നെ ഉള്ളിൽ സമ്മതിച്ചതുപോലെ, ഏറ്റവും കൃത്രിമമായ രീതിയിൽ. പക്ഷേ അദ്ദേഹത്തിന് മറ്റൊരു തരത്തിലും സംസാരിക്കാൻ നിർവ്വാഹമില്ലായിരുന്നു. ഏതോ ബാഹ്യശക്തിയുടെ ഊറ്റമായ പ്രേരണ അദ്ദേഹത്തിന് അനുഭവപ്പെട്ടു. ആ നിമിഷത്തിൽ അദ്ദേഹം ഒട്ടേറെ കാര്യങ്ങൾ മനസ്സിലാക്കി. ആ മനസ്സിലാക്കൽ ദണ്ഡനയായിരുന്നു.

“നിങ്ങൾക്കറിയാമോ, ഞാൻ സ്റ്റെപ്പാൻ നിക്കീഫൊറൊവിച്ച് നിക്കീഫൊറൊവിന്റെ അടുത്തുനിന്നു വരികയാണ്. നിങ്ങൾ ഒരുപക്ഷേ അദ്ദേഹത്തെപ്പറ്റി കേട്ടിരിക്കും. പ്രിവികൗൺസിലറാണ്. ആ കമ്മീഷനുണ്ടല്ലോ...”

അദ്ദേഹത്തെപ്പറ്റി കേൾക്കാത്ത ആരുണ്ട് എന്ന മട്ടിൽ അക്കീം പെത്രോവിച്ച് ആദരവോടെ ദേഹം മുഴുവൻ മുന്നോട്ട് കുനിച്ചുപിടിച്ചു.

“അദ്ദേഹം ഇപ്പോൾ നിങ്ങളുടെ അയൽവാസിയാണ്.,” ഇവാൻ ഇലിയീച്ച് തുടർന്നു. മര്യാദയുടെ പേരിൽ ഇപ്പറഞ്ഞത് പ്സെൽദൊനീമൊവിനോടാണെങ്കിലും അയാളുടെ കണ്ണുകളിലെ തികഞ്ഞ അനാസ്ഥ കണ്ടയുടൻ അദ്ദേഹം മുഖം തിരിച്ചു.

“ഒരു വീട് വാങ്ങണമെന്നത് മൂപ്പീന്നിന്റെ ഒരു ജീവിതാഭിലാഷമായിരുന്നുവെന്ന് അറിയാമല്ലോ... അദ്ദേഹം അത് വാങ്ങിയിരിക്കുന്നു. നല്ലൊരു കൊച്ചു വീട്. പോരെങ്കിൽ, ഇന്ന് അദ്ദേഹത്തിന്റെ പിറന്നാളുമാണ്. അദ്ദേഹം ഇതിനുമുമ്പൊരിക്കലും അത് ആഘോഷിച്ചിട്ടില്ല. പിശുക്കൻ ഞങ്ങളിൽനിന്ന് അക്കാര്യം ഒളിച്ചുവയ്ക്കുകപോലും ചെയ്തു. ഹാ-ഹാ! പക്ഷേ ഇത്തവണ പുതിയ വീടു വാങ്ങിയതിൽ വളരെയേറെ സന്തോഷം തോന്നി. അദ്ദേഹം ഞങ്ങളെക്കൂടി ക്ഷണിച്ചു- എന്നേയും സിമ്യോൻ ഇവാനൊവിച്ചിനേയും. ഷിപ്പലേൻകൊയെ, മനസ്സിലായില്ലേ?”

അക്കീം പെത്രോവിച്ച് വീണ്ടും അവാച്യമായ ആവേശത്തോടെ മുന്നോട്ടാഞ്ഞു. ഇവാൻ ഇലിയീച്ചിന് കുറച്ചൊരു ഉന്മേഷം തോന്നി. ഇത്തരുണത്തിൽ തിരുമനസ്സിന് തന്റെ പത്തുണ അനുപേക്ഷണീയമാണെന്ന് ഹെഡ്ക്ലാർക്ക് ഊഹിച്ചിരിക്കുമോയെന്ന് അദ്ദേഹം ഭയപ്പെടാൻ തുടങ്ങിയിരുന്നു. അങ്ങിനെയാണെങ്കിൽ കാര്യം കൂടുതൽ വഷളാകാനില്ല.

“അങ്ങിനെ ഞങ്ങൾ മൂന്നുപേരും ജോലിക്കാര്യങ്ങൾ പറഞ്ഞുകൊണ്ട് ഇരിക്കുകയായിരുന്നു. മേശപ്പുറത്തു ഷാംപെയിനുണ്ട്. സംസാരം ഒരു വിഷയത്തിൽനിന്നു മറ്റൊന്നിലേക്കു കടന്നു. ... പലതരം പ്രശ്നങ്ങൾ. ഞങ്ങൾ തമ്മിൽ ചെറിയൊരു തർക്കം വരെയുണ്ടായി... ഹാ-ഹാ!

അക്കീം പെത്രോവിച്ച് ബഹുമാനപുരസ്സരം പുരികമുയർത്തി.

“പക്ഷേ കാര്യമതല്ല. ഞാൻ അവസാനം യാത്ര പറഞ്ഞ് ഇറങ്ങി. മൂപ്പീന്ന് വലിയ ചിട്ടക്കാരനാണ്. വയസ്സുകാലത്ത് നേരത്തെ കിടന്നുറങ്ങും. ഞാൻ പുറത്തിറങ്ങി.... എന്റെ ത്രിഫൊനെ കാണാനില്ല! എനിക്ക് ദേഷ്യം വന്നു. “ത്രീഫൊൻ വണ്ടിയുംകൊണ്ട് എവിടെ പോയി?” ഞാൻ ചോദിച്ചു. ഞാൻ കുറേസമയം കൂടി ഇരിക്കുമെന്നു കരുതി അവൻ ഒരു കല്യാണത്തിനു പോയത്രെ! അവന്റെ ഏതോ പരിചയക്കാരിയോ പെങ്ങളോ ആണെന്നു തോന്നുന്നു. ആരാണെന്ന് ആർക്കറിയാം! പീറ്റേഴ്സ്ബർഗ് ഭാഗത്ത് ഇവിടെവിടെയോ ആണ്. അവൻ പൊയെന്നുതന്നെയല്ല. വണ്ടിയും കൊണ്ടുപോയി.” ഔചിത്യത്തിന്റെപേരിൽ ജനറൽ വീണ്ടും പ്സെൽദൊനീമൊവിനെ നോക്കി. ആ നോട്ടത്തിന്റെ മുമ്പിൽ അയാൾ പിടഞ്ഞു. പക്ഷേ അതുപോലൊരു പെരുമാറ്റമല്ല ജനറൽ അയാളിൽനിന്നു പ്രതീക്ഷിച്ചത്. യാതൊരു അനുഭാവവുമില്ല! ഹൃദയമില്ല! ഈ ചിന്തയാണ് അദ്ദേഹത്തിന്റെ മനസ്സിലൂടെ കടന്നുപോയത്.

“വാസ്തവം!” അക്കീം പെത്രോവിച്ച് വിസ്മയാധീനനായി ഉൽഘോഷിച്ചു. അത്ഭുതത്തിന്റേതായ ഒരു മർമ്മരധ്വി സദസ്സിൽനിന്നു കേട്ടു.

“എന്റെ സ്ഥിതിയൊന്ന് ആലോചിച്ചുനോക്കൂ...” (ഇവാൻ ഇലിയീച്ച് അവിടെക്കൂടിയിട്ടുള്ള അതിഥികളുടെ നേരെ കണ്ണയച്ചു) “ഞാൻ കൂട്ടാക്കിയില്ല. കാൽനടയായി തിരിച്ചു. ബൊൽഷോയ് പ്രോസ്പെക്ട് വരെ നടന്നിട്ട് അവിടന്നൊരു കുതിരവണ്ടി പിടിക്കാമെന്നു മനസ്സിൽ കരുതി. ഹാ-ഹാ!”

“ഹി-ഹി!” അക്കീം പെത്രോവിച്ച് ബഹുമാനദ്യോതകമായി കൂടെച്ചിരിച്ചു. വീണ്ടും സദസ്സിനിടയിൽ നിന്ന് ഒരു ഇരമ്പം കേട്ടു- ഇത്തവണ അത് ഉല്ലാസത്തിന്റേതായിരുന്നു. ആ സമയത്ത്, ചുവരിൽ ഘടിപ്പിച്ചിരുന്ന ഒരു വിളക്കിന്റെ ചിമ്മിനി വലിയൊരു മുഴക്കത്തോടെ പൊട്ടി. ആരോ അങ്ങോട്ടോടി. പ്സെൽദോനീമൊവ് ഞെട്ടലോടെ വിളക്കിന്റെ നേരെ കർക്കശമായി നോക്കി. പക്ഷേ ജനറൽ ശ്രദ്ധിച്ചില്ലെന്നു കണ്ടപ്പോൾ എല്ലാവർക്കും സമാധാനമായി.

“ഞാൻ നടന്നു. നിശ്ചലമായ ഒന്നാംതരം രാത്രി. പെട്ടെന്ന് സംഗീതധ്വനിയും ആളുകൾ നൃത്തം ചവിട്ടുന്നതിന്റെ ശബ്ദവും എന്റെ ചെവിയിലെത്തി. ഞാൻ ഒരു പോലീസുകാരനോടു ചോദിച്ചപ്പോൾ

പ്സെൽദൊനീമൊവിന്റെ വിവാഹമാണെന്നു പറഞ്ഞു. കൊള്ളാം, നിങ്ങളുടെ വീട്ടിൽ നൃത്തം നടക്കുകയാണെന്ന് പീറ്റേഴ്സ്ബർഗ് ഭാഗത്തുള്ള സകലർക്കും അറിയാമെന്നു തോന്നുന്നല്ലൊ. ഹാ-ഹാ!" അദ്ദേഹം വീണ്ടും പ്സെൽദൊനീമൊവിന്റെ നേരെ തിരിഞ്ഞു.

"ഹി-ഹി! വളരെ ശരിയാണ്!" അക്കീം പെത്രോവിച്ച് യോജിച്ചു. അതിഥികൾക്കിടയിൽ വീണ്ടും ചലനമുണ്ടായി. പക്ഷേ, പ്സെൽദൊനീമൊവ് വീണ്ടും വന്ദിച്ചെങ്കിലും വല്ല മരപ്പാവയുമാണോയെന്നു തോന്നുമാറ് അയാളുടെ മുഖത്ത് പുഞ്ചിരി തൊട്ടുതീണ്ടിയില്ലെന്നതായിരുന്നു ഏറ്റവും വിഷമിപ്പിക്കുന്ന സംഗതി.

"ഇയാൾ വിഡ്ഢിയാണോ?" ഇവാൻ ഇലിയീച്ച് ആലോചിച്ചു. "കഴുത ഒന്നു ചിരിച്ചെങ്കിൽ! കാര്യങ്ങൾ കുശാലായി നടന്നേനെ. അദ്ദേഹത്തിന്റെ ഉള്ളിൽ അക്ഷമ അലതല്ലി. അപ്പോൾ ഞാൻ വിചാരിച്ചു-എന്തുകൊണ്ട് എന്റെ കീഴുദ്യോഗസ്ഥനെ പോയി കണ്ടുകൂടാ? അയാൾ എന്നെ ആട്ടിപ്പുറത്താക്കുകയൊന്നുമില്ലല്ലൊ. ഇഷ്ടപ്പെട്ടാലും ഇല്ലെങ്കിലും അതിഥികളെ സ്വീകരിക്കാതിരിക്കുമോ! ക്ഷമിക്കണം. വന്നത് തടസ്സമാണെങ്കിൽ ഞാൻ പൊയ്ക്കോളാം. ഒന്നു കയറി നോക്കിയെന്നേയുള്ളൂ..."

അതിഥികൾക്കിടയിൽ ക്രമേണ ജീവൻ വീണുതുടങ്ങി. തിരുമനസ്സിന്റെ ആഗമനം എങ്ങിനെ ഒരു തടസ്സമാവുമെന്ന മട്ടിൽ അക്കീം പെത്രോവിച്ച് ഒരു ആന്ദപരവശമായ ഭാവം പൂണ്ടു. അതിഥികളെല്ലാവരും അനങ്ങിത്തുടങ്ങി. ലാഘവത്തിന്റെ പ്രാരംഭലക്ഷണങ്ങൾ അവർക്കിടയിൽ കണ്ടുതുടങ്ങി. സ്ത്രീകൾ ഒട്ടു മിക്കവരും ഇരിപ്പു പിടിച്ചു. നല്ല ലക്ഷണമാണത്. കൂട്ടത്തിൽ തന്റേടം കൂടിയവർ ടുവാലയെടുത്തു വീശി. ഒരു പഴയ വെൽവറ്റ് മേലങ്കി ധരിച്ച ഒരുത്തി കരുതിക്കൂട്ടി ഉറക്കെ എന്തോ തട്ടിവിട്ടു. അവർ സംബോധന ചെയ്ത സൈനികോദ്യോഗസ്ഥൻ അതിലും ഉറക്കെ മറുപടി പറയാൻ ഭാവിച്ചതാണ്. പക്ഷേ മറ്റാരും ഉച്ചത്തിൽ സംസാരിക്കാത്തതിനാൽ അയാൾ വേണ്ടെന്നു വച്ചു. പുരുഷന്മാർ കൂടുതലും ഗുമസ്തന്മാരായിരുന്നു. കുറച്ചു വിദ്യാർത്ഥികളുമുണ്ട്. ആശ്വസിക്കാൻ പരസ്പരം നിർബ്ബന്ധിക്കുന്ന മട്ടിൽ അവരുടെ കണ്ണുകളിടഞ്ഞു. അവർ ചെറുതായി ചുമച്ചു. അങ്ങോട്ടുമിങ്ങോട്ടും ഒന്നു രണ്ടു ചുവട് നീങ്ങുകപോലും ചെയ്തു. വാസ്തവം പറഞ്ഞാൽ, ആർക്കും വിശേഷിച്ചൊരു ലജ്ജ തോന്നിയില്ല. എങ്കിലും എല്ലാവർക്കും ഒരു പന്തികേട് അനുഭവപ്പെട്ടു. തങ്ങളുടെ ഉല്ലാസം നശിപ്പിക്കാൻ വന്ന മനുഷ്യനോട് മിക്കവർക്കും ഉള്ളിൽ പക തോന്നി. സൈനികോദ്യോഗസ്ഥൻ, തന്റെ ഭീരുത്വത്തിൽ ലജ്ജ പൂണ്ട്, മേശയ്ക്കരികിലേക്കു നീങ്ങി.

"ഹേയ്, നല്ല മനുഷ്യാ, നിങ്ങളുടെ പേരും ഇരട്ടപ്പേരും അറിഞ്ഞാൽ കൊള്ളാം," ഇവാൻ ഇലയീച്ച് പ്സെൽദൊനീമൊവിനോട് ആരാഞ്ഞു.

“പൊർഫീറിയ് പെത്രോവിച്ച്, തിരുമനസ്സേ,” കവാത്തുസമയത്ത് സാർജന്റിനോട്ടു പറയുന്നതുപോലെ അയാൾ കണ്ണ് തള്ളിക്കൊണ്ട്, കുരയ്ക്കുന്ന മട്ടിൽ പറഞ്ഞു.

“നിങ്ങൾ എന്നെ നിങ്ങളുടെ പുതുപ്പെണ്ണിനു പരിചയപ്പെടുത്തുന്നില്ലേ, പൊർഫീറിയ് പെത്രോവിച്ച്? അവളുടെ അടുത്തേക്ക് കൂട്ടിക്കൊണ്ടു പോകൂ.”

അദ്ദേഹം എണീക്കാൻ ഭാവിച്ചു. പക്ഷേ പ്സെൽദൊനീമൊവ് വിരുന്നുമുറിയുടെ നേർക്കോടി. വധു വാതിൽക്കൽ നില്പുണ്ടായിരുന്നെങ്കിലും തന്റെ പേര് പറയുന്നതുകേട്ട മാത്രയിൽ ഒളിച്ചു. ഒരു നിമിഷം കഴിഞ്ഞ് പ്സെൽദൊനീമൊവ് അവളെ കൈയ്ക്കു പിടിച്ച് കൊണ്ടുവന്നു. എല്ലാവരും വഴി മാറിക്കൊടുത്തു. ഇവാൻ ഇലിയീച്ച് ഗാംഭീര്യഭാവത്തിൽ എണീറ്റ് അവളുടെ നേരെ തിരിഞ്ഞ് അങ്ങേയറ്റം ഉപചാരപൂർവ്വം ഒരു പുഞ്ചിരി സമ്മാനിച്ചു.

“കണ്ടതിൽ സന്തോഷം, വളരെ സന്തോഷം,” ദാക്ഷിണ്യഭാവേന തല ചെരിച്ചുപിടിച്ചുകൊണ്ട് അദ്ദേഹം പറഞ്ഞു. “വിശേഷിച്ച് ഇതുപോലൊരു ദിവസം...”

അദ്ദേഹം അർത്ഥഗർഭമായി പുഞ്ചിരിച്ചു. സ്ത്രീകൾ സന്തോഷഭരിതരായി ഉദ്വേഗം പൂണ്ടു.

“എത്ര വശ്യമായിരിക്കുന്നു!” വെൽവറ്റ് മേലങ്കി ധരിച്ച സ്ത്രീ ഫ്രഞ്ചുഭാഷയിൽ തട്ടിവിട്ടു.

പ്സെൽദൊനീമൊവിന് തികച്ചും അനുരൂപയായിരുന്നു വധു. ചെറിയ മുഖവും കൊച്ചുകൂർത്ത മൂക്കുമുള്ള പതിനേഴ വയസ്സിനുമേൽ പ്രായമില്ലാത്ത, വിളറിശോഷിച്ചിരിക്കുന്ന ഒരു കൊച്ചുപെണ്ണ്. സദാ പരതി നടന്നിരുന്ന കൊച്ചുകണ്ണുകളിൽ സംഭ്രമലേശമില്ലായിരുന്നു. നേരേ മറിച്ച് വിദ്വേഷം കലർന്ന കൂർമ്മതയാണ് അവയിൽ മുറ്റിനിന്ന ഭാവം. പ്സെൽദൊനീമൊവ് അവളെ തിരഞ്ഞെടുത്തത് അവളുടെ സൗന്ദര്യം കണ്ടിട്ടാവണം. ഇളംചുവപ്പു വക്കോടുകൂടിയ ഒരു വെളുത്ത മസ്ലിൻ വസ്ത്രമാണ് അവൾ ധരിച്ചിരുന്നത്. കഴുത്ത് മെലിഞ്ഞിരുന്നു. ദേഹം എല്ലുന്തി പക്ഷിയുടേതുപോലെ ഇരുന്നിരുന്നു. ജനറലിന്റെ ആശംസയ്ക്കു മറുപടിയായി ഒരൊറ്റ വാക്കുപോലും പറയാൻ അവൾക്കു കഴിഞ്ഞില്ല.

ആളൊരു സുന്ദരിയാണല്ലോ! പ്സെൽദൊനീമൊവിനോടു മാത്രം പറയുന്നമട്ടിൽ ശബ്ദമടക്കിയും എന്നാൽ വധുവിനു കേൾക്കാവുന്നത്ര ഉച്ചത്തിലും അദ്ദേഹം തുടർന്നു. എന്നിട്ടും പ്സെൽദൊനീമൊവ് വാപൂട്ടി നില്പുമാണ്. ഇത്തവണ തല കുനിച്ചതുപോലുമില്ല. നിർവികാരവും നിഗൂഢവുമായ എന്തോ ഒന്ന്, കുത്സിതവും ദ്രോഹകരവുമായ എന്തോ ഒന്ന്, അയാളുടെ കണ്ണുകളിൽ പതിയിരിപ്പുണ്ടെന്ന് അദ്ദേഹത്തിനു തോന്നി.

പക്ഷേ, എന്തു വില കൊടുത്തും അയാളുടെ ഹൃദയത്തെ സ്പർശിച്ചേ തീരൂ. ഇവാൻ ഇലിയിച്ച് ഇവിടെ വന്നതുതന്നെ അതിനാണല്ലോ.

എന്തൊരു ജോടി! അദ്ദേഹം ആലോചിച്ചു. എന്നാലും....

തന്റെ സമീപം സോഫയിൽ ഇരിപ്പുറപ്പിച്ചിരുന്ന വധുവിന്റെനേരെ അദ്ദേഹം വീണ്ടും തിരിഞ്ഞു. പക്ഷേ അവളോടു ചോദിച്ച രണ്ടോ മൂന്നോ ചോദ്യങ്ങൾക്ക് ആകെ കിട്ടിയ മറുപടി അതെ എന്നോ അല്ല എന്നോ ആണ്. അതുപോലും വേണ്ടത്ര വ്യക്തമായിട്ടല്ല.

“ഇവളുടെ മുഖമൊന്നു ചുമന്നെങ്കിൽ!” അദ്ദേഹം മനസ്സിൽ പറഞ്ഞു. “എനിക്കപ്പോൾ വല്ല തമാശയും പറഞ്ഞുതുടങ്ങാം. പക്ഷേ ഇങ്ങനെയാണ് തുടരുന്നതെങ്കിൽ ഞാൻ കറങ്ങിയതുതന്നെ.” അക്കീം പെത്രോവിച്ചും, അദ്ദേഹത്തോട് വൈരാഗ്യം തീർക്കുന്ന മട്ടിൽ, മൗനം ഭജിച്ചു. അയാളങ്ങിനെ ചെയ്തത് ബുദ്ധിശൂന്യമെന്നതിൽ കവിഞ്ഞൊന്നുമായിരുന്നില്ലെങ്കിലും അക്ഷന്തവ്യമായിരുന്നു.

“മാന്യരേ, മഹതികളേ, ഞാൻ നിങ്ങളുടെ രസം കെടുത്തുകയല്ലെന്നു വിശ്വസിക്കുന്നു!” സദസ്സിനോടു പൊതുവിലായി അദ്ദേഹം പറഞ്ഞു. അദ്ദേഹത്തിന് ഉള്ളംകയ്യിൽ വിയർപ്പു പൊടിഞ്ഞതുപോലെ തോന്നി.

“അയ്യോ അല്ല! അതെപ്പറ്റി വിഷമിക്കണ്ട, തിരുമനസ്സേ! ഞങ്ങൾ ഒരു മിനിട്ടിനകം വീണ്ടും തുടങ്ങാം. ഒന്ന്... ആറിക്കോട്ടെ! സൈനികോദ്യോഗസ്ഥൻ പറഞ്ഞു. വധു അയാളുടെനേരെ ആനുകൂല്യം സ്ഫുരിക്കുന്ന ഒരു നോട്ടമയച്ചു. സൈനികോദ്യോഗസ്ഥന് അത്രയ്ക്കൊന്നും പ്രായമുണ്ടായിരുന്നില്ല. ഏതോ റജിമെന്റിന്റെ യൂണിഫോറമാണ് ധരിച്ചിരിക്കുന്നത്. പ്സെൽദൊനീമൊവ്, മുന്നോട്ട് കുറച്ചൊന്ന് ആഞ്ഞുകൊണ്ട്, നിന്നിടത്തു തന്നെ നിന്നു. അയാളുടെ വളഞ്ഞ മൂക്ക് മുമ്പത്തേതിലും ഉന്തിനിൽക്കുന്നതുപോലെ തോന്നി. യജമാനൻ യാത്ര പറഞ്ഞുതീരുന്നതും കാത്ത്, കയ്യിൽ ഓവർക്കോട്ട് പിടിച്ചുകൊണ്ടു നിൽക്കുന്ന പരിചാരകനെപ്പോലെ അയാൾ നോക്കിയും കേട്ടും അവിടെ നിന്നു. ഇങ്ങനെയൊരു താരതമ്യം നടത്തിയത് ഇവാൻ ഇലിയിച്ച് തന്നെയാണ്. അദ്ദേഹത്തിന് ആകെക്കൂടി ഒരു പന്തികേട് തോന്നിത്തുടങ്ങി. എന്തെന്നില്ലാത്ത ഒരു പന്തികേട്. കാലുകൾക്ക് തളർച്ച തോന്നി. താൻ ശരിക്കും ഒരു ഏടാകൂടത്തിൽ ചാടിയിരിക്കുകയാണെന്നും അതിൽനിന്നു തലയൂരാൻ അസാദ്ധ്യമാണെന്നും ഇരുട്ടത്ത് തപ്പിത്തടയേണ്ടിയിരിക്കുന്നുവെന്നും അദ്ദേഹത്തിനു തോന്നി.

പെട്ടെന്ന് ആളുകൾ അധികം പൊക്കമില്ലാത്ത, തടിച്ച ഒരു സ്ത്രീക്ക് വഴിമാറിക്കൊടുത്തു. ചെറുപ്പമല്ല. വലിയ

തറവാട്ടുകാരിയെപ്പോലെയൊന്നുമല്ല വേഷം. എങ്കിലും കൈവശമുള്ളതിൽ ഏറ്റവും നല്ല വസ്ത്രങ്ങൾ അണിഞ്ഞിരിക്കുന്നു. വലിയൊരു പുതപ്പ് കഴുത്തിനു താഴെയായി കൊളുത്തിവച്ചിട്ടുണ്ട്. ഒരു തൊപ്പിയും ധരിച്ചിട്ടുണ്ട്. അതു ധരിച്ച് പരിചയമില്ലെന്നു കണ്ടാലറിയാം. വട്ടത്തിലുള്ള ചെറിയൊരു തട്ടവുമായിട്ടാണ് അവർ വന്നത്. തട്ടത്തിൽ ഒരു കുപ്പി ഷാംപെയിനും രണ്ടേ രണ്ടു ഗ്ലാസുകളുമുണ്ട്. കുപ്പി തുറന്നിട്ടുണ്ടെങ്കിലും തൊട്ടിട്ടില്ല. രണ്ട് അതിഥികൾക്കു മാത്രമാണത് എന്നു വ്യക്തം.

ആ മുതിർന്ന സ്ത്രീ നേരെ ജനറലിന്റെ അടുത്തു ചെന്നു.

"തിരുമനസ്സ് ക്ഷമിക്കണം," അവർ വന്ദിച്ചുകൊണ്ടു പറഞ്ഞു. "എന്റെ മകന്റെ വിവാഹത്തിനു വന്ന് അവനെ ബഹുമാനിക്കാൻ അങ്ങ് കനിഞ്ഞ സ്ഥിതിക്ക് സന്തുഷ്ടരായ വധൂവരന്മാരുടെ ആരോഗ്യത്തിനുവേണ്ടി പാനോപചാരം ചെയ്യാൻ അങ്ങ് ദയവുചെയ്ത് വിസമ്മതിക്കരുത്."

ഇവാൻ ഇലിയീച്ച് അവരുടെ ആഗമനം മോക്ഷമായി കരുതി. അവർക്ക് അത്രയ്ക്കൊന്നും പ്രായമുണ്ടായിരുന്നില്ല. ഏറിവന്നാൽ നാല്പത്തഞ്ചോ നാല്പത്താറോ വരും. പക്ഷേ സൽപ്രകൃതം ദ്യോതിപ്പിക്കുന്നതും യാതൊന്നും ഒളിച്ചുവയ്ക്കാത്തതുമായ അവരുടെ തുടുത്ത മുഖവും പ്രസന്നമായ പുഞ്ചിരിയും ലാളിത്യമാർന്ന വന്ദനവും കണ്ടപ്പോൾ ഇവാൻ ഇലിയീച്ചിൽ ഉന്മേഷവും പ്രതീക്ഷയും നാമ്പിട്ടുവെന്നുതന്നെ പറയാം.

"നിങ്ങളാണ് മകന്റെ അമ്മ, അല്ലേ?" സോഫയിൽനിന്ന് എണീറ്റുകൊണ്ട് അദ്ദേഹം ചോദിച്ചു.

"അതെ, അമ്മയാണ്, തിരുമനസ്സേ," നീണ്ട കഴുത്ത് നീട്ടി, മൂക്ക് കുറേക്കൂടി ഉന്തിക്കൊണ്ട് പ്സെൽദൊനീമൊവ് പിറുപിറുത്തു.

"വളരെ സന്തോഷം! പരിചയപ്പെട്ടതിൽ വളരെ സന്തോഷം!"

"ഒരു ഗ്ലാസെടുക്കൂ, തിരുമനസ്സേ!"

"എനിക്കതിന് അങ്ങേയറ്റം സന്തോഷമേയുള്ളൂ!"

തട്ടം മേശപ്പുറത്തു വച്ചു. പ്സെൽദൊനീമൊവ് ചാടി മുന്നോട്ടുവന്ന് വീഞ്ഞു പകർന്നു. ഇവാൻ ഇലിയീച്ച് നിന്നുകൊണ്ടുതന്നെ ഒരു ഗ്ലാസെടുത്തു.

"ഇങ്ങനെയൊരു.. ഒരു അവസരം കിട്ടിയതിൽ എനിക്ക് അതിയായ സന്തോഷമുണ്ട്... അതിയായ സന്തോഷം... ചുരുക്കിപ്പറഞ്ഞാൽ നിങ്ങളുടെ മേധാവിയെന്ന നിലയിൽ ഞാൻ, അല്ലയോ ഭവതീ, നിങ്ങൾക്കും" (വധുവിന്റെ നേരെ തിരിഞ്ഞുകൊണ്ട്). "എന്റെ സുഹൃത്തായ പൊർഫീറിയ്, നിങ്ങൾക്കും, എല്ലാ സൗഭാഗ്യങ്ങളും ജീവിതകാലം മുഴുവൻ ആനന്ദവും നേരുന്നു."

ഗ്ലാസിലുള്ളത് അദ്ദേഹം ഉപചാരപൂർവ്വം ഒരിറക്കിന് കുടിച്ചുതീർത്തു.

ആ സായാഹ്നത്തിൽ ഏഴാമത്തെ ഗ്ലാസാണ് കുടിക്കുന്നത്. പ്സെൽ ദൊനീമൊവിന്റെ മുഖത്ത് നിരുന്മേഷതയും ഗൗരവവും നിഴലിച്ചു. ജനറലിന് അയാളോട് കടുത്ത വിദ്വേഷം തോന്നിത്തുടങ്ങി.

ഇവിടെ കറങ്ങിനടക്കുന്ന ആ പൊക്കക്കാരനുണ്ടല്ലോ, സൈനികോദ്യോഗസ്ഥനെ നോക്കി അദ്ദേഹം വിചാരിച്ചു, അയാൾക്കെന്തുകൊണ്ട് ഒന്ന് ആർത്തുവിളിക്കുകയോ മറ്റോ ചെയ്തുകൂടാ? അപ്പോൾ കാര്യങ്ങളെല്ലാം ഭംഗിയായി തുടങ്ങിക്കോളും.

"അക്കീം പെത്രോവിച്ച്, നിങ്ങൾകൂടി അവരുടെ ആരോഗ്യത്തിനുവേണ്ടി കുടിക്കില്ലേ?" ഹെഡ്ക്ലാർക്കിന്റെ നേരെ തിരിഞ്ഞുകൊണ്ട് ആ സ്ത്രീ ചോദിച്ചു. "നിങ്ങൾ അവന്റെ മേലുദ്യോഗസ്ഥനാണ്. അവൻ നിങ്ങളുടെ കീഴിലാണ്. എന്റെ മകനെ നോക്കിക്കൊള്ളണം. ഒരു അമ്മയെന്ന നിലയ്ക്ക് ഞാൻ യാചിക്കുകയാണ്. അക്കീം പെത്രോവിച്ച്, മേലിലും ഞങ്ങളെ മറക്കരുത്. നിങ്ങൾ നല്ല മനുഷ്യനാണ്."

"ഈ റഷ്യാക്കാരി കിളവിമാരുടെ സംസാരം കേൾക്കാൻ എന്തു രസമാണ്!" ഇവാൻ ഇലിയീച്ച് വിചാരിച്ചു. "അവർ സകലരേയും ഉഷാറാക്കി. ജനങ്ങളെ ഞാൻ എന്നും സ്നേഹിച്ചിട്ടുണ്ട്...."

ആ നിമിഷം മറ്റൊരു തട്ടംകൂടി മേശയുടെ അടുത്തേക്കു കൊണ്ടുവന്നു. കൊണ്ടുവന്നത് വലവലപോലുള്ള പാവാടയും അതിന്റെ മീതെ ഉലഞ്ഞുകൊണ്ടിരുന്ന മിനുമിനുത്ത ചീട്ടിത്തുണികൊണ്ടുള്ള കോടിയലക്കാത്ത കുപ്പായവും ധരിച്ച ഒരു പെൺകുട്ടിയാണ്. തട്ടം വളരെ വലുതായിരുന്നു. അവളുടെ കയ്യിൽ കഷ്ടിച്ചൊതുങ്ങിയെന്നു മാത്രം. ആപ്പിളുകൾ, മധുരപലഹാരങ്ങൾ, അപ്പങ്ങൾ, അക്രോട്ടണ്ടികൾ തുടങ്ങിയവ നിറച്ച നിരവധി പിഞ്ഞാണികൾ അതിൽ നിരന്നിരുന്നു. ഈ നിമിഷം വരെ, എല്ലാ വിരുന്നുകാർക്കുമായി- വിശേഷിച്ച് സ്ത്രീകൾക്കായി- സ്വീകരണമുറിയിലിരിക്കുകയായിരുന്നു ഈ തട്ടം. എന്നാലിപ്പോൾ അത് ജനറലിനുമാത്രമുള്ളതാണ്.

"ഞങ്ങളുടെ എളിയ വിഭവങ്ങൾ തിരുമനസ്സ് ത്യജിക്കുകയില്ലെന്ന് ആശിക്കുന്നു," പ്രായംചെന്ന സ്ത്രീ വന്ദിച്ചുകൊണ്ടു പറഞ്ഞു.

"നല്ല കാര്യം!" എന്നു പറഞ്ഞുകൊണ്ട് ഇവാൻ ഇലിയീച്ച്, സന്തോഷത്തോടെയെന്നുതന്നെ പറയാം, ഒരു അക്രോട്ടണ്ടിയെടുത്ത് വിരലുകൾ കൊണ്ട് ഞെക്കി പൊട്ടിച്ചു. അവസാനംവരെ ജനാധിപത്യപരമായി പെരുമാറാൻ അദ്ദേഹം ഉറച്ചുകഴിഞ്ഞിരുന്നു.

പെട്ടെന്ന് വധു അടക്കിച്ചിരിച്ചു.

"എന്താ ഭവതി?" അവൾക്കവസാനം ജീവൻ വീണല്ലോ എന്നു കണ്ട് സന്തുഷ്ടനായി ഇവാൻ ഇലിയീച്ച് ഒരു പുഞ്ചിരിയോടെ ചോദിച്ചു.

“ഓ, ഒന്നുമില്ല, സർ. ഈ ഇവാൻ കോസ്റ്റെൻ തിനിച്ച് ഓരോ തമാശ പറയുകയാണ്.” അവൾ മുഖം കുനിച്ചുകൊണ്ടു പറഞ്ഞു.

സ്വർണ്ണമുടിക്കാരനും വളരെയേറെ സുമുഖനുമായ ഒരു ചെറുപ്പക്കാരൻ സോഫയുടെ പിന്നിൽ മറഞ്ഞിരുന്നുകൊണ്ട് അവളോട് സ്വകാര്യം പറയുന്നത് ജനറലിന്റെ ശ്രദ്ധയിൽ പെട്ടിരുന്നു. അയാൾ എണീറ്റുനിന്നു. അയാൾ വലിയ നാണക്കാരനും തീരെ ചെറുപ്പവുമാണെന്നു സ്പഷ്ടമായിരുന്നു.

“ഞാൻ സ്വപ്നപുസ്തക[34]ത്തെപ്പറ്റി പറയുകയായിരുന്നു, തിരുമനസ്സേ,” തെല്ലൊരു ക്ഷമാപണസ്വരത്തിൽ അയാൾ പിറുപിറുത്തു.

“എന്ത് സ്വപ്നപുസ്തകം?” ഇവാൻ ഇലിയീച്ച് ദാക്ഷിണ്യഭാവത്തിൽ ചോദിച്ചു.

“പുതിയൊരു സ്വപ്നപുസ്തകമുണ്ട്. സാഹിത്യസംബന്ധമാണ്. ഞാൻ ഇവളോട് പറയുകയായിരുന്നു. മി. പനായെവിനെ സ്വപ്നം കണ്ടാൽ അതിനർത്ഥം ഷർട്ടിന്മേൽ കാപ്പി തുളുമ്പുമെന്നാണെന്ന്.”

“എത്ര ബാലിശം!” ഇവാൻ ഇലിയീച്ച് ഈർഷ്യയോടെ വിചാരിച്ചു. സംസാരിക്കുമ്പോൾ ചെറുപ്പക്കാരന്റെ മുഖം വല്ലാതെ ചുവന്നെങ്കിലും തനിക്ക് പനായെവിനെ വലിച്ചിടാൻ കഴിഞ്ഞതിൽ അയാൾക്ക് എന്തെന്നില്ലാത്ത സന്തോഷം തോന്നി.

“ശരിശരി, ഞാൻ കേട്ടിട്ടുണ്ട്,” തിരുമനസ്സ് പ്രതിവചിച്ചു.

“പക്ഷേ അതിലും രസകരമായ ഒന്നുണ്ട്,” ഇവാൻ ഇലിയീച്ചിന്റെ തൊട്ടടുത്തുനിന്ന് ആരോ പറഞ്ഞു. “പുതിയൊരു നിഘണ്ടു ഇറങ്ങുന്നുണ്ട്. അതിൽ മി.ക്രയേവ്സ്കി അൽഫെറാക്കിയേയും ‘അബ്ലിച്ചീത്തെൽനയ’[35] സാഹിത്യത്തേയും കുറിച്ച് ഒരു ലേഖനമെഴുതുന്നുണ്ടത്രെ.”

അല്പംപോലും സങ്കോചമില്ലെന്നു മാത്രമല്ല, വേണ്ടതിലേറെ അടുപ്പം കാട്ടാൻ ഉത്സാഹിച്ച ഒരു ചെറുപ്പക്കാരനിൽനിന്നാണ് ഈ അഭിപ്രായപ്രകടനമുണ്ടായത്. കയ്യുറയും വെളുത്ത വെയ്സ്റ്റ്കോട്ടും ധരിച്ചിട്ടുണ്ട്. തൊപ്പി കയ്യിൽ പിടിച്ചിട്ടുണ്ട്. അയാൾ നൃത്തം ചെയ്തില്ല. ഔദ്ധത്യത്തോടെ നോക്കിനിന്നതേയുള്ളൂ. കാരണം, അയാൾ “തീക്കൊള്ളി” എന്ന ഹാസ്യമാസികയിലെ ഒരു ലേഖകനാണ്. ഈ വിവാഹത്തിൽ സംബന്ധിക്കുന്നത് തികച്ചും യാദൃച്ഛികമായിട്ടാണ്. പ്സെൽദൊനീമൊവിന്റെ ക്ഷണപ്രകാരം വിശിഷ്ടാതിഥിയായി വന്നിരിക്കുകയാണ്. തലേ വർഷത്തിൽ ഒരു ജർമ്മൻകാരിയുടെ വാടകവീട്ടിൽ ഒന്നിച്ച് പട്ടിണികിടന്നപ്പോൾ തുടങ്ങിയ സൗഹൃദമാണ് അവരുടേത്. ഈ യുവാവ് വോഡ്ക്ക കുടിക്കുന്നതിൽ വിമുഖനായിരുന്നില്ല. ഏവർക്കും സുപരിചിതമായ പുറകിലുള്ള ഏതോ മുറിയിലേക്ക് അയാൾ കൂടെക്കൂടെ

പൊയ്ക്കൊണ്ടിരുന്നു. ജനറലിന് അയാളോട് അപ്രിയം തോന്നി.

"ഇതിൽ തമാശയെന്താണെന്നോ, തിരുമനസ്സേ," നേരത്തെ കാപ്പി തുളുമ്പുന്ന കഥ പറഞ്ഞതും വെളുത്ത വെയിസ്റ്റ്കോട്ടിട്ട പത്രലേഖകൻ വെറുപ്പോടെ വീക്ഷിച്ചതുമായ സ്വർണ്ണ മുടിക്കാരനായ ചെറുപ്പക്കാരൻ പെട്ടെന്ന് ഇടപെട്ടുകൊണ്ട് പറഞ്ഞു, "മി. ക്രയേവ്സ്കിക്ക് "അബ്ലിച്ചീത്തെൽനയ" എന്ന വാക്ക് ശരിക്കെഴുതാൻ അറിഞ്ഞുകൂടെന്നാണ് നമ്മുടെ ലേഖകന്റെ വിചാരം. അത് "അ" വച്ച് തുടങ്ങുന്നുവെന്നാണത്രെ അദ്ദേഹം ധരിച്ചിരിക്കുന്നത്."

പക്ഷേ സ്വർണ്ണമുടിക്കാരന് വാചകം മുഴമിക്കാൻ കഴിഞ്ഞില്ല. താനിതെല്ലാം പണ്ടേ കേട്ടിട്ടുള്ളതാണെന്നും അത് ഇവിടെ വിളമ്പുന്നതുതന്നെ അരോചകമാണെന്നുമുള്ള മട്ടിലുള്ള ഒരു നോട്ടമാണ് ജനറലിന്റെ കണ്ണുകളിൽ കണ്ടത്. ചെറുപ്പക്കാരൻ സംഭ്രമിച്ചുവശായി. തരം കിട്ടിയപ്പോൾ അയാൾ അവിടന്നു വലിഞ്ഞു. ശേഷമുള്ള സായാഹ്നം മുഴുവൻ അയാൾ അങ്ങേയറ്റം വിഷണ്ണനായിരുന്നു. "തീക്കൊള്ളി"യുടെ നിർഭയനായ ലേഖകൻ അയാളുടെ സ്ഥാനമെടുത്തു. ജനറലിന്റെ വളരെയടുത്ത് ഇരിക്കണമെന്ന ഉദ്ദേശത്തോടെ അയാൾ മുന്നോട്ടുനീങ്ങി. അയാൾ ഇങ്ങനെ അടുപ്പം കാണിക്കുന്നത് കുറെ കടന്നുപോയെന്ന് ഇവാൻ ഇലിയീച്ചിനു തോന്നി.

"എനിക്കൊരു കാര്യമറിഞ്ഞാൽ കൊള്ളാം, പൊർഫീറിയ്," എന്തെങ്കിലുമൊന്നു പറയണ്ടേ എന്നു കരുതി അദ്ദേഹം പറഞ്ഞു. "ഞാൻ കുറേ നാളായി നിങ്ങളോട് ചോദിക്കണമെന്നു വിചാരിക്കുകയാണ്. നിങ്ങളെ എന്തുകൊണ്ടാണ് പ്സെവ്ദൊനീമൊവ് എന്നതിനുപകരം പ്ലെൽദൊനീമൊവ് എന്നു വിളിക്കുന്നത്? നിങ്ങളുടെ പേര് തീർച്ചയായും പ്സെവ്ദൊനീമൊവ് എന്നായിരിക്കണമല്ലോ."

"എനിക്ക് അതെപ്പറ്റി സൂക്ഷ്മമായ വിവരം നൽകാൻ സാദ്ധ്യമല്ല, തിരുമനസ്സേ," പ്ലെൽദൊനീമൊവ് പറഞ്ഞു.

"ഇയാളുടെ അച്ഛൻ ജോലിയിൽ ആദ്യം പ്രവേശിച്ചപ്പോൾ രേഖകൾ തെറ്റിച്ചെഴുതിയതാവണം, അങ്ങിനെ ഇയാൾ പ്സെൽദൊനീമൊവായി തുടരുന്നു," അക്കീം പെത്രോവിച്ച് വിശദമാക്കി. "അങ്ങിനെ സംഭവിക്കാറുണ്ട്."

"അങ്ങിനെ വരട്ടെ!" ജനറൽ താല്പര്യപൂർവ്വം പറഞ്ഞു. "അതാണ് കാര്യം! ഒന്നാലോചിച്ചു നോക്കൂ. "പ്സെവ്ദൊണീം" (തൂലികാനാമം) എന്ന സാഹിത്യപ്രയോഗത്തിൽനിന്നു വന്നിട്ടുള്ള പേരാണ് പ്സെവ്ദൊനീമൊവ്. പക്ഷേ പ്സെൽദൊനീമൊവിന് ഒരർത്ഥവുമില്ല."

"അത് അജ്ഞതകൊണ്ടുവന്നതാണ്," അക്കീം പെത്രോവിച്ച് കൂട്ടിച്ചേർത്തു.

“അജ്ഞത എന്നതുകൊണ്ട് നിങ്ങൾ ആരെയാണ് ഉദ്ദേശിച്ചത്?”

“റഷ്യാക്കാരെത്തന്നെ. അവർ ചിലപ്പോൾ അജ്ഞതകൊണ്ട് അക്ഷരം മറ്റിക്കളയും. ചിലപ്പോൾ വാക്കുകൾ ഉച്ചരിക്കുന്നതുപോലും തോന്നിയതുപോലെയാണ്. ഉദാഹരണത്തിന്. ‘ഭയ’ത്തിനു പകരം ‘ബയ’മെന്നു പറയും.

“ ‘ബയ’മെന്നോ! ഹാ-ഹാ-ഹാ!”

“കായ്, എന്നും പറയും, തിരുമനസ്സേ,” ശ്രദ്ധയാകർഷിക്കാൻ ഏറെനേരമായി വെമ്പിയിരുന്ന സൈനികോദ്യോഗസ്ഥൻ ഇടയ്ക്കു കയറിപ്പറഞ്ഞു.

“കായ് എന്നുവച്ചാൽ?”

“ ‘കാശി’നുപകരം ‘കായെ’ന്നു പറയും, തിരുമനസ്സേ.”

“അതു ശരി. ‘കാശി’നു പകരം ‘കായെ’ന്നോ! കൊള്ളാം. ഹാ-ഹാ-ഹാ! ഇവാൻ ഇലിയീച്ച് സെനികോദ്യോഗസ്ഥനുവേണ്ടിയും ഒന്ന് പല്ലിളിക്കാൻ നിർബന്ധിതനായി.

സൈനികോദ്യോഗസ്ഥൻ ടൈ നേരെയാക്കിവച്ചു.

“പിന്നെ പറയുന്നത്..” പത്രലേഖകൻ പറഞ്ഞുതുടങ്ങി. പക്ഷേ ഇവാൻ ഇലിയീച്ചിനു കേൾക്കാൻ സമ്മതമല്ലായിരുന്നു. എല്ലാവർക്കു വേണ്ടിയും ചിരിക്കാൻ പറ്റുമോ!

ഇവാൻ ഇലിയീച്ച് അയാളുടെനേരെ പരുഷമായി നോക്കി.

“താൻ എന്തു കാര്യത്തിനാണ് തലയിടുന്നത്?” പ്സെൽദൊനീമൊവ് ലേഖകനോട് അടക്കിപ്പറഞ്ഞു.

“ഞാൻ സംസാരിച്ചെന്നേയുള്ളൂ. എന്താ, എനിക്ക് സംസാരിച്ചു കൂടേ?” അപരൻ അടക്കിയ സ്വരത്തിൽത്തന്നെ പ്രതിവചിച്ചു. എങ്കിലും അയാൾ വായടച്ചു. ദേഷ്യം ഉള്ളിലൊതുക്കിക്കൊണ്ട് മുറിവിട്ടുപോയി.

അയാൾ നേരെ പോയത് പിറകുവശത്തുള്ള ഹൃദയാവർജ്ജകമായ മുറിയിലേക്കാണ്. അവിടെ, യറൊസ്ലാവ് ലിലെ (rmv spc) ചിത്രവേലകളോടുകൂടിയ വിരിപ്പു വിരിച്ച ചെറിയൊരു മേശയുടെ പുറത്ത് നൃത്തം ചെയ്യുന്ന പുരുഷന്മാരെ ഉദ്ദേശിച്ച് രണ്ടുതരം വോഡ്ക്കയും കവിയാറും വീര്യംകൂടിയ ഷെറിയും ആഘോഷാരംഭത്തിൽ വച്ചിരുന്നു. ഉള്ള് നീറിപ്പുകഞ്ഞുകൊണ്ട് അയാൾ കുറച്ചു വോഡ്ക്ക പകർന്നുകൊണ്ടിരിക്കുമ്പോഴാണ് പ്സെൽദൊനീമൊവിന്റെ വിരുന്നുകാരിൽ വച്ച് നൃത്തത്തിൽ ഏറ്റവും സമർത്ഥനായ വൈദ്യവിദ്യാർത്ഥി ഓടിവന്നത്. അയാൾ ആർത്തിയോടെ കുപ്പി കയ്യിലാക്കി.

“അവർ തുടങ്ങാറായി!” ധൃതിയിൽ കുറച്ച് മോന്തിക്കൊണ്ട് അയാൾ

പറഞ്ഞു. “വന്നുനോക്ക്! ഞാൻ തനിച്ച് കയ്യിന്മേൽ നിന്ന് നൃത്തം ചെയ്യാൻ പോവുകയാണ്. അത്താഴത്തിനുശേഷം ഒരു മത്സ്യനൃത്തത്തിനു തന്നെ ഞാൻ ഒരുമ്പെട്ടും. വിവാഹാഘോഷത്തിനു പറ്റിയതാണത്. പ്സെൽദൊനീമൊവിന് സൗഹൃദഭാവേന നൽകുന്ന സൂചനയാണെന്നു വേണമെങ്കിൽ പറയാം. ക്ലെയോപ്പാത്ര സിമ്യോനൊവ്ന തങ്കമാണ്. അവരുടെയടുത്ത് എന്തുമാകാം.”

“പിന്തിരിപ്പൻ,” ഒറ്റയിറക്കിന് കുടിച്ചുകൊണ്ട് ലേഖകൻ നിരുന്മേഷനായി പറഞ്ഞു.

“ആരാണ് പിന്തിരിപ്പൻ?”

“മധുരപലഹാരങ്ങളെല്ലാം മുമ്പിൽ കൊണ്ടു വച്ചില്ലേ- ആ കേമൻ. തനി പിന്തിരിപ്പനാണ്, സംശയമില്ല.”

“ഓ, താൻ അതും പറഞ്ഞുകൊണ്ട് ഇവിടെ ഇരിക്ക്,” എന്ന് പിറുപിറുത്തുകൊണ്ട് വിദ്യാർത്ഥി നൃത്തമേളത്തിന്റെ ശബ്ദം കേട്ടതോടെ മുറിക്കു പുറത്തേക്കു ഓടിപ്പോയി.

തനിച്ചായപ്പോൾ ലേഖകൻ ധൈര്യം കിട്ടാനും പരാശ്രയബോധം പോകാനും വേണ്ടി കുറെ വോഡ്ക്ക കൂടി പകർന്ന് ഒറ്റ മോന്തിന് കുടിച്ചു. ഒരു ‘കടി’ കയ്യിലെടുത്തു. ഇവാൻ ഇലിയീച്ചിന് അദ്ദേഹത്തിന്റെ അപ്രീതിക്കു പാത്രമായ “തീക്കൊള്ളി” ലേഖകനോളം കടുത്ത വിരോധമോ തീർത്താൽ തീരാത്ത പകയോ ഉള്ള ഒരു ശത്രു-വോഡ്ക്ക അകത്തു ചെന്നപ്പോൾ വിശേഷിച്ചും-മുമ്പൊരിക്കലും ഉണ്ടായിട്ടില്ല. കഷ്ടം! ഇവാൻ ഇലിയീച്ച് യാതൊന്നും സംശയിച്ചില്ല. അദ്ദേഹം സംശയിക്കാത്തതും, തിരുമനസ്സും മറ്റതിഥികളും തമ്മിൽ തുടർന്നങ്ങോട്ടുള്ള ബന്ധത്തിന്റെ മേൽ സ്വാധീനം ചെലുത്തിയതുമായ മറ്റൊരു പ്രധാനസാഹചര്യം കൂടിയുണ്ടായിരുന്നു. കീഴുദ്യോഗസ്ഥന്റെ വിവാഹാഘോഷത്തിൽ താൻ സന്നിഹിതനായതിനെപ്പറ്റി തന്റെ ദൃഷ്ടിയിൽ ന്യായമായതെന്നുതന്നെയല്ല സവിസ്തരമായ ഒരു വിശദീകരണം തന്നെ അദ്ദേഹം നല്കിയെങ്കിലും അത് സത്യത്തിൽ ആരേയും തൃപ്തിപ്പെടുത്തിയില്ല. അതിഥികളിൽ ഒരു വല്ലായ്മ തങ്ങിനിന്നു. പെട്ടെന്ന് ഇന്ദ്രജാലത്താലെന്നവണ്ണം ആകെയൊരു മാറ്റമുണ്ടായി. എല്ലാവർക്കും വീണ്ടും സ്വസ്ഥത തോന്നിയെന്നുമാത്രമല്ല, അപ്രതീക്ഷിതമായി വന്നുകയറിയ അതിഥി മുറിയിലില്ലെന്ന മട്ടിൽ അവർ ചിരിച്ചുരസിക്കാനും ആർത്തുവിളിക്കാനും കൂത്താടാനും തുടങ്ങി. ഈ അതിഥി സ്വല്പം... സേവിച്ചിട്ടുണ്ടെന്നൊരു ശ്രുതി-കുശുകുശുപ്പ്-എങ്ങിനെയോ പരന്നുവെന്നതാണ് ഇതിനു കാരണം. ആദ്യം ഏറ്റവും ഭയങ്കരമായ ഒരപവാദംപോലെ തോന്നിയെങ്കിലും ക്രമേണ ആളുകൾ അത് വിശ്വസിക്കാൻ തുടങ്ങി. അങ്ങിനെ പെട്ടെന്ന് കാര്യം മുഴുവനും വ്യക്തമാവുകയും എല്ലാവർക്കും

അസാമാന്യമായ ഒരു സ്വാതന്ത്ര്യബോധം അനുഭവപ്പെടുകയും ചെയ്തു. ആ നിമിഷത്തിൽ നൃത്തം തുടങ്ങി. വൈദ്യവിദ്യാർത്ഥി അക്ഷമയോടെ കാത്തിരുന്ന, അത്താഴത്തിനുമുമ്പുള്ള അവസാനത്തെ യുഗ്മനൃത്തമായിരുന്നു അത്.

വധുവിനോട് വീണ്ടും സംസാരിക്കാനും ഇത്തവണ വല്ല ഫലിതവും പറഞ്ഞ് അവളെ വശപ്പെടുത്താനും ഉറച്ചിരിക്കുമ്പോഴാണ് ഉയരമുള്ള സൈനികോദ്യോഗസ്ഥൻ അവളുടെയടുത്തേക്കു പാഞ്ഞെത്തി ഒരു മുട്ടു കുത്തി നിന്നത്. അവൾ തൽക്ഷണം തന്നെ സോഫയിൽ നിന്നു ചാടിയെണീറ്റ് അയാളോടൊപ്പം നൃത്തത്തിൽ പങ്കെടുക്കാൻ പോയി. സൈനികോദ്യോഗസ്ഥൻ ക്ഷമാപണം ചെയ്തതുപോലുമില്ല. അവളാകട്ടെ, ജനലിന്റെ നേരെ ഒന്നു നോക്കുകപോലും ചെയ്തില്ല. അദ്ദേഹത്തിന്റെ അടുത്തുനിന്നു മാറിപ്പോന്നതിൽ അവൾ വാസ്തവത്തിൽ സന്തോഷം കൊള്ളുകയാണെന്നു തോന്നി.

"അവൾക്ക് അവകാശപ്പെട്ടതാണല്ലോ ഇത്," ഇവാൻ ഇലിയീച്ച് വിചാരിച്ചു. "ഇവറ്റകളിൽനിന്നു മര്യാദ പ്രതീക്ഷിച്ചിട്ടു കാര്യമില്ല."

"ഹം. പൊർഫീറിയ്, ചങ്ങാതി, എന്നോട് ഉപചാരമൊന്നും കാട്ടേണ്ട കാര്യമില്ല," പ്സെൽദൊനീമൊവിന്റെ നേരെ തിരിഞ്ഞ് അദ്ദേഹം പറഞ്ഞു. "നിങ്ങൾക്ക് മറ്റു വല്ല കാര്യവുമുണ്ടെങ്കിൽ... എന്നെ ഗൗനിക്കണ്ട." ("ഇയാൾ എന്ത് ചെയ്യുകയാണെന്നാണ് ഭാവം? എനിക്ക് പാറാവുനിൽക്കുകയോ?" അദ്ദേഹം മനസ്സിൽ പറഞ്ഞു)

പ്സെൽദൊനീമൊവിന്റെ നീണ്ട കഴുത്തും തുറിച്ചുനോട്ടവും ഇവാൻ ഇലിയീച്ചിന് ദുസ്സഹമായിത്തീർന്നു. ചുരുക്കിപ്പറഞ്ഞാൽ, അദ്ദേഹം സങ്കല്പിച്ചതുപോലൊന്നുമല്ല കാര്യങ്ങൾ നടന്നത്. പക്ഷേ അദ്ദേഹം അത് ഇനിയും സമ്മതിക്കാൻ തയ്യാറല്ലായിരുന്നു.

നൃത്തം തുടങ്ങി.

"എന്നെ അനുവദിക്കു, തിരുമനസ്സേ," തിരുമനസ്സിന്റെ ഗ്ലാസിലേക്കു പകരാൻ തയ്യാറായി കുപ്പി രണ്ട് കയ്യിലും ബഹുമാനപൂർവ്വം പിടിച്ചുകൊണ്ട് അക്കീം പെത്രോവിച്ച് പറഞ്ഞു.

"ഇതു വേണോ... സത്യത്തിൽ എനിക്കറിഞ്ഞുകൂടാ.."

പക്ഷേ സ്വർഗ്ഗീയാനന്ദം അനുഭവിക്കുന്ന ഭാവത്തോടെ അക്കീം പെത്രോവിച്ച് ഷാംപെയിൻ പകർന്നുകൊണ്ടിരുന്നു. ഗ്ലാസ് നിറച്ച ശേഷം അയാൾ രഹസ്യമായിട്ടെന്നവണ്ണം, സൂത്രത്തിലെന്നവണ്ണം, ഞെളിഞ്ഞുപിരിഞ്ഞുകൊണ്ട്, കുറച്ച് തന്റെ ഗ്ലാസിലും ഒഴിച്ചു. പക്ഷേ ഒരു വ്യത്യാസമുണ്ടായിരുന്നു. തന്റെ ഗ്ലാസ് അയാൾ നിറച്ചത് മുകളിൽ അര ഇഞ്ച് ഇടവിട്ടിട്ടാണ്. ഇതാണ് കൂടുതൽ ബഹുമാനദ്യോതകമെന്ന്

എന്തുകൊണ്ടോ അയാൾക്കു തോന്നി. തന്റെ തൊട്ടു മുകളിലുള്ള ഉദ്യോഗസ്ഥന്റെ സമീപം അയാൾ ഇരുന്നത് പ്രസവവേദന അനുഭവിക്കുന്ന സ്ത്രീയെപ്പോലാണ്. സംസാരിക്കാൻ യാതൊരു വിഷയവും കണ്ടില്ല. തിരുമനസ്സിന് കൂട്ടിരിക്കാനുള്ള ബഹുമതി തനിക്കു ലഭിച്ച സ്ഥിതിക്ക് അദ്ദേഹത്തെ സൽക്കരിക്കേണ്ടതു തന്റെ കടമയാണെന്നു സ്പഷ്ടം. ഷാംപെയിൻ ഉള്ളത് അനുഗ്രഹമായി. തന്നെയുമല്ല, താൻ അത് പകർന്നു കൊടുക്കുന്നത് തിരുമനസ്സിന് ഇഷ്ടവുമാണ്. അത് കുടിക്കാനുള്ള കൊതികൊണ്ടല്ല-ഇളംചൂടുള്ള ആ പാനീയത്തിനു സത്യത്തിൽ ഒരു രുചിയുമില്ല- ധാർമ്മികസംതൃപ്തി അരുളുന്നതുകൊണ്ട്.

കിളവന് കുടിക്കണമെന്നുണ്ട്, ഇവാൻ ഇലിയീച്ച് വിചാരിച്ചു. ഞാൻ കുടിക്കാതെ തനിച്ചു കുടിക്കാൻ ധൈര്യവുമില്ല. അയാൾ കുടിക്കട്ടെ... പോരെങ്കിൽ, കുപ്പി നടുക്കിരിക്കുമ്പോൾ കുടിക്കാതിരിക്കുന്നതിൽ അർത്ഥമില്ല.

അദ്ദേഹം ഒരിറക്ക് കുടിച്ചു. അവിടെ വെറുതെ ഇരിക്കുന്നതിലും ഭേദമാണിതെന്നു തോന്നി.

ഞാൻ ഇവിടെ വന്നത്, വാക്കുകൾ നിർത്തി നിർത്തി പറഞ്ഞുകൊണ്ട് അദ്ദേഹം തുടങ്ങി. ഞാൻ ഇവിടെ വന്നത് യാദൃച്ഛികമായിട്ടാണെന്നു പറയാം. ചിലർക്കു തോന്നിയേക്കാം ഇതുപോലൊരു... സദസ്സിൽ... ഞാൻ വരുന്നത് അത്ര പന്തിയല്ലെന്ന്.

അക്കീം പെത്രോവിച്ച് ഒന്നും മിണ്ടിയില്ല. തെല്ലൊരു സങ്കോചത്തോടും കൗതുകത്തോടുംകൂടി കേട്ടിരുന്നേയുള്ളു.

ഞാനിവിടെ വരാനുള്ള കാരണം നിങ്ങൾ മനസ്സിലാക്കിയിരിക്കുമെന്നു പ്രതീക്ഷിക്കുന്നു. ഞാൻ വന്നതു കുടിക്കാനല്ല, കേട്ടോ-ഹാ-ഹാ-ഹാ

തിരുമനസ്സിനോടൊപ്പം ഊറിച്ചിരിക്കാൻ അക്കീം പെത്രോവിച്ച് ആഗ്രഹിച്ചെങ്കിലും എന്തുകൊണ്ടോ കഴിഞ്ഞില്ല. ആശ്വസിപ്പിക്കാനായി യാതൊന്നും പറയാൻ കണ്ടതുമില്ല.

“ഞാനിവിടെ വന്നത് എന്തിനാണെന്നുവച്ചാൽ പ്രോത്സാഹനം നൽകാനാണ്- അതായത്, ധാർമ്മികലക്ഷ്യങ്ങൾ കാട്ടാനെന്നു വേണമെങ്കിൽ പറയാം, അക്കീം പെത്രോവിച്ചിന്റെ മൗഢ്യം കണ്ട് അമർഷത്തോടെ ഇവാൻ ഇലിയീച്ച് തുടർന്നു. ആ ഭാഗ്യഹീനൻ കുറ്റബോധത്തോടെ തല താഴ്ത്തുന്നതു കണ്ടപ്പോൾ അദ്ദേഹവും മൗനം പൂണ്ടു. ജനറൽ കുറച്ചൊരു വല്ലായ്മയോടെ ഗ്ലാസിൽനിന്ന് ഒന്നുകൂടി മോന്തി. അക്കീം പെത്രോവിച്ച് ഉടൻ കുപ്പിയെടുത്ത് ഗ്ലാസ് നിറച്ചു- തന്റെ സായൂജ്യം അടങ്ങിയിരിക്കുന്നത് അതിലാണെന്ന മട്ടിൽ.

“നിങ്ങളുടെ പക്കൽ ഉപായങ്ങൾ അധികമൊന്നുമില്ലല്ലൊ,”

ഹതഭാഗ്യനായ അക്കീം പെത്രോവിച്ചിനെ പരുഷമായി നോക്കിക്കൊണ്ട് ഇവാൻ ഇലിയീച്ച് ചിന്തിച്ചു. ജനറലിന്റെ കർക്കശമായ നോട്ടം മുഖത്തു തറച്ചപ്പോൾ ഇനിയൊരക്ഷരം മിണ്ടുകയോ മുഖമുയർത്തുകയോ ചെയ്യുകയില്ലെന്ന് അയാൾ നിശ്ചയിച്ചു. രണ്ടുമിനിട്ടുകൾകൂടി അവർ ആ ഇരിപ്പ് ഇരുന്നു- അക്കീം പെത്രോവിച്ചിനെ സംബന്ധിച്ചിടത്തോളം ദണ്ഡനാകരമായ രണ്ടു മിനിട്ടുകൾ.

അക്കീം പെത്രോവിച്ചിനെപ്പറ്റി രണ്ടു വാക്ക്. ആട്ടിൻകുട്ടിയുടെ സാധുപ്രകൃതവും ദാസ്യശീലവുമുള്ള ഒരു പഴയ മട്ടുകാരനാണെങ്കിലും ആൾ യോഗ്യനും ഉൽകൃഷ്ടമനസ്കനുമാണ്. പീറ്റേഴ്സ്ബർഗുകാരനായ റഷ്യാക്കാരനാണ്. എന്നുവച്ചാൽ, അച്ഛനും അച്ഛന്റെ അച്ഛനും ജനിച്ചതും വളർന്നതും പണിയെടുത്തതും പിറ്റേഴ്സ്ബർഗിലാണ്. അവിടെ വിട്ടിട്ടേയില്ല. ഒരു പ്രത്യേകവർഗ്ഗത്തിൽപ്പെട്ട റഷ്യാക്കാരാണിവർ. റഷ്യയിൽ നടക്കുന്ന കാര്യങ്ങളെപ്പറ്റി അവർക്ക് യാതൊരു രൂപവുമില്ല. ആ അജ്ഞത അവരെ അലട്ടുന്നുമില്ല. അവരുടെ മുഴുവൻ താല്പര്യങ്ങളും പീറ്റേഴ്സ്ബർഗിൽ ഒതുങ്ങിനിൽക്കുന്നു-അതിലും വിശേഷിച്ച് തങ്ങൾ പണിയെടുക്കുന്ന ആഫീസിൽ. കോപ്പെക്കു വച്ചുള്ള ചീട്ടുകളികളിലും ചെറിയ പീടികകളിലുമുള്ള പ്രത്യേക താല്പര്യവും തങ്ങളുടെ മാസപ്പടിയും സംബന്ധിച്ച ക്ലേശങ്ങളേ അവർക്കുള്ളൂ. അവർക്കു റഷ്യൻ ആചാരങ്ങൾ അറിഞ്ഞുകൂടാ. റഷ്യൻ പാട്ടുകളറിഞ്ഞുകൂടാ-ലൂച്ചീനുഷ്ക ഒഴിച്ച്. അതുതന്നെ അറിയാവുന്നത് കിന്നരപ്പെട്ടിക്കാർ അതും പാടി തെരുവുതെണ്ടുന്നതുകൊണ്ടാണ്. ഇതിനൊക്കെപ്പുറമെ, ഒരു യഥാർത്ഥ റഷ്യാക്കാരനെ പീറ്റേഴ്സ്ബർഗ് റഷ്യാക്കാരനിൽനിന്നു വേർതിരിച്ചുനിർത്തുന്ന രണ്ട് സുപ്രധാനവും മാറ്റമില്ലാത്തതുമായ സവിശേഷതകളുണ്ട്. ഒന്നൊഴിയാതെ എല്ലാ പീറ്റേഴ്സ്ബർഗ് റഷ്യാക്കാരും "അക്കാഡമിക് ഗസെറ്റ്" എന്നേ പറയൂ, "പീറ്റേഴ്സ്ബർഗ് ഗസെറ്റ്" എന്ന് ഒരിക്കലും പറയുകയില്ല, എന്നതാണ് ഒന്ന്. അത്രതന്നെ പ്രധാനപ്പെട്ട രണ്ടാമത്തെ സവിശേഷത, നമ്മുടെ പീറ്റേഴ്സ്ബർഗ് റഷ്യാക്കാരൻ പ്രാതലിന് എപ്പോഴും "ഫ് രുഷ്റ്റ്യൂക്ക്"(rmv spc) എന്നേ പറയൂ എന്നതാണ്-അതും, "ഫ് രു"വിൽ ഊന്നിക്കൊണ്ട്. ഈ രണ്ട് പ്രധാന സവിശേഷതകൾകൊണ്ട് അവരെ എപ്പോഴും തിരിച്ചറിയാൻ കഴിയും. ചുരുക്കിപ്പറഞ്ഞാൽ, കഴിഞ്ഞ മുപ്പത്തഞ്ചു വർഷങ്ങൾക്കുള്ളിൽ അന്തിമമായി രൂപംകൊണ്ടിട്ടുള്ള, അനുസരണയുള്ള കൂട്ടരാണിവർ. എന്നുവച്ച് അക്കീം പെത്രോവിച്ച് വിഡ്ഢിയായിരുന്നില്ല. തന്റെ അറിവിൽപെട്ട എന്തെങ്കിലും കാര്യത്തെപ്പറ്റി ജനറൽ ചോദിച്ചിരുന്നെങ്കിൽ മറുപടി പറയുമായിരുന്നു, സംഭാഷണം തുടർന്നുകൊണ്ടുപോകുമായിരുന്നു. പക്ഷേ ഇവാൻ ഇലിയീച്ച് ചോദിച്ചതുപോലുള്ള ചോദ്യങ്ങൾക്ക് ഒരു

കീഴുദ്യോഗസ്ഥൻ മറുപടി പറയുന്നത് മര്യാദയല്ലല്ലോ. അതേസമയം, തിരുമനസ്സിന്റെ ഇപ്പോഴത്തെ മനസ്സിലിരിപ്പ് അറിയാൻ അക്കീം പെത്രോവിച്ച് അതീവതല്പരനായിരുന്നു.

ഈ സമയത്ത് ഇവാൻ ഇലിയിച്ച് കൂടുതൽ കൂടുതൽ ചിന്താമഗ്നനായിത്തീരുന്നു. പലവിധചിന്തകളുടെ ചുഴിയിലെടുത്തുചാടിയെന്നു പറയാം. ഈ ചിന്താവ്യഗ്രതയിൽ അദ്ദേഹം, അറിയാതെ ഗ്ലാസിൽനിന്നു കുടിച്ചു കൊണ്ടിരുന്നു. അക്കീം പെത്രോവിച്ച് ഉത്സാഹപൂർവ്വം നിറച്ചുകൊണ്ടുമിരുന്നു. രണ്ടുപേരും സംസാരിച്ചില്ല. ഇവാൻ ഇലിയിച്ച്, നൃത്തത്തിൽ പെട്ടെന്നു താല്പര്യം തോന്നി, അത് വീക്ഷിക്കാൻ തുടങ്ങി. അദ്ദേഹത്തെ അത്ഭുതപ്പെടുത്തിയ ഒരു കാര്യമുണ്ടായിരുന്നു.

നൃത്തം നിയന്ത്രണാതീതമായി വരികയായിരുന്നു. രസിച്ചുമദിക്കണമെന്ന വാശിയോടെ, നർത്തകർ സ്വയം മറന്ന് അതിൽ അലിഞ്ഞുചേർന്നു. പുരുഷന്മാരിൽ ചുരുക്കം ചിലർ സമർത്ഥരായ നർത്തകരായിരുന്നു. പക്ഷേ നൃത്തമറിഞ്ഞുകൂടാത്തവർ സമർത്ഥരാണെന്നു വരുത്തിത്തീർക്കാൻ തറയിൽ ചവുട്ടിത്തകർത്തു. സൈനികോദ്യോഗസ്ഥൻ വിശേഷിച്ചും ശോഭിച്ചു. തനിച്ചുള്ള നൃത്തവിന്യാസങ്ങളായിരുന്നു അയാൾക്ക് കൂടുതലിഷ്ടം. അയാളുടെ ഞെളിയലും പിരിയലും സത്യത്തിൽ അന്യാദൃശമായിരുന്നു-ആദ്യം വടിപോലെ നിൽക്കും. പെട്ടെന്ന്, വീഴാൻ പോകുന്നതുപോലെ ഒരു വശത്തേക്കു വളയും. പക്ഷേ അടുത്ത നിമിഷത്തിൽ, നേരെ മറുവശത്തേക്ക്, തറയിൽനിന്ന് അത്രതന്നെ ഏങ്കോണിച്ച്, അയാൾ വളഞ്ഞുനിൽക്കും. മുഖത്ത് തികഞ്ഞ ഗൗരവമാണ്. എല്ലാവരും തന്നെ അഭിനന്ദിക്കുന്നുണ്ടെന്ന ഉത്തമവിശ്വാസത്തോടെയാണ് അയാൾ നൃത്തം ചെയ്യുന്നത്. മറ്റൊരു വീരൻ, നൃത്തം തുടങ്ങുന്നതിനു മുമ്പുതന്നെ മൂക്കറ്റം മദ്യപിച്ചിരുന്നതിനാൽ, ആദ്യത്തെ വിന്യാസം കഴിഞ്ഞയുടൻ കൂട്ടുകാരിയുടെ മുമ്പിലിരുന്ന് ഉറക്കമായി. അവൾക്കതുകൊണ്ട് തനിച്ച് നൃത്തം ചെയ്യേണ്ടിവന്നു. നീലത്തുവാല കെട്ടിയ സ്ത്രീയോടൊപ്പം നൃത്തം ചെയ്ത രജിസ്ട്രാറാകട്ടെ, ആ സായാഹ്നത്തിൽ നടന്ന അഞ്ച് നൃത്തങ്ങളിലും ഒരേ വിദ്യ കാട്ടിക്കൊണ്ടിരുന്നു. സ്ത്രീയുടെ അടുത്തുനിന്ന് കുറച്ചുമാറിനിന്നിട്ട് അയാൾ അവളുടെ തുവാലയുടെ ഒരറ്റം പിടിക്കും. സഹനർത്തകർ മാറുന്ന തക്കം നോക്കി അതിൽ ചുംബനങ്ങൾ ചൊരിയും. ആ സ്ത്രീയാകട്ടെ, ഇതൊന്നും കാണാത്ത ഭാവത്തിൽ അയാളുടെ മുൻപിൽ ഒഴുകി നടന്നു. വൈദ്യവിദ്യാർത്ഥിയുടെ കൈകുത്തിയുള്ള നൃത്തം വലിയ ഉത്സാഹത്തിനും ആർപ്പുവിളികൾക്കും ഇടയാക്കി. ചുരുക്കിപ്പറഞ്ഞാൽ, അങ്ങേയറ്റത്തെ സ്വാതന്ത്ര്യം നടമാടി. വീഞ്ഞ് തലയ്ക്കുപിടിച്ചുകഴിഞ്ഞിരുന്ന ഇവാൻ ഇലിയിച്ച് പുഞ്ചിരിക്കാൻ തുടങ്ങിയപ്പോഴാണ് ഒരു കടുത്ത സംശയം അദ്ദേഹത്തിന്റെ ആത്മാവിൽ തലപൊക്കിയത്. അവർ സങ്കോചലേശമില്ലാതെ

നിർബാധം പെരുമാറണമെന്നുതന്നെയാണ് അദ്ദേഹം ആഗ്രഹിച്ചത്. അവരെല്ലാവരും തന്നിൽനിന്ന് അകന്നുമാറിയപ്പോൾ അടുപ്പത്തിന്റേതും അനൗപചാരികത്വത്തിന്റേതുമായ ഈ അന്തരീക്ഷമാണ് അദ്ദേഹം കൊതിച്ചത്- അതെ, കൊതിച്ചത്. എന്നാലിപ്പോഴാകട്ടെ ഈ അടുപ്പം എല്ലാ സീമകളും അതിലംഘിക്കാൻ തുടങ്ങിയിരുന്നു. ഉദാഹരണത്തിന്, പല കൈകളും മാറിയ പഴയൊരു നീലവെൽവെറ്റ് കുപ്പായം ധരിച്ചിരുന്ന ഒരു സ്ത്രീ, ആറാമത്തെ നൃത്തവിന്യാസത്തിൽ, പാന്റിട്ടിരിക്കുകയാണെന്നു തോന്നുമാറ് കുപ്പായത്തിന്റെ അടിവശം പിന്നുകൾ കുത്തി രണ്ടായിത്തിരിച്ചു. ഇവരെ ഉദ്ദേശിച്ചാണ് സഹനർത്തകനായ വൈദ്യവിദ്യാർത്ഥി, ക്ലെയോപ്പാത്ര സിമ്യോനൊവ്നയുടെ അടുത്ത് എന്തുമാകാമെന്നു നേരത്തേ പറഞ്ഞത്. അയാളാണെങ്കിൽ, ശരിക്കുമൊരു ഫോക്കിനാ[36]യിട്ടാണ് കാണപ്പെട്ടത്. എന്താണിതിന്റെ അർത്ഥം? ആദ്യം അകന്നുമാറുന്നു എന്നിട്ട് പെട്ടെന്ന് അതിരുകടന്ന സ്വാതന്ത്ര്യം കാട്ടുന്നു. ഇതിൽ തീർച്ചയായും അപലപിക്കാനൊന്നുമില്ലെങ്കിലും മാറ്റം പെട്ടെന്നായിപ്പോയി. അശുഭകരമായ എന്തോ സംഭവിക്കാൻ പോകുന്നുവെന്ന് അദ്ദേഹത്തിനു തോന്നി. ഇവാൻ ഇലിയീച്ച് എന്നൊരാൾ ഉള്ള കാര്യമേ അവർ മറന്നുപോയതുപോലെ തോന്നി. അദ്ദേഹമാണ് ആദ്യം പൊട്ടിച്ചിരിച്ചതെന്നതു ശരിതന്നെ. എന്നും വരട്ടെ എന്നു കരുതി കൈയടിക്കുകപോലും ചെയ്തു. പ്രകടമായ സംതൃപ്തിയോടെ അക്കീം പെത്രോവിച്ചും ബഹുമാനപുരസ്സരം ഒപ്പം ഊറിച്ചിരിച്ചു. തിരുമനസ്സിന്റെ ഉള്ളിൽ പുതിയൊരു വിരോധം നാമ്പിട്ടിട്ടുണ്ടെന്ന് നിമിഷനേരത്തേക്കുപോലും അയാൾ സംശയിച്ചില്ല.

"എടോ ചെറുപ്പക്കാരാ, താൻ ഭംഗിയായി നൃത്തം ചവിട്ടുമല്ലോ," നൃത്തം തീർന്നപ്പോൾ, തന്റെ സമീപത്തുകൂടി കടന്നുപോയ വിദ്യാർത്ഥിയോട് ഇവാൻ ഇലിയീച്ച് പറഞ്ഞുപോയി.

വിദ്യാർത്ഥി പെട്ടെന്ന് അദ്ദേഹത്തിന്റെ നേരെ തിരിഞ്ഞു. പല്ലിളിച്ചുകാട്ടിക്കൊണ്ടും ധിക്കാരപൂർവ്വം മുഖം തിരുമനസ്സിന്റേതിനോട് അടുപ്പിച്ചുപിടിച്ചുകൊണ്ടും ആവുന്നത്ര ഉച്ചത്തിൽ കോഴിയെപ്പോലെ കൂവി. ഇതു കുറെ കടന്നുപോയി. ഇവാൻ ഇലിയീച്ച് എണീറ്റു. എന്നിട്ടും തൊള്ള തുറന്നുള്ള പൊട്ടിച്ചിരികൾ മുഴങ്ങി. കാരണം, ആ കരച്ചിൽ അത്ര സ്വാഭാവികവും ആ വിദ്യ അത്ര അപ്രതീക്ഷിതവുമായിരുന്നു. ഇവാൻ ഇലിയീച്ച് പകച്ചുനിൽക്കുമ്പോഴാണ് പ്സെൽദൊനീമൊവ്തന്നെ നേരിട്ടു വന്ന് വന്ദിച്ചുകൊണ്ട് അദ്ദേഹത്തെ തീന്മേശയുടെ അടുത്തേക്കു ക്ഷണിച്ചത്. പുറകെ അമ്മയുമുണ്ടായിരുന്നു.

മഹാത്മാവേ... തിരുമനസ്സേ... അവർ നമിച്ചുകൊണ്ടു പറഞ്ഞു, ഞങ്ങളെ ബഹുമാനിക്കൂ. ഞങ്ങളുടെ എളിയ വിഭവങ്ങൾ തിരസ്കരിക്കല്ലേ.

എനിക്ക്... എനിക്ക് സത്യത്തിൽ അറിഞ്ഞുകൂടാ... ഇവാൻ ഇലിയീച്ച് പറഞ്ഞു. ഞാൻ ഇതുദ്ദേശിച്ച് വന്നതല്ല... ഞാൻ... പുറപ്പെടാൻ ആലോചിക്കുകയായിരുന്നു...

വാസ്തവത്തിൽ അദ്ദേഹത്തിന്റെ കയ്യിൽ തൊപ്പിയുണ്ടായിരുന്നു. എന്തു സംഭവിച്ചാലും താൻ ഇറങ്ങുമെന്നും യാതൊരു കാരണവശാലും തങ്ങുകയില്ലെന്നും ആ നിമിഷം അദ്ദേഹം ദൃഢവ്രതമെടുത്തതാണ്. എന്നിട്ടോ-അദ്ദേഹം തങ്ങി. ഒരു മിനിട്ടിനുശേഷം തീന്മേശയുടെ നേർക്കുള്ള ഘോഷയാത്രയുടെ മുമ്പിൽ അദ്ദേഹമുണ്ടായിരുന്നു. പ്സെൽദൊനീമൊവും അമ്മയും മുമ്പേ പോയി വഴിതെളിച്ചു. അദ്ദേഹം ഏറ്റവും മാന്യമായ സ്ഥാനത്ത് ആസനസ്ഥനായി. വീണ്ടും തുറക്കാത്ത ഒരു കുപ്പി ഷാംപെയിൻ അദ്ദേഹത്തിന്റെ പിഞ്ഞാണിയുടെ സമീപം പ്രത്യക്ഷപ്പെട്ടു. മേശപ്പുറത്ത് പലഹാരങ്ങളും മീനും വോഡ്ക്കയുമുണ്ടായിരുന്നു. അദ്ദേഹം കൈ നീട്ടി ഗ്ലാസിലേക്ക് കുറെയധികം വോഡ്ക്ക പകർന്നു കുടിച്ചു. അദ്ദേഹത്തിന് വോഡ്ക്ക കുടിച്ചു ശീലമില്ലായിരുന്നു. ഒരു ഇറക്കത്തിലൂടെ കൂടുതൽ കൂടുതൽ വേഗത്തിൽ ഉരുണ്ടുപോവുകയാണെന്ന് അദ്ദേഹത്തിനു തോന്നി. ഇതു നിന്നേ പറ്റൂവെന്ന് അദ്ദേഹത്തിന് അറിയാമായിരുന്നു. എന്തിലെങ്കിലും കയറിപ്പിടിക്കണം. പക്ഷേ പിടിക്കാൻ യാതൊന്നുമില്ലായിരുന്നു.

അദ്ദേഹത്തിന്റെ സ്ഥിതി കൂടുതൽ കൂടുതൽ വഷളായിക്കൊണ്ടിരുന്നു. സത്യത്തിൽ, വല്ലാത്തൊരു വിരോധാഭാസമായിരുന്നു അത്. ഒരൊറ്റ മണിക്കൂറിനുള്ളിൽ എന്തെല്ലാമാണ് അദ്ദേഹത്തിനു വന്നുപിണഞ്ഞത്! മനുഷ്യരാശിയെ മുഴുവൻതന്നെ, തന്റെ കീഴ് ജീവനക്കാരെ മുഴുവൻതന്നെ, സ്വാഗതം ചെയ്യാനുള്ള വെമ്പലോടെയാണ് അദ്ദേഹം ആ വീട്ടിൽ പ്രവേശിച്ചത്. ഒരു മണിക്കൂർ കഴിഞ്ഞില്ല, അതിനുമുമ്പുതന്നെ താൻ പ്സെൽദൊനീമൊവിനെ വെറുക്കുന്നുവെന്ന് അദ്ദേഹത്തിന് വ്യസനസമേതം സമ്മതിക്കേണ്ടിവന്നു. അയാളേയും അയാളുടെ ഭാര്യയേയും അയാളുടെ വിവാഹത്തേയും അദ്ദേഹം ശപിച്ചു. അതുകൊണ്ടു തീർന്നില്ല. പ്സെൽദൊനീമൊവിനു തിരിച്ച് തന്നോടും അത്രതന്നെ വെറുപ്പുണ്ടെന്ന് അയാളുടെ മുഖഭാവത്തിൽനിന്ന്- അയാളുടെ കണ്ണുകളിൽനിന്നു മാത്രം-അദ്ദേഹത്തിനു കാണാൻ കഴിഞ്ഞു. "പോയി തുലയ്! തനിക്ക് എന്റെ പിടലിയിൽനിന്ന് ഇറങ്ങിക്കൂടേ!" എന്നൊരു മൂകസന്ദേശം ഇവാൻ ഇലിയീച്ച് എത്രയോ മുമ്പ് പ്സെൽദൊനീമൊവിന്റെ നോട്ടത്തിൽ വായിച്ചതാണ്.

ഇപ്പോൾപോലും മേശയ്ക്കു പിന്നിൽ ഇരിക്കുമ്പോൾ, സ്ഥിതി ഇത്രത്തോളമായെന്ന് വകവച്ചുകൊടുക്കാൻ ഇവാൻ ഇലിയീച്ച് തയ്യാറല്ലായിരുന്നു. ഇനിയും അതിനുള്ള സമയം എത്തിയിട്ടില്ല. ധാർമ്മികമായ

സമനില പിന്നെയും അവശേഷിച്ചു. പക്ഷേ അദ്ദേഹത്തിന്റെ ഹൃദയമു ണ്ടല്ലോ, ഹൃദയം-അത് നൊന്തു. സ്വാതന്ത്ര്യത്തിനുവേണ്ടി, ശുദ്ധവായു വിനുവേണ്ടി, സ്വസ്ഥതയ്ക്കുവേണ്ടി, അത് കൊതിച്ചു. ഇവാൻ ഇലിയീച്ച്, വാസ്തവം പറഞ്ഞാൽ, ക്രമത്തിലധികം ദയാലുവായിപ്പോയി.

താൻ പണ്ടേ യാത്ര പറഞ്ഞിറങ്ങേണ്ടതായിരുന്നുവെന്ന് ഇവാൻ ഇലിയീച്ചിന് അറിയാമായിരുന്നു- ഇറങ്ങുകയല്ല, ജീവനുംകൊണ്ട് ഓടേ ണ്ടതായിരുന്നുവെന്ന്. താൻ തെരുവിൽവച്ച് സങ്കല്പിച്ച വിധത്തിലേയല്ല കാര്യങ്ങൾ കലാശിച്ചതെന്ന് അദ്ദേഹത്തിന് അറിയാമായിരുന്നു.

ഞാനെന്തിന് ഇവിടെ വന്നു? തിന്നാനും കുടിക്കാനുമാണോ? ഒരു കഷണം മീൻ വായിലിട്ടുകൊണ്ട് അദ്ദേഹം സ്വയം ചോദിച്ചു.

അദ്ദേഹത്തിന്റെ ചിന്തകൾക്ക് ഒരു നിന്ദാഭാവം കൈവന്നുവെന്നു പറയാം. സ്വന്തം പരാക്രമത്തെക്കുറിച്ച് ഒരു പരിഹാസം നിമിഷനേര ത്തേക്ക് അദ്ദേഹത്തിന്റെ ഉള്ളിൽ തലപൊക്കി. താൻ എന്തിനിവിടെ വന്നുവെന്നുപോലും അദ്ദേഹം അത്ഭുതപ്പെടാൻ തുടങ്ങി.

"പക്ഷേ ഞാൻ എങ്ങിനെ ഇറങ്ങിപ്പോകും? മുഴുവനാക്കാതെ ഇറങ്ങിപ്പോകുന്നത് അസംബന്ധമാണ്. അവരെന്തു പറയും? ഞാൻ കൊള്ളരുതാത്ത ഇടങ്ങളിൽ പതിവായി പോകാറുണ്ടെന്നു പറയും. ഞാൻ മുഴുവനാക്കിയില്ലെങ്കിൽ അങ്ങിനെയായിരിക്കും തോന്നുക. ഉദാഹരണത്തിന്, സ്തെപ്പാൻ നിക്കീഫൊറൊവിച്ചും സിമ്യോൻ ഇവാനൊവിച്ചും ആഫീസിൽവച്ചും ഷെംബേൽമാരുടേയും ഷൂബിന്മാ രുടേയും ഭവനങ്ങളിൽവച്ചും നാളെ എന്തു പറയും? (ഇക്കാര്യം പുറത്തു വരാതിരിക്കില്ലല്ലോ.) ഇല്ല, ഞാൻ വന്നതെന്തിനാണെന്ന് എല്ലാവർക്കും മനസ്സിലാവുന്ന വിധത്തിൽ വേണം ഇറങ്ങിപ്പോകാൻ. വന്നതിന്റെ പിന്നിലുള്ള ധാർമ്മികലക്ഷ്യം വ്യക്തമാക്കണം." പക്ഷേ അതിനൊരു അവസരം കിട്ടിയില്ല. "ഇവർ എന്നെ ബഹുമാനിക്കുന്നതുപോലുമില്ല," അദ്ദേഹം ആലോചന തുടർന്നു, "അവർ എന്തിനു പൊട്ടിച്ചിരിക്കുന്നു? യാതൊരു സങ്കോചവുമില്ല. വകതിരിവുകെട്ടവർ. യുവതലമുറ വകതിരി വില്ലാത്തവരാണെന്ന് എനിക്ക് പണ്ടേ സംശയം തോന്നിയിട്ടുള്ളതാണ്. എന്തു വന്നാലും എനിക്കിവിടെ നിന്നേ പറ്റൂ! ഇവർ നൃത്തമൊക്ക അവസാനിപ്പിച്ച് മേശയ്ക്കു ചുറ്റും കൂടിയിരിക്കുന്ന സ്ഥിതിക്ക് എനിക്ക് പ്ര ശ്നങ്ങൾ എടുത്തിടാം. ഭരണപരിഷ്കാരങ്ങളെപ്പറ്റിയും റഷ്യയുടെ മാഹാ ത്മ്യത്തെപ്പറ്റിയും പറയാം... ഞാനിവരെ വശത്താക്കും! സംശയമില്ല! ഒരുപക്ഷേ ഒന്നും പൊയ്പോയിട്ടില്ലായിരിക്കും-ഇതേവരെ.... ഒരുപക്ഷേ യഥാർത്ഥ ജീവിതത്തിൽ ഇങ്ങനെയായിരിക്കും എപ്പോഴും നടക്കുന്നത്. ഇവരെ വശത്താക്കാൻ എങ്ങിനെയാണൊന്നു തുടങ്ങേണ്ടത്? എന്തു മാർഗ്ഗമാണ് സ്വീകരിക്കേണ്ടത്! എനിക്ക് ഒരു എത്തും പിടിയുമില്ല..

ഇവർക്ക് എന്തു വേണം? എന്താണ് ഇവരുടെ ആവശ്യം? ദാ അവിടെ അവർ പൊട്ടിച്ചിരിക്കുന്നു. ദൈവമേ, എന്നെ നോക്കിയാണോ? പക്ഷേ എനിക്ക് എന്തു വേണം! ഞാൻ എന്തിന് ഇവിടെ വന്നു? എന്തുകൊണ്ട് പോകുന്നില്ല? എന്തു നേടാനാണ് എന്റെ ശ്രമം?" ആലോചന ഇത്രത്തോളമെത്തിയപ്പോൾ ഒരുതരം അപമാനബോധം-അഗാധവും അസഹ്യവുമായ അപമാനബോധം-അദ്ദേഹത്തിന്റെ ഹൃദയത്തെ കരണ്ടുതിന്നാൻ തുടങ്ങി.

പക്ഷേ എല്ലാം ഒന്നിനൊന്നു പിറകെ മുറപോലെ നടന്നു.

അത്താഴത്തിനിരുന്ന് കൃത്യം രണ്ട് മിനിട്ടു കഴിഞ്ഞപ്പോൾ ഭയാനകമായ ഒരു ചിന്ത അദ്ദേഹത്തെ പിടികൂടി. അദ്ദേഹത്തിന് പെട്ടെന്നു മനസ്സിലായി, തന്റെ തലയ്ക്ക് മത്തുപിടിച്ചിരിക്കുകയാണെന്ന്-മുമ്പത്തെപ്പോലെയല്ല, കലശലായി മത്തുപിടിച്ചിരിക്കുകയാണെന്ന്. ഷാംപെയിന്റെ പുറകെ വോഡ്ക്ക ചെന്നപ്പോഴുണ്ടായ സത്വരഫലമാണിത്. താൻ തളർച്ചയുടെ അവസാനത്തെ പതനത്തിലേക്കു വീഴുകയാണെന്ന് അദ്ദേഹത്തിന് ഉള്ളിൽ അനുഭവപ്പെട്ടു. സാഹസികമായ ഒരു ധൈര്യം നിമിഷനേരത്തേക്ക് തോന്നിയെങ്കിലും മനസ്സാക്ഷി സ്വൈരം കൊടുത്തില്ല. മോശം, വളരെ മോശം, ജുഗുപ്സാവഹം!" എന്ന് അത് നിർത്താതെ മുറവിളികൂട്ടിക്കൊണ്ടിരുന്നു. ഉലഞ്ഞ ഉന്മത്ത ചിന്തകൾ അധികസമയം ഒരിടത്തും തങ്ങിനിന്നില്ല. പെട്ടെന്ന്, ഏതാണ്ട് തൊട്ടുനോക്കാൻ കഴിയുന്നത്ര സ്പഷ്ടമായി രണ്ടു വശങ്ങൾ അദ്ദേഹത്തിന്റെ ഉള്ളിൽ രൂപംകൊണ്ടു. ചങ്കൂറ്റം, പിടിച്ചടക്കാനും തടസ്സങ്ങൾ തട്ടിനീക്കാനുമുള്ള മോഹം, എന്തുവന്നാലും ലക്ഷ്യം നേടുമെന്ന ഉത്തമബോദ്ധ്യം- ഇതായിരുന്നു ഒരു വശത്ത്. ഹൃദയത്തിൽ കുത്തിക്കുത്തിയുള്ള വേദനയും എന്തോ തന്റെ ഹൃദയരക്തം ഊറ്റിക്കുടിക്കുകയാണെന്ന തോന്നലുമായിരുന്നു മറുവശത്ത്. "ആളുകൾ എന്തു പറയും? ഇത് എങ്ങിനെയൊക്കെയാണോ ആവോ കലാശിക്കാൻ പോകുന്നത്? നാളെ-ഹാ നാളെ!- എന്താണ് ഉണ്ടാവുക!"

അതിഥികളുടെ കൂട്ടത്തിൽ തനിക്ക് ശത്രുക്കളുണ്ടെന്ന് അതേവരെ അദ്ദേഹത്തിന് അവ്യക്തമായി തോന്നിയിരുന്നു. "ഞാൻ വന്നപ്പോൾ കുടിച്ചിരുന്നതുകൊണ്ട് തോന്നിയതാവണം," വേദനയോടും സങ്കോചത്തോടുംകൂടി അദ്ദേഹം സ്വയം പറഞ്ഞു. എന്നാലിപ്പോൾ, ചില അനിഷേധ്യലക്ഷണങ്ങളിൽനിന്ന് അദ്ദേഹത്തിനു മനസ്സിലായി, ആ തീന്മേശയ്ക്കു ചുറ്റും തനിക്ക് യഥാർത്ഥത്തിൽ ശത്രുക്കളുണ്ടെന്ന്. അതേപ്പറ്റി ഇനി തെല്ലും സംശയിച്ചിട്ടു കാര്യമില്ല.

ഞാൻ ഇവരുടെ വിരോധം സമ്പാദിക്കാൻ മാത്രം എന്തു ചെയ്തു? അദ്ദേഹം സ്വയം ചോദിച്ചു.

അതിഥികൾ മുപ്പതു പേരും മേശയ്ക്കു ചുറ്റും ഇരിപ്പപിടിച്ചിരുന്നു. പകുതിയിലധികം പേർ ലക്കുകെട്ടിരുന്നു. മറ്റുള്ളവർ, ധിക്കാരഭാവത്തോടെ, അതിർകടന്ന സ്വാതന്ത്ര്യത്തോടെ, പക തീർക്കുന്ന മട്ടിൽ അട്ടഹസിക്കുകയും ഒരേ സമയത്ത് സംസാരിക്കുകയും ഉചിതമല്ലാത്ത പാനോപചാരങ്ങൾ നടത്തുകയും പെണ്ണുങ്ങളുടെ നേരെ റൊട്ടിക്കഷണങ്ങൾ എറിയുകയും ചെയ്തു. പെണ്ണുങ്ങൾ തിരിച്ചും എറിഞ്ഞു. ഒരുത്തൻ-മെഴുകു പറ്റിയ ഒരു ഫ്രോക്ക്കോട്ടിട്ട ഒരു നിസ്സാരൻ- ഇരുന്നപാടേ കസേരയിൽനിന്നു വീണു. അത്താഴസമയം മുഴുവൻ അയാൾ തറയിൽ കിടക്കുകയായിരുന്നു. വേറൊരാൾ മേശപ്പുറത്തു കയറിനിന്ന് പാനോപചാരം ചെയ്യാൻ വാശിപിടിച്ചു. സൈനികോദ്യോഗസ്ഥൻ അയാളുടെ കോട്ടിന്റെ വക്കിൽ പിടിച്ചുവലിച്ചതുകൊണ്ടു മാത്രമാണ് അയാളുടെ ആവേശത്തെ കുറച്ചൊന്ന് അടക്കാൻ കഴിഞ്ഞത്. ഏതോ ജനറലിന്റെ അടിയാനായ ഒരു പാചകക്കാരനെ ഏർപ്പെടുത്തിയിരുന്നെങ്കിലും അത്താഴത്തിന്റെ വിഭവങ്ങൾ ഒരു കശയായിരുന്നു. കാളനാക്കും ഉരുളക്കിഴങ്ങും, ജെല്ലിയിലിട്ട മാംസം, കട്‌ലറ്റും പച്ചപ്പയറും, ഒരു വാത്ത, അവസാനമായി പാൽ ജെല്ലി-ഇത്രയുമായിരുന്നു വിഭവങ്ങൾ. കുടിക്കാനായി ബിയറും വോഡ്ക്കയും ഷെറിയുമുണ്ടായിരുന്നു. ജനറലിന്റെ പിഞ്ഞാണിക്കു സമീപം ഒരു കുപ്പി ഷാംപെയിനുണ്ടായിരുന്നതിൽനിന്ന് അദ്ദേഹത്തിന് അക്കീം പെത്രോവിച്ചിന്റെ ഗ്ലാസിലേക്കും പകർന്നുകൊടുക്കേണ്ടി വന്നു. കാരണം, തന്റെ ചുമതലകൾ തീന്മേശയിലേക്കുകൂടി വ്യാപിപ്പിക്കാൻ അയാൾ മുതിർന്നില്ല. മറ്റുള്ള അതിഥികൾക്ക് പാനോപചാരത്തിന് കുടിക്കാൻ കിട്ടിയത് വിലകുറഞ്ഞ വീഞ്ഞാണ്- അല്ലെങ്കിൽ, കയ്യിൽ കിട്ടിയതെന്തോ അത്. പല കൊച്ചുമേശകളും അടുപ്പിച്ചിട്ടുണ്ടാക്കിയതായിരുന്നു തീന്മേശ. കൂട്ടത്തിൽ ഒരു ചീട്ടുകളിമേശപോലുമുണ്ടായിരുന്നു. ചിത്രവേല ചെയ്ത ഒരു യാരോസ്ലാവ്ൽ വിരിപ്പുൾപ്പെടെ പലതരം മേശവിരിപ്പുകൾകൊണ്ട് അവ മൂടിയിരുന്നു. സ്ത്രീപുരുഷന്മാർ ഇടവിട്ടാണ് ഇരുന്നത്. പ്സെൽദൊനീമൊവിന്റെ അമ്മ ഇരിക്കാൻ കൂട്ടാക്കാതെ ഓരോരോ നിർദ്ദേശങ്ങൾ നൽകിക്കൊണ്ട് തിരക്കിട്ടു നടന്നു. പക്ഷേ, ഇതേവരെ പുറത്തു തലകാട്ടാതിരുന്ന ഒരു ഭയങ്കരി ഈ സമയത്ത് പ്രത്യക്ഷപ്പെട്ടു. ചെമ്പട്ടുകൊണ്ടുള്ള ഉടുപ്പും വീർത്ത കവിളിനു മീതെ കെട്ടിയ തുവാലയും വളരെയേറെ പൊക്കമുള്ള ഒരു തൊപ്പിയുമാണ് വേഷം. വധുവിന്റെ അമ്മയാണവരെന്നു തെളിഞ്ഞു. അത്താഴത്തിനായി പുറകുവശത്തെ മുറിയിൽനിന്ന് ഇറങ്ങിവരാൻ അവസാനം സമ്മതിച്ചിരിക്കുകയാണ്. പ്സെൽദൊനീമൊവിന്റെ അമ്മയോടുള്ള തീരാവൈരം കൊണ്ടാണ് ഇതേവരെ തല കാണിക്കാതിരുന്നത്. അതെപ്പറ്റി പിന്നീട് പറയാം. അവർ ജനറലിന്റെ നേരെ നീരസവും പുച്ഛവും കലർന്ന ഒരു

നോട്ടമെറിഞ്ഞു. അദ്ദേഹവുമായി പരിചയപ്പെടാൻ യാതൊരു താല്പര്യവും കാട്ടിയില്ല. ഈ സത്വത്തെപ്പറ്റി ഇവാൻ ഇലിയീച്ചിന് വളരെയേറെ ആശങ്ക തോന്നി. പക്ഷേ ആശങ്കയുളവാക്കുന്ന വേറേയും ആളുകൾ അവിടെയുണ്ടായിരുന്നു. സഹജബുദ്ധ്യാതന്നെ അദ്ദേഹത്തിന് അവരെപ്പറ്റി അവിശ്വാസവും ഉൽക്കണ്ഠയും തോന്നി. അവരൊരു ഗൂഢാലോചന നടത്തുകയാണോയെന്നുപോലും തോന്നി. അതും, ഇവാൻ ഇലിയീച്ചിനെതിരെ. ഏതായാലും അങ്ങിനെയാണ് അദ്ദേഹത്തിനു തോന്നിയത്. അത്താഴം പുരോഗമിച്ചതോടെ അദ്ദേഹത്തിന്റെ വിശ്വാസം ഉറയ്ക്കുകയും ചെയ്തു. അദ്ദേഹത്തിന്റെ സംശയം ഏറ്റവുമധികം ഉണർത്തിയത് താടി വളർത്തിയ ഒരു മാന്യനായിരുന്നു. ഏതോ ചിത്രകാരനായിരിക്കണം. അയാൾ ഇവാൻ ഇലിയീച്ചിനെ നോക്കുകയും ഉടൻതന്നെ തന്റെ അടുത്തിരിക്കുന്നയാളിന്റെ ചെവിയിൽ എന്തോ കുശുകുശുക്കുകയും ചെയ്തുകൊണ്ടിരുന്നു. മറ്റൊരു അതിഥിയും-ഒരു വിദ്യാർത്ഥി-മൂക്കറ്റം കുടിച്ചിരുന്നെങ്കിലും സംശയകരമായ വിധത്തിൽ പെരുമാറി. വൈദ്യവിദ്യാർത്ഥിക്കും ഒരു പന്തികേടുണ്ടായിരുന്നു. സൈനികോദ്യോഗസ്ഥനെപ്പോലും തീർത്തും വിശ്വസിക്കാൻ വയ്യായിരുന്നു. പക്ഷേ എടുത്തുപറയത്തക്ക-ഏറ്റവും പ്രകടമായ-വിദ്വേഷത്തോടെ ജ്വലിച്ചത് “തീക്കൊള്ളി” ലേഖകനായിരുന്നു. ധിക്കാരപ്പൂർവ്വം കസേരയിലെ മലർന്നടിച്ച കിടപ്പും ഔദ്ധത്യം പൂണ്ട കണ്ണോടിക്കലും തോന്നിയതുപോലുള്ള മുക്രയിടലുമൊക്കെ വിളിച്ചറിയിച്ചത് അതാണ്. നാലേനാലു കവിതകൾ മാത്രം “തീക്കൊള്ളി”യിൽ പ്രസിദ്ധീകരിച്ചതിന്റെ ബലത്തിൽ ഉല്പതിഷ്ണുവായി ചമഞ്ഞുനടക്കുന്ന ലേഖകനെ മറ്റ് അതിഥികളാരും ഗൗനിച്ചില്ല. സത്യത്തിൽ അവർക്ക് അയാളോടുള്ള അപ്രീതി പ്രകടമായിരുന്നു. എങ്കിലും ഒരു റൊട്ടിക്കഷണം തന്റെ തൊട്ടടുത്തുവന്നു വീണപ്പോൾ കുറ്റവാളി “തീക്കൊള്ളി” ലേഖകനല്ലാതെ മറ്റാരുമല്ലെന്ന് ഇവാൻ ഇലിയീച്ച ആണയിട്ടു പറയാൻ തയ്യാറായിരുന്നു.

ഇതെല്ലാംതന്നെ അദ്ദേഹത്തെ അങ്ങേയറ്റം പരിതാപകരമാംവണ്ണം ബാധിച്ചുവെന്നു പറയേണ്ടതില്ലല്ലോ.

അത്യന്തം വേദനാകരമായ മറ്റൊന്നുകൂടി ജവാൻ ഇലിയീച്ച് കണ്ടുപിടിച്ചു: താൻ വാക്കുകൾ അവ്യക്തമായും വിഷമിച്ചും ഉച്ചരിക്കാൻ തുടങ്ങിയിരിക്കുന്നു. അദ്ദേഹം ഒട്ടേറെ കാര്യങ്ങൾ പറയാൻ ആഗ്രഹിച്ചെങ്കിലും നാവ് വഴങ്ങാതായി. കുറച്ചുകൂടി കഴിഞ്ഞപ്പോൾ അദ്ദേഹം മനോരാജ്യം കാണാൻ തുടങ്ങി. അതോ പോകട്ടെ, പ്രത്യേകിച്ച് കാരണമൊന്നുമില്ലാതെ മൂക്കുകൊണ്ടു ശബ്ദം കേൾപ്പിക്കാനും ചിരിക്കാനും തുടങ്ങി. ചിരിക്കാൻ വകയൊന്നുമില്ലായിരുന്നുതാനും. ഒരു ഗ്ലാസ് ഷാംപെയിൻകൂടി അകത്തായതോടെ ഈ ഘട്ടവും മാറി. ഇവാൻ ഇലിയീച്ച്

തന്നെയാണ് പകർന്നതെങ്കിലും അത് കുടിക്കണമെന്ന് ആദ്യം അദ്ദേഹത്തിന് ഉദ്ദേശമില്ലായിരുന്നു. പെട്ടെന്ന്, യാദൃച്ഛികമായെന്നവണ്ണം അദ്ദേഹം അത് ഒറ്റ വലിക്ക് കുടിച്ചുപോയതാണ്. അതുംകൂടിയായപ്പോൾ അദ്ദേഹത്തിന് കരച്ചിൽ വന്നു. ഏറ്റവും വിചിത്രമായ വികാരപരതയിലേക്കു താൻ വീഴുകയാണെന്ന് അദ്ദേഹത്തിനു മനസ്സിലായി. അദ്ദേഹം വീണ്ടും സ്നേഹനിരതനായി. അദ്ദേഹത്തിന് സർവ്വരോടും- പ്സെൽദൊനീമൊവിനോടുപോലും, 'തീക്കൊള്ളി' ലേഖകനോടുപോലും-സ്നേഹം തോന്നി. അവരെ എല്ലാവരേയും ആശ്ലേഷിക്കാൻ, എല്ലാം മറക്കാൻ, എല്ലാവരോടും സൗഹൃദം സ്ഥാപിക്കാൻ, അദ്ദേഹം പെട്ടെന്നു മോഹിച്ചു. മാത്രമല്ല, തന്റെ ഹൃദയം അവരുടെ മുമ്പിൽ തുറന്നുവയ്ക്കാൻ അദ്ദേഹം ആഗ്രഹിച്ചു. താൻ എത്ര നല്ലവനും ദയാലുവുമാണ്, എത്ര പ്രഗത്ഭനാണ്, തനിക്ക് നാടിന് എത്രയേറെ പ്രയോജനം ചെയ്യാൻ കഴിയും, സ്ത്രീകളെ എത്രമാത്രം രസിപ്പിക്കാൻ കഴിയും, സർവ്വോപരി, താൻ എത്രമാത്രം പുരോഗമനവാദിയാണ്, സകലരേയും-ഏറ്റവും അടിത്തട്ടിൽ കിടക്കുന്നവരെപ്പോലും-എത്ര സദുദ്ദേശത്തോടുകൂടിയാണ് വീക്ഷിക്കുന്നത്, എന്നിങ്ങനെ സർവ്വതും പറയാൻ അദ്ദേഹം ആഗ്രഹിച്ചു. അവസാനമായി, പ്സെൽദൊനീമൊവിന്റെ ഭവനത്തിൽ ക്ഷണിക്കപ്പെടാതെ വരാനും ഒന്നുരണ്ടു കുപ്പി ഷാംപെയിൻ കുടിക്കാനും തന്റെ സാന്നിദ്ധ്യംകൊണ്ട് അയാളെ സന്തോഷിപ്പിക്കാനും തന്നെ പ്രേരിപ്പിച്ച ഉദ്ദേശങ്ങൾ മുഴുവനും അവരോട് തുറന്നുപറയാനും അദ്ദേഹം മോഹിച്ചു.

"സത്യം- പാവനമായ സത്യം! സർവ്വോപരി, തുറന്ന മനസ്സ്! എന്റെ തുറന്ന മനസ്സിലൂടെ ഞാൻ ഇവരുടെ ഹൃദയത്തെ സ്പർശിക്കും. ഇവർ എന്നെ വിശ്വസിക്കും. തീർച്ചയാണ്. ഇപ്പോൾ ഇവർ എന്നെ നോക്കുന്നത് ശത്രുതയോടെയാണ്. പക്ഷേ ഇവരോട് സർവ്വതും പറഞ്ഞുകഴിയുമ്പോൾ ഞാൻ ഇവരെ തീർത്തും വശപ്പെടുത്തിയിരിക്കും. ഇവർ ഗ്ലാസ് നിറച്ച് ഹർഷാരവത്തോടെ എന്റെ ആരോഗ്യത്തിനുവേണ്ടി കുടിക്കും. സൈനികോദ്യോഗസ്ഥൻ അയാളുടെ കുതിമുള്ളിലടിച്ച് ഗ്ലാസുടയ്ക്കുമെന്ന് തീർച്ചയാണ്. ഇവർ 'ഹുറാ' വിളിച്ചെന്നുപോലും വരും. ഇവർ ഹുസാർ മട്ടിൽ എന്നെയിട്ട് അമ്മാനമാടാൻ ആഗ്രഹിച്ചാൽത്തന്നെ ഞാൻ എതിർക്കില്ല. സത്യത്തിൽ നല്ലൊരു കാര്യമായിരിക്കും അത്. ഞാൻ വധുവിന്റെ നെറ്റിയിൽ ഉമ്മവയ്ക്കും. തങ്കമാണവൾ, അക്കീം പെത്രോവിച്ചും വളരെ നല്ല മനുഷ്യനാണ്. പ്സെൽദൊനീമൊവ് കാലക്രമത്തിൽ നന്നായിക്കോളും. അയാൾക്ക് ഉന്നതസമുദായത്തിലെ മിനുക്കില്ലെന്നു പറയാം. പുതിയ തലമുറയ്ക്കാകെത്തന്നെ ആ ആത്മീയസരളതയുടെ കുറവുണ്ട്. എന്നാലും ഞാൻ... ഇതരയൂറോപ്യൻ രാഷ്ട്രങ്ങൾക്കിടയിൽ റഷ്യയ്ക്ക് ഇന്നുള്ള ദൗത്യത്തെപ്പറ്റി ഇവരോട് സംസാരിക്കും. അതെ,

കർഷകപ്രശ്നവും സ്പർശിക്കും... ഇവർ എല്ലാവരും എന്നെ സ്നേഹിക്കും. അങ്ങിനെ ഞാൻ വിജയശ്രീലാളിതനായി വിടവാങ്ങും!

തീർച്ചയായും വളരെ സുഖകരമായ സ്വപ്നങ്ങളായിരുന്നു ഇവ. പക്ഷേ ഈ ശുഭപ്രതീക്ഷകളുടെ നടുവിൽ, തുപ്പാൻ ഒരു പ്രവണത ഓർക്കാപ്പുറത്തുണ്ടായത് അത്ര സുഖകരമല്ലായിരുന്നു... പെട്ടെന്ന്, അദ്ദേഹത്തിന്റെ വായിൽനിന്ന്, അദ്ദേഹം ആഗ്രഹിക്കാതെതന്നെ, തുപ്പൽ തെറിച്ചു വീഴാൻ തുടങ്ങി. താൻ അക്കീം പെത്രോവിച്ചിന്റെ കവിളത്ത് തുപ്പൽ തെറിപ്പിച്ചതു കണ്ടപ്പോഴാണ് ഇക്കാര്യം ആദ്യമായി അദ്ദേഹത്തിന്റെ ശ്രദ്ധയിൽ പെട്ടത്. അദ്ദേഹത്തോടുള്ള ബഹുമാനം മുൻനിർത്തി അയാൾ അത് തൽക്ഷണം തുടച്ചുകളഞ്ഞില്ല. ഇവാൻ ഇലിയീച്ചുതന്നെ തന്റെ നാപ്ക്കിനെടുത്ത് അത് തുടച്ചുകളയുകയാണ് ചെയ്തത്. എന്നാൽ അടുത്ത നിമിഷത്തിൽ, തന്റെ ഈ പ്രവൃത്തി അങ്ങേയറ്റം അപഹാസ്യമായി, സാമാന്യബുദ്ധിയുടെ എല്ലാ സീമകളേയും ലംഘിക്കുന്ന ഒന്നായി, അദ്ദേഹത്തിനു തോന്നി. അതെപ്പറ്റി അത്ഭുതപ്പെട്ടുകൊണ്ട് അദ്ദേഹം മൗനം ദീക്ഷിച്ചു. മദ്യം കുറെ അകത്താക്കിയിരുന്ന അക്കീം പെത്രോവിച്ച് അന്തം വിട്ട് ഇരിക്കുകയായിരുന്നു. താൻ കഴിഞ്ഞ കാൽമണിക്കൂറായി അക്കീം പെത്രോവിച്ചിനോട് ഏറ്റവും രസകരമായ വിഷയത്തെപ്പറ്റി സംസാരിക്കുകയാണെന്നും അത് കേട്ടുകൊണ്ടിരുന്ന അക്കീം പെത്രോവിച്ച് പരുങ്ങുക മാത്രമല്ല എന്തോ കാര്യത്തിന് ഭയന്നിരിക്കുന്നതു പോലെ തോന്നുന്നുവെന്നും ഇവാൻ ഇലിയീച്ചിന്റെ ശ്രദ്ധയിൽപെട്ടത് ഇപ്പോഴാണ്. അടുത്തയാളിനുമപ്പുറത്ത് ഇരുന്നിരുന്ന പ്സെൽദൊനീമൊവും കഴുത്തുനീട്ടി, തല ഒരു വശത്തേക്ക് ചെരിച്ചു പിടിച്ച്, താൻ പറയുന്നത് അങ്ങേയറ്റം അരോചകമായ മുഖഭാവത്തോടെ ശ്രദ്ധിക്കുകയായിരുന്നു. അയാൾ അദ്ദേഹത്തെ ജാഗ്രതയോടെ നോക്കുകയാണെന്നുപോലും തോന്നി. അതിഥികൾക്കിടയിലൂടെ കണ്ണോടിച്ചപ്പോൾ അവരിൽ പലരും തന്റെ മുഖത്തുനോക്കി ചിരിക്കുന്നതായി ഇവാൻ ഇലിയീച്ച് കണ്ടു. അദ്ദേഹത്തിന് അതുകൊണ്ട് തെല്ലും വല്ലായ്മ തോന്നിയില്ലെന്നതായിരുന്നു ഏറ്റവും വിചിത്രം. നേരെമറിച്ചായിരുന്നു സ്ഥിതി. ഗ്ലാസിൽനിന്ന് ഒന്നുകൂടി മോന്തിയിട്ട് അദ്ദേഹം പൊടുന്നനെ എല്ലാവരും കേൾക്കത്തക്കവണ്ണം തന്റെ പ്രഭാഷണം ആരംഭിച്ചു.

“മാന്യരേ,” ആവുന്നത്ര ഉച്ചത്തിൽ അദ്ദേഹം സംസാരിച്ചുതുടങ്ങി. “ഞാൻ പറഞ്ഞുകൊണ്ടിരുന്നത്... ഞാൻ അക്കീം പെത്രൊവിച്ചിനോട് പറഞ്ഞുകൊണ്ടിരുന്നത്.. എന്താണെന്നോ.... റഷ്യ, അതെ, റഷ്യതന്നെ... ഞാൻ പറയാൻ വരുന്നത് എന്താണെന്നറിയാമല്ലോ.. ഒറ്റവാക്കിൽ പറഞ്ഞാൽ, റഷ്യ ഇപ്പോൾ മനുഷ്യസ്നേഹത്തിലൂടെ കടന്നു പോവുകയാണെന്നാണ് എന്റെ ഉത്തമബോദ്ധ്യം.”

“മനിശ്ശ- സ്സിനേഹം!” മേശയുടെ മറ്റേത്തലയ്ക്കൽ നിന്ന് ആരോ വിളിച്ചുപറഞ്ഞു.

“ഏ്ട-ഏ്ട!”

“ബ്യൂ-ബ്യൂ!”

ഇവാൻ ഇലിയീച്ച് കുഴങ്ങി. പ്സെൽദൊനീമൊവ് കസേരയിൽനിന്ന് എണീറ്റ് കണ്ണോടിച്ചു-ആരാണ് ഒച്ചയിട്ടത്? ഇത് ലജ്ജാവഹമാണെന്ന് അതിഥികളോട് ചൂണ്ടിക്കാട്ടുന്ന മട്ടിൽ അക്കീം പെത്രോവിച്ച് പതുക്കെ തല കുലുക്കി. ഇവാൻ ഇലിയീച്ച് അത് ശ്രദ്ധിക്കാതിരുന്നില്ല. എങ്കിലും അദ്ദേഹം നിശ്ശബ്ദം സഹിച്ചു.

“മനുഷ്യസ്നേഹം!” അദ്ദേഹം വാശിയോടെ തുടർന്നു. “കുറച്ചു മുമ്പാണ്, അതെ, വളരെക്കുറച്ചു മുമ്പാണ്, ഞാൻ സ്തെപ്പാൻ നിക്കീഫൊറൊവിച്ചിനോട് പറഞ്ഞത്... എന്താണെന്നോ... അതായത്, കാര്യങ്ങൾ ഉടച്ചുവാർക്കുകയെന്നത്...”

“തിരുമനസ്സേ!” മേശയുടെ അങ്ങേത്തലയ്ക്കൽനിന്നും ഉറക്കെ ഒരു വിളി കേട്ടു.

“അവിടുത്തെ ദാസൻ!” സംസാരം ഇടയ്ക്കുവച്ചു നിർത്തിക്കൊണ്ടും വിളിച്ചുപറഞ്ഞത് ആരാണെന്നു കണ്ടുപിടിക്കാൻ ശ്രമിച്ചുകൊണ്ടും ഇവാൻ ഇലിയീച്ച് പ്രതിവചിച്ചു.

“ഒന്നുമില്ല, തിരുമനസ്സേ. ഞാൻ ഒരു രസത്തിനു വിളിച്ചെന്നേയുള്ളു. പ്രസംഗം തുടരൂ,” അതേ ശബ്ദം വിളിച്ചുപറഞ്ഞു.

ഇവാൻ ഇലിയീച്ച് ചൂളിപ്പോയി.

“ഈ കാര്യങ്ങൾതന്നെ ഉടച്ചുവാർക്കുകയെന്നത്...”

“തിരുമനസ്സേ!” വീണ്ടും അതേ ശബ്ദത്തിൽ വിളിക്കുന്നതു കേട്ടു.

“അടിയൻ!”

“സൗഖ്യമാണോ?”

ഇവാൻ ഇലിയീച്ചിന് സഹിക്കാൻ കഴിഞ്ഞില്ല. അദ്ദേഹം, പറഞ്ഞുവന്ന വാചകം ഇടയ്ക്കുവച്ചു നിർത്തിക്കൊണ്ട് സമാധാനഭഞ്ജകന്റെ നേരെ തിരിഞ്ഞു. വളരെ പ്രായം കുറഞ്ഞവനും കുടിച്ച് തീരെ ലക്കുകെട്ടവനുമായ ഒരു വിദ്യാർത്ഥിയായിരുന്നു കുറ്റവാളി. അയാൾ ഒച്ചയിടാൻ തുടങ്ങിയിട്ട് കുറച്ചു നേരമായി. വിവാഹാഘോഷത്തിന്റെ ഭാഗമാണെന്നു പറഞ്ഞുകൊണ്ട് ഒരു ഗ്ലാസും രണ്ടു പിഞ്ഞാണികളും തല്ലിപ്പൊട്ടിക്കുകയും ചെയ്തു. ഇവാൻ ഇലിയീച്ച് അയാളുടെ നേരെ തിരിഞ്ഞ സമയത്ത് സൈനികോദ്യോഗസ്ഥൻ ആ ബഹളക്കാരനെ ശകാരിക്കുകയായിരുന്നു:

“നീ എന്തിനാടോ തൊള്ള തുറക്കുന്നത്! നിന്നെ അടിച്ചു

പുറത്താക്കണം. അതാണ് വേണ്ടത്!"

"അയ്യോ തിരുമനസ്സേ. ഞാൻ അങ്ങനെ ഉദ്ദേശിച്ചുപറഞ്ഞതല്ല. തിരുമനസ്സേ, അങ്ങനെ ഉദ്ദേശിച്ചല്ല ഞാൻ പറഞ്ഞത്. അല്ലേയല്ല! അങ്ങ് പറഞ്ഞോളൂ!" മത്തുപിടിച്ച സ്കൂൾ വിദ്യാർത്ഥി കസേരയിൽ ഇരുന്ന് ആടിക്കൊണ്ട് പറഞ്ഞു. "അങ്ങ് പറഞ്ഞോളൂ ഞാൻ കേൾക്കുന്നുണ്ട്. എനിക്ക് അങ്ങയോട് വളരെവളരെ സന്തോഷം തോന്നുന്നു! വളരെ ഭേഷായിരിക്കുന്നു! വളരെ ഭേഷായിരിക്കുന്നു! വളരെ ഭേഷായിരിക്കുന്നു!"

"തലയ്ക്കു വെളിവില്ലാത്ത പീറച്ചെറുക്കൻ!" പ്സെൽദൊനീമൊവ് പിറുപിറുത്തു.

"അവന് തലയ്ക്കു വെളിവില്ലെന്നു മനസ്സിലായി. എങ്കിലും...."

"തിരുമനസ്സേ, ഞാൻ ഇവനോട് ഞങ്ങളുടെ പ്ലാറ്റൂണിലുണ്ടായിരുന്നു ഒരു ലെഫ്റ്റനന്റിനെപ്പറ്റി ഒരു തമാശക്കഥ പറയുകയായിരുന്നു," സൈനികോദ്യോഗസ്ഥൻ പറഞ്ഞു. ഇതേ വിധത്തിലാണ് അയാൾ അയാളുടെ മേലധികാരിയോട് സംസാരിക്കുന്നത്. ഇവൻ അയാളെ അനുകരിക്കാൻ ശ്രമിക്കുകയാണ്. മേലധികാരി എന്തു പറഞ്ഞാലും അയാൾ വിളിച്ചുപറയും, "ഭേഷായിരിക്കുന്നു! ഭേഷായിരിക്കുന്നു!" അയാളെ അതിന്റെ പേരിൽ പത്തു വർഷം മുമ്പ് സർവീസിൽ നിന്നു പിരിച്ചുവിട്ടു."

"ഏത് ലെഫ്റ്റനന്റ്?"

"അയാൾ ഞങ്ങളുടെ പ്ലാറ്റൂണിലായിരുന്നു, തിരുമനസ്സേ. 'ഭേഷായിരിക്കുന്നു' എന്ന വാക്ക് അയാളെ ഭ്രാന്തുപിടിപ്പിച്ചു. ആദ്യം അയാളോട് നല്ലവാക്കു പറഞ്ഞുനോക്കി. പിന്നീട് ജയിലിലിട്ടു. മേലധികാരി ഒരച്ഛനെപ്പോലെ ശാസിച്ചുനോക്കി. പക്ഷേ അയാൾ ഭേഷായിരിക്കുന്നു! ഭേഷായിരിക്കുന്നു! എന്നു പറഞ്ഞുകൊണ്ടേയിരുന്നു. വിചിത്രമെന്നു പറയട്ടെ, അയാൾ ധൈര്യശാലിയായ ഒരു ഉദ്യോഗസ്ഥനായിരുന്നു. ആറടിയിലേറെ പൊക്കം വരും. അയാളെ പട്ടാളക്കോടതിയിൽ വിസ്തരിക്കാൻ തുടങ്ങിയതാണ്. പക്ഷേ അയാൾക്ക് കിറുക്കാണെന്ന് അപ്പോഴേയ്ക്കും മനസ്സിലായി."

"ഇവൻ വെറുമൊരു സ്കൂൾ കുട്ടിയല്ലെ-ഇടയ്ക്കൊന്നു മിന്നുന്നത് വകവച്ചുകൊടുക്കാവുന്നതേയുള്ളു. ഞാൻ പൊറുക്കാൻ തയ്യാറാണ്..."

"വൈദ്യപരിശോധനയുണ്ടായിരുന്നു, തിരുമനസ്സേ."

"എന്ത്! അയാളെ പോസ്റ്റ്മോർട്ടം ചെയ്തെന്നോ?"

"അയ്യോ ഇല്ല! അയാൾക്ക് നല്ല ജീവനുണ്ടായിരുന്നു."

ഇതേവരെ അന്തസ് പാലിച്ചിരുന്ന അതിഥികൾക്കിടയിൽ ഉടനീളം

തന്നെ ഉച്ചത്തിലുള്ള ഒരു പൊട്ടിച്ചിരി ഉയർന്നു. ഇവാൻ ഇലിയീച്ച് രോഷാകുലനായി.

"മാന്യരേ, മാന്യരേ!" തുടക്കത്തിൽ ഒരു വിക്കൽപോലുമില്ലാതെ അദ്ദേഹം വിളിച്ചുപറഞ്ഞു. "ജീവനുള്ള മനുഷ്യനെ അറത്തുമുറിക്കുക യില്ലെന്നു മനസ്സിലാക്കാൻ മാത്രമുള്ള വിവരം എനിക്കുണ്ട്. ഞാൻ വിചാരിച്ചു...അയാൾക്ക് ഭ്രാന്തുപിടിച്ച് ജീവൻ പോയെന്ന്... അതായത്, അയാൾ മരിച്ചുപോയെന്ന്... ഞാനുദ്ദേശിക്കുന്നത്... ഞാൻ പറയാൻ വന്നത്.. നിങ്ങൾക്ക് എന്നോട് സ്നേഹമില്ല. എനിക്കാണെങ്കിൽ, നിങ്ങ ളോടെല്ലാവരോടും സ്നേഹമാണ്. അതെ, പൊർ-പൊർഫീറിയോടും... ഞാനിതു പറയുമ്പോൾ തന്നത്താൻ തരംതാഴ്ത്തുകയാണ് ചെയ്യുന്നത്..."

ഈ സമയത്ത് തുപ്പലിന്റെ വലിയൊരു തുള്ളി ഇവാൻ ഇലിയീ ച്ചിന്റെ വായിൽനിന്ന് മേശവിരിയുടെ ഏറ്റവും തെളിഞ്ഞുകാണാവുന്ന ഒരിടത്തേക്ക് തെറിച്ചുവീണു. അത് തുടച്ചുകളയാൻ പ്സെൽദൊനീമൊവ് നാപ്കിനുമായി ഓടിയെത്തി. ഈ അവസാനത്തെ അനിഷ്ടസംഭവം ഇവാൻ ഇലിയീച്ചിനെ നിലംപരിശാക്കി.

"മാന്യരേ, ഇത് കുറെ കടന്നുപോയി!" അദ്ദേഹം നൈരാശ്യത്തോടെ വിളിച്ചുപറഞ്ഞു.

"തിരുമനസ്സേ, കുടിച്ചു ലക്കുകെട്ടാൽപ്പിന്നെ.. "

പ്സെൽദൊനീമൊവ് ഒരിക്കൽക്കൂടി പറഞ്ഞുതുടങ്ങി.

"പൊർഫീറിയ്! ഞാനെല്ലാം കാണുന്നുണ്ട്... നിങ്ങളെല്ലാവരും... അതെ, ഞാൻ ആശിക്കുന്നതെന്താണെന്നു പറയാം... ഞാൻ എല്ലാവ രേയും വെല്ലുവിളിക്കുകയാണ്- നിങ്ങളുടെ കണ്ണിൽ ഞാൻ എത്രമാത്രം തരംതാണിരിക്കുന്നുവെന്നു കണ്ടോ?"

ഇവാൻ ഇലിയീച്ച് കരച്ചിലിന്റെ വക്കത്തെത്തി.

"അയ്യോ, തിരുമനസ്സേ!"

"പൊർഫീറിയ്, ഞാൻ ചോദിക്കട്ടെ. ഞാൻ നിങ്ങളുടെ വിവാഹ ത്തിനു വന്നത് യാതൊരു ഉദ്ദേശവുമില്ലാതെയാണോ? പറയൂ. ഞാൻ നിങ്ങളുടെ ധാർമ്മികോന്നമനം ആഗ്രഹിച്ചു... നിങ്ങളുടെ എല്ലാവരുടേ യും ഹൃദയത്തെ സ്പർശിക്കാൻ ആഗ്രഹിച്ചു. ഞാൻ എല്ലാവരോടുമായി ചോദിക്കുകയാണ്: ഞാൻ നിങ്ങളുടെ കണ്ണിൽ വളരെയേറെ തരംതാ ണിട്ടുണ്ടോ ഇല്ലയോ?"

തികഞ്ഞ നിശ്ശബ്ദത കളിയാടി. ഒന്നാലോചിച്ചുനോക്കൂ! ഇത്രയേറെ ഗൗരവമേറിയ ഒരു ചോദ്യത്തിന് ഉത്തരം- തികഞ്ഞ നിശ്ശബ്ദത! "ഇവർക്ക് എന്തുകൊണ്ട് ഈ നിമിഷത്തിൽ ആർത്തുവിളിച്ചുകൂടാ? എന്ന ചിന്ത തിരുമനസ്സിന്റെ മനസ്സിലൂടെ മിന്നിമറഞ്ഞു. പക്ഷേ അതിഥികൾ

പരസ്പരം കണ്ണയച്ചതേയുള്ളൂ. അക്കീം പെത്രോവിച്ച് അർദ്ധപ്രാണനായിക്കഴിഞ്ഞിരുന്നു. പ്സെൽദൊനീമൊവാകട്ടെ, ഭീതികൊണ്ട് തരിച്ചു നിന്നു. ദീർഘനേരമായി അലട്ടിക്കൊണ്ടിരുന്ന ആ ഭയങ്കരചോദ്യം അയാൾ തന്നോടുതന്നെ ഉരുവിടുകയായിരുന്നു:

"ഇതു കഴിഞ്ഞ് നാളത്തെ എന്റെ സ്ഥിതി എന്തായിരിക്കും?

പെട്ടെന്ന് 'തീക്കൊള്ളി'യുടെ ലേഖകൻ ഇവാൻ ഇലിയീച്ചിന്റെ നേരെ തിരിഞ്ഞു. മൂക്കറ്റം മദ്യപിച്ചിരുന്നെങ്കിലും അയാൾ ഇതേവരെ നിരുന്മേഷനായി മൗനം പൂണ്ടിരിക്കുകയായിരുന്നു. തീപാറുന്ന കണ്ണുകളോടെ അയാൾ സദസ്സിനു വേണ്ടി ഇവാൻ ഇലിയീച്ചിനു മറുപടി നൽകി.

"ഉണ്ട്!" ഇടിവെട്ടുന്ന ശബ്ദത്തിൽ അയാൾ ഗർജ്ജിച്ചു. നിങ്ങൾ തരംതാണിട്ടുണ്ട്. "നിങ്ങളൊരു പിന്തിരിപ്പനാണ്-പി-ന്തി-രി-പ്പൻ!"

"എടോ ചെറുപ്പക്കാരാ! താൻ നിലവിട്ടു സംസാരിക്കുന്നു! താൻ സംസാരിക്കുന്നത് ആരോടാണെന്ന് അറിയാമോ?" വീണ്ടും ചാടിയെണീറ്റുകൊണ്ട് ഇവാൻ ഇലിയീച്ച് ക്രോധപൂർവ്വം ചോദിച്ചു.

"തന്നോട്! രണ്ടാമത്, ഞാൻ ചെറുപ്പക്കാരനല്ല... താനിവിടെ വന്നത് ഞെളിഞ്ഞുനടക്കാനും പേരുകിട്ടാനുമാണ്..."

"പ്സെൽദൊനീമൊവ്-എന്താണ് ഇതിന്റെ അർത്ഥം?" ഇവാൻ ഇലിയീച്ച് വിളിച്ചുചോദിച്ചു.

പക്ഷേ പ്സെൽദൊനീമൊവ് ചാടിയെണീറ്റെങ്കിലും, അനങ്ങാൻ പോലും ഭയന്ന്, ഇതികർത്തവ്യതാമൂഢനായി നിന്നതേയുള്ളൂ. അതിഥികളെല്ലാവരും അവരവരുടെ ഇരിപ്പിടങ്ങളിൽ മരവിച്ചുപോയതുപോലെ തോന്നി. ചിത്രകാരനും വിദ്യാർത്ഥിയും വിളിച്ചു പറഞ്ഞു: "ബലേഭേഷ്! ബലേഭേഷ്!"

ലേഖകൻ അടക്കാനാവത്ത രോഷത്തോടെ തന്റെ അട്ടഹാസം തുടർന്നു:

"അതെ, താനിവിടെ കയറിവന്നത് തന്റെ മനുഷ്യസ്നേഹത്തെപ്പറ്റി വീമ്പടിക്കാനാണ്! താൻ ഇവിടുത്തെ ഉത്സാഹം കെടുത്തി. മാസം പത്തു റൂബിൾ ശമ്പളം കിട്ടുന്ന ഒരു ഗുമസ്തനു താങ്ങാനാവുന്നതല്ലെന്ന് ഓർക്കാതെ ഷാംപെയിൻ മുഴുവനും കുടിച്ചു. കീഴ്ജീവനക്കാരുടെ ചെറുപ്പക്കാരി ഭാര്യമാരെ അനുഭവിക്കാൻ ഇഷ്ടമുള്ള ഒരു മേലുദ്യോഗസ്ഥനാണ് താനെന്ന് എനിക്ക് സംശയമുണ്ട്. അതുമല്ല, പണം കൊടുത്ത് വസ്തു കൈവശപ്പെടുത്തുന്നതിന്റെ ഒരു വക്കാലത്തുകാരനാണ് താനെന്നും തീർച്ചയാണ്. താൻ അത്തരക്കാരനാണ്! അത്തരക്കാരനാണ്!"

പ്സെൽദൊനീമൊവ്! പ്സെൽദൊനീമൊവ്! അയാളുടെ നേരെ കൈ നീട്ടിക്കൊണ്ട് ഇവാൻ ഇലീയിച്ച് വിളിച്ചു. ലേഖകന്റെ ഓരോ വാക്കും

അദ്ദേഹത്തിന്റെ ഹൃദയത്തിൽ കഠാരിക്കുത്തുപോലെ ആണ്ടിറങ്ങി.

ഒരു നിമിഷം, തിരുമനസ്സേ. ദയവുചെയ്ത് മനസ് വിഷമിപ്പിക്കരുത്! പ്സെൽദൊനീമൊവ് ദൃഢസ്വരത്തിൽ വിളിച്ചുപറഞ്ഞു. അയാൾ ലേഖകന്റെനേരെ ചാടിവീണു. അയാളെ കോട്ടിന്റെ കോളറിൽ പിടിച്ച് മേശയ്ക്കരികിൽനിന്നു വലിച്ചിറക്കിക്കൊണ്ടുപോയി. അസ്ഥിമാത്രനായ പ്സെൽദൊനീമൊവിന് ഇത്രയേറെ കായികശക്തിയുണ്ടെന്ന് ആരും പ്രതീക്ഷിച്ചിരിക്കില്ല. പക്ഷേ ലേഖകൻ കുടിച്ച് വെളിവു കെട്ടിരുന്നപ്പോൾ പ്സെൽദൊനീമൊവിന് നല്ല വെളിവുണ്ടായിരുന്നു. അയാൾ അതിഥിയുടെ മുതുകത്ത് മൂന്നാല് ഇടി ഇടിച്ചിട്ട് മുറിക്കകത്തുനിന്നു പുറത്തേക്കു പിടിച്ചുതള്ളി.

"തെമ്മാടികൾ! നിങ്ങൾ സകലരും തെമ്മാടികളാണ്!" ലേഖകൻ അട്ടഹസിച്ചു. "നാളെ ഞാൻ "തീക്കൊള്ളി"യിൽ നിങ്ങളെ സർവ്വരേയും തൊലിയുരിക്കും.

എല്ലാവരും ചാടിയെണീറ്റു.

"അയ്യോ തിരുമനസ്സേ! തിരുമനസ്സേ! അതൊന്നും വകവയ്ക്കണ്ട!" എന്നു യാചിച്ചുകൊണ്ട് പ്സെൽദൊനീമൊവും അയാളുടെ അമ്മയും അതിഥികളിൽ ചിലരും ജനറലിന്റെ ചുറ്റും കൂടി.

"വേണ്ട, വേണ്ട!" ജനറൽ പറഞ്ഞു. "ഞാൻ തകർന്നുകഴിഞ്ഞു. ഞാൻ വന്നത്- ഞാനിവിടെ വന്നത്- ഒരു തരത്തിൽ പറഞ്ഞാൽ, ജ്ഞാനസ്നാനം ചെയ്യാനാണ്, ആശീർവദിക്കാനാണ്. എന്നിട്ട് ഇതാണ് എനിക്കു കിട്ടിയത്."

അദ്ദേഹം ബോധം കെട്ടതുപോലെ കസേരയിലേക്ക് തളർന്നിരുന്നു. കൈകൾ മേശപ്പുറത്തിട്ട് അവയിൽ തല ചായ്ച്ചു. തല വച്ചതോ, നേരെ പാൽജെല്ലിയുടെ പിഞ്ഞാണിയിലും. അവിടെക്കൂടിയിരുന്ന സകലപേർക്കും ഉണ്ടായ സംഭ്രാന്തി വിവരിക്കാൻ തുനിയുന്നത് വ്യർത്ഥമായിരിക്കും. ഒരുമിനിട്ടു കഴിഞ്ഞ് അദ്ദേഹം എണീറ്റുനിന്നു. പുറപ്പെടാനായിരിക്കും. അങ്ങോട്ടുമിങ്ങോട്ടും ആടി. കസേരയിൽ കാൽ തട്ടി തറയിൽ മലർന്നടിച്ചുവീണു. കൂർക്കംവലിയും തുടങ്ങി.

ശീലമില്ലാതെ ക്രമാധികം മദ്യപിക്കുന്നവർക്ക് പലപ്പോഴും സംഭവിക്കുന്നതാണിത്. അവസാനനിമിഷം വരെ അവർക്കു വെളിവുണ്ടായിരിക്കും പെട്ടെന്ന്, വെട്ടിയിട്ട മരംപോലെ വീഴുകയായി. ഇവാൻ ഇലിയീച്ച് ബോധമറ്റ് തറയിൽ കിടന്നു. പ്സെൽദൊനീമൊവ് മുടിയിൽ അള്ളിപ്പിടിച്ചുകൊണ്ട്, ശിലാസ്തംഭംപോലെ നിന്നു. ഈ സംഭവത്തെപ്പറ്റി കുശുകുശുത്തുകൊണ്ട് അതിഥികൾ ബദ്ധപ്പെട്ട് പിരിഞ്ഞുപോയി. സമയം വെളുപ്പിന് മൂന്നുമണിയായിക്കഴിഞ്ഞിരുന്നു.

പ്സെൽദൊനീമൊവിന്റെ ഇപ്പോഴത്തെ സ്ഥിതി അസുഖകരമാണെന്നു സമ്മതിച്ചാൽത്തന്നെ, നാം വിചാരിക്കുന്നതിലും വളരെയേറെ കഷ്ടമായിരുന്നു അയാളുടെ ചുറ്റുപാടുകൾ എന്നതാണു സത്യം. ഇവാൻ ഇലിയിച്ച് തറയിൽ കിടക്കുകയും പ്സെൽദൊനീമൊവ് നിരാശ സഹിക്കവയ്യാതെ മുടിയിൽ അള്ളിപ്പിടിച്ചുകൊണ്ട് അരികിൽ നിൽക്കുകയും ചെയ്യുന്ന ഈയവസരത്തിൽ കഥ ഇടയ്ക്കു നിർത്തി പൊർഫീറിയ് പെത്രോവിച്ച് പ്സെൽദൊനീമൊവിനെപ്പറ്റിത്തന്നെ ചില വിവരങ്ങൾ പറയാം.

വിവാഹത്തിന് കേവലം ഒരു മാസം മുമ്പ് അയാൾ ശരിക്കും മുഴുപ്പട്ടിണിയായിരുന്നു. സ്വദേശം മറ്റൊരു ഗുബേർണിയയാണ്. അച്ഛന് അവിടെ എന്തോ ജോലിയുണ്ടായിരുന്നു. ഏതോ നിസ്സാരകുറ്റത്തിന് വിചാരണ നടന്നുകൊണ്ടിരിക്കുമ്പോൾ അച്ഛൻ മരിച്ചുപോയി. ഒരു വർഷമായി പീറ്റേഴ്സ്ബർഗിൽ പട്ടിണികിടക്കുകയായിരുന്ന പ്സെൽദൊനീമൊവിന് വിവാഹത്തിന് അഞ്ചു മാസം മുമ്പ് പ്രതിമാസം പത്തു റൂബിൾ ശമ്പളത്തിന് ഒരു ജോലി കിട്ടിയപ്പോൾ അയാളുടെ ശരീരത്തിനും ആത്മാവിനും ഒരുപോലെ ഉന്മേഷം തോന്നിയെങ്കിലും ചുറ്റുപാടുകൾ അയാളെ വീണ്ടും വലച്ചു. രണ്ടേ രണ്ടു പ്സെൽദൊനീമൊവ്മാരാണ് ലോകത്ത് ആകെ അവശേഷിച്ചത്-അയാളും, ഭർത്താവിന്റെ മരണാനന്തരം ഗുബേർണിയ വിട്ടുപോന്ന അയാളുടെ അമ്മയും. അമ്മയും മകനും കൊടുംതണുപ്പിന്റെ കെടുതി ഒന്നിച്ചനുഭവിച്ചു. എന്തെല്ലാമോ തിന്ന് വിശപ്പടക്കി. ദാഹം ശമിപ്പിക്കാൻ പ്സെൽദൊനീമൊവ് ഒരു മഗ്ഗുമായി ഫൊന്താൻകയിൽ പോയ ദിവസങ്ങളുണ്ടായിട്ടുണ്ട്. അവസാനം ജോലി കിട്ടിയപ്പോൾ അയാളും അമ്മയും കൂടി ഒരു മൂല വാടകയ്ക്കെടുത്തു. അമ്മ അലക്കുപണിയിൽ ഏർപ്പെട്ടപ്പോൾ അയാൾ നാലുമാസം പണം മിച്ചംവച്ച് ഒരു ജോടി ബൂട്സും ഓവർക്കോട്ടും വാങ്ങി. ആഫീസിൽ അയാൾക്ക് എന്തെല്ലാം സഹിക്കേണ്ടിവന്നു! മേധാവി അടുത്തുവന്ന് ചോദിക്കും: കുളിപ്പുരയിൽ അവസാനം പോയത് എന്നാണ്? അയാളുടെ കോട്ടിന്റെ കോളറിനടിയിൽ മൂട്ടകൾ കൂടുകെട്ടിയിരിക്കുകയാണെന്ന ശ്രുതി പരന്നു. പക്ഷേ പ്സെൽദൊനീമൊവിന് മനക്കരുത്ത് വേണ്ടുവോളമുണ്ടായിരുന്നു. അയാൾ കാഴ്ചയിൽ സാധുവായിരുന്നു. ഏറ്റവും തുച്ഛമായ വിദ്യാഭ്യാസമേ ലഭിച്ചിട്ടുള്ളൂ. സ്വന്തമായിട്ട് ഒരു അഭിപ്രായം പറയുന്നത് ആരും കേട്ടിട്ടില്ല. അയാൾ ചിന്തിക്കുകയും പദ്ധതികളിടുകയും എന്തെങ്കിലും അഭിലാഷങ്ങൾ വച്ചുപുലർത്തുകയും ചെയ്തിരുന്നതായി എനിക്ക് തീർത്തും അറിഞ്ഞുകൂടാ. പകരം, തന്റെ ഈ ദുസ്ഥിതിയിൽനിന്നു രക്ഷപ്പെട്ട് ഒരു പുതിയ തുടക്കമിടണമെന്ന നൈസർഗ്ഗികവും അബോധപൂർവ്വവുമായ ഒരു ദൃഢനിശ്ചയം അയാളിൽ

അങ്കുരിച്ചു. ഉറുമ്പിന്റെ വാശി അയാൾക്കുണ്ടായിരുന്നു. നമ്മൾ ഉറുമ്പിന്റെ കൂട് നശിപ്പിച്ചാൽ അവ അത് വീണ്ടും കെട്ടും. വീണ്ടും നശിപ്പിച്ചാൽ പിന്നെയും കെട്ടും. അയാൾ പ്രയത്നശാലിയും മിതവ്യയശീലനുമായിരുന്നു. അയാൾ വഴി കണ്ടെത്തുമെന്ന്, കൂടുകെട്ടുമെന്ന്, ചിലപ്പോൾ വല്ലതും മിച്ചം വയ്ക്കുകപോലും ചെയ്യുമെന്ന്, ഒറ്റനോട്ടത്തിൽ അറിയാൻ കഴിയും. ലോകത്തിൽ അയാളെ ആകെ സ്നേഹിച്ചിരുന്നത് അയാളുടെ അമ്മയാണ്. അവരുടെ കണ്ണിലുണ്ണിയായിരുന്നു അയാൾ. അവർ ദൃഢചിത്തയും അക്ഷീണയും അദ്ധ്വാനശീലയും അതേസമയം അങ്ങേയറ്റം സൽപ്രകൃതയുമായിരുന്നു. എന്തെങ്കിലും മേൽഗതി വന്നുചേരുന്നതും കാത്ത് അവർ അവരുടെ കോണിൽ അഞ്ചോ ആറോ വർഷം കൂടി കഴിഞ്ഞേനെ. അങ്ങിനെയിരിക്കുമ്പോഴാണ് പെൻഷൻപറ്റിയ ടിറ്റുലർ കൗൺസിലർ മ്ലെക്കൊപ്പിത്തായെവിനെ കണ്ടുമുട്ടിയത്. ഒരു കാലത്ത് അവരുടെ ഗുബേർണിയയിൽ ഖജനാവിലെ ഗുമസ്തനായി ജോലിനോക്കിയിട്ടുള്ളയാളാണ്. അടുത്ത കാലത്ത് കുടുംബസമേതം പീറ്റേഴ്സ്ബർഗിൽ സ്ഥിരതാമസമാക്കിയിരിക്കുകയാണ്. അയാൾക്ക് പ്സെൽദൊനീമൊവിനെ പരിചയമുണ്ടായിരുന്നു. പ്സെൽദൊനീമൊവിന്റെ അച്ഛൻ ഒരിക്കൽ അയാൾക്ക് എന്തോ ഉപകാരം ചെയ്തിട്ടുണ്ട്. അയാളുടെ കൈവശം കുറച്ചു പണമുണ്ട്- അധികമില്ലെങ്കിലും കുറച്ചുണ്ട്. എത്രയുണ്ടെന്ന് ഭാര്യയ്ക്കോ മൂത്ത മകൾക്കോ ബന്ധുക്കൾക്കോ ആർക്കുംതന്നെ അറിഞ്ഞുകൂടാ. അയാൾക്ക് രണ്ടു പെൺമക്കളാണ് ഉണ്ടായിരുന്നത്. ഒരു തന്നിഷ്ടക്കാരനും കുടിയനും വീട്ടുകാരെ വിറപ്പിച്ചുനിർത്തുന്ന സ്വേച്ഛാധിപതിയും പോരെങ്കിൽ രോഗിയുമായിരുന്ന ഈ വൃദ്ധൻ തന്റെ മക്കളിലൊരുവളെ പ്സെൽദൊനീമൊവിനു വിവാഹം ചെയ്തുകൊടുക്കാൻ നിശ്ചയിച്ചു. “എനിക്ക് അയാളെ അറിയാം, അയാളുടെ അച്ഛൻ നല്ലവനായിരുന്നു. മകനും നല്ലവനായിരിക്കും.”

മ്ലെക്കൊപ്പിത്തായെവ് ഒരു കാര്യം നിശ്ചയിച്ചാൽ നിശ്ചയിച്ചതാണ്. ഒരു “ഇടം തിരിഞ്ഞ” സ്വേച്ഛാധിപതിയായിരുന്നു അയാൾ. രോഗം പിടിച്ച് കാലുകളുടെ സ്വാധീനം നഷ്ടപ്പെട്ടതുകൊണ്ട് മിക്കസമയവും ഒരു ചാരുകസേരയിലാണ് ഇരിപ്പ്. എന്നുവച്ച്, മദ്യപിക്കുന്നതിന് ഇതൊരു തടസ്സമായിരുന്നില്ല. ദിവസങ്ങളോടുപ്പിച്ച് അയാൾ കുടിച്ച് പ്രാകിക്കൊണ്ടിരിക്കും. ആളൊരു ദുഷ്ടബുദ്ധിയായിരുന്നു. ദണ്ഡിപ്പിച്ചുകൊണ്ടിരിക്കാൻ ആരെങ്കിലും എപ്പോഴും അടുത്തു കാണണം. അതിനുവേണ്ടി ഏതാനും ബന്ധുക്കളെ വീട്ടിൽ പാർപ്പിച്ചിട്ടുണ്ട്- എപ്പോഴും മുറുമുറുത്തുകൊണ്ടിരിക്കുന്ന, സുഖക്കേടുകാരിയായ ഒരു പെങ്ങൾ, അത്രതന്നെ മുൻകോപികളായ രണ്ട് ഭാര്യാസഹോദരിമാർ, ഏതോ അപകടത്തിൽപ്പെട്ട് ഒരു വാരിയെല്ലൊടിഞ്ഞ വയസ്സായ ഒരു അമ്മായി. ഇവർക്കു പുറമെ,

അറേബ്യൻ രാത്രികളിൽനിന്നുള്ള കഥകൾ പറഞ്ഞുകേൾപ്പിക്കാൻ പാടവമുള്ള ഒരു ജർമ്മൻവംശജയേയും അയാൾ തന്റെ ഇച്ഛാനുസാരിയായി താമസിപ്പിച്ചിട്ടുണ്ട്. ഹതഭാഗ്യരായ ഈ ആശ്രിതഗണത്തെ ദണ്ഡിപ്പിക്കുകയും നിർത്താതെ ശകാരിക്കുകയും ചെയ്യുകയെന്നതായിരുന്നു അയാളുടെ മുഖ്യവിനോദം. അവരിലൊരാൾ പോലും-ജനിച്ചതുതന്നെ പല്ലുവേദനയായിട്ടാണെന്നു തോന്നിച്ച ഭാര്യപോലും -മറുത്ത് ഒരക്ഷരം പറയാൻ ധൈര്യപ്പെട്ടില്ല. അയാൾ ഏഷണികൂട്ടുകയും നുണ പറഞ്ഞു പരത്തുകയും അവർ തമ്മിലടിക്കുന്നതുകണ്ട് ആഹ്ലാദിച്ച് പൊട്ടിച്ചിരിക്കുകയും ചെയ്തു. സൈനികോദ്യോഗസ്ഥനായിരുന്ന ഭർത്താവൊന്നിച്ച് പത്തു വർഷം കൊടുംദാരിദ്ര്യത്തിൽ കഴിഞ്ഞശേഷം വിധവയായി, ആരോഗ്യമില്ലാത്ത മൂന്ന് കൊച്ചു കുട്ടികളേയും കൊണ്ട് മൂത്ത മകൾ മടങ്ങിവന്നപ്പോൾ അയാൾക്കുണ്ടായ സന്തോഷത്തിന് അതിരില്ലായിരുന്നു. അയാൾക്ക് ആ കുട്ടികളോട് വെറുപ്പായിരുന്നു. എങ്കിലും അവർ തന്റെ ദൈനംദിന പരീക്ഷണങ്ങൾക്ക് വകനൽകിയതുകൊണ്ട് അയാൾ തൃപ്തിപ്പെട്ടു. ശുണ്ഠിക്കാരികളായ പെണ്ണുങ്ങളും ആരോഗ്യമില്ലാത്ത കുട്ടികളുമടങ്ങിയ ഈ സമൂഹം അവരുടെ പീഢകനുമൊന്നിച്ച് പീറ്റേഴ്സ്ബർഗ് ഭാഗത്ത് മരത്തടികൊണ്ടുണ്ടാക്കിയ ഒരു വീട്ടിൽ ഞെങ്ങിഞെരുങ്ങി പാർത്തുപോന്നു. വോഡ്ക്കയ്ക്ക് പണം നിർലോഭം മുടക്കിയെങ്കിലും വീട്ടുചെലവിന്റെ കാര്യത്തിൽ കിളവൻ മഹാപിശുക്കനായിരുന്നു. കോപ്പെക്കുകളെണ്ണിയാണ് കൊടുത്തത്. അതു കാരണം, അവർ അർദ്ധപ്പട്ടിണിയിലാണ് കഴിഞ്ഞത്. ഉറക്കമില്ലാതിരുന്ന മൂപ്പിന്നിനെ രസിപ്പിക്കേണ്ടിയിരുന്നതുകൊണ്ട് അവർക്ക് ഒരിക്കലും ശരിക്ക് ഉറങ്ങാൻ കഴിഞ്ഞിട്ടില്ല. ചുരുക്കിപ്പറഞ്ഞാൽ വിധിയേയും പഴിച്ചുകൊണ്ട് അവർ തങ്ങളുടെ ദൈന്യജീവിതം എങ്ങിനെയോ ഉന്തിത്തള്ളിനീക്കി. ഏതാണ്ടീ സമയത്താണ് മെല്ലെക്കൊപ്പിത്താായെവ് പ്സെൽദൊനീമൊവിനെ ശ്രദ്ധിക്കാനിടയായത്. അയാളുടെ നീണ്ട മൂക്കും സാധുപ്രകൃതവും വൃദ്ധന്റെ ശ്രദ്ധയിൽപെട്ടു. അനാരോഗ്യവതിയും സൗന്ദര്യമില്ലാത്തവളുമായ തന്റെ ഇളയ മകൾക്ക് പതിനേഴ് വയസ് തികഞ്ഞിരിക്കുന്ന സമയമാണ്. ഒരുകാലത്ത് ഒരു ജർമ്മൻ സ്കൂളിൽ പൊയ്ക്കൊണ്ടിരുന്നെങ്കിലും പഠിപ്പിന്റെ ഹരിഃശ്രീയിൽ കവിഞ്ഞൊന്നും അവൾക്ക് അവിടന്നു കിട്ടിയിരുന്നില്ല. അങ്ങിനെ, വീട്ടിലെ ഏഷണിയുടേയും നുണപറച്ചിലിന്റേയും പരദൂഷണത്തിന്റേയും നരകത്തിൽ, കാലുവയ്യാത്തവനും മുഴക്കുടിയനുമായ അച്ഛന്റെ കുറുവടിക്കു കീഴിൽ, മെലിഞ്ഞ്, വലിപ്പംകുറഞ്ഞ ഒരു അസ്ഥിമാത്രയായി അവൾ വളർന്നു. അവൾക്ക് ഒരിക്കലും കൂട്ടുകാരുണ്ടായിട്ടില്ല. ബുദ്ധിയും തഥൈവ. വിവാഹിതയാവാൻ അവൾ എത്രയോ കാലമായി മുട്ടിനിൽക്കുകയാണ്. അന്യരുടെ മുമ്പിൽ സാധുവാണെങ്കിലും വീട്ടിൽവച്ച്, അമ്മ അടുത്തുള്ളപ്പോൾ, ആ

ആശ്രിതഗണത്തിനിടയിൽ, അവൾ തലതിരിഞ്ഞവളും തിരുക്കളിയുടെ മൂർച്ചയുള്ളവളുമായിരുന്നു. ചേച്ചിയുടെ മക്കളെ നുള്ളാനും തല്ലാനും അവർ പഞ്ചസാരയോ റൊട്ടിയോ കട്ടുതിന്നാൽ ഉടൻ പോയിപ്പറയാനും അവൾക്കിഷ്ടമായിരുന്നു. അതുകാരണം, അവളും ചേച്ചിയും തമ്മിൽ നിലയ്ക്കാത്ത, തീർത്താൽ തീരാത്ത, വഴക്കായിരുന്നു. വൃദ്ധൻ തന്നെയാണ് വിവാഹക്കാര്യം പ്സെൽദൊനീമൊവിനോടു നിർദ്ദേശിച്ചത്. ദരിദ്രനാണെങ്കിലും പ്സെൽദൊനീമൊവ് ആലോചിക്കാൻ സമയം ചോദിച്ചു. അയാളും അമ്മയും ദീർഘനേരം കൂടിയാലോചിച്ചു. വീട് സ്ത്രീധനമായി കിട്ടും. തടികൊണ്ടുള്ള, ഒരു പഴഞ്ചൻ ഒറ്റനിലക്കെട്ടിടമാണത്. എങ്കിലും, വീട് വീടല്ലേ. പോരെങ്കിൽ, നാന്നൂറ് റൂബിളും കിട്ടും. അത്രയും മിച്ചം വയ്ക്കാൻ എത്രയോ കാലമെടുക്കും. "ഞാൻ ഈ വീട്ടിൽ ഒരു പുരുഷനെ കയറ്റുന്നത് എന്തിനാണെന്നറിയാമോ?" കുടിച്ച് ലഹരികയറിയ വൃദ്ധൻ അട്ടഹസിച്ചു. "ഒന്നാമത്, ഇവിടെ നിറയെ പെണ്ണുങ്ങളാണ്. ഞാൻ പെണ്ണുങ്ങളെക്കൊണ്ടു മടുത്തു. പ്സെൽദൊനീമൊവ് എന്റെ താളത്തിനൊത്തു തുള്ളണം. എന്തുകൊണ്ടെന്നാൽ ഞാൻ ഇയാളുടെ ഉപകാരിയായിരിക്കും. ഞാൻ ഇയാളെ സ്വീകരിക്കാനുള്ള രണ്ടാമത്തെ കാരണം നിങ്ങൾ എല്ലാവരും അതിന് എതിരാണെന്നതാണ്. അത് നിങ്ങളെ പിടിച്ചുലയ്ക്കും. നിങ്ങളോടുള്ള വൈരാഗ്യം തീർക്കാനാണ് ഞാനിങ്ങനെ ചെയ്യുന്നത്. ഞാൻ പറഞ്ഞാൽ പറഞ്ഞതാണ്! എടോ പൊർഫീറിയ്, കെട്ടിയവളായിക്കഴിഞ്ഞാൽ താൻ ഇവളെ തല്ലണം. പെറ്റുവീണതുതൊട്ട് പിശാച് ബാധിച്ചിട്ടുള്ളവളാണ് ഇവൾ. പിശാചിനെ അടിച്ച് പുറത്തു കളയണം. ഞാൻ തനിക്ക് ഒരു കവരവടി തരാം!"

പ്സെൽദൊനീമൊവ് ഒന്നും മിണ്ടിയില്ല. എങ്കിലും അയാൾ തീരുമാനമെടുത്തുകഴിഞ്ഞിരുന്നു. വിവാഹാഘോഷത്തിനുമുമ്പ് അയാളേയും അമ്മയേയും വീട്ടിൽകൊണ്ടുവന്നു. കുളിപ്പിച്ച്, വസ്ത്രങ്ങളും പാദരക്ഷകളുമണിയിച്ച്, വിവാഹച്ചെലവിനുള്ള പണവും ഏല്പിച്ചു. വീട്ടുകാർ ഒന്നടങ്കം വെറുത്തതുകൊണ്ടാവാം വൃദ്ധൻ അവരെ തന്റെ രക്ഷാകർതൃത്വത്തിലെടുത്തത്. പ്സെൽദൊനീമൊവിന്റെ അമ്മയെ അയാൾക്ക് വാസ്തവത്തിൽ ഇഷ്ടപ്പെട്ടു. അയാൾ സ്വയം നിയന്ത്രിച്ച് അവരെ ദണ്ഡിക്കുന്നതിൽനിന്നു വിരമിച്ചു. വിവാഹത്തിന് ഒരാഴ്ചമുമ്പ് "കസച്ചോക്ക്" നൃത്തം ചെയ്തു കാണിക്കാൻ അയാൾ പ്സെൽദൊനീമൊവിനോട് കല്പിച്ചു. "അതു മതി. തനിക്ക് തന്റെ നിലയറിയാമോ എന്നു നോക്കിയെന്നേയുള്ളു," നൃത്തം അവസാനിച്ചപ്പോൾ അയാൾ പറഞ്ഞു. വിവാഹച്ചെലവിന് അയാൾ കഴിയുന്നത്ര കുറച്ചു പണമേ കൊടുത്തുള്ളു. തന്റെ ബന്ധത്തിലും പരിചയത്തിലും പെട്ട സകലരേയും വിളിക്കുകയും ചെയ്തു. വരൻ ആകെക്കൂടി ക്ഷണിച്ചത് 'തീക്കൊള്ളി' ലേഖകനേയും വിശിഷ്ടാതിഥിയായ അക്കീം പെത്രോവിച്ചിനേയുമാണ്. വധുവിന് തന്നെ

കണ്ടുകൂടെന്നും തനിക്കുപകരം സൈനികോദ്യോഗസ്ഥനെ വിവാഹം ചെയ്യാനായിരുന്നു അവൾക്കിഷ്ടമെന്നും പ്സെൽദൊനിമൊവിന് അറിയാമായിരുന്നു. എങ്കിലും അയാൾ എല്ലാം സഹിച്ചു. അയാളും അമ്മയും കൂടി തീരുമാനിച്ചതാണത്. വിവാഹദിവസം പകൽ മുഴുവനും സായാഹ്നം മുഴുവനും വൃദ്ധൻ പുളിച്ച ചീത്ത വിളിച്ചുപറഞ്ഞുകൊണ്ടും കുടിച്ചുകൊണ്ടുമിരുന്നു. വീട്ടുകാർ പിൻഭാഗത്തെ മുറികളിൽ ഞെങ്ങിഞെരുങ്ങി ഇരുന്നു. സ്ഥലക്കുറവുകൊണ്ട് അവർക്ക് വീർപ്പുമുട്ടിയെന്നുതന്നെ പറയാം. മുൻവശത്തെ മുറികൾ നൃത്തത്തിനും അത്താഴത്തിനുമായി നീക്കിവച്ചിരുന്നു. അവസാനം, രാത്രി ഏതാണ്ട് പതിനൊന്നു മണിക്ക്, വൃദ്ധൻ മൂക്കറ്റം മദ്യപിച്ച് ഉറക്കമായതിനുശേഷമാണ്, ആ ദിവസം മുഴുവൻ പ്സെൽദൊനിമൊവിന്റെ അമ്മയോട് വിശേഷിച്ചും മോശമായി പെരുമാറിയ വധുവിന്റെ അമ്മ കഴിഞ്ഞതെല്ലാം മറക്കാമെന്നു നിശ്ചയിച്ച് നൃത്തത്തിലും വിരുന്നിലും സംബന്ധിക്കാൻ തയ്യാറായത്. ഇവാൻ ഇലിയീച്ചിന്റെ ആഗമനം സർവ്വതും അവതാളത്തിലാക്കി. മ്ലെക്കൊപ്പിത്തായെവിന്റെ ഭാര്യ വെപ്രാളപ്പെട്ടു. അവർ പരിഭവിക്കുകയും ജീവനുള്ള ഒരു ജനറൽ വരുമെന്ന കാര്യം നേരത്തേ പറയാത്തതിന് സകലരേയും ശകാരിക്കുകയും ചെയ്തു. അദ്ദേഹം ക്ഷണിക്കാതെ കയറിവന്നതാണെന്ന് പലരും പറഞ്ഞുനോക്കിയെങ്കിലും അവർ അത് വിശ്വസിക്കാൻ കൂട്ടാക്കിയില്ല. ഷാംപെയിൻ വരുത്തേണ്ടിയിരിക്കുന്നു. പ്സെൽദൊനിമൊവിന്റെ അമ്മയുടെ കൈയ്യിൽ ആകെയുള്ളത് ഒരു റൂബിളാണ്. അയാളുടെ കയ്യിലാണെങ്കിൽ ഒരു കോപ്പെക്കുപോലും ഇല്ല. ആദ്യം ഒരു കുപ്പിയും പിന്നീട് രണ്ടാമത്തെ കുപ്പിയും ഷാംപെയിൻ വാങ്ങാനുള്ള പണത്തിനുവേണ്ടി പ്സെൽദൊനിമൊവിന് അമ്മായിയമ്മയുടെ കാലുപിടിക്കേണ്ടി വന്നു. മേലധികാരികളുമായുള്ള തന്റെ ബന്ധത്തെപ്പറ്റിയും തന്റെ ഭാവിയെപ്പറ്റിയും ആലോചിക്കാൻ അയാൾ അവരോടു കെഞ്ചി. അവരുടെ മനസ്സാക്ഷിയുടെ പേരിൽ യാചിച്ചു. അവസാനം അവർ പ്സെൽദൊനിമൊവിന് പണം കൊടുത്തു. പക്ഷേ അയാൾക്ക് സഹിക്കേണ്ടിവന്ന അപമാനം! ഒന്നിലധികം തവണ അയാൾ മധവിധുശ്ശയ്യയൊരുക്കിയിരുന്ന കൊച്ചു മുറിയിൽ ഓടിക്കയറി. നിശ്ശബ്ദം തലമുടിയിൽ അള്ളിപ്പിടിച്ചുകൊണ്ട് അയാൾ, സ്വർഗ്ഗീയാനന്ദം നുകരനായി വിരിച്ചിട്ടിരുന്ന ആ മെത്തയിലേക്കു കമഴ്ന്നടിച്ചു വീണു. അടക്കാനാവാത്ത കോപംകൊണ്ട് അയാളുടെ ദേഹം വിറച്ചു. ഹാ! ആ സായാഹ്നത്തിൽ താൻ കുടിച്ച രണ്ടു കുപ്പി ഷാംപെയിന്റെ വില ഇവാൻ ഇലിയീച്ച് അറിഞ്ഞിട്ടില്ല! എന്നിട്ട്, എല്ലാം കഴിഞ്ഞ്, ഇതുപോലൊരു പര്യവസാനമുണ്ടായപ്പോൾ പ്സെൽദൊനിമൊവിനുണ്ടായ ഭീതിയും വ്യസനവും നിരാശയും ഊഹിക്കാമല്ലൊ. പിന്നെയും കുഴപ്പംതന്നെ. ഒന്നുകൊണ്ടും തൃപ്തിപ്പെടാത്ത പുതുപ്പെണ്ണിന്റെ കണ്ണുനീരും കരച്ചിലും

അവളുടെ വിവരംകെട്ട വീട്ടുകാരുടെ ശകാരങ്ങളും രാത്രി മുഴുവനും നീണ്ടുനിന്നെന്നിരിക്കും. അയാൾക്ക് തല വേദനിച്ചു. കണ്ണിൽ ഇരുട്ടു കയറി. ഇവാൻ ഇലിയിച്ചിനാണെങ്കിൽ സഹായം സത്വരമായി വേണ്ടിയിരിക്കുന്നു. വെളുപ്പിനു മൂന്നുമണിക്ക് ഡോക്ടറെ വിളിക്കുകയോ ഒരു വണ്ടിപിടിച്ച് അദ്ദേഹത്തെ വീടെത്തിക്കുകയോ വേണം. അതും ഒരു സ്വകാര്യവണ്ടിയായിരിക്കണം. ഇത്രയേറെ പ്രധാനപ്പെട്ട ഒരു മാന്യനെ ഈ നിലയിൽ വെറും ഒറ്റക്കുതിരവണ്ടിയിൽ അയയ്ക്കാൻ നിവൃത്തിയില്ല. വണ്ടിക്കുള്ള പണം എവിടന്നുണ്ടാകും? ജനറൽ ഒരക്ഷരം മിണ്ടുകയോ അത്താഴസമയത്ത് ഒന്നു നോക്കുകപോലുമോ ചെയ്തില്ലെന്ന കാരണത്താൽ അരിശംപൂണ്ട വധുവിന്റെ അമ്മ ഒരു കോപ്പെക്കുപോലും കൈയിലില്ലെന്നു പറഞ്ഞൊഴിഞ്ഞു. ഒരുപക്ഷേ ശരിയായിരുന്നിരിക്കും. പണം എവിടുന്നുണ്ടാകും? എന്തു ചെയ്യണം? ഹാ! മുടി പിടിച്ചുവലിക്കാൻ മതിയായ കാരണമുണ്ടായിരുന്നു!

ഈ സമയംകൊണ്ട് ഇവാൻ ഇലിയിച്ചിനെ തീന്മുറിയിലെ തോൽ സോഫയിൽ എടുത്തുകിടത്തിക്കഴിഞ്ഞിരുന്നു. മേശകൾ വൃത്തിയാക്കുകയും മാറ്റിയിടുകയും ചെയ്യുന്നതിനിടയിൽ പ്സെൽദൊനിമൊവ് പണം കടം വാങ്ങാൻ ഓടിനടന്നു. വേലക്കാരോടുപോലും അയാൾ ചോദിക്കാതിരുന്നില്ല. പക്ഷേ ആരുടെ കയ്യിലും പണമുണ്ടായിരുന്നില്ല. മറ്റുള്ളവർ പോയിട്ടും പോകാതെ നിന്നിരുന്ന അക്കീം പെത്രോവിച്ചിനെ ബുദ്ധിമുട്ടിക്കാൻപോലും അയാൾ മുതിർന്നു. പക്ഷേ, ആൾ നല്ലവനാണെങ്കിലും പണമെന്നു കേട്ട മാത്രയിൽ ആ മനുഷ്യനുണ്ടായ സംഭ്രമവും ഭീതിയും പറയാനില്ല. യാതൊരു അർത്ഥവുമില്ലാത്ത എന്തൊക്കെയോ അസംബന്ധം പുലമ്പാനേ അയാൾക്കു കഴിഞ്ഞുള്ളൂ.

“മറ്റൊരവസരത്തിലാകാം. എനിക്ക് സന്തോഷമേയുള്ളൂ..” അയാൾ പിറുപിറുത്തു. “പക്ഷേ ഇപ്പോൾ-ക്ഷമിക്കണം... എനിക്ക് നിങ്ങൾ ഇത്തവണ മാപ്പുതരണം.”

ഇത്രയും പറഞ്ഞുകൊണ്ട് അയാൾ തൊപ്പിയുമെടുത്ത് ബദ്ധപ്പെട്ട് ഇറങ്ങിപ്പോയി. എന്തെങ്കിലും പ്രയോജനമുണ്ടായത് നേരത്തേ സ്വപ്നപുസ്തകത്തെപ്പറ്റി സംസാരിച്ച ദയാലുവായ ചെറുപ്പക്കാരനെക്കൊണ്ടാണ്. അയാളെക്കൊണ്ടുപോലും വലിയ പ്രയോജനമില്ലായിരുന്നു. പ്സെൽദൊനിമൊവിന്റെ കഷ്ടപ്പാട് കണ്ട് ഉള്ളഴിഞ്ഞ സഹതാപം തോന്നി അയാൾ പോകാതെ നിന്നതാണ്. ഡോക്ടറെ വിളിക്കുന്നതിനു പകരം വണ്ടി വിളിച്ച് രോഗിയെ വീടെത്തിക്കാനും വണ്ടി വരുന്നതുവരെയുള്ള സമയത്ത് ചെന്നിയും തലയും തണുത്ത വെള്ളംകൊണ്ടു കഴുകൽ, തലയിൽ ഐസു വയ്ക്കൽ തുടങ്ങിയ ചില പൊടിക്കൈകൾ പ്രയോഗിച്ചുനോക്കാനും പ്സെൽദൊനിമൊവും

അമ്മയും ചെറുപ്പക്കാരനും കൂടിയാലോചിച്ചു തീരുമാനിച്ചു. അവസാനം പറഞ്ഞ കാര്യങ്ങൾ പ്സെൽദൊനീമൊവിന്റെ അമ്മ ഏറ്റു. ചെറുപ്പക്കാരൻ വണ്ടി വിളിക്കാൻ ഓടി. പീറ്റേഴ്സ്ബർഗ് ഭാഗത്ത് ഈ സമയത്ത് ഒറ്റക്കുതിരവണ്ടിപോലും കണ്ടു കിട്ടുകയില്ലാത്തതുകൊണ്ട് അയാൾ പട്ടണാതിർത്തിയിലുള്ള വണ്ടിക്കാരുടെ ഒരു സത്രത്തിൽ ചെന്ന് അവരെ വിളിച്ചുണർത്തി. അവർ വിലപേശി. രാത്രി ഈ അസമയത്ത് വരാൻ അഞ്ചു റൂബിൾ പോലും മതിയാവില്ലെന്ന് അവർ വാദിച്ചു. അവസാനം ഒരുത്തൻ മൂന്നു റൂബിളിനു സമ്മതിച്ചു. പക്ഷേ നാലു മണിക്ക് തൊട്ടുമുമ്പ് യുവാവ് വണ്ടിയും പിടിച്ച് പ്സെൽദൊനീമൊവിന്റെ വീട്ടിൽ വന്നപ്പോൾ പരിപാടികൾ പണ്ടേ മാറ്റിക്കഴിഞ്ഞിരുന്നു. അപ്പോഴും ബോധമില്ലാതെ കിടന്നിരുന്ന ഇവാൻ ഇലിയീച്ച് തീരെ അവശനായിരുന്നതിനാൽ, തലയിട്ടിളക്കുക്കയും ദയനീയമായി ഞെരങ്ങുകയും ചെയ്തുകൊണ്ടിരുന്നതിനാൽ, അദ്ദേഹത്തെ മാറ്റുന്നത് അസാദ്ധ്യവും പോരെങ്കിൽ അപകടകരവുമാണെന്നു തെളിഞ്ഞു. “അങ്ങിനെ ചെയ്താൽ എന്തു സംഭവിക്കുമെന്ന് ആരു കണ്ടു?” പ്സെൽദൊനീമൊവ് നിരാശയോടെ സ്വയം ചോദിച്ചു. എന്താണ് വേണ്ടത്? മറ്റൊരു പ്രശ്നം പൊന്തിവന്നു. രോഗിയെ വീട്ടിൽ കിടത്താനാണ് തീരുമാനിക്കുന്നതെങ്കിൽ എവിടെ കിടത്തും? ആ വീട്ടിൽ ആകെക്കൂടി ഉണ്ടായിരുന്നത് രണ്ടു കട്ടിലുകളാണ്-മ്ലെക്കൊപ്പിത്തായെവ് ഭാര്യയൊന്നിച്ച് കിടന്നുറങ്ങുന്ന ഒരു കൂറ്റൻ കട്ടിലും നവദമ്പതികൾക്കായി പുതുതായി വാങ്ങിയ, അക്രൂട്ടമരംപോലെ തോന്നിക്കുന്ന തടികൊണ്ടുണ്ടാക്കിയ ഒരു ഇരട്ടക്കട്ടിലും. മറ്റുള്ളവരെല്ലാവരും തറയിൽ വിരിച്ചിരുന്ന തുവൽമെത്തകളിൽ ഞെങ്ങിഞെരുങ്ങിയാണ് കിടന്നിരുന്നത്. ആ മെത്തകളാകട്ടെ, കണ്ടാലറയ്ക്കുന്ന, നാറുന്ന, സാധനങ്ങളായിരുന്നു. പോരെങ്കിൽ, അവിടെയുള്ളവർക്കുതന്നെ കഷ്ടിച്ചു തികയുകയേയുള്ളു. രോഗിയെ എവിടെ കിടത്തും? ഒരു തുവൽമെത്ത സമ്പാദിക്കാമെന്നുവയ്ക്കാം. ഉറങ്ങിക്കിടക്കുന്ന വല്ലവരുടേയും അടിയിൽനിന്നു വലിച്ചെടുത്താൽ മതി. പക്ഷേ അത് എവിടെ, എന്തിന്മേൽ, ഇടും? വീട്ടുകാരുടെ ശല്യത്തിൽനിന്ന് ഏറ്റവും അകന്നു സ്ഥിതിചെയ്യുന്ന സ്വീകരണമുറിയാണ് പറ്റിയ ഇടം. അതിന് ഒരു പ്രത്യേകവാതിലുമുണ്ട്. പക്ഷേ മെത്ത എന്തിന്മേൽ വിരിക്കും? കസേരകളുടെ പുറത്തോ! സാദ്ധ്യമല്ല. ശനിയും ഞായറും വീട്ടിൽ വരുന്ന സ്കൂൾകുട്ടികൾക്കു മാത്രമേ കസേരകിൽ മെത്തയൊരുക്കാറുള്ളുവെന്ന് എല്ലാവർക്കും അറിയാം. പോരെങ്കിൽ, ഇവാൻ ഇലിയീച്ചിനെപ്പോലുള്ള ഒരാളോടു കാട്ടുന്ന അനാദരവുമായിരിക്കും അത്. നാളെ കണ്ണുതുറക്കുമ്പോൾ കസേരകളുടെ പുറത്തു കിടക്കുന്നതാണ് കാണുന്നതെങ്കിൽ അദ്ദേഹം എന്തു പറയും? പ്സെൽദൊനീമൊവിന് അക്കാര്യമേ കേൾക്കണ്ട. പിന്നെ, ഒന്നേ കരണീയമായിട്ടുള്ളു-അദ്ദേഹത്തെ നവദമ്പതികൾക്കുള്ള കട്ടിലിൽ

കിടത്തുക. തീന്മുറിയ്ക്കടുത്തുള്ള ഒരു കൊച്ചു മുറിയിലാണ് ഈ കട്ടിൽ കിടന്നിരുന്നതെന്ന് നേരത്തേ പറഞ്ഞല്ലോ. ആരും ഇതേവരെ കിടന്നുറങ്ങിയിട്ടില്ലാത്ത പുതുതായി വാങ്ങിയ ഒരു ഇരട്ടക്കിടക്കയും വൃത്തിയുള്ള വിരിപ്പുകളും അതിന്മേൽ വിരിച്ചിട്ടിരുന്നു. ഇളംചുവപ്പു ചീട്ടിത്തുണികൊണ്ടുള്ളതും ഫ്രില്ലുപിടിപ്പിച്ച മസ്ലിൻ ഉറകളോടുകൂടിയതുമായ നാല് തലയിണകളുമുണ്ട്. ഇളം ചുവപ്പു സാറ്റിൻകൊണ്ടുള്ള ഒരു ക്വിൽട്ട് വിസ്തരിച്ച് തയ്ച്ചിരിക്കുന്നു. മുകളിൽ, സ്വർണ്ണനിറത്തിലുള്ള ഒരു വളയത്തിൽനിന്ന് മസ്ലിൻ പട്ടുതാകൾ തൂങ്ങിക്കിടക്കുന്നു. ചുരുക്കിപ്പറഞ്ഞാൽ, എല്ലാം വേണ്ടപോലെയായിരുന്നു. അതിഥികൾ ഏതാണ്ടെല്ലാവരുംതന്നെ മണിയറ സന്ദർശിക്കുകയുണ്ടായി. അവരുടെ പ്രശംസ മുക്തകണ്ഠമായിരുന്നു. വധുവാകട്ടെ, പ്സെൽദൊനീമൊവിനോട് കലശലായി വെറുപ്പുണ്ടായിരുന്നെങ്കിലും, ആ സായാഹ്നത്തിനിടയിൽ പല തവണ ആരും കാണാതെ വന്ന് കട്ടിലിലേക്ക് ഒളിഞ്ഞുനോക്കി. കോളറപോലുള്ള ഏതോ സുഖക്കേട് പിടിപെട്ടിരിക്കുന്ന ഈ അതിഥിയെ തന്റെ കിടക്കയിൽ കിടത്താൻ പോവുകയാണെന്ന് അറിഞ്ഞപ്പോൾ അവൾക്കുണ്ടായ അരിശവും ക്ഷോഭവും കുറച്ചൊന്നുമായിരുന്നില്ല. അവളുടെ അമ്മയും ഒപ്പം നിന്നു. ഉറക്കെ പ്രാകുകയും പിറ്റേന്ന് ഭർത്താവിനോട് പരാതിപ്പെടുമെന്നു ഭീഷണിപ്പെടുത്തുകയും ചെയ്തുനോക്കി. പക്ഷേ പ്സെൽദൊനീമൊവ് പിടിച്ച പിടിയാലെ നിന്നു. ഇവാൻ ഇലിയീച്ചിനെ മണിയറയിൽ കിടത്തി. നവദമ്പതികൾക്കായി ഒരു മെത്ത കസേരകളുടെ പുറത്തു വിരിച്ചു. വധു ചിണുങ്ങിക്കരഞ്ഞു. അവൾക്ക് സകലരേയും നുള്ളിയാൽകൊള്ളാമെന്നുണ്ടായിരുന്നു. പക്ഷേ ധിക്കരിക്കാൻ ധൈര്യപ്പെട്ടില്ല. അച്ഛന്റെ കവരവടിയുടെ രുചി അവൾ അനുഭവിച്ചിട്ടുണ്ട്. ചില കാര്യങ്ങളെപ്പറ്റി വിശദവിവരങ്ങൾ അച്ഛൻ പിറ്റേന്ന് ആവശ്യപ്പെടുമെന്ന് അവൾക്ക് ഉറപ്പുണ്ടായിരുന്നു. അവളെ ആശ്വസിപ്പിക്കാൻ ഇളംചുവപ്പു ക്വിൽട്ടും മസ്ലിൻ ഉറകളിട്ട തലയിണകളും സ്വീകരണമുറിയിൽ കൊണ്ടുവന്നു. ഈ നിമിഷത്തിലാണ് യുവാവിന്റെ കുതിരവണ്ടിയിലുള്ള വരവ്. വണ്ടിയുടെ ആവശ്യമില്ലെന്നറിഞ്ഞപ്പോൾ അയാൾ ഭയാക്രാന്തനായി. പണം അയാളുടെ കയ്യിൽനിന്നു കൊടുക്കണം. അയാൾക്കാണെങ്കിൽ സ്വന്തമായി പത്തു കോപ്പെക്കുപോലും ഇനിയും ഉണ്ടാകേണ്ടതായിട്ടാണിരിക്കുന്നത്. പ്സെൽദൊനീമൊവ് തന്റെ പാപ്പരത്തം വെളിപ്പെടുത്തി. വണ്ടിക്കാരനെ സമാധാനിപ്പിക്കാൻ നോക്കിയെങ്കിലും അയാൾ ഷട്ടറുകളിൽ ഇടിച്ച് തൊള്ളതുറക്കാൻ തുടങ്ങി. ഇതിന്റെ പര്യവസാനം എന്തായിരുന്നുവെന്ന് എനിക്കറിഞ്ഞുകൂടാ. ആ യുവാവ് ആൾജാമ്യമെന്ന നിലയിൽ വണ്ടിയിൽ കയറി നാലാം റൊഷ്ദേസ്ത്വെൻസ്കി (rmv spc) തെരുവിലേക്കു പോയെന്നാണ് കണ്ടിടത്തോളംകൊണ്ടു മനസ്സിലായത്. ചില സ്നേഹിതരൊന്നിച്ച് രാത്രി അവിടെ

തങ്ങിയിട്ടുള്ള ഒരുവിദ്യാർത്ഥിയെ വിളിച്ചുണർത്തി പണമുണ്ടോയെന്നു ചോദിക്കാമെന്ന പ്രതീക്ഷയോടെയാണ് പോയത്. നവദമ്പതികൾ കതക് കുറ്റിയിട്ട് ഉറങ്ങാൻ കിടന്നപ്പോൾ മണി നാലു കഴിഞ്ഞിരുന്നു. പ്സെൽദൊനീമൊവിന്റെ അമ്മ രാത്രി മുഴുവനും രോഗിയുടെ മെത്തയ്ക്കരികിൽ കാവലിരുന്നു. അവർ നിലത്ത് കരിമ്പടം വിരിച്ച് തന്റെ പഴയ കോട്ട് പുതച്ച് കിടന്നെങ്കിലും ഇടയ്ക്കിടെ എണീക്കേണ്ടിവന്നതുകൊണ്ട് ഉറങ്ങാൻ കഴിഞ്ഞില്ല. ഇവാൻ ഇലിയീച്ചിന് കലശലായ വയറിളക്കം പിടിച്ചു. ധീരയും മഹാമനസ്കയുമായ ആ വൃദ്ധ സ്വന്തം കൈകൾകൊണ്ട് അദ്ദേഹത്തിന്റെ വസ്ത്രം മാറ്റുകയും ഒരു മകനെപ്പോലെ അദ്ദേഹത്തെ ശുശ്രൂഷിക്കുകയും ചെയ്തു. രാത്രി മുഴുവൻ അവർ വേണ്ടപ്പെട്ട പാത്രം കിടക്കറയിൽനിന്നു പുറത്തേക്കും അകത്തേക്കുമായി ഇടനാഴിയിലൂടെ കൊണ്ടുപൊയ്ക്കൊണ്ടിരുന്നു. പക്ഷേ ആ രാത്രിയിലെ കഷ്ടപ്പാടുകൾ ഇതുകൊണ്ടും തീർന്നില്ല.

യുവദമ്പതിമാർ കതകടച്ചു പൂട്ടിയിട്ട് പത്തു മിനിട്ടുപോലുമായില്ല. അപ്പോഴാണ് അത്യന്തം ഹൃദയഭേദകമായ ഒരു നിലവിളി കേട്ടത്. അതൊരു ആഹ്ലാദാട്ടഹാസമായിരുന്നില്ല. അങ്ങേയറ്റം ഭയാനകമായ ഒരു രോദനമായിരുന്നു. തുടർന്ന് ഒരു തട്ടും ചടപടശബ്ദവും കസേരകൾ മറിഞ്ഞുവീഴുന്നതുപോലുള്ള ഒച്ചയും കേട്ടു. ഞൊടിയിടയിൽ ആ ഇരുണ്ട മുറിയിൽ ഒരു പറ്റം പെണ്ണുങ്ങളുടെ ഒരു മിന്നലാക്രമണമുണ്ടായി. നാനാരൂപത്തിൽ അർദ്ധനഗ്നരായിരുന്ന അവർ ഭയന്ന് വാപൊളിച്ചു നിന്നു. വധുവിന്റെ അമ്മയും, ആരോഗ്യമില്ലാത്ത മക്കളെ തൽക്കാലം ഇട്ടിട്ടുപോന്ന ചേച്ചിയും, വാരിയെല്ലൊടിഞ്ഞവരടക്കം മൂന്ന് അമ്മായിമാരും അവിടെ ഹാജരായിരുന്നു. പാചകക്കാരിപോലും വന്നു. യക്ഷിക്കഥകൾ പറയുന്ന ജർമ്മൻ ആശ്രിതപോലും കാര്യമറിയാൻ വന്നെത്തി. ആ വീട്ടിലുണ്ടായിരുന്നതിൽവച്ച് ഏറ്റവും നല്ലതും അവരുടെ ആകെ സമ്പാദ്യവുമായ തൂവൽമെത്തയാണ് അവരുടെ ചുവട്ടിൽനിന്ന് ബലാൽക്കാരമായി വലിച്ചെടുത്ത് നവദമ്പതികൾക്കു കൊടുത്തത്. അന്തസ്സറ്റവരും ക്രൂർമ്മദൃഷ്ടികളുമായ ഈ സ്ത്രീജനങ്ങളെല്ലാവരുംതന്നെ ജിജ്ഞാസയടക്കാൻ വയ്യാതെ കഴിഞ്ഞ കാൽ മണിക്കൂറായി അടുക്കളയിൽനിന്നു പതുങ്ങിവരികയും പെരുവിരലിൽ നടക്കുകയും തളത്തിൽ ചെവിയോർക്കുകയും ചെയ്യുകയായിരുന്നു.

ഇതിനിടയിൽ ആരോ ബദ്ധപ്പെട്ട് മെഴുകുതിരി കത്തിച്ചു. തികച്ചും അപ്രതീക്ഷിതമായ ഒരു കാഴ്ചയാണ് അവിടെ കണ്ടത്. മെത്തയുടെ രണ്ടു വശങ്ങൾ മാത്രം കസേരകളിൽ തൊട്ടിരുന്നതിനാൽ രണ്ടാളിന്റെ ഭാരം താങ്ങാൻ വയ്യാതെ കസേരകൾ നീങ്ങിപ്പോവുകയും മെത്ത അവയ്ക്കിടയിലൂടെ നിലത്തു വീഴുകയും ചെയ്തതാണ്. വധു കോപം

സഹിക്കവയ്യാതെ വിതുമ്മിക്കരയുകയായിരുന്നു. ഇത്തവണ അവൾ വിട്ടുകൊടുത്തില്ല. പ്സെൽദൊനീമൊവാകട്ടെ, തൊണ്ടിസഹിതം പിടികൂടിയ ഒരു കുറ്റവാളിയെപ്പോലെ അവിടെ നിന്നു. അയാൾ ഒരു ആത്മരക്ഷാശ്രമംപോലും നടത്തിയില്ല. രോദനങ്ങളും ഞരക്കങ്ങളും നാലുപാടുനിന്നും ഉയർന്നു. ബഹളംകേട്ട് പ്സെൽദൊനീമൊവിന്റെ അമ്മയും ഓടിയെത്തി. പക്ഷേ ഇത്തവണ വധുവിന്റെ അമ്മ പൂർണ്ണമായും വിജയം നേടി. അവർ പ്സെൽദൊനീമൊവിന്റെ നേരെ ശകാരങ്ങൾ ചൊരിഞ്ഞു. അവ വിചിത്രവും ഏറിയകൂറും അന്യായവുമായിരുന്നു. ഇതുകഴിഞ്ഞിട്ട് ഭർത്താവെന്നു പറഞ്ഞു നടക്കുന്നോ? ഇതുപോലൊരു നാണക്കേടിനുശേഷം തന്നെക്കൊണ്ട് എന്തിനു കൊള്ളാം? ഇങ്ങനെ പോയി ശകാരവർഷം. അവസാനം, അവർ മകളെ മണവാളന്റെ അടുത്തുനിന്ന് കൈയ്ക്കുപിടിച്ച് കൊണ്ടുപോയി. മുൻശുണ്ഠിക്കാരനായ അച്ഛൻ പിറ്റേന്നു രാവിലെ ചോദിക്കുമ്പോൾ സമാധാനം പറയാനുള്ള ഉത്തരവാദിത്വം അവർ ഏറ്റു. ആശ്ചര്യശബ്ദങ്ങളോടെ തല കുലുക്കിക്കൊണ്ട് ബാക്കിയുള്ളവരും പിറകെപോയി. പ്സെൽദൊനീമൊവിന്റെ അടുത്ത് അമ്മ മാത്രം ശേഷിച്ചു. അവർ അയാളെ ആശ്വസിപ്പിക്കാൻ ശ്രമിച്ചെങ്കിലും അയാൾ അപ്പോൾത്തന്നെ അവരെ ആട്ടിയോടിച്ചു.

അയാൾ ആശ്വാസംകൊള്ളാൻ വിസമ്മതിച്ചു. നാണം മറയ്ക്കുന്ന അകവസ്ത്രം മാത്രം ധരിച്ചുകൊണ്ട് അയാൾ വെറുംകാലിൽ വേച്ചുവേച്ചു നടന്നു. സോഫയിൽ തളർന്നിരുന്നുകൊണ്ട് ഏറ്റവും മ്ലാനമായ ചിന്തകളിൽ മുഴുകി. അയാളുടെ തലച്ചോറിനകത്ത് ചിന്തകൾ കെട്ടിമറിഞ്ഞു. ഇടയ്ക്ക് അയാൾ ആ മുറിയിലൂടെ യാന്ത്രികമായി കണ്ണോടിക്കും. കുറച്ചു മുമ്പുമാത്രം നർത്തകർ ഉന്മാദത്തോടെ ആടിപ്പാടി രസിച്ച മുറിയാണിത്. വായുവിൽ ഇപ്പോഴും സിഗററ്റുപുക തങ്ങിനിൽക്കുന്നു. അവിടവിടെ നനവു വീണ, വൃത്തിഹീനമായ തറയിൽ മിഠായിപ്പൊതികളും സിഗററ്റു കുറ്റികളും ചിതറിക്കിടപ്പുണ്ട്. നാനാവിധമായി കിടക്കുന്ന മധുവിധുശയ്യയും മറിഞ്ഞുവീണ കസേരകളും, ഏറ്റവും സുന്ദരവും അസന്ദിഗ്ദ്ധവുമായ ഐഹികസ്വപ്നങ്ങളുടേയും പ്രതീക്ഷകളുടേയും വ്യർത്ഥതയ്ക്കു സാക്ഷ്യം വഹിച്ചു. അയാൾ ഏതാണ്ട് ഒരു മണിക്കൂർ തികച്ചും ഈ ഇരിപ്പ് ഇരുന്നു. ആഫീസിൽ ഇനി എന്താണ് പ്രതീക്ഷിക്കാവുന്നത്? എന്നു തുടങ്ങിയ ഇരുണ്ട ചിന്തകൾ മാത്രമേ അയാളുടെ തലയ്ക്കകത്തു വന്നുള്ളു. എന്തു വന്നാലും മറ്റൊരു ജോലി കണ്ടുപിടിക്കേണ്ടിയിരിക്കുന്നുവെന്ന് അയാൾ വേദനയോടെ ഓർത്തു. ഇന്നു രാത്രിയിലത്തെ സംഭവത്തിനുശേഷം പഴയ ജോലിയിൽ തുടരാൻ സാദ്ധ്യമല്ല. അപ്പോൾ മ്ലെക്കൊപ്പിത്തായെവിന്റെ ഓർമ്മ വന്നു. തന്റെ അനുസരണ പരീക്ഷക്കാൻ നാളെ അയാൾ വീണ്ടും തന്നെക്കൊണ്ട് "കസച്ചോക്ക്" നൃത്തം ചെയ്യിക്കും.

കല്യാണച്ചെലവിനായി അമ്പതു റൂബിൾ തന്നെങ്കിലും (അതു മുഴുവനും അവസാനത്തെ കോപ്പെക്കുവരെ ചെലവായിക്കഴിഞ്ഞു) സ്ത്രീധനമായി തരാമെന്നു പറഞ്ഞ നാനൂറു റൂബിൾ ഏല്പിക്കുന്ന കാര്യത്തെപ്പറ്റി മ്ലെക്കൊപ്പിത്തായെവ് ഒരക്ഷരവും മിണ്ടിയിട്ടില്ലെന്നും വീടുപോലും ഔപചാരികമായി തന്റെ പേരിലാക്കിക്കഴിഞ്ഞിട്ടില്ലെന്നും അയാൾ ഓർത്തു. തന്റെ ജീവിതത്തിലെ ഏറ്റവും നിർണ്ണായകനിമിഷത്തിൽ തന്നെ കൈവെടിഞ്ഞ ഭാര്യയെക്കുറിച്ചും അവളുടെ മുമ്പിൽ ഒരു കാൽമുട്ട്കുത്തി നിൽക്കുന്ന ഉയരംകൂടിയ സൈനികോദ്യോഗസ്ഥനെക്കുറിച്ചും അയാൾ ചിന്തിച്ചു. താൻ അത് കണ്ടിരിക്കുന്നു. അവളെ പിശാചു ബാധിച്ചിട്ടുണ്ടെന്ന് അവളുടെ അച്ഛൻതന്നെ പറഞ്ഞതും അതിനെ അടിച്ചോടിക്കാനുള്ള വടിയുടെ കാര്യവും അയാൾ ഓർത്തു. വളരെയേറെ സഹനശക്തി അയാൾക്കുണ്ടായിരുന്നെങ്കിലും വിധിയുടെ ഈ കടുത്ത പരീക്ഷണങ്ങൾ താങ്ങാൻ തന്നെക്കൊണ്ടാവുമോയെന്ന് അയാൾ സംശയിച്ചു.

പ്സെൽദൊനീമൊവ് ഇങ്ങനെ ദുഃഖിച്ചിരിക്കെ മെഴുകുതിരി താണുകത്തി. അതിന്റെ ചഞ്ചലപ്രകാശം പ്സെൽദൊനീമൊവിന്റെ മുഖത്ത് ഒരു വശത്തുനിന്നടിച്ചപ്പോൾ ഭിത്തിയിൽ ഒരു കൂറ്റൻ നിഴൽ പതിച്ചു- നീട്ടിപ്പിടിച്ച കഴുത്ത്, വളഞ്ഞ മൂക്ക്, നെറ്റിയിലും തലയുടെ പിൻഭാഗത്തും പൊങ്ങിനിൽക്കുന്ന രണ്ട് മുടിച്ചുരുളുകൾ. അവസാനം, പ്രഭാതത്തിന്റെ കുളിർമ്മ മുറിയിൽ എത്തിനോക്കാൻ തുടങ്ങിയപ്പോൾ അയാൾ എണീറ്റു. സ്തംഭിച്ച്, വിറച്ചുകൊണ്ട്, അയാൾ വേച്ചുവേച്ച് കസേരകളുടെ നടുവിലുള്ള മെത്തയുടെ നേരെ നടന്നു. ഒന്നും നേരെ വയ്ക്കാൻ മിനക്കെടാതെ, മെഴുകുതിരി കെടുത്തുകയോ തലയിണ വയ്ക്കുകയോപോലും ചെയ്യാതെ, അയാൾ ഉലഞ്ഞ വിരിപ്പുകളുടെ പുറത്തേക്ക് തളർന്നു വീണു. പിറ്റേന്നു കഴുവേറാൻ വിധിക്കപ്പെട്ടവർക്ക് ഒരുപക്ഷേ അനുഭവപ്പെടാനിടയുള്ള ഭാരിച്ച, മരണതുല്യമായൊരു നിദ്രയിൽ അയാൾ അമർന്നു.

പക്ഷേ പാവപ്പെട്ട പ്സെൽദൊനീമൊവിന്റെ മധുവിധുശയ്യയിൽ ഇവാൻ ഇലിയീച്ച് കഴിച്ചുകൂട്ടിയ കാളരാത്രിയോട് കിടപിടിക്കാൻ എന്തുണ്ട്? തലവേദനയും മനംപിരട്ടും അസുഖകരമായ മറ്റ് അനുഭവങ്ങളും തുടക്കത്തിൽ നിമിഷനേരത്തേക്കുപോലും അദ്ദേഹത്തെ വിട്ടുമാറിയില്ല. ശരിക്കും നരകയാതനകൾതന്നെ അദ്ദേഹം അനുഭവിച്ചു. മസ്തിഷ്കത്തിൽ കഷ്ടിച്ചു മിന്നുകമാത്രം ചെയ്തിരുന്ന ബോധം എത്ര ഭയാനകവും ബീഭത്സവും ജുഗുപ്സാവഹവുമായ രംഗങ്ങളാണ് അദ്ദേഹത്തിന്റെ മുമ്പാകെ കാഴ്ചവച്ചത്! തികച്ചും ബോധംകെടുകയായിരുന്നു ഇതിൽ ഭേദം. അദ്ദേഹത്തിന്റെ ചിന്തകൾ ഇപ്പോഴും കെട്ടിമറിഞ്ഞു കിടന്നു. പ്സെൽദൊനീമൊവിന്റെ അമ്മയെ അദ്ദേഹം

തിരിച്ചറിഞ്ഞു. "സാരമില്ല, പൊന്നേ, സാരമില്ല! ഇത് പരിചയമായി ക്കോളും!" എന്നിങ്ങനെ അവർ സ്നേഹരൂപത്തിൽ ശാസിക്കുന്നത് കേൾക്കുകയും ചെയ്തു. പക്ഷേ, അവരെ തിരിച്ചറിഞ്ഞെങ്കിലും, അവരുടെ സാന്നിദ്ധ്യത്തിന് യുക്തിയുക്തമായ ഒരു കാരണം കണ്ടെത്താൻ അദ്ദേഹത്തിനു കഴിഞ്ഞില്ല. ബീഭത്സരൂപങ്ങൾ അദ്ദേഹത്തിന്റെ മുമ്പിൽ പ്രത്യക്ഷപ്പെട്ടു. ഏറ്റവും കൂടുതൽ തവണ കണ്ടത് സിമ്യോൻ ഇവാനൊവിച്ചിനെയാണ്. പക്ഷേ സൂക്ഷിച്ചുനോക്കിയപ്പോൾ അതു സിമ്യോൻ ഇവാനൊവിച്ചല്ല, പ്സെൽദൊനീമൊവിന്റെ മൂക്കാണ്, എന്നു മനസ്സിലായി. ചിത്രകാരനും സൈനികോദ്യോഗസ്ഥനും കവിളിനു നീരു വന്ന സ്ത്രീയും മിന്നിമറഞ്ഞു. പട്ടുതാകൾ തൂക്കിയിടാൻ മുകളിൽ ഘടിപ്പിച്ചിരുന്ന സുവർണ്ണവളയമാണ് അദ്ദേഹത്തിന്റെ ചിന്തകളെ സർവ്വോപരി ആകർഷിച്ചത്. മെഴുകുതിരിയുടെ അരണ്ടവെളിച്ചത്തിൽ അത് വ്യക്തമായി കാണാമായിരുന്നു. അദ്ദേഹം വീണ്ടും വീണ്ടും സ്വയം ചോദിച്ചു: "ആ വളം എന്തിനാണ്? എങ്ങിനെ അത് ഇവിടെ വന്നു? എന്താണ് ഇതിന്റെ അർത്ഥം?" അദ്ദേഹം വൃദ്ധയോട് പലതവണ ചോദിച്ചു. പക്ഷേ, പറയാനാഗ്രഹിച്ചതിൽ നിന്നു വളരെ വിഭിന്നമായ എന്തോ ആയിരിക്കും അദ്ദേഹം പറഞ്ഞത്. അദ്ദേഹം വിശദമാക്കാൻ എത്ര ശ്രമിച്ചിട്ടും അവർക്കു മനസ്സിലായില്ല. അവസാനം, നേരം വെളു ക്കുന്നതിനു കുറച്ചു മുമ്പ്, ഈ ആക്രമണങ്ങൾ നിലച്ചു. അദ്ദേഹം ഉറങ്ങി. ഒരു മണിക്കൂർ നേരത്തോളം ഗാഢമായും സ്വപ്നരഹിതമായും ഉറങ്ങി. ഏതാണ്ട് പൂർണ്ണബോധത്തോടെയാണ് ഉണർന്നത്. ദുസ്സഹമായ തലവേദനയും വായിൽ ഭയങ്കരമായ ദുസ്വാദും അനുഭവപ്പെട്ടു. നാക്ക് ഫ്ലാനൽ കഷണം പോലെ തോന്നി. അദ്ദേഹം കട്ടിലിൽ എണീറ്റിരു ന്ന് ചുറ്റും കണ്ണോടിച്ചു. ചിന്തിക്കാൻ ഒരു ശ്രമം നടത്തി. ഉഷസ്സിന്റെ വിളറിയ പ്രകാശം ഷട്ടറുകളുടെ വിടവുകളിലൂടെ അരിച്ചുകയറുകയും കൂടുതൽകൂടുതൽ വീതിവച്ചുവന്ന ഒരു പാളിയായി ഭിത്തിയിൽ പതി ഞ്ഞുകിടക്കുകയും ചെയ്തു. സമയം രാവിലെ ഏഴുമണിയോടടുത്തിരുന്നു. താൻ ഇരിക്കുന്നത് എവിടെയാണെന്ന് ഇവാൻ ഇലിയീച്ചിനു മനസ്സിലാ യപ്പോൾ, തലേ രാത്രിയിൽ നടന്നതെല്ലാം ഓർമ്മയിൽ വന്നപ്പോൾ, അത്താഴസമയത്തെ സംഭവങ്ങളും ഒരു വീരപരാക്രമത്തിനുള്ള തന്റെ വിഫലശ്രമവും തന്റെ പ്രസംഗവും ഓർത്തപ്പോൾ, ഇതിന്റെയൊക്കെ ഭവിഷ്യത്തുകൾ-ആളുകൾ പറയാൻ പോകുന്നതും, ചിന്തിക്കാൻ പോകുന്നതും- ഭയാനകമായ വ്യക്തതയോടെ മിന്നിമിറഞ്ഞപ്പോൾ, തന്റെ കീഴ്ജീവനക്കാരന്റെ സ്വസ്ഥമായ മധുവിധുശയ്യയെ താൻ നാനാവിധമാക്കിയതും വൃത്തികേടാക്കിയതും കണ്ടപ്പോൾ, അദ്ദേഹം അപമാനവും ഹൃദയവേദനയും സഹിക്കവയ്യാതെ പൊട്ടിക്കരഞ്ഞു. മുഖം പൊത്തിക്കൊണ്ട് നിരാശയോടെ തലയിണയിലേക്കു കമഴ്ന്നടിച്ചു വീണു.

ഒരു മിനിട്ട് കഴിഞ്ഞ് അദ്ദേഹം ചാടിയെണീറ്റു. തന്റെ വസ്ത്രങ്ങൾ വെടിപ്പാക്കി, ഒരു കസേരയിൽ ഭംഗിയായി മടക്കിവച്ചിരിക്കുന്നത് അദ്ദേഹം കണ്ടു. ഇടയ്ക്കിടെ ഭീതിയോടെ പുറകോട്ടു നോക്കിക്കൊണ്ട് അദ്ദേഹം ബദ്ധപ്പെട്ട് വസ്ത്രങ്ങൾ ധരിക്കാൻ തുടങ്ങി. മറ്റൊരു കസേരയിൽ കോട്ടും തൊപ്പിയുമിരിപ്പുണ്ട്. തോൽക്കയ്യുറകൾ തൊപ്പിയ്ക്കുള്ളിൽ വച്ചിരിക്കുന്നു. ആരും കാണാതെ പുറത്തു കടക്കാനായിരുന്നു അദ്ദേഹത്തിന്റെ മോഹം. പക്ഷേ പെട്ടെന്ന് കതകു തുറന്ന് പ്സെൽദൊനീമൊവിന്റെ അമ്മ ഒരു മൺകുടവും ചീനക്കളിമണ്ണുകൊണ്ടുള്ള ഒരു പരന്ന പാത്രവുമായി കയറിവന്നു. തോളത്ത് ഒരു ടൗവ്വൽ ഇട്ടിട്ടുണ്ട്. അവർ പാത്രം താഴെവച്ച് അദ്ദേഹത്തോട് മുഖം കഴുകാൻ പറഞ്ഞു:

"അങ്ങ് മുഖം കഴുകണം. മുഖം കഴുകാതെ പോകാൻ പാടില്ല."

ഭൂമുഖത്ത് ആരുടെയെങ്കിലും മുമ്പിൽ തനിക്ക് ഒന്നും പേടിക്കാതെ സ്വസ്ഥമായി ഇരിക്കാൻ കഴിയുമെങ്കിൽ അത് ഈ വൃദ്ധയുടെ മുമ്പിലായിരിക്കുമെന്ന് ആ നിമിഷത്തിൽ ഇവാൻ ഇലിയീച്ചിനു ബോദ്ധ്യമായി. അദ്ദേഹം മുഖം കഴുകി. വളരെക്കാലം കഴിഞ്ഞ്, വിഷാദഗ്രസ്തനായിരിക്കുന്ന നിമിഷങ്ങളിൽ അദ്ദേഹം പശ്ചാത്തപിക്കാനുള്ള മറ്റു പല കാരണങ്ങളുടേയും കൂട്ടത്തിൽ ഈ ഉറക്കമുണരലിനെക്കുറിച്ചു സർവ്വതും ഓർക്കുമെന്നു തീർച്ചയാണ്- മൺകുടവും തണുത്ത വെള്ളം നിറച്ച ചീനപ്പാത്രവും വെള്ളത്തിൽ പൊങ്ങിക്കിടന്ന ഐസ് കഷണങ്ങളും ഇളംചുവപ്പു പൊതിയോടുകൂടിയ അണ്ഡാകൃതിയിലുള്ള സോപ്പുകട്ടയുമെല്ലാം. ആ സോപ്പുകട്ടയുടെ പുറത്തെ അക്ഷരങ്ങൾ മാഞ്ഞിട്ടില്ല. പതിനഞ്ചു കോപ്പെക്കോളം വിലവരുന്ന അത് നിസ്സംശയമായും യുവദമ്പതികൾക്കുവേണ്ടി വാങ്ങിയതാണ്. വിധിവിലാസത്തിൽ അത് ആദ്യം ഉപയോഗിച്ചത് ഇവാൻ ഇലിയീച്ചാണെന്നുമാത്രം... ഇടതു തോളിൽ ലിനൻടൗവ്വലുമായി നിൽക്കുന്ന വൃദ്ധയേയും അദ്ദേഹം ഓർക്കും... തണുത്ത വെള്ളം അദ്ദേഹത്തിന് ഉന്മേഷമരുളി. അദ്ദേഹം വെള്ളം തുടച്ചുകളഞ്ഞ്, ഒരക്ഷരവും മിണ്ടാതെ, തന്റെ പരിചാരിണിയോട് നന്ദി പറയുകപോലും ചെയ്യാതെ, പ്സെൽദൊനീമൊവിന്റെ അമ്മ എടുത്തുകൊടുത്ത തൊപ്പിയും കോട്ടും പിടിച്ചുവാങ്ങിക്കൊണ്ട് ഇടനാഴിയിലൂടെയും പൂച്ചയുടെ മ്യാവൂവിളിയോ മെത്തയിൽനിന്നെണീക്കുന്ന പാചകക്കാരിയുടെ ജിജ്ഞാസപൂണ്ട നോട്ടമോ ശ്രദ്ധിക്കാതെ അടുക്കളയിലൂടെയും ഓടി മുറ്റത്തെത്തി. തെരുവിലിറങ്ങി, വഴിയേപോയ ഒരു കുതിരവണ്ടിയിൽ കയറി. നല്ല തണുപ്പുള്ള ഒരു പ്രഭാതമായിരുന്നു അത്. മഞ്ഞച്ച ഒരു തണുത്ത മൂടൽമഞ്ഞ് എല്ലാ വീടുകളേയും മറ്റു വസ്തുക്കളേയും ആവരണം ചെയ്തു. ഇവാൻ ഇലിയീച്ച് കോട്ടിന്റെ കോളർ പൊക്കിവച്ചു. എല്ലാവരും തന്നെ നോക്കുകയാണെന്നും തന്നെ തിരിച്ചറിഞ്ഞുവെന്നും അദ്ദേഹത്തിനു തോന്നി...

എട്ടുദിവസം അദ്ദേഹം വീട്ടു വിട്ടിറങ്ങുകയോ ആഫീസിൽ പോവുകയോ ചെയ്തില്ല. അദ്ദേഹത്തിന് രോഗം പിടിച്ചു. കലശലായ രോഗം. കായികമെന്നതിനേക്കാൾ മാനസികമായി ഈ എട്ടു ദിവസം അദ്ദേഹം നരകയാതനതന്നെ അനുഭവിച്ചു. പരലോകത്തിൽ ഇത് അദ്ദേഹത്തിന്റെ കണക്കിൽ കൊള്ളിച്ചിരിക്കും. അദ്ദേഹം സത്യത്തിൽ മഠത്തിൽ പോകാൻ തീരുമാനിച്ച നിമിഷങ്ങൾപോലുമുണ്ടായിട്ടുണ്ട്. വാസ്തവത്തിലുണ്ടായിട്ടുണ്ട്! അദ്ദേഹത്തിന്റെ ഭാവന ആ വഴി തിരിഞ്ഞു. അദ്ദേഹം ഭൂഗർഭത്തിൽനിന്ന് അടക്കിപ്പിടിച്ച പാട്ട് കേട്ടു. തുറന്ന ഒരു ശവപ്പെട്ടി കണ്ടു. കാട്ടിലോ ഗുഹയ്ക്കകത്തോ ഉള്ള ഒരറയിലെ ഏകാന്തവാസം സങ്കല്പിച്ചുനോക്കി. പക്ഷേ സുബോധം വീണ്ടുകിട്ടിയപ്പോൾ ഇതൊക്കെ വെറും അസംബന്ധവും അതിശയോക്തിയുമാണെന്ന് അദ്ദേഹം അംഗീകരിക്കുകയും അതോർത്ത് ലജ്ജിക്കുയും ചെയ്തു. തന്റെ ദുഷിച്ചുപോയ ജീവിതത്തെപ്പറ്റി ഓർത്തതോടെ ആത്മീയദണ്ഡനകളുടെ ആരംഭമായി. അപമാനബോധം ഹൃദയത്തിൽ തളംകെട്ടുകയും നിറഞ്ഞുകവിയുകയും ചെയ്തു. അത് ഹൃദയത്തെ ചുട്ടുപൊള്ളിച്ചു. മുറിവുകളിൽ ഉപ്പു തേച്ചു. തന്റെ മുമ്പിലൂടെ കടന്നുപോയ രംഗങ്ങൾ കണ്ടപ്പോൾ അദ്ദേഹത്തിന്റെ ദേഹം വിറച്ചു. താൻ ആഫീസിൽ തിരിച്ചുപോകുമ്പോൾ തന്നെപ്പറ്റി എന്തു പറയും? എന്തു വിചാരിക്കും? ഒരു വർഷമല്ല, പത്തു വർഷമല്ല, ആയുഷ്കാലം മുഴുവനും എന്തെല്ലാം കുശുകുശുക്കലുകളായിരിക്കും തന്നെ അലട്ടുന്നത്? ഈ കഥ അനന്തരതലമുറകളിലേക്കു കൈമാറുന്നതാണ്. സംഭ്രാന്തിപൂണ്ട ചില നിമിഷങ്ങളിൽ, അദ്ദേഹം സിമ്യോൻ ഇവാനൊവിച്ചിന്റെ അടുത്തുപോയി മാപ്പിരക്കാനും സൗഹൃദം യാചിക്കാനും സന്നദ്ധനായി. സ്വയം ന്യായീകരിക്കാൻ അദ്ദേഹം ശ്രമിച്ചതുപോലുമില്ല. അദ്ദേഹം അനവരതം സ്വയം അപലപിക്കുകയാണ് ചെയ്തത്. തന്റെ പെരുമാറ്റത്തിന് അദ്ദേഹം യാതൊരു ഒഴികഴിവുകളും കണ്ടില്ല. അവയ്ക്കുവേണ്ടി തിരയാൻ അദ്ദേഹം ലജ്ജിക്കുമായിരുന്നു.

കയ്യോടെ രാജിയെഴുതിക്കൊടുത്ത് ഏകാന്തതയിലിരുന്നുകൊണ്ട് മനുഷ്യരാശിയുടെ സന്തുഷ്ടിക്കുവേണ്ടി സ്വജീവിതം അർപ്പിക്കാൻപോലും അദ്ദേഹം ആലോചിച്ചതാണ്. ഏതായാലും തന്റെ പരിചയക്കാരെയെല്ലാം മാറ്റേണ്ടിയിരിക്കുന്നു. തന്നെക്കുറിച്ചുള്ള എല്ലാ ഓർമ്മകളും മായ്ച്ചുകളയണം. ഇത്രയുമായപ്പോൾ അദ്ദേഹത്തിനു തോന്നി. ഇതും അസംബന്ധമാണെന്ന്. കീഴിലുള്ളവരോട് കൂടുതൽ കർശനമായി പെരുമാറിയാൽ എല്ലാം നേരെയാകും. ഇത്തരം നിമിഷങ്ങളിൽ അദ്ദേഹം ആശാഭരിതനാകും. അദ്ദേഹത്തിന് ഉന്മേഷം തോന്നും. സന്ദേഹങ്ങളും ദണ്ഡനകളുമായി എട്ടു ദിവസം കഴിഞ്ഞപ്പോൾ, ഈ സന്ദിഗ്ദ്ധാവസ്ഥ കൂടുതൽ താങ്ങാൻ വയ്യാതെ, എന്തും വരട്ടെ എന്നു കരുതി, അദ്ദേഹം

ആഫീസിൽ പോകാൻ തീരുമാനിച്ചു.

നിരാശനായി വീട്ടിലിരിക്കുന്ന സമയത്ത്, തന്റെ ആഫിസിൽപോക്ക് ഒരായിരം തവണ അദ്ദേഹം സങ്കല്പിക്കാൻ ശ്രമിച്ചിട്ടുണ്ട്. താൻ കടന്നു പോകുമ്പോൾ അടക്കിപ്പിടിച്ച കുശുകുശുക്കലുകൾ കേൾക്കുമെന്നും വ്യക്തമല്ലാത്ത മുഖങ്ങളിൽനിന്ന് നിന്ദാസൂചകമായ ചിരികൾ കാണു മെന്നുമൊക്കെ ഭയാധിക്യത്താൽ അദ്ദേഹം തീരുമാനിച്ചുകഴിഞ്ഞിരുന്നു. ഇതൊന്നും സംഭവിക്കാത്തപ്പോൾ അദ്ദേഹത്തിനുണ്ടായ ആശ്ചര്യം കുറച്ചല്ല. അദ്ദേഹം ആദരവോടെ സ്വീകരിക്കപ്പെട്ടു. വന്ദിക്കപ്പെട്ടു. എല്ലാ വർക്കും ഗൗരവമാണ്. എല്ലാവർക്കും തിരക്കാണ്. ആഹ്ലാദനിർഭരമായ ഹൃദയത്തോടെ അദ്ദേഹം തന്റെ സ്വകാര്യ ആഫീസിലേക്കു നടന്നു.

അവിടെ എത്തിയ ഉടൻതന്നെ അദ്ദേഹം ഗൗരവമുള്ള കാര്യങ്ങ ളിൽ വ്യാപൃതനായി. ഏതാനും റിപ്പോർട്ടുകളും വിശദീകരണങ്ങളും കേട്ടു. നിർദ്ദേശങ്ങൾ നൽകി. ആ പ്രഭാതത്തിലെപ്പോലെ ഇത്ര വിവേകത്തോടും ത്രാണിയോടുംകൂടി ഇതിനുമുമ്പൊരിക്കലും താൻ വാദിക്കുകയോ സമർത്ഥിക്കുകയോ ചെയ്തിട്ടില്ലെന്ന് അദ്ദേഹത്തിനു തോന്നി. താൻ തൃപ്തിയരുളുന്നുണ്ടെന്നും വിലമതിക്കപ്പെടുന്നുണ്ടെന്നും ആദരിക്കപ്പെടുന്നുണ്ടെന്നും അദ്ദേഹം കണ്ടു. ഏറ്റവും സംവേദകമായ അഭിമാനബോധത്തിനുപോലും എന്തെങ്കിലുമൊരു പന്തികേട് അനുഭ വപ്പെടാൻ സാദ്ധ്യമല്ലായിരുന്നു. എല്ലാം ഭംഗിയായി നടന്നു.

അവസാനം അക്കീം പെത്രോവിച്ച് ചില രേഖകളുമായി വന്നു. അയാളെ കണ്ടപ്പോൾ ഇവാൻ ഇലീയിച്ചിന് ഹൃദയത്തിൽ ഒരു സൂചിക്കു ത്ത് അനുഭവപ്പെട്ടെങ്കിലും അത് ക്ഷണനേരത്തേക്കു മാത്രമായിരുന്നു. അദ്ദേഹം അക്കീം പെത്രോവിച്ചുമായി സംഗതവിഷയത്തെപ്പറ്റി ചർച്ച ചെയ്തു, വാചാലമായി സംസാരിച്ചു, എന്തു ചെയ്യണമെന്ന് ചൂണ്ടിക്കാട്ടി, എല്ലാം വിശദമാക്കിക്കൊടുത്തു. എങ്കിലും താൻ അക്കീം പെത്രോവി ച്ചിന്റെ മുഖത്ത് അധികനേരം നോക്കാതിരിക്കാൻ ശ്രമിക്കുകയാണെ ന്ന്-അഥവാ, അക്കീം പെത്രോവിച്ച് തന്നെ നോക്കാൻ ഭയപ്പെടുകയാ ണെന്ന്- അദ്ദേഹത്തിനു തോന്നി. ഏതായാലും, വന്ന കാര്യം തീർത്ത് അക്കീം പെത്രോവിച്ച് രേഖകൾ പെറുക്കിയെടുക്കാൻ തുടങ്ങി.

"ഒരപേക്ഷകൂടിയുണ്ട്," സ്വരം കാര്യമാത്രപ്രസക്തമാക്കാൻ ശ്ര മിച്ചുകൊണ്ട് അയാൾ പറഞ്ഞു. "രജിസ്ട്രാർ സ്പെൽദൊനീമൊവിന് മറ്റൊരു വകുപ്പിലേക്കു മാറിയാൽ കൊള്ളാമെന്നുണ്ട്... ഒരു ജോലി കൊടുക്കാമെന്ന് സിമ്യോൻ ഇവാനൊവിച്ച് ഷിപ്പലേൻകൊ തിരുമനസ്സ് സമ്മതിച്ചിട്ടുണ്ട്. അങ്ങയുടെ ആനുകൂല്യവും സഹായവും അയാൾ അപേ ക്ഷിക്കുന്നു, തിരുമനസ്സേ.""അപ്പോൾ, അയാൾക്ക് വകുപ്പു മാറണം, അല്ലെ," ഇവാൻ ഇലിയീച്ച് പറഞ്ഞു. തന്റെ ചുമലിൽനിന്ന് വലിയൊരു

ഭാരം നീങ്ങിയെന്ന് അദ്ദേഹത്തിനു തോന്നി. അദ്ദേഹം അക്കീം പെത്രോവിച്ചിനെ നോക്കി. ഒരു നിമിഷത്തേക്ക് അവരുടെ കണ്ണുകൾ ഇടഞ്ഞു.

"ശരി... ഞാൻ എന്നാലാവുന്നത്..." ഇവാൻ ഇലിയീച്ച് പറഞ്ഞു. "എനിക്ക് പൂർണ്ണസമ്മതമാണ്."

കഴിയുംവേഗം ഇറങ്ങിപ്പോകാൻ അക്കീം പെത്രോവിച്ച് തിടുക്കം കൂട്ടുന്നതുപോലെ തോന്നി. പക്ഷേ ഇവാൻ ഇലിയീച്ച്, മഹാമനസ്കത തോന്നി, തനിക്ക് പറയാനുള്ളത് അവസാനം പറയാൻതന്നെ തീരുമാനിച്ചു. വീണ്ടും അദ്ദേഹത്തിന് ഒരു ഭ്രതോദയമുണ്ടായി.

"അയാളോട്ടു പറയണം," സാരഗർഭമായ ഒരു നോട്ടം അക്കീം പെത്രോവിച്ചിന്റെ നേരെ അയച്ചുകൊണ്ട് അദ്ദേഹം പറഞ്ഞു. അയാളോട്ടു പറയണം, എനിക്കയാളോട് വിരോധമൊന്നുമില്ലെന്ന്. അതെ, എനിക്ക് അയാളോട് യാതൊരു വിരോധവുമില്ല. നേരേമറിച്ച്, കഴിഞ്ഞതൊക്കെ മറക്കാൻ ഞാൻ തയ്യാറാണ്. എല്ലാം മറക്കാൻ..."

പക്ഷേ ഇവാൻ ഇലിയീച്ച് പെട്ടെന്ന് നിർത്തി. അക്കീം പെത്രോവിച്ചിന്റെ വിചിത്രമായ പെരുമാറ്റം അദ്ദേഹം അത്ഭുതത്തോടെ നോക്കുകയായിരുന്നു. വിശേഷബുദ്ധിയുള്ള മനുഷ്യനെന്നതിൽനിന്നും അയാൾ പെട്ടെന്ന് അജ്ഞാതമായ ഏതോ കാരണത്താൽ ഒരു ഭ്രലോകവിഡ്ഢിയായിത്തീർന്നതുപോലെ തോന്നി. തന്റെ സംസാരം ആദരവോടെ ശ്രദ്ധിക്കുന്നതിനു പകരം, അയാൾ, ഒരു മന്ദബുദ്ധിയെപ്പോലെ മുഖം ചുവന്ന് ഏതാണ്ട് നിർമ്മര്യാദമായ തിടുക്കത്തോടെ പലവട്ടം വന്ദിച്ചുകൊണ്ട് കതകിന്റെനേരെ പിൻവാങ്ങുകയായിരുന്നു. പാതാളത്തിലേക്ക് താണുപോകാനോ ചുരുങ്ങിയത് കഴിയുംവേഗം തന്റെ ഇരിപ്പിടത്തിലേക്കു മടങ്ങാനോ അയാൾ ആഗ്രഹിക്കുന്നതുപോലെ തോന്നി. തനിച്ചായപ്പോൾ ഇവാൻ ഇലിയീച്ച് കുറച്ചൊരു മനഃപ്രയാസത്തോടെ എണീറ്റു. കണ്ണാടിയിൽ നോക്കിയെങ്കിലും തന്റെ പ്രതിബിംബം കണ്ടില്ല.

"കാർക്കശ്യം വീണ്ടും വീണ്ടും കാർക്കശ്യം!" അദ്ദേഹം, ഓർക്കാതെയെന്നു പറയാം, മന്ത്രിച്ചു. പെട്ടെന്ന് അദ്ദേഹത്തിന്റെ മുഖമാകെ ചോരനിറമായി. തന്റെ എട്ടു ദിവസത്തെ രോഗത്തിനിടയിലെ ഏറ്റവും ദുസ്സഹമായ നിമിഷങ്ങളിൽപോലും അദ്ദേഹത്തിന് ഇത്ര അഗാധമായ അപമാനമോ ഇത്ര തീവ്രമായ ആത്മനിന്ദയോ അനുഭവപ്പെട്ടിട്ടില്ല. "ഞാൻ പരാജയപ്പെട്ടു!" എന്ന് പിറുപിറുത്തുകൊണ്ട് അദ്ദേഹം നിസ്സഹായനായി തന്റെ കസേരയിലേക്കു തളർന്നിരുന്നു.

കുറിപ്പുകൾ

വെളുത്ത രാത്രികൾ

"ഒത്യേച്ചെസ്റ്റ് വെന്നിയെ സപി സ്കി" എന്ന ആനുകാലികത്തിന്റെ 1848-ലെ 12-ാം ലക്കത്തിലാണ് ഈ നോവൽ ആദ്യമായി പ്രസിദ്ധീകരിച്ചത്. പിന്നീട് പുറത്തുവന്ന ദൊസ്തൊയേവ്സ്കിയുടെ കൃതികളുടെ എല്ലാ പ്രസിദ്ധീകരണങ്ങളിലും ഈ നോവലും ഉൾപ്പെടുത്തിയിരുന്നു.

സ്വപ്നജീവിയായ ഇതിലെ കഥാനായകൻ ദൊസ്തൊയേവ്സ്കിയുടെ ഇഷ്ടപാത്രങ്ങളിലൊന്നാണ്. ഈ നോവലിന്റെ പേരിലും ഇതിനെ 'രാത്രികളായി' തിരിച്ചിരിക്കുന്ന രീതിയിലും ഗ്രന്ഥകാരൻ ഒരു റൊമാന്റിക് പാരമ്പര്യമാണ് പിൻതുടർന്നിരിക്കുന്നത്. എന്നാൽ റൊമാന്റിക് എഴുത്തുകാർ തങ്ങളുടെ നായകന്മാരെ അന്യാദൃശരായി ചിത്രീകരിച്ചു. പക്ഷേ ദൊസ്തൊയേവ്സ്കിയുടെ സ്വപ്നജീവിയാകാൻ വിധിക്കപ്പെട്ട നായകൻ അതുകൊണ്ട് വളരെയേറെ മനോവേദനയനുഭവിക്കുകയാണ് ചെയ്യുന്നത്. ഒരു ദിവസത്തെ യഥാർത്ഥ ജീവിതത്തിനുവേണ്ടി തന്റെ "സ്വപ്നജീവിതത്തിന്റെ വർഷങ്ങൾ മുഴുവൻ" വച്ചുമാറാൻ അയാൾ തയ്യാറാണ്.

1 ഷുക്കോവ്സ്കി വി. (1783-1852)-റഷ്യൻ റൊമാന്റിക് കവി.

2 288. ഹോഫ്മന്റെ സൗഹൃദത്തേയും... -ഏർണസ്റ്റ് തിയോഡോർ അമാഡെയ് ഹോഫ്മൻ (1776-1822)- ജർമ്മൻ സാഹിത്യകാരനും നോവലിസ്റ്റും.

3 സെന്റ് ബർത്തലോമിയോയുടെ രാത്രിയേയും..-1572-ാമാണ്ട് ആഗസ്റ്റ് 24-ാം തീയതി രാത്രി (കത്തോലിക്കർ സെന്റ് ബർത്തലോമിയോയുടെ പെരുന്നാളാഘോഷിക്കുന്ന ദിവസം) പാരീസിൽ പ്രോട്ടസ്റ്റന്റുകാരെ കത്തോലിക്കർ ക്രൂരമായി കൂട്ടക്കൊല ചെയ്യുകയുണ്ടായി.

4 ഡയാന വെർനോൻ- ഇംഗ്ലീഷ് സാഹിത്യകാരനായ വാൾട്ടർ സ്കോട്ടിന്റെ (1771-1832) "Rob Roy" (1818) എന്ന നോവലിലെ കഥാനായിക.

5 കസാന്റെ നേർക്കുള്ള... -1552 ഒക്ടോബറിൽ ഒന്നരമാസത്തെ പൊരിഞ്ഞ യുദ്ധത്തിനുശേഷം ഭീകരനായ ഇവാൻ എന്നറിയപ്പെടുന്ന റഷ്യൻ ചക്രവർത്തി കസാൻ പട്ടണം പിടിച്ചെടുത്ത സംഭവം.

6 ക്ലാരാ മൊവ്ബ്രായ്-വാൾട്ടർ സ്കോട്ടിന്റെ 'St. Ronan's Well' (1823) എന്ന നോവലിലെ നായിക.

7 ഏവ്ഫിയ ഡെൻസ്-വാൾട്ടർ സ്കോട്ടിന്റെ 'The Heart of Midlothian' (1818) എന്ന നോവലിലെ പ്രധാന കഥാപാത്രം.

8 ഹുസ്സിനെ വിസ്തരിക്കുന്ന പരോഹിതസഭ... യാൻ ഹുസ് (1369-1415) മഹാനായ ചെക്ക ദേശാഭിമാനിയും പ്രാഗ് സർവ്വകലാശാലയുടെ റെക്ടറും. കത്തോലിക്കസഭയ്ക്കും ജർമ്മൻ ആധിപത്യത്തിനുമെതിരായ ബഹുജനപ്രസ്ഥാനത്തിന്റെ നായകൻ. ഇദ്ദേഹത്തെ ജീവനോടെ ചിതയിലിടാൻ കത്തോലിക്കസഭ വിധികല്പിച്ചു.

9 "റൊബേർട്ടൊ ഇൽ ഡിയാബിളോ"- പ്രശസ്ത ഫ്രഞ്ച് സംഗീതജ്ഞനായ ജാക്ക് മെയർബെർ (1791-1864) രചിച്ച സുപ്രസിദ്ധമായ ഓപ്പറ (1824).

10 മിന്ന-"മിന്യോന" എന്ന ഗ്യോഥെയുടെ കഥാഗീതത്തിന്റെ (1782) പരിഭാഷയായ "മിന്ന" (1818) എന്ന കവിതയെപ്പറ്റിയാണ് പരാമർശമെന്ന് വിശ്വസിക്കപ്പെടുന്നു. ഇതിന്റെ രചയിതാവ് വി. ഷുക്കോവ്സ്കിയാണ്.

11 ബ്രെൻഡ്- പ്രസിദ്ധ റഷ്യൻ കവിയായ എൻ. കൊൽത്സോവ് (1779-1840) എഴുതിയ റൊമാന്റിക് കഥാഗീതം.

12 ബെരസിനയിൽ നടന്ന പോരാട്ടം- 1812 നവംബറിൽ ദ്നീപ്പർ നദിയുടെ വലത്തെ കരയിൽവച്ച് മോസ്കോയിൽനിന്ന പിൻവാങ്ങിയ നെപ്പോളിയനെ റഷ്യൻ സൈന്യം പരിപൂർണ്ണമായി പരാജയപ്പെടുത്തിയ പോരാട്ടം.

13 വി.ഡി. പ്രഭ്വി-യെക്കത്തെറീന റൊമാനൊവ്ന വൊറൊൻത്സോവ- ദാഷ്കോവ (1743-1810). പീറ്റേഴ്സ്ബർഗ്ഗ് ശാസ്ത്ര അക്കാദമിയുടെ ഡയറക്ടറും റഷ്യൻ അക്കാദമിയുടെ അദ്ധ്യക്ഷയുമായിരുന്ന ഇവർ.

14 ഡാന്റൺ ജോർജ് ജാക്ക് (1759-1849) -മഹത്തായ ഫ്രഞ്ച് വിപ്ലവത്തിലെ (1789) പ്രമുഖ നേതാക്കളിലൊരാൾ.

15 ക്ലിയോപാട്ര- ക്രി.മു. 69-30 ഈജിപ്റ്റിലെ അതിസുന്ദരിയായ രാജ്ഞി.

16 കൊളോംനയിലെ കൊച്ചുഭവനത്തെപ്പറ്റി-പുഷ്കിന്റെ "കൊളോംനയിലെ കൊച്ചു ഭവനം" എന്ന കവിതയെയാണ് ഇവിടെ ഉദ്ദേശിക്കുന്നത്.

17 "ഐവാൻഹൊ"-വാൾട്ടർ സ്കോട്ടിന്റെ നോവൽ "Ivanhoe"(1820)

18 "സെവില്ലിലെ ക്ഷുരകൻ" -സുപ്രസിദ്ധ ഇറ്റാലിയൻ സംഗീതജ്ഞനായ ഡി.എ. റൊസ്സീനിയുടെ (1792-1868) ഓപ്പറ. റഷ്യയിൽ ഇതിനു വലിയ പ്രചാരമായിരുന്നു.

19 റൊ-റൊ, സീ-സീ, നാ-നാ-"സെവില്ലിയിലെ ക്ഷുരകൻ"എന്ന ഓപ്പറയിലെ രണ്ടാം അങ്കത്തിൽ ഫീഗറൊയും റൊസീനയും പാടുന്നത്. കമിതാവിന് കത്തെഴുതാൻ ഫീഗറൊ റൊസീനയെ ഉപദേശിക്കുകയും അവൾ മുൻകൂട്ടി തയ്യാറാക്കിയിരുന്ന കത്ത് അയാളെ ഏല്പിക്കുകയും ചെയ്യുന്ന രംഗമാണ് അത്.

20 ഹോമർ-പൗരാണിക യവനകവി. (ക്രി.മു. എട്ടാം ശതകം)

2 ബാരൺ ബ്രാംബെയുസ്- റൊമാന്റിക് സാഹിത്യകാരനും 'വായനശാല' എന്ന മാസികയുടെ പത്രാധിപരുമായിരുന്ന ഒ.ജെ. സെൻകോവ്സ്കിയുടെ അനേകം തൂലികാനാമങ്ങളിലൊന്ന്.

22 ഗുബേർണിയ- 1708-നും 1923-നും ഇടയ്ക്കുള്ള കാലഘട്ടത്തിൽ റഷ്യയെ ഭരണസൗകര്യാർത്ഥം പല പ്രദേശങ്ങളായി തിരിച്ചിരുന്നു. അവ ഓരോന്നും ഗുബേർണിയ എന്നായിരുന്നു അറിയപ്പെട്ടിരുന്നത്.

23 പിറ്റേഴ്സ്ബർഗ് നഗരത്തിലെ പല പ്രദേശങ്ങളിലൊന്നായിരുന്നു പിറ്റേഴ്സ്ബർഗ് ഭാഗം.

24 ഒരു വെള്ളിറൂബിൾ മൂന്നര നോട്ട് റൂബിളിനു തുല്യമായിരുന്നു.

25 വേൻചിക്ക്- യേശുക്രിസ്തുവിന്റേയും കന്യകാമറിയത്തിന്റേയും യോഹന്നാൻ പുണ്യവാളന്റേയും രൂപങ്ങളോടുകൂടിയ പട്ടുനാടയോ കടലാസുനാടയോ. പൗരസ്ത്യസഭയുടെ ആചാരപ്രകാരം ഈ നാട മരിച്ചയാളിന്റെ നെറ്റിയിൽ വയ്ക്കുന്നു.

26 പോൾ ഡി കോക്ക് (1793-1871) -ഫ്രഞ്ച് നോവലെഴുത്തുകാരൻ. 1840-കളിലെ റഷ്യൻ വിമർശകർ ഇദ്ദേഹത്തിന്റെ കൃതികളെ 'ഓടസാഹിത്യ'മായി കണക്കാക്കിയിരുന്നു.

27 'ഇവാൻ ബേൽക്കിന്റെ കഥകൾ'-1830കളിൽ എ.എസ്സ്. പുഷ്കിൻ എഴുതിയ ഒരു കഥാസമാഹാരം.

28 'സ്റ്റേഷൻ മാസ്റ്റർ'-'ഇവാൻ ബേൽക്കിന്റെ കഥകളി'ലൊന്ന്.

29 സംസോൻ വീറിൻ- "സ്റ്റേഷൻ മാസ്റ്ററി"ലെ ഒരു കഥാപാത്രം.

30 "ഓവർക്കോട്ട്"-എൻ.വി. ഗോഗൊൽ 1842-ൽ എഴുതിയ കഥ.

31 പതിനാലാംതരത്തിൽപ്പെട്ട ഒരു ഉദ്യോഗസ്ഥൻ- സാർചക്രവർത്തിയുടെ

ഭരണകാലത്ത് റഷ്യയിലെ സർക്കാരുദ്യോഗങ്ങൾക്ക് 14 തട്ടുകളടങ്ങുന്ന ഒരു ശ്രേണിയുണ്ടായിരുന്നു. പ്രസ്തുത ശ്രേണിയിൽ ഇവിടെ പറയുന്ന ഉദ്യോഗങ്ങളുടെ സ്ഥാനം പ്രാധാന്യത്തിന്റെ അവരോഹണക്രമത്തിൽ ഇപ്രകാരമായിരുന്നു: 7-ഔലിക് കൗൺസിലർ, 9-ടിറ്റുലർ കൗൺസിലർ, 10-കൊളീജിയേറ്റ് സെക്രട്ടറി, 12-ഗുബേർണിയ സെക്രട്ടറി, 14-കൊളീജിയേറ്റ് രജിസ്ട്രാർ.

32 ലവ് ലേസ്-സ്ത്രീലോലൻ എന്നർത്ഥം.

33 "സേവെർനയ പ്ചെലാ" (വടക്കൻ തേനീച്ച)-ഒരു പത്രം.

34 'ആധുനികറഷ്യൻ സാഹിത്യത്തിലെ സ്വപ്നപുസ്തക'ത്തെക്കുറിച്ചാണ് പരാമർശം. "സവ്രിമേന്നിക്ക്" എന്ന പുരോഗമനപത്രികയുടെ പത്രാധിപന്മാരായ നെക്രാസൊവിനേയും (1821-1877) പനായെവിയേയും (1812-1862) കളിയാക്കിക്കൊണ്ട് കവി ഷ്ചെർബീന (1821-68) എഴുതി കയ്യെഴുത്തുപ്രതിയായി പ്രചരിപ്പിച്ച ഒരു ഹാസ്യകൃതിയാണിത്.

35 "അബ്ലിച്ചീത്തെൽനയ" (ആരോപണകരമായ) എന്ന വാക്ക് തെറ്റിച്ചെഴുതിയിരിക്കുന്നത്.

36 അക്കാലത്തെ പേരുകേട്ട ഒരു നർത്തകനായിരുന്നു ഫോക്കിൻ.

37 ഹോമർ-പൗരാണിക യവനകവി. (ക്രി.മു. എട്ടാം ശതകം)

2 ബാരൺ ബ്രാംബെയുസ്- റൊമാന്റിക് സാഹിത്യകാരനും 'വായനശാല' എന്ന മാസികയുടെ പത്രാധിപരുമായിരുന്ന ഒ.ജെ. സെൻകോവ്സ്കിയുടെ അനേകം തൂലികാനാമങ്ങളിലൊന്ന്.

39 ഗുബേർണിയ- 1708-നും 1923-നും ഇടയ്ക്കുള്ള കാലഘട്ടത്തിൽ റഷ്യയെ ഭരണസൗകര്യാർത്ഥം പല പ്രദേശങ്ങളായി തിരിച്ചിരുന്നു. അവ ഓരോന്നും ഗുബേർണിയ എന്നായിരുന്നു അറിയപ്പെട്ടിരുന്നത്.

40 പിറ്റേഴ്സ്ബർഗ് നഗരത്തിലെ പല പ്രദേശങ്ങളിലൊന്നായിരുന്നു പിറ്റേഴ്സ്ബർഗ് ഭാഗം.

41 ഒരു വെള്ളിറൂബിൾ മൂന്നര നോട്ട് റൂബിളിനു തുല്യമായിരുന്നു.

42 വേൻചിക്ക്- യേശുക്രിസ്തുവിന്റേയും കന്യകാമറിയത്തിന്റേയും യോഹന്നാൻ പുണ്യവാളന്റേയും രൂപങ്ങളോടുകൂടിയ പട്ടുനാടയോ കടലാസുനാടയോ. പൗരസ്ത്യസഭയുടെ ആചാരപ്രകാരം ഈ നാട മരിച്ചയാളിന്റെ നെറ്റിയിൽ വയ്ക്കുന്നു.

43 പോൾ ഡി കോക്ക് (1793-1871) -ഫ്രഞ്ച് നോവലെഴുത്തുകാരൻ. 1840-കളിലെ റഷ്യൻ വിമർശകർ ഇദ്ദേഹത്തിന്റെ കൃതികളെ 'ഓടസാഹിത്യ'മായി കണക്കാക്കിയിരുന്നു.

44 'ഇവാൻ ബേൽക്കിന്റെ കഥകൾ'-1830കളിൽ എ.എസ്സ്. പുഷ്കിൻ എഴുതിയ ഒരു കഥാസമാഹാരം.

45 'സ്റ്റേഷൻ മാസ്റ്റർ'-'ഇവാൻ ബേൽക്കിന്റെ കഥകളി'ലൊന്ന്.

46 സംസോൻ വീറിൻ- "സ്റ്റേഷൻ മാസ്റ്ററി"ലെ ഒരു കഥാപാത്രം.

47 "ഓവർക്കോട്ട്"-എൻ.വി. ഗോഗൊൽ 1842-ൽ എഴുതിയ കഥ.

48 പതിനാലാംതരത്തിൽപ്പെട്ട ഒരു ഉദ്യോഗസ്ഥൻ- സാർചക്രവർത്തിയുടെ ഭരണകാലത്ത് റഷ്യയിലെ സർക്കാരുദ്യോഗങ്ങൾക്ക് 14 തട്ടുകളടങ്ങുന്ന ഒരു ശ്രേണിയുണ്ടായിരുന്നു. പ്രസ്തുത ശ്രേണിയിൽ ഇവിടെ പറയുന്ന ഉദ്യോഗങ്ങളുടെ

സ്ഥാനം പ്രാധാന്യത്തിന്റെ അവരോഹണക്രമത്തിൽ ഇപ്രകാരമായിരുന്നു: 7-ഔലിക് കൗൺസിലർ, 9-ടിറ്റലർ കൗൺസിലർ, 10-കൊളീജിയേറ്റ് സെക്രട്ടറി, 12-ഗുബേർണിയ സെക്രട്ടറി, 14-കൊളീജിയേറ്റ് രജിസ്ട്രാർ.

49 ലവ് ലേസ്-സ്ത്രീലോലൻ എന്നർത്ഥം.

50 "സേവെർനയ പ്ചെലാ" (വടക്കൻ തേനീച്ച)-ഒരു പത്രം.

പാവങ്ങൾ

ഈ നോവൽ ആദ്യമായി പ്രകാശനം ചെയ്തത് നിക്കൊലായ് നെക്രാസൊവ് പ്രസിദ്ധീകരിച്ചിരുന്ന "സെന്റ് പീറ്റേഴ്സ്ബർഗ് സമാഹാരം" എന്ന പ്രസിദ്ധീകരണത്തിലാണ് (1846). 1847-ൽ അത് ഒരു പ്രത്യേക പതിപ്പായി ഇറക്കി. ഗ്രന്ഥകാരൻ അതിൽ വളരെയേറെ മാറ്റങ്ങൾ വരുത്തിയിരുന്നു. ദൊസ്തൊയേവ്സ്കിയുടെ ജീവിതകാലത്തുതന്നെ- 1860ലും, 1865ലും-ഈ കൃതി വീണ്ടും പ്രസിദ്ധീകരിക്കുകയുണ്ടായി. എന്നാൽ അവയിൽ കാര്യമായ മാറ്റങ്ങളൊന്നും വരുത്തിയിരുന്നില്ല.

1845-ൽ നിക്കൊലായ് നെക്രാസൊവ് ഇ കൃതിയുടെ കൈയെഴുത്തുപ്രതി ദൊസ്തൊയേവ്സ്കിയുടെ സമകാലികനും സുപ്രസിദ്ധ റഷ്യൻ നിരൂപകനുമായ വിസ്സറിയോൻ ബെലീൻസ്കിയെ കാണിച്ചപ്പോൾ അദ്ദേഹത്തിൽനിന്ന് ആവേശകരമായ ഒരു പ്രതികരണമാണ് ഉണ്ടായത്. ഒരു പുതിയ സാഹിത്യപ്രതിഭയുടെ ആഗമനത്തെപ്പറ്റിയുള്ള വാർത്ത സെന്റ് പീറ്റേഴ്സ്ബർഗിലെ സാഹിത്യലോകത്ത് പടർന്നുപിടിച്ചു. "പാവങ്ങൾ" ദൊസ്തൊയേവ്സ്കിക്ക് വമ്പിച്ച വിജയം നേടിക്കൊടുത്തു. "ദൊസ്തൊയേവ്സ്കിയെപ്പോലെ ഇത്ര പെട്ടെന്ന് പ്രസിദ്ധിനേടിയ ഒരാൾ അതേവരെ റഷ്യൻ സാഹിത്യത്തിൽ ഉണ്ടായിട്ടില്ല," ബെലീൻസ്കി "റഷ്യൻ സാഹിത്യത്തിലേക്ക് ഒരെത്തിനോട്ടം" (1846) എന്ന തന്റെ ലേഖനത്തിൽ പറയുകയുണ്ടായി.

തികച്ചും നിർഭാഗ്യകരമായ സംഭവം

1862-ൽ ദൊസ്തൊയേവ്സ്കി വിദേശത്തുനിന്ന് തിരിച്ചുവന്നശേഷം എഴുതപ്പെട്ടതാണ് ഈ കഥയെന്ന് കരുതപ്പെടുന്നു. "വ്രേമ്യ" എന്ന മാസികയുടെ 1862-ലെ 11-ാം ലക്കത്തിലാണ് ഇത് ആദ്യമായി പ്രസിദ്ധീകരിക്കപ്പെട്ടത്.

1861-ൽ അടിയായ്മ ഉച്ചാടനം ചെയ്യപ്പെട്ടതിനെ സംബന്ധിച്ച് അക്കാലത്തെ റഷ്യൻ പ്രചരണ സാഹിത്യത്തിൽ ഉയർന്നുവന്ന വിവാദവിഷങ്ങളെയാണ് ഗ്രന്ഥകാരൻ ഈ കഥയിൽ സ്പർശിക്കുന്നത്. കലാപരവും ആശയപരവുമായ ഘടനയും അതിന്റെ ശീർഷകവും റഷ്യൻ ജീവിതത്തിലെ ആ കാലഘട്ടത്തിന്റെ ചേതനയെ കൃത്യമായി പ്രതിഫലിപ്പിക്കുന്നു. ആശയക്കുഴപ്പത്തിന്റെ കാലഘട്ടമെന്നാണ് സമുന്നത ഹാസ്യ സാഹിത്യകാരനായ മിഹയിൽ ശെഡ്രീൻ ആ കാലഘട്ടത്തെ വിശേഷിപ്പിച്ചത്.

51 'ആധുനികറഷ്യൻ സാഹിത്യത്തിലെ സ്വപ്നപുസ്തക'ത്തെക്കുറിച്ചാണ് പരാമർശം. "സവ്രിമേന്നിക്ക്" എന്ന പുരോഗമനപത്രികയുടെ പത്രാധിപന്മാരായ നെക്രാസൊവിനേയും (1821-1877) പനായെവിയേയും (1812-1862) കളിയാക്കിക്കൊണ്ട് കവി ഷ്ചെർബീന (1821-68) എഴുതി കയ്യെഴുത്തുപ്രതിയായി പ്രചരിപ്പിച്ച ഒരു ഹാസ്യകൃതിയാണിത്.

52 "അബ്ലിച്ചീത്തെൽനയ" (ആരോപണകരമായ) എന്ന വാക്ക് തെറ്റിച്ചെഴുതിയിരിക്കുന്നത്.

53 അക്കാലത്തെ പേരുകേട്ട ഒരു നർത്തകനായിരുന്നു ഫോക്കിൻ.